# பா.செயப்பிரகாசம் கதைகள்

## முழுமையான தொகுப்பு

## இரண்டாம் தொகுதி

| | | |
|---|---|---|
| பா.செயப்பிரகாசம் கதைகள் | : | சிறுகதைகள் |
| ஆசிரியர் | : | பா.செயப்பிரகாசம் |
| | : | © ஆசிரியருக்கு |
| அட்டைப்புகைப்படம் | : | புதுவை இளவேனில் |
| முதற்பதிப்பு | : | ஜூலை 2015 |
| வெளியீடு | : | வம்சி புக்ஸ் |
| | | 19, டி.எம்.சாரோன், |
| | | திருவண்ணாமலை - 606 601 |
| | | செல்: 9445870995 , 04175-235806 |
| அச்சாக்கம் | : | மணி ஆப்செட், சென்னை-600 077 |
| விலை | : | ₹ 550/- |
| ISBN | : | 978-93-84598-14-3 |

| | | |
|---|---|---|
| B.JeyapirakasamKathaigal | : | Short Stories |
| Author | : | B.Jeyapirakasam |
| | : | © Author |
| Cover Photo | : | Puduvai Ilavenil |
| First Edition | : | July - 2015 |
| Published by | : | Vamsi books |
| | | 19.D.M.Saron, |
| | | Tiruvannamalai-606 601. |
| | | Cell :9445870995 , 04175-235806 |
| Printed by | : | Mani Offset, Chennai-600 077 |
| | : | ₹ 550/- |
| ISBN | : | 978-93-84598-14-3 |

www.vamsibooks.com - e-mail: vamsibooks@yahoo.com

## சமர்ப்பணம்

### தோழர். சின்னப்பன் அவர்களுக்கு

குழந்தையைப்போல் பழகுவதற்கு இனியவர். புயல்போல் விசையுடன் உழைத்தவர். புதிய பண்பாட்டு முறையில் தோழரின் திருமணம் நடந்தது. குழந்தைக்குப் பெயர் சூட்டுவதையும் புதியமுறையில் புரட்சிகரத் தாலாட்டுடன் நடத்தினார். அவர் பயணம் மக்களுக்காக இருந்தது. இறுதிப் பயணமும்கூட.

1985 அக்டோபரில் அவர் மரணம் நிகழ்ந்தது. மரணத்தின் பின்னான நிசப்தத்தை, அதன்பின் அடக்கம் செய்வதின் போது நிகழ்ந்தவைகளை அவ்வாறே பதிவு செய்திருக்கிறேன். அப்போது நடந்தவையாவும் ஒரு கதையைவிட மேலதிகமானவை. எவ்வாறு நிகழ்ந்ததோ, அவ்வாறே பதிவு செய்வது ஒன்றே உன்னதமானது. உன்னதமான படைப்பாகப் போதுமானது.

உள்ளே...

## 6. புதியன 1990

49. புதியன .................................................... 9
50. இழிவு ...................................................... 20
51. ஒரு தியாகி ............................................. 30
52. கிராமத்துக் குறிப்புகள் ......................... 42
53. சாவு இல்ல ............................................. 53
54. தொடக்கம் .............................................. 63
55. சிறை மீட்பு ............................................. 74

## 7. இரவு மழை 1991

56. சிகரம் ..................................................... 96
57. மலரடி வளைவு .................................... 108
58. நசிவு ..................................................... 116
59. கந்தக பூமி ............................................ 125
60. முரண் ................................................... 134
61. கலைமணி ............................................. 147
62. ஒடுக்கம் ............................................... 161

| | |
|---|---|
| 63. சிறகு முறியும் திசை | 174 |
| 64. எருது கட்டு | 187 |
| 65. பனைநிழலில் வாழ்க்கை | 195 |
| 66. பறவை | 204 |
| 67. இரவு மழை | 212 |
| 68. உருவாக்கம் | 219 |
| 69. நீளும் கண்டம் | 228 |
| 70. பதுங்கு குழி | 238 |

## 8. புயலுள்ள நதி 1996

| | |
|---|---|
| 71. எதையும் செய்வீர் | 247 |
| 72. காணாத பாடல் | 254 |
| 73. காற்றில்லாக் கூடுகள் | 264 |
| 74. மயான காண்டம் | 273 |
| 75. சுதந்திர நேரம் | 283 |
| 76. புயலுள்ள நதி | 293 |
| 77. நிலவின் சடலம் | 305 |
| 78. மலையாட்டி | 314 |
| 79. மயானத்தின் மீதி | 327 |
| 80. மகன் | 338 |
| 81. எண்.2 அவ்வையார் தெரு | 346 |

## 9. பூத உலா 2004

82. இரவுக் காவலன் .................................................. 369
83. சிங்கம் ............................................................. 378
84. மூளைக் காய்ச்சல் ............................................... 388
85. சார்பு ............................................................... 400
86. இரண்டாவது மனிதன் ......................................... 408
87. சோக நீக்கம் ..................................................... 446
88. தேனமுதம் ........................................................ 457
89. பூத உலா .......................................................... 477
90. ஒரு மரணத்தின் கடைசிக் குறிப்பு ........................ 490

## 10. கள்ளழகர் 2007

91. ஆட்டம் ............................................................ 506
92. சாமியார் மடம் .................................................. 519
93. பூக்கள் ............................................................. 533
94. இருட்டுப் பச்சை ............................................... 542
95. கள்ளழகர் ........................................................ 551
96. விஷக்கடி ......................................................... 564
97. கொடை ............................................................ 579

**11. இலக்கிய வாதியின் மரணம் 2010**

98. உள்நெருப்பு .................................................................. 598

99. களைகளின் நிலம் ........................................................ 610

100. இலக்கியவாதியின் மரணம் ....................................... 621

101. கயத்தாறு புளிய மரம் ................................................ 639

102. ஒரு அழகிய சொல் .................................................... 651

104. கரடிகள், ஆடுகள் ...................................................... 672

105. நிலாக்காலம் ............................................................. 692

106. மனிதனைத் தின்னும் சிங்கங்கள் ............................. 705

# புதியன

உடலுக்குள் தூக்கம் ஒட்டவே மாட்டேனென்கிறது. அவரவர்களுக்குரிய இடம் அவரவர்களுக்கு! சிந்தனை நோய்க்கு, அப்படியில்லை. சாப்பாடு, பேச்சு, தூக்கம் எல்லா இடத்தையும் அது எடுத்துக் கொள்கிறது. சிந்தனைச் சுமை தாங்க முடியாமல் மன உளைச்சலையும் மீறி, உடல் அசதி மிகக் கொண்டு நடுச்சாமத்தில் லேசாய் கண் அசருகிற போது, கால் உளைச்சல் ஆரம்பமாகி தூக்கம் நடு வழியில் அத்துப் போகிறது.

முழங்கால் மேல் தலை வைத்து விழிப்பும், தூக்கமுமாய் இருப்பது பழக்கமாகிவிட்டது. ராப்பகல் எப்பவானாலும் சீக்கு வந்த கோழி மாதிரி குணங்கிப் போய் உட்கார்ந்திருப்பார்.

"ஏன் நந்தப்பா, என்ன இது? சரியாப் படுத்துத் தூங்க வேண்டியது தானே" என்று அவருக்கு மூத்தவர்கள் கேட்கிறபோது, நந்தகோபால் பதில்,

"நமக்கும் இந்தா, அந்தான்னுதான். போக வேண்டியதுதானே"

அம்மா அவருக்கு வேண்டியதைச் செய்வதற்கு மட்டும் இருந்தாள். அப்பாவுக்கு ஆலோசனை சொல்கிற இடத்தில் என்றும் இருந்ததில்லை.

"சித்தப்பா, சந்தியா அக்காவைக் கண்டேன்." சந்தான லட்சுமி வந்தபடிக்கே சொன்னாள்.

"எங்கன கண்டே?"

''பஸ் ஸ்டாண்டில் வச்சி. பத்திரிகை வித்துக்கிட்டிருந்தா''

நாயை செருப்பால் அடி என்பது போல் நந்தகோபால் புருவங்கள் சுருங்கி, கண்கள் வெறுப்பைக் கொட்டின. அவளைப் பற்றி நல்லபடி யாகவே பேச்சு வராது போலிருக்கிறது. காலைச் சுற்றிய பாம்பை என்னைக்கோ அடித்து, எங்கேயோ வீசி எறிந்து விட்டோம் என்று நினைத்தக் கொண்டிருக்கிறபோது, ஒரு செய்தி ரூபத்தில் பாம்பு உள்ளே வருகிறது.

''இந்த ஊருக்கு வந்திட்டாளா?''

''ஆமா, இங்கதான் இயக்கவேலை பார்க்குறேன்னா. எங்க இருக்கிறேன்னு சொல்ல மாட்டேன்னுட்டா.''

இந்த அறையில் இப்போ சந்தானலட்சுமி உட்கார்ந்திருக்கிற இதே இடத்தில்தான் அவளை மிதி, மிதி என்று மிதித்து எடுத்தது.''இனிமே வீட்டை விட்டு வெளியே போவியா, தோழரு மண்ணாங்கட்டி, இனிமே அவன் இவன்னு ஊரெல்லாம் சுத்துவியா'' என்று சமட்டி எடுத்தது.

முதலில் சரியாகத்தான் இருந்தாள். படித்து வேலையில்லாமலிருக்கிற மனசுக்குள் என்னவெல்லாமோ புகுந்துவிடுகிறது சில பத்திரிகைகள் வாங்கி வந்தாள். அவை வித்தியாசமான பத்திரிகைகளாக இருந்தன. சொல்லப்பட்ட விசயங்களும் வித்தியாசமாக இருந்தன. ''இதில் என்ன எழவு எழுதியிருக்கிறதுன்னு புரியலையே'' என்று அம்மா சொன்னதற்கு, அவள் விளக்கிச் சொல்ல ஆரம்பித்தாள். அண்ணனிடமே எதிர்வாதம் வைத்தாள். கடைகளில் தொங்கிக் கொண்டிருந்த, அண்ணன் வாங்கி வரும் வண்ண வண்ண வார இதழ்களில், ஒன்றைத் தூக்கிப்போட்டு, ஒரு பக்கத்தைப் புரட்டி ''அண்ணா, இந்தக் கதையை நீ, நானு, அம்மா, அப்பா நாலு பேரும் சேர்ந்து படிக்க முடியுமா? ஒருத்தர் படிக்க, குடும்பத்திலுள்ளவங்க உட்கார்ந்து கேட்க முடியுமா?''

கேட்பதற்கு சுவாரசியமாக இருந்தது. பிடித்தமாகவும் இருந்தது. பேச்சு பேச்சோடும் இருந்திருக்க வேண்டும். எப்போதும் எதிலும்,

சிந்தனையில் பொம்பளைப் பிள்ளை என்கிற நினைப்போடு இருக்க வேண்டும். இயக்கக் கூட்டம் நடக்கிற இடத்துக்குப் போகிறாளாம்; மேடையேறிப் பேசுகிறாளாம், தெரு நாடகத்தில் வேசம் கட்டி நடிக்கிறாளாம். பிறகு, தோழர்கள் என்று யார், யாரையோகூட்டி வருகிறாளாம், காலையில் பவுண்டரிக்கு வேலைக்குப் போய், பொழுது சாய்ந்து, எல்லோரும் சாப்பிட்டு, கண்ணயருகிற பொழுதில் வீட்டுக்கு வருகிற தகப்பனுக்கு, இடைப்பட்ட ஒரு முழுப்பகலில் நடக்கிற விசயங்கள், எப்படித் தெரியும். பிறகு தான், இந்தச் சமூகத்தில் ஒரு ஆண் பிரவேசிப்பதற்கென்றே இருக்கப்பட்ட இடங்களில், தன் பெண் எல்லைகளைத் தாண்டிக் குதித்து விட்டாள் என்பது தெரிந்தது. வீட்டிலும் வெளியிலும் இருப்பவர்கள் சொல்லச் சொல்ல, அன்றிரவு மனைவியிடம் புலப்பம் போலவே சொன்னார்.

''இது எங்கேயோ போயிருச்சே. நா என்னமோன்னு நெனைச்சிக் கிட்டிருந்தேன். எங்கேயோ இல்ல போயிருச்சி?''

திரும்பத் திரும்பச் சொன்னார்.

அண்ணன் கோப வெறியனாய் கத்தினான் ''வரட்டும் அப்படியே இழுத்துப்போட்டு சங்கில மிதிச்சி, கொன்னு போடுறேன்.''

அப்படித்தான் நடந்தது. உள்ளே நுழைந்ததும், தலை முடியைக் கொத்தாகப் பிடித்து, இழுத்துக் கீழே போட்டான். நந்தகோபால் காலால் உதைவிட்டார். மிதி, மிதி என்று மிதித்தார். அத்தனை உதைகளையும் தாங்கிக் கொண்டு ''நான் சொல்றதை கேளுங்க, சொல்ற விளக்கத்தைக் கேட்டுட்டு பெறகு, பேசுங்க'' என்று நிதானமாய்ச் சொன்னாள்.

நிதானம், அமைதி, அவர்களுக்கு விளக்கிப் புரிய வைக்க முடியும் என்ற நம்பிக்கை. இதெல்லாமே அவர்களுக்குக் கூடுதல் எரிச்சலைக் கொடுத்தது. ஒரு பெண்ணுக்கு இவ்வளவு வைராக்கியமா என்பது போல் கொதித்துக் கொதித்து, அடித்து அடித்து அடங்கினார்கள்.

மறுநாள் வேலை முடிந்து, வீட்டில் காலை வைத்த போது, அம்மா சொன்னாள் ''சந்தியா, வீட்டை விட்டுப் போய்ட்டா!''

"போய்ட்டாளா?"

அதிர்ச்சி வீடு முழுதும் பரவியது. வீடு, உள்ளறை சுவர் ஒவ்வொன்றிலும் தாக்கி ஆட வைத்தது. வீட்டில் எந்த இடத்தில் உட்கார்ந்தாலும், நின்றாலும், படுத்தாலும் இடியின் அதிர்வுகள் தட்டுப்பட்டுக் கொண்டேயிருந்தன. தாங்கிக் கொள்ளத்தான் போதுமான சுமைதாங்கிகள் நெஞ்சில் இல்லை. இது கிராமம் இல்லை. நெஞ்சைக் கனக்க விடாமல், உள்ளிருக்கிற சோகத்தை வெளியே வாரி வாரி இறைக்கிற, மாரடிப் புலம்பல் மாற்றியிருக்கும். ஒரு பொட்டைக் கழுதை, அந்தக் கழுதையாலே, என்னென்ன கேவலங்களுக்கெல்லாம் ஆளாக வேண்டி வந்தது?

இரண்டு வருசங்கள் அவள் எங்கிருக்கிறாள், என்ன செய்கிறாள் என்று தெரியாது, தெரிய வேண்டிய அவசியம் இல்லை. இவ்வளவு காலம் கணக்கில் இருந்த, வீட்டில் குடியிருந்த உயிர்களில், ஒன்று குறைந்து போனது என்று நந்தகோபால் நினைத்தார். குணமும் மணமும் அற்ற உயிரற்ற காலம் ஓடிக் கொண்டிருந்தது.

வாழ்க்கையிலிருந்து கிழித்து வீசியெறியப்பட்ட பழைய பக்கத்தை இப்போது, சந்தான லட்சுமி, எடுத்துக் கொண்டு வந்து "சித்தப்பா, பார்த்தீங்களா?" என்கிறாள்.

## 2

"அன்பார்ந்த பயணிகளே!" சட்டென அவரது கவனத்தைக் கலைத்தது அந்தக் குரல். நந்தகோபால் நிமிர்ந்து பார்த்தார். சந்தியா பயணிகள் மத்தியில் தன்னை அடையாளம் கண்டு கொள்வாளோ என்ற பயம். தனக்கு முன்னே இருந்தவரின் தோள்களுக்குக் கீழாகத் தலையை இறக்கி, பம்மிக் கொண்டு பார்த்தார்.

கண்டக்டர் டிக்கட் கொடுப்பதற்காக முன்னே ஏறினார். சந்தியாவைப் பார்த்ததும்.

"என்ன இன்னைக்கு லேட்?" என்று கேட்டார்.

"ஓங்க பஸ்லேட், கதை விடுறீங்களே" சிரித்தாள்.

வழக்கமாக, கண்டக்டர் வருவதற்கு முன்பே, பேசவேண்டியதைப் பேசி, பத்திரிகைகளை விற்று முடித்திருப்பார்கள். அல்லது கொள்கைப் பிரச்சாரம் செய்து துண்டுப் பிரசுரங்களை விநியோகித்து முடித் திருப்பார்கள்.

ரொம்பநாள் தொடர்பு போல், பஸ் கண்டக்டரிடம் பேசியது, நந்தகோபாலின் நெஞ்சில் புழுவை நெளிய வைத்தது. கண்டக்டர் இளவயதுக்காரனாக இருக்கிறான். இப்படி, இப்படித்தான் எல்லா ஆண்களிடமும் இந்தப் பெண்கள் பழகுவார்களோ? ஒரு ஆண், இன்னொரு ஆணிடம் பேசுவது போல், சாதாரணமாக, இயல்பாக.

"கல்பனா, நான் பின்னாலே போறேன்!"

கூட இருந்த பெண் சொன்னாள். இங்கே அவள் சந்தியா இல்லை, கல்பனா. கல்பனா முன்னால் பேசி, விளக்கிக் கொண்டிருக்கிற போது, பின்னாலிருந்து வசந்தி, பத்திரிகைகளை விற்றுக் கொண்டு வந்தாள். சந்தியாவைப் போலவே, இவளுக்கும் உண்மைப் பெயர் வேறு இருக்கக் கூடும் சந்தியாவைப் போலவே இவளுடைய கையில், காதில், மூக்கில், கழுத்தில் நகை ஒன்றும் காணோம். எளிமை, ஆனால் இளமையான உடல்.

பஸ்ஸில் இருக்கிற சிலரது பார்வை, அந்தப் பெண் மீது வித்தியாசமாக விழுந்தது. இடது கோடியில் இருந்த இரண்டு ஆண்கள், அவளைப் பார்த்து, ஏதோ பேசி தங்களுக்குள் சிரித்துக் கொண்டார்கள்.

"என்ன விலை?" ஒருவன் கேள்வியும், பார்வையும் விசமம் கொண்டது.

"ரெண்டு ரூபாய்." அவள் பத்திரிகையை நீட்டினாள்.

"நான் கேட்டது அதுக்கில்ல." அவன் இதழ்களில் கழிவு போல் ஒரு புன்னகை.

இந்தக் கேவலங்களையெல்லாம் பார்க்கவா, இவளை ஒரு பெண்ணாகப் பெற்றெடுத்தது. பெண்ணை உடலாய்ப் பார்க்கும்,

பா. செயப்பிரகாசம்

பெண் உடல் வேறெந்தப் பெருமைகளுக்கும் உரியதல்ல என்று பார்க்கும், கீழான கேவலங்களையெல்லாம் எப்படித் தாங்கிக் கொள்கிறார்கள். ஆனால் வசந்தி என்ற அந்தப் பெண், நேருக்கு, நேராய் அமைதியாகக் கேட்டாள்.

"இதே ஒன் தங்கச்சி கிட்ட கேட்டேன்னு வச்சுக்கோ என்ன செஞ்சிருப்பா? ஒன் உயிர் ஒன் உடம்பிலே தரிக்காது."

வசந்தி அடுத்த வரிசைக்கு நகர்ந்த போது, கோணிப்பையில் பூவும், நாரும் வைத்துக் கட்டிக் கொண்டிருந்த நடுத்தர வயது அம்மா அவளைக் கூர்ந்து கவனித்தார். பிறகு கேட்டார்.

"ஏம்மா தாயி, எங்கள மாதிரி கல்யாணம் கட்டிக்கிட்டு வந்து, இதெல்லாம் விக்கக் கூடாதா? கழுத்தில் கயிறு இருந்ததுன்னா, கண்ட நாயிக எல்லாம் இப்படிக் கேட்காதில்லே?"

வசந்தி அமரிக்கையாக அந்த அம்மாவைப் பார்த்தாள்.

"கல்யாணம் ஆயிருச்சி." என்றாள்.

உதட்டில் சிறு புன்னகை.

கேள்வி கேட்ட அந்த அம்மாவைப் போல் மற்றவர்களும் நந்தகோபாலும் தீப்பட்டது போல், துணுக்குற்றார்கள்.

"என்னம்மா நீ, நெசம்மாவா?" திகைப்பு மாறாமலே அந்த அம்மா கேட்டாள்.

"ஆமாம் கல்யாணம் ஆயிருச்சி. அவரும் தோழர் தான். தோழரும் விற்பனை செய்ய வந்திருக்கிறார். அங்கே வேற பஸ்ஸில விக்கிறாரு."

"கழுத்தில ஒண்ணும் இல்லையேம்மா?"

"நாங்க கட்டிக்கிறதில்ல, அத அடிமைச் சின்னமா பார்க்கிறோம்."

"எப்படி, எப்படி?" என்றாள் அந்த அம்மா. எல்லார் பார்வைகளும் வசந்தியின் மேல், அதிசயப் பிறவியைப் பார்ப்பது போல் பதிந்திருந்தன.

விசயம் சுவாரசியமாகப் போகிற தென்று தெரிந்தவுடனே, விளக்க வேண்டியது தன் கடமை என உணர்ந்தாள் வசந்தி, அந்த அம்மாவின் பக்கத்தில் போய் உட்கார்ந்தாள். "நாங்க ஒருத்தரை ஒருத்தர் சமமா மதிக்கிறோம். நேசிக்கிறோம். ஆணுக்குக் கட்டுப்பட்டவள் பெண் என்கிற மாதிரி, எங்களுக்குள் கிடையாது. அது மட்டுமல்ல, நான் கூப்பிடுகிற மாதிரியே நீங்க, வாங்க, போங்கன்னு தான் என்னைக் கூப்பிடுவாரு."

"என்னடா இது புதுக் கூத்தாயிருக்கு!"

"பழைய கூத்து நல்லா இருக்கா, நீங்களே சொல்லுங்க" அவள் சிரித்தபடியே எதிர்க் கேள்வி வைத்தாள்.

"அடிமையா இருக்கிறதனாலே நாம, பெண்கள் எவ்வளவு வேதனைப் படுறோம்?"

மூன்றாவதாய் உட்கார்ந்திருந்த பெண் சொன்னாள் "அப்படிப் போடு. அப்ப, அவரு அடிச்சார்னா, நீயும் அடிப்பியா?"

"ஆமா, அடிப்பேன். அவருக்கு மட்டுந்தான் அடிக்கிறதுக்கு கை இருக்கா, என்ன? அவரு கை ஓங்கினா நானும் ஓங்குறது தான். ஆனா அதுக்கு அவசியம் வராது பொறுமையா அவருக்கு விளக்குவேன். அவரும் அப்படித் தான்."

தெளிவாய் ஊற்றுப் பெருக்கெடுத்தது போல், இந்தப் பெண் பேசுகிறாளே, இந்த ஊற்றின் மூலம் எது? இலட்சியமும் ஈடுபாடும், நிறைவேற்றும் எண்ணமும் இருந்து விட்டால், ஊற்று தானாய்ப் பெருக்கெடுக்குமோ? என்ன இருந்தாலும் எல்லாருக்கும் முன்னால் வெட்ட வெளியில் இந்த வேலை செய்வது கேவலமில்லையா? சுருள், சுருளாய் முளைத்து, கிளை, கிளையாய், விரியும் கேள்விகளுடன் நந்தகோபால் போராடினார்.

வசந்தி அந்தப் பெண்களை அதிர்ச்சியிலேயே விட்டு விட்டு, எழுந்து வந்த போது பஸ்ஸின் முன்னாலிருந்து சந்தியாவின் குரல், பயணிகளின் கவனத்தைத் திருப்பியது. அன்பார்ந்த பேருந்துப் பயணிகளே என்று அவள் பேசிக் கொண்டே, முன்னாலே வந்தாள்.

நாங்கள் முழக்கம் பத்திரிகையிலிருந்து வருகிறோம். இதென்ன புதிதாக? நாங்கள் எத்தனையோ பத்திரிகைகளைப் பார்த்து விட்டோம் என்று நீங்கள் நினைக்கலாம். ஆனால் அந்தப் பத்திரிகைகளெல்லாம் என்ன செய்கின்றன? இந்த நடிகையின் எடை என்ன, இடை அளவு என்ன? 63 ஆம் பக்கம் பாருங்கள். இந்த நடிகரின் காதலியார்? இவருக்குச் சின்ன வீடு உள்ளதா 85ம் பக்கம் பாருங்கள் என்று எழுதுகின்றன. பால் பூத்திலும், ரேஷன் கடைகளிலும், வேலை வாய்ப்பு அலுவலகங்களிலம் வரிசையில் நிற்பதே, நம் அன்றாட வாழ்க்கையாக இருக்கிறபோது, அவை பற்றி இவை பேசுகின்றனவா? நமக்குச் சேர வேண்டிய அரிசியும், மண்ணெண்ணையும், அதிகாரிகள் வீட்டுக்கும், கள்ளச் சந்தைக்கும் போய்க் கொண்டிருக்கிறபோது, நடிகைகளின் எடை பார்த்துக் கொண்டிருப்பதா நம் வேலை? நம் வாழ்க்கைப் பிரச்னைகள் எடுத்துச் சொல்லும், அதற்கான தீர்வுகளை முன் வைக்கும் முழக்கம் வாங்கிப் படித்துப் பாருங்கள்!

பேசி முடித்ததும் அவர்கள் கைககளிலிருந்த பத்திகைகளை பயணிகளிடம் விற்பனைக்கு நீட்டினார்கள். என்ன தான் சொல்லியிருக்கிறதென்று அவர்களின் விளக்கங்களால் கவரப்பட்ட சிலர் வாங்கினார்கள். யாராவது ஒருவர் வாங்கினால், மற்றவர்கள் வாங்கினார்கள்.

வெயிலிலும் வெளியிலும் அலைந்த சந்தியா லேசாய்க் கருத்திருந்தாள். உடம்பும் பூச்சு குறைந்து போயிருந்தது. உடலைப் பேணிப் பாதுகாத்துக் கொள்கிற பெண்கள் மத்தியில் அவள் இல்லை. தானும் தன் குடும்பத்தாரும், மற்ற மற்ற பெண்டிரும் தொட முடியாத எல்லையில் சந்தியாவும், கல்பனாவும், வசந்தியும் நின்று கொண்டிருப்பதாக நந்தகோபால் உணர்ந்தார். சட்டென உள்மனத்தில் அடக்கிவைக்கப்பட்ட எண்ணம் மறுபடியும் குபுக் எனக் கொப்பளித்தது. ஒரு பொம்பிளைப் பிள்ளை ஏன் இப்படிச் செய்கிறாள்?

திடீரென ஒரு சத்தம் பஸ்ஸுக்குள் உலுக்கியது. இரண்டு போலீஸ்காரர்கள், சந்தியாவையும், வசந்தியையும் பார்த்து சத்தம் போட்டார்கள்.

''எறங்குங்க கீழே.''

''எதுக்கு எறங்க வேண்டும்? எங்க வேலை முடிஞ்சதும் எறங்கிர்றோம்'' என்று பதிலளித்தாள் சந்தியா.

''உங்களுக்கு யார் அனுமதி கொடுத்தது?''

''கண்டக்டரைக் கேட்டுக்கிட்டுத்தான், விற்பனை செய்றோம்''

உடனே ஒரு போலீஸ்காரர், கண்டக்டர் பக்கம் திரும்பினார்.

''ஒன்னை யார்யா, கண்ட கண்ட நாய்ங்களயெல்லாம் பஸ்ஸுக்குள்ள விடச் சொன்னது? சனங்களோட பொருட்கள் காணாமல் போயிருச்சின்னா, சட்டம், ஒழுங்கு கெட்டுச்சின்னா யாரு பதில் சொல்றது.''

''இறங்குங்கடி, நாய்களா?'' ஒரு போலீஸ்காரன் லத்தியை வைத்து அவர்களைத் தள்ளினான்.

அதற்கு முன்வரை, ஆபாசப் பத்திரிகைகளை அந்தப் பேருந்துக்குள் விற்றுக் கொண்டிருந்த அந்தப் பையன் பாதுகாப்பாக நின்று கொண்டிருந்தான். இடுங்கிய கண்களில் ஏளனம் தெரிந்தது. அவன் போய்ச் சொல்லித்தான் போலீஸ்காரர்கள் வந்திருக்க வேண்டும். இரண்டு பெண்களும் சேர்ந்து போலீஸ்காரனைத் திருப்பிக் கேட்டார்கள்.

''இந்த நாயி, கீயிங்கிற பேச்செல்லாம் இங்க வச்சிக்கிர வேண்டாம்''

கண்ணிமைக்கும் பொழுதில், கல்பனா ஆவேசமாய் மாறியிருந்தாள். இரண்டு காக்கிச் சட்டைக்காரர்களையும் தள்ளிவிட்டு, பஸ் பயணிகள் மத்தியில் நின்றாள்.

''பாருங்கள், தாய் மார்களே, சகோதரிகளே, இதற்கு முன் மஞ்சள் பத்திரிகைகளை, விதவிதமான போஸ்களில் நம்மை, பெண்களை கொச்சைப் படுத்தும் படங்கள் போட்ட பத்திரிகைகளை விற்க

அனுமதித்தார்கள். ஆனால், எங்களைப் போன்றவர்கள் விழிப்புணர்வு ஊட்டும் பத்திரிகைகளை விற்க அனுமதியில்லை என்கிறார்கள், சட்டம், ஒழுங்கு, பொது அமைதிக்குக் குந்தகம் விளைவிப்பது என்கிறார்கள். எது குந்தகம் விளைவிப்பது? இந்த பேருந்து நிலையம் முழுதும் ரொம்பிப் போய், நாற்றமெடுத்துக் கிடக்கிற சேறும், சக்தியும் அழுகிய பழங்களும், கழிவுகளும் அமைதிக்கு குந்தகம் விளைவிக்க வில்லையா? அழுகிய பழம், கழிவுகளைவிட, அருவருப்பான ஆபாசப் பத்திரிகைகள் பொது அமைதிக்குக் குந்தகம் விளைவிக்கவில்லையா?''

கல்பனா சட, சடவெனப் பொழிந்து, தாங்கள் அழைத்துச்செல்லப்பட்டதை எல்லோருக்கும் அறிவித்து விட்டாள். இந்தப் பரபரப்பில், வசந்தி மற்ற நண்பர்களைப் போய் அழைத்து வந்து விட்டாள். ஆண்கள் வந்ததும் போலீஸ்காரர்களிடம் சொன்னார்கள். ''நீ எங்க கூப்பிடுறயோ அங்க வரத் தயார். ஆனா, பெண்களைக் கூட்டிட்டப் போறது, பெண்களைத் தள்ளுறது இதெல்லாம் வேண்டாம். ஏன்னா, யாருன்னு எங்களுக்குத் தெரியும்.''

''ஸ்டேசனுக்கு நடங்க. அங்க வந்து ஐயா கிட்ட சொல்ல வேண்டியதைச் சொல்லுங்க'' என்றான் போலீஸ்காரன். முதலில் போலீஸ்காரர்கள் இறங்கினார்கள். பிறகு மற்றவர்கள் பின் தொடர்ந்தார்கள். ''நீங்க இங்கயேயே இருங்க. நாங்க போய்ப் பார்த்துட்டு வந்துர்றோம்'' என்று, இரு பெண் தோழர்களையும் அங்கயே விட்டுவிட்டுப் போனார்கள்.

பயமோ, தயக்கமோ இல்லாமல் நடந்து போகும் அவர்களைக் கண்டார் நந்தகோபால், போலீஸ்காரர்களுடன் சென்றாலே சந்தேகக் கண் கொண்டு பார்க்கும் மக்களின் பார்வைகளை அவர்கள் கண்டு கொள்ளாமல் கம்பீரமாக நடந்து சென்றார்கள்.

தங்களைப் பற்றி மக்களுக்குத் தப்பெண்ணம் ஏற்பட்டு விடக்கூடாது என்று கருதினார்கள் போலும். முழக்கங்கள் எழுப்பிய படியே நடந்து போனார்கள்.

"டிக்கெட்" என்ற கண்டக்டரின், குரல் அவரைக் கலைத்தது.

"அவங்களை என்ன செய்வாங்க?" பயம் அடைந்தவராய் நந்தகோபால் கேட்டார்.

"ஒண்ணும் இல்லே, போனமாதிரியே திரும்பி வந்துடுவாங்க. விளக்கம் சொல்லி, சமாளித்து வெளியே வந்திருவாங்க. போலீஸுக்கு வேற என்ன வேலை" கண்டக்டர் பதில் சொல்லியபடி எங்கே போகணும் என்றார்.

"வேண்டாம் " சுயநினைவு வந்தவராய் கீழே இறங்கினார் நந்தகோபால்.

நண்பர்கள் இருக்கச் சொல்லியும் கேளாமல் அவர்களைப் பின் தொடர்ந்தார்கள் கல்பனாவும் வசந்தியும். நந்தகோபாலுக்கு யாரும் சொல்லவில்லை. அவர்களைப் பின் தொடர்ந்தார்.

# இழிவு

ஊருக்கு வந்தால் போனால், பேச்சுத் துணைக்கு அவன்தான். ''தம்பி வந்திருக்கு. கண்டு போன்னு தாயார் சொன்னாக'' என்று மாணிக்கம் வந்து விடுவான்.தாக்கல் சொல்லுகிற அந்தத் தாயார் அடங்கி, இருபத்திநாலு மணிநேரமாகிவிட்டது. நேற்று பார்த்தது போல்தான் இருக்கிறது. இன்று இல்லை. நேற்று வீட்டு வாசல் நிலையில் உட்கார்ந்து, பேத்திக்கு தலை பார்த்துக் கொண்டிருந்தாள்; பேசிக் கொண்டிருக்கிறபோதே, அப்படியே மட்ட மல்லாக்கக் கீழே விழுந்தவள். மடார் என்று பின்னந்தலை அடிப்பட்டு, விழுந்த சத்தம் எதிர்த்த வீட்டு சண்முகம் கேட்டு, மாட்டுக்குத் தீவனம் போட்டுக் கொண்டிருந்தவன், அப்படியே விட்டு விட்டு கையில் ஏந்தியவன் பிணமாகத்தான் ஏந்த முடிந்தது.

எந்த நேரமானாலும் அவள் சின்ன மகன் சேதுராசு வந்ததும் அவனுக்குத் தகவல் சொல்லி அனுப்பிவிடுவாள். அந்த ஊரில் குறுக்கு, மறுக்க நாலு எழுத்துப் படிக்கத் தெரிந்தவன் மாணிக்கம் தான். படிப்பு என்றால், அது பள்ளிப் படிப்பு இல்லை. ஊருக்கு வடமேலில், 'இடிமண்ணாய்க்' கிடக்கும் முத்தையா வீடு, அந்த வீட்டில் தான் குருகுலம் நடந்தது. ஆற்று மண் கொண்டு வந்து பரவி, அதில் எழுதுவது. சரியாக அழுத்தி எழுத வைப்பார். விரல் கன்றிச் சிவந்து போவதும், விரல் நுனி தோலுரிந்து போவதும், அவரவர் படிப்பு மட்டத்திற்குத் தகுந்த மாதிரி அமையும்.

ஒவ்வொருத்தர் எழுத்தும் மணி, மணியா இருக்கும். பக்கத்து ஊர் ஆட்கள், அந்த பக்கமாய் ஊருக்குப் போகிறவர்கள், ஏதாவது காகிதம் கிடந்தால் எடுத்து, மடியில் வைத்துக் கொண்டு போவார்கள்.

"கமலபுரத்துக்காரங்க எழுத்தில்ல. எங்க கிடைக்கும் இது" என்பார்கள். அதிலும் மாணிக்கம் எழுத்து அப்படி ஒன்று போல் நிரைபிடித்தது மாதிரி இருக்கும்.

"ஏகாலிதான் (வண்ணான்). அவனுக்கு சரஸ்வதி கடாட்சம் வாச்சிருக்கு. நம்ம ஊரு கல்வியறிவு சுத்து ஊருக்கும் பிரசித்தமானது அவனால் தானேய்யா" என்று சொல்வார்கள் ஊர்க்காரர்கள்.

சந்தைக்கு மல்லிக்காய் வண்டி ஏத்திட்டுப் போயிருந் திருக்கிறார்கள். ஏகாலி மாணிக்கம் அப்போது நல்ல இளவட்டம் சம்சாரிகளோட ரெண்டு மூட்டை மல்லிக்காய் விற்கப் போனான். சந்தையில் ரெண்டு பேர் ராமாயணமோ, பாரதமோ வாதமாடியிருக் கிறார்கள். மல்லிக்காய் பாரம் ஏத்திட்டுப் போன கமலாபுரம் மாணிக்கம் சொன்ன வியாக்கியானத்தைப் பார்த்துவிட்டு, திகைத்துப் போய் யாரு, என்னன்னு, விசாரித்திருக்கிறார்கள். "கமலாபுரமா? அய்யய்யோ தெரியாமப் போச்சே, கல்விமான்களுக்குப் பேர் போன ஊராச்சே", என்று இந்த மாணிக்கத்தைப் பார்த்துத்தான் கையை ரெண்டையும் மேல்தூக்கி, கும்பிடு வைத்துவிட்டுப் போனர்கள்.

பாரதம், ராமாயணம், புராணம், ஸ்தல புராணங்கள், நைடதம், திருமந்திரம், சித்தர் பாடல்கள் என்று அம்பாரம் அம்பாரமாய் வியாக்கியானம் சொல்வான். சின்னத்தம்பி என்று சொல்லப்பட்ட சேது ராசுக்குத் துணை அவன் தான். வாழ்வின் பாதியில் சேதுராசு நின்று கொண்டிருக்கிற போது, முக்கால்வாசி தாண்டி மாணிக்கம் நின்று கொண்டிருந்தாலும் வயது வித்தியாசம் இல்லாதாகியிருந்தது அறிவு வீச்சுக்கு. சேதுராசு எப்பவாவது, ஊருக்கு வருகிறபோது, நேற்று இருந்து, இன்று சாம்பலாகிப் போன தாயார் சொல்லி விடுவாள். ஒட்டுத் திண்ணை, முக்குக் கல் கொடிமரத்து மேடை, கன்னியாலம்மன் கோவில் என்று ஒரு இடம் பாக்கி விடாமல் உட்கார்ந்து, பேசித் தீர்ப்பார்கள்.

ஊரின் மொத்தம் விசயமும் குத்தகை இவன்தான். ஊரில் ஒவ்வொருத்தரின் பொருளாதாரம், மகசூல், நல்லது கெட்டது, ஊர் நடப்பு அத்தனை விசயமும் மாணிக்கம் விரல் நுனியில்.

பா. செயப்பிரகாசம்

ஊர் முழுக்க பழைய கட்டுப்பாட்டில் இயங்கிக் கொண்டிருந்தாலும், சேதுராசுக்கு சாதி நம்பிக்கையில்லை. தன்னைப் பற்றி அப்படித்தான் நினைத்தான் அவன். மாணிக்கத்தைச் சமமாகவே நடத்தினான். தன்னுடைய உள் அறைக்குள் வரவும் அனுமதித்திருந்தான். ஆனாலும் மாணிக்கம் அப்படியெல்லாம் உள் அறைக்குப் போகிறவனுமில்லை.

''மாணிக்கம் இப்படி பெஞ்சில் உக்காரு.''

''சும்மா இருக்கட்டும். இப்படியே கீழேயே உட்கார்ந்துக்கறேன்.''

''அட சும்மா மேல உட்காருப்பா!'' என்பார் சேதுராசின் அய்யா.

''இப்படியே இருக்கிறேன் முதலாளி. மேல இருந்தா என்ன, கீழே இருந்தா என்ன? எல்லாத்தையு பூமிதான தாங்குது'' என்பான். பிறகு,

''மேலிருந்தோர் எல்லாம் மேலல்லர். மேலவர் கீழிருந்தும் கீழல்லர்'' என்று குறள் சொல்வான்.

சேதுராசின் அய்யா (அப்பா) திரும்பத் திரும்பச் சொன்ன போதும், அவன் பெஞ்சில் உட்கார மறுத்து வருவதைச் சுட்டிக் காட்டி, சேது கேட்டான்.

''நீங்க ஏன், அய்யா சொன்னாலும் உட்கார மாட்டேங்குறீங்க?''

மாணிக்கம் சொன்ன விளக்கம்,

''எப்படீன்னா, இப்ப நீங்க பெஞ்சில் உக்காந்திருக்கீக. நா நீழே உக்காந்திருக்கேன். சமானமா பெஞ்சிலே உட்காருன்னு நீங்க சொன்னா, உடனே நாலுபேரு இவனுக்கென்ன கோட்டி(கிறுக்கு) பிடிச்சிருக்கா? ஏகாலியப் போயி சமத்துவமா உக்கார வைக்கிறானேம்பாக. அது மட்டுமில்ல, அவரு சொன்னாருன்னா இந்தக் கோட்டிப் பயலுக்கு எங்க அறிவு போச்சு? அறிவு, கீகாடு, ஓடைக்காடுன்னு மேயப் போயிருச்சாம்பாக''

சொல்லி விட்டு வழக்கம் போல் முத்தாய்ப்பு வைத்தான். ''நீங்க யதார்த்தமா பாக்கறீங்க. அதான் யதார்த்தவாதி, வெகுஜன விரோதிங்கிறது''

## 2

இந்தச் சாவு, மாணிக்கத்திற்கு அதிகமான உளைச்சலை ஏற்படுத்தியிருக்க வேண்டும். சாவு வீடுகளில் தேர் (பாடை) கட்டத் துணி கொடுப்பது, உடுமாத்து (உடுக்க மாற்றுத் துணி) கொடுப்பது என்பதோடு, ஏகாலியின் கடமை முடிந்து விடுகிறது. பிறகு குடிமகன், பகடை போன்ற மற்ற தொழிலாளிகளின் வேலைதான். குடும்பமார் குழிவெட்டுவார்கள். சக்கிலியர்கள் எரிப்பார்கள். முன்பு பிணம் எரிப்பதற்கு, வீட்டுக்கு இவ்வளவு என்று குடிக்கூலி கொடுத்தார்கள்.

இப்போது குடிக்கூலி கிடையாது. சனத் தொகை கூடிக் கொண்டது. வேலையும் கூடிக் கொண்டது. பழைய மாதிரியே வருசத்திற்கு இவ்வளவு என்று வாங்குவது கட்டுபடியாகாது. மொத்தமாய் அளக்க இப்போது எந்த சம்சாரி தவசமோ, தானியமோ, பயிரிடுகிறான். ஒரு ஆளுக்கு இவ்வளவு என்று பேசி, ரூபாயாகக் கொடுத்து விடுகிறார்கள். இந்தச் சாவில் மாணிக்கம் அப்படி இல்லை. வீடு முதல் சுடுகாடு வரை தொடர்ந்தான்.

நேற்று முடிந்த உயிருக்கு இன்று பால் விட வேண்டும். பால், ஊதுபத்தி, கற்பூரம்,மண்வெட்டி என்று சாமான்களை எடுத்துக் கொண்டு சுடுகாட்டுக்கு நடந்தார்கள். வீட்டிலிருந்து மயானக்கரை வரை, சேதுராசு பக்கமாகவே அணைந்து மாணிக்கம் பேசிக் கொண்டு வந்தான். நேற்று ஒரே அழுகைக் காடாக இருக்கிற இழவு வீட்டில் ஒன்றும் பேச முடியாது. எந்த நேரத்தில் எது பேச வேண்டும் என்று இருக்கிறது.

மாணிக்கம் சொல்லிக் கொண்டு வந்தான். அந்தப் பேச்சு, அவர்கள் இரண்டு பேருக்கும் மட்டுமே கேட்கக் கூடியதாக இருந்தது.

''தாயாருக்குக் கெடைச்சது நல்ல சாவுதான். இயல்பா போய்ட்டாங்க. அப்ப இருந்தே எங்கிட்டச் சொல்லிக் கிட்டிருப்பாங்க. இந்தக் காலும் கையோடேயே சொந்த ஊருக்குப் போய்ச் சேர்ந்திரனும்னு. அது மாதிரியே போய்ட்டாங்க.''

பா. செயப்பிரகாசம் 23

"பனை மரத்திலிருந்து விழுந்து பிழைத்தவனுமுண்டு. வரப்பு தடுக்கி விழுந்து செத்தவனுமுண்டு, பனை மரத்திலிருந்து விழுந்தவன், அவ்வளவு உயரத்திலிருந்து விழுந்து பொட்டில, கிட்டில அடிபடாம மொத்தன்னு விழுந்து பெழைச்சிக்கிறான். வரப்பு தடுக்கி விழுந்தவன், படாத இடத்திலே பட்டு பொட்டுன்னு போயிடறான். சாவு எந்த இடத்திலே, எந்த ரூபத்திலே வரும்னு சொல்ல முடியாது."

"ஒருத்தன் இனி உயிரை வச்சிருந்து என்ன பிரயோசனம்னு பாசானத்தைக் குடிக்கிறான். பாசானம் உள்ளே போய்க் கிருமிகளைச் சாப்பிட்டு, கிருமிகள் செத்து அவன் பிழைத்துக் கொள்கிறான். ஆனால் ஒரு குடம் பாலைச் சுண்டக் காய்ச்சி, வயிறு முட்டக் குடித்து, அதனால மந்தம் விழுந்து ஜன்னி வந்து இன்னொருத்தன் செத்துப் போகிறான். அதான் பாசானத்தைச் சாப்பிட்டுப் பிழைத்தவனுமுண்டு. பாலைக் குடித்துச் செத்தவனுமுண்டு என்று பெரியவர்கள் சொல்வார்கள்." மாணிக்கத்தை அடையாளம் காட்டுவது. இந்தக் கடைசி முத்தாய்ப்புத்தான்.

மயானக் கரை வந்ததும் பேச்சு நின்றது. அஸ்தி எடுப்பது, பாலூற்றுவதற்குமான ஆயத்தங்கள் செய்யப்பட்டன.

கல்யாணம், கருமாதி, சடங்கு எதுவாக இருக்கட்டும், எங்கயும், எப்போதும் அந்தச் சம்சாரிகள் தொட்டுக் கொள்வதற்கு, ஒரு விசயம் இருந்தது. மண்டையைப் போடுகிற வரை, உழவு கட்டியிலும், மாட்டுக்குப் பின்னாலும் அல்லாடினாலும், குண்டித் துணிகூட மிச்சமாகாத அவர்களின் விவசாய மேம்பாடு பற்றிய பேச்சாகத்தான் அது இருந்தது.

"இன்னும் ரெண்டு பறி (பறிப்பு) வருமா?" மிளகாய்ப்பழம் பறிப்பு பற்றி கேட்டார் ஒருத்தர்.

"வரும், மிஞ்சிப் போனா, பிந்தின செடிகள்ல, ரெண்டென்ன, நாலு பறியல் வரும்."

"எப்படியும் பழம் பறிப்பு சித்திரையத் தாண்டாதுப்பா."

''சித்திரைய்ய தாண்டுனா என்ன இருக்கும்? மிளகாய் மாரும், செண்டும் வத்தலும் தான் இருக்கும். வெயிலுக்கு பொடிப் பொடியாய் உதிர்ந்திராது.''

''இப்பத்தான் ரெண்டு நாளா வெயில் முகம் காட்டுது. இன்னைக்குக் கொளுத்தற சூரியன், ரெண்டு வாரம் முந்தி வந்திருந்தா, இந்நேரம் வெள்ளாமை வீடு வந்து சேர்ந்திருக்கும்.''

சுடுகாட்டில் வெயிலுக்கு ஒண்டப் போட்டிருந்த தகரக் கொட்டகையில் சம்சாரிகள் பேச்சு மும்மரமாய் நடந்து கொண்டிருந்தது. மிளகாய் பழம் பறிப்பு உச்சத்தில் இருக்கிற நேரம். இந்த சாவினால், இரண்டு நாள் வேலை தட்டி விட்டது.

செல்லப்பன் பேச்சை இடைவெட்டு வெட்டி சுப்பையா மாமா கேட்டார். ''ஒனக்கு அம்பது சாக்கு (மூட்டை) தேறுமில்லே?''

''ஆமா... நொம்பது சாக்கு, இருபதைத் தொடுவமா, இருபத்தைஞ்சத் தொடுவமான்னு இருக்கு... அம்பது சாக்காமில்ல,''

''ஏய்... ஏற்கனவே இருபத்தைஞ்சு சாக்கு, வியாபாரிக்குத் தள்ளிட்டியா, இல்லையா?''

''ஒங்களுக்குத் தோதா சுடுகாட்டுக் கொட்டகை கெடச்சிருச்சி, போட்டு நெம்புறீக'' என்றான் செல்லப்பன்.

தீ ஆத்துகிற காரியம் நடந்தது. மேலிருந்த சாம்பல் பொறுக்குகளுக்குக் கீழே இன்னும் சூடு ஆறாத கங்குகள்... கங்குகளைக் கிளறி மேலே தண்ணீர் பரவலாய் தெளித்து சூடு ஆற்றினார்கள். எலும்புகளை மாணிக்கம்தான் எடுத்தான். வகைக்கு ஒன்றாக மூன்று எலும்புகள் வேண்டும். சங்கமத்தில் கொண்டு போய் அஸ்தி கரைப்பதற்கு. சுப்பையா மாமாதான் அடையாளம் காட்டினார். முதலில் மண்டைச் சில்லு, பிறகு கால் எலும்பு, ''அந்தா வில்லு மாதிரி இருக்குதே அதான் விலாஎழும்பு'' என்றார். மாணிக்கம் ஒவ்வொன்றாய் எடுத்து, மண் கலயத்தில் போட்டான்.

சுடு சாம்பல் கால் பரவ முடியாமல் தீப்பிடித்தது. குடிமகன் ஆறுமுகம் மண் வெட்டியால் சாம்பலைத் திரட்டிக் குவித்தான். தண்ணீர் விட்டதும், 'சுர் சுர்'ரென்று சுடுசாம்பல் கொதித்துச் சீறியது. சூடு தாங்காமல் காலை மாற்றி மாற்றி வைத்தான்.

''ஏ சூடு, தாங்காதுப்பா, செருப்பைக் கால்ல மாட்டிக்கப்பா'' என்றார் சுப்பையா.

எந்தத் தீக்கங்குகள் ஆனாலும், அல்லது எரிமலையானாலும் ஒரு குடிமகனுக்கு செருப்புப் போடும் உரிமை உண்டுமா, என்ன?

சாம்பலின் மத்தியில் குழிசெய்து, தண்ணீர் ஊற்றிக் குழைத்தான். சூடு கிளம்பி, சத புதவென்று கொதித்தது. தண்ணீர் ஊற்ற, ஊற்ற ஆறுமுகம் மண்வெட்டியால் சாம்பலைப் புரட்டிப் புரட்டிக் கொடுத்தான். மாணிக்கத்திற்கு ஏற்கவில்லை. எரித்த சாம்பலை சுற்றிக் குவிக்கச் சொல்லிவிட்டு, மண்வெட்டியை வாங்கி இறங்கினான். சுற்றிக்கிடந்த சாம்பலை, லாவி வழித்து உள்ளே தள்ளினான். நடுவில் பள்ளத்தை மேலும் விரிவுபடுத்தி, தண்ணீர் கொட்டக் கொட்ட சாம்பலைக் குலைத்தான். மண்வெட்டியை நோட்டம் விட்டுக் கொண்டிருந்த சுப்பையா மாமா,

''மண் வெட்டி நல்லா சொன்ன பேச்சில்லே கேக்குது. தோதா புரளுது. யார் வீட்டு சாமானப்பா இது?'' என்றார்.

''அருவமில்லாம, தட்டிட்டுப் போயிரப் பாக்கிறீகளா, முதலாளி'' என்றான் மாணிக்கம் குழைத்துக் கொண்டே,

சுடுகாட்டுக் கொட்டகையில், விவசாயப் பேச்சு இன்னும் ஓயவில்லை.

''வெயிலு சுரீர்னு அடிச்சு என்னச் செய்ய? பழம் பறிப்புக்கு ஆளக்காணோம்'' என்று வெங்கடேசன் சலித்தான்.

''ஒனக்கென்னய்யா ஆளு? ஒனக்குத் தனதாளு(தன் ஆளு) இருக்கே போதாதா?'' என்றார் செண்பகம்.

''ஆமா, தனதாளு அப்படியே குவிஞ்சி போய்க் கெடக்காக்கும். முத்தையாபுரத்தைப் பாரு, கம்மாப்பட்டியைப் பாருன்னுல்லே, ஆள் கூட்டியார அலையறோம்.''

''இல்லேன்னு சொல்லலலே, ஒன் வீட்டுக்காரி, மகள், மருமகள் மூணுபேரு போதாதா?''

''ஒன் வீட்டுக்காரம்மா மாதிரி, எந்த வீட்டம்மா வேலை பாக்கும்? வத்தலோ, தொத்தலோ என்ன இருந்தாலும் வெவசாயத்துக்கு தனதாளு தோரனை வருமா?''

''அதுக்கு பால்ராசைச் சொல்லு'' என்று பால்ராசு பக்கம் திரும்பினார்கள். ''தாய், மகன், தாரம் மூணு பேருமா உக்காந்து உக்காந்து புஞ்சையை நகர்த்திறாங்களே. ஏய்யா சேலையமக்கா காட்டு வேலைக்கு யாரும் ஈடு கொடுக்க முடியுமா? ஒரு ஆள், மூணு கூலிக்குச் சமம்.''

ஒவ்வொருவராகக் குழிப்பால் ஊற்றினார்கள். ஊற்றிவிட்டுக் கும்பிட்டார்கள். கொட்டகையில் பேச்சு மும்மரத்திலிருந்தவர்களுக்கு, மாணிக்கம்தான், சத்தம் காட்டினான். ''வாங்க வந்து, குழிப்பால் ஊற்றிவிட்டு, பேசுங்க முதலாளி'' என்றான். குழிப்பால் ஊற்றி, கும்பிட்டு நிமிர்ந்தது தெரியும். அதற்குள் சுடுகாட்டுக் கொட்டகைக்குள் இருந்த சனத்தில் இரண்டு, மூன்று எண்ணிக்கை குறைந்திருந்தது.

''பேச்சு, பேச்சாத்தான் இருந்தது. கும்பிடு போட்டுத் திரும்பறதுக்குள் ஆட்கள் மாயமாய் மறைஞ்சிருச்சி. கண்ல தெரிஞ்ச மாதிரி இருந்தது. அதுக்குள்ள ஆளக் காணோமேய்யா!'' என்றார் சுப்பையா.

''இவனுகளுக்கு எப்படித்தான் தெரியுமோப்பா? எந்தப் புதர், எந்த ஓடை, எங்க சரக்கு கெடைக்கும்னு கண்டு வெச்சிருப்பாகளோ?''

''எங்க பனை இருக்கு, எங்க தென்னை இருக்குன்னு சொல்லியா தெரியனும். அதான் நட்டமா நிக்கில்லே!'' ஓடைக்குள் இரண்டு, மூன்று தலைகள் இறங்கி மறைவதைப் பார்த்தபடி, மாணிக்கம் சொன்னான்.

கல்யாணம், கருமாதி சடங்கு எதுவானாலும் முன்னக்கூட்டியே சொல்லி வைக்க வேண்டியதில்லை. சாராயக் கேன்கள் விசேஷம் நடக்கும் இடத்துக்கு டான்னு வந்து இறங்கி விடுகிறது.

சொந்தக்காரர்கள் கூட்டம் சுடுகாட்டு எல்லையை விட்டு வெளியேறிக் கொண்டிருந்தது. குடிமகன், பகடை, அவன் வீட்டுப் பெண்கள், என்று தொழிலாளிகளுக்குச் செய்ய வேண்டிய முறை ''இந்தா ஒனக்கு எவ்வளவு? ஒனக்கு எவ்வளவு? கேட்டு வாங்கிட்டுப் போ'' என்று சுப்பையா மாமா முறைப்படுத்திக் கொண்டிருந்தார். யார், யாருக்கு எவ்வளவு உரித்தானது என்று அவர்தான் சொன்னார். அவர் சொல்லச் சொல்ல பால்ராசு பணம் பிரித்துக் கொடுத்தான். யாராவது ஒரு ஆள் கூடக் கேட்டால் ''ஒனக்கு உண்டானதை நீ வாங்கிட்டு போ'' என்று மாமா அதட்டுப் போட்டார்.

எல்லோரும் பிரிகிற வேளையில் சுடுகாட்டு எல்லையைத் தாண்டுகிறபோது, சேதுராசுக்கு என்ன தோன்றியதோ, தெரியவில்லை, மாணிக்கத்தின் கையில் ஐம்பது ரூபாயை வைத்து ''வச்சுக்கோங்க'' என்றான்.

கால்சூடு, கைக்குப் பரவியது போல், மாணிக்கம் திடுக்கிட்டு கையை உதற, ரூபாய் கீழே பறந்தது. அதைக் கவனித்த சுப்பையா மாமா ''இஷ்டப்பட்டு கொடுக்கிறாரு, வச்சுக்கோ'' என்று ரூபாய்த்தாளை எடுத்து அவன் கையில் அழுத்தினார். சேதுவைப் பார்த்து, மாணிக்கம் குழம்பிப் போய் அதிர்ச்சியில் சொன்னான் ''நீங்க இப்படிச் செய்வீங்கன்னு எதிர் பார்க்கல்லே.''

அது அவனுக்கு ஒவ்வாத விசயமாகப் பட்டது. அவனை, அவனுக்குள்ளிருந்த எல்லாவற்றையும் அவமானப்படுத்தி விட்டதாகத் தோன்றியது. கையில் வைக்கப்பட்ட ரூபாய்த்தாளை இறுக்கிக் கொண்டே ''நிங்க எம் பக்கம் வந்து அணையற போது ஏதோ பேச வர்றீங்கன்னு நெனைச்சேன். நீங்க இப்படிச் செய்வீங்கன்னு நெனைக்கலே. நீங்க இல்லாம, வேறொருத்தரா இருந்திருந்தா, மூஞ்சிலே தூக்கி வீசி எறிஞ்சிருப்பேன்.''

சுடுகாட்டு அமைதி நிலவியது. அவனுடைய முகம் போகிற போக்கைப் பார்த்த சுப்பையா மாமா விக்கித்துப் போய் நின்றார். அந்த இறுக்கமான சூழலை உடைப்பது போல் சிலர் அங்கே என்ன நடந்தது என்று தெரியாதது போல் அவர்களைத் தாண்டிப் போனார்கள். வாங்கிவிட்ட அடியில் சேதுராசு பேச்சற்று நின்றான். ஓடைக்குள் மறைந்தவர்கள், தன்னுடன் வந்தவர்கள், தான், தனக்கு முன்னால் போய்கொண்டிருந்த உறவுகள் எல்லோரையும் விட மாணிக்கம் முன்னால் போய்க் கொண்டிருந்தான் என்று பட்டது அவனுக்கு.

பா. செயப்பிரகசாம்

# ஒரு தியாகி

நள்ளிரவில் தொலைபேசி.

தொலைபேசியைத் தூக்கில் போடமுடியாது. 'ராத்திரி தூங்குற நேரமாவது, கொஞ்சம் இந்தச் சனியனை உருவி, வாயை அடைத்து வைங்களேன்' என்று கோகிலாவும் குழந்தைகளும் சொல்வார்கள்.

ஆனால் அப்படிச் செய்யமுடியாது. பல நேரங்களில், பல நாட்களில் ஏன் பல மாதங்கள் கூட தொலைபேசி மரித்துப் போகும். நமக்காகவே மீண்டும் அவதரித்து உயிர் பெற்று சில நாட்கள் வாழும். அந்நாட்களிலும் சிணுங்குவது, ஊடல் கொள்வது, கோபிப்பது, சும்மாவே இடக்குப் பண்ணுவது என்று, அதனுடைய சரசங்கள் சொல்லில் அடங்காது.

சில நேரங்களில் சாமக் கோடாங்கி போல், நமக்கான நல்லது, பொல்லது சேதியைக் கூட தாங்கிவரும். முக்கியமாய் - ஒரு மருத்துவரின் தொலைபேசியை 'கப்சிப்' என்று வாயைப் பொத்தி சத்தமில்லாமல் ஆக்கிவிட முடியாது.

நள்ளிரவு அமைதியை நொறுக்கிச் சிதறடித்தபடி வந்த, தொலைபேசியை டாக்டர் மாறன் தொட்ட போது அரசு மருத்துவமனையில் பணியிலிருந்த நிர்வாக அலுவலர் பேசினார். மாநிலத்தின் முதல் அமைச்சரும், ஆளும்கட்சித் தலைவருமானவர் இறந்துவிட்டார் என்ற சேதியைச் சொன்னார்.

இதுவரை வேறெந்தத் தலைவரும் பெற்றிராத மக்கள் செல்வாக்குப் பெற்றவர். உடல்நிலை சரியில்லா திருந்தபோதும், மற்ற மற்ற

கட்சிகளின் தலைவர்களை, அரசியல் ரீதியாக முடமாக்கிவிட்டு, உதயமாகி மேலே வந்தவர். சினிமா அவரை அரசியல் தலைவராக்கியது. அவருக்கு கோடிக் கணக்கில் வெறி கொண்ட ரசிகர் கூட்டம் இருந்தது. சினிமாவும் அரசியலும் சேர்ந்து அவரை தலைவர் பதவியிலிருந்து முதல் அமைச்சர் சிம்மாசனத்திற்கு உயர்த்தியது.

அது 300 வீடுகள் கொண்ட அரசாங்க குடியிருப்பு. துருத்தி ஊதுவது போல் நாள் முச்சூடும், கரும்புகையை வீசியபடி வாகனங்கள் ஓய்வில்லாமல் ஓடும் பிரதான சாலை. சவ ஊர்வலம் முதல் அரசியல் ஊர்வலம் வரை அந்த வழியே போகிறது. குடியிருப்பில் உள்ளவர்கள் அன்றாடம் ஏதோ ஒரு ஊர்வலக் கலாட்டாவைக் கண்டு கொண்டிருந்தார்கள்.

டாக்டர் மாறன், மூத்தவனை எழுப்பி, கீழ்வீட்டிலிருக்கும் குடியிருப்பின் சங்கச் செயலாளரிடம், தலைவரிடமும் சேதி சொல்லி வரும்படி அனுப்பினார். மணி மூன்று.

குடியிருப்பு சுறுசுறுப்பானது. எல்லா சன்னல்களும் வெளிச்சத்தைக் கொட்டின. இது மாதிரியான நேரங்களில் முன்னெச்சரிக்கை நடவடிக்கைகள் எடுப்பது பற்றி எல்லோரும் அறிந்திருந்தார்கள். பால் பூத்தை திறக்கச் செய்தார்கள். ஒவ்வொரு வீட்டிலும் போய் கதவைத் தட்டி, எழுப்பி தேவையான அளவு பால் வாங்கிக் கொள்ளும்படி சொன்னார்கள். மீதிப்பாலை 'பூத்'காரன், கீழே கொட்டி காலி செய்து, உடனே கடையைப் பூட்டிவிட்டுப் புறப்பட்டான். இதற்கு முன், இதே போல் ஒரு தலைவரின் சாவு நிகழ்ச்சியில் 'பூத்' அடித்து நொறுக்கப்பட்டு அவனுக்கு நிறைய சேதாரம் ஆகிவிட்டது.

சாலையின் எதிர்ப்பக்கத்தில் இருந்த, காய்கறிக் கடைப் பையன்களைத் தட்டி எழுப்பினார்கள். எல்லோரும் வாங்கியது போக, கொஞ்சம் மீதியிருந்த காய்கறியை, தூக்கக் கலக்கத்தில் மூடி வைத்து விட்டு அந்தப் பையன்கள், அப்படியே படுத்துத் தூங்கினார்கள். பக்கத்துக் கட்டிடத்தில், மூன்று மாடியுள்ள ஒரு பல்பொருள் அங்காடி இருந்தது. கடைக்கு அலங்காரமாய் வெளிச்சம் வீசிய 'சோடியம்

வேப்பர்' விளக்கை காவலாளி எச்சரிக்கையாய் அணைத்துவிட்டு துணிகொண்டு சுற்றி தெரியாதபடி மூடினான்.

டாக்டர் மாறன் உடனே அவரச சிகிச்சைப் பிரிவுக்கு வருமாறு அழைக்கப்பட்டார். போக்குவரத்து தடைப்படுமுன், எதையாவது பிடித்துப் போயாக வேண்டும். அங்கங்கே தெருக்களில், சந்திப்புகளில், கூட்டம் கூட்டமாக நின்று கொண்டிருந்தார்கள். எந்த வண்டியையும் ஓடவிடவில்லை ரசிகர் கூட்டம்.

தொலைபேசி மணி அழைத்தபோது மாறன் எழுந்திருக்கப் பெருமுயற்சி செய்தார். முதல் நாள் தீக்காயம் பட்டு வந்தவனை சிகிச்சை செய்த அலுப்பு இன்னும் அறுபடவில்லை. முதல் நாள் மாலையில்தான் அவனைக் கொண்டு வந்து சேர்த்திருந்தார்கள். அவசர சிகிச்சைப்பிரிவில் டாக்டர் மாறன்தான் பணியில் இருந்தார்.

கோழிக்குஞ்சை சுடு தண்ணியில் முக்கி எடுத்தது போல உடம்பு முழுவதும் தோல் உரிந்து, கொழுக்கட்டை கொழுக்கட்டையாய் கொப்புளங்கள் வெடித்திருந்தது. வெள்ளையாக நிணம் உருகி சீழ் வழிந்தது. தலைமுதல் கால் வரை ஒரு இடமில்லாமல் கருகி விட்டிருந்தது. மத்தியான உச்சி வெயிலில், வலைபரப்பியிருக்கும் மரநிழல்போல் வெள்ளையும் கறுப்புமாய் உடல் கிடந்தது. கொழ, கொழவென்று குழைந்து போன உடலைக் கொண்டு வந்து மருத்துவமனையில் தள்ளியிருந்தார்கள்.

மண்ணெண்ணெய்க் குளியல் நடத்தியிருக்கிறான். வெறியோடு தீக்குச்சியைப் பற்றவைத்துக் கொண்டான். குப்பென்று பற்றியதும், கூம்பு வடிவிலான சின்ன சிவந்த புயலொன்று வேகமாய் சுருட்டி எழுந்து வீசுவது போல், வேகமாய் வீதிக்கு ஓடி வந்திருக்கிறான். வீட்டிற்குள் கருக விரும்பவில்லை.

எவரும் தன் சாவைத் தடுத்துவிடக்கூடாது என்று பைத்தியம் போல், தெரு வழி ஓடினான். பார்த்தவர்கள் பிரமத்தியடைந்து, கல்லாக நிற்க முடிந்தது. எதிர்வீட்டு சாகுல் அமீது தான், தவசியப்பன் என்ற

அந்தத் தீ உருண்டை மீது, கெட்டியான சமுக்காளத்தை வீசி, சுருட்டி, கீழே தள்ளி உருட்டியது.

காலைப் பொழுதில் தீக்குளிப்பு நடந்து, கார்பிடித்து இங்கே வர மாலையாகிவிட்டது. உள்ளிருந்து வரும் லேசான முனகல் அவனை வாழை இலையில் சுருட்டிக் கொண்டு ஒரு துளி உயிர்க்காற்று வெளியேறுவதின் குரல் என்பதை அவர்கள் அறியவில்லை. அப்படித் தெரிந்திருந்தால், இவ்வளவு நீண்ட தொலைவு, இத்தகைய கஷ்டங்கள் பட்டுக்கொண்டு வந்திருக்கமாட்டார்கள்.

''ஏன், இங்கே கொண்டு வந்தீர்கள்? நிம்மதியாய் சாகவிட்டிருக்கலாமே'' என்று டாக்டர் பரிவுடன் பேசிவிட முடியாது. ஒரு உயிரை அதன் கடைசித் துடிப்புவரை பராமரித்து, பாதுகாக்க முடியுமா என்று தான் முயற்சி செய்ய வேண்டும். இல்லையெனில் மருத்துவரின் மனிதாபிமானம், வேறு பொருளில் அர்த்தம் கொள்ளப்பட்டுவிடும்.

கல்யாணக்கோலம் கலையாத பெண். கல்யாணம் ஆகி முழுசாக ஐந்து நாட்கள் ஆகவில்லை என்று சொன்னார்கள். தாலிக்கொடியோடு ஈரம் காயாத மஞ்சள் கயிறு, அதிர்ச்சியிலிருந்த அவள் மீளவில்லை. ஊமையாக, குக்கிப்போய் உட்கார்ந்திருந்தாள்.

அவன் பள்ளிக்கூட வாத்தியாராய் இருந்தான். அங்கு இருந்த ஆசிரமத்திற்கு அடிக்கடி போனான்; பிறகு இரவு, பகல் என்று தியானம் செய்ய ஆரம்பித்து, அதுவே கதியென்று ஆனது. நடைமுறை வாழ்க்கையிலிருந்து சிந்தனை சிதறி , குவிமையம் வேறொன்று ஆகி சாதாரண நடமாட்டத்தில் கூட வித்தியாசமாகத் தெரிய ஆரம்பித்தான். எப்போதும் பீளை கட்டியிருக்கும் கண்கள்; அதைத் துடைத்துக் கொள்ளவேண்டும் என்ற ஓர்மை இல்லாத பார்வை. பிறகு பள்ளிக்கூடம் தவறியது.

ஒரு ஐந்து ஆண்டுகளுக்கு முன்பிருந்துதான் இப்படி புத்தி சுவாதீனமில்லாமல் ஆகிவிட்டது என்றார்கள். கல்யாணம்

ஆகிவிட்டால், நோய் குணமாகிவிடும் என்று சொல்ல, குல தெய்வத்துக்குப் பூ போட்டுப் பார்த்தபோது அதுவும் ஆசி கொடுத்தது.

தாங்கள் பெற்ற செல்வத்தின், நோய் தீர்க்கும் மருந்து 'மூன்று முடிச்சு' என்று முடிவு செய்த பெற்றோரின் ஆசையும், தெய்வம் வழங்கிய ஆசியும் சேர்ந்து அவனை வாழை இலைக் கட்டாக கருட்டிக் கொண்டு வந்து சேர்ந்தது. பூவும் பிஞ்சுமாய் குளுமையாய் பத்தொன்பது வயதில் இருந்த செடியை வேரோடுபிடுங்கி எறிந்து வதங்கிப் போக விட்டிருந்தார்கள்.

## 2

தலைநகர் நோக்கிவரும் ரயில்கள் தள்ளாடி வந்தன. தொண்டர்கள், உள்ளேயும் வெளியேயும் தொத்திக் கொண்டு வந்தார்கள். ரயில் பாலத்திற்குக் கீழே போகும்போது, கூரை மேல் பயணம் செய்தால் அடிபடும் என்று, ரயில்வே அதிகாரிகள் எச்சரித்தபோதும் யாரும் கேட்கவில்லை. பாலம் வந்தபோது 'பொத், பொத்'தென்று அடிபட்டுக் கீழே சரிந்தார்கள்.

தலை அடிப்பட்டு, மூளை சிதறி, தோள்பட்டை நைந்து, முதுகு பிளந்து என்று அவசரச் சிகிச்சைப் பிரிவு நிரம்பியது. சில இடங்களில் கால்வெட்டு, கைவெட்டு, மண்டை பிளந்து ரத்தம் சொட்டச் சொட்ட வந்தார்கள்.

அங்கங்கே கும்பல்கள் எதிர்கட்சிகளின் கொடிக் கம்பங்களை வெட்டிச் சாய்த்தனர். தங்களுடைய கட்சி தவிர, வேறெந்த கொடிக் கம்பமும் தென்படக் கூடாது என்று வெறிகொண்டு அலைந்தனர்.

ஒரு நேரத்தில் ஒரு மருத்துவர் ஒரு நோயாளியைத் தான் கவனிக்க முடியும் - ஆனால் எல்லா இடத்திலும் டாக்டர், டாக்டர் என்ற அலறல் கேட்டுக்கொண்டிருந்தது. வெட்டுப் பட்டுக் கிடந்தவனின் சொந்தக்காரர்கள், வலுக்கட்டாயமாக டாக்டர் மாறனை இழுத்துக்கொண்டு போனார்கள்.

மாறன் மட்டுமல்ல; எல்லா டாக்டர்களும் களைத்துப் போனார்கள். ரொட்டித்துண்டும் தேநீரும் தான் உணவு. ரொட்டித் துண்டை, தேநீரில் தொட்டுத் தொட்டுச் சாப்பிட்டுக் கொண்டே சிகிச்சை செய்ய வேண்டி இருந்தது. சாப்பிட நேரமில்லை. யாரும் அனுமதிக்கவும் இல்லை.

களைத்து, சுயநினைவற்றுப் போவது போல் இருக்கிற போது, யாரோ வந்து சொன்னார்கள். இரண்டு நாள் முன்பு தீக்குளித்து கொண்டு வரப்பட்ட தவசியப்பன் இறந்து போய்விட்டான் என்று. ஈரம் காயாத மஞ்சள் கயிறுடன் குக்கிப் போய் இருந்த அந்தப் பெண்ணையும் நெஞ்சிலும், தலையிலும் ஓங்கி ஓங்கி, அடித்துக் கொண்டு அலறிய தாயையும் பார்க்க வேண்டுமென்று ஆசைப் பட்டார். முடியவில்லை.

வீட்டிலிருந்து மூத்தவன் எழில், தொலைபேசியில் கூப்பிட்டான். அவன் குரலில் பதட்டம் பளிச்சிட்டது. வீட்டிற்கு வர வேண்டாமென்று கட்டளையிட்டான்.

''நீங்க இன்னைக்கு வர வேண்டாமின்னு அம்மா சொன்னா. இங்கே ஒரே கலவரமும், கலாட்டாவும் இருக்கு. கண்ட, கண்டவங்களையெல்லாம் அடிக்கிறாங்க. அங்கேயே, ரொட்டியோ பாலோ சாப்பிட்டுக்கிரச் சொன்னா அம்மா. எல்லாம் தணிஞ்சதுக்கப்புறம், நாளைக்கு வரலாம். நாங்க பத்திரமா இருக்கிறோம்.''

கோகிலாவும் இன்றைக்கு வேலைக்குப் போகவில்லை. போக முடியாது. மருத்துவமனைக்குள் கேட்கும் ஓலங்களையும், அவலக் குரல்களையும் தாண்டி, வெளியில் நடக்கும் செய்திகள் டாக்டர் மாறனின் காதிலும் விழுந்தன.

வெளியில், முக்கிய சந்திப்பில் இருந்த எதிர்க்கட்சித் தலைவரின் சிலையை அடித்து நொறுக்கி விட்டார்கள். எல்லோருக்கும் தெரியும். அது வெண்கலத்தால் ஆன சிலை, அதை எப்படி அடித்து நொறுக்க முடியும்? உளி, கத்தி, வெட்டிரும்பு, கோடாரி வைத்து வெட்டித்தான்

எடுக்க முடியும். குறைந்தது ஆறு மணி நேரமாவது ஆகும். இந்த ஆறு மணி நேரமும் காவல்துறை எங்கே போனதோ? எப்போதும் தன்னை மாவீரன் நெப்போலியனாகக் கருதி, தனது வீரப் பிரதாபங்களைத் தானே பிரபல்யப் படுத்தி நடமாடிக் கொண்டிருந்தது. நகர காவல்துறை தலைமை அதிகாரி எங்கே போனார்? வெளியில் நடக்கும் கேவலங்கள் எல்லாம் நடந்தேறட்டும், பிறகு இரண்டு துப்பாக்கிச் சூடு நடத்தி, இரண்டு பேரைக் காவு கொடுத்து 'மாவீரன்' என்று இன்னொரு பதக்கத்தைத் தைத்துக் கொள்ளலாம் என்று எதிர்பார்த்துக் கெடந்தாலும் கெடப்பார் என்று சொன்னார்கள்.

நீண்ட நீண்ட கம்புகள், உருட்டுக் கட்டைகள், இரும்பு பார்களுடன், கும்பல் கும்பலாய் உலவினார்கள். ஸ்கூட்டர் அல்லது சைக்கிளில் போகிறவர்களை நிறுத்திப் பிடித்து அடித்தார்கள். வேகமாய் அவர்களைக் கடக்க முயன்றார். ஒரு ஸ்கூட்டர்காரர். குறுக்கே ஒரு பெரிய மரக்கட்டையைப் போட்டு மறிக்க, ஸ்கூட்டரோடு விழுந்து, உருண்டார். வார் வாராய், காயங்களுடன் எழுந்த அவரை ஸ்கூட்டரை விட்டு விட்டு ஓட, ஓட விரட்டினார்கள்.

அரசாங்கக் குடியிருப்பின் இரண்டு பக்க வாசல்களும் மூடப்பட்டிருந்தன. இறந்து போன தலைவரின் படத்தை ஒரு மேஜையின் மேல்வைத்து, மாலை போட்டு ஊதுபத்தி கொளுத்தி கேட்டுக்கு முன்னால் வைத்திருந்தார்கள். அவர்கள் அந்தக் கட்சியின் தொண்டர்கள் அல்லர்; தலைவரின் விசுவாசிகளும் அல்லர். அவர்கள் அனைவரும் அரசாங்க ஊழியர்கள்.

''ஏன்டா எவ்வளோ பெரிய தலைவரு? இத்தினியோண்டு படம் வச்சி தமாஷா பண்றீக? அடிங்கடா'' என்று அதற்கும் அடித்தார்கள். மூடிய இரும்புக் கேட்டுகளைத் தள்ளிக் கீழே சாய்த்தார்கள். சரசரவென்று கற்கள், சன்னல் கண்ணாடிகள் மீது பறந்து நொறுங்கின.

எதிர்த்த காய்கறிக்கடையில் தரையில் படுத்துத் தூங்கிக் கொண்டிருந்த பையன்களுக்கு படபடவென்று அடி விழுந்தது. தூக்கக் கலக்கத்திலும் அடி வேதனையிலும் பையன்கள் கலைந்து ஓடினார்கள்.

மீதி இருந்த காய்கறிகளை, கூடைகளோடு சாலையில் வீசியெறிந்து எக்காளமிட்டு முன்னேறியது கூட்டம்.

பல்பொருள் அங்காடிக்கடையில் ‘சோடியம் வேப்பர்’ விளக்கு துணிசுற்றி மூடி மறைத்து வைக்கப் பட்டிருந்தாலும், அதற்கு நேரம் சரியில்லை. நீண்ட தொரட்டிக் கம்பால் இழுக்க முடிந்தது. ஒருவன் அதை உடைத்து நொறுக்கினான். மூடப்பட்டுக் கிடந்த கடைகளில், வரிசைக்கிரமமாக ஒன்று விடாமல் போர்டுகளை இழுத்துக் கீழே விழ வைத்தார்கள். நீட்ட நீட்டமான தொரட்டிக் கம்புகள் அதற்கென்று தயார் செய்யப்பட்டிருந்தன போல் தோன்றின.

## 3

''ஒன்றும் முடியாது'' இரண்டாம் முறையாக மறுத்தார், டாக்டர் மாறன்.

''ஒரே ஒரு சர்டிபிகேட்தானே?'' எதிரே நின்றவர்கள் கேட்டார்கள்.

''எப்படிக் கொடுப்பது? அவர் அன்றைக்கு அட்மிட் ஆகவில்லையே? இரண்டு நாட்களுக்கு முன் அட்மிட் ஆகிவிட்டாரே?'' என்றார் மாறன்.

''ஆனால் நேற்றுதானே இறந்தார். இதெல்லாம் ஒரு பெரிய விசயமா டாக்டர்?'' நிறைய இடங்களிலே போலீஸ்காரர்கள் கேட்கிறபடியெல்லாம் டாக்டர் சான்றிதழ் கொடுக்கிறார்கள் என்பதை அவர்கள் சொல்லாமல், சொல்கிறார்கள்.

எதிரே நின்றவர்களை மாறன் முகம் சுளித்துப் பார்த்தார். இவர்களுக்கு இங்கே புனிதமானது என்று எதுவும் இல்லை. கல்வி, மருத்துவம், நீதி என்று எவை எவை புனிதமாகக் கருதப்பட்டனவோ அவையெல்லாம் வியாபார விசம் தீண்டி, விளம்பர நீலம் பார்த்துப்போய்விட்டன. அப்படிப் பட்டவர்களுக்கு, மருத்துவம் ஒரு விஞ்ஞானமல்ல. தொழிலும் வியாபாரமும் மட்டுமே என்று எதிரே நிற்பவர்களுக்கு தெரிந்திருக்கிறது.

பா. செயப்பிரகசாம் 37

''ஒரே ஒரு சர்டிபிகேட் நேற்று தலைவர் இறந்ததும், துயரம் தாங்காமல், தவசியப்பன் தீக்குளித்து இறந்தார் என்ற உங்களது கையெழுத்துப் போதும். மற்றதை நாங்கள் பார்த்துக் கொள்கிறோம்.''

தலைவரின் மரணத்தால், தமிழ்நாடு முழுவதும் தீக்குளிப்பு எண்ணிக்கை ஒன்பதை எட்டியிருந்தது. தீக்குளித்து, இறந்தவர்களின் குடும்பத்தினரின் சோகத்தைத் தாங்கள் பகிர்ந்துகொள்ளுவதாகவும், அவர்கள்து சோகத்தில் துளியாவது பங்கு கொள்ளும் பொருட்டு, இறந்தோரின் குடும்பங்களுக்கு 50 ஆயிரம் ரூபாய் தொகை நிதி உதவி அளிக்கப்படும் என்றும் கட்சித் தலைமை அறிவித்திருந்தது.

மாறனின் இதழ்க்கோடியில் புன்னகை கீறி வெடித்தது; இழந்த உயிருக்கு எள்ளளவும் இது ஈடல்ல என்று தெரிந்திருந்தும், எப்படி மீண்டும் மீண்டும் ஒரு தூண்டுதலைச் செய்கிறார்கள்? தலைவர் எடுக்கும் கொள்கை முடிவுகளையோ, தலைவர்கள் அடிக்கடி மாற்றும் செயல்பாடுகளையோ விமர்சித்து அறியார்கள். தலைவன் பால் கொண்ட நம்பிக்கை ஒன்றால் மட்டுமே, உயிர்த்தியாகம் செய்பவர்கள், கவலை கொள்ளாதவர்கள். நம்பியிருப்பவர்களுக்கு குடும்பத்துக்கு காற்று, நீர், மழை அத்தனையும் தருகிற ஆகாயமாய் இருப்பவர்கள். ஆகாயத்தை அழிப்பவர்களுக்கு ஐம்பதாயிரம் ரூபாய் இனாம் தரப்படுகிறது.

புதுப்புடவை கூட கசங்காத, மஞ்சள் கயிற்றின் ஈரம் கூட மறையாத அந்த அபலையின் சொந்தங்களும் அல்ல. மார்மேலும், தோள்மேலும் போட்டு வளர்த்து, இப்போது மாரிலும் தலையிலும் அடித்துக் கொண்டு அந்தத் தாய் கதறிய போது, ஒரு ஆறுதல் வார்த்தை சொல்ல அங்கு வந்தவரும் அல்லர்.

ஐந்து வருசங்களாய் எதைக் காண்கிறோம், எதைக் கேட்கிறோம் என்ற ஓர்மை இல்லாமல், கண்ணில் பீளை தள்ளி, துடைக்க உணர்ச்சி இல்லாமல், ஈ என்று இளிப்பு இளிக்கிற அவன், கட்சியைக் கண்டானா? கட்சிக் கொடியைக் கண்டானா? இளமையின் வாகரையில்நின்று, வாழ்வின் எல்லா நீரையும் வாரிக்குடித்து, இன்பக்

காற்றில் ஆடத் துடித்த சிறுமலரை, ஏழாவது நாளே எனக்கென்ன என்று நசுக்கிவிட்டுப் போய்விட்டவனுக்கு எதைத் தெரியும்? இவர்களில் யாரைத் தெரியும்? மாறனுக்கு யோசிக்க, யோசிக்கக் கண்கள் சிவந்து, நாசித் துவாரங்கள் புடைத்தன.

மூன்று நாளாய் அவரை நச்சரித்துப் பார்க்கிறார்கள். வீட்டிற்கு வந்து அவரைக் கண்டு பேசிப்போகிறோம் என்றார்கள். பிறகு வீட்டுத் தொலைபேசி வழியே மிரட்டல்கள் படையெடுத்தன.

''டே, மாறனா, பேசறது?''

''ஆமா, நீங்க யார் பேறது?''

''டேய் தலைமை அதிகாரிகிட்ட போய் புகாரா பண்றே? இன்னும் மூணு நாள் டைம் ஒனக்கு அதோட ஒன் கதை முடிஞ்சது.''

''நீங்க யார் பேசுறது? யார் பேசுறது?'' என்ற கேள்விக்கு மறுமுனையில் பதில் இல்லை. தன்னை சோதித்துப் பார்க்கிறார்களா? அல்லது சீண்டிப் பார்க்கிறார்களா? சோதித்துப் பார்த்தாலும் பயனில்லை. சீண்டினாலும் நடக்கப் போவதில்லை.

தொடர்ந்து இரவு, பகலாய் வரும் மிரட்டலில், கோகிலாவும் பிள்ளைகளும் விதிர், விதிர்த்துப் போனார்கள். டாக்டர் இல்லாத போது அவர்களுக்கு மிரட்டல் கிடைத்தது.

''இதனால் உங்களுக்கு என்ன லாபம்?'' டாக்டர் கடுகடுப்புடன் கேட்டார்.

''ஒரு 50 ஆயிரம் ரூபாய்; கட்சிக்குக் கூடுதலாக இன்னும் ஒரு தியாகி'' அவர்கள் வெளிப்படையாகவே சொன்னார்கள்.

தனக்கென குண்டர் படை வைத்திருக்கும் ஒரு அமைச்சரின் பெயரைச் சொல்லி எச்சரித்தார்கள். ''வம்பை விலைக்கு வாங்காதீங்க டாக்டர்'' என்று கடைசியாய் சொல்லிவிட்டுப் போனார்கள்.

''அவனெல்லாம் சாராயக்கடையில் கையெழுத்துப் போட்டுவிட்டு அன்றாடம் காரியத்தை தொடங்குறவங்க அவனுககிட்டப் போய்

எதுக்குத் தகராறு?'' என்று சக டாக்டர்கள் சொன்னார்கள். உங்களுக்கு இதுதான் முதல் அனுபவம் என்பது போல் பார்த்தார்கள்.

"தவசியப்பனை நான் தியாகி ஆக்க முடியாது. ரிக்கார்டுகளில் பதிவு செய்யப்பட்டதை என்னால் மாற்ற முடியாது'' அந்தக் குரல் மலைக்காற்றுப் போல் நிதானமாய் வீசியது.

மறுநாள், செய்தித் தாள்கள் மறைந்த தலைவரின் மரணச் செய்தி கேட்டு துக்கம் தாளாமல் இன்னொரு தொண்டன் தீக்குளித்து மரணம் என்று வெளிவந்திருந்தன.

தவசியப்பனுக்கு ஒரு வாரம் முன்புதான் திருமணம் நடந்தது. புதுமண உறவைப்பற்றிக்கூட எண்ணாமல் தலைவர் மரணமடைந்த செய்தி கேட்டதும், துயரம் தாளாமல் தீக்குளித்துத் தற்கொலை செய்து கொண்டார் என்று பத்திரிகைகள் விவரமாகச் செய்தி வெளியிட்டிருந்தன.

டாக்டர் மாறன் பேச்சற்றுப் போனார். சிரித்துத்தான் ஆற்றிக்கொள்ள வேண்டும் போல் தோன்றியது. கோகிலா, எழில் மற்றவர்களிடம் சொல்லிச் சிரித்தார். அவரால் நம்பமுடியவில்லை. நூற்றில் ஒரு பங்கு கூட உண்மை இல்லாமல், ஆதாரம் இல்லாமல் எப்படிப் பத்திரிகைகளில் போடுகிறார்கள்? கோபா வேசத்துடன் அன்று மருத்துவமனைக்குப் போன டாக்டர் மாறன் ரிக்கார்டுகளைப் பார்வையிட்டார். தவசியப்பன் அவசர சிகிச்சைப் பிரிவில் சேர்க்கப்பட்ட நாள் திருத்தப்பட்டிருந்தது. குறிப்பிட்ட நாட்களில் டாக்டர் தமிழ் மாறன் விடுப்பிலிருந்ததாகவும், வேறொரு டாக்டர் பணியில் இருந்ததாகவும் காட்டப்பட்டிருந்தது. அந்த நாட்களில் பணியாற்றியதாக வேறொரு டாக்டர் கையெழுத்திட்டிருந்தார்.

மாலை வீடு திரும்பியபோது, கோகிலா இடிவிழுந்தது போல் உட்கார்ந்திருந்தாள். அவளது கையில், காற்றில் ஆடியபடி இருந்த காகிதத்தைப் பார்த்தார். தொழில்நுட்ப உதவியாளரான கோகிலாவை, சென்னை குழந்தைகள் நல மருத்துவமனையிலிருந்து நாகப்பட்டினத்திற்கு மாறுதல் செய்யப்பட்டிருந்த உத்தரவு.

கெட்டித்து இறங்கிய சோகத்தை உடைப்பவர் போல் மாறன் சிரித்தார். ''உனக்குத்தான், எனக்கில்லை என்றார்.

''ஒங்களுக்கு எங்க போனாலும் இப்படித்தான்'' கோகிலா ஆத்திரத்துடன் வெடித்தாள்.

''எவன் எக்கேடு கெட்டுப் போனா நமக்கென்ன? அவன் கேட்டது என்ன? சின்னக் கையெழுத்துத் தானே? போட்டுப் போறது? நீதி, நேர்மைன்னு நிமிர்ந்தா, இப்ப என்ன ஆனது? ஒரு அளவுக்குத்தான், ஒரேயடியா நிமிர்ந்தா முடியுமா?''

மறுநாள், மற்றுமொரு தபால் வந்தது. மருத்துவக் கல்வி இயக்குநரிடமிருந்து வந்திருந்தது. சென்னை பொது மருத்துவமனையிலிருந்து நெல்லை மாவட்டத்தின் கீழ்க்கோடி மூலையில் உள்ள பனகுடி ஆரம்ப சுகாதார நிலையத்திற்கு டாக்டர் மாறன் மாற்றப்பட்டிருந்தார்.

அதற்குப் பின்வரும் தொடர்ச்சிகள் பற்றி டாக்டர் அறிந்திருக்க நியாயமில்லை.

# கிராமத்துக் குறிப்புகள்

''இவங்கள்ளாம் ஒரு சகாப்தம். எப்படின்னா இவங்க இருந்தாங்க. நீ வருவே, தம்பி வரும், இவரு வருவாரு, அப்படியே மகன், மருமகன், கிளைவழி எல்லாம் வரும். இனிமேப்பட்டு யார் வரப் போறா?''

''ஆமா, அதது விடுதலைகள் ஆகிக்கிருமில்லே, மணிகண்டா, மாமா வந்திருக்கு, தம்பி வந்திருக்கு கண்டு போன்னு தாக்கல் சொல்ல வந்திடுவாக மேலகரம் தம்பி வந்தாகன்னா, சந்திப்பு இல்லாம போக மாட்டாரு.''

முற்றத்தில், அந்தப் பேச்சுகள் ஒரு எல்லையிலிருந்து இன்னொரு எல்லையைத் தொட்டுச் சென்று கொண்டிருந்தன. பேச்சுக்கு உரியதாரி வேல்ரபட்டி மாமாவும், கொமராபுரம் ஆசாரியும்.

உள்ளே வேலைகள் நடந்து கொண்டிருந்தன. பெரிய வெங்கலத் தாம்பாளம் சாயந்தரத்திலிருந்து ஒரு கால்கிலோ புளிபோட்டு மாரியம்மா தேய்ச்சுத் தேய்ச்சு, ஒரு பழைய காலக் கனவு போல் ஜொலித்துக் கொண்டிருந்தது. கூடவே துருப்பிடித்து கனவுகள் போல் இப்போது தட்டுப்படாத பழைய மரவை (மரத்தாலான தட்டு) திருகு செம்பு, பாக்கு வெட்டி, எழுத்தாணி என்று சாமான்கள், தாம்பாளத்தில் பழம், சந்தனம், பொட்டு, பூ, நிறைமுடி, மஞ்கள் கயிறு.

மஞ்சள் கயிறு பிடிக்கத் தெரியாது என்று, மிளகு நத்தத்திலிருந்து வந்த ஒரு அம்மா சொன்னது கேலிக் காட்சியானது. கயிறு பிடிக்கத் தெரியாதுல்ல. அதுக்குத்தான் ஒங்களை வரச் சொன்னோம் என்று சமாளித்தாள். ''நீங்க நம்ம சனங்கதான. கயிறு பிடிக்கத்

தெரியாதுங்கறீங்க?'' என்று சாதியைத் தொட்டுக் கேட்டாள் பெண் பக்கத்தைச் சேர்ந்த ஒரு அம்மா.

''ஆமா, நாங்க எத்தனை வீட்டுக்காரங்க, அங்கன இருக்கோம். கயிறு பிடிச்சி, ஊரெல்லாம் கொடுக்கிறதுக்கு?''

''அதுவும் அப்படியா, சரியாப் போச்சு'' என்று மாரியம்மா இழுவையில் முடித்து அதிலே மிளகு நத்தம்காரியை ஒரு இறக்கு இறக்கியாகிவிட்டது.

உள்வேலை நடந்து கொண்டிருக்கையில் பொட்டி ராமசாமி, வேல்ரபட்டியாருக்கும் கொமராபுரத் தாருக்கம் நடுவே நடந்து பெஞ்சில் ஒண்டி உட்கார்ந்தான். எதிர்த்த வீடுதான். வீடு முதுகு காட்டிக் கொண்டு நின்றது. வாசல் அந்தப்புறம் மந்தைப் புஞ்சையைப் பார்த்தபடி கொஞ்ச நேரம் உட்கார்ந்து விட்டு, தன்மதியில்லாமல் நடப்பது போல் எழுந்திருந்து வீட்டுக்குப் போனான்.

வேல்ரபட்டி மாமா சொன்னார், ''இவனெல்லாம் ஒரு மனுசன்னு உசிர வச்சிக்கிட்டு அலையறான் பாரு.''

''வந்தாரு, போனாரு, தன்னுஷார் இல்லாம அலையறாரா?''

''பொட்டியை யாராவது தூக்கிட்டுப் போயிருவாங்களாம்.''

''பொட்டியா?''

''வீட்டுக்குள்ளே பெட்டில பணம் வச்சிருக்கான். பேங்கில போடமாட்டான். இங்க நம்ம சாதியில கடன், கிடன் கொடுக்கிறதில்லே. யாரோடயும் பேச்சு வார்த்தை கெடையாது. கொடுக்கல், வாங்கல் எல்லாம் மற்ற சாதிலதான். வீட்டுக்குள்ளேயே புத்து மாதிரி உக்காந்துகிட்டு அசைய மாட்டேனென்கிறான். பெட்டியை திறந்து மூடி, திறந்து மூடி ஒரொரு காசா எண்ணிக்கிட்டிருப்பான்.''

வீட்டின் பின் சுவர், வில் முதுகு போல் வளைந்து விரிசு விட்டு நின்றது. எந்த நேரத்திலும் பொலபொல வென்று உதிரலாம்.

விழுந்தால் இப்பொழுது இவர்கள் உட்கார்ந்து பேசுகிற இந்த முற்றம் மயானக் காடாக மாறிப்போகும்.

வேல்ரபட்டியாருக்கு மிளகாய் சாப்பிட்ட குரங்கு போல் கோபம் வந்தது. ''அவன் வீட்டுக்குள்ளே இருந்துகிடுவான். வீடுமட்ட மல்லாக்க வெளியில நம்ம பக்கம் தான் விழும். நம்ம போக, வர, புழக்கத்துல இருக்கிற இடம் நம்ம பெண்டு பிள்ளைகளை இல்லய்யா காவு கொடுக்கனும்.''

''ஆள் இல்லாத நேரமா பார்த்து, தட்டி விட்டுடுற வேண்டியதுதான். ஒரு தட்டு தட்டினா கீழே விழுந்திடும்.''

''தெல்லுத் தெறிச்சாப் போதாதா? தெல்லுத் தெறிக்குத் தாங்குமா? ஆனா புருசனும் பெஞ்சாதியும் ஒரே மாதிரி மாத்தி மாத்திக் காவல்.''

''ஏன், பின்சுவரை மட்டுமாவது இடிச்சிட்டு புதுசா வைன்னு சொல்லிப் பாக்கிறது.''

''சொல்றதா? அதுக்குச் சொல்றான். நா ஒரொரு காசா எண்ணி, எண்ணி வச்சிருக்கேன். இந்த சுவத்து மண்ணில் போய் விடனுமாங்கிறான்.''

ஒன்றைத் தொட்டு ஒன்று, அதைத் தொட்டு இன்னொன்று என்று பேச்சு ஏறிக் கொண்டிருந்தது. பக்கத்தில் இப்போது தான் கீகாட்டு ஓடையில் எடுத்து வரப்பட்ட குருத்து மணல். பாம்பு மேனி போல் மாலை வெயிலுக்கு மினுக்கியது. பெரியவர்கள் பேச்சைப் பற்றிக் கவலைப்படாமல், மணலை உழப்பி, சின்னப்பிள்ளைகளின் 'திரி திரி பொம்மக்கா' ஆட்டம் பத்து வீட்டுப் பிள்ளைகளும் அங்கேதான். ஓடுவதும். பிடிப்பதுமாய் கும்மரிச்சம்.

இதே விசேஷத்துக்காக கொஞ்சம் முன்தான் சம்சாரம் உமையாளுடன் வந்த இறங்கியிருந்த காசியைச் சுற்றிப் பெண்கள் கூட்டம். வீட்டில் காலடி எடுத்து வைத்து, முகத்தைக் கண்ட மாதிரி இருந்தது. ஆளைக் காணோம்.

''உமையா, ஒங்கூடவேதான தொத்திக்கிட்டு வந்தாரு. எங்க போய்ட்டாரு?''

''ஒங்க அண்ணன், தேரியில் எத்தனை பனைமரம்ன எண்ணிக்கிட்டிருப்பாரு காலைல எந்திரிச்சி தொழுவத்தில சாணி அள்ள வேண்டாம். குப்பை அள்ள வேண்டாம். கொட்டாரத்தில் கொண்டு போய்க் கொட்ட வேண்டாம். பொம்பளைக வாசல் தெளிக்கிறதுக்கு முன்னே வாயில ஊத்திட்டு வந்திடுவாக. எப்பப்பாரு அந்த நாற்றத்தை வாயில ஊத்துறதுதான். அந்த ஊரே அப்படித்தான். ஊத்து, ஊத்து எப்பவும் ஊத்துத்தான்'' உமையாள் சடசடவென்று பொரிந்தாள்.

எதிரே ஆள் லம்பி, லம்பி தள்ளாடியபடி வருவது தெரிந்தது. வெற்றிலை கைப்பிடித்து, வெறும்பாக்கு நாவிலிட்டபடி, ''என்ன தரையெல்லாம் மிதிச்சி வர்ற மாதிரி தெரியுது. ஏ, வீடு இங்க இருக்கப்பா'' என்று சொன்னார் கொமராபுரத்துக்காரர். கையைப் பிடித்து காசியை பெஞ்சில் உட்கார வைத்தார்.

நல்லசீருக்கு தாடி மீசை வளர்த்திருந்தான்.

தாடி வெளுப்பு, மீசை கருப்பு.

அவன் பக்கத்தில் ஒண்டிக் கொண்டு கைப் பிள்ளையுடன் காமாட்சி கேட்டாள்.''அண்ணே எம் பொண்ணு, ஒன்னைப் பாத்தாலே பயப்படுறா. தாடி மீசையைப் பார்த்தாலே அதுக்கு வெலவெலத்துப் போகுது.''

''பொட்டைதானே! பொட்டைக் கழுதை பயப்படத்தான் செய்யும்.''

''நல்லாப் பயப்பட்டது போ. என்னண்ணே அது, கலர் கலரா தாடி மீசை வச்சிக்கிட்டு, சொல்லுண்ணே ஒம்பொண்ணு ஒங்கிட்டே வர்றாளா?''

''வர்றாளா? அந்த சிலுப்பட்டை தாடியைப் பிடிச்ச பிடிவிடமாட்டேங்குது.''

இன்னும் அவனை ஒண்டி உட்கார்ந்தாள் காமாட்சி, ''ஒங்கிட்ட, ஒண்ணு கேட்பேன்.''

''நீ எத்தனை வேணுமின்னாலும் கேளு, தாயி! எம் பெரியம்மா தேவாணையம்மா பெத்த கதிராச்சே. என்ன வேணுமின்னாலும் கேளு'' காசி அழுத்தி பேச்சை மடக்கினான்.

''ஒம் பொண்ணுக்கு என்னமோ பேரு வச்சிருக்கியாமே? என்ன அது?

''பூலான் தேவி''

''நிஜப்பேரு?''

''இதுல பொய்ப்பேரு வேறயா இருக்கு?''

''புதுசா இருக்கே, அவ கை தேர்ந்த கொள்ளைக்காரியாச்சே.''

''ஆமா பேரெடுத்த கொள்ளைக்காரி'' கேட்பதற்கு எல்லாப் பெண்களும் தயாரானார்கள்.

''நான் வடக்கே பம்பாயில் ஏழுவருசம் இருந்தேனில்லை. அப்ப நமக்கு ஆதரவா இருந்தவங்க பேரு அநத் வீட்ல தான்.. வாச்மேனா இருந்தேன். அதனாலே அவங்க பேரால பூர்ணிமா தேவின்னு வச்சேன். அவங்க பேரு பூர்ணிமா.''

''அப்ப பூலான் தேவி இல்லையா? என்னடா இது வம்பா இருக்கு?''

''வம்புதான். அப்ப பூலான் தேவியை கைது செஞ்சி பெரிசு பெரிசா படம் போட்டிருந்தான். அதைப் பாத்துட்டு சின்னது பெரியதுகள் எல்லாம் பூலான் தேவின்னு கூப்பிட ஆரம்பிச்சிருச்சு. இதில உங்க அய்யாவுக்கு (அப்பாவுக்கு) தனி சந்தோசம். பட்டாப் பெயரைத் தம் பேத்திக்கு வச்சிட்டானேங்கிறது.''

''பட்டாப் பெயரா?''

''அய்யாவோட பட்டா பெயரு (பட்டப் பெயர்) பூச்சையா; பொண்ணு பேரு பூர்ணிமா தேவி. தன் முதல் பெயரைப் போட்டு,

பட்டாப் பெயரை விளங்க வச்சிட்டானேங்கிறதுலே அய்யாவுக்கு தனி சந்தோஷம்'' தனி என்பதை இழுத்து ரசிக்கும்படி சொன்னான்.

அவர்கள் பேச்சு உடைப்பட்டது. கொஞ்ச நேரம் கப்சிப் என்று அடங்கியது. அந்தப் பெண்களூடே தடம் கண்டு பிடித்தபடி, ராமசாமி பொத்திப் பொத்தி நடந்து போனான். யாரோ ஒரு பெண் கேட்டாள். ''நேரம் ஆயிட்டிருக்கல்ல. பரிசம் போட வேலையெல்லாம் நடக்குதான்னு பாக்க வந்தீங்களா சித்தப்பா?''

''அது அது பாட்டுக்கு நடக்குது'' என்று தனக்குத்தானே பேசுவது போல் சொல்லிக்கொண்டு திரும்பவும் வீட்டுக்கு நடந்தான்.

காசி ரொம்ப சாது போல் கேட்டான். ''யாரு இது அசலூரா? புது ஆளாத் தெரியுது?''

''ஆமா புதுசா ஆள் கொண்டு வந்திருக்கோம்ல.''

''இல்லே, சந்தேகமாகத்தான் கேக்கேன். இவருதான பெண்ணுக்கு சித்தப்பன். பரிசம் போடற வேலையை வந்தாச்சா, போயச்சா, என்ன நடந்திருக்குன்னு இவருதானே கவனிக்கனும் நானும் வந்ததிலேருந்து பாக்கிறேன். இந்தப் பக்கமே தலை தெரியலே,வான்னு ஒரு சொல் காணோம். முசல் மாதிரி, மனுஷ சத்தம் கேட்டதும், பொந்துக்குள்ளே நொழைஞ்சிக்கிறாரு.''

''வனத்தில மேஞ்சாலும், இனத்தில் அடையானும்பாக. இப்ப நீ வந்திருக்கிறே. நாங்களெல்லாம் இப்ப ஒன்கிட்டே அது மாதிரி வரலியா அவரு வனத்திலே மேஞ்சாலும் பணத்திலே போய் அடையரவரு.''

அந்த முன் நேர அமைதியை உடைத்துக் கொண்டு 'ராக்கம்மா கையைத் தட்டு' டேப் ரிக்கார்டர் சத்தம் பிளந்தது. இரவு அமைதியைப் பிளந்து ஊர் முழுக்க இண்டு, இடுக்கு விடாமல் ஓடி அடைத்தது.

''எவன், இது ஊரையே கதிகலங்க அடிக்கிற பய?'' காசி கேட்டான்.

''எல்லாம் அந்த ஜாதி ஆளுகதான். கேரளாவில் வியாபாரம். ஜவுளிப் பொட்டலம் பம்பாயில இருந்தில்ல வருதாம். பாத்திட்டு,

பத்துநாள், கூடினா ஒரு மாசம் சென்று வருவாக. வந்திட்டா, பாட்டுத்தான். தண்ணிதான்.''

''துட்டு கூடிக்கிருச்சி, பாட்டுக் கேக்குது.''

மந்தை வேம்புகளுக்கு மேலாக கிழக்குத் திசை வழியாக ஊருக்குள் இறங்கும் நிலா உயர்ந்த ஒற்றைத் தென்னை வழியாக வெள்ளித் தகடு உருகி வழிந்தது. யாருக்கும் தெரியாமல் நெஞ்சுக்குள் பரவும் இதமான உணர்வுகள் போல், அரவமில்லாமல் தணுமை பரவியது.

## 2

''பேசாம உக்காந்துக்கிட்டே இருந்தா எப்படி? கேளுங்க?''

''சரி கேட்போம்.''

முறை பார்த்து மாப்பிள்ளைப் பையன் பக்கம், பெண் வீட்டுக்காரர்கள் பக்கம் என்று இருகூறாகப் பிரிந்து உட்கார்ந்தார்கள்.

நிச்சயதார்த்தத்தின் தொடக்கம் அது. அந்த சாதிச் சமூகத்தில் வழக்கமாக அரங்கேற்றப்படும் நாடகமாக இருந்தது.

''பூ பொட்டு, வெற்றிலைப் பாக்கு எல்லாம் கொண்டு வந்திருக்கீங்க ஐயா, எதுக்கு வந்திருக்கீக?'' கேள்வி முறை தொடங்கியது. பெண் வீட்டுக்காரருடையதாக இருந்ததால், மரகதம் சித்தப்பா கேட்டார்.

''பொண்ணு கேட்டு வந்திருக்கோம்'' மாப்பிள்ளை பக்கம் உக்காந்திருப்பவர்கள் பதில்.

''பொண்ணு கேட்டு வந்திருக்கீங்களா? நமக்கு ஊரு?''

''ஊரு மிளகு நத்தம்''

''அப்படியா?'' கொஞ்ச நேரம் மரகதம் சித்தப்பா யோசிச்சார். என்ன சொல்லவேண்டுமென்பது மறந்து போய்விட்டது போலிருந்தது.

''பையன் பேரு?''

''வரதராசு''

''படிப்பு?''

''படிப்பு சுமார்தான்''

''படிப்பு வள்ளிசா இல்லைன்னு சொல்லும் அது என்ன சுமார்?'' சிரிப்புத் தட்டியது.

பெண் பக்கத்துக்காரர் ஒருவர் விட்டுப் போனதை எடுத்துக் கொடுத்தார். ''நடுவில ஒன்ன விட்டுட்டாரு? பையனுக்கு என்ன வேலை?''

''தொழில் கைத் தொழில் தான். ஏதோ எங்களுக்குத் தக்கன வச்சிக் காப்பாத்துவோம்!'' பையனின் அம்மாதான் பேசியது.

''அதானே பாத்தேன். அந்தப் பக்கம் குரல் உள் அமுங்குதேன்னு.''

இந்த வழக்கமான கலகலப்பான நாடகத்தில் எந்தப் பாத்திரமும் ஏற்காமல், நமக்கு என்ன என்பது போல், பொட்டி ராமசாமி கம்மென்று இருந்தான்.

''வாயில கொழுக்கட்டையா இருக்கு? ஏதாவது கேளுங்க மாமா?'' ஒரு பொம்பிளை அவன் இடுப்பில் கிள்ளிவிட்டாள். குத்துக்கல்லுக்கு என்ன வெயிலா, மழையா என்று அசையாமல் கிள்ளலுக்கும் குலுங்காமல் அது உட்கார்ந்திருந்தது.

''பையன் படிச்சிருந்தும், இன்னும் உத்தியோகம் கைவசமாகவில்லை. அதனாலதான் கொஞ்சம் தணிந்து போக வேண்டியிருக்கு'' அப்பன்காரன் முணுமுணுப்பு கேட்டது.

''சொல்லும். சத்தமாச் சொல்லும் நாலு பேரு கேக்க'' என்றார் மரகதம் சித்தப்பா.

''பொண்ணுக்கு என்ன போடுறீக?''

அதுஏற்கெனவே முடிவாகிவிட்டது. நிச்சயதார்த்த பேச்சு என்பது ஊர் பார்க்க நடத்துற காட்சிதான். ''இன்னும் சபையில வச்சிப் பேசணுமா?'' என்பது போல பொன்னுசாமி கேட்டார்.

"இல்ல, பேசினதோட இன்னும் ஒரு பத்தாயிரம் சேர்த்துக் கொடுங்க வீடு செம்மை செய்யணும்" பையனின் சித்தப்பா பேசினது.

"அப்ப வெறும் ஆளாத்தான் வந்திருக்கீகளா?"

"ஏலாமத்தானய்யா கேட்கிறோம்" பையனின் அம்மா.

"எதுக்கு?"

"அதுக்காக வீடுன்னா, செம்மை செய்யாம, வெள்ளையடிக்காம, சுவர் தீர்த்தாம, கதவு சரி செய்யாம இருக்க முடியுமா? நீங்க நாலு பேரு வந்தாலும் ஒழுங்கா உட்காரச் செய்ய இடம் வேணாமா? என்னய்யா, நா சொல்றது?" பையனின் அம்மா திருப்பியும் வழக்காடினாள்.

"ஆமா நீங்க வீடு செம்மை செய்யலே, வெள்ளை அடிக்கலே, நான் வரமாட்டேன்னு எங்க பொண்ணு சொல்லுதா? எப்படியிருந்தாலும் எங்க பொண்ணு ஒங்க வீட்ல காலடி வைக்றதுக்கு ரெடியா இருக்கு."

இடைவெட்டு வெட்டினார் மரகதம்.

பத்துப் பவுன் நகை, பாத்திரம், பண்டம், ரொக்கம் பத்தாயிரம் என முடிவாகியது. பத்தாயிரம் என்பது நாடக அரங்கேற்றத்தில் கடைசிக் காட்சியாக மாறிவிட்டது.

"சரி கொடுத்துத் தொலைங்க, அதுக்காக பரிசம் போடற அன்னைக்கே வெவகாரம் பண்ணிக்கிட்டு" என்ற முணுமுணுப்பு முடிவு காட்சியின் வசனமாக இருந்தது.

3

அது ஒரு 'தத்து'தான். என்னைக்கும் அது அப்படித்தான் பேசப்படும்.

கொஞ்ச நேரம் முன்னம்தான் அந்த இடம், கேலியும், கும்மாளமுமாகக் கிடந்தது.

தன் காற்று வீசியது பட்டப்பகல் நிலவு யாருக்கும் தூக்கம் கிறக்கம் தானாகவே கண்ணை இறுக்கும். பரிசம் போட்டு முடித்து, சுண்டல் விநியோகம் முடிந்து, கொஞ்சம் கூட்டம் உள்ளே சாப்பாட்டுப் பந்தியில் உட்கார்ந்திருந்தது. முற்றத்தில் நார்க்கட்டில் போட்டு, காசி தூக்கத்திற்குத் தயாரானான். கீழே பாய் போட்டு ரெண்டு பிள்ளைகளையும் தாயிச் சித்தி படுக்கவைத்திருந்தாள்.

எப்படித்தான் தோன்றியதோ, என்ன நினைத்தாளோ தாயிச்சித்தி, தாவிப் போய் பிள்ளைகளை வாரி இழுத்தாள். "அய்யய்யோ, எம்பிள்ளைக" என்று பின்னுக்குத் தாவி விழுந்து ஓடினாள்; சத்தம் கேட்டு, காசி அப்படியே வெறிச்சலில் எகிறித் தாவினான்.

விரிந்த சுவர், மடமடவென்ற சத்தத்துடன், மட்ட மல்லாக்க அப்படியே விழுந்தது. குயவன் சூளை போல் புகைப்படலம் மேலெழுந்தது. கொஞ்ச நேரத்திற்கு என்ன நடந்தது என்று எவராலும் ஊகிக் முடியவில்லை.

"ஒரு கணம், ஒரே கணம்தான். தாமதிச்சிருந்தா, நாங்க இந்நேரத்துக்குச் சொந்த ஊர் (சிவலோகம்) போய்ச் சேர்ந்திருப்போம்" காசி பிரமத்தியடிச்சவனாட்டம் நின்றான்.

எந்நேரமும் கேலியும் சிரிப்புமாய் இருக்கும் முகமில்லை அது. கொஞ்சம் ஆசுவாசப்படுத்திக் கொள்வது போல், தலையைப் பிடித்துக் கொண்டு வண்டி மேக்காலில் போய் உட்கார்ந்தான். கோழிப் பெட்டை, குஞ்சுகளை சிறகுகளுக்குள் அணைத்துக் கொள்வது போல் தாயிச் சித்தி பயத்தில் குழந்தைகளை அணைத்துக் கொண்டு வீட்டு மூலையில் சாய்ந்துவிட்டாள். கண்ணில் நீர் முட்டியது. "தாயிச் சித்திக்கு என்னன்னுதான் அந்த நேரத்துக்குத் தோணிச்சோ தெரியல" பெண்டுகள் புலம்பினார்கள்.

"தோற்றம் கொடுத்தது பெரிசில்ல. ஒன்னா, ரெண்டா மூணு உசிரயில்ல எமன் வாயிலிருந்து காப்பாத்திட்டா!"

பா. செயப்பிரகாசம்

திடு, திடுவென சுவர் இடிந்து எழுந்த சப்தம் திசைகளுக்கும் சிதறி, ஊர் முழுவதும் கூடியிருந்தது. அந்த பயங்கரம் மெல்ல மெல்ல அடங்கியது. அடங்கிய பின், ஒருவர் உரத்துச் சத்தம் போட்டார்.

"ஏ, அவன் உள்ளே, கிள்ளே இருக்கானா தெரியலேயே, பாவி கெடுத்தானே காரியத்தை."

மொத்தக் கூட்டமும் பதறியது. அப்படியே இடி மண்ணுக்குள்ளே சமாதி ஆகி இருப்பானோ? அப்படியெல்லாம் ஒன்னும் இல்லை என்பது போல் கூட்டத்துக்கு உள்ளிருந்து உத்தண்டு பேசினான்.

"மாமா, நா அவரே செத்த நேரத்துக்கு முன்னாடி கம்மாய்க் கரையில் வச்சுக் கண்டேன்."

"அவன் வெளியே போனாலும், ஒரு நிமிசம் நிக்க மாட்டானே. விருட்டுன்னு வீட்டில பணப் பெட்டிக்குத் திரும்பிருவானே" வேல்ரபட்டியார் சத்தம் காட்டினார்.

"இல்ல, மாமா எனக்குத் தெரியும். கம்மாய் கரையில கண்டப்போ, எங்க தூரமான்னு கேட்டேன். வேப்பங்குளத்துல கொஞ்சம் பாக்கி நிக்குது. ராத்திரிப் போய் தங்கி நின்னு, வசூலிச்சி வரனும்னாரு அஞ்சி நிமிசம் தான் ஆச்சு மாமா, பெறகு எப்படி அவரு இங்க வந்தாரு" உத்தண்டு உறுதியாகச் சொன்னான்.

பொல, பொலவென்று விழுந்த இடிபாடுகளை அகற்றிப் பார்த்தபோது ஒரு வரையோட்டின் மேல் தூசிப்படலம் மூடியிருப்பது போல் தெரிந்தது. அடுக்குப் பானை நொறுங்கி, உடைந்த வரையோடாக இருக்கும் போல என்று தடவியபோது, தலை தெரிந்தது. சடாலென்று சுற்றிலும் மண்ணை விலக்கிய போது, அந்த மனிதனின் இரு கரங்கள் மேலே முண்டிக்கொண்டுவர முயன்று, அப்படியே நின்று போயிருந்தன.

பா.செயப்பிரகாசம் கதைகள்

## சாவு அல்ல

கிராமத்து லட்சணங்களுக்குள்ள பள்ளியில், அவர் தெற்கு மூலை நாற்காலியில் அமர்ந்திருந்தார். அங்கிருந்து எல்லா வகுப்புகளையும் பார்வையிட முடியும் என்றாலும் அவர் எதையும் பார்வையிட வில்லை. நேரே வெறித்த பார்வையில் நிற்கும் இலக்கு அற்ற கண்கள்; சில நேரம் இலக்கு அற்று எல்லா இடமும் அலையும். மேடையில் ஒலிபெருக்கி முன்னால் நிற்கும் ஒரு பேச்சாளன் மக்கள் கூட்டத்தை இந்தப் பக்கமிருந்து அந்தப் பக்கம் வரை பார்த்துக்கொண்டே பேசுகிற தோரணையில், கண்கள் இந்த மூலையிலிருந்து அந்த மூலைவரை அசையும். முன்னால் உட்கார்ந்திருப்பவர்களுக்கு தன்னைப் பார்ப்பது போல் தெரியும். ஆனால் வாத்தியார்கள் மீதோ, பையன்கள் மேலேயோ அவரது பார்வை குறிப்பாகத் தைப்பதில்லை.

"அய்யா, சாப்பிட்டாச்சா?" இந்த வார்த்தைகள் அவருக்குள் ஊடுருவி எந்தச் சலனத்தையும் ஏற்படுத்துவதில்லை. இந்தக் கேள்விக்குப் பதில் போல் லேசாய் உதடுகள் பிரியும்; உள்ளுக்குள் செத்துப் போன உணர்வுகளின் கடைசிச் சாம்பல் துளி, வெளியே கொட்டுவது போல் ஒரு புன்னகை உதிரும். 'அய்யா காபி சாப்பிடறீங்களா? யாராவது கேட்பார்கள். இடது கையால் வாங்கிக் கொள்வார்.

வலப்பக்க கால், கை சுத்தமாக இயக்கம் இல்லை. வலது என்பது உடலின் புவிஈர்ப்பை சாய்த்து, ஒரு பக்கம் தட்டி விழவைக்கும் வெறும் தசைப்பகுதிதான்; தான் நடக்கும்போது கூட்டிச் செல்பவனுடைய தோள் அல்லது சுவர்தான் அவருக்குப் பிடிமானம்.

பா. செயப்பிரகசாம்

பருவகாலங்களின் வரவை அந்தப் பாடசாலை துல்லியமாய் அறிவிப்புச் செய்துவிடும். கொஞ்சம் கூடுதலாகக் காற்றும் கொஞ்சம் மழையும் அடித்துவிட்டால், பள்ளிக்கூடம் இயங்காது. எதிர்காலத்தை உருவாக்கும் மாணவச் செல்வங்களை அப்போதுதான் இயற்கையின் சீற்றத்திலிருந்தும் பள்ளிக்கூடக் கட்டிடம் என்ற அந்த இடி மண்ணிலிருந்தும் காப்பாற்ற முடியும்.

ஒன்று முதல் ஐந்தாம் வகுப்பு வரையிலான ஆரம்பப் பள்ளியில், ஒன்னாம் வகுப்பு வேப்பமரத்தடியில், ரெண்டாம், மூன்றாம் வகுப்பு கூரையோர வராந்தாவில், நான்காம் ஐந்தாம் வகுப்பு சிறு கட்டிடத்தின் உள்ளில்.

ஒரு வகுப்பில் கணக்கு என்றால், இன்னொன்றில் தமிழ், இன்னொன்றில் வேறு பாடம். படங்கள் வித்தியாசப்பட்டாலும் உள்ளிருந்தும், வெளியேயும் உருவாகும் கோரஸ் ஒன்றாகக் கலந்தது. அதனால் ஒரே நேரத்தில் ஒண்ணு முதல் ஐந்து வகுப்பு வரையிலான எல்லாப் பிள்ளைகளும் வகுப்பு வித்தியாசம் இல்லாமல் எல்லாப் பாடத்தையும் கற்றார்கள்.

## 2

வெறி கொண்ட செம்மறியாடுகள் போல் குறுக்கும் மறுக்குமாக ஓடும் ஆட்டோக்கள். வெயிலுக்கு ஏற்கனவே உருகிய தார்ச் சாலையை கர கரவென்று அரைத்துத் தேய்க்கும் பஸ் லாரிகள்; நகரச் சாலைகளின் நீளம், அகலம் எங்கணும் உலுக்கி எடுத்து, வேகத்தில் மறைந்து கொண்டிருக்கும் மனிதர்கள்.

தலைநகரின் வாழ்க்கையில் திருமால் பலபுதிய விசயங்கள் கற்றுக் கொண்டது போலவே ஓடுகிற பஸ்ஸில் ஏறும், இறங்கும் லாவகமும் கைவந்திருந்தது. வாழ்க்கைக்குத் தேவையான நிறைய வித்தைகளை முண்டியடித்துக் கொண்டு பேரிரைச்சலும் இயந்திரகதியுமாய் ஓடும் கூட்டம் கற்றுக் கொடுத்தது.

மின்சார ரயிலில் உள்ளே இடம் இருந்தது. இருந்தாலும் வாசலிலேயே நின்று அடைத்துக் கொண்டு விடலைகள் நின்றார்கள்.

ஒவ்வொரு நிலையத்திலும் ரயில் ஓடுகிறபோது ஏறுவது, நிற்கப் போகிற போதே இறங்குவதை, திருமால் கற்றுக்கொண்டான்.

ரயில் புறப்பட்டபோது ஓடிவந்த ஒருவருக்கு ஏற இடம் கொடுக்கவில்லை. கம்பியைப் பிடித்துத் தொங்கி, தொத்திக் கொண்டு, எப்படியோ உள்ளே போனார். வாசற்படியில் தடைச்சுவராக நின்று கொண்டிருந்தவர்களைப் பார்த்துக் கேட்டார், ''ஏய்யா உள்ளே போறதுக்கு என்ன? விழுந்து செத்தா என்னய்யா ஆகிறது?''

வாசலில் நின்றவன் எந்த சலனமுமில்லாமல் பதிலளித்தான். ''நீ செத்தா எனக்கென்னய்யா.''

வா மகனே என்று கூப்பிட்டு, நெஞ்சைத் தடவிக் கொடுத்தால் வயிற்றிலிருப்பதையும் வாந்தி எடுத்துக் கொடுக்கும் வாஞ்சையுள்ள மக்கள் வாழுகிற கிராமத்திலிருந்து வந்த பையன் அதிர்ச்சியுடன் இந்தக் காட்சியைப் பார்த்தான். மற்றவர்கள் இந்த வாய்ச் சண்டையை சாதாரணமாய் பார்த்துக் கொண்டிருந்த போது அந்தக் கிராமத்து இதயம் திகைத்தது. பிறகு மெது, மெதுவாய் ஈரம் காய்ந்து, தானும் அதுவாக மாறிப் போனது.

நாடித் துடிப்பு மிக மெதுவாக, மிக சோம்பல் தனமாக இயங்கிக் கொண்டிருந்த தனது சொந்த குக்கிராமத்தை நினைத்துப் பார்த்தான்.

இரவிலே வாங்கிய சுதந்திரம் இன்னும் அந்த ஊரைச் சென்றடையவில்லை. வடக்கே டில்லியிலே வாங்கியதால், அது இந்த தென்கோடி குக்கிராமத்தைச் சென்று சேர்வதற்கு, இன்னும் கொஞ்சம் காலம் ஆகலாம். சுதந்திரம் வந்து சேராதது போலவே, பாதுகாக்கப்பட்ட குடிநீரும் வந்து சேரவில்லை. மழை காலத்தில் ஓடை வழியே பெருக்கெடுத்து வந்து நிறையும், கண்மாய்த் தண்ணீர்தான். ஆடு மாடு எல்லாம் தங்கள் அழுக்குகளுடன் வாய் வைத்ததில்தான், மனிதர்களும் குடிதண்ணீர்ப் பானை சுமக்கிறார்கள்.

அந்த கம்மாய்த் தண்ணீர்தான் தேங்காய்த் தண்ணீர் மாதிரி, இனிப்பாக இருக்கிறதாம். இந்த தண்ணியைக் குடிச்சிட்டா வேற எந்தத் தண்ணியையும் நாக்கில் ஊத்த முடியலயே ஆத்தா என்று

பா. செயப்பிரகாசம்

புளகாங்கிதம் கொள்கிறார்கள். கல்லாமை இருள் துடைக்கப்பட்டு, காலைச் சூரியன் போல் அறிவொளி வீசும் ஊர்களில் பனைமரத்துப்பட்டியும் அரசாங்கப் புள்ளி விவரத்தில் குறிக்கப்பட்டுள்ளது.

அப்படிப்பட்ட குக்கிராமத்திலிருந்து ஒரு ஆரம்பப்பள்ளி ஆசிரியனின் மகன், இனம், சாதி, அரசியல்வாதி, அதிகாரி என்ற நவீன மகாசக்திகளின் துணையில்லாமல் சென்னையில் தொழில் நுட்பம் பயில நுழைந்தது வரலாற்றுப் பக்கங்களில் பொன்னெழுத்துக்களால் பொறிக்கப்படவேண்டும். அவன் அரசு தொழில்நுட்பக் கல்லூரியில் சேரும் நாளில், காய்கறி வாங்கும் துணிப் பையில்தான் சான்றிதழ்களை வைத்துக் கொண்டு சென்றான். நவீனமான பைகள், பைல் பேடுகள் எல்லாம் அவனுக்கு மிகவும் தொலைவிலுள்ள விசயங்கள்.

விடுதியில் சேர்ந்து படிக்க வைக்கிற அளவுக்கு அந்த ஆரம்பப் பள்ளி ஆசிரியனின் கையில் ‘விசயம்’ இல்லை. ஒரு இரண்டு மாதம் அப்படியும் விடுதியில் தங்கவைத்துப் பார்த்தாகிவிட்டது. பிறகுதான் கடைசி முடிவாய் அந்த வாத்தியார் தனியார் கம்பெனியில் வேலைபார்க்கும் தனது ஒன்றுவிட்ட தம்பியின் வீட்டில் தங்கிப் படிக்கட்டும் என்றுவிட்டுப் போனார். மாசாமாசம், சாப்பாட்டுக்கு இன்ன தொகை தருவதென்று பேச்சு.

திருமாலைக் கல்லூரியில் சேர்த்து, எல்லா ஏற்பாடும் செய்துவிட்டு, தம்பியின் வீட்டில் நம்பிக்கையாய் விட்டுவிட்டுப் போனார். வண்டி ஏறும் முன், அவனிடம் கூடவே பேசிக் கொண்டு போனார்.

‘‘ராசையா, சூதானமா இருந்துக்கோ, ரொம்ப கருத்தா படிக்கணும். இங்க வந்ததும், நாலு பசங்கள மாதிரி, நம்மளும் இருக்கணும்னு தோற்றம் கொடுக்கும். நமக்கு படிச்சி முன்னேர்றதுதான் குறி. என்னய்யா நா சொல்றது. நீ முடிச்சி வர்றதுக்கும் நான் வெளியே வர்றதுக்கும் (ஓய்வு) சரியா இருக்கும். இரண்டும் ஒண்ணா முடியுதே, பிறகு வேலை தேடணும். அப்புறம் சின்னவ வேற இருக்கிறா,

அவளையும் கரை தேத்தணும். என்னதான், நம்ம சித்தப்பா, சித்தின்னு இருந்தாலும் அவங்களுக்கு நம்மால ஒரு சொல், ஒரு சடவு (வருத்தம்) வர்ற மாதிரி நடந்துக்கிறக் கூடாது. அவங்களுக்கு அனுசரணையா நடந்து படிப்பை முடிக்கணும், என்னய்யா நா சொல்றது.''

ஒரு தந்தை மகனிடம் பேசுகிற மாதிரி அல்ல அது நண்பனிடம் தோளில் கைப்போட்டுப் பேசுவது போல தனக்கு மேலாக இருக்கிற ஒருவரிடம் கலந்தாலோசிப்பது போலத்தான், சொல்லிவிட்டுப் போனார்.

## 3

சென்னை நகரப் பேருந்துகளில், ஏறி இறங்குவது என்றாலே அழுகை வருவது போல் இருந்தது. அந்த பஸ்களைப் பார்த்தாலே, திருமால் முகம் சுளித்தான்.

அன்று சீக்கிரமே வகுப்புகள் முடிந்தது. வெயில் கடுக்கும் மதிய நேரத்தில் நான்கு சாலைகளின் சந்திப்பில், பஸ் வட்டமடித்துத் திரும்பியது. பஸ் மெதுவாக வேகம் குறைந்த போது, கடைசிப் படிக்கட்டில் நின்று கொண்டிருந்த அவன், வழக்கம் போல் கீழே இறங்கினான். படிக்கட்டு இடறி, தலைக்குப்புற கீழே விழுந்தவன், தலை திரும்பி பார்ப்பதற்குள் பின் சக்கரங்கள் இடுப்பில் ஏறிப் புரண்டு நின்றன.

அது போன்ற விபத்தை நேருக்கு நேர் இதுவரை பார்த்திராத பெண்கள் அலறினார்கள். ''யார் பெத்த பிள்ளையோ போச்சே போச்சே'' ஒரு தாய் விதிர் விதிர்த்துக் கூப்பாடு போட்டாள்.

கூடவே படிக்கட்டில் பயணம் செய்த மாணவன், உடனே போலீசுக்குப் போன் செய்ய ஓடினான். காவல் நிலையத்திலிருந்து எதிர்க்குரல் வந்தது. ''விபத்தா? கிண்டி சந்திப்பிலா? அது இந்த ஸ்டேசனுக்குக் கீழே வராது. கிண்டி போலீஸ் நிலையத்தில் சொல்லணும்.''

மாணவனின் கையும் காலும் நடுங்கின. முகம் வியர்த்துப் பேயறைந்தது போல் நின்றான். நடுங்கும் கைகளுடன் கிண்டி காவல் நிலைய எண்களைச் சுழற்றினான். நீண்ட நேரமாய் ஒலித்த போதும் யாரும் எடுக்கவில்லை. பக்கத்திலிருந்தவர் சொன்னார், ''ராங் நம்பராய்ப் போகும்.''

அந்தக் காவல் நிலையத்திற்கு இரண்டு எண்கள் இருந்தன. இன்னொரு எண்ணைச் சுழற்றினான். மறுமுனையில் எடுத்தார்கள். ''ஆக்சிடெண்ட் கேஸ் எல்லாம் நாங்கள் பாக்கிறதில்ல. டிராபிக் போலீஸ்லதான் சொல்லணும்.''

''பையன் சாகக் கிடக்கிறான். இப்ப வந்து ஆஸ்பத்திரிக்குக் கொண்டு போனா காப்பாத்திடலாம் அய்யா, சீக்கிரம் வாங்க.''

இன்னொரு எண்ணைக் கொடுத்து ''இந்த நம்பர்ல டிராபிக் போலீஸ்ல சொல்லுப்பா'' என்ற பதில் வந்தது.

அந்தக் காவல் நிலையத்தின் இன்னொரு பகுதியில்தான் போக்குவரத்துக் காவலும் இயங்கியது. அடுத்து இருக்கிற போக்குவரத்துப் போலீசாருக்கு எட்டி ஒரு வார்த்தை சொல்ல அவர்களுக்கு முடியவில்லை போலும்.

போக்குவரத்துக் காவல் நிலையத்திற்குத் தொடர்பு கொண்டபோது எல்லோரும் மதியச் சாப்பாட்டிற்குப் போயிருக்கிறார்கள். சாப்பாடு முடிந்து பின்னேரம்தான் வருவார்கள் என்று தெரிந்தது.

மாணவனுக்கு என்ன செய்வதென்று பரபரப்பு. ஏதாவது ஆகிவிடுமோ என்ற நடுக்கம். மறுபடியும் விபத்து நடந்த இடத்திற்கு வெகு வேகமாய் ஓடினான். பெருவாரியான கூட்டம். கூட்டத்தை விலக்கி உள்புகுந்து திருமாலைப் பார்த்தான். யாரோ ஒருவர் சத்தம் போட்டார்.

''ஒரு ஆட்டோவில் வைத்து ஆஸ்பத்திரிக்குக் கொண்டு போப்பா.'' மாணவன் சொன்னவரைப் பார்த்து, ''ஆஸ்பத்திரிக்கு எடுத்திட்டுப் போயிரலாங்களா'' என்று பரிதாபமாய்க் கேட்டான்.

பா.செயப்பிரகாசம் கதைகள்

அவனுடைய பதைபதைப்புக்கு உடனே கைக்கொடுக்க எவரும் வரவில்லை. ஆபத்துக்கு உதவி செய்யலாம் என்ற யோசிப்பில் சிலர் இருந்தபோது பக்கத்து பணிமனையிலிருந்து வந்துவிட்ட போக்குவரத்துக் கழக நிர்வாகியின் குரல் பயமுறுத்தியது.

''போலீஸ் வராம எடுத்திட்டுப் போகக்கூடாது பிறகு பல்லவன் தான் ஆக்ஸிடென்ட் பன்னிட்டான்னு எங்க பேர்ல பழி போடுவாங்க.''

''அதுக்காக குற்றுயிரும் குலையுயிருமா எவ்வளவு நேரத்துக்கய்யா வச்சிருக்கிறது?'' ஒருவர் கேட்டார்.

''இருங்க, நானே போலீசுக்கு சொல்லி ஏற்பாடு பண்றேன்.''

அந்த மாணவன் திருமாலை லேசாய்ப் புரட்டி முகத்துக்கருகில் குனிந்து கேட்டான், ''திருமால் எப்படியிருக்கு, என்ன செய்யுது?''

திருமால் லேசாய்க் கண்களைத் திறந்தான். மிக மெல்லிசாய். ''என்னாலே தாங்க முடியலே'' என்றான். பிறகு அவனுடைய சித்தப்பா வேலை பார்க்கும் கம்பெனியின் பேரைச் சொன்னான். ''அங்க எங்க சித்தப்பா இருப்பாரு. பகல் ஷிப்ட்தான். போன் பண்ணி வரச்சொல்லிடு.''

ஒரு மணி நேரம் ஓடியிருந்தது.சுய நினைவு கொஞ்சம் கொஞ்சமாய் அவனைவிட்டு விலகிக் கொண்டிருந்தது.

அவனுடைய சித்தப்பாவுக்கு போன் செய்து சேதியைச் சொல்லிவிட்டு மாணவன் அவசரம் அவசரமாக ஓடிவந்தான். அதற்குள் யாராவது வந்து, தன் நண்பனை ஆஸ்பத்திரிக்குக் கொண்டு போயிருக்க வேண்டும் என்று ஆசைப்பட்டான். அப்படி ஏதும் நடந்திருக்கவில்லை.

உதிரம் வெளியேறிக் கொண்டிருந்தது. உதிரத்தின் வழியே சன்னம் சன்னமாய் உயிரும் வழிந்து கொண்டிருந்தது. பல் கிட்டித்து, முகம் இறுக்கி சிறு, சிறு முனகலாக வேதனையை வெளிப்படுத்திக் கொண்டிருந்தான். தண்ணீருக்குள் கண் திறந்து பார்க்கையில் நீர் வழி தெரியும் மங்கலான காட்சிகள் போல் மங்கலாய் நினைவுகள் ஓடின.

தன்னை ஆசையாய்ச் சேர்த்துவிட்டுப் போன அப்பா, குக்கிராமத்தில் காட்டு வேலை செய்து வதங்கும் அம்மா, தனது கைகளில் வாழ்வை எதிர்பார்த்துக் காத்திருக்கும் தங்கச்சி எல்லோரும் வந்து மங்கலாய் மறைந்தார்கள்.

அவனுடைய நண்பன், ஒரு ஆட்டோ எடுத்துக்கொண்டு போக்குவரத்துக் காவல்நிலையத்திற்குப் பறந்தான். ஒரே ஒரு டிராபிக் போலீஸ்தான் இருந்தார். ''ஸார் அவன் எங்க காலேஜ் ஸ்டூடண்ட். சாகக் கிடக்கிறான். சீக்கிரமா அட்மிட் பண்ண ஏற்பாடு பண்ணுங்க.''

இரண்டு மணி நேரம் ஓடியிருந்தது. மனித உணர்வு கொண்டவர்கள் செயல்படத் துடித்தாலும், போலீஸ், வழக்கு, நீதிமன்றம் என்ற அதிகார அமைப்புகளின் எதிர்கால நடவடிக்கைகளைக் கண்டு பயந்தார்கள்.

போக்குவரத்துக் காவல் இன்ஸ்பெக்டர் , இரண்டு காவலர்களும் வந்தார்கள். பஸ் சக்கரங்கள் நின்ற இடம், பையன் விழுந்த இடம் ஆகியவைகளைக் குறிப்பதிலும் அளவெடுப்பதிலும் படு தீவிரமாய் இருந்தார்கள். விபத்து எந்த நேரம் நடந்தது என்று மும்முரமாய் விசாரித்தார்கள்.

''பையனக்கு தெரிஞ்சவங்க சொந்தக்காரங்க யாரும் உண்டா?''

திருமாலின் சித்தப்பா, நேரே விபத்து நடந்த இடத்திலேயே பையனைப் பார்ப்போம் என நினைக்கவில்லை. மருத்துவமனைக்குத் தான் கொண்டு போயிருந்திருப்பார்கள், எந்த மருத்துவமனை என்று தெரிந்து கொண்டு போகலாமே என்று வேகு வேகு என்று இளைத்துப் போய் ஓடி வந்தார்.

அவரும் மாணவ நண்பனும் போலீஸ்காரர்கள் எழுதிய குறிப்புகளின் கீழே கையெழுத்துப் போட்டார்கள்.

பக்கத்தில் இருந்த ஒரு பெரிய தனியார் மருத்துவமனையைக் குறிப்பிட்டு அங்கே உடனே கொண்டு போய் சேர்க்கலாம். எதிர்பாராத விபத்து நடந்தால், உடனே சேர்க்க வேண்டிய தனியார்

மருத்துவமனைகள் என காவல் துறை எழுதிவைத்திருந்த அறிவிப்புகளில் அதுவும் இருந்தது.

இன்ஸ்பெக்டர் மற்ற அதிகாரிகளுடன் ஏதோ கலந்தாலோசிப்பது தெரிந்தது. இந்த மாதிரி கேஸை, அங்கே கொண்டு போகக் கூடாது. இவர்களுக்கு செலவு தாங்காது. என்பது அவர் கருத்தாக இருந்தது. நேரே அரசு மருத்துவமனைக்குக் கொண்டு செல்ல உத்தரவிட்டார்.

சுயநினைவற்ற திருமால், வேனில் கிடத்தப்பட்டிருந்தான். சித்தப்பா அவனுடைய கன்னத்தைத் தட்டி, ''சித்தப்பா வந்திருக்கிறேன் பாரு'' என்றார். குரல் அடைத்தது. வெதுவெதுப்பாய் கண்ணீர்த்துளிகள் பையன் கன்னத்தில் விழுந்தன. மெதுவாக திருமால் கண்களைத் திறந்தான் ''சித்தப்பா'' என்று முணுமுணுத்தான். அவரது கைகளைப் பிடித்துக் கொண்டான். இந்த மூன்று மணிநேரமாய், மரணம் கொஞ்சம் கொஞ்சமாய் உள் புகுந்து கொண்டிருப்பதாய், உணர்ந்தான். சித்தப்பாவின் கையை இறுகப் பற்றிக் கொண்டு ''என்னை விட்டுப் போயிராதீங்க சித்தப்பா, என்னைப் பிடிச்சுக்கோங்க சித்தப்பா'' என்றான்.

அதிர்ச்சியில் உறைந்து போன சித்தப்பா அவனையே பார்த்தார். திருமால் என்னப்பா செய்யுது. குளிருதாப்பா'' அவன் கண்களை உற்றுப் பார்த்தார்.

பிள்ளையின் இளம் விழிகளில் ஜீவன் மங்கி மரண பயம் நிறைந்து தெரிந்தது.

அம்மா அப்பாவைத் தேடி, தான் பிரியப் போகும் எல்லோரையும் நினைத்து, நினைவு மங்கி, புரட்டிப் புரட்டி எடுக்கும் அலையில் மிதந்து உளற ஆரம்பித்தான். ''சித்தப்பா என்னை விட்டுட்டுப் போயிராதீங்க; என்னைப் பிடிச்சுக்கோங்க.''

ரத்தமெல்லாம் வெளியேறி வெகுநேரமாகிவிட்டதால் உடல் நீலம் கண்டுவிட்டது. கொஞ்ச நேரத்தில் ஜன்னி கண்டு வெட்டி வெட்டி இழுத்தது.

சாவதற்கு முன் அவன் தண்ணீர் கேட்டான்.

## 4

பிணவண்டி நேராக கிராமத்துச் சுடுகாட்டுக்குத்தான் போனது. வாத்தியார் ஒரு சொட்டுக் கண்ணீர் வடிக்கவில்லை. எல்லாம் முடிந்து, கொள்ளி வைக்கிறபோது மூடப்பட்ட முகத்தைப் பார்த்தபடி சொன்னார், ''டேய், ராசையா, பாத்தியாய்யா! பிள்ளைக அப்பனுக்கு கொள்ளி வைப்பாங்க. இங்க அப்பனை கொள்ளி வைக்கப் பண்ணிட்டாயே; எல்லாம் நேர் எதிரே நடக்க வச்சிட்டயே அய்யா.''

மூன்று நாள் இரவும் பகலும் யாருடனும் பேசாமல், நெஞ்சுக்குள் கிட்டித்து வைத்த சோகத்துடன் சும்மாவே படுத்துக் கிடந்தார். துட்டி (இழிவு) கேட்டு வந்தவர்கள் கூட துவண்டு போய் கிடக்கும் அந்த உருவத்தைப் பார்த்துக் கொஞ்சநேரம் அமைதியாய் உட்கார்ந்திருந்து விட்டு அவர்களாகவே நகர்ந்தார்கள். நாலாவது நாள் காலையில் எழுந்தபோது வலது பக்கக் கையும் காலும் சொன்ன பேச்சுக் கேட்கவில்லை. வலது பக்கம் முழுவதும் உணர்ச்சியற்று அசைக்க முடியாத தசைப்பிண்டங்களாய்க் கிடந்தன.

யாராவது அவரை சைக்கிளில் பின்னால் உட்காரவைத்துப் பள்ளிக்கூடம் கூட்டி வருவார்கள். அவருக்கென்று போடப் பட்டிருக்கும் நாற்காலியில் உட்காருகிறார். யாரையும் எந்த தொந்தரவும் செய்வதில்லை. வகுப்பில் பிள்ளைகளுக்கும் பாடம் நடத்துவதில்லை. அவருடைய கவனம் எல்லாம் இந்த உலகத்திலிருந்து எங்கோ அவர் தொடமுடியாத தொலை தூரத்தில் பதிந்து போய் இருக்கும். யாராவது கேட்கிற போது சுயநினைவில்லாத மங்கிய சிறு புன்னகை மட்டும் வெளிப்படும்.

பணியில் ஓய்வு பெற்று மூன்று ஆண்டுகள் ஆகி விட்டன. இப்போதும் நாள் தவறாமல் அவர் பள்ளிக் கூடம் வந்து போகிறார்.

# தொடக்கம்

மண்ணுக்குரிய மஞ்சனத்தி செடியும், முப்பது வருசங்களுக்கு முன் பசுமைப் புரட்சியில் அள்ளி வீசிய நீர்க்கருவைச் செடியுமாய் கண்ணுக்கெட்டிய தூரம் வரை வனாந்திரம். கம்பு, சோளம், பருத்தி, மல்லி என நவதானியம் விளைந்த பூமி. இவை அவ்வளவையும் ஒன்றுமில்லாமல் தின்றுவிட்டு நிமிர்ந்து கிடக்கிறது நீர்க்கருவை. சம்சாரி அல்லும்பகலும் பாடுபட்டு அனுசரணையாக வைத்திருந்த நிலத்தை யெல்லாம் ஒன்னும் இல்லாமல் ஆக்கிவிட்டது.

நீர்க்கருவை என்று நல்ல பேர்தான் வைத்தார்கள். கிராம வாழ்க்கைக்குப் புதிதாக வருகிற பொருளுக்கு அவர்களுக்குப் பெயர் காரணத்தோடு வைக்கத் தெரிந்திருந்தது. புதிதாக அந்தக் கரிசலில் பயிரிட மேல்நாட்டுப் பருத்தியை அறிமுகப்படுத்தியபோது லண்டன் பருத்தி என்றார்கள். அவர்களுக்குப் புரியாத ஆங்கில மொழி பேசிக்கொண்டு சிலர் வந்தபோது கெக்கரே புக்கரே பாஷை என்று பெயரிட்டார்கள்.

ஊருக்கு மேற்கே மழைக்காலத்தில் சின்னக் கண்மாயில் தண்ணீர் நிரம்பி நலுங்கு வழியாகப் பெரிய கண்மாயில் விழுந்தது; அதுதான் ஊர் முழுதுக்கும் குடிதண்ணீர்; ஊத்துத் தண்ணீர் தோற்றுப் போகும். இரண்டு கண்மாயும் ஒட்டிய தருமப் புஞ்சையில் (ஊர்ப் பொதுப் புஞ்சையில்) இந்த நீர்க்கருவை தானே முளைத்து, தானே வளர்ந்தது. ஒரே வருடம்தான். இரண்டு கண்மாயையும் குடித்து, ஒட்டச் சுரண்டி தளதளவென்று குதியாட்டம் போட்டது. கடல் மாதிரி கெத்கெத்தென்று தண்ணீர் இருந்த இடம் இப்போது வானமே பிளந்து பிரளயம்

வந்தாலும், குடிக்க ஒரு சொட்டுத் தண்ணீர் இல்லாமல் அவ்வளவையும் சுண்டி இழுத்து வற்ற வைத்துவிட்டது.

இந்த வனாந்திரத்துக்கும், கரிசல் மண்ணுக்கும் ஒவ்வாத நிறத்தில், வெள்ளை சொள்ளை உடையணிந்த ஒருவர் பஸ்சிலிருந்து இறங்கினார்.

அந்தச் சாலையின் இடது பக்கமிருந்து நிலத்தில் போய் நின்று நோட்டம் பார்த்தார்.

வலது புறம் கொஞ்சம் எட்டி ஊர். ஊருக்கு முன் எட்டாம் வகுப்பு வரையிலான இடைநிலைப் பள்ளி. அதை ஒட்டிப் புதிதாக முளைத்துள்ள சில வீடுகள். தொட்டால் தீட்டுப்பட்டு விடும் என்பது போல், தூரமாய் விலகி தாழ்த்தப்பட்ட மக்களின் குடிசைகள்.

பஸ் நிறுத்தம் ஒரு அரசமரம்தான். இரண்டு சாரைப் பாம்புகள் நட்டுக்க பின்னிப் பிணைந்தது போல், அரசமரமும் வேப்பமரமும் ஒன்றையொன்று முறுக்கிப் பிணைந்து வளர்ந்திருந்தன. வேம்பு கொஞ்சம் வளர்ச்சி கம்மியாய் கீழே நின்று விட்டது. வேம்புக்குக் குடை பிடித்தது போல், அரசு உயர்ந்து படர்ந்து விட்டது.

இயல்பான வளர்த்தியாய் இருக்க முடியாது. யாரோ வேலைமெனக் கெட்டு இரண்டையும் பிணைத்து, வெம்பாடுபட்டு உண்டாக்கியிருக்க வேண்டும். இரண்டு பாம்புகள் பிணையும் போது வேட்டியோ, துண்டோ, வெள்ளைத் துணியோ கொண்டு போர்த்தினால், தங்கப் பாளமாக மாறும் என்பார்கள். உண்மையோ இல்லையோ, அரசுக்கும் வேம்புக்கும் கீழே அந்த தேனீர்க் கடை தங்கமாய் சொரிந்தது. நாலு ஊருக்கும் பஸ் ஏறுபவர்கள், இறங்குபவர்கள் தேனீர்க் கடையில் கால் பதித்து விட்டுத்தான் பிறகு புறப்பாடு.

"இரண்டும் பிணைஞ்சி அவருக்குப் பச்சை (அதிர்ஷ்டம்) அடிச்சி விளாசுது" கடைக்காரர் முகத்துக்கு எதிராகவே சொல்லப்பட்டது.

பஸ்ஸிலிருந்து இறங்கியதும், பேர்பெற்ற இந்த பலகாரக் கடையில் கால் வைக்காமல், அங்குள்ள முக்கிய பிரமுகர்களைப் பொருட்படுத்தாமல், நேரே நடந்து போய் இடது புற நிலத்தில் ஒரு அசலான் கால் பதித்தது எல்லோருக்கும் ஆச்சரியத்தைக் கொடுத்தது.

தேநீர்க் கடைப் பெஞ்சிலிருந்து ரெண்டு பேர், என்னதான்னு வெசாரிச்சு வைப்போமே என்ற போக்கில் இறங்கி அவரைப் பார்த்து மெதுவாய் நடந்தார்கள்.

''ஐயா, என்ன பாக்குறீக?''

பேண்ட் சட்டை போட்டவருக்குக் கூடுதல் மதிப்பாகிவிட்டது. பதில் சொல்லாமல் அலட்சியமாய் ''அந்தா தெக்கோரம் இருக்கிற ரெண்டு வீடு யாருது?'' என்றார்.

''அது சக்கிலியங்க வீடு.''

''சரி அவங்க பேரு.'' அவர் தனது டைரியைப் பிரித்துக் குறித்துக் கொண்டார்.

ரோட்டின் மேற்புறம் இருந்த குடிசைகளைக் கண்களால் நோட்டம் விட்டு ''அது?'' என்றார்.

''அதுவும் அரிசனங்க வீடுதான்.''

தாழ்த்தப்பட்ட மக்களுக்காகக் காலனி வீடுகள் என்ற தொகுப்பு வீடுகள் கட்டிக் கொடுக்க ஏற்பாடு நடந்து கொண்டிருந்தது.

ஊரோடு இணைந்து, ஒட்டி, சாலை வசதி, குடிதண்ணீர், பள்ளிக்கூடம் போன்ற அடிப்படைத் தேவைகள் அவர்களுக்குப் பக்கத்தில் இருக்க வேண்டும். ஏற்கனவே அவர்கள் குடியிருக்கும் இடத்திற்குப் பக்கத்திலேயே கேட்டால் ஏற்பாடு செய்து கொடுக்க வேண்டும் என்று விதி இருந்தது. அவர்களுக்கான தொகுப்பு வீடுகள் கட்டிக் கொடுப்பதற்காக, நிலம் தேர்வு செய்யும் பொறுப்புள்ள கடமையைச் செய்வதற்காக இந்த வருவாய் ஆய்வாளர் அனுப்பப்பட்டிருந்தார்.

"ஐயா தாங்க யாருங்க?" என்ற கேள்விக்கு "ஆர்.ஐ," என்று அலட்சியமாய்ச் சொல்லிவிட்டு, ரோட்டைக் குறுக்காகக் கடந்து மேற்கில் தாழ்த்தப்பட்ட மக்களின் வீடுகளுக்கு நடந்தார், அந்த வருவாய் ஆய்வாளர்.

"இங்கே எத்தனை அரிசனங்க வீடு இருக்கும்?" அவர் கையில் தாள்களும், விவரங்களும் இருந்தன. இருந்தாலும் சரிபார்த்துக் கொள்வதற்காகக் கேட்டார். பின்னால் வந்த ஆள் சொன்னான்;

"ஒரு அறுபது, எழுபது குடும்பம் இருக்கும். குடும்பமார் முப்பது. சாம்பாக்கமார் நாப்பது, சக்கிலியங்க ஒரு பத்து மொத்தம் எண்பது தேறும்."

ரோட்டின் கீழ்புறம் வாகாக அமைந்திருந்த இடத்தை சர்வே எண் 307/8 என்று ஆர்.ஐ. குறித்துக் கொண்டார். அதற்குப் பாத்தியமான பட்டாதார் பெயர்களைக் கவனமாக எழுதினார். தாழ்த்தப்பட்ட மக்களிடமே நேரில் அவர்களுக்கு வீடு கட்டிக் கொடுக்க இந்த இடம் அவர்களுக்குச் சம்மதம்தானா என்று கேட்டு ஒப்புதல் பெற்றார். இந்த விசயத்தில் எழுபது நாட்களுக்குள் நிலம் கையகப்படுத்தப்படும் வேலையை முடித்துவிட வேண்டும் என்றிருந்தது.

மரத்திற்குக் கீழே கூரை போட்ட சிறு மடம். மடத்திலும் கடையிலும் உட்கார்ந்திருந்தவர்களின் முகங்கள் ஒரு மாதிரியாய் ஆகின.

'எவ்வளவு பெரிய ஆளா இருந்தா என்ன? ஊர் வழக்கத்தை விட்டுட்டு நேரா பறைக்குடிக்குப் போறானே?'

"அவனும் அதுவா இருப்பான்." அந்த மதிப்பிடே, அவர் மீதான கோப உற்பத்திக்கு காரணமானது.

"இங்கே கிராமப் பெரியவங்க, வாத்தியாரு எல்லோரும் தானே இருக்காங்க?"

"நாங்கள்ளா மனுசனா தெரியலையாக்கும் பொட்டியாருக்கு?" இளக்காரமாய்ப் பார்த்தார்கள்.

ஒரு அரசாங்கத்தின் விதிகள், ஒரு ஊரின் பழைய விதிகளுக்குக் கட்டுப்பட்டதாக இருக்க முடியாது.

ஆர்.ஐ. தேநீர்க் கனைய வந்தடைந்ததும் பின்னால் திரும்பிப் பார்த்த வேளையில் ஊரின் கட்டுப்பாட்டு விதிகளே ஆட்சி செலுத்தி வருகின்றன என்பது அப்பட்டமாய்த் தெரிந்தது; அவருக்குப் பின்னாலே வந்து கொண்டிருந்த தாழ்த்தப்பட்ட மக்கள், தேநீர்க் கடை நெருங்கியதும் பிரேக் அடித்து தூரமாய் நின்று கொண்டார்கள். தனது எல்லைக்குள் வேற்று நாய் வந்ததும் முறைத்துக் கொண்டு பாயப்போகும், நாய்களைப் போல், மரத்தடியிலும் கடையிலும் உட்கார்ந்திருந்தவர்கள் சினாய்த்துப் பார்த்தார்கள்.

''ஐயா வாங்க என்ன சாப்டுறீங்களா? அவரு வந்தா ஜீப்பில் வந்திருப்பார். இந்த வேணாத வெய்யில்லே வந்திருக்கீங்க.''

''அப்படி இருக்கு அவங்க பொழைப்பு. அவுகளும் நம்மளை மாதிரி, உழவு கட்டியிலே தீப்பத்துற வெயிலிலே அலையணும்னு விதிச்சிருக்கு. எல்லாம் இந்த செல்லப் பிள்ளைக்களுக்குத்தான்'' என்றார் ஒருவர்.

ஊர்ப் பெரிய மனிதர் ஆர்.ஐ. யிடம் மெதுவாய் சொன்னார்;

''இங்க இந்த ஊருக்குள்ளே, எல்லோரும், ஒன்னுக்குள்ளே ஒன்னா ஒத்துமையா இருந்து வர்றோம். பல சாதி இருந்தாலும், எல்லாம் ஒரு கட்டுப்பாட்டுக்குள்ளே இருக்குது. நீங்க நல்லது செய்றேன்னு ஏதாவது ஏடாகூடமா செய்து வீணா மல்லுக்கட்டு நடக்க வச்சிராதீங்க. ஏன்னா, இப்ப நாடெங்கும் சாதித் தீபற்றி எரியுது. எங்கவும் ஒரே வெட்டு, குத்துன்னும் சொக்கப்பனை கொளுத்துறானுக. தீ வைப்பு அது இதுன்னு சண்டைக் காடா கிடக்கு. இப்ப இங்க நாலைஞ்சு கிராமங்கள்தான் ஒழுங்காய் போய்க்கிட்டிருக்கு.''

அந்தப் பெரிய மனிதர் மிக நிதானமாக அமைதியாக கடைசியாய் சொன்ன சொல், எச்சரிக்கையாக வந்தது. ''வீணா சண்டையாக்கிராதீங்க, பார்த்துக்கோங்க. ஏதொன்னுக்கும் ஊர்க்கார பெரியவர்களை கலந்துகிட்டுச் செய்ங்க.''

ஆர்.ஜ. பஸ் ஏறுமுன் பெரிய மனிதரிடம், "நீங்க ஆபீஸ்ல வந்து நாளை பாருங்க" என்று சொல்லிவிட்டு, பஸ்ஸுக்குள் மறைந்தார்.

## 2

ரொம்ப நாள் நீர் காணாது வாட்டம் கண்ட செடி போல் அவர் குக்கிப் போய் நின்றார். அவர் கூனிக் குறுகி நின்ற தோற்றத்தைப் பார்த்தால், அவர் ஒரு விவசாயி என்பது தெரியும். அதுவும் கால ஓட்டத்திற்கு ஈடாக ஓடமுடியாத பொழப்பத்த விவசாயி. எதிரே அமர்ந்திருந்தவரின் கர்வமான தோரணையைப் பார்த்தால், அவர் அதிகாரி என்று துணுக்காகத் தெரிந்தது.

"எனக்கு ஓரனேர் விவசாயம் நாலு ஏக்கருக்கும் குறைச்சல்."

"அதுக்கென்ன?"

"நமக்குத் தாங்காது ஐயா ரெண்டு பையங்க உண்டு பார்த்துக்குங்க."

"ரெண்டு பையங்களுக்கும் என்ன உத்தியோகம்?"

"மதுரையில பலசரக்குக் கடை வேலை."

பலசரக்குக் கடை என்ற வார்த்தையை அதிகாரி பிடித்துக் கொண்டார்.

"பலசரக்குக் கடைன்னா சாதாரணமா? ரெண்டு தாசில்தார் வருமானத்துக்கு சமானம். அதெல்லாம் பாத்துத்தான், இந்த நிலத்தை காலனி வீடுகள் கட்டுறதுக்கு எடுத்துக்கத் தீர்மானிச்சோம். நாங்களும் எதை எடுக்கறது, எடுக்கக்கூடாதுன்னு தெரிஞ்சுதான் முடிவு செய்வோம். ரெண்டாவது, அரிசனங்களுக்கு நிலத்தை எடுக்கணும்னு முடிவு செஞ்சா, யாராலயும் நிறுத்த முடியாது. சுப்ரீம் கோர்ட்டே தீர்ப்புச் சொல்லியிருக்கு."

வேரிலிருந்து சுரக்கும் பால் கிளைகளுக்குத் தாவி, கிளைகள் வழியாக காய்களுக்கு உள்சென்று மஞ்சள் நிறத்தில் பழமாக மாற்றம் பெறுவது போல் பாவப்பட்ட மக்களின் வாழ்வு முகத்தை நிறம் மாற்றி

விடுகிற ஜீவரசம் இந்த அதிகாரிகளுக்குள்ளே ஓடுவதாகத் தெரியவில்லை.

அவர்கள் படித்த பிறகு, ஒரு மரியாதை தேடும் பொருட்டாகவோ, இட்டு நிரப்புவதற்கோ, வேலைக்கு வந்தவர்கள் என்று எவராவது சொன்னால் அப்பட்டமான தப்பாகும். பள்ளத்தில் விழுந்து அபயக்குரல் எழுப்பும் நைந்ததுகளை, கைதூக்கி விடும் பொருட்டு அனுப்பப்பட்ட மீட்பர்கள் என்று அவர்கள் நினைப்பதாகச் சொன்னால் தப்பில்லை.

பல நேரங்களில், அவர்கள் தங்களின் தீர்க்கதரிசனத்தை வெளிப்படுத்த வேறொரு மொழியைப் பரிமாறிக் கொள்வார்கள். அது அதிகாரத்திலிருப்பவர்களுக்கான மொழி. ஏற்கனவே அதிகாரத்திலிருந்தவன் இவர்களை அடிமையாக வைத்திருந்தபோது உச்சரித்த மொழியை இவர்களிடம் கொடுத்துவிட்டுப் போனான். அந்த மொழியை அவர்களிடமிருந்து பிடுங்கிவிட்டால், மக்களுக்கு எல்லாம் என்றும் பயம் வந்தது. அந்த மொழி மக்களுக்குத் தெரிந்து போனால் சாதாரண சனங்களுக்குச் சமமாக ஆகிவிடுவோமோ என்று உள்ளூர நடுங்கினார்கள். எனவே அந்த அதிகாரி இன்னொரு துணை அதிகாரியிடம், அந்த ஏழை விவசாயிக்குப் புரியாத மொழியில் நீண்ட நேரம் ஆலோசனை செய்தார். அவர்களின் சைகை மட்டும் கல்வியறிவற்ற அந்த அப்பிராணி விவசாயிக்கு அதுதான் சம்பந்தப்பட்ட விசயம் எனப்பட்டது.

''பக்கத்திலேயே பண்ணை நிலம் இருக்கு. பெரியமிராசு - அதிலே எவ்வளவு எடுத்தாலும், அவருக்கு ஒன்னும் குறையாது ஐயா'' என்றார் அந்தப் பெரியவர்.

''அதை அரிசனங்கள்ல பெரியவரே சொல்லணும். அவங்க கையைக் காட்டி இந்த நிலம்தான் வேணும்னு சொல்றாங்க. அவங்க கையைக் காட்டுனா அரசாங்கம் கையெழுத்துப் போட வேண்டியதுதான். அரிசனங்க செல்லப்பிள்ளைகளாச்சே.''

பா. செயப்பிரகசாம் 69

''ஆர்.ஐ. குறிச்சிட்டு வந்ததிலே அந்தப் பண்ணை நிலத்தையும் குறிச்சிருக்கிறதா சொல்றாங்க. ஏன்னா அது தோதான இடம்'' என்று கெஞ்சினார் பெரியவர்.

''வர்ற வெள்ளிக்கிழமை ஆர்.ஐ. அளக்கிறதுக்கு வர்றாரு. அரிசனங்களை ஒங்க இடம் வேண்டாம், வேற இடம் வேணும்னு கேக்கச் சொல்லுங்க பெரியவரே. அதுதான் உள்ள வழி வேற வழி எங்களுக்கும் தெரியலே'' என்றார் அதிகாரி.

3

''முதல்லே நீர் குறிச்சிட்டுப்போன பட்டா நம்பர் என்ன? பெரிய பண்ணையோட நிலந்தானே?''

''நா அதைத்தான் குறிச்சிக் கொடுத்தேன்.''

''அப்படிக் கொடுத்தீர்னா, தாசில்தார் ஆபீஸ் போனவுடனே, பட்டா நம்பர் சடக்னு மாறிக்கிருச்சே, எப்படி?''

''அது ஒங்களுக்குத் தேவையில்லாத கேள்வி.''

நில ஒதுக்கீடு சம்பந்தமாய் மறுபடியும் வந்த அதே ஆர்.ஐ.யை மறித்துக் கொண்டு அந்தக் கிழவரின் இரண்டு மகன்கள் கேட்டார்கள். இதற்காகவே அவர்கள் மதுரையிலிருந்து காலையில் வந்திறங்கியிருக் கிறார்கள்.

''என்ன? நடு ரோட்டிலை வைச்சி மடக்கிட்டு? போங்கய்யா'' என்றார் ஆர்.ஐ. எரிச்சலாக.

''எங்களுக்குரியதைதான் கேட்கிறோம். அடுத்தவன் நிலத்தைப் பங்கு கேட்டமோ? அல்லது பட்டா வாங்கித்தர்றேன், மனை வாங்கித் தர்றேன்னு பணத்தை மொங்கான் போட்டமா?''

உண்மையின் மீது நெருப்புப் படும்போது அதிகாரிகளுக்குச் சர்ரென்று கோபம் மேலே வருகிறது.

''இப்ப நீங்க தகராறு பண்றதுன்னே வந்திருக்கிறீக. நீங்க செய்றது நல்லால்லே. பிறகு வம்புதும்பாகிப் போகும்.''

இந்த மாதிரி வம்படி, வழக்கடிகளை நிறையப் பார்த்திருப்பதாகவும், இந்த மிரட்டலுக்கெல்லாம் வேற ஆளைப்பாரு என்றும் சொன்னார்.

"ஆமா, தகராறு பண்ணிப் பாத்தர்றதுன்னு தான் வந்திருக்கோம். முடிவு தெரிஞ்சாகணும்" என்றார்கள் பையன்கள். சின்னவன் ஆவேசமாகக் குதித்தான். "நீ அரிசனங்ககிட்டே பணம் வாங்கலே? ஒவ்வொரு மனையடிக்கும் 200 ரூபா வாங்கி, வாயில் போட்டுக்கலே? 200 ரூபா வச்சாத்தான், சரிபார்க்க ரேசன் கார்டை வாங்கிட்டுப் போவேன்னு சொல்லலே?"

வீட்டு மனை ஒதுக்கீடு செய்ய ரேசன் கார்டுதான் ஆதாரம். இந்தச் செய்திகளெல்லாம் இவர்களுக்கு எப்படிப் போனது; முகம் பேயறைந்தது மாதிரி நின்றார் ஆர்.ஐ.

"அதை ருசுப்படுத்தீரு, பார்ப்போம்?" என்றார்.

"அதான் வாங்கி, ஏப்பம் விட்டாச்சே? சேரிக்காடெல்லாம் மணக்குதே நீர் விட்ட ஏப்பம்?"

ஆனால் நிலம் கையகப்படுத்துவதோ, புறம்போக்கு நிலம் பட்டா செய்து கொடுப்பதோ, இது போன்ற காரியங்கள் எந்த மட்டத்தில் தீர்மானிக்கப்படுகின்றன என்பது அந்த இளவட்டங்களுக்குத் தெரியாமல் போனதுதான் பரிதாபம். அதுதான் ஆர்.ஐ.யின் சிந்தனையோட்டத்திலும் ஓடியபடி இருந்தது. அவர்களைப் பார்த்தான்.

நூறு ஏக்கர் புஞ்சை கொண்ட பெரிய புள்ளி ஒருவரது நிலம்தான் எல்லாவற்றுக்கும் பொருத்தமாக இருக்கிறதென்று முதலில் ஆய்வு செய்யப்பட்டு, அவருக்குத் தகவல் போய், பிறகு மேல்மட்ட அளவில் பல விசயங்கள் கைமாறி, அந்த நிலத்துப் பட்டா எண் நீக்கப்பட்ட திரைமறைவுக் காட்சிகள் அவர்களுக்குத் தெரிய நியாயமில்லை.

தனக்கு ஆதரவாய் யாராவது வருகிறார்களா என ஆர்.ஐ.யின் கண்கள் அலைந்தன. சேரியிலுள்ளவர்கள் தூரத்தில் நின்று கவனித்துக் கொண்டிருந்தார்கள்.

பா. செயப்பிரகாசம்

இப்போது சின்னவனைத் தள்ளிக்கொண்டு பெரியவன் முன்னாடி வந்தான்.

ஒரு பலசரக்குக் கடையின் உள்வெக்கையிலும், புழுக்கத்திலும் கடை ஏறினால் இரவு பத்து மணிக்குத்தான் கடையிலிருந்து இறங்கினார்கள். அவித்தெடுக்கும் இந்த வாழ்க்கைக்கு உள்ளும் இருக்க முடியாமல், வெளியேறவும் முடியாமல் தத்தளிக்கும் கூட்டத்தில் அவர்கள் இருந்தார்கள். கைக்கும் வாய்க்குமாய் நொம்பலப்படுகையில், உண்ணாமல், திங்காமல் சொந்தச் சொத்தானது ஊர்க்காரனுக்கு தாரைவார்க்கப்படுவது எவராலும் தாங்க முடியாதுதான்.

''ஓம்ம சட்டம் என்ன சொல்லுது? நீங்கள்ளாம் சட்டம் தெரிஞ்ச துரைகள்? புஞ்சைன்னா அஞ்சு ஏக்கர், நஞ்சைன்னா ரெண்டரை ஏக்கர் இருக்கிற விவசாயிககிட்ட நிலம் எடுக்கக்கூடாதுன்னு இருக்கில்ல?''

''நீங்க எதிர்ப்புத் தெரிவித்திருக்கணும். எதிர்ப்பு மனுகொடுத்திருக்கலாமே?''

''மசிரு மனு. சட்டத்தில் அப்படியொரு விதி இருக்குன்னு நீருல்ல சொல்லணும்? எல்லாத்தையும் கமுக்கமா முடிச்சிட்டு ரூல்ஸ் பேசுறீரா? ரூல்சு?''

''அதான் நாலு எழுத்து வாசிக்கத் தெரியணும். பேப்பர்ல அறிவிப்பு போட்டிருந்தோமே?''

அந்த ஒரு சொல் அவர்களின் பரம்பரையின் இயலாமையை பாவப்பட்ட தங்களின் நிலையை அவமானப்படுத்தியதாகப்பட்டது. ஓங்கி ஆர்.ஐ.யின் மார்புச் சட்டையைப் பிடித்து நெட்டித் தள்ளினான் சின்னவன். தூரமாய் நின்றிருந்த தாழ்த்தப்பட்ட மக்கள் சிலர் பக்கமாக வந்தார்கள். பொய்லான் மகன் புவனேந்திரன் கேட்டான்;

''அப்ப எங்களுக்கு வீட்டு இடம் கெடைக்கக்கூடாதுங்கறீங்களா?''

''வாடப்பா பங்காளி! பங்காளி சண்டைக்கு வர்றயாக்கும்?''

''அவரு யாரு? எங்களுக்காகத்தான் வந்திருக்காரு?'' என்று ஆர்.ஐ.யைக் காட்டிச் சொன்னான் இன்னொரு ஆள்.

''பேச்சு ஒங்களுக்கும் எங்களுக்கும் இல்ல. இந்தப் பயலோடதான் எங்களுக்குப் பேச்சு.''

ஏற்கனவே கந்தகமும் பாஸ்பரசும் கலந்து இடித்து, கெட்டித்து வைக்கப்பட்டிருந்த மருந்துக் கிடங்கில் தீப்பற்ற இந்த ஒரு சொல் போதுமானதாக இருந்தது.

வானம் முட்டப் புகையும் தீயும் மேலெழும்ப அவலக்குரல்கள் திசையெங்கும் வெடிக்க ஒரு ரத்தக்காடு விளைவதற்கான தடம் தெரிந்தது.

# சிறை மீட்பு

யுத்தப் புயலால் சூறையாடப்பட்டு அங்கங்கே, நின்ன நின்ன இடத்தில் செத்துச் செத்து விழும் முகங்களில் ஒரு முகமாகத் தெரிந்தாள். மேலே பெரிய மண்டை; முகம் என்று சொல்லப்பட்டதில் பல் மட்டும்தான் தெரிந்தது. பள்ளத்தில் இரண்டு கண்கள்; முகத்திற்குக் கீழே புடவை மூடியிருந்த கூடு.

எனக்குத் தெரிந்த முகம். அந்த எலும்புக் கூட்டுக்குள் ஒளிந்து கொண்டிருப்பதை அடையாளம் காண முயன்றேன்.

சுற்றிலும் இயற்கை ஒரு கனவுலகத்தை வரைந்திருந்தது. தலைப்பிரட்டு பிடித்த மனுசக் கழுதை எவ்வளவு செய்தும் அழிக்க முடியாத கனவுலகம்.

தனக்குள்ளிருக்கும் மிருகத்தை மறந்துவிட்டு ஒவ்வொருவனையும் கிச்சு கிச்சு மூட்டி, புல்லரிக்கச் செய்யும் சாரல். உச்சி மழை ஒரு சொட்டுப் போட்டாலே ஒதுங்கும் இந்த ஜீவராசிகள் சாரலில் சந்தோசமாய் நனைகிறார்கள் - குதியாளம் போடும் பிள்ளைகள், மொது, மொதுவென்று கொட்டும் தண்ணியில் மேனி சிலிர்க்கும் பெண்கள்; ஓய், ஓய் என்று விசாரமாய்ச சத்தம் போடாமல் ஆண்களுக்கு அருவியில் குளிக்கத் தெரியாது. அசிங்கமாய் ஜட்டி போட்டுக்கொண்டு, அசிங்கமாய் பெண்கள் கூட்டத்தைக் கண்களால் ஊடுருவிக்கொண்டு, அருவிக்குள் பாதியும், வெளியில் பாதியுமாய்.

அந்த அருவியின் கரையில் எனக்குத் தெரிந்த உருவத்தை அடையாளம் காணப் பெரும் பிரயத்தனம் பண்ணினேன். எரிந்த கரிக்கட்டை மாதிரி உதடுகள், எல்லோரையும் தனது புன்னகையால்

ஈர்த்த கனியும் உதடுகள். அந்தக் கரிக்கட்டைக்குள் முன்னெப்போதோ இருந்திருக்க வேண்டும். அந்தப் புன்னகையும், இடது உள்ளங்கை விரல்கள் மேல் வலது கை நடுவிரலையும், நாலாவது விரலையும் ஒயிலாய் வளைத்து வைத்துச் சிரிப்பதும் அடையாளங்கள்.

அந்த எலும்புக்கூட்டுக்கு என்னை அடையாளம் தெரிந்திருக்க வேண்டும். ''பெரியப்பா'' என்று ஏதோ லேசாக உதடு அசைந்தது போல் தெரிந்தது. ''மலர்விழி!'' என்று ஆச்சரியத்தால் உச்சரித்தேன்.

அந்த உச்சரிப்பு பெரிய தீமையை உண்டாக்கிவிட்டது. அவளை சுற்றியிருந்தவர்கள் உஷாரானார்கள். ஒருத்தி மாமியார். இன்னொருத்தி நாத்தனார். அருவியில், சாரலில் நனைந்தாலும் அந்த முகங்களில் குளுந்த வார்த்தை எதுவும் எழுதப்படவில்லை. இரண்டு தோள்களுக்குக் கீழே கைகொடுத்து வளைத்து, ஒரு கைதியைத் தள்ளிக்கொண்டு போவது போல, அவளை இழுத்துப் போனார்கள்.

''சவத்தை இழுத்திட்டுப் போய் தண்ணியில தள்ளுங்க'' பக்கத்திலிருந்தவன் சொன்னான். அந்த அதிகாரம் கணவன் என்று அடையாளம் சொன்னது.

இழுத்துக் கொண்டு போகும் வேகத்தில், நேரே அருவியில் கொண்டு போய் அழுத்திக் கொன்று விடுவார்கள் போல் தெரிந்தது. இப்படிக் கையாள்வதில் நிறையப் பயிற்சி பெற்றவர்கள் போல் தென்பட்டார்கள். என்னுடைய பார்வையிலிருந்து அவளை அகற்றுவது நோக்கமாக இருந்தது. காலை தரையில் அழுத்தமாக ஊன்றி, உடன் வர 'மக்கர்' செய்த அவளை, கணவன் மொட்டைத் தரையில் தட்டி முன்னே தள்ளினான்.

மிரண்டு அவர்களுடன் பின் நடந்த என்னைப் பார்த்து அவன் சொன்னான். ''சித்த சுவாதீனம்'' அவளை அருவிக்குள் உள்ளிழுத்துக் கொண்டு மறைந்தான்.

குற்றாலக் குன்றுகளில் அடிவாரத்தில், மரவள்ளிச் செடிகள், அதன் உச்சியை அணைவாய் தடவி விட்டபடி பப்பாளி மரவரிசை. அவைகளின் தோளுக்கு அளவெடுப்பது போல் வாழை வரிசைகள்.

பா. செயப்பிரகாசம் 75

அரிநெல்லி, வாதா மரங்கள், மேல் தலைகுனிந்து பார்க்கும் தென்னை. எல்லோருக்கும் பாதுகாப்பாய் நான் என்றபடி நிழல்பரப்பும் உயர்ந்த தேக்கு மரங்கள். சாரலில் நீராடுவது; மஞ்சள் வெயிலில் உலர்த்துவது; பிறகு நீராட்டு, மஞ்சள் பூச்சு, நீராட்டு, பூச்சு என தேக்கங்கன்றுகள் மேனி தகதகப்புக் கூடிவிட்டது.

தேக்கு இன்னும் பூக்கவில்லை. செங்கொன்றைகள் பூத்துச் சொரிந்தன. நல்ல சீசன் என்றால் "செங்குன்றை பூக்கணும்; தேக்கு பூக்காது."

2

குற்றாலச்சாரலிலும் இயற்கையிலும் கள்வெறி கொண்ட மனிதன் என்ன செய்திருப்பான். குளிர்ந்த மூலிகை நீரின் முயக்கம், எல்லையற்ற இன்ப வெளியில் மனசை மிதக்கச் செய்யும். அது வெறும் நீர் அல்லவே. படுவது உடல் மேல்தான் என்ற போதும் உயிர், உணர்வு, ஒவ்வொரு அணுவிலும் நுழைந்து, தொடுகிறது; தொடுகிறபோது, நமக்குள் கிடக்கும் கல் உயிர்கொண்டு எழுகிறது.

மனசை இலவம் பஞ்சு போல் பறக்கவிட்டு, தனியே கிடந்த உடம்பை லேசாகத் தூக்கம் வருடியபோது பக்கத்து அறையில் மடார் மடார் என்று சுவரில் மோதும் சத்தம் கேட்டது.

"என் தங்கச்சியைக் குத்தம் சொல்லுவியாடி? குத்தம் சொல்லுவியாடி?"

பழையபடி மடார் மடார் என்று மோதல், ஈரக்குலை நடுங்கிட எழுந்தேன்.

"என்னைய அடிக்காதீங்க மாமா, என்னைய அடிக்காதீங்க. நா செத்திடுவேன்!" ஈனக்குரலில் அலறல்.

"செத்துப்போடி, செத்துப்போ. என் தங்கச்சியை ... என் தங்கச்சியை சொல்லுவியாடி? அவளுக்கு கொடுத்தா ஒனக்குக் கேக்குதா?" என்று சொல்லிக் கொண்டே அடித்து உதைத்த சத்தம் தொடர்ந்து வந்தது.

உடலும் மனமும் அதிர்ந்து, நடுநடுங்கிட கூர்ந்து கேட்டேன். ஐயோ என்னைக் கொல்லாதீங்க, மாமா என்னைக் கொல்லாதீங்க!'' செத்துக் கொண்டிருக்கும் ஒரு குஞ்சின் கிய்யா கிய்யா கத்தலாக அந்தப் பெண்ணின் அலறல் தொடர்ந்தது.

''அந்த ஆளோட ஒனக்கு என்னடி பேச்சு? அவன் யாருடி? யாருடி, யாருடி?'' ஒவ்வொரு சொல்லுக்கும் அவன் உதைத்தான். அந்த அலறல் நிச்சயமாகப் பக்கத்து அறையிலிருந்தவர்களை விழித்தெழச் செய்துவிடும். ''சத்தம் போடாதடி; சத்தம் போட்டே கொன்னுருவேன்'' அதற்கும் அடித்தான்.

மங்கு மங்கு என்று குத்தும் சத்தம்; ஓயாமல் எவ்வளவு நேரம்தான் அடிக்க முடிகிறது அவனால்?

''தெரிஞ்சவங்க யாரைக் கண்டாலும் பேசக்கூடாதுன்னு சொல்லியிருக்கேனில்லே?''

''தெரியாமப் பேசிட்டேன் மாமா, விட்ருங்க மாமா, என்னைய விட்டுருங்க மாமா!'' வறண்ட கத்தல்.

கீழிருக்கும் விடுதி அலுவலகத்திற்குப் போன் செய்தேன்.

''பத்தாம் எண் அறையில் யார் இருக்கிறார்கள்'' ஒரு கட்சியின் பெயரைச் சொல்லி அதன் நாடாளுமன்ற உறுப்பினரின் பெயரை அவன் சொன்னான். அவர் பெயரில் அறை போடப்பட்டிருப்பதாகச் சொன்னான்.

''பார்த்தால் எம்.பி. மாதிரி தெரியலை. இன்னும் கொஞ்ச நேரத்தில் ஒரு கொலை நடக்கும் போல் தெரிகிறது. ஏதாவது ஏடாகூடமாய் நடந்துவிட்டால் என்ன செய்வது? யாரையோ போட்டுக் கொல்கிற சத்தம் கேட்கிறது. பக்கத்து அறைகளில் இருப்பவர்கள் பதறிப்போய் இருக்கிறார்கள்.''

வரவேற்பில் இருந்தவன், ''அந்த எம்.பி.யின் பரிந்துரையின் பேரில்தான் அறை கொடுக்கப் பட்டிருக்கிறது. அவர் பெயரில் யார் யாரோ வருவார்கள், போவார்கள். எது நடந்தாலும் நீங்க

பா. செயப்பிரகாசம் 77

கண்டுக்கிராதீங்க. நீங்க பேசாம தூங்குங்க'' என்று சொன்னான். இது போன்ற நிகழ்ச்சிகள் ஏகப்பட்டது அங்கே நடந்திருக்கலாம். என்னுடைய படபடப்பு, பயம் அவனது உணர்ச்சியைத் தொடவில்லை. அவன் சாதாரணமாய்ச் சொன்னான்.

அறையிலிருந்து வெளியே வந்தேன்.

அதே சமயத்தில் இடப் பக்கத்து அறையிலிருந்தவரும் வெளியே வந்தார்.

''ஸார் ரொம்ப நேரமா பக்கத்து அறையில் ஒரு பெண்ணை அடிக்கிறதும் குத்தறதும் அலறலும் கேட்குது. கேட்டுப் பார்க்கலாம்'' என்றேன். அவரும் ''ஒரே கத்தலா இருக்குதே'' என்றார்.

பக்கத்து அறையைத் தட்டினோம். தட்டப்பட்டதும் சட்டென்று எல்லாம் அடங்கியது. கொஞ்ச நேரம் எந்த அரவமும் இல்லை. மறுபடி தட்டினோம். அப்போதும் சத்தம் வெளிவரக் காணோம். கதவை ஓங்கி உதைத்தேன். கொஞ்ச நேர இடைவெளிக்குப் பின் அறையிலிருந்தவன் மெல்லக் கதவைத் திறந்தான். ஒருக்களித்த கதவுக்குள் உள்ளே இருந்தபடியே''என்ன?'' என்று கேட்டான்.

அருவிக்கரையில் பார்த்த கடூரமான அதே முகம். சோமாலிய நாட்டு எலும்புக்கூடு போல் தெரிந்த அந்தப் பெண்ணின் கணவன். அப்படியானால் உள்ளே இன்னும் இரு பெண்கள்; அவர்களுடைய ஒப்புதலுடன் இந்த நரகத்தின் தண்டனைகள் நிறைவேறுகின்றன. நாங்கள் கூப்பிட்டதும் அந்த மனிதன் கோபத்தையும் வெறியையும் கொஞ்சம் அப்புறப்படுத்திக் கொண்டு வந்திருப்பது தெரிந்தது.

''இங்கே என்ன நடக்குது? ஒரே கொலைகாரச் சத்தம்?''

''ஒன்றும் இல்லை, ஒன்றும் இல்லை'' ஆங்கிலத்தில் பதிலளித்துக் கொண்டே கதவை மூட முயன்றான். கதவை ஒரு காலால் தடுத்து நிறுத்தியபடி நான் கத்தினேன். ''இனிமே சத்தம் கேட்டது. பிறகு நீ ... நீ இல்லே. நேரே போலீஸ் வரும்.''

முகத்தில் தெரிந்த கோப அக்கினி, அவனைப் பயமுறுத்தியிருக்க வேண்டும். இப்போது அவன் தனியாக இருக்கிறான்.

ஒரு மாதிரியாக மிரண்டபடி, ''சரிங்க, சரிங்க'' என்று கதவை மூடினான். பிறகு இரவில் அமைதி மட்டுமே. அந்த அமைதிக்கு ஊடாக தொலைவிலிருந்து கொட்டும் அருவியின் சத்தம் மட்டுமே.

தூக்கமும் விழிப்புமற்ற மனதில் நினைவுகளின் சத்தம், நிசப்தமான கால இடைவெளியில், பகல் இரவுகளைத் தாண்டி, பத்தாண்டுகளுக்கு அவளைக் கொண்டு வந்து நிறுத்தியது.

''இவ மலர்விழி, ஒன்றுவிட்ட தங்கைபெண். பேங்கில் வேலை செய்கிறாள்'' என்று மங்களா அறிமுகப்படுத்தினாள். அப்படியே ''இவர் என் அக்கா வீட்டுக்காரர்'' என்று என்னையும் அந்தப் பெண்ணுக்கு அறிமுகம் செய்தாள். அந்தப் பெண்ணுடன், வங்கியில் வேலை பார்க்கும் சிநேகிதியும் கூட இருந்தாள். ''மலர்விழியோட தங்கை; பேர் கயல்விழி. ரெண்டு பேரும் ஒரே மாதிரி இருப்பாங்க. அவ எம்.எஸ்.சி. படிச்சிக்கிட்டிருக்கா.'' முகம் பூராவும் குளுமை. குளிர்நீரில் அலைபாயும் கண்கள். ஒரு அலுவலகத்தில் சேர்ந்த பின்னும் இதயத்தின் தணுமையை இழந்துவிடாத பெண்; மறைந்தும், மறையாமல் தொப்பூழ் தெரியும்படி சேலையை கொஞ்சம் சறுக்கிக் கட்டியிருந்தாள். தன்னழகில் சுய நேசிப்புள்ள பெண் எனத் தெரிந்தது.

''சாப்பிட்டுப் போம்மா!'' மங்களம் சொன்னாள்.

முன்நேர இரவு. சாப்பிடுவதற்குச் சரியான காரணம் உண்டு.

''இல்லை வேண்டாம், வீட்டுக்குப் போயிடறேன்.'' மறுத்தாள் அந்தப் பெண். ''அப்படியெல்லாம் சொல்லக் கூடாதம்மா. ரெண்டு பேரும் சாப்பிட்டுப் போங்க'' என்று சகலர் அதட்டுப் போட்டார்.

''உணவுக் கட்டுப்பாட்டில் (டயட்) இருக்கா போலிருக்கு. நீ ஒண்ணும் மறைக்க வேணாம். பாத்தாலே தெரியுது.'' மங்களா சொன்னதற்கு அந்தப்பெண் வெட்கத்தில் குழைந்தாள்.

''அதெல்லாம் இல்ல சித்தி. செஞ்சி வச்சிட்டுத்தான் வந்தோம். போய் தோசை வார்க்க வேண்டியதுதான்.''

அவளும், தோழியும் சிறிய வீடு ஒன்று எடுத்து சேர்ந்து தங்கியிருக்கிறார்கள். அவர்கள் வேலை செய்யும் வங்கிக்குப் பக்கமாகவே வீடு இருக்கிறது.

அவர்கள் சாப்பிட்டுத்தான் போக வேண்டியதாயிற்று - பெரியவர்களின் கண்டிப்புக்கு முன் பிள்ளைகளின் கூச்சம் எடுபடாமல் போயிற்று. அந்த நேரம் டேப் ரிக்கார்டரில், சோகம் இழையும் கிராமியப் பாடல் உதிர்ந்து கொண்டிருந்தது.

"கருவ மரத்தடியில் - என்

கவலையைச் சொன்னமின்னா

எந்தன் தாயாரே - அந்த

கருவ இலை உதிரும் - எனக்கு

கருங்கிணறும் தண்ணி ஊறும்

பெத்த மாதாவே.

நெருஞ்சிப் பூச் சல்லடையாம் - என்

நெஞ்சில் நூறு வேதனையாம்,

நெஞ்சம் விட்டுச் சொன்னமின்னா

எந்தன் தாயாரே - எனக்கு

நித்தம் ஒரு சண்டையாகும்

பெத்த மாதாவே!"

அனுபவங்களின் ஏரியில் இன்னும் கரண்டைக்கால் கூட நனையாத இந்த இளம் பெண்களுக்கு அந்தப் பாடல் ஒன்றுமில்லை.

"கிராமத்துப் பாட்டுன்னா, என் மூத்தாருக்கு ரொம்பப் பிரியம்." மங்களா என்னைக் காட்டிச் சொன்னாள்.

"யார் பாடுறது சித்தி?"

"அதெல்லாம் கிடாக்குழி மாரியம்மா, பரவை முனியம்மா, இன்னும் யாருங்க? அவருக்குத்தான் தெரியும்."

நான் ஒரு பத்துப் பெயர்களைச் சொன்னேன். கே.ஏ. குணசேகரன், கோட்டைசாமி, ஆறுமுகம், கொல்லங்குடி கருப்பாயி, புஷ்பவனம் குப்புசாமி, தேக்கம்பட்டி சுந்தர்ராஜன்.

''உங்களுக்கு இந்தப் பேரெல்லாம் தெரியாது. எஸ்.பி. பாலசுப்பிர மணியன், ஜேசுதாஸ், ஜானகி, சித்ரா, ஷைலஜா இப்படி சினிமாக்காரங்களைத்தான் தெரியும். என்னம்மா?''

வெட்கம் கொண்டவள், சிறு சிரிப்புடன் தலை கவிழ்ந்தாள்.

''இப்ப இதுக எல்லாம் சினிமாவைப் பார்த்துதானே, கத்துக்கிறதுக. சினிமா, டி.வி. யில சொல்ற விசயங்கள் மட்டும் தான் தெரியுது. அதை நிஜம்னும் நம்புறாங்க'' என்றாள் மங்களா.

''ஆமா காதலிக்கிறது கூட சினிமாவில வறது மாதிரிதான் செய்றாங்க'' என்றேன்.

''நான் சொன்னதில் தப்பில்லையேம்மா?'' என்றபடி.

''தகழி சிவசங்கரம் பிள்ளைய உனக்குத் தெரியுமா?'' என்று கேட்டேன்.

எங்கேயோ, வழி தெரியாத அத்தவானக் காட்டில் விட்டது போல், அந்தப் பெண் மிரள விழித்தாள்.

''உனக்குத் தெரியாவிட்டால் பரவாயில்லை, மலையாளத்தின் மிகப் பெரிய எழுத்தாளர் தகழியைத் தெரியாதவர்கள் கேரளத்தில் இருக்க முடியாது. அந்த வருடம் சிறந்த எழுத்தாளருக்கான சாகித்ய அகாடமி பரிசு அவருக்கு அறிவிக்கப்பட்டிருந்தது. கல்லூரியில் படித்துக் கொண்டிருந்த அவர் மகள், தேர்வு எழுதிய போது இந்த ஆண்டு சாகித்ய அகாடமி பரிசு பெறும் மலையாள எழுத்தாளர் யார் என்ற கேள்விக்கு அவளுக்குப் பதில் எழுதத் தெரியவில்லை.''

சொன்னதும், அவளுடைய இரு கன்னங்களிலும் ரோஜா கொட்டியது. தனக்கும் தெரியவில்லை என்பதான வெட்கம். ஏரியின் வாகரையில் கிடக்கும் ரோஜாத் தோட்டம் போல் எந்தக் காற்றின் சிறு வீச்சுக்கும், உள்ளிருக்கும் தோட்டம் முகத்தில் அசைந்தது.

அதுதான் அவளிடத்தில் கண்டது. எந்த ஒரு சிறு பேச்சுக்கும், உடனுக்குடன் உள்ளிருக்கும் உணர்ச்சிகளைப் பிரதிபலிப்பது. அப்போதெல்லாம் மறைக்கத் தெரிந்திருக்கவில்லை.

நினைவுகளெனும் அருவிச் சத்தம், நிசப்தமான காலங்களினூடே ஓடி பழைய ரோஜாத் தோட்டத்தைத் தொட முயன்றது. காலத்தின் வெக்கைக் காற்றில் பழைய பேரழகின் சின்னத் தடயம் கூட எனக்குக் கிடைக்காமல் போயிற்று.

நிச்சயமாய் அவளுக்கு மூளை பிறண்டிருக்க முடியாது. காலம் சேர்த்து வைத்திருக்கும் அனுபவக் குவியலிலிருந்து. துளித்துளியாய் எடுத்து, உருவத் திரட்டி, பெரியப்பா என்று அழைக்க முடியுமா? கரித் துண்டுகளாய்ப் பிரிந்த உதடுகளிலிருந்து உதிரும் சாம்பல் துளி போல் 'பெரியப்பா நான் தான் மலர்' என்று உச்சரிக்க மூளை பிறண்டவளால் வார்த்தைகளைத் திரட்ட முடியுமா?

காலையில் கண்விழித்ததும், முதலில் பார்த்தது பக்கத்து அறையைத் தான்; அறை காலி செய்யப்பட்டிருந்தது.

## 3

''நம்ம பெண்ணு நமக்கு இல்லம்மா'' என்னுடைய குரல் நைந்து வந்தது.

காலைக் கதிர்கள் கொய்யாச் செடியின் பசுமையை ஊடுருவியிருந்தன. மூடிய சன்னல் கண்ணாடிகள் மேல் செடியின் நிழல் வெளிர் பச்சையும், வெள்ளை நாணயமுமாய் ஆடியது. சன்னல் கண்ணாடிகள் மீது கை தடவும் நிழல்களை மங்களா வெறித்துப் பார்த்துக் கொண்டிருந்தாள்.

எனது குரல் அவர்களை அதிர்ச்சியில் உறைய வைத்திருக்க வேண்டும். மற்றவர்களிடமிருந்து கொஞ்சம் வித்தியாசமானவன். பிரச்சனைகளுக்குத் தீர்வு சொல்பவன். தீர்க்கமான முடிவுகள் எடுத்துச் செயல்படக் கூடியவன். இப்படித் தெரிந்திருந்த ஒரு மனிதனிடமிருந்து அந்தக் குரலை அவர்கள் எதிர்பார்க்கவில்லை.

நான் சொல்லச் சொல்ல அவர்களை வெப்பம் தகித்தது; மங்களாவின் கண்களில் நீர்க் கலக்கம்.

"கல்யாணத்தன்னைக்கே எனக்குத் தெரிந்து விட்டது. எதுவும் நல்லா இல்லை. நம்ம பொண்ணு கஷ்டப்படப் போறான்னு" என்று மங்களாவின் தொண்டை கம்மியது.

"கல்யாணத்தன்னைக்கு, மாப்பிள்ளையோட அம்மா, தங்கச்சி, உறவுகள் எல்லாமே சாதாரணப் புடவைகளில்தான் வந்திருந்தார்கள். அவையெல்லாம் கல்யாண முகங்கள் இல்லை. அவர்கள் மத்தியில் நாங்கள் மட்டுமே பட்டுப் புடவைகளில் திரிந்தோம். எனக்கே ஒரு மாதிரியாகத்தான் இருந்தது. சீர் வரிசை எல்லாம் செமத்தியாகத்தான் செய்திருந்தது. 50 பவுன் நகை. ஒரு லட்சம் ரொக்கம், அப்புறம் ஒரு 5 பவுன் மாப்பிள்ளைக்கு செயின்."

"அதென்ன அப்புறம் ஒரு ஐந்து பவுன்."

"பெண்ணுக்கு போடறது மட்டுமில்லே, பெண்ணுக்குப் போடறதிலே கால்வாசியாவது நாத்தனாருக்குப் போடனுமாம். அவங்க வளைசல்லே வழக்கம்னாங்க."

"நல்லா தலையில் மிளகா அரைச்சிருக்காங்க."

"எல்லாத்தையும் இதென்ன புதுப் பழக்கம் என்று நாங்க யோசிக்கல்லே. இஞ்சினியர் மாப்பிள்ளை நம்ப பொண்ணு, கரையேறனுங்கிறதுக்கா ஒத்துக்கிட்டோம்."

எம்.காம். படித்தவள். முதல் வகுப்பில் தேறியவள். வங்கியில் சுறுசுறுப்பான பெண். தங்கையை அவளே சென்னைக்குக் கூட்டி வந்து கல்லூரியில் சேர்த்துப் படிக்க வைத்தாள். பெண்களுக்கு படிப்பு வேண்டாம் என்று சொல்லும் கிராமத்து மைனர் அப்பா; படித்தால் தலைக்கு மீறிவிடுவார்கள் என்று சொன்ன அப்பா; அம்மாவை அடிமையாகவே வைத்திருக்க ஆசைப்பட்ட அப்பா; அடிமையாக இருந்தே அப்பாவின் ஆசைகளை நிறைவேற்றி, நிறை திருப்தி கொண்ட அம்மா - இந்த சூழல்களிலிருந்து விடுபட்டு தங்கையை

பா. செயப்பிரகாசம்

வங்கித் தேர்வு எழுத வைத்து, வங்கியில் வேலையிலும் சேர்த்து விட்ட பெண்.

இப்படி எல்லாக் கரைகளும் ஏறத் தெரிந்திருக்க பெண்ணுக்கு, தன்னுடைய திருமணம் என்று வந்த போது கரை ஏற முடியாமல், கால் தள்ளாடியிருக்கிறாள்.

பெற்றோர்கள் ஏற்பாடு செய்த மாப்பிள்ளை பிடித்திருந்தது. மாப்பிள்ளைப் பையனும் அவளும் சேர்ந்தே கல்யாணப் பத்திரிகை அடித்தார்கள். சேர்ந்தே எல்லோருக்கும் கொண்டு போய் வைத்தார்கள். பத்துப் பதினைந்து நாட்களாகச் சேர்ந்தே சுற்றிய நெருக்கம். திருமணத்திற்கு முன் எல்லோருக்கும் உள்ள பிடரியைப் பிடித்தாட்டும் குதூகலம்.

அவளுடைய உள்ளத்தை, எந்தக் காற்றும் நீவிச் செல்லும் வெட்ட வெளிப் பொட்டலாகத் திறந்து வைக்க ஆசைப்பட்டாள். திருமணத்திற்குப் பின் எப்போதாவது பழைய தொடர்பிலிருந்து, சிறு சூறாவளி மேலெழுந்து எல்லாவற்றையும் கந்தர் கூளமாக்கி விடக்கூடாது என்று நினைத்தாள். தன்னை அவனிடம் திறப்பாய்க் காட்டிவிட வேண்டும் என்று நினைத்தாள். கல்யாணத்துக்கு முதல் நாள் ஏற்கனவே தனக்கிருந்த தொடர்பை அவனிடம் வெளிப்படுத்தினாள். அது உள்ளத்துக் காதலாக இருந்ததென்றும், வேறு எந்த எல்லையையும் தொடவில்லையென்றும் தெரியப்படுத்தினாள். தன்னுடனே வங்கியில் வேலை பார்க்கும் பையன்; வேறு சாதியைச் சேர்ந்தவன் அவன்! திருமணத்திற்குப் பின் வேலையை வேறு கிளைக்கு மாறுதல் வாங்கிக் கொள்ளலாம். திருமணம் உறுதியானதுமே அவனுடனான தொடர்புகளை அறுத்தெரிந்து விட்டதாகவும், இனி எக்காலத்திலும் உங்களுக்கு உண்மையாக இருப்பேன் என்றும் தெரிவித்தாள்.

அந்தப் பொழுதிலிருந்து இழவு வீடு ஆனது. கல்யாணப் பரபரப்பும் குதூகலமும் அறுந்து விழுந்தன. ஆட்கள் நடமாட்டம் இருண்ட வீட்டில் குறுக்கும் நெடுக்குமாய் பறக்கும் வெளவால்களின்

நடமாட்டமாய் இருந்தது. உறவுகளின் மக்கிப்போன வாசனை வீடெங்கும் ஆக்கிரமித்தது.

''அப்போதே நான் நினைத்தேன். ஏடா கூடமாக ஏதோ நடக்கிறதென்று. முதல் நாள் வரையிலும் என்னுடன் பேசிய பையன், இப்போது முகத்தை 'சுரீச்சு' வைத்துக் கொண்டு போவதென்றால்? மறுநாள் கல்யாணம் முடிந்ததும் மலர்தான் என்னைக் கூப்பிட்டாள்; எங்க வீட்ல உள்ளவங்களுக்கு அவ்வளவு விவரம் போதாது. நீங்க வந்து சாந்தி முகூர்த்தத்தை அவங்ககிட்ட பேசி நடத்தி வைங்கன்னு.''

நானும் இவரும்தான் சாயந்தரம் மாப்பிள்ளை வீட்டுக்குப் போனோம். குளுந்த வார்த்தை சொல்ல ஒருவரும் இல்லை. யாரும் கூப்பிடவில்லை. அன்னைக்கு நல்ல மழை. திடீரென்று, இருட்டி மின்னல் பின்னலாகிக் காற்றும் மழையும் அடித்தது. சென்னையில் என்றைக்குமில்லாத இடி இடித்தது. மழைக்குப் பதிலாக இடி பெய்தது.

இரவு எட்டு மணிக்கு ஆரம்பித்த இடி மழை 11 மணி ஆகியும் விடலை. அலையலையாக நிரைப் பிடித்தது மாதிரி ஒரு முனையில் இடித்து மறு முனை நோக்கிப் போய்க் கொண்டிருந்தது. மேகத் தாரைகளுடே மஞ்சளாய் பட், பட்டென்று மின்னல் வெட்டியது. இயற்கை இது வரை ஆடாத தாண்டவம். மக்களுக்கு உயிர் மீதான பயம் வந்தது. மின்சாரம் அற்று, விளக்குகள் போய் இருண்ட பூமியில் நனைந்து கொண்டேதான் போயிருந்தோம். துவட்டிக் கொள்ள ஒரு துண்டு கூடக் கொடுக்கவில்லை. இவளோ பயந்து அரண்டு போயிருந்தாள்.

மாப்பிள்ளையின் தங்கை பி.டெக். படித்தவள். பம்பாய் அணுமின் நிலையத்தில் வேலை. நான் தான் அவளிடம் கேட்டேன். ''சாந்தி முகூர்த்தத்துக்கு ஏற்பாடு செய்யலிங்களா?''

பி.டெக். படித்த அறிவியல் படித்த அழகான தங்கை சொன்னாள்; ''அதான் குறைச்சல். அதது முடியற நேரத்தில முடியுது. எங்களுக்கு ரயில்வே ஸ்டேஷனிலேயே முடிஞ்சிருச்சி.''

"அதுவும் அப்படியா?" மங்களா கண்கொட்டாமல் அதிசயித்தாள். திருமணம் முடிந்து, அன்றே பம்பாய் புறப்பட்டுச் செல்ல வேண்டி இருந்திருக்கும். பகலில் கல்யாண மண்டபத்தைக் காலி செய்துவிட்டு, ரயில்வே ஸ்டேசன் அறையில் தங்கியிருக்க வேண்டும். இரவு நேர ரயில் புறப்பாட்டுக்கு முன் எல்லாம் முடிந்திருக்க வேண்டும்.

பின்னால் உடம்பெல்லாம் தடிப்பு தடிப்பாய் ஆகி ஊறலெடுக்கப் போகும் நோயின் ஆரம்பம் என்பது தெளிவாகத் தெரிந்தது.

மங்களாவுக்கும், கணவருக்கும் எதுவும் சரியாக இருப்பது போல் தோன்றவில்லை.

மறுநாள் காலை, அந்த அறையிலிருந்து மலரைக் கழுத்தைப் பிடித்து வெளியே தள்ளியபடி மாப்பிள்ளை வெளிப்பட்டான். "இந்தக் கழுதையை வெளியே பிடிச்சுத் தள்ளு" என்றான் தங்கையிடம். அது ராத்திரி முழுதும் நடந்த நாடகத்தின் முடிவு காட்சி. காதலனுடன் எங்கெங்கே சுற்றினாய்? என்னென்ன நடந்தது ஒவ்வொன்றாய் யோசித்து யோசித்து அவள் சொன்னாள். யோசிக்க கொஞ்சம் நிறுத்தினால், மூக்காந்தண்டு பெயர்ந்து விடுவது போல் அடி. அழுகைச் சத்தம் கேட்கக் கூடாது. அழுகைச் சத்தம் வெளியே வந்தால் அடி. "அவனோட போகிற போது மட்டும் இனிச்சதாடி?" நிஜத்தில் அவள் பழைய நண்பனுடன் மனசாரப் பழகியது தவிர அவனுடன் வேறெந்த நெருக்கமும் கொள்ளவில்லை என்று அடி உதைகளினூடே கத்தினாள்.

காலையில் பெண்ணை கந்தல், கந்தலாகப் பார்த்ததில், தகப்பனார் அதிர்ந்து போனார். சத்தம் போட்டார். "எம் பொண்ணை இப்படிக் கொலை பாதகம் பண்ணிருக்கீங்களே?"

"பொண்ணைக் கூட்டிட்டு வீட்டை விட்டுக் கீழே இறங்குடா, பனாதைப் பயலே" மாப்பிள்ளை கத்தினான். "ஏதாவது சத்தம் போட்டே பல்லு உதிர்ந்து போகும்" என்று முறுக்கிக் கொண்டு அவர் மீது பாய்ந்தான்.

"அப்படியே திரும்பினோம். வெளியே பேச வெட்கம். எக்கேடு கெட்டாவது போகட்டும். பின்னால ஆற அமர பேசிக்கொள்வோம் என்று நம்ம பிள்ளையை அங்கேயே விட்டுட்டு பஸ் ஏறி வந்துவிட்டோம்."

அன்றைக்கிருந்து அவளுக்கு வெளியுலகம் இல்லை. மன உலகம் மட்டுமே. அவன் மறுநாளே அவளை வங்கிக்குக் கூட்டிப்போய் வேலையை எழுதிக் கொடுக்கச் செய்து, திருப்பிக் கூட்டிவந்துவிட்டான். அவன் வந்த வேகம், வேலையை எழுதிக் கொடுக்கச் சொன்ன வேகம் எல்லாம் வங்கியில் வேலை பார்ப்பவர்களை ஏதோ நினைக்க வைத்தது.

அந்த அறை ஒரு சிறை மட்டுமே. வீடு என்பது சிறையைச் சுற்றி எழுப்பட்ட சுவர்கள் மட்டுமே. மலர், அந்த அறைக்குள் சிறை வைக்கப்பட்டிருந்தாள். ஒரு தட்டில் இரண்டே இரண்டு இட்லி வைத்து, கதவை ஒருக்களித்துத் திறந்து, உள்ளே தள்ளிவிடுவாள் மாமியார். படிக்க, பேச, பார்க்க எதுவும் கிடையாது. அவளை மனிதர்கள் கண்டதில்லை.

அடி, உதை, சித்திரவதை மட்டுமே; மாலையில் அலுவலக வேலைகளிலிருந்து, அவன் திரும்பியதும் அன்றைய சித்திரவதையின் இறுதித் தொடர் நடக்கும். கை, முகம், உடம்பில் பட்ட காயங்களைத் தடவியபடி, மூலையில் சாய்ந்து வெறுமையான மன உலகத்தில் சஞ்சரித்தபடி தூங்கிப் போவாள். "ஒரு விபசாரிக்கிட்ட போறது மாதிரித்தாண்டி ஓங்கிட்டப் போறேன்" என்பான் அவன்.

"படித்த குடும்பம்; நல்லா இருக்கும் என்றுதான் கொடுத்தோம். மாப்பிள்ளை இஞ்சினியர்; அண்ணன் டாக்டர், தங்கை பி.டெக். அவளுக்கு பம்பாய் அணுமின் ஆராய்ச்சி நிலையத்தில் வேலை. மாப்பிள்ளையும் பெண்ணும் சென்னையிலேயே வேலை பார்க்கிறார்கள். கரைச்சல் இல்லாத உயர்தர வாழ்க்கை என்று நினைத்தோம்."

மங்களாவுக்குத் தொண்டை இடறியது; வலிப்பு கண்டது மாதிரி முகம் கோணி அழுகை வெளிப்படத் துடித்தது. அழுகையை அடக்கிக் கொள்ள முயன்றாள். எவ்வளவு முயன்றும் கீழ்க்குரலில் அழுகை வெளிப்பட்டது.

அந்த இறுக்கமான சூழ்நிலையை உடைப்பது என் கடமையானது. சொன்னேன். "இதுதான் விபரீதம். படிப்பு மாற்றம் மட்டுமே நம் பார்வைக்குத் தெரிகிறது. படிப்பு வளர்ச்சி, குணவளர்ச்சியைக் கொண்டு வந்திருக்கிறதா என நாம் பார்ப்பதில்லை. இந்தப் படிப்புகள் எந்தவித குண உயர்வையும் கொண்டு வருவதில்லை. மாறாக இன்னும் நயவஞ்சகமான ஏமாற்றுக்காரனாக இருக்க வழிசெய்கிறது. அண்ணன் ஒரு டாக்டர், தம்பி ஒரு இஞ்சினியர், தங்கை ஒரு பி.டெக். விஞ்ஞானி. ஆனால் தொழிலுக்கும் சம்பாதிக்கவும் மட்டுமே இவர்களுக்கு விஞ்ஞானம்; இவர்கள் யாரும் வாழ்க்கை விஞ்ஞானிகள் இல்லை. வாழ்க்கையில் விஞ்ஞானபூர்வமாக இவர்கள் யாரும் சிந்திப்பதில்லை."

இந்தப் பெண்ணின் வாழ்க்கை மீது மூடிய குப்பையில் ஒரு தும்பு தூசியைக் கூட அகற்றத் தெரியாத கிராமத்திலிருக்கும் பெற்றோர்கள். எம்.எஸ்.சி. படித்து அவளைப் போலவே வங்கியில் வேலை பார்க்கிற - அவளைப் போலவே எதிரே உட்கார்ந்து அழுது கொண்டிருக்கிற தங்கை கயல்விழி - கொஞ்சம் சிந்திக்கவும், பேசவும், ஆக்ரோசம் கொள்ளவும் தெரிந்த மங்களா, தொண்டையை இறுக்கும் சோகத்தோடு வெறித்துப் பார்த்தபடி.

## 4

கதவை ஒருக்களித்து திறந்தபடி, மாமியார் கேட்டாள். "நீங்க யாரு?"

கயல்விழி முன்னே போனாள். "அக்காவைப் பார்க்க வந்திருக்கிறேன்."

கூட நின்றவள் தள்ளியே நின்றாலும் மாமியார் பார்த்துவிட்டாள். "அவங்க யாரு, அவங்க யாரு" என்று படபடத்தாள். மங்களாவைப் பார்த்து, "நீங்க யாரு?" என்றாள். மங்களா முன்னே போனாள்.

''நான் மலரோட சித்தி. கல்யாணத்துக்கே ஓங்க வீட்டுக்கு நானும் என் வீட்டுக்காரரும் வந்திருக்கோம். ஞாபகம் இருக்கா?''

பக்கத்தில் நின்ற சீதாவைப் பார்த்து மாமியார்க்காரிக்கு ஐயறவாகியது. ''அவங்க யாரு?'' என்றாள். எச்சரிக்கையாக அவளது கண்கள் எல்லாவற்றின் மீதும் பாய்ந்து சுற்றின. ''நீ யாரு, நீ யாரு, நீ தாம்பரம் தானே? ஒன்னைய எங்கேயோ பாத்திருக்கேனே?'' உஷாராகி சட்டென்று கதவை மூடினாள்.

கதவை மூடவிடாமல், கதவில் ஒரு கை வைத்து, இடையில் நின்று அழுத்தித் தள்ளியபடி மங்களா நின்று கொண்டாள். கீழே தெருவில் பைக்குடன் நின்று கொண்டிருந்த எனக்கும் அண்ணாச்சிக்கும் சாடை காட்டப்பட்டது. மடமடவென்று மாடிப்படிகளில் ஏறினோம்.

கயல் சொன்னாள், ''நா என் அக்காவைப் பாத்துக் கல்யாணப் பத்திரிகை கொடுத்திட்டுப் போகணும்.''

''எடுபட்ட கழுதை, வெளங்காத தேவடியா, ஓங்க குடும்பம் முழுதுமே பேதியில் போகும். ஒங்குடும்பத்தோட சம்பந்தம் வச்சதிலிருந்து சுடுகாடாகிருச்சி வீடு. நீ கல்யாணம் செஞ்சி, நாசமாப் போ'' அசிங்கம் அசிங்கமான வார்த்தைகளால் திட்டினாள் மாமியார். அதற்குள் படியேறி நாங்கள் இவளெதிரில் நின்றோம்.

எங்களைப் பார்த்ததும் சத்தம் போட்டாள். ''ஆம்பளை இல்லாத வீட்டில் நீங்க எதுக்கு வர்றீங்க? நீங்க யாரு?'' என்று கதவைச் சாத்த முயன்றாள். மாரப்பன் அண்ணாச்சி,கதவில் காலால் ஓங்கி ஒரு உதை விட்டார். மாமியார்க்காரி இடது தோளில் இடித்து கீழே விழ, கதவு திறந்தது. மங்களாவும் சீத்தாவும் மட, மடவென்று உள்ளே ஓடித் தேடினார்கள். மாமியார்க்காரி கூச்சலிட்டாள்.

அது அபார்ட்மென்டின் முதல் மாடி. சத்தம் கேட்டு மேல்தளம் கீழ்த்தளம் பால்கனியிலிருந்து முகங்கள் தெரிந்தன. ஒருத்தராவது ஏனென்று கேட்கவில்லை. இதற்கு முந்திய காலங்களில் அவர்கள் இறுக மூடிய கதவு, சன்னல்களையே கண்டிருக்கிறார்கள். அந்த

வீட்டிற்குள் எத்தனை உயிர்கள் பிழைப்பு வாசம் செய்கின்றன என்பதையும் அவர்கள் அறியார். எப்போதும் மூடப்பட்ட ஒரு சமாதி உள்ளிருந்து ஒரு போதும் ஒரு குரலும் அவர்களுக்கு வந்ததில்லை. மனித நடமாட்டத்தைக் கண்களால் கண்டதில்லை.

மாமியார் ஓங்கிக் குரலெடுத்து கண்டபடி ஆபாசமாகத் திட்டினாள். மாரப்பன் அண்ணாச்சி அவள் கன்னத்தில் ஓங்கி ஒரு அறைவிட்டார். ‘‘பொறுக்கி, இனிமே திட்டினே கொன்னு மேலே தூக்கி வச்சிருவேன்’’ என்றார்.

குழந்தையை மங்களா எடுத்துக் கொள்ள, சீத்தா மலரை இழுத்துக் கொண்டு வர மளமளவென்று படியிறங்கினார்கள். எதிரில் வந்த ஆட்டோவை நிறுத்தி மலரை உள்ளுக்குள் திணித்து ஏறிக் கொண்டார் கள்.

மண்டையும், பல் மட்டுமே அவள் உயிர் இருப்பதற்கான அடையாளங்கள். கிழிந்த சேலை, ரவிக்கை, துவைத்து துவைத்து உடுத்திக் காவித் துவராடையாகிக் காட்சி தந்தது. கைகளில் வார் வாராய்க் காயம். இன்னும் காயாமல் பச்சை இரத்தம்.

குளியலறைக்குள் போய் கதவை மூடிக் கொண்டு, முயற் குட்டியைப் போல் பதுங்கியிருந்தவளை சீத்தாதான், வெளியே இழுத்துக்கொண்டு வந்தாள். சீத்தாவின் ஆக்ரோஷம், ஆவேசம் மங்களாவை அசரவைத்தது. பாய்ந்து மலரைக் கவ்வி எடுத்துக் கொண்டு வந்ததும், பையனை அள்ளி மங்களாவின் கையில் தந்து விட்டு, மளமளவென்று வெளியே இழுத்துக் கொண்டு பாய்ந்ததும், இந்த அதிரடி வேலையில் பயிற்சி பெற்றவளாகத் தெரிந்தாள்.

பையன் ‘பாட்டி பாட்டி’ என்றுதான் வீறிட்டான்.

அவனுக்கு அம்மா தரப்படவில்லை. குளிப்பாட்டுவது, சாப்பிட வைப்பது பள்ளிக்குக் கொண்டு போய் விடுவது, கூட்டி வருவது சகலமும் பாட்டிதான். தூங்கியதும் பாட்டியின் அணைப்பில்தான். அம்மா என்பது திறக்கப்படா அறையின் ஒரு மூலையில் குவித்து

வைக்கப்பட்டிருக்கிற ஒரு சீவன். அவளுக்கு உயிர் இருக்கிறதா என்று கூட அந்தக் குழந்தைக்குத் தெரியாது. பால்குடி மறக்காமலிருக்கிற போதே பாட்டி பிடுங்கிக் கொண்டு போனாள்.

பையனின் அழுகுரலும் ''என்னை விட்ருக்கா, எனக்கு வேண்டாக்கா'' என்று பயக் குதுகுதுப்பில் மலரின் நடுங்கிய குரலும் ஆட்டோ டிரைவரை சந்தேகம் கொள்ள வைத்தன. ''என்னங்க, என்ன நடந்தது?'' என்று கேட்டான்.

''வரதட்சணைக் கொடுமை!'' மங்களாவுக்கு அதுதான் சொல்லத் தோன்றியது.

''எங்க கூட்டிட்டுப் போறீங்க?''

''அண்ணாச்சி வீட்டுக்கு'' சீத்தா சிரித்தபடி சொன்னதும் திரும்பிப் பார்த்து.

''அக்கா நீங்களா?'' என்று ஆட்டோ டிரைவர் வியந்தான்.

''அண்ணாச்சி வரலையா?''

''பின்னாலே பைக்கில் வர்றாங்க.''

டிரைவர் அமைதி காத்தான். அவனுக்குப் பேசத் தோன்றவில்லை. அந்த இறுக்கமான சூழலில் அவனும் ஒருவனானபடி சொன்னான்.

''அண்ணாச்சி இல்லைன்னா, இந்நேரம் எத்தனையோ குடும்பம் செத்துச் சுண்ணம்பாய்ப் போயிருக்கும்.''

அவன் தொடர்ந்து சொன்னான். ''அண்ணன் செய்தாருன்னா, சரியாத்தான் இருக்கும். அண்ணனுக்கு இங்கே நல்ல பேரு, நியாயத்துக்கு மட்டுமே போவாரு. இனிமேயாவது பொண்ண பத்திரமா வச்சி பாதுகாத்துக்குங்க.''

அவர் முதலில் ஆளுங்கட்சியில் வட்டச் செயலாளராக இருந்தார். செயலாளராக இருந்த போதும் அநீதிக்கெதிராக மல்லுக்கட்டிக் கொண்டு இருந்தார். ஆளுங்கட்சியின் ஒரு முக்கிய தலைவர் வெளியேறிய போது அண்ணாச்சி அவருடன் விலகினார்.

விலகியபின் அந்த அரசியலிலும் ஒத்துப் போக முடியவில்லை. அதிலிருந்து அரசியலுக்குத் தலைமுழுக்குப் போட்டுவிட்டு சமூகத் தொண்டராகக் களத்தில் நிற்கிறார்.

களத்தில் இறங்கி, வாளும் கேடயமுமாக நின்று யுத்தம் செய்தார். ''நீங்க மட்டும் இல்லேன்னா, எம்பிள்ளைய உயிரோடு பார்த்திருக்க முடியாது!'' தழுதழுப்புடன் கண்களில் நீர் கலங்க மங்களா, அண்ணாச்சியையும் சீத்தாவையும் பார்த்தாள்.

இது மாதிரியான இன்னொரு போராட்டத்தில் தாழ்த்தப்பட்ட மக்களுக்கான பிரச்சனையில் தான் சீத்தாவை அண்ணாச்சி கண்டெடுத்தது. தாழ்த்தப்பட்ட பெண்ணான சீத்தாவையே வாழ்க்கைத் துணையாகச் சேர்த்துக் கொண்டது.

முதலில் காவல் நிலையத்திற்குக் கூட்டிப் போகலாம், பெண் கொடுமை பற்றிப் பற்றிப் புகார் எழுதிக் கொடுக்கலாம் என யோசித்தோம். அண்ணாச்சி போய்ப் பார்த்து வந்தார். இன்ஸ்பெக்டர் இல்லை. இரவு வெகுநேரமாகி விட்டதாலும், மலருடைய நிலை மோசமாக இருப்பதாலும் காலையில் போய்க் கொள்ளலாம் என முடிவு செய்தோம். அவளுக்கு வேண்டிய மாற்றுச் சேலை, உள்ளாடை எல்லாவற்றையும் சீத்தாதான் கொடுத்தாள். அந்த நேரத்திலேயே டாக்டரிடமும் அழைத்துப் போய் காயங்களுக்கு மருந்து போடப்பட்டது.

கயல்விழியைக் கூர்மையாகப் பார்த்தேன். மலரைப் போலவே எம்.எஸ்.சி. படித்து வங்கியில் வேலை பார்க்கிற அறிவுள்ள கெட்டிக்காரப் பெண்.

''ஏம்மா நீ அடிக்கொருதரம் அக்கா வீட்டுக்குப் போய் பார்த்து வந்தேன்னு சொன்னீயே? இதெல்லாம் கொடுமை என்று தெரியவில்லையா?'' நான் கேட்டேன்.

அவளிடமிருந்து பதில் இல்லை. மங்களாவுக்கு கோபம் அண்டகாரம் முட்டிக்கொண்டு வந்தது. வெடித்தாள். ''இவளா? எப்பக் கேட்டாலும் அக்கா நல்லா இருக்கா, நல்லா இருக்கான்னு

சொல்வாளே, ஒரு தடவையாவது இப்படி நடக்குதுன்னு சொல்லி இருக்காளா? இவ ஒருத்தியைத்தான் அவன் வீட்டுக்குள்ளே நுழையவிட்டான். வேற யாரையும் வீட்டுப் பக்கம் தலைகாட்டவிடறதில்லே.''

## 5

மலரை அழைத்துக் கொண்டு புகார் கொடுக்க காவல் நிலையத்திற்குப் போனபோது வேறொரு சேதி காத்திருந்தது.

இன்ஸ்பெக்டர் ஒரு புகார்க் கடிதத்தை எடுத்து அண்ணாச்சியிடம் கொடுத்தார். நேற்று இரவே கொடுக்கப்பட்டிருந்தது. அண்ணாச்சி, நான், மங்களா, சீத்தா ஆண்கள் இல்லாத வீட்டில் நுழைந்து, அவனுடைய மனைவியைப் பலவந்தம் செய்து அடித்து இழுத்துப் போய்விட்டதாகப் புகாரில் தெரிவிக்கப்பட்டிருந்தது. 50 பவுன் நகையைக் கொள்ளையடித்துப் போய்விட்டதாகவும், அவன் புகார் கொடுத்திருந்தான்.

'இதுவும் நேற்று தேதியிட்டதுதான், நேற்று நான் வந்த போது நீங்கள் இல்லை. நேற்று தேதியிட்டு பதிவு செய்யுங்கள்'' என்றார்.

இன்ஸ்பெக்டர் மலரின் கணவனையும் மாமியாரையும் போய்க் கூட்டிவரும்படி சொன்னார். அவன் உள்ளே வந்தபோது, என் கண்கள் மலரின் பிரதிபலிப்பைப் பதிவு செய்வதில் கவனமாக இருந்தன. நேருக்கு நேர் சந்திக்கும்போது, எதிர்வினை எப்படியிருக்கும்? பெஞ்சின் ஒரு ஓரத்தில் உட்கார்ந்திருந்த மலர் ஏறெடுத்தும் பார்க்கவில்லை. தலை கவிழ்ந்தபடி இருந்தாள்.

இன்ஸ்பெக்டர் அவனை நிற்க வைத்த படி தான் கேட்டார், ''எத்தனை பவுன் நகை வரதட்சணையா வாங்கினே?''

''என்ன சார்?''

''கல்யாணம் ஆகும்போது இவங்க பொண்ணுக்கு சீர் வரிசையாய் போட்டனுப்பின நகை எவ்வளவு?''

''35 பவுன்.''

''அதோட சேத்து, மொத்தம் 50 பவுன், இவங்க அடிச்சிப் போட்டுட்டு எடுத்துட்டுப் போயிட்டாங்க? இல்லையா?''

''ஆமா ஸார்.''

''அந்த 50 பவுன் நகையை இப்பவே போய் வீட்டில எடுத்து, கொண்டுவந்து கொடுத்திடு. அதப் போலவே அந்தப் பொண்ணோட புடவை, பண்டம், பாத்திரம் எல்லாம் கணக்கா வந்து சேர்ந்திரனும். அண்ணாச்சியைத் தெரியுமில்லே. இல்லேன்னா அவரே வந்து கணக்குச் சரிபார்த்து எடுத்திக்கிருவாரு'' என்றார் இன்ஸ்பெக்டர்.

''எங்கம்மாவை இவங்க அடிச்சி காயப்படுத்தியிருக்காங்க. கொலை செய்ய முயற்சி செய்திருக்கிறதா, நா புகார் கொடுத்திருக்கேன். அதன்மேல் நடவடிக்கை எடுங்க.'' அவன் கோபமாய்ப் பேசினான்.

இன்ஸ்பெக்டர் எழுந்தார். அவனை முறைத்தார்.

''அவங்க ஒங்கம்மாவை அடிச்சாங்களா? கொலை செய்ய முயற்சியா?''

பொறுக்க முடியாதவராய், அண்ணாச்சி மலரின் பக்கத்தில் போனார்; ''பாருய்யா, உடம்பெல்லாம் காயம், இன்னும் காயாத பச்சை ரத்தம், இதென்ன பொண்ணாய்யா? வெட்டுக்கிளி, வெறும் எலும்புக் கூடு. என்ன கொடுமை நடந்திருக்கின்னு இந்தப் பெண்ணைப் பாத்தாலே தெரியுதே.''

''ஸார், இவளுக்கு கல்யாணமானப்ப இருந்தே மூளைப் பிறழ்ச்சி உண்டு. அவளே வார் வாரா ரத்தக் காயம் பண்ணிக்கிருவா-'' ஏளனமாய் அவன் பேசினான்.

அண்ணாச்சி சாமி வந்தவர்போல் 'டேய்' என்று கத்தினார். பெண்கள் பொசுக்கி விடுவது போல் அவனைப் பார்த்தார்கள்.

''படிச்சவன், இஞ்சினியர் - அடிக்கக் கூடாதுன்னு பாத்தா'' இன்ஸ்பெக்டர் திரும்பி மேசைமேல் இருந்த லத்தியை எடுத்தார்.

அப்போது தான் எதிர்பாராதது நடந்தது. ''அவரை அடிக்காதீங்க, அவரை அடிக்காதீங்க.'' மலர் கத்தியபடி, இன்ஸ்பெக்டரின் காலில் விழுந்தாள். ''எங்க மாமாவை அடிக்காதீங்க, எங்க மாமாவை அடிக்காதீங்க'' கத்தினாள்.

அந்தச் சூழலே அசையாமல் நின்றது. இப்படியொரு எதிர் விளைவை யாரும் கனவிலும் நினைக்கவில்லை. அவள் ஒரு சாதாரணப் பெண். அதற்கு மேல் எதிர் பார்க்க முடியாது. மனசுக்குள் எப்போதும் சுருள் சுருளாய்க் கிடக்கும் பெண் என்ற உணர்வு அவளையறியாமல் வெளிவந்து விடுகிறது.

''அவரை அடிக்க வேணாம். அடிக்க வேணாம். பெரியப்பா நீங்க சொல்லுங்க'' என்று கத்தினாள்.

நான் வெலவெலத்துப் போனென். பெண்கள் எரித்து விடுவதுபோல் பார்த்தார்கள். ''இன்னும் அந்த கொலைகாரனை நினைக்கிறாளே, பாவி'' மங்களா முணுமுணுத்தாள்.

'இது மாதிரி கேஸ்கள் இப்படித்தான்'' என்பது போல் இன்ஸ்பெக்டர் நெளிந்தார். எல்லோரது கோபமும் அவள் மேல் குவிந்திருந்தது.

யாருக்கும் பேச எதுவுமில்லை. காவல்நிலையத்திலான மற்ற காரியங்களை அண்ணாச்சி பார்த்துக் கொள்ளவிட்டு விட்டு நாங்கள் நடந்தோம். ஒரு வார்த்தை பேச ஒருத்தருக்கும் துப்பில்லை. எல்லோர் முகத்திலும் கொட்டப்பட்ட அவமானத்தை மௌனமாய் அவரவர் துடைத்துக் கொண்டிருந்தார்கள். யோசித்து எனக்கு மூளை வியர்த்தது. போகிறபோது, வழியெல்லாம், ''எங்க மாமாவை அடிப்பாங்களா? அடிக்க வேண்டாம்னு சொல்லுங்கக்கா, அடிக்க வேண்டாம்னு சொல்லுங்கக்கா?'' மலர் புலம்பிக் கொண்டே வந்தாள்.

பா. செயப்பிரகசாம் 95

# சிகரம்

நாங்கள் மதுரையிலிருந்தபோது, அந்தச் சேதி வந்தது. தந்தியில் தீ வந்திருந்தது. பாரதி, பாபு, செம்பிறை,வசந்த குமார், நான் தீப்பட்டு எழுந்தோம்.

"தோழர் சின்னப்பன் மரணம். மற்ற தோழர்களுக்குத் தெரியப்படுத்தவும்."

குழுக்கூட்டம் நடந்து கொண்டிருந்தது. முதலில் நாங்கள் செய்ய வேண்டியது, யார், யார் நீலகிரி மலைத் தொடருக்குப் போவது என்பதைத் தீர்மானிப்பது.

மரணத்தின் பூட்டு எப்படி மாட்டிக்கொண்டது? ஆயுளின் இறுதிக் காற்று எந்தத் திசையிலிருந்து வீசியிருக்கக்கூடும்? அவர்தானா, அல்லது வேறு யாருமா?

"என்ன நடந்ததுன்னு தெரியலேயே? நல்லாத்தானே இருந்தார்?" வசந்தகுமாரின் கண்களில் நீர் தத்தளித்துக் கொண்டிருந்தது.

"தந்தியில் ஒண்ணுமேயில்லையே?"

அதெல்லாம் தந்தியில் இருக்காது என்று தெரியும். தந்திக்கு அதற்கென்று சில இடக்கர் அடக்கல், குழு ஊக்குறி மொழிகள் இருக்கின்றன. எல்லாவற்றையுமே அது சொல்லாது.

பாபுவுக்குப் படபடப்பாக வந்தது. நெஞ்சைத் தடவி, தண்ணீர் குடிக்க வைத்து ஆசுவாசப்படுத்துவது முதல் காரியமாகிவிட்டது. அவரை அழைத்துச் செல்வது என்று முடிவாகியது.

வெள்ளைக்காரன் ஊட்டியில் வந்திறங்கிய காலத்தில், அது ஊட்டியாக இருக்கவில்லை. உச்சாணி மலையில் ஒரே ஒற்றைக்கல்

மட்டும் இருந்து, அதைச்சுற்றி ஆட்டு மந்தைகள் அலைந்திருக்க வேண்டும். தமிழறிஞர் தேவநேயப் பாவாணர் கூறுவது போல், ‘அது ஒற்றைக்கல் மந்தாக இருந்தது. வெள்ளையன் ஆட்சியில் அது உதகமந்தாக ஆகி, உதகமண்டலமாக மாறியது.’ குளிர்பிரதேசத் தோலுக்கு அக்னி நட்சத்திரம் ஒத்துக்கொள்ளவில்லை. வெப்பத்திற்கு ஒதுங்குகிற மலைக் கிராமமாக வெள்ளைக்காரன் கண்டு பிடித்தான். அப்போது அது நகரமாகவில்லை. இன்று, மலைபூமியின் அழகு இழக்கப்பட்டிருந்தது.

வீசியெறியப்பட்ட பச்சைக் கம்பளம் மலையின் சம வெளியெங்கும் விரிந்து போர்த்தியிருந்தது. மலை உயரம் ஏற, ஏற பச்சை குறைந்து, கரும்பச்சையாகி நீலம் கூடிக்கொண்டே போனது.

மலைகள் நடுவே இறக்கி வைக்கப்பட்ட நீர்க்குடம் போல் ஏரி. சுற்றியிருந்த குன்றுகளிலிருந்தெல்லாம் நடுவாந்திரமான ஏரியை நோக்கி வடக்கயிறுகளைத் தொங்கவிட்டது போல் இறங்கின ஒற்றையடிப் பாதைகள்.

ஆங்காங்கே மலைத் தோட்டங்களில் வேலை செய்யும் உழைப்பாளிகளின் இறங்குபாதைகள் அவை. ஏறுபாதைகளும் அவைதாம்.

கொழுப்பெடுத்தவர்களுக்கும், உல்லாசப் பயணிகளுக்கும் அப்போதுதான் விரிந்தது போன்ற தார்ச்சாலைகளில் கார்கள், பஸ்கள் வழுக்குகின்றன. குளிர்பிரதேசமா வாழ்க்கைக்குள்ளிருந்து அவர்கள் குளிர்பிரதேசம் வருவது சிரமம் இல்லை.

ஒருதடவை பிள்ளைகளைக் கூட்டிக்கொண்டு கொஞ்சம் ‘பராக்குக்’ காட்டிவிட்டு வரலாமே என்று மினி ரெயிலில் போனோம். ஊட்டிக்கு மட்டும்தான் அப்படியொரு ரயில்ஓடுகிறது என்று சொன்னார்கள். அவனுக்குத் தேவையென்றால், வெள்ளையன் என்னவெல்லாம் செய்து கொண்டிருக்கிறான் என்று நினைத்தோம்.

மினி ரயிலில் கூடுதலாய் ஒரு பற்சக்கரம். பற்சக்கரத்தினால் இறுகப் பிடித்து, பம்மிப் பம்மி நடக்கும் சினை முதலை போல ரயில் மேலேறியது.

ரயில் நிலையத்தில் இறங்கிப் பின்புறம் மேடேறினால் ஆள் முங்கிவிடும் அளவு புல்செடி, கொடிகளின் வளர்த்தி. மேடேறி உச்சியில் நின்று பார்த்தால். கீழே சூரியனில் துலக்கி வைக்கப்பட்ட பாத்திரங்கள் போல் வீடுகள்; சடசடவென்று கீழிறங்குகிற ஒற்றையடிப்பாதைகளில் சில ஒன்றுக்கோ, வெளிக்கோ போவதற்கு ஒரு இடத்தில் முடிச்சுப்போல் நின்று விடுகிறவை.

மேட்டில் ஏறியதும், ஏரியைப் பார்த்த சரிவில் இறங்காமல் இடது பக்கம் சிறு தார்ச்சாலை. பகலில் உரத்துப்பேசாத மரங்கள். நல்ல பிள்ளையாய்க் கிடக்கிற அவை, மாலைநேரம் வந்ததும் கிறுக்குப் பிடித்து ஆட்டம் போட்டன. உயர்ந்து குத்திட்டு நிற்கும் அந்த விருட்சங்கள் மீது முன் அந்தியின் காற்றும் மழையும் தாவும். மரங்களைச் சுழற்றி, உறையும் மௌனம் இருட்டை உடைத்துச் சிதறச் செய்யும் நடு சாமத்தில் வீட்டுக்குள் இருப்பவர்கள் கூட, பத்திரம் பயமாய் இருக்க வேண்டியிருக்கும் இருட்டும் அதை விடக்கெட்டியான மௌனமும் வெளியில் மிரட்டிக் கொண்டிருந்தன.

அது சின்ன முட்டுச்சாலை. முட்டும் இடத்தில் சின்னப்பன் வீடு. நாங்கள் பிள்ளைகளுடன் போனபோது சொந்த வீட்டில் இருப்பது போலிருந்தது. அங்கு போன எல்லோருக்கும் அப்படித்தான் இருந்தது. போய்வந்த கால்கள் மீண்டும் திரும்பிப் போக எத்தனித்தன. ஒவ்வொரு ஆண்டும் நீங்கள் வந்து போக வேண்டுமென்று சின்னப்பன் தம்பதியர்கள் சொன்னார்கள்.

''ராத்திரி என்ன நடந்தது தெரியுமா?'' சாதாரணமானதொரு விசயம் சின்னப்பன் வாயிலிருந்து வருவது போல் தெரிந்தது. முகத்தில் இயல்பான பாவம்.

என்ன நடந்தது என்பது போல் எல்லோரும் ஏறெடுத்துப் பார்த்தோம்.

''ராத்திரி வெந்நீர் வச்சிட்டு கடைசியா அடுப்பை அணைச்சது யாரு?''

யாரும் நானில்லை என்றார்கள். அப்படியானால் கடைசி வரை கேஸ் அடுப்பை எவரும் அணைக்க வில்லை.

''இந்நேரம் என்ன நடந்திருக்கும்?''

அவருடைய கேள்விக்கு யாரிடமும் பதில் இல்லை. ஓவியமான மனுசர் அவர். எதுக்கு இந்தக் கதையெல்லாம். நடந்ததை நேரடியாகச் சொல்லும் என்று சுடக்குப் போட்டுக் கேட்டுவிட முடியாது.

''ரகசியக் கூட்டம் நடத்திய புரட்சியாளர்கள் கூண்டோடு மரணம். பத்திரிகைகள்ள முதல் பக்கச் செய்தியாய் இந்நேரம் வந்திருக்கும்'' என்றார் சின்னப்பன்.

அவர் விளையாட்டுப் பேச்சுப் பேசுகிறவர் இல்லை. வாய் ஆற்றிக் கொள்வதற்காக பேசுகிறவரும் இல்லை. கேலி, கிண்டல், நகைச்சுவை, வம்பளப்பு ஏதொன்றும் சின்னப்பன் என்று ஜீவனுக்குப் பழக்கமில்லை.

அதிர்ச்சிகள் அடுக்கடுக்காய் எங்களுக்கு முன் விரிந்தன. காலை உபாதைகளைத் தீர்க்கக்கூடிய அவசரத்தை மறந்து விட்டோம்.

வீடு முழுவதும் பார்வை ஓடியது. முட்டுச்சாலையில் இருந்த அந்த வீடு, எல்லா நாட்களைப் போலவே எல்லா ரகசியங்களையும் தனக்குள் அமுக்கியபடி உட்கார்ந்திருந்தது. கைவிடப்பட்ட அனாதை போல் வெளியிலிருந்து பார்ப்பவர்களுக்குத் தெரியும் அந்த வீடு. புரட்சிகர வரலாறு உதயமாகப் போகும் கிழக்குப் பார்த்த வீடு என்று வெளியிலிருப்பவர்களுக்குத் தெரியாது. புரட்சிகர இயக்கத்தின் அரசியல் வகுப்புக்கள், ரகசியக் கூட்டங்கள் தொடர்ந்து அங்கே நடந்தன. தாராளமாக முப்பது பேர் உட்காரக்கூடிய முன் அறை இருந்தது. முன் அறையைத் தாண்டித்தான் கூடத்திற்கு வரவேண்டும். ஒரு கட்டத்தில் 25 பேர் கொண்ட தலைமைக்குழுக் கூட்டம் அங்கே நடத்தினோம்.

அன்றைக்கு அரசியல் வகுப்பு முடிந்ததும் தண்ணீர் கொதிக்க வைத்திருக்கிறார்கள். சுடு தண்ணீர் தவிர, வேறு சாதாரண குளிர்ந்த

தண்ணீர் வாயில் விடக்கூடாது என்பது சின்னப்பன் கட்டளை. உடனே நெஞ்சுச் சளி பிடிக்கும். வேறொன்றுக்காகவும் முன்னக் கூட்டியே எல்லாத் தோழர்களையும் எச்சரித்திருந்தார். வீட்டுக்குள் நடக்கிறபோது செருப்புக்காலோடு நடக்க வேண்டும். வெறுங்கால்களுடன் நடக்காதீர்கள். நெஞ்சுத் தடுமம் பிடித்து, மூக்கு அடைத்துக்கொள்ளும் இந்த இரு கட்டளைகள் தோழர்களுக்காகக் காத்திருந்தன.

சமவெளியிலிருந்து புதிதாக வந்திருந்த தோழர்களுக்கு என்ன செய்யப் போகிறது என்று அலட்சியம். வெறுங்காலில் நடந்தார்கள். காலில் அப்பிய குளிர் விண்ணென்று நடு மண்டையில் போய் நின்றது. ஒருவருக்கு தாங்க முடியாத ‘கபால மண்டையிடியே’ வந்து விட்டது. மூக்கடைத்து விட்ட தோழர்களுக்கு மிளகை ஊசியில் குத்தி நெருப்பில் காட்டி நெடியை உள்ளிழுக்கச் சொன்னார் சின்னப்பன். சுவாசிக்க கஷ்டப்பட்ட களைப்பு மறைந்து மூக்கடைப்பு நீங்கிய பரவசத்தில் அயர்ந்து தூங்கிப் போனார்கள்.

தண்ணீர் கொதித்து வழிந்து, அடுப்பு அணைந்து போனது. தற்செயலாய் அணைந்த கேஸை மூடிவிட்டதாக தோழர்கள் நினைத்துத் தூங்கிப் போனார்கள்.

கேஸ் கொஞ்சம் கொஞ்சமாய் வெளியேறி வீடு முழுவதும் பரவியது. அடைத்த கதவு சன்னல்களுக்குள் மண்டியது. கெட்டித்த குளிரில் அதுவும் கெட்டித்து அசையாமல் நின்றது.

இரவு நேரத் தூக்கம் சின்னப்பனிடமிருந்து விலகி, சில வருடங்கள் ஆகிவிட்டன. ஆசிரியர் வேலை கிடைத்து எப்போது வந்தாரோ அப்போதிருந்தே அந்த மலை தூக்கம் விரட்டிவிட்டது. சீக்கு வந்த கோழிபோல் இரா முழுவதும் குக்கித்து எதையாவது மருந்தை, டானிக்கை உட்கொண்டு உட்கார்ந்தபடி கழியும் அவருடைய இரவு. விடிய கொஞ்சம் முன்புதான் தூக்கம் கண்களைத் தழுவும்.

மூக்கடைப்பு, மூச்சுத்திணறல் இருந்தபோதும், கெட்டித்த கேஸ் நெடி சின்னப்பன் நாசி தொட்டது. எல்லாப் புலன்களும் விழிப்பில்

இருந்தது போலவே, அதுவும் விழித்திருந்தது. கேஸ் வாசனை ஆபத்தை முன் உணர வைத்தது. ஸ்விட்ச் போடாமல் தோழர்கள் யார் மீதும். கால், கை படாமல் வாயு மண்டலத்திற்குள் பம்மிப் பம்மிப் போய் கதவு, சன்னல்களைத் திறந்தார். காற்று சட சடவென்று உள்ளே வந்தது. அப்போதும் தோழர்கள் கம்பளியை இழுத்துப் போர்த்தித் தூங்கிக் கொண்டிருந்தார்கள்.

கேஸ் சிலிண்டரை மூடினார். துண்டை நனைத்து, ஈரத்துணி கொண்டு, விசிறி, விசிறி கேஸை விரட்டினார். வீடு முழுதும் கவிந்திருந்த பேயை விரட்டி விட்டு அவர் கண்ணயர்ந்த போது கிழக்கு மலை மேலே சூரியன் செந்நாய் போல் நாக்குகளைத் துருத்தியபடி வெளியே வந்தது.

பெருஞ்சத்தத்துடன் வெடித்துக் கருகியிருக்க வேண்டிய இருபத்தைந்து உயிர்கள், சத்தம் இல்லாமல் காப்பாற்றப்பட்டிருந்தன.

மரணத்தின் கோட்டைக்குள் நுழைந்து, வாயிற்கதவைத் தட்டிவிட்டுத் திரும்பியிருந்த தோழர்கள், உறைபனிக் கட்டியாய் ஆனார்கள். ஒன்றும் பேச்சோடவில்லை.

''இன்னொரு தடவை சொல்லுங்கள்.''

ஒவ்வொருவரும் இப்போதுதான் அதிர்ச்சியிலிருந்து மீண்டார்கள்.

''அந்த நேரத்தில் யாராவது ஒருத்தர் ஸ்விட்ச் போட்டா என்ன ஆகியிருக்கும்?'' சின்னப்பன் கேட்டார்.

''போட்டா போட்டதுதான்.''

முடிந்து போன சாம்பலிலிருந்து புதிய சரித்திரத்தை ஆரம்பிக்க வேண்டியிருந்திருக்கும். தோழர்கள் தற்பெருமையாய் சொல்வது போல் இருந்தாலும் யதார்த்தம் அதுவாகத்தான் இருந்தது. திறந்து வைக்கப்பட்ட வரலாற்று வாசல் வழியாக வெளியே பாய வேண்டிய ஒளி, நிரந்தரமாக நின்று போயிருந்திருக்கும்.

பல மரம் கண்ட தச்சன் ஒரு மரமும் வெட்டான் என்கிற மாதிரி, பலதும் பேசிப் பேசி அன்றைக்கு காலை வகுப்பு ஒன்றுமில்லாமல் ஆயிற்று.

''சரி வாங்க எல்லாரும் குளிங்க.''

சின்னப்பன் சாவதானமாய் எல்லோரையும் எழுப்பினார். எதுவுமே நடவாதது போல் எல்லோருக்கும் வெந்நீர் வைத்திருந்தார்.

மலை அரசியின் அழகுகள் துயரடைந்த நெஞ்சுக்குத் தட்டுப்படாது ஒழிந்தன. அடிவாரத்திலிருந்து மேலேறுகிறபோது படிப்படியாய் கூடவரும் வாழை, கமுகு, தேக்கு மர அடுக்குகள் எங்களுடன் முன்னேறவில்லை. சாலையில் மேலேறும் வேளையில் முன்பு அவையும் எங்களுடன் மேலே வந்தன. குத்திட்டு நிற்கும் விருட்சங்கள் கழுமரங்களாய் நின்றன. நாங்கள் மிகக் கவனமாய் ஒரு பொந்தில் பொதித்து வைத்த அக்னிக் குஞ்சை அவிந்த சாம்பலாய் வெளியே எடுத்த வீசியிருந்தது எங்களுக்கு எதுவுமில்லாமல் போயிற்று. ஒரு காலத்தில் அந்த மலை தனக்குள் அதிசயங்களைப் புதைத்து வைத்திருந்தது. இப்போது ஒரு புதையலும் அதனிடத்து இல்லை என்றாகியது.

துணைவி நித்யாவின் கரம், அந்த நடுச்சாமத்தில் உயிரில் தடவிக் கொடுத்திருக்கிறது. அவருக்கே அது மரணம் என்று தெரியாது. தீண்டுதல் உணர்ச்சி அற்ற போதுதான் மரணம் கழுத்துப் பிடியாய் இறுக்குவது நித்யாவுக்கு உறைத்தது. குத்திட்ட கண்கள் மரணத்தை அறிவித்தன. உயிர்போக எத்தனையோ வழிகள் இருக்கிறபோது எல்லா வழிகளையும் தன் கரங்களின் தீண்டலால் அடைத்துவிட எண்ணிய நித்யாவின் முயற்சி தோல்வியடைந்தது. இந்தப் பொழுதில் இவ்வாறு உயிர்போகும் என்று அதற்கு முந்திய பகலிலாகட்டும், முந்திய இரவிலாகட்டும் யாரும் அறிந்திருக்கவில்லை.

தோழர்களும் அறியவில்லை. இடியாக சேதி அவர்களுக்கு இறக்கப்பட்டது.

மீண்டும் ஒரு ஆசிரியர் வேலை தேடிக் கொள்வேன்; சமவெளிக்குப் போய்விடுவேன் என்றார். சமவெளிக்குப் போய்விட்டால், மூச்சமுத்த நோய் போய்விடுகிறது தோழரே என்றார். சமவெளியைப் பார்த்து இறங்குகிறபோதெல்லாம் அவர் குழந்தையாக கொண்டாட்டம் போட்டார்.

மலையில் வளர்ந்த வாழ்வு எங்கள் கண்ணெதிரே சுருட்டி வைக்கப்பட்டிருந்தது.

'எல்லாவற்றையும் ஒங்களுக்குக் கொடுத்துவிட்டேன் தோழர்களே. இனி நான் போய்வருகிறேன்' என்பது போல் மலையின் உறை குளிரையும், கதகதப்பாக்கிய அன்பின் வெப்பநதி வறண்டு கிடந்தது.

கீழே நிற்கிற ஊர்களிலிருந்து தோழர்கள் எங்களுக்கு முன்பே வந்துவிட்டார்கள். நாங்கள் போனபோது அவர்கள் முகம் ஒரு புதிய தொல்லையின் நடுவில் சிக்கிக்கொண்டதுபோல் தெரிந்தது. சின்னப்பன் உடல் மீது செங்கொடி போர்த்தப்பட்டிருந்தது. அதை முன்னக்கூட்டியே திட்டமிட்டுச் செய்திருந் தார்கள். இயல்பான உணர்வில் நிகழும் காரியம் அது.

அவருடைய சவ அடக்கம் தங்களுக்குப் பாத்தியதை போலவும், இதில் யோசித்து முடிவு செய்யுங்கள் என்பது போலவும் அவரது தாயும் தந்தையும் கிறித்துவப்பாதிரிமாரும் சொல்லிக் கொண்டிருந்தார்கள்.

''பாவாடைக்கார பசங்கள என்ன செய்றேன், பாருங்க ரெண்டாக்கிழிச்சி, கொடியில தொங்கப் போட்டுருவேன்'' என்று கத்திக் கொண்டிருந்தார் பெரியவர் சந்திரகுமார். அக்னி உருண்டைகளாய் கண்கள் திரள ஆவேசம் கொண்டிருந்தார். தோழர்கள் கூட்டம் கூட்டமாய் நின்று ஆலோசித்துக் கொண்டிருந்தார்கள்.

சின்னப்பனை தோழர் என்றோம் நாங்கள்.

இல்லை, அவர் கிறிஸ்தவர் என்றார்கள் அவர்கள்.

உடன்பிறந்த அக்காவின் கணவரும் உறவினர்களும் சேர்ந்து, அவரை இந்துவாக புதைப்பதற்கான முயற்சி முளைவிட்டது. அதிக வலிமையில்லாததால் அந்த முயற்சி தோன்றிய மாத்திரத்தில் கருகிப் போனது.

''அவர் கிறிஸ்த்துவாக இருந்ததினாலதான் எங்க பள்ளியில் வேலை கிடைத்தது.''

மதகுருக்கள் பேசினார்கள்.

''அதுக்கு என்ன இப்போது?''

பெரியவர்களும் மற்றவர்களும் கொதித்தார்கள்.

''அவர் பிறந்ததும் அப்பா, அம்மா தூக்கிக்கொண்டு வந்து போட்டது ஏசுவின் காலடியில். தங்கள் மடியில் வைத்துக்கொண்டு சர்ச்சில்தான் ஞானஸ்தானம் வாங்கினார்கள்.''

சிறு வயதில் பிரார்த்தனைக் கூட்டங்களில் கலந்து கொண்டார். நல்ல நாட்களிலும் ஞாயிற்றுக்கிழமை களிலும் அவர் தவறாது தேவாலயங்களில் இருப்பார்.பாதிரியார்களுக்கு பணிவிடை செய்வதில் தன்னை ஈடு இணையில்லாதவர் என்று காட்டிக்கொண்டார். காலை உறை பனியில் ஊரை அலற அடிக்கும் பஜனை கோஷ்டிகளில் அவர் காணப்பட்டார்.

அவர் என்னவாக இருந்தார் என்பதல்ல. இப்போது எப்படி இருக்கிறார் என்பதில்தான் எங்கள் தராசு கனமாக நின்று கொண்டிருந்தது.

''இப்பத்தான் அவர் கொஞ்ச காலமாக சர்ச்சுக்கு வர்றதில்லே'' என்றனர் பாதிரியார்கள்.

அவர்களிடமிருந்தே உண்மை வெளிப்பட்டுவிட்டது.

''வர்றதில்லேல்ல. அவர் வராத காலத்தில் எங்க நின்னாருன்னு யோசிச்சீங்களா?''

''அப்ப எங்களுக்கு உரிமையில்லையா?'' கிறிஸ்து வழியில் நின்ற அப்பாவும் அம்மாவும் முன்னால் வந்தார்கள். தொண்டை கட்டிப் போயிருந்தது இருவருக்கும். அழுது கண்கள் அதப்பிப் போயிருந்தன.

''ஒங்களுக்கு அப்பா, அம்மாங்கிற பாத்தியதைதான். ஆனா மதத்துப் பாத்தியத்தை நீங்க கேட்கலாகாது. அவர் ஒங்ககிட்ட பேசுனது, சொன்னது, விளக்கப்படுத்தினது எல்லாமே ஒங்களுக்குத் தெரியும். அதெல்லாம் கருத்தில கொண்டுவாங்க. அந்த அடிப்படையிலதான், சாதிமதம் பாராமல் தானே தேர்ந்தெடுத்து புரட்சிகர திருமணம் செய்துக்கிட்டாரு இத்தனைக்கும் உங்க சம்மதத்தோட.''

அப்போது வேறு வழியில்லை. மகன் வேண்டியதாக இருந்தது. மகனுடைய திருமணமும் வேண்டியிருந்தது. அதனால் ஒத்துக்கொண்டதாக அவர்கள் சொன்னார்கள்.

''அதான் அவளையே கேட்டுருவமே?'' உள்ளே உடலுக்கருகே சோகத்திலிருந்த மருமகளைச் சாட்சியாக்க முற்பட்டார் சின்னப்பனின் அப்பா.

''அதுக்கு முன்னாடி நீங்க ஒன்னை யோசிச்சு சொல்லுங்க. நீங்க மதத்துப் பக்கம் நிக்கறீங்களா? மகன் பக்கமா?'' என்றார்கள் தோழர்கள்.

''அப்ப நாங்க யாரு?'' பெற்றோர்கள் முன்வைத்தார்கள்.

''நீங்க கிறிஸ்தவர்தான். ஒங்க மகன் இல்லே.''

இந்து இறந்தால் அடக்கம் செய்ய இந்து மயான பூமி, கிறித்துவர்களுக்கு கல்லறை. இசுலாமியர்களுக்கு கபர்ஸ்தான். ஆனால் எந்த மதத்திலும் இல்லாத, எந்த மதமும் சாராத ஒரு பகுத்தறிவாளன் இறந்தால் தனியாக ஒரு மயானம் இல்லை. அதற்குத் தனி இடுகாடு வேண்டும் எனப் போராடி, நகரசபையில் தீர்மானம் நிறைவேற்றச் செய்து வென்றிருந்தார்கள் திராவிடர் கழகப் பகுத்தறிவாளர்கள்.

பா. செயப்பிரகசாம் 105

இன்னும் உயிர்முடிந்த ஒரு சடலமும் தொடப்படாமல், அந்த இடுகாடு உயிர்பெறாமலே தனித்துக் கிடந்தது. ஒரு சடலத்துக்காக இன்றுவரை ஆகாயத்தை நோக்கிக் காத்திருந்தது. ஆகாயம் வரை ஓடிய அதன் தாகத்தை அடக்க அதற்கு ஒரு உடல் வேண்டும்.

பகுத்தறிவாளர் கழகத் தோழர்கள் அடக்கம் செய்வதற்கான ஏற்பாடுகளுக்கு அனுமதி பெற்றுவர நகராட்சி அலுவலகத்திற்குப் போயிருந்தார்கள். இந்த நேரத்தில் பகுத்தறிவாளர் கழக நண்பர்களும் உடனிருந்ததால் பாதிரிமார்களுடன் மல்லுக் கட்டுவதற்கு தோதாயிருக்குமே என்று அப்போது ஒரு சிறு எண்ணம் நிமிண்டியது. அவர்கள் ரயில் நிலையம் தாண்டி மேடேறி வந்து கொண்டிருக்கிறார்கள் என்ற சேதி வந்தது.

மலைப்பிரதேசத்தின் மேல் மழை எப்போது வரும் என்று யாரும் எழுதிவைக்க முடியாது. நீர்த்தாரைகள் வசக்கி எடுக்குமுன் உடலை எடுத்துவிட வேண்டும் என்ற துடிப்புக்கூட இல்லாமல் பாதிரிகள் அவரவர் பங்குக்கு தீ வைத்துக் கொண்டிருந்தார்கள். படைபலம் காட்ட சின்னப்பன் பணியாற்றிய பள்ளிக்கூடத்திலிருந்து மாணவர்களையும் அழைத்து வந்திருந்தார்கள்.

''அவர் மனைவியையே கேளுங்க'' என்றார்கள் பாதிரியார்கள்.

''கேட்க வேண்டியதில்லை. எங்களுக்கு எந்தச் சந்தேகமும் இல்லே'' எதிர்த்து நின்றார்கள் தோழர்கள்.

''நானே கேட்கிறேன்'' என்று தோழர்களை விலக்கிக் கொண்டு உள்ளே போனார் சின்னப்பனின் தகப்பனார். அவருக்கு மருமகள் என்ற கூடுதல் உரிமை இருந்தது. தோழர்கள் தடுக்கவில்லை.

மாமனார் உள்ளே போனாரா, அவர் போவதற்கு முன் நித்யா தானாகவே வெளியே வந்தாரா என்று தெரியவில்லை.

நித்யா வெளியே வந்தார். எதிரே இருந்தவர்களை நோக்கி இருகைகளையும் கூப்பியபடியே பேசினார்.

"இங்க பாருங்க. யாரும் இங்க பிரச்சனையாக்க வேண்டாம். என் கணவர் தோழர்தான். நானும் தோழர்தான். தோழர்கள் விரும்பியபடியே, இயக்க முறைப்படியே எல்லாம் நடக்கட்டும்.''

காற்றடித்தால் சாய்கிற தழல்போல் அப்படியே மயங்கிச் சரிந்தார்.

கறுப்புச்சட்டை, கறுப்புக் கொடிகளுடன் ஒரு அணிவகுப்பு போல் முப்பது பேர் கொண்ட பகுத்தறிவாளர் கழகத்தினர் வந்து சேர்ந்திருந்தார்கள்.

செங்கொடி போர்த்திய உடல் தீக்கொழுந்துகளைத் துண்டம் போட்டது போல் சின்னச் சின்ன செங்கொடிகள் சுற்றியும் புரட்சிகரப் பாடல்களின் நடை வீரவணக்கம் செலுத்தியபடி தோழர்கள்.

மலைப்பாதை வழியே இறங்கிய வீரனின் உடலை, ஏழு ஆண்டுகளாய் வெறுமை காத்த மயான பூமி, முதன் முதலாய் தன் மடியில் ஏந்திக்கொண்டது.

பா. செயப்பிரகசாம்

# மலரடி வளைவு

மலரடி ஆசாரி வளைவு என்ற பெயர் சொல்லப்பட்டது. அவருக்கு அப்படியொரு பெயர் எப்படி வந்ததுஎன்று ஆதி காண முடியாது. சில பெயர்க் காரணங்களை எவ்வளவு தோண்டினாலும், தோண்டுவது தான் மிச்சமே தவிர அடியும் முடியும் தெரிய வராது. ஆனால், அந்தக் காம்பவுண்டுக்கு மலரடி வளைவு என்று பெயர் வந்ததற்குக் காரணத்தைச் சொல்லிவிடமுடியும்.

காற்றோட்டம், வெளிச்சம் எதுவும் உள்ளே புகாத பத்து வீடுகளுள்ள வளைவு காம்பவுண்ட் என்றார்கள். இப்போது நெட்டுக்கு வளர்கிறவை அபார்ட்மென்ட் ஆனது போல், குடிசைகள் அளவுக்கு தரையில் பரவி உட்கார்ந்திருக்கிறவை காம்பவுண்ட் ஆனது.

சமையல் கட்டு,கூடம், அறை என்று தனித்தனியே இல்லாமல், ஒரு அறையிலேயே சமையல், படுக்கை, தாம்பத்தியம் அனைத்தும் அடக்கம். தொழிலாளர்களின் வாழ்க்கையின் அடையாளமாக அந்த ஒரு கட்டு அல்லது அறையே வீடு ஆனது. பெற்றோர்கள் இருவரும் தனிமை தேவைப்படாத வயதை எட்டிவிட்ட போதும், மலரடி ஆசாரியின் வளர்ந்துவிட்ட பையன்கள் இரண்டு பேரும் மேஸ்திரி நாயக்கர் வீட்டுத் திண்ணைக்குத் தூங்கப் போய்விடுவார்கள்.

அந்த வளைவு வீடுகளின் பையன்கள் டவுசர் அணிய ஆரம்பித்தபோது மேஸ்திரி நாயக்கர் வீட்டு நீண்ட தாழ்வாரம் படுக்கையறையாகிவிட்டது. தவிர வீட்டுக்காரியோடு கோபித்துக் கொண்டு வருகிற ஒன்றிரண்டு ஆண்களுக்கு கோப வெக்கை தணிக்கிற படுக்கையுமாகிவிட்டது தாழ்வாரம்.

கிராமங்களில் ஒவ்வொரு வீட்டினுள்ளும் உள் முற்றம் உண்டு. வெளிமுற்றத்தைவிட விரிந்து பரந்து கிடக்கும் உள்முற்றம், சமையல்கட்டு, குளியல் அறை, உரல், உலக்கை, அம்மிக்கூடம், சில நேரங்களில் மாட்டுத் தொழுவம், குளுதாடி கூட உள்முற்றத்தில் உண்டு. முக்கியமாக மாட்டுக்குத் தண்ணி காட்டும் குளுதாடி உள்ளே தான் இருக்க வேண்டும். இல்லையென்றால் வெளிவரத்து மாடுகள் கழுநீரைக் குடித்துவிட்டு ''சமத்தன் தயிரையும் தின்னுட்டு, இருக்கிறவன் வாயிலே இழுகியும் விட்டானாம்'' என்ற கதையாகிவிடும்.

இருபக்கமும் வரிசையாய் வீடுகள் இருக்க, காம்பவுண்ட் நடுவில் நீளமாக, அகலமாக உள் முற்றங்கள் கிடந்தன. அவரவர் வீட்டு முன்னால் ஆண்கள் குளிப்பார்கள். அத்தனை பெண்களுக்கும் சேர்த்து கடைசி முடிவில் ஒரு குளியலறை இருந்தது. குளியலறை இருப்பதே தெரியாது. பல நேரங்களில் ஆண்கள் இல்லாத நேரமாகப் பார்த்து, பெண்கள் வீட்டுக்குள்ளேயே குளித்துக் கொள்வார்கள். வீட்டிற்கு முன்னால் ஆண்களும், வீட்டுக்குள் பெண்களும் குளிக்கிற தண்ணீர் உள் முற்றத்தில் நடுவகிடு வகிர்ந்தது போல் ஓடி காம்பவுண்ட் வெளியே சேரும்.

மீனாட்சி ஆலை திறந்தபோது, முதன் முதல் வேலைக்குச் சேர்ந்த மலரடி ஆசாரி, புதிதாய் கட்டப்பட்ட அந்த வளைவில் முதன் முதலாய் குடியேறினார்.

பத்து வீடுகள் உள்ள வளைவுக்குச் சொந்தக்காரர் ஒருவர் இருக்க, அவர் பெயர் தெரியாமல் போய், மலரடி ஆசாரி வளைவு என்றே பெயர் நிலைத்துவிட்டது. பிறகும் சுருங்கி, மலரடி வளைவு என்றாகிவிட்டது.

அந்தப் பகுதி முழுதும் ஆலைத் தொழிலாளிகள் எல்லார் வீடுகளிலும் காலையில் இட்லிக்குப் போட்டார்கள். மலரடி ஆசாரி வீட்டில் காலையில் இரண்டு இட்லிதான். முன்னே, பின்னே, மூத்தவர், இளையவர் என்ற வித்தியாசம் கிடையாது. மலரடி ஆசாரி, அவரது

சம்சாரம் இருவரது சிந்தனைகளிலிருந்த சிக்கனம் கைக்கு இறங்கிவிட்டது. ஒவ்வொரு நேரத்துக்கும் அளவு அகப்பை இருந்தது. அகப்பையும் அளவோடு வார்க்கப்பட்டிருந்தது. அதுவும் மலரடி ஆசாரி வார்த்ததுதான்; தன் வீட்டுக்கு தான் வார்த்த அகப்பை அளவே உணவுச் சட்டமாகிவிட்டது.

ஒவ்வொரு குடும்பத்திற்குள்ளும் வித்தியாசமாய் வீசுகிற காற்று, பிறகு கெட்டியான குணமாகி, அந்தக் குணம் வீட்டின் பெயராகிவிடுகிறது. இப்படி மொத்தமாக காம்பவுண்ட் பெயருமே மலரடி ஆசாரி பெயரில் போய்ச் சேர்ந்துவிட்டது.

நல்ல காரியமாகப் போகிறபோது, மூன்று அல்லது ஐந்து பேர் ஒத்தைப்படையில் போகவேண்டும். ஆனால், ஒத்தை ஆள் போகக்கூடாது. மலரடி ஆசாரி மகன் செல்வத்திற்கு பெண் பார்க்க நான், செல்வம், அவருடைய அக்கா மூன்று பேரும் புறப்பட்டோம். ஒரு பாஸஞ்சர் ரயிலில் ஏறி உட்கார்ந்தால் அந்த ஊருக்குக் கொண்டுபோய்ச் சேர்த்தது.

இது போன்ற நல்ல காரியங்களுக்குப் போகிற போது ஏடாகூடமாய்ப் பேசாத ஒரு ஆள் வேண்டும். செல்வன் என்னைக் கூட்டிக் கொண்டு போனார். யார் வேண்டுமானாலும் என்னைக் கக்கத்தில் இடுக்கிக் கொள்ள முடியும். ஒருத்தரை ஒருத்தர் கடித்துக் குதறிக் கொண்டிருந்தாலும், வசவு நாறடித்துக் கொண்டிருந்தாலும் எதுவுமே வாய் திறக்காத சாத்வீகமான ஒரு உயிரி.

சொந்த மனசை மெல்ல, மெல்லச் சாகடித்து என் சுய அடையாளத்தையே இழந்து போனது எல்லோருக்கும் பிடிக்கக் காரணமானது.

சிறிய ரயில் நிலையத்தில் நாங்கள் இறங்கியபோது, காலைச் சிறு வெயில் வெள்ளை வெயிலாய் நின்றிருந்தது. மேடான ரயில் நிலையத்திலிருந்து எதிரே தெரிந்த ஊர். ஈரிலை விட்ட உளுந்துச் செடிகளுக்கு மட்டுமல்ல. எல்லாப் பயிர்களுக்கும் இன்னொரு தரம்

தாய்ப்பால் வேண்டும் என்பது போல், எதிரே தெரிந்த உளுத்தங்காடு சுணங்கிக்கிடந்தது.

செல்வத்தின் அக்கா எப்போது விதவையானாள் என்று தெரியாது. என் கண்ணெதிரே அவர் விதவையாகிற காட்சி நடக்கவில்லை. அந்தப் பகுதிக்கு எங்கள் குடும்பத்தின் வருகைக்கு முன்பே அது நடந்திருக்க வேண்டும்.

"ஆத்தா, நீ மேல வா ஆத்தா. எதுக்குக் கீழே இருந்துக்கிட்டு வாயடிக்கிறே?"

"அதுக்கு நாங்க ஆளு இல்ல. எங்க தாத்தா சொல் பேச்சுக் கேட்காதவங்கள, நாங்க ஏன் தேடணும்?"

"அதான் இப்ப தேடி வந்திருக்கிறோமில்லே"

"வந்தீங்க, அங்க நிலையா நின்னு எங்க தாத்தா வண்டி ஏத்தி அனுப்பியிருப்பாக."

சொன்னால் நம்ப முடியாது. நிச்சயமாக பெண் பார்க்கப் போன செல்வனுக்கும், பார்க்கப்பட்ட பெண்ணுக்கும் நடந்த விவாதம்தான். எங்க தாத்தா, எங்க தாத்தா என்று அந்தப் பெண் அடிக்கொரு தரம் உச்சரித்தது. செல்வத்தின் அப்பா மலரடி ஆசாரியைத்தான். அவர் ஐந்து வருசமாய் சொல்லியும் வீடு தேடி வராதவர்களை நாங்க ஏன் மதிக்கணும் என்பது போல் அன்னத்தாய் என்ற அந்தப் பெண்ணின் தோரணை தென்பட்டது.

நாங்கள் போனதும், மாடியில் உட்கார வைக்கப்பட்டோம். தச்சாசாரியாகவும் இருந்ததால் மரத்திலான படிகளை இறக்கியிருந்தார். மரப்படிகள் மேலே அழைத்துச் சென்றன.

எங்களை எதிர்பார்த்து இருந்தார்கள். போய் இறங்கியதும் சாப்பாடு ஆகிவிட்டது.

"வாயாடி வா வந்து, மேல உட்காரு"

செல்வன் கீழ் நோக்கிக் கூப்பிட்டார். அப்படியொன்றும் அவசியமில்லை என்பது போல் அன்னத்தாய் கீழே நின்றபடியே பேசினாள்.

பா. செயப்பிரகாசம்

அபூர்வமானது அந்தக் காட்சி. மனிதர் சம்பந்தப்பட்டஎதுவும் ரசனைக்குரியதே. மாப்பிள்ளை ஆகப் போகிறவர், மணப்பெண்ணாய் வரப்போகிறவள். ஒருத்தர் மேலே, ஒருத்தர் கீழே நின்று பேசிக் கொண்டு இருந்தது ரசிப்புக்குரியதாக மாறிவிட்டது. நிஜத்தில் கீழே நின்ற பெண்தான் ஒரு படி தூக்கலாய் மேலே நின்றாள். மற்றவர்கள் நயந்து போவது போல் தெரிந்தது.

''ஆத்தா ஒண்ணு நீ மேல வர்றயா, இல்ல நான் கீழே வரவா?''

செல்வன் பேச்சுக்கு அன்னத்தாய் பதில் பேசவில்லை. இல்லை, இல்லை நீ மேலதான் இரு என்பதாக அந்த மௌனம் பேசியது. அந்நியோன்னியம் நிறைய இருந்தது. ரொம்பவும் பிரியக்காடாக இருந்தாலும் வெறுப்பு அதிகரிக்கும். குளிர்ச்சியான பொருள் தொண்டை வழியே இறங்கினதும், நெஞ்சுக்குழியில் பம்மிக் கிடக்கும் இருமலை உசுப்பிவிட்டது போல் ஆகிவிட்டது.

''அப்படியும் தாத்தா சொல்லி அஞ்சு வருஷமாயிருச்சே'' அந்தப் பெண் முணுமுணுத்தாள்.

மத்தியானக் கட்டமானதால் ஊர் சத்தம் செத்துக் கிடந்தது. ஊர் இளைத்துத் தூங்கிக் கொண்டிருந்தது. அவரும் செத்த சூழலில், முணுமுணுப்பு வந்து விட்டது.

''தாத்தா சொல்லிச்சி, தாத்தா சொல்லிச்சின்னு திரும்பத் திரும்பப் புலம்பறயே, அதுக்குத்தானே வந்திருக்கோம்'' செல்வன்தான் பேசினார்.

''அஞ்சு வருஷம், பத்து வருஷம்? வருஷக் கணக்கா முக்கியம்? பேசற நேரமா இது?''

செல்வனின் அக்கா நச் சென்று போட்டார்.

அக்கா முதன் முதலாகப் பேசினார். வருசங்கள் முக்கியமல்ல. நாங்கள் வந்திருக்கிறோம் என்பதுதான் முக்கியம். அக்கா சடைத்துக் கொண்டு பேசுகிறார் என்றதும், தகப்பனாருக்கு சுருக் என்றது.

இதுவரை என்ன சீருக்குப்போகிறதோ போகட்டும் என்று விட்டு விட்டவர். ''நீ பேசாம இருதாயி, நாங்க பேசிக்கிறோம்'' என்று கீழே குரலை அனுப்பினார். கீழே குரல் அஞ்சல் செய்யப்பட்ட பின், பதில் வராமல் நின்று போனது.

இப்ப நீங்க செய்தது சரி என்கிற மாதிரி அக்காவிடமிருந்து ஒரு புன்னகை வெளிப்பட்டது.

அந்தச் சூழல் எனக்கு இதமாக ஆகியிருந்தது. சுற்றி நிலவும் சூழலிலும், மனித நடைமுறைகளிலும் அதிக கவனம் கொண்டவன் நான். சில நேரங்களில் சூழல் மனிதர்களை நடத்திச் செல்கிறதா, மனிதர்கள் சூழலை நடத்திச் செல்கிறார்களா என்பது தெரியாமல் இணைவாய்ப் போய் கொண்டிருக்கும். இந்த ஈரமான சூழலுக்குள் கரைந்த எனக்கு கிறக்கம் வரும் போலிருந்தது.

பேசி முடிக்கிற போது, வெயில் கொடுமை தாழ்ந்து விட்டது.

''ரெண்டாம் ரெயில் வருகிற நேரமாச்சு'' கீழிருந்து எச்சரிப்பு வந்தது.

''ரொம்ப நவீனமாயிட்டீங்க ரயிலு நேரமெல்லாம் பேசற அளவுக்கு வந்திட்டீங்க.''

செல்வன் கேலி பேசிக்கொண்டே எழுந்தார். நேரக் கணக்குகள் மாறிவிட்டன. கோழிகூவுற நேரம், ஆடு எழுப்புற நேரம், ஏர் பூட்டுகிற நேரம், முதல் களை நேரம், மதியக் கஞ்சி வேளை, மறு ஏர் பூட்டுகிற நேரம், எழுத்து முகம் அறியாப் பொழுது. விளக்கு வைக்கிற நேரம் என்று கிராமிய வாழ்வு முறை சார்ந்து பெயர் கொண்ட பொழுதுகள் அஸ்தனமாகிவிட்டன. வாழ்வும், அதற்கு அமைப்பான வார்த்தைகளும் அவைகளை மலையேற்றிவிட்டன.

செல்வன் மாடிப்படிகளில் முதலில் கீழே இறங்கினார். பின்னால் நான், இது நேரம் வரை வாயடித்த குரலின் பிரதிநிதியைக் கீழே காணவில்லை. அவள் எங்கே ஒளிந்தாள் என்று செல்வனின் பார்வை அலசியது.

பா. செயப்பிரகசாம் 113

''என்ன போனீங்களய்யா? பார்த்தீங்களா?''

எதிர்ப்பட்ட என்னிடம் செல்வனின் அம்மா கேட்டாள்.

நான் அவள் முகத்தை ஏறிட்டுப் பார்த்தேன்.

''செல்வம் ஒன்னுமே சொல்லலையே?''

''அவன் ஈரெட்டாகத்தான் பேசறான். ஒன்னும் பிடி கொடுக்க மாட்டேங்கிறான். வாய்ப் பேச்சு விட்டாத்தானே தெரியும். அவங்க அய்யா அங்க தான் செய்யணும்னு நிக்கிறாரு.''

''அக்கா?'' என்று ஏறிட்டேன். செல்வனின் தாயார் வீட்டுப் பக்கம் சைகை காட்டினாள்.

''தகப்பனும் மகளும் பேசிக்கிட்டிருக்காங்க'' என்றாள்.

உள்ளது உள்ளபடியே தகப்பனார் முன் விரிக்கப்பட்டிருந்தது.

''பேத்திக்கு ஒங்க பேரைச் சொன்னவுடனே சுள்ளுனு ஏறுது. மூச்சுக்கு முன்னூறு தடவை எங்க தாத்தா, எங்க தாத்தா தான். பேரன் மேலே அவ்வளவு பற்றுதல்.''

மலரடி ஆசாரி முகத்தில் பெருமைக்களை பரவியது. சொந்தம் விட்டுப் போகாமலிருக்கதொட்டுக் காட்டிவிட்டார். பேத்தி, ஆங்காரமும் கோபமுமாய் சரி வழக்காடி அவர் காட்டிய திசையை இறுகப் பற்றிக் கொண்டாள்.

''சரி வழக்காடுறா. அப்பாரு ஓவியமான மனுசன். அவரு ஒரு வார்த்தை பேசலே''

''அம்மா இல்லாத பொண்ணு.''

''அதான் எட்டாம் வகுப்பு படிச்சிருந்தாலும், எட்டு திக்கும் அறிஞ்சி வச்சிருக்கா. கையில வேப்பிலை எடுக்காததுதான் மிச்சம்.''

''கடைசியா என்ன சொல்லிட்டு வந்தீங்க?''

''நீங்க ஒரு தடவை வந்து மாப்பிள்ளை வீட்டைப் பாத்திட்டுப் போங்கன்னு சொன்னோம்.''

இங்க பார்ப்பதற்கு என்ன இருக்கிறது என்பது போல் மலரடி ஆசாரி முகட்டு வளையைப் பார்த்தார். இருட்டு அப்பியிருந்தது. கண்கள் மூடினாலும் விரித்தாலும் இருட்டு- இனி அந்தப்பெண் வழியாகத்தான் வெளிச்சம் வரவேண்டும்.

''மூத்தவனே எழுந்திரு, எழுந்திரு.''

அம்மா அவசரமாகத் தட்டி என்னை எழுப்பினாள். கட்டிலுக்குப் பக்கத்தில் குத்துக்காலிட்டு உட்கார்ந்தாள்.

''அங்க மலரடி ஆசாரி வீட்ல ஒரே கச, முசாவா இருக்கு.''

''என்ன?'' விழித்த அரைக்கண் அம்மா மீது பட்டது.

''நீங்கள்ளாம் போய்ப் பாத்திட்டு வந்தீங்களே, அந்தப் பெண் ஓடிப் போயிருச்சாம்.''

பய பத்திரமாய் அம்மா சொன்னாள். பேச்சு குசு, குசுவென்று மெதுவாக வந்தது. படீரென்று எழுந்து உட்கார்ந்தேன்.

''அவன் கண்டக்டரா இருக்கான். சாம்பாக்கமார் பையனாம். ஓடிப்போய் சோலைசாமி கோயில்லே மாலை மாத்திட்டு கல்யாணம் பண்ணிக்கிட்டாங்க.''

அம்மா நேரே பார்த்த சாட்சி போல் சொன்னாள். ''ரெண்டு நாள் கழிச்சி லாட்ஜில வச்சி போலீஸ் கண்டு பிடிச்சிருக்க.''

''பெறகு?''

''பெறகு இவ நா அவங்கூடத்தான் வாழுவேங்கறா.''

கழுவடி ஆசாரி வீட்டுப்பக்கம் கையைக் காட்டி,

''பெறகு ... அங்கிருந்து விசயம் வந்தாத்தான் உண்டு. அந்தப் பொண்ணு மறிச்சி மறிச்சி பேசினதை கேட்ட போதே எனக்குச் சந்தேகம்'' என்றாள் அம்மா நேரிலே கண்டது போல.

சந்தேகம் எனக்கில்லை. வேறொரு திசைக்கு நடைவிரித்தது மாதிரித்தான். அன்றைய உரையாடல் இருந்தது. அந்த சுதந்திரம் எனக்கும் பிடித்திருந்தது.

# நசிவு

தொண, தொணவென்று விடாது பேசுகிறது மழை. ஆனால் நச்சு மழையாக இருந்தாலும் புஞ்சைக் கேத்த மழை. வெயிலுக்கு ஒரு காய்ப்புக் காய்ந்து, பொதுமலான மண்ணில் விதை வீசிய விதைப்புக் காலமாக அது இருக்கலாம்.

ஏதோ ஒரு காத்தில், நல்ல நேரத்தில் ஊரைவிட்டு, நீங்கி காலடி எடுத்து வைத்துப் போயிருக்கலாம். பல விதைப்புகளும், அறுவடைகளும் கடந்து, நீங்கள் கிராமத்திற்கு திரும்பி வர வெகு காலம் ஆகியிருக்கலாம்.

ஊர் வந்ததும் வெள்ளை வெயில் போல் நிலா அடிக்கிற இரவில்,காணாமல் போன 'தவிட்டுக் குஞ்சு' விளையாட்டுப் பற்றி முதலில் இழவு விசாரிக்கிறீர்கள்; விளையாட்டில் உத்தி கட்ட காணாமல் போன பையன்கள் பற்றி துக்கம் கேட்கிறீர்கள்; பல விளையாட்டுக்கள் மயானம் கண்டு, மூணு குச்சி விளையாட்டு (கிரிக்கெட்) புதிதாய் பிறந்து வந்துவிட்டது. பிறந்த போதே தாய், தந்தையை விழுங்கிய குழந்தை மாதிரி மண்ணின் மற்ற விளையாட்டுக்களை விழுங்கிவிட்ட கிரிக்கெட் பற்றி மாரில் அடித்துக் கொள்ளத் தோணுகிறது உங்களுக்கு.

''எந் தலைக்கு எண்ணை ஊத்து

எருமை மாட்டுக்குப் புல் போடு''

என்று பாடிக்கொண்டு, ஒரு கையால் தூணையும் மறுகையை நீட்டியபடியும் தூண்கள் சுற்றிச் சுற்றி, பாவாடை குடையாய் உப்ப

ஆடும் சிறுமிகளைத் தேடுகிறீர்கள்; வீடுகள் நவீனமாகி தூண்கள் மறைந்தது போல, சிறு பெண்களும் ஓடி ஒளிந்து போனார்கள் என்று கண்டு கொள்கிறீர்கள்.

ஐப்பசி பதினைந்திலும் வெள்ளை வெயில் அடிக்கிறது; பல வருசங்களாய் விவசாயியைப் போட்டுப் பார்க்கிறது மழையும் வெயிலும்.

குத்துக் கல்லுக்கு என்ன மழையா, வெயிலா? நீங்கள் நகரவாசி. நகரத்தில் வாழுபவர்களுக்கு எந்தக் குந்தகமும் இல்லாமல் எல்லாமும் எந்த நேரத்திலும் கிடைத்து விடுகிறது. பருவ மாறுதல்களைக் கூட உணரா நீங்கள் ஏதோ ஒரு வேலையாய் வீரகாஞ்சிபுரம் வந்து கிராமத்தின் கார்த்திகை இதமான வெயிலில் தட்டாம் பூச்சிகள் வட்டமடிப்பதை அதிசயித்துக் கரைந்திருக்கிறீர்கள். அந்த கரைதலின் இன்பத்தை நடுவில் வெட்டி வருகிறது ஒரு குரல்.

''இப்படித்தான் செய்வீங்களா தம்பி?''

பதினாறு, பதினேழு வயதுப் பையனைக் கையில் பிடித்தபடி அன்னகாமு படியேறி வருகிறாள்.

கீழே உட்கார்ந்தாள். அவளுடைய எல்லை வாசல் நிலைப்படியாக இருந்தது.

''இவ்வளவுதான் செய்வீங்களா? இன்னமும் செய்வீங்களா? ஏழை, பாழைங்க, இல்லாதவங்கன்னு தானே இப்படிச் செய்றீங்க?''

மைனாக் குஞ்சின் கழுத்து ரோமம் போல், பையனின் உதடுகளுக்கு மேலே மயிர்விட்டிருந்தது. பிடரி வரை தொங்கிய முடிவெட்ட, நெஞ்சைக் குறுக்காகப் பிளந்து அம்பு போட்ட பனியனில் என்னைக் கவனி என்ற ஆங்கில வாசகம் அவளைக் கவனித்தேன்; வாலிபத்தின் வாசறையில் நிற்பதை முகக்குறி காட்டியது. படிப்பு முடித்துவிட்டு, ஏதாவது ஒரு வேலையில் அமத்திவிடக் கேட்டு, வீடு தேடி வந்திருக்கிறார்கள் என எண்ணுகிறேன்.

எவரைப் பார்த்தாலும் அப்படித்தான் தோணுகிறது. ஒரு வேலை, ஒரு இடமாறுதல், வேறு ஏதேனும் ஒரு உதவி, இப்படியான சூழல், எங்கே போனாலும், அமுக்குப் பேயாட்டம் என்னைப் பிடித்துக் கொள்கிறது.

''நாங்க வேத்து ஆள்னுதானே இப்படிச் செய்றீங்க?''

அவள் ஏன் வாசற்படி தாண்டி உள்ளே வரவில்லை என்பதற்கான விடை கிடைத்தது. சாதிக் கட்டுமானம் அப்போதுதான் அவள் வேறொரு பிரச்னையாக வந்திருக்கிறாள் என்பது புரிந்தது.

சுள்ளென்று வெயில் தைத்தது. மாதிரி மேடை மேல் 'ஹாலோஜின்' விளக்குகள், வட்ட வட்டமாய் வண்ணக் கதிர்கள் விசிறி பிறகு ஒரு இடத்தில் குவியும் 'போகஸ்' விளக்கு; கண்ணைப் பறிக்கும் மேடை அலங்காரங்கள். இதயத்தை தக், தக் என்று தட்டி, பேரிரைச்சல் கொட்டி வரும் இசைத்தட்டுகள். அதற்கு ஏற்றபடி ஆடுகிற இசைத்தட்டு நடனம்.

சித்திரை, வைகாசி மாதங்களில் ஊர்த் தேவை அதிகம். அம்மன் பண்டிகை, கொடை, ஊர்ப்பொங்கல் எல்லாம் அந்த நேரத்தில் கொடுக்குப் பிடித்து வந்தன. இன்னிசை, மெல்லிசை, நடனம் என்று வீர காஞ்சிபுரம் நாட்டியக்குழு சுறுசுறுப்பாகும். தூத்துக்குடி, கோவில்பட்டி, அருப்புக்கோட்டை என்று நகரங்களுக்கும் பக்கத்து ஊர்களுக்கும் நடனக்குழு பறந்தது.

இசைத்தட்டு போட்டு, ஆடும் நடனத்திற்கு, குறிப்பான பாட்டு, ஆட்டத்திற்கு ஏற்ற உடை தைக்க வேண்டும். அந்த நடிகருக்கு என்ன உடையோ, அவருக்கு என்ன காலசைவு, கையசைவு, இடுப்பசைவோ அதை நடிக்க வேண்டும். உடைக்குச் செலவு எக்குத்தப்பாக ஆனது. அவரவர் கைக்காசு போட்டு செலவழித்தார்கள். கூடுதலாக, வீரகாஞ்சிபுரம் நாட்டியக்குழுவுக்கு 'ரேட்' உயர்ந்து கொண்டே போனது 5 ஆயிரத்தில் ஆரம்பித்தது. தற்போதைய நிலவரப்படி 15 ஆயிரம்.

பருவெட்டாய் இரண்டு பெண்களையும் ஆட்டத்துக்குத் தோதாய் மதுரையிலிருந்து கொண்டு வந்திருந்தார்கள். எந்த ஊருக்கு நாட்டியக் குழு போகிறதோ, அப்படியே அவர்களுக்கும் பேசப்படுகிறது.

''வெடிப்பாய் ஒன்றுக்கொன்று சளைக்காம ஆடும், ஜோடிச்சு வந்தா நக்மாதான், ரோஜாதான், ஐஸ்வர்யாதான்.''

''நீங்க சொல்றது ராத்திரிக்கு. பகல்லே?''

''பகல்லே நாய்கூட மோளாது. ஆனா மேடையில குறை சொல்ல முடியாது.''

''இந்த ஆட்டத்துக்குத்தான், ஒருத்திக்கு ரெண்டாயிரம்னு பேச்சுக்கால்.''

உலகத்தின் வேகமான சுழற்சியில் நவீன வருகை என்று இதனை நீங்கள் சொல்லலாம். அல்லது பேச்சுக்காக என்ன ஆட்டம்? வெளங்கலே என்று அடித்துத் தூக்கிப் போட்டு விடலாம். இந்த இரண்டாவது தடத்தில்தான் நான் பயணித்தேன்.

''நீங்களே சொல்லுங்கய்யா, இவனுக்கு ஆட்டத்தில, பாட்டத்தில என்ன குறைச்சல்? வேத்து சாதின்னுதானே வேண்டாம்னு சொல்றாங்க'' அன்னகாமு கேட்டாள்.

''வந்த இடத்தில நிம்மதியா இருக்கவிடாம, ஒங்க பிரச்சனை ஒங்களோடயே இருக்கட்டும். அங்க போய்த் தீர்த்துக்குங்கோ.'' அம்மாவின் சத்தம் வந்தது.

என்னுடைய நினைவோட்டத்தில் காலையில் வந்த பையன்கள் தங்கினார்கள். நாட்டிய நிகழ்ச்சிக்குத் தலைமை தாங்கிப் பேச வேண்டுமென்று கேட்டார்கள். எம்.எல்.ஏ., வட்டத்தலைவர், ஊராட்சித் தலைவர் என்று பல பெரிய மனிதர்கள் இருக்கிறார்கள் என்று சொல்ல நினைத்தேன். முகத்தைச் 'சுரீச்'சுக்கிட்டு போய்விட்டால் என்ன செய்வது? 'சரி பார்க்கலாம்' என்றேன்.

இந்த மாதிரி நிகழ்ச்சியெல்லாம் அவருக்கு அறவே பிடிக்காது. அவர் வரமாட்டார் என்று யாரோ சொல்லியிருக்கிறார்கள்.

பா. செயப்பிரகசாம் 119

இன்னொரு தடவை போய் கண்டுகொண்டு வந்து விடுங்கள் என்றிருக்கிறார்கள். இந்தத் தடவை பத்துப் பேர் இருக்கும்.

''அந்தப் பையனை சேர்த்திருக்கிறீர்களா?'' கேட்டேன். அன்னகாமு அக்காவின் பையன் ஞாபகம் வந்தது. ''அவனைச் சேக்காமா விட்டுட்டீங்களாமே?''

''அவன் இல்லாமலா? அப்புறம் நாகேசுக்கு யாரு? வடிவேலு என்ன ஆகிறது?''

அவனைச் சேர்த்துக் கொண்டார்களாம்.

''இரவுதானே போங்க வருகிறேன்'' என்றேன்.

''ஊர்ப்பசங்க ஆசையா நடத்தறாங்க. போய்ட்டு வந்திரய்யா? ஒன்னுக்குள்ள ஒன்னு உறவுக்காரங்க நாடகம் நடத்தற மாதிரிதானே?'' அம்மா சொன்னாள்.

நான் போகவில்லை.

''ஓங்கிட்டப்போய் கேட்டாங்களே. கோட்டிக்காரப் பசங்க'' அம்மா சடைத்துக் கொண்டாள்.

ஒருமுகமாக இருந்தது ஊரின் கவனம் ஒரு பொட்டுத் தூக்கம் இல்லை. மொத்த சனமும் நாட்டியக் களத்தில் கிடந்தது. ''என்ன செய்றது? தெரு முழுக்க சத்தம் கொடுத்தாலும் 'ஊங்'கிறதுக்கு ஒரு குஞ்சைக் காணோம்.''

போத்தியப்பனும் கனகவேலும் ஊர்க்காவலிருந்ததாய்ச் சொன்னார்கள். ஆட்ட, பாட்டத்தில் அவர்களுக்கு லயிப்பு கிடையாது. தன்போக்காக அவர்களே வந்து தெருப் பாதுகாப்புக்காக இருந்து கொண்டார்கள்.

இணுக், இணுக்காக அத்துக் கொண்டிருந்தது மழை. வேஷம் கட்டவிடுமா இல்லையா என்ற சந்தேகம் அல்லாடியது. ஈரம் பொதுமி, காலில் பிசு, பிசுவென்று ஒட்டுமண் ஒட்டியது. சந்திராவின் செருப்பு வழுக்கிக்கொண்டு போனது.

"என்ன கருமாந்திரமோ, இப்படியெல்லாம் பாக்கணும்னு கேட்குது" என்று தன்னைத்தானே நொந்து கொண்டாள்.

முந்திய மழைக்கு ஊரைச் சுற்றி சாலையில் பள்ளம், கிடங்கு; மாடு, மனுசன் எங்கே கால் வைப்பது என்று தெரியாமல், லப்பியது. சரட்டென்று வழுக்கிவிட்டால் மாடுகளுக்கு சப்பை விலகிப் போகும். இன்னும் கண்மாய்த் தண்ணீரைத்தான் குடிநீராகச் சாப்பிட்டுக் கொண்டிருக்கிறார்கள். இன்னும் உயிர் வாழ்கிறார்கள். பெரிய கண்மாய்க்கு, மடை பாய்கிற, எப்போதோ புராண காலத்தில் கட்டப்பட்ட கலுங்கு அப்படியே சப்பணம் போட்டு உட்கார்ந்து விட்டது. இன்னும் கொஞ்ச நாளில் ஒரு வரலாற்றுச் சின்னம் போல் மண்ணில் புதைந்து போய்விடும்.

இதெல்லாம் உங்கள் கண்களுக்கு தென்படவில்லை. புதுக் கலாச்சார போதையில் தன் கிறக்கமாய் அலைந்து கொண்டிருக்கிறீர்கள். இளைஞர்களே இதைக் கொஞ்சம் கவனியுங்கள் என்று நிகழ்ச்சிக்குப் போயிருந்தால் சொல்லியிருக்கலாம் என்று தோன்றியது.

கதவு தட்டும் சத்தம் வந்தது; சாமச் சோறு சாப்பிட்டுப் படுத்த ஆட்டுக் கிடைக்காரப் பையன்களுக்கு இன்னும் ஜீரணமாகியிருக்காது. மேய்ச்சல் எடுத்துத் திரும்பிய ஆடுகள், தன் கிறக்கமாய் சொக்கிக் கிடந்தன. 'ம்மே' ஒன்றிரண்டு ஈத்து ஆடுகளின் பினாத்தல் ஊடே மிதந்து வந்தது.

"யாரு?" அம்மா உள்ளிருந்து குரல் கொடுத்தாள்.

"நாந்தான் தாயி"

"நாந்தான்னா? அது என்ன அடையாளம்?"

"தம்பியைக் கூப்பிடுங்களேன்"

இந்த வருசம் நல்ல மழை; நல்ல பனி. முதலில் ஒருவாரம் இறங்குவமா? வேண்டாமா என்று மழை தாயமாடியது. பிறகு இருக்கிற மப்பையெல்லாம் இறக்கி வைத்துவிட்டது. ஐப்பசி,

கார்த்திகையில் ரெண்டு நாள் தான் வெயில் முகம் கண்டது என்றார்கள்.

தேங்காய் துருவிய பூவை சிதறியடிச்ச மாதிரி, வெண்பனி, தாழ்வாரம் ஈரமாகி சொட்டு சொட்டாய் மண் தரையில் குழிகள்.

''மழை மாதிரியில்லே வெம்பா கொட்டுது'' என்றாள் அம்மா.

சன்னதம் கொண்டு ஆடி, சாமி மலையேறி விட்டது போல், நகரத்து அலுப்புத் தீர, கிராமத்திற்கு மறுபடி வந்து இறங்கியிருந்தேன்.

''யாரு இவ்வளவு வெள்ளன?'' தூக்கக் கலக்கம் போகாமல் கண்கள் கவிந்தபடி கேட்டேன்.

''உள்ளே வாக்கா, வெளியயே இருந்துக்கிட்டு''

''இல்ல - தம்பி, இன்னும் தூங்குதோ?''

''அதான் எழுப்பியாச்சில்லே உள்ளே வா''

அன்னகாமுவின் கையைப் பிடித்துக் கொண்டு வந்த அந்தப் பையன் இல்லை. கண்மாயின் உள்வாயில் மோதும் அலைபோல், இளமை மினுமினுப்பு மோதி வாலிபம் கரை ததும்பிக் கடந்து போய்விட்டது.

''எம் பிள்ளையைக் கண்டீங்களா தம்பி?'' அன்னகாமு கண்ணீரில் வெடித்தாள்.

திடீரென்று கேட்டதால், எந்தப் பதிலும் என்னிடம் இல்லை. இவள் பையன் என்ன ஆனான்?

''அவ பையன் போய்ட்டான்ல, அதுக்குத்தான் ஆள் வந்திருச்சி.''

அம்மா என் காதோரம் முணுமுணுத்தாள்.

போன வருசம் இந்த நேரம் அவன் மகன் பிரபுதேவா ஆட்டம் போட்டான். நாகேஷ் மாதிரி ஆடினான். காலில் சக்கரம் கட்டியிருந்தது. பிறகு மதுரையிலிருந்து கூட்டி வந்திருந்த பெண்ணோடு ஒரு காதல் பாட்டுக்கு ஆடினான் என்று கேள்விப்பட்டேன்.

படித்த பையன், வேலை தேடி மதுரைக்குப் போகவர இருந்தான். வேலை வாய்ப்பு அலுவலகத்தில் பதிந்தும் வைக்கவில்லை. அங்கே போவதாகச் சொல்லி, சினிமாவுக்குப் போவது, நாட்டியமாடப் போவது என்று அலைந்திருக்கிறான். பெண் வாசனை பட்டுவிட்டது.

அன்னகாமுக்கு கண்ணீராய்ச் சொரிகிறது. ''அந்தச் சிறுக்கி எம் பிள்ளையை இடுப்பில் தூக்கி செருகிட்டுப் போய்ட்டா. நா ஒத்தையா என்ன பண்ணட்டும் தம்பி?''

நாட்டியம் நடந்த அன்றிரவே நிலவரம் சரியில்லை. பெற்றோர் சொல் பயந்த ஒன்றிரண்டு பையன்கள் நின்றுவிட்டார்கள். நாட்டியப் பெண்கள் இரண்டு பேரையும் தங்க வைத்திருந்த வீட்டில் 'தண்ணி பார்ட்டி' ஏற்பாடாகியிருந்தது. ஓராள் வீடு. சீத்தாராமுக்கு தாய், தங்கை, சம்சாரம் என்று கச்சடாக்கள் இல்லை. ராத்திரி அந்தப் பெண்கள் கூடவே இருந்திருக்கிறார்கள்.

''அதில்தான்யா, அவனை முனியடிக்சிருச்சி'' என்றவள்

''அந்தாக்கில லாவிட்டுப் போயிட்டாளுகளே'' கதறினாள்.

அவள் நம்பியிருந்தது பையனும் ஒரு ஏக்கர் புஞ்சையும் மட்டுமே. அந்த இரு விளைநிலங்களைச் சுற்றியே அவளின் கனவுகளைக் கட்டியிருந்தாள். மகன் மீதும், ஒரு ஏக்கர் புஞ்சை மீதும் அவள் கனவுகள் மிதந்து அலைந்தன. இதயக் கரைகளை அறுத்து மோதும் துக்கத்தின் காட்டு வெள்ளத்தில், அன்னகாமு நீச்சலடித்துக் கொண்டிருக்கிறாள். அவள் கால்கள் ஊன்றத் தரையில்லை.

பிளாஸ்டிக் பைகளில் நவநவமான உணவுப் பண்டங்கள். விஷம் சாப்பிட்டு நாளும் நாளும் உயிர் பிழைக்கிறார்கள். மக்கள் வியாபாரிகள் விஷம் விற்கிறார்கள்.

கண்மாய்ப் புஞ்சையில் காட்டு வெள்ளரி; ஆட்டின் பின்னத்தாங்கால்களை லாவிப் பிடித்து, முழங்கால்களுக்கிடையில் இறுக்கி, கிண்ணென்ற ஆட்டுமடி தட்டி, பீய்ச்சிய வெதுவெதுப்பான பால்; நீரிழிவு நோய்க்கு வரப்பிரசாதமாய் வந்த வரகரிசிச் சோறு;

பா. செயப்பிரகசாம் 123

மழையில் நனைந்து குளுகுளுவென்று வெயிலில் சிக்கெடுத்து நிற்கும் குதிரைவாலிச் சோறு பழைய பிரியங்கள் கைக்கெட்டாத கனவாக மட்டுமே நிற்க, நகர மையத்திலுள்ள பூங்காவில் நுழைந்தேன்.

பூங்காதான். தன் காற்றாய் வீசும் என எதிர்பார்த்தேன். புகை மண்டலம் கவிந்து வெக்கை தட்டியது. பூங்காவிலும் காற்றில் நஞ்சு. காற்று விற்க வியாபாரிகள் இன்னும் முளைக்கவில்லை.

நடிகன் சந்திரபாபு போல், நாகேஷ் போல், பிரபுதேவா போல் ஒல்லியான தோற்றம்; கால்கள் புயலாய் சுற்ற, இடுப்பை வளைத்து ஒடித்து, சுற்றி ஆடினான் அவன். கரண்டைக் கால்களுக்கு மேல் பேண்ட் மடக்கி சுருட்டியிருந்தது. கைகளைத் தூக்கி சுழற்றி ஆடியபோது கம்புக்கூட்டில் வேர்வைக் கசிவு. சட்டையில் கத்தாழை வாசனை.

நான் அவனையே உற்றுப்பார்த்துக் கொண்டிருந்தேன். ஆர்மோனியம் இசைத்தபடி, ஒருவன் பாட, அவன் ஆடிக் கொண்டிருந்தான்.

ஆடி முடித்து, காற்று வாங்க வந்தவர்களிடம் கையேந்தினான். அது ஒரு நவீன உத்தியாகப்பட்டது. உட்கார்ந்திருந்தவர்கள் சிலரிடம் குனிந்து, சிலரிடம் முட்டிக்கால் போட்டு, காசு வாங்கினான்.

அவனை எனக்குத் தெரிந்தது. அவனுக்கும் எனக்கும் இடையேயான தூரம் குறைந்து கொண்டே வந்தது.

# கந்தக பூமி

அந்த ஊரில் வசிப்பது செட்டியார்கள்தான். கவுண்டன்பட்டி என்று அதற்குப் பெயர். தொட்டைய கவுண்டன் என்பவன் தலையெடுத்து இருப்பாய் தங்கிய காலத்தில் ஊர் தோன்றியிருக்க வேண்டும். பத்து, இருபது வீடுகள்தான் தொட்டுக்கவுண்டன் பட்டியில்.

பிரதான சாலை மேல் உட்கார்ந்து காலத்தை அளந்து கொண்டிருந்தது ஊர். அந்த சின்னஞ்சிறு குக்கிராமத்தில் நரிகள் குறுக்கமறுக்க நுழைந்து ஓடின. சொந்தக்காரர்கள் நாலைந்து புள்ளிகள் என்று வீடுகள். அவ்வப்போது வெளியில் கட்டப்பட்ட ஆடுகள், அடைக்கப்பட்ட கோழிகள் காணாமல் போயின. அந்த நரி நுழைஞ்சான்பட்டி இப்போது போல் லாரி, பஸ், வேன்கள் எந்த நேரமும் ஓடி, ஊரின் விலாப்புறத்தைக் கிள்ளி முச்சூடும் விழித்திருக்கவில்லை.

பிரதான சாலை நடுவகிடு எடுத்த மாதிரி அந்த இரண்டு ஊர்களைப் பிளந்து நடுவே ஓடியது. தொட்டுக் கவுண்டன்பட்டி ஒரு ஊர்; வேட்டவபட்டி இன்னொரு ஊர். தொட்டுக் கொண்டு நின்ற இரண்டு பட்டிகளையும் சாலை பிளந்தது. வேலை வெட்டிக் காலத்தில் முன் எழுந்து, பொழுதடைகிற வேளையில் தலை சாய்க்கிற பழக்கம் கொண்ட அந்த ஊர்களும் இந்தச் சாலையால் இராத் தூக்கம் கெட்டு தவிதாயப்பட்டன.

புஞ்சைகளில் கொத்துக் கொத்தாய் கொத்தமல்லி வெள்ளைலேஞ்சி வீசியது. கை வீசி நடக்கையில் செடிகளின் நட்சத்திரங்கள் கைகளில் தட்டுப்பட்டுச் சிதறின. நிலாக்குளுமையான

விடியலில் காய் முற்றிய கொத்தமல்லிச் செடி பிடுங்கப் போனார்கள். வெயில் ஏறிவிட்டால், விரைப்புக் கொண்டு, சடசடவென்று முடிந்து கைகளிலும் கீறியது. வேரோடு பிடுங்க வராது. ஈரப் பதமாய் இருக்கிற போது எடுப்பதுதான் பிடுங்கியது தெரியாமல் இருக்கும். கிழக்கு முகத்தில் வெளிச்சம் பொத்துக் கொண்டு வரும்போது பாதி தீர்ந்திருக்கும்.

களையெடுக்க, கருதறுக்க, பருத்தியெடுக்க, மார் பிடுங்க என்று பகலில் உழைக்கும் ஊர்கள், அலுத்துச் சலித்து கண்ணுறக்கம் கொள்ள முடியாமல் பஸ், லாரிப் பெருக்கத்தில் மருண்டன.

வேட்டுவபட்டியில் வடக்கோரத்தில் காமராசர் மதியக்கஞ்சி ஊற்றிகல்விக்கண் திறந்த பள்ளிக்கூடம் பாதி மத்தியானத்திலும், விடுமுறை நாட்களிலும் பள்ளிக்கூடப் பையன்கள் ஒரு குச்சியின் இருபக்கமும் சணல் கட்டி, குச்சியை ஒரு பையன் வாயில் கவ்விக் கொடுத்து, இன்னொரு பையன் கையில் சாட்டை, 'ஆய், ஆய்' என்று ஒத்தை மாடு பூட்டி ஓட்டுவார்கள். மாடு குதிங்கால் பாய்ச்சலில் ஓடும். நேரே தொட்டுக்கவுண்டன்பட்டி குப்பைக் குழியில் போய் நிற்கும். 'ஓய், ஓய்' என்று கயிற்றைச் சுண்டி இழுத்து 'கொஞ்ச நேரம் தைப்பாறு' என்று தட்டிக் கொடுப்பார்கள். அந்த மொழியை, மாடு அடையாளம் கண்டு கொள்ளும். எந்த விளையாட்டோ, அதற்கான மொழி அவர்கள் கை நழுவிப் போகாது. பிறகு 'நீ கொஞ்ச நேரம் பா' என்று ஓட்டிவந்தவன் வாயில் குச்சியைக் கொடுத்து, ஏற்கனவே மாடாய் இருந்தவன் ஓட்டுகிறனாவான்.

குப்பைக் குழிகளில்மெத், மெத்தென்று, கலர் கலராய் நூல் கண்டுகள்; அறுந்து போன பத்தைகள்; காக்காய்ப் பொன் போல் மினுக்கும் உள்ளங்கை அளவு பட்டுத்தணிகள். பெருங்கொண்ட அந்த வீடு ஒன்று தவிர, மற்ற பத்திருபது வீடுகளிலும் தொயந்து நெசவுத் தறி அடிக்கும் சத்தம். பள்ளிக்கூடத்திலிருந்து இரண்டு கால் பாய்ச்சலில் ஓடிவந்த பள்ளி சிறுவர்கள் குப்பைக் குழிகளைத் தடவுவார்கள். தறிகளில் கழிவுபட்டு கொட்டிய நூல் பத்தைகளை

பைக்கூடுகளில் பத்திரமாக வைத்து, மறுநாள் எல்லாப் பிள்ளைகளுக்கும் பெருமை பீய்ச்சக் காட்டுவார்கள்.

ஏழைக்கும் எழுத்தறிவிக்கும் கல்வி ஆலயத்தில், தில்லைநாயகி மூக்கு வெடைத்து, முகம் சிவந்து நின்றிருந்தார்கள். அவளுடைய அண்ணனைக் கூட்டி வந்திருந்தாள். எட்டாம் வகுப்பு. ருதுவாகி ஒரு வருஷம் கடந்திருக்கும். நரம்பும் தோலுமாக நறுங்கிப் போயிருந்தது அந்தச் சிவப்புத் தோல்.

பள்ளிக்கூடத்தில் சொத்திக்கை வாத்தியார், சின்னப்ப பாகவதர், ஓவிய ஆசிரியர், மீசை வாத்தியார் (உடற்பயிற்சி ஆசிரியர்) என்று எல்லா வெளியூர் வாத்தியார்களுக்கும் கடிதங்கள் வருவதுண்டு, பட்டப் பெயர்களில் வந்ததில்லை. உள்ளூர் ஆட்களுக்கு வீடு இருக்கிறது.

வாத்தியார்களுக்கு மொத்தமாய் கடிதங்கள் வந்து, மற்றவர்களின் கைகளைப் போய் அடைகிற பள்ளிக்கூட சரித்திரத்தை கொஞ்சம் மாற்றி எழுத வேண்டியதாயிற்று. தில்லைநாயகி என்ற எட்டாம் வகுப்புப் பிள்ளைக்கு தலைமையாசிரியர் மேசையின் மேல் ஒரு கடிதம் பம்பாயிலிருந்து வந்து உட்கார்ந்திருந்தது.

தலைமையாசிரியரின் அறைக்கு வெளியே சுவரையொட்டி அவள் நின்றாள். தலைகவிழ்ந்து கண்ணில் நீர் மாலைமாலையாய்க் கொட்டியது. வந்ததும் தெரியாமல் பள்ளிக்கூடம் வந்து போகிற பெண். அவளைக் கண்டது உண்டுமா, பேசியது உண்டுமா என்றுதான் ஊர்க்காரர்களும் பள்ளிக்கூடமும் அறியும். எங்கேயோ, வடக்கே, ஒரு நகரிலிருந்து வெடிகுண்டு வந்து இறங்கியிருக்கிறது.

முஸ்லீம் தலைமையாசிரியர் ரகுமான் வந்த பிறகு, வகுப்பு மணி அடிக்கிறபோதும் வீட்டுக்கு விடுகிறபோதும் இரண்டு நேரமும் பிரார்த்தனை. பிரார்த்தனையில் பின் வரிசையில் பொம்பிளைப் பிள்ளைகளின் மத்தியில் நிற்கிற தில்லை நாயகியை வரதன் அடிக்கடி திரும்பிப் பார்ப்பான். பார்க்கிறான் என்ற உள்ளுணர்வில்

தட்டுப்பட்டதும், அவளும் பார்ப்பாள். அடிக்கொருதரம் தற்செயலாக நடந்தன. தற்செயல்கள் இயல்பாகத் தொடர்ந்து, இந்த தற்செயல்களுக்கு ஊடாக இனம்புரியாத அர்த்தங்கள் சுருண்டு விரிந்தன என்கின்ற இந்த ஒன்றைத் தவிர, வேறெந்த விகற்பமும் நடக்கவில்லை.

குமுதம், விகடன் படித்துக்கொண்டிருக்கிற ராத்திரியில், மினுக்கென்று தில்லை நாயகியின் நினைப்பு கண்ணைப் பறிக்கிறதென்றால், அது வரதனின் துடிக்கிற மனசில்தான் இருக்கும். விகடன், குமுதம் இதழ்களில் வெளியாகும் தொடர் கதைகளில் வருகிற நாயகிமார்கள், தில்லை நாயகியாக விரிவார்கள். அவன் என்ற ஒரு பக்கம் அன்றி, அவள் என்ற இன்னொரு பக்கத்தில் படம் எதுவும் விரிவதில்லை.

எங்கேயோ வடக்கே வசிக்கிற ஒருத்தன் மனசில் மோகத்தை உண்டாக்கியது. அவள் தோற்றம், ஏடா கூடமாய் வளைத்து வளைத்து, எழுதியிருக்கிறான். விசாரித்துக் கொண்டிருந்தார் தலைமையாசிரியர் ரகுமான். தலைமையாசிரியருக்கு முன்னால் நின்ற விவசாயி அண்ணனுக்கு மனசு கண்ணீராய் ஆனது. விசாரணை முடிந்து இரண்டு நாள் தில்லை நாயகி பள்ளிக்கூடம் வரவில்லை.

வண்டி ஊனுகம்பைத் தூக்கிக்கொண்டு, நடுச்சாலை பிரிக்கிற வேட்டுவப்பட்டிக்கு அண்ணன் ஓடியிருக்க வேண்டும். "ஒந்தம்பி இவ்வளவுதான் செய்வானா, இன்னும் செய்வானா?" என்று அக்காக்காரி மண்டையை வகிர்ந்துவிட ஓங்கியிருக்க வேண்டும். "அவன் செஞ்சா அதுக்கு நான் என்ன செய்ய, அவன் என்ன பக்கத்திலயா இருக்கான் கேக்க?" என்று அக்காக்காரி சொல்லியிருக்க வேண்டும். "தலைப்பிரட்டு பிடிச்ச பய. போன இடத்திலயாவது ஒழுங்கா நிப்பான்னு பாத்தா 'லவ்வு' வந்து கவ்வுதாக்கும். அவனை அடிக்காத செருப்பு வீட்டில இருக்கலாமா, மாப்பிள்ளை" என்றபடி அவள் புருஷன் அவனுடன் சேர்ந்து கொண்டு சமாதானப்படுத்தியிருக்க வேண்டும்.

தறிக்குழிகளில் சத்தம் ஒடுங்கிவிட்டது. நாபிச் சுழியின் உள் அமர்ந்த உயிர், தொண்டைக் குழியில் கழக், கழக்கென்று வெட்டி இழுத்து வெளியேறுதல் போல், தறியடிக்கும் கடைசிச் சத்தமும் நின்று போனது. குப்பை மேடுகள், வண்ண, வண்ண நூல்களைப் பார்த்து யுகமாகிவிட்டன. தலைமுறைகளின் தொடர்பை இணைத்த நூல் அறுந்துவிட்டது.

ரோதைக்கல் யுகாந்திரங்களின் சாபம் பெற்றது போல் அனாதையாய்க் கிடந்தது. வருசம் ஒரு வீடாவது வேலை நடக்கும். இழுத்து, சுண்ணாம்பு அரைத்து, சாந்தெடுத்து, ரோதைக்கல் சுற்றும் சத்தம் காணவில்லை. வட்ட வடிவ ரோதைக்குழியை மேட்டுச் சரிவிலிருந்து மழை வழிந்து, மண்ணும் மகிழியும் அடித்து வந்துவிட்டது. குதிங்கால் பிடரியில் அடிக்க காலம் ஓடும் வேகத்தில் சில அற்புதங்கள் மறைந்துவிட்டன.

தில்லை நாயகி, புற்று நோய் கண்டு நாற்பது வயதில் மரணமடைந்தாள். பள்ளிக்கு பைக்கூடு தூக்கி வந்த அன்றைக்கு அவளுக்கு பதினான்கு வயது.

தொட்டுக்கவுண்டன்பட்டியைத் தொட்டுக் கொண்டிருக்கும் புஞ்சைகள் அவர்களுடையது அல்ல. ஊரைச் சுற்றிக் கெடக்கும் மந்தை நிலங்களில், கலர் கலர், சருகுகள் போல் சிந்திக் கிடக்கும் பட்டுச் செத்தைகள் அவர்களின் முந்திய வம்சங்களிலிருந்து உதிர்ந்தவை. தறியடிக்கும் ஒரு தொழில் கையில் இருந்தது; விவசாயம் அறவே தெரியாது. மந்தை நிலங்களில் இவர்கள் கழித்த மனித உரங்களில் அசலூர்க்காரர்கள் விவசாயம் பண்ணினார்கள். தானியங்களை அவர்களுக்கே அளந்து காசு பண்ணிக் கொண்டார்கள்.

தறியடிக்கிற காலத்தில், விவசாய நிலங்களை வாங்கிப்போட ஊர்க்காரர்களுக்கு அயர்த்துப் போனது.

ஒன்றரைக்கல் தொலைவில் சாணார் மடமும் தோப்பும் இருந்த ஊரணியை வளைத்துப் போட்டு ராஜலட்சுமி மில்ஸ் பெருக்கெடுத்தது.

அங்கொரு ஊரணி இருந்தது என்ற அடையாளப் புள்ளி கூட வள்ளிசாய் இல்லாமல் போய்விட்டது. நகரத்திலிருந்து நாற்பது கி.மீ. தள்ளி அத்துவானக் காட்டில் தனியாய் அமர்ந்திருந்த அந்த ஊருக்கு விசைத்தறி வாசனையும் எட்டவில்லை.

அப்படியொரு வெக்கைக் காத்து வறண்ட கம்மாய்க்குள்ளிருந்து மேடையில் வீசியடித்ததை கண்டதில்லை. பிரமாண்ட விருட்சங்கள் மேடைக்கு மேல், கூரைமேல் நின்ன நிலையில் சூடு ஆத்தின. அதுகளுக்கும் வெயில் கொடுமை தாழவில்லையாக இருந்தது.

மேடையில் 'விருட்'டென்று தனசேகர் தாவிப் பாய்ந்தான். காதுக்குப் பின்புறம், பின் கழுத்தில், வியர்வைத் தாரை வழிந்தது. கையில் சிறிய மஞ்சள் பையில் சர்டிபிகேட்.

''ஏம்பா அவ்வளவு அவசரமா?'' குட்டைக்கால் மாமா.

''ஒன்றரை பஸ் எத்தனை மணிக்கு வரும்?''

வேறெங்கோயோ பார்த்தபடி எதிர்க்கேள்வி போட்டான்.

''ஒங்களுக்காக ஒரு அரை மணிநேரம் முன்னால வரச் சொல்லியிருக்கு''

சிரிப்புச் சிரித்தார் மாமா.

மேடையில் சயனித்திருக்கிற, உட்கார்ந்திருக்கிற மனிதர்கள் அவனுக்கு ஒன்றுமில்லை. அந்த வேளைக்கு அந்நியப்பட்ட மாதிரியும் தெரிந்தார்கள். அவர்களுடைய சிந்தனைக்கு அப்பால் அவன் எங்கேயோ இருந்தான்.

''ஏன் மாப்பிள்ளை, மோட்டு வளையையே பாத்துக்கிட்டிருந்தா, விட்டத்தில் ஏதாவது கிடக்கா?'' என்றார் குட்டைக்கால்.

மனிதர்களின் பார்வைகள், வார்த்தைகள் தைக்காத இடத்தில் அவன் இருந்தான்.

''ஒரு முக்கியமான சோலியாய்ப் போகணும். அருப்புக் கோட்டைக்கு பஸ்ஸில வெரசாப் போயிரலாமா? இல்ல சைக்கிள்ல போகமுடியுமா?''

இப்போதுதான் விஷயத்தைத் திறந்தான். நீண்டு ஓடிய ரோட்டின் தெற்குமுனை வரை பஸ் வருகிறதா என்று பார்வை தவித்தது.

''இல்லே பசுபதி சைக்கிள்ல போறான். அருப்புக் கோட்டையிலே, பஸ் கம்பெனியில கிளார்க் வேலைக்கு எம்.எல்.ஏ. சொல்லியனுப்பியிருக்காங்க. எனக்குத்தான் வேலை போட்டுக் கொடுக்கேன்னு சொன்னாங்க. ஆனா தாக்கல் ரெண்டு பேருக்கும் போயிட்டது. பசுபதி சைக்கிள்ல போயிக்கிட்டிருக் கான். அதான் பஸ்ஸில போனா?'' - தனக்குள் பீறிய சந்தேகத்தை அவர்கள் மேலெல்லாம் வாரிப் போட்டான்.

''பஸ்ஸில பாய் லாவிற (வாரி அள்ளிக்கொள்ள) முடியுமான்னு பாக்குறீரு''

குட்டைக்கால் எழுந்து அவன் பக்கமாய் வந்து உட்கார்ந்தார். ''அதெப்படி ஒனக்குக் கிடைக்காம போயிரும்? நிச்சயமா, நீ தான் சீக்கிரமாப் போவே, சந்தேகமில்லே மாப்ளே. ஆனா ரெண்டு டம்ளருக்கு வழி பண்ணனும்.''

''அது ஜெயிச்சுட்டு வந்தப்புறம்''

டிரைவருக்கு இடதுபுறத்தில் முன் சீட்டாய் உட்கார்ந்து கொண்டான்.

முன்னால் திறந்து கிடக்கும் வெட்டவெளிச் சாலையில் எல்லாம் தெரிந்தது. புதூரைத் தாண்டி, ஒத்தைப் புளிக்குக் கீழே பசுபதி போய்க்கொண்டிருந்தான். சைக்கிள் சீட்டில், புட்டம் தரிக்கவில்லை. எம்பி எம்பி மிதித்து வாயு வேகத்தில் பறந்து கொண்டிருந்தான்.

நில எல்லைகள் புரண்டு போகவில்லை. இன்னொரு தாலிக்கயிறு தொங்கும் மார்பைத் தேடி, கைகள் நீளவில்லை. கிராமத்திற்குள், சொல்லாமல், கொள்ளாமல், மௌனமாய் இருள் நடக்கவில்லை. கண்ணுக்குத் தெரியாத, ஊர் மேல் கவிந்திருந்த காற்று மண்டலம் போல் நியதிகளின் தர்மம் இயங்கியது. இந்த நியதிகளை புரட்டிப் போட்டு மேமண் கீழேயும், கீமண் மேலேயும் ஆக்கி ஒரு ஆள்

சைக்கிளிலும், ஒரு ஆள் பஸ்ஸிலுமாய் பறந்து கொண்டிருந்தார்கள். எது ஜெயிக்குமோ, அது சரியான அறம் என்றாகிவிட்டது.

சாராயக்கடை கவுண்டர்களில் ஒன்றில் தனசேகர் உட்கார்ந்திருந்தான். சாராய சப்ளை 'போட்ஸாக' நடந்து கொண்டிருந்தது. எம்.எல்.ஏ.வுக்கும், எதிர்கோஷ்டிக்கும் போட்டா போட்டி. எம்.எல்.ஏ. மரகதவள்ளி அருப்புக்கோட்டை, முத்துலாபுரம், கோட்டைமேடு, நரிப்பூர் என்று வரிசையாக மரம் நடுவ போல் ஊர் ஊருக்கு சாராயக்கடை நட்டு வைத்திருந்தாள்.

தூங்குமூஞ்சி ஊர்கள் விழித்துக் கொண்டு ஆட்டம் போட்டன. கடைதிறந்து போக, பிளாஸ்டிக் கேன்களில் சைக்கிளில் கொண்டு போய் ஊற்றவும் ஏற்பாடு செய்திருந்தாள். 'மலைவாயிலே சூரியன்; மகாதேவன் வாயிலே சோறு' என்பது போல் பொழுது கொஞ்சம் மங்கியதும் ஊரை ஒட்டி ஊருணிக் கரையில் சைக்கிள் 'பாரில்' வெங்கலமணி தொங்கியது. கண, கண என்று வெங்கலநாதம் அடித்து ஆட்களைப் புரட்டி எடுத்தது. ஊருணிப் பள்ளத்தில், செவ்வரளிப் புதரில் முனியாண்டி கோயில் வெளிச்சத்தில் தாராளமாய் 'தண்ணி' சப்ளை நடந்தது.

''சாராயத்தை ஊத்திட்டு, இங்கதான் ஆம்பிளை படுத்துக்கிடந்தது. இந்தத் திண்ணையிலதான் கெடந்திச்சி'' என்று பொம்பிளைகள் சொல்கிற பழக்கமும் ஆகிவிட்டது.

எந்நேரமும் சாராய ஊத்து. மரகதவல்லி புண்ணியத்தில், குறைச்சல் இல்லை என்று கிடைத்தது.

பஸ் கம்பெனி கிளார்க் வேலை என்று தனசேகர் சொன்னது ஒரு பம்மாத்துதான். சாராயக் கவுண்ட்டரில் உட்கார்ந்ததுக்குப் பிறகு சொந்த ஊர்ப்பக்கம் எட்டிப் பார்ப்பதே இல்லை. சாராயக் கவுண்ட்டரில் உட்கார்ந்து அளந்து ஊற்றுகிற தனசேகர் நாலாபக்கமும் சாராயக் கடைகள் பெருகி, கிராம எல்லைகளில் சரக்கு இறக்கி வரும் சைக்கிள் 'பேரல்கள்' என்கிற மொத்தக் கணக்கையும், கையாளுகிற இடத்துக்கு உயர்ந்திருந்தான். முதலில் எம்.எல்.ஏ. தடம் போட்டுக்

கொடுத்தாள். இப்போது அவன் போட்டுக் கொடுக்கும் தடத்தில், அவள் நடப்பதாக மாறியது. பணப் பெருக்கம் ஆளை இடம் மாற்றிவிட்டது.

தூங்குமூஞ்சி கவுண்டணப்பட்டியில் மாதச்சம்பளம் கொடுத்து ஆள் வைத்திருந்தார்கள். அந்த சாமக் கோடாங்கி, பொட்டு, பொடுசுகளை சாமம் 3 மணிக்கே சத்தம் கொடுத்து எழுப்பி விடுகிறான். தீப்பெட்டி கம்பெனி பஸ்ஸில் எல்லோரையும் தூக்கம் கலக்கம் கெடாமல், அப்படி, அப்படியே திணிக்கிறான். சடலச் சாம்பல் சிதறிக்கிடக்கும் தகனக் காட்டுக்கு அழைத்துப்போக, அவசரப்படுத்து கிறான்.

காலைச் சூரியனை அந்த சிறிசுகள் கண்டதில்லை. காலடியில் பதியும் பூமியும் வானமும் அவர்களுக்குச் சொந்தமாயில்லை. அவ்வப்போது அங்குள்ள கந்தகக் கிடங்குகள் வெடித்து, திகு, திகுவென்று எரிகிறபோது மட்டுமே வெளிச்சமாய் உலகுக்குத் தெரிந்தது.

அவர்கள் திரும்பி வரும்போது, பஸ் சத்தம், ஊரை எழுப்பும். கரண்டு போயிருக்கும்.

''நம்ம ஊருக்கு எப்பவும் அரைக்கரண்டுதானே''

''அதுதானே புருஷன்காரன்களுக்கு வசதி, செவ்வரளிப் புதர்லே ஒதுங்க, திண்ணையில மல்லாந்து கெடக்க.''

கருமருந்திலும், பசையிலும் அளைந்து, கறுப்புக் கறுப்பாய் அட்டுப்பிடித்த விரல்கள். உழைப்புவாகு, முகம் மாறிப் போயிருக்கிறது. ஒரு திசையிலிருந்து சமூகத்தின் முகம், இன்னொரு திசைக்குச் சுழன்று விட்டது. பெண்கள், பிள்ளைகள் உழைக்கிறார்கள். எரி தண்ணியை வாயில் ஊத்தி, ஆடி அரளிச் செடிகளுக்கு அருகே அலைந்து திரிகிறது ஆண்கள் கூட்டம்.

கிராமத்தின் நுரையீரல்கள் வெந்து கருகுகின்றன.

# முரண்

''யாரோ ஒங்க ஊர்ல இருந்து ஒங்களைத் தேடி வந்திருக்காங்க.''

மொட்டை மாடியில் இருந்த அவனை, சத்தம் போட்டு ஒரு உலுக்கு உலுக்கினாள் மங்கை. முகம் கடுமையில் சிவந்து வேர்த்துக் கிடந்தது.

மருத்துவமனையிலிருந்து வந்த பதினைந்து நாட்கள்; நோயாளிக் களையோடு தென்பட்டான்.

பழைய சரித்திரம் அவளுக்குத் தெரியாது. அவனுடைய வாழ்க்கையை அவள் பிடித்து, உள்ளுக்குள் இழுத்துக் கொண்ட கட்டத்திற்கு முன்வரை, அவனுடைய வாழ்க்கைப் பாய்ச்சலில் கூடவே நீந்தியவர்களைப் பற்றி அவள் அறியமாட்டாள். கசகசவென்றிருந்த தொழிலாளர்கள் குடியிருப்பில் இவன் அவர்கள் கூட வாழ்ந்தான். அரைக்கால் சட்டையுடன், ஆழாக்குப் பையனாக மதுரைக் கொட்டகையில் வந்திறங்கியபோது ஆளாக்கியது. படிக்க வைத்தது எல்லாமே அவர்கள். இன்றைக்கு இவனும், இவன் வீட்டுக்காரியும் உயரத்தில் உட்கார்ந்திருந்தார்கள். இந்த உயரம் அவர்கள் முதுகு குனிந்து ஏற்றிக் கொண்டது.

வந்திருந்தவர்கள் பெரியப்பா மகள், அவளுடைய கணவர். அவருக்கு ஓய்வு பெற இன்னும் மூணு வருசங்கள் கெடந்தது.

''இன்னும் நாலு வருசத்தில் வண்டியை விட்டு கீழே இறங்கிவர வேண்டியதுதான்.'' அவர் ஒவ்வொரு வருசமாய் கழித்துக் கொண்டு வந்தார். அவர் தனியார் நிறுவனத்தில் வாகன ஓட்டுநராக இருந்தார்.

மரணத்தின் வாசலில் கால் வைத்து, கதவைத் தட்டி உள்ளுக்குள் போக இருந்து மீண்ட அண்ணனைப் பார்த்துப் போக வந்திருந்தார்கள்.

மரணத்தில் தவித்த நாட்களில், யார் வந்தார்கள், போனார்கள் என்று அவனுக்குத் தெரியாது. பிழைத்தது மறுபிழைப்புத்தான்.

இப்போது வந்திருப்பவர்களை மங்கைக்குத் தெரியும். கீழே போய்ப் பார்த்துவிட்டுத்தான் வந்திருக்கிறாள். முந்திய சரித்திரத்தை ஞாபகப்படுத்திக் கொண்டு, தங்களின் சொந்தப் பந்தங்களை நினைவு கொண்டு அண்ணன், தம்பி, அக்கா, தங்கச்சி என்று யாரும் ஒட்டிக்கொண்டு விடக்கூடாது என்பதில் கருத்து ஊன்றி நிற்கிறாள். அந்த விகற்பத்தை மனதுக்குள் வைத்துக் கொண்டே இருப்பதால், ''யாரோ வந்திருக்கிறாங்க'' என்கிறாள்.

அவள் அவர்களைக் கண்டுகொள்ளவில்லை. வேலையாயிருப்பது போல் உள்ளேயும், வெளியேயும் அலைந்தாள். பிறகு அவன் போய்ச் சொன்னவுடன் தேநீர் வந்தது. கொடுத்ததும் சமையல் பூமிக்குள் சொருகிக்கொண்டாள்.

அரைமணி நேரம் அங்கிருந்தார்கள். ''வந்தா, வாங்கன்னு ஒரு வார்த்தை சொல்லக்கூடாதா? நிமிர்ந்து பார்க்காம குனிஞ்ச மானிக்கி அலையறா?'' பெரியப்பா மகள் வெளியே வந்து படபடத்தாள்.

''அண்ணனை தூக்கிக்கிட்டுப் போயிரப் போறமா? வெளங்காதவளைக் கட்டிக்கிட்டுத்தான், இந்தப் பாடுபடறாரு'' என்று வெடித்தாள்.

''சரி. பேசாம வா. ஒருத்தர் இப்படித்தான். ஒருத்தர் அப்படித்தான்.'' அவளுடைய கணவன் அமர்த்தினார்.

''இவ மூஞ்சியில முளிச்சா வெளங்குமா? வேணும். அண்ணன்தானே பிரியப்பட்டுப் போய்க்கட்டிக்கிட்டாரு'' என்று விடையை எதிர்பார்ப்பவள் போல கொதித்தாள்.

''அவ குணம் தெரிஞ்சதானலேதான் நாங்க யாரும் அவ வீட்டுப்படி மிதிக்கிறதில்லே'' என்றார் பெரியப்பா.

"சரி அப்படியே ஆஸ்பத்திரியிலே இருந்தமானைக்கு போயிருந்தா? புதைச்ச இடம் புல் முளைத்துப் போயிருக்கும். இன்னைக்கு செத்தா, நாளைக்கு மறுநாள்னு ஆகியிருக்கும்.''

அதே பகுதியில் வசித்த பெரியய்யாவும், அவருடைய பையன்கள் அவனைப் பார்க்க வந்தபோது, மங்கை கூடவே உட்கார்ந்தாள். என்ன பேசுகிறார்கள் என்பதில் கவனம் காட்டினாள். கொஞ்ச நேரம் சென்றதும், "அவருக்குக் களைப்பாயிரும்'' என்று கிளப்பினாள்.

வாழ்வின் கொடூர வெயில் தெறித்த காலத்திலும் தங்கத்தகடு போல் மின்னிய பொற்காலங்களை பெரியப்பா நினைவுக்கு கொண்டு வந்தார். அது வில்வண்டிக்காலம்; கூட்டு வண்டி கட்டிக்கொண்டு செண்பக ராமையா, குமரகுருபரன், கிளியானூர் போனார்கள். இரண்டு பேரும் பெரியப்பா, சின்னய்யா மக்கள். செண்பக ராமையாவுக்கு அத்தை முறை வேண்டியவள். ரொம்ப காலம் கிளியானூரில் ஒருத்தருக்கு வைப்பாக இருந்து, அங்கேயே ஒன்னோட ஒன்னாய் ஆகிவிட்டாள். அவள் வீட்டுக்கு போயிருந்தபோது, சாப்பாட்டுக் 'கும்பா' வைத்திருந்தார்கள். இரண்டு பேருக்கும் நெய்விட்ட அந்த அம்மாள், மூன்றாவது ஆளான வண்டிக்காரனுக்கு நெய்விடவில்லை.

"சாப்பிட்டது போதும், எந்திரிங்க'' என்றார் குமரகுருபரன்.

போட்ட சாதம் அப்படியே இருக்க, 'விருந்தில் வின்னங்கமா' என்று புறப்பட்டார்கள். அந்த அம்மாள் விதிர்விதிர்த்துப் போனாள். எல்லோருக்கும் ஒன்னா ஒரே மாதிரி பரிமாறினாத்தான் ஆச்சு என்று புறப்பட்டுப் போய்விட்டார்கள்.

"அவ்வளவு பெரிய ஆளுதானே! அன்னைக்கு காலத்தில் அஞ்சேறு விவசாயி பெத்த அய்யாவைக் கடைசிக்காலம் வரை காப்பாத்தினார் குமரகுருபரன். ஒவ்வொரு நேரமும் தான் சாப்பிடுகிறபோது, அய்யாவையும் உடன் உட்கார வைத்து சாப்பிட வைத்து சாப்பிட்டார். அவ்வளவு கருக்கடையாய் கவனித்தார்'' என்று பரவசப்படுவார் பெரியப்பா.

"அவனை வளர்த்ததுக்கு படிக்க வைச்சதுக்கு மனசில வச்சிருந்து மறக்காம செஞ்சிட்டான். ஒருத்தனுக்கு ஸ்வீட் கடை, ஒரு தம்பிக்கு மளிகைக் கடை, என்று ஒவ்வொருத்தரையா அவன் இருக்கிற இடத்திலேயே கரை ஏத்திட்டான். ஆம்பிளை, பொம்பிளை எத்தனையோ, அத்தனையும் செடியாக்கிட்டான். பெரியய்யாவின் கண்கள் நீர் கோர்த்தது.

"அதுக்கு எல்லாம் சேத்துத்தான் ரொம்ப நல்லா பாதர் வெள்ளை செய்தது மாதிரி இந்த ... வெள்ளையம்மாவை சிறை எடுத்துக் கொண்டு வந்து வச்சிருக்காரு ..." என்றாள் மகள்.

அவருடைய நாட்களில் விடிந்தும் விடியாத குளிர்காலை போல், ஒவ்வொரு வீட்டிலும் மொடாவில் மோர் சிலும்பியது. ஒரு செம்பு, ஒரு தூக்குவாளி நிறைய மோர் இஷ்டப்படி கிடைக்கும்.

இருக்கப்பட்ட வீடுகளில் இராத்திரி நெல் சோறு. கைக் குழந்தைகளுக்கு ஊட்ட ஒரு கிண்ணம் சோறு ஏந்திப் போகக் கிடைக்கும்.

எதெல்லாம் இருந்ததோ, அதெல்லாம் துப்புரவாக கண்ணில் தென்படாமல் போய்விட்டது. மனித மனங்களின் உள்ளிருக்கும் ஈரத்தை, கால மாற்றம் என்ற துணி துவட்டி எடுத்துவிட்டது.

"அவன் நெனப்பும், செயலும் யாருக்கு வரும்? முக்கால்வாசியாவது வருமா? பெரியய்யா கேட்டார்.

"முக்கால்வாசி என்ன? கால்வாசி கூட அவள் இல்லே."

"எப்படியோ, உயிரைத் தேத்தியாச்சி" பெரியய்யா, அதை நினைத்து மௌனத்தில் உட்கார்ந்திருந்தார்.

வாய் பிளந்து கிடக்கும் மலைப்பிளவின் நுனியில் கால் வைத்த காட்சியை நினைத்துப் பார்க்கிறான். கிடுகிடு பாதாளம்; காலடியின் கீழிருக்கும் சிறு மண் துளி அசங்கி நகர்ந்தாலும் போதும்.

காலையில் சென்னை திரும்ப ரயிலில் ரிசர்வ் ஆகியிருந்தது. அது அந்த அதிகாரிகளின் சொந்தப் பணம் இல்லை. ஒரு தனியார் நிறுவனம் எல்லா செலவுகளையும் ஏற்றுக்கொண்டிருந்தது.

தலையில் ரத்தக்குழாய் வெடித்து, இரவே சுயநினைவற்றுப் போய்விட்டான். காலையில் நண்பர்கள் மருத்துவமனைக்குக் கொண்டு சென்றிருக்க வேண்டும். அதிகாரிகளான அந்த நண்பர்கள், மருத்துவமனையில் அவனை சேர்க்க கையெழுத்துப்போட தயங்கினார்கள். ஏதோ ஒன்றை எதிர்கொள்ள பயம். கணக்குப் போட்டு முன்பணமாக இவ்வளவு கட்ட வேண்டும் என்று மருத்துவமனை சிப்பந்திகள் சொன்னதும் பின்வாங்கினார்கள்.

மங்கைக்கு தகவல் போனது. சென்னையிலிருந்து அவள் புறப்பட்டு வரவேண்டும்.என்ன செய்தாள், எப்படி வந்தாள் என்று தெரியாது. கீழ் வீட்டிலிருந்த மகேசுவரியின் கணவரை ஒரு கார் பிடிக்கச் சொல்லி தம்பியைக் கூட ஏற்றிக்கொண்டு வந்து சேர்ந்தாள். இரவு ஏழரை மணி அவள் மருத்துவமனையை அடைகிறபோது, இரத்தக்குழாய் உடைந்து, கசிவு ஏற்பட்டு காலையில் இங்கிருந்து அங்கே, அங்கிருந்து ஸ்கேன் எடுக்க வேறிடம் என்ற அலைக்கழிப்பில் சுயநினைவற்ற பயணம் தொடர்ந்தது. சுயநினைவற்றுக் கிடந்தாலும் வெறிபிடித்த மிருகம் போல ஏதாவது செய்தான். இரண்டு பக்கமும் கை, கால்களை கட்டிப் போட்டிருந்தார்கள். கா, கா என்று காறித் துப்பினான். அதே நகரில் வசித்த அவனுடைய சொந்த அக்காவும், மாமாவும் கையெழுத்துப் போட்டு மருத்துவ சிகிச்சை பொறுப்பேற்றுக் கொண்டார்கள். தீவிர கண்காணிப்புப் பிரிவில்தான் அவனை வைத்திருந்தது. எந்நேரமும் அவனைக் கவனித்தபடி ஒரு நர்சு இருந்தாள். வேறு யாரையும் பக்கத்திலிருக்க அனுமதிக்க வில்லை.

அவன் அப்போதிருந்த கோலத்தைச் சொல்லிவிட முடியாது. உண்மையில் தன்னுடைய கோலத்தை தானே எண்ணிப் பார்க்க முடியவில்லை.

பாவம், அவனுடைய அக்கா பட்டபாடுதான் சொல்ல முடியாது. சேதி தெரிந்து அவளும் மாமாவும்தான் மருத்துவமனைக்குப் பணம் கட்டியது. அவன் மனைவி வந்து சேருகிறவரை மிகவும் கஷ்டப்பட்டு விட்டாள்.

"அவர் என்ன செய்கிறார்?" படுக்கையில் கட்டிப் போட்டிருந்த அவனைச் சுட்டிக்காட்டி நர்ஸ் கேட்டாள்.

"அவர் ஒரு பெரிய ஆபீசர்" அருள் சொல்லி இருக்கிறாள்.

"ஆபீசர்ங்கிறீங்க கன்னா பின்னா என்று இப்படிச் செய்கிறாரே?" அருள் பதில் பேச ஒன்றுமில்லை. பிறகு நர்ஸ் கேட்டாள்.

"நீங்க அவருக்கு என்ன வேணும்?"

"சொந்த அக்கா."

"வேற யாராவது வரணுமா?"

"ம். சென்னையிலிருந்து அண்ணி வரணும்"

"எத்தனை மணிக்கு?"

"சாயந்திரம் ஆறு, ஏழு மணிக்கு வருவாங்க. காலையில் புறப்பட்டாச்சு"

நர்ஸ் அம்மாள் சற்றே இரக்கத்துடன் அருளைப் பார்த்தாள். பார்வை கனிந்திருந்தது. நர்ஸ் அம்மாள் அந்தப் பக்கம் அகன்று கொண்டே சொன்னாள்.

"அவங்க வர்ற வரையிலும் தாங்குறது கஷ்டம்தான்."

இரத்த அழுத்தம் அதிகமாகி, தலையில் ரத்தக்குழாய் வெடித்து, கசிவு ஏற்பட்டு உள்ளுக்குள் திப்புத் திப்பாக உறைந்துவிட்டது என்றார்கள். ரத்தக் கசிவுகள் எங்கிருக்கிறது என்பதைக் கண்டறிய சோதனை செய்யப்பட்டது. அது எடுத்த பிறகே அறுவைச் சிகிச்சை தேவையா என்பதை முடிவு செய்ய முடியும். அதையும் உறுதியாகச் சொல்ல முடியாது. உயிர் வாழும் எல்லாத் திசைகளையும் அடைத்து மரணம் என்ற ஒரு திக்கை மட்டும் அறுவை சிகிச்சை திறந்துவிடலாம். இரண்டு தொடைகளிலும் ஊசி சொருகி ரத்தத்தை தலைக்கு ஏற்றி ரத்தக்கசிவு எங்கெங்கு இருக்கிறது என்பதைக் கண்டுபிடிக்கும் சோதனையில் கூட அபாயம் நேரிடலாம். இரத்த அடைப்பு ஏற்பட்டு ஆபத்து நடக்கும்.

பா. செயப்பிரகாசம்

அறுவைச் சிகிச்சை தேவையில்லை என டாக்டர்கள் முடிவு செய்தார்கள். மாத்திரைகளினாலேயே குணம் அடைந்துவிட முடியும் என முடிவு எடுத்தார்கள். நான்காவது நாள் அவனுக்கு சுய நினைவு வந்தது.

தீவிர கண்காணிப்புப் பிரிவிலிருந்து நகர்த்தி தனி அறைக்கு கொண்டு வந்து சேர்த்தார்கள்.

மரணத்தின் உள்வாயில் வரை சென்று கதவுகளைத் தட்டி விட்டு அவன் மீண்டிருக்கிறான். எல்லோருக்கும் தகவல் போய் உடன் பிறந்தவர்கள், உறவினர்கள் கூட வந்து பார்த்துப் போனார்கள். அவன் மீண்டது அனைவருக்கும் ஒரு அதிசயம்தான்.

அந்த நாட்களில் மங்கை உயிரைக் கையில் பிடித்துக்கொண்டு அல்லாடினாள். எவருடைய ஆறுதலும் அவளுடைய செவிகளில் ஏறவில்லை. கடுமையான தவத்தில் அவள் நின்றாள். அவனை உயிரோடு மீட்டெடுக்க வேண்டும் என்ற வெறி ஒன்று மட்டுமே.

தீவிர கண்காணிப்பில் இருந்த நாட்களில் உள்ளே யாரையும் அனுமதிக்கவில்லை. மருத்துவமனைகளின் வராண்டாவில், வரவேற்பு அறைக்குப் பக்கத்தில் என்று அவள் கிடந்தாள். தூக்கம் அண்டவில்லை. ஏதாவது ஒரு சத்தம், நோயாளியின் தீனக்குரல் கேட்டால், திடுக்கிட்டு உட்கார்ந்தாள். உண்மையில் அந்த சத்தம் அவளுடைய மனசுக்குள்ளிருந்து வந்தது என்பது பிறகு தெரிந்தது. எந்தத் துடுப்பும் ஆதாரமும் தரமுடியாத கொந்தளிக்கும் கடலில் அந்த நாட்களில் அவள் முங்கிக் கொண்டிருந்தாள்.

அவளுடைய தனிமைப்பட்ட நைந்த கோலத்தைப் பார்த்து, தீவிர கண்காணிப்புப் பிரிவிலும் அவனுக்குப் பக்கத்தில் கொஞ்சம் அனுமதித்தார் டாக்டர்.

பிறகு பத்து நாள் மருத்துவமனை வாசம். மருத்துவமனையில் அவனைப் போன்ற நோயாளிகளுக்குப் பத்தியச் சாப்பாடு தயாரித்தார்கள். உப்பு இல்லை. புளிப்பு இல்லை. மழுமழு என்று கழுநீர் போல இருந்தது. 'தூ' என்று துப்பினான். கீழே துப்பியதை

வழித்து, சுத்தம் செய்தாள். 'வீட்டுக்குப் போனதும், வாய்க்கு ருசியா வாட்டமாச் செஞ்சி தர்றேன் என்ன' என்று பாந்தமாய், பக்குவமாகச் சொன்னாள்.

ஒருவருடைய மனசின் மரணமென்பது சாதாரண காரியமல்ல. அது தானாய் விளைவதில்லை. பிற மனிதர்களின் செயல்கள் எனும் நஞ்சு பாய்ந்தோ, வார்த்தைகள் எனும் பாஷாணம் கொடுத்தோ சாகடிக்கப்படுகிறது. விபத்தினால் ஏற்படும் மரணம் பத்திரிகைகளில் பார்த்து பலரும் தெரிந்து கொள்கிறார்கள். ஆனால் ஒருவரின் மனசுக்கு சம்பவிக்கும் சாவை அப்படி வெளிப்படை சாட்சியாகக் காணமுடியாது. முகத்தில் லேசான அசங்கல், சொல் மாற்றம் என்று சில சலனங்களே அந்த மரணத்தை அடையாளப்படுத்தப் போனதுமானது. அவளுக்கு அது புரியவில்லை.

மனிதர்களைப் பற்றிய மங்கையின் மதிப்பீடு எப்போதும் எடைக் குறைவாகவே இருந்தது. குறிப்பாக கணவனின் சொந்தக்காரர்கள் அவளுடைய காங்கிரீட் சுவர்களால் ஆன இதயச் சுவர்கள். உள்ளே நுழைய முடிவதில்லை. நல்ல சுவாசம் போகவோ திருப்பி விடவோ வழியில்லை.

அவளுடைய மனித மதிப்பீடுகள் பற்றி சிரித்துக் கொண்டே சொல்வான். ''எனக்கு எல்லோரையும் பிடிக்கும். உனக்கு யாரையும் பிடிக்காது.''

அவர்களுக்கிடையே ஓடும் வாழ்க்கை ஆற்றின் ஒரு கரை தளதளப்பான குளிர்ந்த வனங்களுள்ளது. இன்னொரு கரை பொட்டல், வெம் பொட்டல். இரு கரைகளையும் கொண்டது வாழ்க்கை ஆறு.

அன்றைக்கு தம்பியின் கடையில் உட்கார்ந்து பேசிக் கொண்டிருந்தபோது, சின்னத் தங்கச்சி கேட்டாள். ''அண்ணே, ஒங்கள ரேவதி அக்கா பார்க்கணுமாம்.''

''பார்த்துக்கிட்டுத்தானே இருக்கோம்'' அவனிடம் சிறு சிரிப்பு. புன்னகையிலும் நோயிலிருந்து மீண்டவன் என்ற அறிகுறி சொடுக்கியது.

''அதென்னமோ தெரியாது. ஒங்ககிட்ட சேலை கேக்கணுமாம்.''

''சேலையா என்ன புதுக்கூத்து?''

''கூத்தா, அப்பா அக்கா ஒங்களுக்குச் சொல்லலையா? உடன் பிறந்தவர்களுக்கு எல்லாம் நீங்க சேலை எடுத்துக் கொடுக்கணும்.''

முன்னப்பின்னே நோயில் விழுந்து செத்துப் பிழைத்திருந்தால் இந்த வழிமுறை தெரிந்திருக்கும். உயிர் பிழைத்து எழுந்ததினால் உடன் பிறந்தவர்களுக்கு பச்சைச் சேலை எடுத்துத்தர வேண்டும் என்ற வழிமுறை அவனுக்குத் தெரியாது.

இரண்டு உடன்பிறவா தங்கச்சிகளுக்கும் பச்சை சேலை. மூன்றாவதாய் ஒருத்தி இவர்களுக்கு அக்கா. அவள்தான் கணவனோடு வந்து அண்ணன் வீட்டுப் படியேறி பார்த்துப் போனவள்.

எல்லோருக்கும் பையிலிருந்து பணம் உருவிக் கொடுத்தான். அதற்குரிய ரசீது அட்டைப் பையில் தங்கிவிட்டது.

''எதுக்கு இந்த திருட்டு வேலை?'' கேட்டவள் மங்கை.

''என்ன திருட்டு?'' எதுவுமறியாமல் அவன் ஏறிட்டான்.

''திருடு, திருடு எல்லாம் திருடு'' அவள் வெடித்தாள். ''பையில் ரசீதைப் பாத்திட்டுத்தான் கேக்கறேன். மூணு சேலை யாருக்கு, அவங்க என்ன ஒங்க அக்கா தங்கச்சிகளா?''

''ஆமா, என் அக்கா தங்கச்சிகள்தான்'' அவன் சண்டை போடத் தயாரானான்.

''யாரு ஒங்க சொந்த உதிரமா? உடன் பிறந்தவங்களுக்கில்ல வாங்கிக் கொடுக்கணும்.கண்ட நாய்களுக்கு என்ன பச்சைச் சேலை.''

எதிர்த்த வீடு, பக்கத்து வீடு எல்லாம் எட்டிப் பார்த்தது. வீடு மாற்றி குடியேறிப் போகிற எல்லா இடத்திலும் இதே மாதிரிதான். மானம் அவமானம் என்பது பற்றியெல்லாம் அவளுக்கு அக்கறையில்லை. எல்லோர் மனதையும் நோகடிக்கிற அளவு சண்டை. வந்திருக்கிற யார் முன்னிலையிலும் சண்டை.

வீடு என்ற பெருவெளியில் நேரங்காலமில்லாமல் யுத்தம் நடந்தது. அவள் ஓய்ந்திருக்க தயாரில்லை. நாள், வாரம், மாதக் கணக்கில் கூட அவர்கள் பேசாமலிருந்திருக்கிறார்கள். அவள் கொதித்து கொதித்துப் பாய்ந்தாலும் அவன் ஒன்றும் பேசாமலிருக்கப் பழகிக்கொண்டான். அப்படியும் புயல்போலப் பாய்ந்து தலை சுற்றிச் சுற்றி ஆடவைத்து விடுவாள்.

எந்த வகையாக தன் போக்குகளை அவன் மாற்றிக் கொண்டாலும் எல்லாவற்றையும் நொறுக்கியடித்து தன் வட்டத்திற்குள் அவனைக் கொண்டு வந்து குதறி எடுத்தாள். இப்போது எடுத்ததற்கெல்லாம் சண்டை போடுகிற அவளை மாதிரியே ஒரு ஆளாக அவனும் மாறிப் போனான்.

பல நேரங்களில் மங்கையைப் பற்றி நினைக்கிறபோது பரிதாபம் பிறந்தது. எந்தக் கடலின் உப்புக் காற்று அடித்து, அடித்து அவளுடைய மனச்சுவரின் காரை, இரும்பு உத்திரங்களை உவர் அரித்து விட்டிருக்கிறது?

அவனைச் சுற்றி மங்கையின் மூச்சு பின்னப்பட்டிருக்கிறது. அவனை விட்டால், அவளுக்கு என்ன ஆதாரம்? இந்தப் பயத்தின் அலைகளிலிருந்து எழுந்தன. உப்புக் காற்றும் உவர் அரிக்கும் குணங்களும் அவளுடைய இயல்பான குணங்களும் சேர்ந்து இந்த வகையான காரியங்களை கெட்டி பண்ணி அவனது சுவாசக் குழாயை இறுக்கிப்பிடிக்கின்றன.

விடிந்தும் விடியாத முன்னேரம். அவர்கள் காரில் வந்திறங்கினார்கள்.

அவர்கள் அவளுக்குச் சொந்தமில்லை. அவளுடன் ஒன்றாய்ப் படித்த மைதிலியின் அப்பா, அம்மா. அவர்கள் வீட்டுக்குள் போகவர இருந்து மைதிலியை விடவும் அவர்களிடம் சிநேகம் வலுத்துக் கொண்டது. 'மம்மி, டாடி' என்றுதான் கூப்பிடுவாள்.

அவர்களை அவனோடு இணைத்து வைத்ததில் கண்களுக்குப் புலனாகாத கேட்க மட்டுமே கூடிய இன்னொரு கையின் பங்கும்

பா. செயப்பிரகாசம்

உண்டு. தெலுங்கு. தாயாய்ப் பிள்ளையாய் இணைத்ததில் தெலுங்கு ஒரு பாந்தமான பாசக் கண்ணியை அவர்கள் மத்தியில் விட்டெறிந்தது.

மம்மி, டாடி அவளைக் கட்டித் தழுவிக்கொண்டார்கள். அன்றைக்கு அவளின் 15-ஆவது ஆண்டு திருமண நிறைவு. வாழ்த்து சொற்களோடு போகவில்லை. அவளுக்கு ஒரு புடவை, அவனுக்கு 'சபாரி செட்' என்று அன்பளிப்பாக இறங்கியது.

விடிகாலை ஐந்து மணிக்கு திண்டிவனத்திலிருந்து புறப்பட்டு வந்து சேர்ந்திருந்தார்கள். காலைச் சிற்றுண்டிக்கு நல்ல பசிபோல்.

இடியாப்பம் தேங்காய்ப் பால்.

இட்லி - சட்னி சாம்பார்.

தோசை - வடை.

பிரியப்பட்டவர்கள் என்றால் மங்கை சுறுசுறுப்பாகி விடுகிறாள். படபடவென ஒரு மணி நேரத்தில் எல்லாம் முடித்து நிற்கிறாள்.

ரொம்ப காலம் முன், வாங்கி வைத்த வெள்ளித் தட்டுகளை 'மம்மி, டாடிக்கு' மேசை மேல் வைத்தாள். அவனும் அவளும் கூட அதில் பரிமாறிச் சாப்பிட்டதில்லை.

''ஒங்களுக்கு வச்சுக்கோங்கம்மா. நீங்கதானே சாப்பிடணும்'' என்று மம்மி, பதினைந்தாவது திருமண நிறைவை சுட்டிக்காட்டினாள்.

''இப்ப நீங்கதான் புதுமணத் தம்பதிகள்'' என்று மங்கை தெலுங்கிலேயே சொன்னாள்.

''மங்கையம்மா ... மங்கையம்மா'' என்று மம்மி கொஞ்சினாள். அவளும் போதும் போதும் என்று சொல்லப் பரிமாறினாள். அந்த முகம்தான் அவளுடையது. அது அவளுடைய சொந்த முகம். பிரியப்பட்டவர்களின் அரவணைப்பில் மனசுக்குளிர்ச்சியில் பொலிவான முகம்.

மம்மியின் மகனும், மருமகளும் கூட வந்திருந்தார்கள். சளைக்காமல் மகன் சாப்பிட்டான்.

''நீ தோசை மட்டும் சுட்டுப் போட்டுட்டே இருக்கா. நான் சாப்பிட்டுட்டே இருக்கேன்'' என்றான். சாப்பாடு மேசையைத் தட்டி தாளம் போட்டான்.

அவர்கள் வந்ததற்கு வேறொரு பிரதான நோக்கம் இருந்தது. பழைய அம்பாசிடர் காரை மாற்றிவிட்டு புதிய 'கண்டஸா கார்' எடுத்துப் போக வந்திருக்கிறார்கள். புதிதாக கார் வாங்குவது பற்றியும் தன்னைக் காண வந்தது பற்றியும் பெருமையாக உணர்ந்தாள். எதுவும் குறைவில்லாமல் தாங்கு தாங்கு என்று தாங்கி சாப்பிட வைத்தாள். மதியச் சாப்பாட்டுக்கு எங்கயாவது வெளியில் போகலாமா என்று கேட்டாள். குரல் அவனையும், முகம் அவர்களையும் நோக்கி இருந்தது. அவனுடைய ஒப்புதல் அவளுக்குத் தேவையாயிருக்க வில்லை. விரும்பினாலும் விரும்பாவிட்டாலும் ஒப்புதல் தந்தே ஆகவேண்டும். 'கண்டஸா கார்' எடுத்துவிட்டு அதில் வெளிநாட்டு ஸ்டீரியோ செட் பொருத்திவிட்டு மதியம் 2 மணிக்கு சந்திப்பதாகச் சொன்னார்கள். மம்மியும், டாடியும் உணவு விடுதியின் பேரையும் குறிப்பிட்டார்கள். ஒரு ஆயிரம் ரூபாய் செலவாகியது. அவர்களுடைய மகனும் டிரைவரும் இன்னொரு ஆயிரம் ரூபாய்க்கு ஒரு பிடிபிடித்தார்கள்.

மம்மியிடமும், டாடியிடமும் கொண்ட நெருக்கம் ஏன் மற்றவர்களிடம் அவள் காட்டவில்லை? அவள் முளைத்து வந்த குடும்பத்திலும் யாரோடும் நெருக்கமில்லை. ஒவ்வொரு கட்டத்திலும் யாரையாவது ஒருவரைப் பிடித்தது. மற்றவர்களைப் பிடிக்காமல் போனது. எல்லோரையும் பிடிக்காமலும் போனது. எதற்கெடுத்தாலும் எதிர் முனையிலிருந்து சிந்திப்பதே எப்போதும் கூடவே வருகிற இயல்பாக ஆகிவிட்டதோ?

யோசித்துக் கொண்டே ஆகாயத்தை நோக்கி இருந்தான். கடுமையான உழைப்பாளி அவள். முடுக்கி விடப்பட்ட இயந்திரம் போல எந்நேரமும் வேலை. அவனுடைய கஷ்ட, நஷ்டங்களில் அவள்தான் முன்னின்றாள். முக்கியமான நெருக்கடிகளில், முடிவெடுத்து செயல்படுகிற முதல் ஆள். அதுபோல் எல்லாப்

பொழுதுகளிலும் செயல்படும் சுதந்திரத்தை எடுத்துக் கொண்டாள். இதெல்லாம் அவளுடைய எல்லைகளை விரித்துக்கொண்டே போனது. இவைகளையெல்லாம் அவளது ஆக்கமான அம்சங்கள் என்று எடுத்துக் கொள்ள முடியவில்லையா அவனால்? அதிகாரம் செலுத்துகிறாள் என ஏன் நினைத்துக் கொண்டான்?

அவனுக்குத் தெரியாது. எப்போது அவனுக்குப் பக்கம் வந்து உட்கார்ந்தாள் என்று.

''ஏன் பெரியப்பா, ஊருக்குப் போய்விட்டார்?'' அவள் கேட்டாள். ஒங்க பெரியப்பா என்றோ, யாரோ ஒரு பெரியப்பா என்றோ உச்சரிக்கவில்லை. இரண்டு பேருக்கும் வேண்டியவரான பெரியப்பா என்ற தொனியில் இருந்தது. அவன் ஆச்சரியத்துடன் ஏறிட்டுப் பார்த்தான்.

அவருக்கு இவள் பேரில் கோபம் இல்லை. அவனைச் சொந்த மகனாக நினைத்தாலும், அவளை அப்படி நினைக்க முடியவில்லை. அவள் அவரை தூரப்படுத்தியது போலவே, அவரும் அவளை தூரப்படுத்த நினைத்தாலும் முடிகிறதா? அவருடைய சடவு எல்லாம், சொந்த மகன்கள் கட்டிக் கொண்டு வந்த பெண்களோடுதான்.

''எதுக்கு இப்படிக் கடைசிக் காலத்திலே பண்ணணும்? ஊருக்குப் போனா கஷ்டம்தானே?'' என்றாள். குரலில் இளக்கம் கனிந்தது.

''ஒரு கஷ்டமா?'' என்றான் அவனையுமறியாமல்.

''நீங்க போய் பெரியப்பாவைக் கூட்டி வந்திடுங்க'' அவள் சொல்வாளென்று அவன் எதிர்பார்த்தான். ஆகாயத்திலிருந்து பார்வையை விலக்கி, அவளைப் பார்க்க முயன்றான்.

''கடைசிக்காலம் வரை அங்கேயே இருக்கட்டும்'' என்றாள். அவள் உணர்ந்த விதத்துக்கும், வெளிப்படுத்திய முறைக்கும் ஏகப்பட்ட முரண் தெரிந்தது.

அவளது முரணின் உயரத்தை அளந்து பார்க்க எத்தனித்தான். அளக்க முடியாமல் கூடிக்கொண்டே போனது.

## கலைமணி

கலைஞனுக்கென்று தனியான சுவைகள் இருக்கின்றன. தனிச்சுவைகளால் அவன் அற்புதமானவன். அவனுடைய மனசிலிருந்தும் சொந்த மண்ணிலிருந்தும் ஈரமண் வாசனையோடு நேரடியாக எடுத்துக் கொண்டவை. சுவைகள் கம்பு, வரகு, குதிரைவாலி என்ற பழைய தானிய வகைகளின் சுவை. அதலைக்காய், முள்ளிக்காய், தட்டாங்காய், துவரங்காய் எற் புஞ்சைக் காய் வகைகளின் சுவை. பாணக்கரம், கம்பங்கஞ்சி, மோர்க்கூழ் என்று நற்பாகமான நீராகாரச் சுவை. மண்ணிலிருந்து ஊற்றெடுத்த நாட்டுப்புற வாசனைகளின் சுவை, அந்த மகா கலைஞனிடம் ஊறிக் கிடக்க, கூத்துக் கலையா, இருப்புக் கச்சேரியா எதுவானாலும் தன்னளவில் மிகப் பெரிய காரியங்களை அவன் செய்து கொண்டிருக்கிறான்.

தெக்கத்திச் சீமையிலிருந்து சென்னையில் வடபழனி அருகே அந்தக் கலைஞன் பிரவேசித்திருந்தான். ஏ.வி.எம். படப்பிடிப்பு நிலையத்தின் உயர்ந்த நெடிய சுற்றுச்சுவர்; சுவரை ஒட்டிய பத்தடி அகல சிறிய தார்ச்சாலை நெடு நெடு என்று வளர்ந்தது. எந்த இடத்தில் கோட்டைச் சுவர் முதுகு ஒடிந்து திரும்புகிறதோ, அங்கே தெருவைக் குறுக்காய் மறித்து, மேடை போட்டு, திரைச்சீலை கட்டியிருந்தார்கள்.

மேடை முன் இடக்கைப்பக்கம் நூறடி தாண்டி மூலையில் கன்னியாலம்மன் கோயில். ஒரு கிராமம் தனக்கான எல்லைகளை, சில காவல் தெய்வங்களை உட்கார வைத்து வரையறுத்திருந்தது. காற்று, கறுப்பு அண்டாமல், பேய், பூதம், முனி அடிக்காமல் காவல் செய்யும் கருக்கடையான தெய்வங்கள் அவை. கிராமத்தின் கிழக்கு எல்லைக்கு

பா. செயப்பிரகாசம்

கருப்பசாமி. மேற்கில் வன்னிமரத்தின் கீழ் கன்னியாலம்மன். கிராமங்களில் சிறு தெய்வங்களுக்கு இருந்த மகிமையை, அந்தப் பட்டிகளிலிருந்து வந்த மனிதர்கள், அப்படியே பெயர்த்து வந்து நகரத்தில் நட்டுக்கொண்டார்கள். ஊரில் துடியான தேவதை இருந்த இடத்தில் ஒரு பிடி மண் எடுத்துவந்து அதை தாங்கள் குடியேறிய பகுதியில் பிடித்துவைத்து, வழிபட்டுக் கொண்டார்கள்.

அதிசயிக்கும் பல கதைகளை நிகழ்த்தியவள் கன்னியாலம்மன். எந்த அதிசயமும் செய்யாமல் பால்குடி குழந்தைபோல் இடுப்பில் தொத்திக்கொண்டு அவர்கள் உட்காரச் சொன்ன இடத்தில் நல்லபிள்ளையாய் உட்கார்ந்து கொண்டாள் அந்த கன்னியாலம்மன். கோயில் பண்டிகைக்காக, அரிச்சந்திர மயான காண்டம் நாடகம்.

தொரட்டிக் கம்பு ஊன்றிக் கொண்டு ஆடுமேய்க்கிறவன் போல் இருந்த ஒல்லியான உடலில் கலை பூத்துச் சொறியும் என்று எவராலும் கணிக்கமுடியாது. ஒவ்வொரு தசைக்கட்டிலும், ஒவ்வொரு நரம்புத் தெறிப்பிலும், கிராமத்தின் கம்மாய்மேட்டில் செழித்த புங்கை மரம், ஐப்பசி, கார்த்திகை மாசங்களில் உடல் முழுதும் மாட்டிக்கொண்ட வெள்ளிக்குனுக்கட்டான்களாய் நிறைந்த பூக்கள், தரை முழுவதையும் நிரப்பியிருந்தது போல் அந்தக் கலைஞனின் அவயத்தின் எல்லா இணுக்குகளிலும் பூத்து, அவன் உலுக்க உலுக்க, பொல பொலவென்று உதிர்ந்தது. அள்ளிக் கொள்ளும் நேரம், காலம் வாய்க்கப் பெற்றவர்கள் பாக்கியவான்கள்.

அப்படியொரு வரம், சக்கணாபுரம் என்ற ஊருக்கு கிடைத்தது. கட்டபொம்மு நாடகத்தில் முள்ளுப் பட்டி முத்தையப்ப நாயக்கராக நடித்தவர் வெகுநேரமாகியும் மறுபிரவேசம் செய்யவில்லை. ''யாருக்கும் தெரியாமல் வெள்ளைச் சேவல் ஒன்றை வளர்த்து வருகிறேன். வேண்டுமென்றால் முத்தையப்ப நாயக்கரிடம் கேட்டுப் பாருங்கள். இதோ அவரே வருகிறார்'' என்று வெள்ளையம்மாள் கைகாட்ட, கைகாட்டிய திசையில் நாயக்கர் வரவில்லை. அவள் சொல்லிக் கொண்டே இருந்தாள். எத்தனை முறை சொல்லியும்

மனுசன் வரக்காணோம். வெள்ளையம்மாளும் முருகராமனும் பாட்டு, வசனம் என்று மாற்றி மாற்றி தன்னக் கட்டிப் பார்த்தும், ஒன்றும் முடியவில்லை.

''ஆமாம், வெள்ளைச் சேவலை நானே வளர்த்து வருகிறேன்'' என்று கால் நகக்கண் முதல் உச்சந்தலை வரை சாராய நெடி மணக்க வந்தார் முத்தையப்ப நாயக்கர்.

முருகராமன் ரொம்ப துடியான நடிகன். ராஜ நடிகராக இருந்ததால், மற்ற நடிகர்கள் மேல் அதிகாரமும் இருந்தது.

''இது தகுமா? இது தகுமா?''

''இந்த வேதனை எனக்கிது நியாயமா?''

என்று சாமா ராகத்தில், அரிச்சந்திரன் சுடலை காக்கும் வேதனைப் பாடலை எடுத்து இளக்கினான். அது வீரபாண்டிய கட்டபொம்மு நாடகம் ஆனாலும் ஒரு வேகத்தில் அரிச்சந்திர நாடகத்தின் சோகம் அந்த நாடகத்திலும் கலந்து பீறிட்டது. அன்றைக்குக் கேட்டதுதான் அந்த மகுடி. பிறகு அந்த மாதிரி ஒரு நேரம் யாருக்கும் வாய்க்கவில்லை. எதிரே நடிப்பவன் ஒடுங்கிப் போனான்.

'சபாஷ், பேஷ் மாமா' என்று வயதின் மதிப்பையும் மறந்து சலாம் போட்டார் முள்ளுப்பட்டி முத்தையா நாயக்கர்.

''நமக்கு கலைதான் உயிர் மாப்பிள்ளைய். நாலு பேர் நாலு விதமாய்ப் பேசுவாங்க. தண்ணி போடறான் அப்படீன்னு. எப்ப மாப்பிள்ளய்? ஒங்க அக்கா தனியா போனதிலேர்ந்து! அவளும் நம்மள நம்பி எத்தனை நாளைக்கு குடும்பத்தை கொண்டு கூட்டி எடுத்துட்டுப் போவா? ஆச்சு, இன்னைக்கோட ராமர் வனவாசம் போன மாதிரி பதினாலு வருஷம் குட்டி, குசுமானை வச்சிகிட்டு, வெளியேறி எல்லாத்தையும் கரையேத்திட்டா.''

முருகராமனால் மாப்பிள்ளய் என்று கூப்பிடப்பட்டவன், நாடக குழுவை ஒண்டித்து, மதுரையிலிருந்து கூட்டி வந்திருப்பவன். எல்லோரையும் மேய்த்துக் கூட்டி வரும் மேஸ்திரி.

பா. செயப்பிரகசாம் 149

மேற்குத் திசை கரிசல்; கிழக்கும் தெற்கும் செம்மண்; அவன் பிறந்து வளர்ந்த இருமண் பூமியிலிருந்து உவர்க் காற்றில் அலைந்து காதுகளை வந்தடையும் அவனது தாம்பத்திய அமைப்பு பற்றிய சேதிகள் நல்லபடியாக இல்லை.

கட்டினவள் நினைத்துக்கொள்கிறமாதிரி அவன் ஏதும் செய்யவில்லை. நாடகப் பயணம் போய் வந்து 'இந்தா வச்சுக்கோ' என்று ஒரு காசு நுள்ளிக் கொடுத்ததில்லை. கொடுத்தால், உயிரை முடிந்து வைத்துக் கொள்வது போல் முடிந்து வைத்துக் கொள்வாள் வெள்ளச்சி. ஒரு நாடக நிகழ்ச்சிக்குப் போய்விட்டு வருகிறபோது ஐநூறோ ஆயிரமோ கொடுத்தால், நாலுபேரை மதிப்பாய்க் கூட்டிப்போய் அங்கேயே தண்ணிபோட்டுவிட்டு ஒன்றுமில்லாமல் ஊர்வந்து சேர்வான். "பானையில் பதற்கு அரிசி இருந்தால், மூலையில் குறுணிப்போய் ஆட்டம் போடுமாம்" என்கிற பாவனையில் சுற்றி இருப்பவர்களும் குடித்தே தீர்த்தார்கள். முருகராமு கொடுத்துப் பார்த்ததும், வெள்ளச்சி எடுத்துப் பார்த்ததும் வாழ்வில் கொஞ்சமும் இல்லை.

இம்சை தாங்கமாட்டாமல், குழந்தைகளோட கோவில்பட்டி தீப்பெட்டி கம்பெனிப்பக்கம் வந்துவிட்டாள். பிள்ளைகளோடு வேலை பார்த்து, கால்கஞ்சி, அரைக்கஞ்சி குடித்துக் கொண்டிருந்தவளை, அங்கேயும் போய்த் தொல்லை.

"எங்கம்மாவை தொடு பார்ப்போம்; தொடு பார்ப்போம்" என்று நடுவுள்ளவள் விளக்குமாளைத் தூக்கிக் கொண்டு ஓடினாள். "ஒன்னைய அடிக்காத விளக்குமாறு வீட்டில் இருக்கலாமா" என்று கேட்டாள்.

அவன் சரித்திரம், பெண்டாட்டி பிள்ளைகள் மேல் பிரியப்படாத சரித்திரம். நான்கு பெண்பிள்ளைகள்; இரண்டு ஆண்கள். இளைய பையன் மேல் பிரியமாக இருந்ததாகச் சொன்னார்கள். கடைசியில் அவன்தான், தகப்பனை முறுக்கிக் கொண்டு அடிக்க வந்தான்.

வாழ்க்கையின் கொடிய காற்றுக்கு உணந்து போன செடிபோல், காய்ந்து சுண்ணாம்பாகிப் போன அந்த தேகத்திற்குள்ளிருந்துதான் கலையின் ஒரு மகாசமுத்திரம் பீறிட்டெழுந்தது. பிரமாண்ட அலைகள் சுருண்டு எழுந்து, கரைமீறி கலைச்சாலை தொட்டு சலார், சலார் என்று அடித்தது. மேடையேறுகிறபோது, அந்த உடம்பு கலை அதிசயங்கள் விளைத்தது.

தன் கட்டுப்பாடு இல்லாமல், ஓங்கு தாங்காய் வளர்ந்து விரிந்த நகரம் பகலில் போலவே இரவிலும் விரிந்துக் கிடந்தது. நடுச்சாமத்திலும் அலறியடித்து ஓடுகிறது. குத்து, வெட்டு, கொள்ளை அலறல் ஓலங்களுடன் ரத்தக் குடி குடித்து நாக்கைச் சொட்டாங்கு போட்டுச் சுழற்றுகிறது.

மின்வெட்டு ஏற்பட்டது. இருட்டு பம்மிக் கிடக்கும் நேரத்தில் அந்த நாடக மேடைக்கு பக்கமாய், அழகுநாதன் போனார்.

குறுக்காய் மறித்துப் போட்ட நாடகக் கொட்டகையின் இடதுபக்க இடுக்கு வழி நுழைந்து மேடை முன் வந்தார். உட்கார்ந்து பார்க்க வரிசையாய் பெஞ்சுகள், பக்கத்திலிருந்து நகராட்சிப் பள்ளிக்கூடத்திலிருந்து எடுத்து வந்து போட்டிருந்தார்கள். வீதியைக் குறுக்காக அடைத்து மேடை போட்டிருந்ததால் காற்றை பலி போட்டது மாதிரி ஆகிவிட்டது.

அணைந்த விளக்குகள், திரும்பி எரிந்தன.

நூறடி தள்ளி இருந்த கோயிலில் ஒரே ஒரு வெள்ளரளி, சிறுகாற்று அசைந்தாலும் வெள்ளரளிக் கொத்தின் பாரம் தாங்காமல புலம்பியது.

ஒரு வீட்டு முன் உட்கார்ந்திருந்தவர்களை ‘‘நாடக கோஷ்டி வந்து விட்டதா?’’ என்று கேட்டார் அழகு.

கொட்டகை பின்புறம் அப்போதுதான் வேன் வந்து நின்றிருந்தது. மதுரையிலிருந்து, குழுவாய் வேன் பிடித்து வந்து இறங்கியிருந்தார்கள்.

வெக்கை கனக்க வீசியதால், மேலில் சட்டைகூடப் போடாமல், ஒல்லியாய் மேடையிலிருந்து இறங்கிய ஒரு உருவத்தைக் கேட்டார்.

"கருத்தையாபுரம் முருகு வந்திட்டாரா?"

"ஐயா நீங்களா?" அழகு திகைத்து, 'அதெல்லாம் வேண்டாம்' என்பது போல் காலைப் பின்னிழுக்கும் முன்பே காலில் அவன் விழுந்திருந்தான்.

"ஐயா, நீங்கதான் வந்திருக்கிறதுன்னு தெரியாமப் போயிருச்சே"

மேடைக்குக் கூட்டிட்டுப் போனான். மேடையிலிருந்த இரண்டு பேருக்கு அறிமுகப்படுத்தினான். இரண்டு கைகளையும் மார்மேல் கட்டிக் கொண்டு கவிந்து நின்றான். மழைக்கம்பிகள் போல் இசையை இறக்குகிற கலைஞன். தனது ஞானக்கலை ஒளியை எல்லாம் சுருட்டி, குறுக்கி ஒரு மனிதனாய் நின்றான்.

"மாப்பிள்ளய். ஸார் இங்கே பெரிய ஆபீசர். நம்ம ஊருக்குப் பக்கம் கழுலாசபுரம்" அறிமுகம் செய்தான்.

"அவங்க அப்பா யாரு தெரியுமா? அப்பா பேரு..." என்று அவன் யோசிக்கு முன்,

"இராமசுந்தரம்" என்றார் அழகு.

"நேத்து முத்தையாபுரத்தில் நாடகம். அந்த நாடகம் முடிச்சிட்டு காலையில் தூக்கக் கலக்கத்தில் புறப்பட்டு, வேன் பிடித்து நேரே வர்றோம். வண்டி முழுக்கத் தூக்கம்தான்."

மாரில் கட்டிய கைகளை எடுக்கவில்லை. திரைக்குப் பின்னால் அவரை வரும்படி கூப்பிட்டான். ஒப்பனை செய்து கொண்டிருக்கும், சக கலைஞர்களிடம் அவரை அடிறமுகப்படுத்தி பெருமை தேடிக் கொள்வதற்காக இருக்கும். உள்ளே போக மனசில்லை. "இல்லை, இருக்கட்டும்" என்றார்.

உள்ளே மேக்கப் போட்டுக் கொண்டிருப்பார்கள். மின்விசிறி இருக்காது. சடங்காகிவிட்ட பெண்ணுக்கு ஒதுக்குப்புறத்தில், போடப்பட்ட குச்சில் போல் சின்னக் கொட்டகை.

முருகு பலமுறை கூப்பிட்டும், படுதாவை விலக்கிக் கொண்டு உள்ளே போக அவர் ஒப்பவில்லை.

ஆர்மோனியம், மிருதங்கம், ஜாலரா என்று கோஷ்டி கானம் பாடி, சாமி பாட்டுப்பாடி பிரவேசிப்பார்கள். அதற்குப் பிறகு முருகு அரிச்சந்திர வேடம் திரைவிலக்கி வந்து சேர மணி பன்னிரண்டு தாண்டி விடும்.

அவன் வந்துவிட்டால், பிறகு மேடையும் இரவும் அவனுடையது. இடைவிடாத அவனுடைய பாட்டும் நடிப்பும்தான் அந்த இரவு.

அந்த இடத்தின் சௌகரியமற்ற சூழல் உறுத்தியது. சுற்றலும் கனமான வெக்கை. காற்றின் நடமாட்டம் லவையும் இல்லாமல் ஒருவர் மூச்சை ஒருவர் சுவாசித்து வெளிப்படுத்திக் கொண்டிருந்தார்கள். தெருவை மறித்து, நாடக மேடை, போட்டதில் மிச்ச சொச்சமிருக்கும் காற்றுச் சிறகும் வெட்டப் பட்டு விட்டது.

அழகுநாதனுக்கு ஒரு கடைமை இருந்தது. முருகு அவனுடைய தம்பி மூலம் சேர்த்த நாடக வீடியோ கேசட்டை, அந்தக் கலைஞனிடம் திரும்பிக் கொடுக்கும் கடமை. ஒரு பிரதி எடுத்து வைத்துக் கொண்டு, பிரதி எடுத்தது பற்றி எதுவும், சொல் உதிர்க்காமலே கொடுத்தார்.

மாப்பிள்ளய் என்று அழைக்கப்பட்டவனிடம் பேசினான். ''ஐயாவுக்கு இந்தக் கலையில ஈடுபாடு - அப்படி இல்லைன்னா இப்படியெல்லாம் செய்ய வருமா?''

மாப்பிள்ளையிடம் ''ஐயாதான் கலைமாமணிக்கான ஏற்பாடெல்லாம்'' என்றான். திண்டுக்கல் கலைக்கல்லூரி நாட்டு நலப்பணித் திட்டம், இளைஞர் கலைவிழா மலர்ப்பேட்டி, கீழ அருணாசலபுரம் அருள்மிகு காளி அம்மன் திருக்கோயில் அஷ்டபந்தன மகாகும்பாபிஷேக விழாவில், நெல்லை மாவட்ட காவல்துறை ஆய்வாளர் வழங்கிய சான்றிதழ், ஒரு மாவட்டச் செயலாளர் அவனுடைய நாடக நிகழ்ச்சிக்காக எழுதிய கடிதம், நாட்டார் வழக்காற்றியல் ஆய்வுமையம் நடத்திய நாடகவிழா பங்கேற்புச் சான்றிதழ், மாவட்டக் கலைமன்றம் வழங்கிய கலை

முதுமணி விருது, வட்டாட்சியர் வழங்கிய பாராட்டு என்று சிறுகச் சிறுகச் சேர்த்து வைத்த சின்ன சின்ன அடையாளங்களை கத்தையாகக் கொண்டு வந்து அவர் கையில் கொடுத்திருந்தான்.

மாநில அரசின் பெரிய அடையாளமான கலைமாமணி விருதுக்காக தயவு செய்ய வேண்டுமென்று அவரிடம் கோரினான்.

''ஐயாவுக்கு, ரெண்டு பிரதி ஏற்கனவே எடுத்துக் கொடுத்திருக்கேன்'' என்றான் பவ்யமாக. உடனே ''டே, ஐயாவுக்கு இன்னொரு பிரதி எடுத்திட்டு வா ஓடு'' என்று பக்கத்தில் நின்ற தம்பியை விரட்டினான்.

''அதெல்லாம் எதுக்கு எங்கிட்டதான் இருக்கே'' சொன்னார் அழகு.

''சும்மா இருக்கட்டும். இன்னொரு பிரதி கைக்கு இருக்கிறது. நல்லதுதானே.''

அழகுநாதன் திரும்பிப் போகவேண்டும்; குளிர்சாதன அரங்கு, சொகுசு இருக்கைள், திடீர், திடீர் என சுழன்றும், குதிக்கவும் மேடை நோக்கிப் பாயும் வண்ணக்கதிர்கள். ஒரு நவீன மேடை அரங்கமாக இருந்திருந்தால் அவர் திரும்பிப்போக நினைத்திருக்க மாட்டார்.

மேடைக்கு முன் பார்வையாளர்களுடன் மட்டுமல்ல; மேடைக்குப் பின் அவிந்து சுவாசிக்கும் கலைஞர்களுக்குள்ளும் அவர் கலக்க விரும்பவில்லை. அவருக்கு இந்த வகை மூச்சுக்காற்று எல்லாம் ஆகாது.

''நீங்க இருந்து நாடகத்தை தரிசிச்சிட்டுப் போகணும்'' முருகு வேண்டினான்.

''நான் இருப்பேன். கண்டிப்பா இருந்து பார்த்திட்டுப் போவேன் போதுமா?''

''ஐயா, இந்தக் கலைமாமணி...?''

''எல்லாம் சாதி பார்த்துத்தான் தரானுக... அமைச்சர் முதல் அதிகாரி வரை எல்லாம் சாதி தான். இல்லேன்னா, சினிமாக்காரங்களுக்கு தான்

அள்ளிக் கொடுக்கிறானுக'' என்றார். இந்த விசயத்தில் ஒட்டுதல் இல்லாமல் அவர் விடுதலையாய் பேசுவது தெரிந்தது. அவன் கொடுத்திருந்த கலைச் சான்றிதழ்கள் கூட அவர் பத்திரப்படுத்தவில்லை.

அதற்குள் ஜெராக்ஸ் போட்டுவிட்டு வந்த தம்பியிடம் அதை வாங்கிக் கொடுத்து ''டே, ஐயாவைக் கூட்டிட்டுப் போய், கொகோ கோலா, வாங்கிக் கொடு. கொஞ்சம் மெயின் ரோட்டுக்குப் போய் வரணும். அதனால கஷ்டம் ஒன்றும் இல்லையே'' என்றான் அவரைப் பார்த்து.

பரமக்குடி தாண்டி ஒரு ஊரில், அருள்மிகு மாரியம்மன் திருக்கோயில் அய்ந்தாம் ஆண்டு பூச்சாட்டு விழா.

ஓடிக்கொண்டிருந்த ரயில் செட்டிநாடு, காரைக்குடி, சிவகங்கை ரயில் நிலையங்கள் அபூர்வக் காட்சிகளை விதைத்தன. அந்தவகை ரயில் நிலையங்களை அவன் கண்டதில்லை. அத்திமரம், ஆலமரம், பெரிய பெரிய விருட்சங்கள். நூற்றுக்கணக்கான ஆண்டுகளின் கால ஓட்டத்தில் உயர்ந்து அகண்டு, படர்ந்து திக்குகள் முழுதும் முகம் பரப்பி நின்றன.

கருக்கலில் லட்ச லட்சமாய் பறவைகளின் கெச்சட்டம்; அது ஒரு சேர்ந்திசை. ஒரே நேரத்தில் பல தொண்டைகள் உயர்ந்தன; தணிந்தன. 'கம்' மென்ற நிசப்தம். பிறகு ஒற்றைக்குரலில் ஒரு மைனாப் பறவையின் கீச்சுக்குரல்; பழையபடி இலைக்கு ஒரு பறவை இருந்தது, பறந்து கும்மரிச்சம். ஒரே நேரத்தில் அத்தனை இசைக்கருவிகளும் அவனை உலுக்கி எழுப்பின. மனசை அசக்கி, மரவிருட்சங்களின் மேலே கொண்டு போய் கீழே இறக்குகையில் ரயிலும் மேலே போய்க் கீழே வந்தது போல் பட்டது.

செம்மேக இறகுகளில் சூரியன் வெளிப்பட்டது. பார்த்துக் கொண்டிருக்கும் போதே சிறகுகள் காணாமல் போயின. சூரிய முட்டை கிழக்கு பளபளத்தது.

சன்னதம் கொண்டு, புளகாங்கித மப்பேறி உள்ளுக்குள் சந்தோச வெறியை சுவாசித்தான்.

விருட்டென்று மேலெழுந்து, நட்டுக்க கீழே பாய்ந்து பிறகு வானத்தை வளைக்கும் தைலான் பறவைபோல், ஆகாய உச்சி துழாவிப் பாய்ந்தான். ராகம் இழைத்து வளைவாய் மேலேறினான். தன் பாடலினால், புதிய இடங்களைத் தொட்டபடி ரயிலை அழைத்துப் போகிறான். அவன் மூடிய இமைகள் திறந்த போது, ரயில் பெட்டி கிறக்கத்தில் கிடந்தது.

''ஐயா, நீங்க யாரு எங்க போறீங்க?''

சன்னதம் குறையவில்லை; ஆலாபனை அறுந்து விடாமல், கைகளால் சைகை, அப்போது அவன் ரொம்பப் பிரியமாய் இளகி, இளகிப் பாடியது.

''பொய்யாது உரைத்தல் அஞ்சி

புலையருக்கு அடிமையானேன்.''

அந்த மகுடியில் மயங்கி, தானாக அவர் முன் போய் நின்றான். அப்போதுதான் அழகு நாதனுக்கு அவனும் மவனுக்கு அழகு நாதனும் அறிமுகமானது.

நகர முழுவதும் தவித்த வெக்கைக்குள், வீட்டுக்குப் போய் ஒரு தடவை குளித்தால் நல்லது. பழைய படுதாக்கள் தொங்குகிற அந்த நாடக மேடையில் பின்புற வெக்கைக்குள், அவிந்து வேகும் கலை நளினங்களுக்குள் அவர் கலக்க முடியவில்லை.

முருகுராமனின் தம்பி வாங்கிக் கொடுத்த கொகோ கோலா குளிர்ச்சியாய் உள்ளே இறங்கியது.

''அப்ப தம்பி, நான் வர்றேன்.''

கிட்ணன் ஆச்சரியத்துடன் விழித்தான். ''நாடகம் பாத்திட்டுப் போங்க. நல்லா இருக்கும் அண்ணனை முன்னக் கூட்டியே வேஷங்கட்டி வரச் சொல்லிறேன்.''

''இல்லே, எனக்காக வேண்டாம்.''

அவருக்காக செய்வதற்காக தயாராய் நின்றான். ''இப்பவே போய் சொல்லிட்டு வந்திர்றேன்.''

அவன் கையைப் பிடித்து தடுத்தார். ''இல்லே, நா போகணும். நாளைக்க ஒரு முக்கியமான வேலை இருக்கு.''

''அண்ணனுக்கு மட்டும்தான் அதிகமான தொகை. அவர் என்ன சொல்கிறாரோ, அந்த ரேட் மற்றவங்களுக்கு பங்கு போட்டு கூறு போட்டக் குடுத்திர்றான் மேஸ்திரி. கொடுத்ததை வாங்கிக்குருவாங்க'' என்றான்.

''அப்படியா? என்றார்.''

கலைமாமணி விருதுக்கு ஒவ்வொரு வருசமும் மனுக் கொடுத்தான் முருகு. இயல், இசை மன்றம்தான் அதற்கு சவாப்தாரி, எது என்ன செய்தது என்று தெரியவில்லை என்று ஒவ்வொரு வருசமும் பதில் சொன்னார். அதே நேரத்தில் இந்தப் பட்டங்கள், சலுகைகளை அளிக்க வேண்டியவர்கள் இவர்களுடைய உயரத்திற்குக் கீழாக இருந்தார்கள். கொடுக்கிறபோது அவர்களுக்கு உயரம் கூடி விடுகிறது.

அவருடைய சிந்தனை ஓட்டத்தைச் சிதைத்தபடி, ''நாடக மேடையில் அண்ணன் வைத்ததுதான் சட்டம். தயை தாட்சண்யம் பார்ப்பதெல்லாம் கிடையாது'' என்றான்.

''அண்ணனுக்கு கலைமாமணி எப்படியாவது ஏற்பாடு பண்ணிரணும் ஸார்'' என்றார். அவருடைய பதவி, அதிகார வட்டம் இவைகளைப் பற்றி அவர்களுக்கு கூடுதல் நம்பிக்கை.

வீட்டின் முன் காரிலிருந்து இறங்கியதும் அவர்கள் ஓடிவந்தார்கள். முருகு, அவனுடைய தம்பி கிட்ணன். ''அண்ணன் வந்திருக்காரு'' என்று கிட்ணன் ஓடிவந்து சொன்னான்.

''நீங்க இன்னும் ஊருக்குப் போகலையா?'' காரிலிருந்து இறங்கியபடி அழகுநாதன் கேட்டார்.

"இல்ல. ஒங்கள பாத்திட்டுப் போகலாம்னு தங்கிட்டாரு."

"போனில் கேட்டுநான் இருக்கேனான்னு உறுதி செய்து கொண்டு வரச் சொன்னேனே."

"நான் ஃபோன் பண்ணினேன். கேட்கிற போதெல்லாம் தாங்கள் இல்லைன்னு."

"நாடகம் முடிஞ்சு நாலைஞ்சு, நாள் இருக்காது? இத்தனை நாள் காணமே, நாடகம் முடிஞ்ச கையோட உருக்குப் புறப்படறதா சொன்னீங்களே, அதான் பார்த்தேன்."

"இல்லங்க, எத்தன நாள் சென்டாலும் ஒங்களப் பாத்துட்டப் போகலாம்னு"

பதில் அந்தக் கலைஞனிடமிருந்து வந்தது.

காரிலிருந்து இறங்கி நின்றபடி பேசினார். வந்திருந்த ஆட்களின் தன்மையையும் தன்னுடைய அதிகாரியையும் வியப்புடன் பார்த்துக் கொண்டிருந்தான் டிரைவர். "கண்கள் மட்டுமே வேலை செய்ய வேண்டும். காதுகள் எப்போதும் மூடி இருக்க வேண்டும்" என்பது ஒரு நல்ல ஓட்டுநருக்குரிய இலக்கண விதி. அந்த விதியை அவன் மீறி விட்டான் போல் தெரிந்தது. அழகுநாதன் 'ஒன் வேலையப் பார்த்திட்டு இரு' என்பது போல் பார்த்ததும், டிரைவர் வேறு பக்கம் திரும்பிக் கொண்டான்.

கார் கதவைப் பிடித்தபடி பேசிக் கொண்டிருந்தார். "வீட்டுக்குப் போகலாம் வாங்க" என்று அவர் அழைத்ததாக, அவர்களுக்குப் பட்டிருக்க வேண்டும்.

"அதெல்லாம், வேண்டாங்க" என்றார்கள். உள்குறிப்பு உணர்ந்து அவர்கள் தங்களது எல்லைகளை அப்புறப்படுத்திக் கொண்டார்கள் எனத் தெரிந்தது.

வாழ்வின் இண்டு, இடுக்குகளில் மிச்சம், மீதமிருக்கும் தனக்குச் சொந்தமான கசப்பு உறைப்புகளைக்கூட, கவனிக்க நேரமில்லையென்று சொன்னார்.

அவருக்குரிய பெருமைகளில் ஒன்றாக அவர்கள் கொண்டார்கள்.

அவனுடைய தம்பி கிட்ணனிடம் ஒரு பரபரப்பு காணப்பட்டது. அவன் துடிப்பைப் பார்த்து ''என்ன சொல்லுங்க'' என்றார். முருகுவின் கையமர்த்தலையும் மீறி, தம்பி ஏதோ சொல்ல எக்கினான்.

இரண்டு பேரும் ஊருக்குப் போகிற தயாரிப்பில் கைகளில் பெட்டியோடு வந்திருப்பது புரிந்தது. வழிச் செலவுக்கு பணம் தேவையோ? அவனுடைய நாடகத்தை வீடியோ கேசட்டில் பதிவு செய்து கொண்டதற்காக, கலையின் விலையாக ஏதோ எதிர்பார்க்கிறார்கள் போல.

''அய்யா இந்தக் கலைமாமணி''

உண்மையில் கலைமாமணிக்கு அவர் செய்ய வேண்டியது ஒன்றும் இல்லை. சாதி, மதம், சிபாரிசு போன்ற பலவீனங்களால் அது நிச்சயிக்கப்படுகிறது என்பது சொன்னாலும் அவர்களுக்குப் புரியாது என்றிருந்தது.

அதற்கான ஆரம்ப கட்ட முயற்சிகள் கூட அவர் மேற்கொள்ளவில்லை என்பது முக்கியமானது.

அந்த மகா கலைஞன் கூனிக்குறுகி, மாரில் கைகட்டி, இறைஞ்சினான்.

நட்ட நடுத்தெருவில் 'கலைமாமணி' 'கலைமாமணி' என்று அலறுவது போல் கேட்டது.

''அய்யா இந்தக் கலைமாமணி...''

சில நாட்கள் கழித்து, அவருடைய வீட்டில் ஒரு அஞ்சல் அட்டை கிடந்தது.

நீத்தார் இறுதிச் சடங்கு

தென்காசித் தாலுக்கா மேல்பட்டி கிராமம் திரு. முருகராமன் என்ற முருகு, அவர்களின் வாழ்க்கைத் துணைவியான

திருமதி வெள்ளத்தாயி அவர்கள்

10.3.98 அன்று மதியம் 2.30 மணியளவில் தனது 51 வது வயதில் இயற்கை எய்தினார். மறுநாள் நல்லடக்கம் நடைபெற்றது. வருகிற 26.3.98 திங்கட்கிழமை, காலை பத்து மணியளவில், மேல்பட்டி கிராமத்தில் இறுதிச் சடங்கு நடைபெறும் என்பதை தெரிவித்துக் கொள்கிறோம்.

இப்படிக்கு

முருகராமன் என்ற முருகு

மற்றும் குடும்பத்தினர்

மேல் பட்டி

கறுப்பு எழுத்துகளாலான அந்த அட்டை அவர் கைகளில் திகைத்து நின்றது.

அவருடைய நினைவோட்டம் அவனும் தம்பியும் வந்து சென்ற நாளினுக்கும், அவர்கள் புறப்பட்ட பரபரப்புக்கும் சென்று மீண்டது. கையில் பெட்டி, பையோடு வந்திருந்தது அவரது தலைப் பொட்டில் மின்னலாய்த் தெறித்தது.

அழகுநாதன், கடைசியாய் அவன் வந்து சென்ற நாளை நினைவு கூர்ந்தார். சரியாக அன்றைக்குத் தான் அவன் வந்து போனது. இருபத்தி ஆறாம் தேதி.

"பொய்யாது உரைத்தல் அஞ்சி

இந்தப் பாவி நான்

புலையருக்கு அடிமையானேன்."

என்ற அவன் குரல் அவரது காதுகளில் வந்து தொட்டது. அரிச்சந்திரர் சுடலைகாக்கப் போகும் மயானக் காட்சிப் பாடல். காவல்கம்பை ஊன்றிக் கொண்டு, சபையை நோக்கிப்பாடும் பாடல் அவரை நோக்கி நீண்டது.

## ஒடுக்கம்

"ஊருக்கே பால் வார்த்த அன்னை
உயர்ந்த உள்ளம்
உள்ளதை வாரித் தந்த அன்னை இல்லம்
வீதி தேவன் புயல் காற்றால்
வீழ்ந்ததிங்கு ஆலமரம்
ஆலமரம் அடிசாய
அதன் கிளையோ மனம் முறிய
அதில் வசிக்கும் பறவையெல்லாம்
அலறி இங்கு துடிதுடிக்க"

சாவுக்கு வருகிறவர்களை கிராம எல்லையிலேயே வழிமறித்து துண்டுப் பிரசுரங்கள் விநியோகிக்கப் பட்டன. காருக்குள்ளும், ஆட்டோவுக்குள்ளும் வீசி எறிந்தார்கள்.

விசாலமாக இருந்தது இழவு வீட்டு முற்றம்.

கிராமத்தில் இன்னொரு இளைஞர் மன்றத்தினர் முற்றத்தில் நின்று உள்ளே போவோர், வெளியே வருவோர் எல்லோருக்கும் 'அஞ்சலி' பிரசுரம் விநியோகித்துக் கொண்டிருந்தார்கள்.

இவர்கள் வீட்டு முற்றத்திலும், அவர்கள் ஊர் நுழைவாயிலிலும் செய்து செய்து கொண்டிருந்தார்கள். தாங்க முடியாத சோகத்துடன் உள் நுழையும் உறவினர்களின் சோகத்தை விசிறிப் பறக்க வைப்பதில் மும்முரமாக இருந்தார்கள். சவ ஊர்வலம் முன் ஆடிப்பாட தயாராகிற உற்சாகமான மனோநிலையும் அங்கு நிலவியது.

பா. செயப்பிரகசாம்

சாவுக்கு வந்தவர்களின் கைகளில் திணிக்கப்பட்ட பிரசுரங்கள் சிதறிக் கிடந்தன. வாசிக்கப்படாமலே தன் போக்காய் கைகளிலிருந்து நழுவி போவோர் வருவோர் கால்களில் மிதிபட்டன.

முற்றத்தில் தீச்சட்டி புகைகிறது. அது ஒரு சடங்கு என்பது போல் லேசாய்ப் புகைவதும், கங்குகள் பறக்க தளதளப்பாய் இருக்கிறது.

மூடிய கார்க்கதவுகள் வழி பார்க்கையில், அன்றைக்குத்தான் பிறந்தது போல் தெளிச்சியான பூமி காய்ந்து சுருள வைக்கும் ஒரு வறட்சி எதிர்காலத்தில் விரிவதற்கான முன்னறிவிப்பை அந்தக் காட்சிகள் சுமந்திருந்தன. அப்படித்தான் அவளுடைய சாவும்கூட.

வழி நெடுக இடது வலது பக்கமாய் மாறி மாறிச் செங்கொன்றை மரங்கள்; சாட்டைக் குஞ்சலங்கள் போல் அசையும் மஞ்சள் பொன்கொன்றைகள்.

வழி ஓரத் தேக்கு மரங்களில் ராஜபார்ட் நடிகர்கள் கிரீடத்தில் சொருகியிருப்பார்களே அதுபோல் ஒவ்வொரு கொப்பின் நுனியிலும் தேக்கம் பூக்கள். என்ன வித்தை காட்டினாலும் இந்த வகையான மரங்கள், செடிகள் நகரத்தில் தென்படாது. நகரம் என்ற கண்கட்டி வித்தைக்காரனுக்கு நகரவாசிகள் பார்வையிலிருந்து இந்த மரம் செடிகளைப் பிடுங்கி எறிந்துவிடும் விளையாட்டு கைவந்தது.

காருடன் கூடவே இணைந்து தொடரும் அழகுகளுக்கு எதிரான காட்சி, உள்ளே நிலவியது. இயற்கையின் இந்தப் பசுமையான ஆட்டம் அவர்களைத் தொட்டு அசைக்கவில்லை. முன்னாலே இரண்டு நடுத்தரவயது ஆண்கள். பின்சீட்டில் மூன்று வயதான பெண்கள்.

இயற்கையின் மந்திரவாதி கார்காலத்தை அவர்கள் போகும் வழியில் நிறுத்தி வைத்து வேக்கை காட்டுகிறான். வெளியே ஆட்ட, பாட்டம் இல்லாமல் காற்றசைவு தென்படாமல் காதுகளுக்கு மட்டும் கேட்கிறது பொசும்பல். மேலிருக்கிற ஒரு சொர்க்கத்திலிருந்து சிதறுகிற பூவுகள் போல் துளிகள் சிந்துகின்றன. சொர்க்கத்தின் துளிகள் அவர்களை அசைக்கவில்லை.

''என்ன கருமாந்திரமோ, யார் வச்ச வெனையோ'' என்பதுபோல், சாவைப் பற்றிய சிந்தனையிலேயே அமர்ந்திருக்க, கார் ஓடுகிறது.

காரின் ஒரு கதவு வழியாக நுழைந்து இன்னொரு கதவு வழியாக விரட்டியடிக்கிற மாதிரி துக்கம் அல்ல அது. கார்க்கதவு மூடியிருந்ததினாலா அல்லது இறுக்கமாய் மூடியிருந்த மனசினாலா எது என்று பிடிபடாமல் மூச்சு அடைத்தது.

''அநியாயமாய் போய்ட்டாளே பாவி'' உள்ளிருந்த துளசியம்மா கத்தினாள். மற்றவர்கள் கண்களும் கலக்கமிட்டன. முன்சீட்டில் உட்கார்ந்திருந்த ஆண்கள், வேதனையை அடக்கிக் கொண்டு உட்கார்ந்திருந்தார்கள்.

''ஒன்னை விடுவனா பார்னு ஓடி ஓடி சாவை பிடிச்சுட்டாளே; பாவி. நா ஒரு பாவி.''

துளசியம்மா வெத்தாள். வெளியே திமிறிப் பிணைந்திருந்த கருந்திட்டான வனாந்திரம் தெரிந்தது. 'பாவி' என்ற வெடிப்பின் ஒள்ளார்த்தம், காருக்குள் உட்கார்ந்து பயணித்திருந்த யாருக்கும் புலப்படவில்லை.

அவர்கள் பல ஊர்களுக்கும் போய் வரவேண்டுமென முடிவெடுத்த போது துளசி இருந்தாள். பதினைந்து கி.மீ. தூரமுள்ள பக்கத்து நகரத்திலிருந்து துளசி வந்துதான் அவர்கள் பயணம் போவதை தொடங்கி வைத்தாள்.

தம்பதிகள் மந்தகாசம் கொண்டு, ஊர் சுற்றிப் பார்க்கிற வாலிபம் இல்லை; பகலில் சுற்றுலாக் காட்சிகளில் லயித்து இரவில் பிணைந்து சுருண்டு விழுகிற தசைத் திறன் கொண்ட வயது இல்லை.

வீமநேசருக்கு 68. சாந்தகுமாரிக்கு அறுபது.

''இப்பத்தான் முதலியாருக்கு வாலிபம் திரும்புதோ'' என்றாள் சாந்தகுமாரி துளசியிடம்.

''பஸ் பிடிச்சா, போகப் போறீங்க? போகவர அலைய வேண்டியதில்லை. கார்தான் இருக்குவதில்லே. எடுத்துட்டுப்போய் வர்றதுக்கு என்ன? எங்க அய்யன் ஆசையா கூப்பிடுறாரு.''

பா. செயப்பிரகசாம் 163

"அவருக்கு ஆசை. எனக்கு முடியணுமே."

சாந்தகுமாரியின் இயலாமை 'பளிச்' சென பதிலில் தெரிந்தது. பல ஊர்களுக்கும் பழனி, ராமேசுவரம், கன்னியாகுமரி என்ற எல்லா ஊர்களுக்கும் போய்வரத் திட்டமிட்டிருந்தார் வீமநேசர். பல இடங்களுக்கும் போய்வர, பாட்டியின் கால்களுக்கும் கைகளுக்கும் திடம் இல்லை. இல்லாததால் மனத் திடமும் சுருங்கிவிட்டிருந்தது.

"எல்லா இடங்களுக்கும் போய் வந்துருவோம். இனிமேப்பட்டு எப்ப போகப் போறோம்" என்றார் வீமநேசர்.

"இந்த வயசுக்கு மேலயா?" அவரை நேரடியாகப் பார்க்காமல், துளசியைப் பார்த்தபடி கேட்கிறாள்.

"கோயில்குளம் போய் சாமி கும்பிட்டு வர்றதிலே என்ன வயசு? போகலேன்னாத்தான் வயசு போயிடப் போகுது"

வீமநேசரின் பதில் அல்ல அது. துளசிதான். அண்ணனுக்கு ஒத்துக் கொண்டு துளசி பேசுகிறாள்.

சாந்தகுமாரி பதில் பேசவில்லை; நன்றாக இழுத்தடிப்பார். இழுத்தடிப்பு ஆணைகளுக்கு கட்டுப்பட வேண்டும். கட்டளைகளுக்கெல்லாம் சின்னப் பிள்ளையாய் குதியாளம் போட்டு ஓட, உயிர்த்திராணி இல்லை. முக்கியமாகக் கால்கள்.

இந்தக் கால்கள் கொண்டு நாற்பது ஆண்டுகளுக்கு முன்னால் ஒரு எதிர்ப்புச் சரித்திரத்தை ஒரே தாவாய் தாவியிருக்கிறாள். பெற்றவர், மற்றவர் எதிர்த்தார்கள். கோபமாய் கனல்கங்குகளை பரப்பிவிட்டார்கள். சொந்தக்காரர்கள் பரப்பிவிட்ட ஏசல், கோபாக்கினிகளின் தீக்குழி மிதித்து கடந்து வந்தது அவள் இளமைச் சரித்திரம்.

தாலி இல்லாமல், ஐயர் வராமல், மந்திரம் படிக்காமல், அந்தத் திருமணம் நடந்தது. சடங்குகள் முடக்கி, மூடநம்பிக்கைகள் தாண்டி, சாத்திரம் கடந்து, கடவுள் தாண்டி கல்யாணம்.

''தாலிகூட இல்லையா'' வியந்தார்கள். அவர்களுடைய வியப்பை அப்படியே நிற்க வைத்தாள். தாலி கட்டாமல் மாலை மாற்றித் திருமணம் நடந்தது. பெண்கள்தான் அதிகமாகப் பதைபதைத்துப் போய்,

''அதென்ன அதிசயமான கல்யாணம்? கோயிலுக்குகூட போகாம? ஊரில, நாட்டில இல்லாத பொல்லாத கல்யாணம்? பின் நாள்ல வாழ்வு நல்லா இருக்க வேண்டாமா? உறம்பரை (உறவு முறை) விட்டுப் போகாம இருக்கணுமா வேண்டாமா?'' என்றார்கள்.

''கடவுளைக் கேலி செய்ற அந்த ஆளு தலைமையில கல்யாணம்?''

தலைமை தாங்கி நடத்த வருகிற தலைவரைப் பற்றி கோபப்பட்டார்கள்.

சிலருக்கு வேறொரு சந்தேகம் முளைத்தது.

''பெண்ணோட சம்மதத்தோடதான் நடக்குதா''

''அவ சம்மதம் வேணாமா?''

கேள்விகள் எல்லாவற்றுக்கும், ஒரே பதிலாய் வீமசேகர் அவளைக் காட்டினார்.

அனைத்துப் பக்கங்களிலிருந்தும் வீசிய புயல்களுக்கு நடுவில் அசையாத வைர மரமாக அவளே நின்றாள்.

எல்லோரையும் ஒரு புன்னகையோடு பார்த்தாள். கேள்விகள் எல்லாவற்றுக்கும் சாந்தமாகச் சொன்னாள் ''ஆமாம், அப்படித்தான்.''

பிறகுதான் அந்த சேதி கிராமத்து எல்லைகளைத் தாண்டி வெகுதூரம் இருக்கிற சிறிய நகரத்தில் இருப்பவர்களின் நாவில்கூட ஒரு அதிசயமாக போயிருந்தது.

காதல் திசை தவிர அக்கம் பக்கத்தில் இருந்த எதுவும் தெரியவில்லை. இத்தனைக்கும் சொந்தம்தான். மனசைக் கொஞ்சம்கூட சிணுங்கவிடாமல் உறுதியாக இருக்க சபதம் எடுத்துக் கொண்டாள். லேசாய் மனம் சரிந்தாலும் போதும் மலை

தவிடுபொடியாகி உருண்டு கீழேயுள்ள ஊரை அழிப்பது போல், எல்லாம் தூர்ந்து போய்விடும்.

தளர்ச்சி இல்லாமல் அத்தனை பேருடைய, எதிர்பார்ப்புகளையும் தாண்டி, வீமநேசனுடன் நடந்த கால்கள் அவை. அன்றைக்கு நெஞ்சுத்திடம் இருந்தது. கால்களுக்கும் திடம் இருந்தது. அவருக்கு இல்லாததா தனக்கு என்ற துணிச்சல்தான் கால்களைச் செலுத்தியது.

"இப்போ அவருக்கே அந்தப் பலம் இருக்கா?" சாந்தகுமாரி கேட்டாள் துளசியிடம்.

"இல்லாம என்ன?" துளசியின் பதிலுக்கு சாந்தகுமாரி கூர்ந்து பார்த்தாள்.

"அப்படியென்றால், இந்தக் கோயில், குளம் எதுக்கு?" துளசியைத் துளைத்துப் பார்வை குத்தி நின்றது; துளசி எங்கேயோ பார்ப்பது போல் பக்குவமாய் மௌனத்தை எடுத்துக்கொள்கிறாள்.

இப்போது அலையத் துணிந்தாலும் அடிபட்ட கால்கள் ரணம் கொண்டு சீழ் கோர்த்து நிமிண்டின. அதனால்தான் சாந்தகுமாரி வீமநேசரிடம் அந்தக் கேள்வி வைத்தாள்.

"இந்த வயசிலயுமா?"

கோயில் கோயிலாகப் போய், ஒவ்வொரு மண்டபப் படிகளிலும் ஏறி, இறங்கிட முடியாது. காரில் ஏறி இறங்க கைத்தாங்கலுக்கும் ஆள் தேவையாயிருந்தது. இந்த வயதில் அவராலும் முடியாது. அவருக்கு அது பட்டதா என்று தெரியவில்லை.

யோசித்தாள். யோசிப்பை துளசிதான் ஒரு பேச்சோடு முடித்து வைத்தாள். 'முடியுமான்னு யோசிக்கிறே?' போய்ட்டு வந்து ரெண்டு நாள் படுத்து எந்திரிச்சா போச்சு. முரண்டு பிடிக்காத சின்னப் பிள்ளை மாதிரி."

பரந்து கிடக்கிறது நீர்த்தேக்கம். தட்டையான நீர்ப்பரப்பின் மேல் மழை கோர்த்த ஆகாயம், அரைவட்ட ஆகாயக் கோளமாகக் கவிந்திருந்தது.

முதலியாருக்கும் ரசனை இருக்கிறது; அழகின் ரசனை ஊற்று பெருக்கெடுக்க வயது ஒரு தடை இல்லை; இன்னும் வாலிபத்தின் கால ஓட்டங்களுக்கு அவர் மனசு ஓடிக் கொண்டிருக்கிறதோ என்று அணைக்கட்டின் கைப்பிடிச் சுவர் மேல் சாய்ந்து நிற்கும் அவரைப் பார்த்தாள் காரில் இருந்தபடியே. முகம் கிடைக்கவில்லை.

ஏரியில் முங்கு நீச்சல்போட்டு நெடுந்தொலைவு போய்த் தலை நீட்டுகின்ற நீர்க்கோழிகளைப் பார்த்துக் கொண்டிருந்தார்கள். தண்ணீருக்குள்ளேயே கிடந்தாலும் கறுப்பாயிருந்தன நீர்க்கோழிகள். தண்ணீருக்கு மேலே பறக்கிற கொக்குகள் வெள்ளையாய் திரிகின்றன.

மஞ்சள் வெயிலில் கத்தரித்த துண்டுகள் போல், இரு வண்ணத்துப் பூச்சிகள் ஓடிப்பிடிக்கின்றன; அப்போதுதான் வேரிலிருந்து வெளிப்பட்டவை போல் தகதகப்பை அள்ளி வீசிய இளந்தளிர்கள் மேல் முத்தி மோதுகின்றன. வண்ணத்துப் பூச்சிகளுக்கு அழகு அதிகமா, இளந்தளிர்களுக்கு அதிகமா என்று காரிலிருந்தபடி, சாந்தகுமாரியின் யோசனை ஓடிக்கொண்டிருந்தது. காரிலிருந்து இறங்கவில்லை. ரணம் கட்டிய கால் விண்ணென்று தெறிக்கிறது.

மழைநேரம் என்பதால் அணைக்கட்டு மேல் மனித நடமாட்டம் இல்லை. தூரமாய் எங்கேயோ ஓர் இடத்தில் கொத்தாக மனிதர்கள் நின்று கொண்டிருந்தார்கள். அங்கே ஒரு பஸ் நின்றது.

முகம் மேல் நோக்கியபடி மழைப் பூஞ்சிதறலை ஏந்துகிறார் வீமநேசர். நீர்த்துளிகளின் மங்கலான மினுக்கம் மயக்குகிறது. அணைக்கட்டின் கைப்பிடிச் சுவர் மேல் சாய்ந்து எட்டிப் பார்க்கிறார். மதகுகள் நீரைப் பீச்சியடிக்கின்றன.

இவ்வளவு நேரம் தன்னை மறந்த லயத்தில் இருந்தவர், திரும்பினார்.

சாந்தகுமாரி இல்லை.

டிரைவரிடம் வந்தபோது "முதலியாருக்கு வேலை இல்ல" என்றாள் முணுமுணுப்பாக டிரைவர் மேலே போய்ச் சொன்னான்.

பா. செயப்பிரகசாம்

''பெரியம்மா வரலையாம் அய்யா''

''வரலேன்னா?''

''கால்வலி அங்கேயே உக்காந்திருக்கேன்னாங்க''

பழனிமலை கோயில் போனபோது சாந்தகுமாரிக்கு கோபம் அண்டகாரம் முட்டிக் கொண்டு வந்தது. மலைக்கு மேலே போய்க் குடியிருந்த முருகக் கடவுள் மேலேயும், முருகனிடம் போக வேண்டுமென்று நின்ற வீமநேசர் மேலேயும் கோபம். இந்த முருகனுக்கு கீழே பூமிப்பரப்பில் ஒரு காலடி கூட இல்லையா? 'என்னைக் கண்டுபிடிங்க, பார்க்கலாம்' என்று மலை உச்சியில் போய் ஒளிந்து கொண்டிருக்கிறான். வேற வேலை இல்லை. அவனிருக்கும் மலைக் குகைக்குள் போக. மேலே வரை அடிவாரத்திலிருந்து 'விஞ்ச்' போகிறது. விஞ்ச் மெதுவாய் உருண்டு உருண்டு மேலே போகிறது. தெய்வ வழிபாட்டுக்குக்கூட விஞ்ஞானத்தை எவ்வளவு வேகமாய்ப் பயன்படுத்திக் கொள்கிறார்கள். இவ்வகை பகுத்தறிவுக் கொக்கிளால்பிணைக்கப்பட்ட ரயில் பெட்டிகள் என்றைக்கோ கழண்டு போய்விட்டன. ரயில் பெட்டிகளும் தண்டவாளமும் தடம் புரண்டு வெகுகாலம் வெகுதூரம் ஆகிவிட்டன. அதற்கு பழனியொரு சாட்சி.

அன்றைக்கு அப்படி பிடிவாதனையாய் இருந்தவர், கோயில், குளம் போகமாட்டேன் என்று சீறியவர். இன்றைக்கு அவர் மாதிரி கோயில் கோயிலாய் அலைய யாராலும் முடியாது என்று கேலி செய்கிறார்கள். அவருக்குள் செஞ்சிவப்பில் வீசிய பகுத்தறிவுத் தணல் வெந்து அவிந்த கரிக்கட்டையாகி வெகுகாலம் ஓடிவிட்டது. எப்போதும் விழித்திருந்து மூடநம்பிக்கையின் பேரில் கொத்திக் கொத்தி புண்ணாக்கும் வேகம் மூடிப் போனது. தன்னந்தனியாய் கொள்கைகள் சுமந்து ஓடம் செலுத்த முடியவில்லை போலும். உள்ளுக்குள் தணல் கிளம்பினாலும் சுற்று முற்றும் அசைகிற சமுதாயம், தண்ணீர் ஊற்றி நனைத்துக் கொண்டிருந்தது.

'விஞ்ச்' வரை கூட சாந்தகுமாரியால் நடக்க முடியவில்லை.

''அதுவரை கூட நடக்க முடியாதா'' காருக்கு வெளியே நின்று கேட்டார்.

அவள் பதில் பேசவில்லை. முடியாமைதான் பதில். உணர்ச்சிகளற்று ஏறிட்டுப் பார்த்தாள் அவரை.

''பெறகு எதுக்கு புறப்பட்டு வந்தே? இங்கெல்லாம் வரமுடியாதுன்னா, வரமுடியாதுன்னு ஊர்லேயே சொல்லியிருக்கலாமே''

ஊரிலேயே? எப்படி சொல்வது? அவளுக்கென்று சுயமான உலகங்களை அவள் கண்டது இல்லை. கணவனுடைய உலகங்கள் மட்டுமே அவளுக்கு அருளப்பட்டிருந்தன. குதூகலிப்பாக இருந்தாலும், சந்தோசமாயிருந்தாலும் அது ஆணுடைய சந்தோசங்கள். ஆணுடைய விருப்பத்திற்கேற்ப கத்தரி போடப்பட்டு, வெட்டுப்பட்டு பங்கரையாய் நிற்கும் சந்தோசங்கள்.

இதுவரை செய்ததெல்லாம், வீமநேசரின் உலகத்திற்குள் ஒரு நல்ல மனைவியாக தட்டுத் தடுமாறாமல் நடக்கக் கற்றதுதான்.

வீமநேசருடைய மனசு பகுத்தறிவுக் கடலாய்ப் பொங்கி, அலைகளை வாரியடித்தபோது, அலைகளுடன் இணைந்தாள். பொங்கித் தணிந்த கடல் சமதளமாய் அசைவற்று நின்றபோது, அவளும் சமதளத்தில் நின்றாள்.

வீமநேசருடைய மனசு பிளவு கண்டபோது நில விறுவுகளில் மழை வெள்ளம் முதலில் ஓடி அடைவதுபோல் அவள் ஓடி அடைத்திருக்கிறாள். ஆனால் அவளுக்கு அப்படி இல்லை. எந்தக் காலத்தில் அவளது வேதனைக்கு அவர் மயிலிறகு ஏற்றியதாய் சரித்திரம் இல்லை.

வாழ்வின் கொடும் வேனலில் நிலச் சூடுதாவி, தாங்க முடியாத காங்கை அவள் மேல் புரண்டபோது, ஒரு குளிர்ச்சியான காற்று அந்த ஆணுடைய கரங்களிலிருந்து வந்ததாக நினைவில்லை. ஞாபகத்தின் பாதாளக் கரண்டியை வாழ்வுக் கிணற்றின் அடிவயிறுவரை வீசி அலசிப் பார்க்கிறாள். அப்படியான சரித்திரம் அவரிடம் இல்லை.

‘‘அய்யா வரச் சொல்றாரு’’ டிரைவர் வரச் சொல்ல படீரென்று வெடித்தாள்.

‘‘இன்னும் நா குமரி இல்லை. முதலியார் இழுத்த இழுப்புக்கு வர’’ காலத்தின் குரலாக ஒலித்தது. ஆனால் வீமநேசருக்கு அது அடங்க முடியாமையின் எதிர்ப்புப் போல் பட்டது.

சர, சரவென்று கார்ப்பக்கம் வந்து ‘‘நா எப்பேர்ப்பட்ட பரம்பரை தெரியுமில்லே?’’ கேட்டார்.

‘‘தெரியும், தெரியும்’’ அவளும் சொன்னாள்.

‘‘அது மனசில இருந்தா சரி. அப்பேர்ப்பட்டவனே, இன்னைக்கு கோயில், கோயிலா ஏறி இறங்குறேன்னா, அதுக்கு ஒரு மரியாதை இருக்கணும்’’

பழைய காலங்களுக்கு ஓடச் சொல்கிறார். பழைய கொள்கைப் பிடிவாதனைகளிலிருந்து அவர் மீண்டு வந்தது போலவே தன்னையும் மறுபிறவி எடுக்கச் சொல்கிறார்; அந்த நிலைக்கு தானும் வந்தாயிற்று என்றாலும் அதற்காக, அவர் ஊதுகிறபோது, எரிவதற்கும், இன்னொரு முறை பக்குவமாய் ஊதுகிறபோது அணைவதற்கும் தான் ஆளில்லை. அப்படி ஆட உடலில் இன்னைக்கு விசை இல்லை.

கடைசியில் அவருடைய கோபாக்கினியின் வெப்பத்துக்கு பயந்து அல்ல: வீம்புக்கு எல்லாவற்றுக்கும் தயாரானாள்.

ராமேசுவரத்தில் 24 தீர்த்தங்களும் ஆடிவரத்தயார். ஒவ்வொரு தீர்த்தமும் ஓரொரு நாழிக் கிணற்றில். தலையில் ஓரொரு வாளியாய் ஊற்றி, பதினைந்தாவதுக்கு நடக்கையில் வெட வெடத்தது.

‘‘என்னால முடியலே’’ என்றாள் பரிதாபமாக.

‘‘பாதியில நிறுத்தினா, பாவம் தீராது. போன பாவமும் திரும்பி வந்திடும். முழுவதும் ஆடினாத்தான் புண்ணியம்’’ என்றார்.

அவர் தானாகச் சொல்வது இல்லை. மற்றவர் சொல்லிச் சொல்லி அவர் கேட்டுப் பழக்கப்பட்டது. இப்போது அவருக்கு உள்ளிருந்து வெளிப்பட்டது.

''இன்னும் ஒன்பதுதான் பாக்கி, வேகவேகமாக முடிச்சிட்டு திரும்பிரலாம்'' கூட்டிக் கொண்டு போனார்.

மல்லாக்கக் கிடத்தியிருந்தது. நாடிக்கட்டு, நடுத்தலை வரை இழுத்து முடிந்திருந்தது. நெற்றியில் குங்குமம் இருந்த இடத்தை ஒரு வெள்ளி நாணயம் வைத்து அடைத்திருந்தார்கள். இதுதானா தான் வாழ்ந்த வீடு என்று மூடிய கண்களுடன் யோசிப்பவள் போல் சாந்தகுமாரி கிடந்தாள்.

அது சாந்தகுமாரி இல்லை. நோயின் பிறாண்டல் கொடூரமாய் அவளை முறுக்கிப் பிழிந்து முகம் கோணலாகி, பிறகு விடுதலையை நோக்கி விசையுடன் செலுத்தி விட்டிருந்தது.

கங்கையம்மன் பண்டிகை கொண்டாட வேண்டுமென்றுதான் சுற்றுலாவை வேகமாக முடித்துக் கொண்டு வந்தது. சிறுவானூர் கங்கையம்மன் பண்டிகை சுற்று ஊர்களிலேயே ரொம்ப விசேஷம். இல்லையென்றால் வீமநேசர் இன்னும் இரண்டு மாதம் ஊர் சுற்றியிருப்பார்.

பண்டிகை திருவிழா என்றால் வீட்டில் ஒரு பொருளை ஒரு இடத்திலிருந்து மாற்றி, இன்னொரு இடத்துக்கு வைப்பது; அதை மாற்றி இதை, இதை மாற்றி அதை என்று வைக்க வேண்டும். வைத்தால் வீடு புதுசாய்த் தெரியும் என்று யாரோ சொல்லியிருந்தார்கள். பெண்ணுக்கு வீடு சம்பந்தப்பட்டது எதுவும் மறந்துவிடாமல் நினைவைப் பிடித்துக் கொண்டிருக்கிறது. துணைக்குப் பார்வதியை வைத்துக் கொண்டு எல்லாவற்றையும் செய்து முடித்தாள்.

முதல் நாள் மாவிளக்கு. மறுநாள் கூழ் காய்ச்சுவது. இரவில் சோடிச்சு வைச்சது மாதிரி அம்மன் வருகை.

அம்மன் வருகையை தரிசித்துவிட்டு, மறுநாள் காலையில் முற்றம் கூட்டித் தெளிக்க கதவை இழுத்துத் திறந்தபோது, 'ணங்' என்று கீழே விழுந்தாள். பின்னத்தம் தலை தரையில் முட்டியது. சாவு கூப்பிட்டது.

பா. செயப்பிரகசாம் 171

கீழே விழுந்ததை யாரிடமும் சொல்லவில்லை. ஒரு வாரமாய் சாப்பாடு சரியாக எடுக்கவில்லை என்ற போதுதான், விசயம் மெல்ல மெல்ல வெளியே கசிந்தது. பார்வதி சரியாகச் சாப்பிடலை என்று சந்தேகம் கொண்டாள்.

''வயசுப்பிள்ளையா என்ன? சாப்பாடு முங்க முங்க சாப்பிடறதுக்கு?'' கேட்டவளை பதிலால் தட்டி விட்டாள்.

நெஞ்சுக் குழியில் கறட், கறட் என்று மூச்சு இழுக்கும் சத்தம் கேட்கிறது. இழுப்புச் சத்தத்தோடே சுயநினைவற்று கிடக்கிறாள்.

எங்கேயோ, யாரோ கூப்பிடுவது போல் குரல் கேட்கிறது. காது குரலை உள்வாங்குகிறது. கண் திறக்க பெருமுயற்சி செய்கிறாள். இருள் படலம் மறைக்கிறது. கூப்பிடும் குரல் தொட்டவுடன் 'உம்' என்றாள்.

பார்வதி மூன்றுமுறை கூப்பிட்டு அவளைத் தொட்டு அசைத்தாள்.

''முதலியாரைய்யா ஒன்கிட்டே ஏதோ பேசணுமாம்.''

பார்வதி அவள் காதில் சத்தமாய் ஒலித்தாள்.

டக்கென்று முகம் அந்தப் பக்கம் திரும்பியது. உயிர் பாதி மங்குகிற போதிலும் சீறிமுகம் திரும்பினாள்.

முதலியார் அழுதார் கேவிக் கேவி, திரும்பத் திரும்ப அழுதார்.

''எங்கிட்ட பேசமாட்டேன்னு சொல்லிட்டாளே'' குமுறிக் குமுறி அழுகை.

''ஒரு வார்த்தை கூட பேசலை. போயிட்டா''

கார் போய் நின்றது.

''போய்ட்டயேடி ... நா பாதகத்தி'' படீரென்று கதறலுடன் துளசி காரிலிருந்து இறங்கினாள்.

பெண்களை முன்னேவிட்டு, ஆண்கள் இறங்கி நடந்தார்கள்.

தப்புப் கொட்டுபவர்கள் அவர்களை வரவேற்பது போல், டம, டம என்று ஓங்கி அடித்தார்கள். சேரியைச் சேர்ந்த கிழவிகள், அவசர

அவசரமாய் ஓடி வந்து "சாமி" என்றார்கள். ஆண்கள் நடக்க, நடக்க, பூமி தொட்டுக் கும்பிடு போட்டுக் கொண்டே கையேந்தினார்கள்.

"ஆமா, நீங்க இருப்பீங்கன்னு, பர்ஸைத் திறந்து வச்சிக்கிட்டே வருவாங்க" பந்தலில் பெஞ்சுகளில் உட்கார்ந்திருந்த ஒருவர் கடுகடுப்புடன் அவர்களை அடிக்கப் போனார்.

பிரசுரங்கள் விநியோகிக்கிற இளைஞர்கள் இதற்காகக் காத்துக் கொண்டிருந்தவர்கள் போல் பிரசுரங்களை சுமந்து, காரை நோக்கி ஓடியிருந்தார்கள்.

"கொண்ட மன்னன் பதைபதைக்க

கோட்டை ஆண்ட சாந்தகுமாரியோ

கோவிந்தன் பாதத்திலே ...

கணவரைக் காத்த தெய்வத்தின்

மகிமைக்குத்தான் வைகுந்த பதவி இன்று

சொர்க்கலோகம் அன்னை சேர

சோக ராகம் பாட வாரீர்."

காரிலிருந்து இறங்கிய ஆண்களின் கைகளில் பிரசுரங்கள் திணிக்கப்பட்டன. நெஞ்சங்கள் கனத்திருந்தன. திணிக்கப்பட்ட பிரசுரங்கள், அனிச்சையாக நழுவிக் கீழே பறந்தன. உறுமித்திரும்பிய காரின் சக்கரங்களுக்குக் கீழே அரைபட்டன.

பா. செயப்பிரகசாம்

# சிறகு முறியும் திசை

''என்ன திடீர்ப் பொங்கல்''

''திடீர்ப் பொங்கல்தான்''

''உள்ளூர் ஆட்களுக்கச் சரி. ஆட்களுக்குக் கஷ்டமில்லே''

''ஒரு கஷ்டமா? எங்களைப் போல தொழிலை விட்டு, வர வேண்டியிருக்கு.''

அதுக்கு சின்ன அளவில் சென்னையில் பெட்டிக்கட வைத்திருக்கும் வடிவேல் ராசு சொன்னான். ''அது அதுக்கு செட் டாப் (செட்டப்) பண்ணிட்டு வர வேண்டாம் சும்மாவா?''

''ஆனா இந்த வருஷம் வைக்கல்லேன்னா பத்து, பன்னிரன்டு காவு (கொலை) கேட்டிருக்கும். ஊருக்குள்ளே ஒரே அலாரிப்பா இருக்கு.''

''அதுவும் அப்படியா?'' என்றார் ஆத்திரக்காரர்.

''பஞ்சாயத்து தேர்தல்லே குளறுபடி ஆகிப் போச்சி. நீயா, நானான்னு போட்டுப் பாத்துறங்கிற கட்டத்துக்கு வந்திட்டாங்க. தேர்தல் நடந்து முடிஞ்சதுன்னா, அதோட மறந்திட வேண்டியது தானே. ஒன்னுக்கொன்னு கடைசிக் கட்டமா ஜனங்க உடனே சாமி கொண்டாடனும்ட்டாங்க. ஊர்ப் பொதுவில் இரண்டரை லட்ச ரூபா இருக்கு. அதை பழைய தலைவரு கோஷ்டி, இதுக்கு செலவழிக்கனுங்க புது தலைவர் வேறெதுக்கோ செலவழிக்கினுங்க . ..''

''சனங்க சேந்து சாமிக்கு செலவு செய்ங்கடானுட்டாங்க.''

எகத்தாளமாய் முடித்துவைத்தான் வடிவேல் ராசு. அந்த விசயத்தை அவன் பேசிக்காட்டிய விதமே கேலியடிக்கும் பாவனையில் வந்தது.

வெகுதூரத்தில் இருந்தாலும் ஆந்திரா மக்களுக்கு தாக்கல் போய் விடுகிறது. வியாபார நிமித்தம் போய் குழந்தை, குடும்பம் என்று அங்கேயே பெருக்கம் அடைந்துவிட்டார்; கொடை, தீபாவளி, பொங்கல் என்று ஏதாவது ஒரு விசேடத்தில் ஊருக்கு வந்து தலையைக் காட்டிவிட்டுப் போக முடிகிறது.

ஆந்திராவில் போய் கடை வைத்ததும், திருநெல்வேலி லாலா மிட்டாய் வகையறாக்களை விட்டுவிட வேண்டியதாயிற்று. ஆந்திர இனிப்புப் பதார்த்த, வகைகள் தான்; சரக்குப் போட நாலு பேர், வியாபாரம் கவனிக்க நாலு பேர் என்று தொழில் ‘போட்ஸாக’ நடந்தது. ஒன்றுக்கு மூன்று இடங்களில் ‘கங்கா ஸ்வீட் ஸ்டால்’ நடந்தது. ஒன்றுக்கு மூன்று இடங்களில் ‘கங்கா ஸ்வீட் ஸ்டால்’ புதிதாக கடைகள் முளைத்தன. பெரிய பிளசர் காரில் மதிப்பாக குடும்பத்தோடு வந்திருந்தார்கள்.

தூரம் தொலைவு என்று கிளைபரப்பினாலும், சொந்த மண்ணில் பாய்ந்து கிடந்தன வேர்கள், பாசக் கயிறு போட்டு மண்ணுக்க இழுத்து வந்து விடும்.

கற்கோயில் முன் மண்டபம் உறுதியாக நின்றது. புயலோ, மழையோ மரம், ஆலமரங்கள் நட்டுக்க பிடுங்கி எறிந்தாலும் எறியுமே தவிர கல் மண்டபத்தை எதுவும் செய்ய இயலாது. பின் மண்டபத்தை மட்டும் இடித்துக் கட்ட வேண்டும். கீழே கல். மேலே ‘சென்ட்டரிங்’. மேலே 3 டன் கனம் கல் ஏற்ற வேண்டுமானால், கீழே ஆறு டன் கனம் கொடுக்க வேண்டும். அந்த அளவுக்கு ஊரில் ‘பச்சையப்பன்’ தேறாது. இருக்கிற கல்லைப் பெயர்த்து, ஓரம் அடிச்சி, புதுக்கல் வச்சி ஒரு மட்டத்துக்கு கட்டிறலாம். பிறகு சென்ட்ரிங் ஏத்தலாம் என்று ஒரு யோசனை.

‘‘எப்படியும் முடிய மூணு வருசம் செல்லும்’’ ஆந்திராக்காரர் பேசினார்.

''கண்டிஷனா, மூணு வருசம் கடக்கும்.''

மசாலா அரைக்கிறவளின் இடுப்பு மடிப்பு வேர்வையில் மினுக்காட்டம் போட்டது இடை அழகு. இடுப்பு மடிப்புகள் மேல் ஆந்திர சிவகுமாரின் பார்வை உருண்டது. பெரிய பித்தளைத் தூக்குவாளி நிறைய ஆட்டுக்கறித் துண்டம் கிடந்தது. அம்மியின் இந்தக் கடைசி முதல், மறுகடைசி வரை உடம்பு வளைந்து போய் வந்தது. தண்ணீருக்குள் அமிழ்ந்து, பிறகு தலையை மேலே நீட்டி முங்கு நீச்சல் போடுகிற வாத்துப் போல மாதிரி.

''பொங்கல் பேரைச் சொல்லி நாலைஞ்சு நாளைக்கு குளிச்சிக்கிருவோம்.''

அப்போது கிணத்தங்கரையில் குளித்துக் கொண்டிருந்தான் பாலகோபால். துலாக்கோல் போட்டு தண்ணியை வாரி வாரி விட்டுக் கொண்டிருந்தான். கிணற்றுத் தண்ணீர், சுனைநீர் குளிர்ச்சி, பாறை அப்பேர்ப்பட்ட குளிர்ச்சியை தண்ணீராய்ச் சுரக்கிறது. பாறைக்கு மேலிருந்து விழுகிறது. குற்றாலத்து அருவி பாறைக்குக் கீழிருந்து பூக்கிறது சுனை.

''இன்னும் இரண்டு வாளி ஊத்து பாக்கலாம்'' தண்ணிக்கு தோதாய் நடுத்தர வயது மாமா தலையை முன்னே எக்கி நீட்டினார். கொஞ்சமும் கிணுங்காமல், ''நீ வா, இந்தா நீயும் வா'' என்று ஒவ்வொரு வருக்காய் இறைத்துவிட்டுக் கொண்டே இருந்தான் பாலகோபால். ஒவ்வொருத்தராய் தலையை நீட்டிக் கொண்டிருந்தார்கள்.

''அப்புறம் நேரா, நேரத்துக்கு யார் குளிக்கப் போறாங்க. வா, வான்னு கூப்பிட்டாலும் ஆள் கிடையாது'' என்றான் பாலகோபால்.

''கூப்பிட்டுப் பாக்க வேண்டியதுதான். இங்க இருந்து மெட்ராஸ் வரையிலும், ஆந்திரா வரையிலும் கூப்பிட்டுப் பார்த்தாலும் யாரும் வரப் போறீங்களா?'' என்றார் தலையில் தண்ணீர் வாங்கிக் கொண்டிருந்தவர்.

''அதனாலதான் பொங்கல் பேரைச் சொல்லி, நாலைஞ்சு நாளைக்கி குளிச்சிக்கிறனும்.''

''அதுவும் சரிதான்''

ஊரில் பாதி அவன்தான் என்கிற மாதிரி பொங்கல் வைக்க அழைக்கிறது. முளைப்பாரி எடுக்க கூப்பிடுகிறது என்று சேத்தாளிகளுடன் சேர்ந்து கூட்டத்தில் காணாமல் போனான்.

சென்னையிலிருந்து அவனுடைய கூட்டாளிகளாக கடைப் பையன்கள் இரண்டு பேர் பொங்கலுக்கு வருகை தந்திருந்தார்கள்.

கம்மாய்க்ரை முழுக்க குவிந்திருக்கிற ஆலமரங்களில் முத்துலாபுரம் என்ற அந்த கரிசல் மண்ணின் விசேசம்முழுக்கக் கிடந்தது. குத்தகை எடுத்த மாதிரி ஒட்டு மொத்த நிழலும் கரையில் அப்பிக் கிடந்தது. மேற்குக் கரையோரம் கிடங்கில் ஒரு சிரங்கைத் தண்ணீர் நடுச்சூரியனில் மின்னியது. தண்ணி வரத்து வருகிற நலுங்கைச் சுற்றி வேலிக்கருவை.பெருங்காடாய் கும்மென்று கிடந்தது.

சாமி கொடைக்கு வந்த அசலூர்க்காரர்கள், ஆலமரத்தடியில் சுகமாய்த் தூக்கம் சொக்கினார்கள்.

''கொடுத்து வச்சிருக்கு. மத்தியானம் ஒரு பிடி பிடிச்சுட்டு, தூக்கத்தையும் உண்டு, இல்லைன்னு பாக்குறாங்க'' என்றான் பாலகோபால். தலையில் நாலு போகாணி தண்ணியை விட்டுக் கொண்டேதான் எல்லாக் கேலிப் பேச்சும்.

காற்று திமிறி வீசியது. சுழன்று, சிறு கூம்பு வடிவத்தில் புயல்போல் அடித்தது. கிளைகள் ஒடிந்து விழுகிற மாதிரி விருட்சம் அலங்கோலமாய் ஆடியது.

''ஒரே செத்தையும், குப்பையுமா, கொஞ்சமாவது கண்ணயர விடுதா''

தூக்கத்தில் சொக்கிக் கொண்டிருந்தவர்களுக்கு பெரும் இடைஞ்சலாக ஆனது.

''எங்க அய்யா, எவ்வளவு நேரமானாலும், நடுச்சாமத்திலும் இந்தக் கெணத்துக்கு வராமப் போகமாட்டார். வெளியூர், போய்ட்டு

பா. செயப்பிரகசாம் 177

வர்றாருன்னா, நாலெட்டு இப்படி வந்து குளிக்காமல் போகமாட்டார். நாலுவாளி இறைச்சி ஊத்திட்டுத்தான் போவார். அதுவும் எப்படி? தலைவழியாத்தான்'' பாலகோபால் சொன்னான்.

''ஒடம்புக்கு ஒண்ணும் ஆகாதா?'' சென்னையிலிருந்து அழைத்து வரப்பட்ட ரத்தினம் கேட்டான்.

''குற்றாத்தில ஏதாவது ஆகுதா? இருக்கிற ஜலதோசம், சளி, காய்ச்சல் எல்லாம் காணாமப் போயிருமில்லே.''

''இந்தப் பாறை ஊத்துக்கு அப்படியொரு மவுசு.''

அவனுடைய எண்ணங்கள் அறுத்துக்கொண்டு கடை முதலாளியின் மொட்டை மாடியில், காலைக் குளியலில் ஓடி நின்றன. அடி தண்ணீர்க் குழாய் கடை மூடி வீட்டுக்கு வந்து படுத்துறங்க 11 மணியைத் தொடும். சாப்பாடு போட்டு நானூறு ரூபாய். மொட்டை மாடியில் சிறு அறையில் கடைப்பையன்கள் தாமசம்.

''எலே பாலகோபால், ஏலே தங்கம்''

என்று விடியக் கருக்கல் அய்ந்து மணிக்கு, முதலாளியின் கூப்பாடு கேட்கும் இதுதான் பிடிப்பதில்லை. அயர்ந்து காலாற, கையாற, உடம்பு வலி போக தூங்கு முன்பே தட்டி எழுப்பிவிடுவார். இப்பவும் இவனை ஊருக்கு அனுப்ப மனமில்லை. கூட இரண்டு கூட்டாளிகளையும் கூட்டிக் கொண்டு போவதாக வேறு சொல்கிறான். முறுக்கிப் பிடித்தால் அறுந்து போகும். பாதுகாப்பாக கூட்டாளிகளை அனுப்ப கடை முதலாளி சம்மதித்தார்.

மடத்தில் முட்டி நின்றது தெரு. நடுத்தெரு முக்கு. கும்மியடிப்பு பார்க்க நெருக்கியடித்து உட்கார்ந் திருந்தார்கள். மடத்தை ஒட்டி நின்ற மின் கம்பத்தில் ஏறி, அந்தப் பொழுதிலும் வயரை ஒக்கிட்டுக் கொண்டிருந்தான் வயர்மேன்.

பொம்பிளைப் பிள்ளைகள், ஒரே மட்டத்தில் இல்லை. எட்டு வயசிலிருந்து, இடுப்பில் தண்ணீர்க் குடத்தை அலாக்காகத்தூக்கி வைக்கிற பதினாறு வரை இருந்தது.

இந்த வருஷம் வாத்தியார் இருப்பாய் இருந்துகும்மி சொல்லி வைத்தார். மகரக் குரல் உடையாத கரகரப்பில் நாலைந்து இளவயதுப் பையன்கள் பின்பாட்டு நல்ல முறையில் கற்று, ஆடல், பாடல் தேர்ச்சி பெற்று, வாத்தியாருக்கு அடுத்த ஸ்தானத்தில் வருவதற்குப் போட்டி போட்டார்கள். கும்மி வாத்தியாருக்கு மாதச் சம்பளம் 500 ரூபாய் என்று பேச்சு. அவர் சொல்லிக் கொடுக்கும் கும்மிக்கு பொங்கல், கல்யாணம், சடங்கு என்று விசேஷ காலங்களில் நல்ல சீருக்கு ஓட்டம்.

வாத்தியாருக்கு சட்டை முழுதும் ரூபாய் நோட்டாகக் குத்தினார்கள். குத்தியதை எடுக்கவும் விடவில்லை. ஒவ்வொரு தடவை ரூபாய் நோட்டுக் குத்துகிறபோதும் சன்மானம் அளித்தவர்களின் பெயரை வாத்தியாரே மைக்கில் அறிவித்தார். குறுக்கே குறுக்கே பூமாலை, முறுக்கு மாலை, வாழைப்பழ மாலை என்று அன்பளிப்புச் செய்தார்கள். வாத்தியார் வெட்கத்தில் நெளிந்தார்.

''சுத்த பெண்ணாங்கியா இருப்பான் போலிருக்கு'' குசுகுசுத்தான் பாலகோபால்.

''அதானே. பாத்தா அப்படித்தான் தெரியுது.''

வாத்தியார் பாட, மற்றவர்கள் பின்பாட்டுப் பாட, பிள்ளைகள் ஆட, அவர்கள் பேசியது யார் காதுக்கும் எட்டவில்லை. கொட்டுக்காரனுடைய கைச் சதைகள், ஒரு பயில்வானுடையதைப் போல் மேலெழும்பின. முழங்கையிலிருந்து தோள் வரை சதைகள் அதிர்ந்தன. முழங்கைக்கு மேல் ஓணான் முதுகு போல், நரம்பு புடைத்து நின்றது சதை.

சோடா வாங்கிக் கொடுப்பதும், கலர் உடைப்பதுமாய் பாலகோபால் திரிந்தான்.

''ஆள் பறக்கிறானே. பார்த்த மாயம் தெரியுது. பெறகு கண்ணைக் கசக்கிட்டுத் தேட வேண்டியிருக்கு.''

''ஊருக்குள்ள எத்தனை பொடிமட்டங்கள் இல்ல? இவனைப்பாரு'' அதிசயிக்கிற அளவுக்கு ஊர் சனங்களுக்குள் அவன்

அய்க்கியமாகிவிட்டான். கூட்டாளிகளை விட்டுவிட்டு, புதிய கூட்டாளிகளுடன் மறைந்தான். கூட வந்த இரண்டு நண்பர்களும் தனிமைப்பட்டார்கள்.

கும்மியடிப்புக்கிடையே, கொஞ்ச நேரம் களைப்பாறினார்கள் பெண் பிள்ளைகள்.

"என்ன உன் அக்கா மக ஒரேயடியா தலையைக் கவிந்திருச்சி. குவார்ட்டர் போட்டுட்டு வந்திருச்சா?" என்று நக்கல் அடித்தான் ஒருவன்.

"அவ குவார்ட்டர் அடிச்சா, நமக்கெல்லாம் தாங்காது" என்று சிரித்த பாலகோபால், சொன்னவன் மேல், மெதுவாய் சாய்ந்து இடித்தான்.

ராத்திரி அக்கினிச் சட்டியாட்டம். நடுத்தர வயது பொம்பிளை, ஒரு பெரியம்மா, அக்கினிச் சட்டி எடுத்தார்கள். கைகளுக்குள் மாறி மாறி தீச்சட்டி பறந்தது. திரி எடுத்த சாமி, ஒரு வயசாளி. டொங்கு, டக், டொங்கு, டக் என்று ஆடியது. பெரிய சாமி என்று கூப்பிட்டார்கள். கையில் அரிவாளுடன் இடும்பன் சாமி, தங்கு, புங்கு என்று ஆடியது. தங்கு, புங்கு சாமியை கொட்டுக்காரர்கள், குழல்காரர்கள் விரட்டினார்கள். இரண்டு கொட்டு, இரண்டு இரட்டைக் கொட்டு, போதாக் குறைக்கு உறுமி, இரண்டு நாயனம். சாயல் குடியிலிருந்து பத்தாயிரத்துக்குப் பேச்சு.

"சாமியாட்டம் சூப்பரில்லே" இடும்பன் சாமிக்குப் பக்கத்தில் நக்கல் செய்து, ரெண்டு பீப், பீ, ரெண்டு டும் டும் அடித்தார்கள் பையன்கள். வெள்ளாங்காலையில் இடும்பன் சாமி டீக்கடையில் உட்கார்ந்திருந்தது.

"சாமி, டீ சாப்பிடுறீங்களா?" பாலகோபால் பக்கத்தில் போய் உட்கார்ந்தான். ராத்திரி வீச்சரிவாளைத் தூக்கிக் கொண்டு இந்த இடும்பன் தானே ஆடியது என்று துளிக்கூட பயம் இல்லை.

''சாப்பிடத்தானே வந்தோம்'' என்றது சாமி. ராத்திரி முழுதும் ஆடிய களைப்பு கண் சொருகியது. பெஞ்சில் சம்மணம் கூட்டி உட்கார்ந்ததில், தொப்பை துறுத்தியது.

''ஒரு அஞ்சு டீ அடி'' பாலகோபால் உற்சாகமாய் சொன்னான்.

''ஏ அஞ்சாறு டீ எதுக்கப்பா?'' இடும்பன் கேட்க,

''ரெண்டு நீரு சாப்பிடும். மீதிய நாங்க பாத்துக்கறோம்.''

பக்கத்திலிருந்தவர்களிடம் புன்னகை செய்தான்.

''இது நிஜ சாமி இல்லே. ஒழுக்கமா ஆடுற சாமி இல்லே''

இடும்பன் சாமி, பால கோபாலை சைகை காட்டிப் பக்கத்தில் கூப்பிட்டது. இன்னைக்கு ஆட்டம் முடிந்ததும் ''ஆப்'' வாங்கி அடிக்க வேண்டும் என்று இடது உள்ளங்கையில், வலது கையை வைத்து அறுத்துக் காட்டியது. பிராந்தியில் கலர் கலந்து கொடுக்க வேண்டும். கறுப்புக் கலர் நல்லா இல்லே. செவப்புக் கலர் தான் நல்லா இருக்கும்.

''ஒரு பாட்டில் வாங்கி ரெடியா வச்சிக்கோ'' - எல்லாம் சைகையில்தான்.

பாலகோபால், கூட இருந்தவர்களைப் பார்த்து கண் சிமிட்டினான். பிறகு கிக்கி, கிக்கீ சிரிப்பு.

சாமி டீக் கடையிலிருந்து, கப்பைக் காலை அகட்டி, அகட்டி வைத்து தள்ளாட்டமாய் வெளியேறியது.

''கெடா வெட்டுக்குப் போகவேண்டாமா-'' பாலகோபால் படீரென எழுந்தான். கெதியாய் ஒரே ஓட்டம், கோயில் முன்னால் போய் இளைக்க, இளைக்க நின்றார்கள். இடும்பன் சாமி சொன்ன சொல்லை, டீக்கடையில் வள்ளிசாக விட்டுவிட்டு, ஓடிவந்துவிட்டார்கள்.

''ஆட்டுக்கு உரியதாரி, யாரைச் சொல்றாங்களோ அவங்கதான் வெட்டணும். இன்னாருன்னு சொல்ல லேன்னா, யாரு வேணுமின்னாலும் வெட்டலாம்'' பூசாரி சொன்னார்.

''அதுவும் அப்படியா?'' சுற்றுமுற்றும் பார்த்தான்.பெறத்தாலே நின்று கொண்டிருந்தவர்களிடம் கேட்டான் பாலகோபால்.

''பெரியய்யா நீ யாருக்குச் சொல்லீருக்கிறே?''

''நா யாருக்கும் சொல்லலப்பா''

வழமையான பொங்கல் என்றால் இருபது, முப்பது கெடாய் விழுகும்.

அவங்கவங்களுக்கு ஒரு தேவை இருக்கும்; கோயிலை நினைத்து நேர்ந்து கொள்வார்கள். ஒரு வருசம், ஆறுவாசம் முன்னக்கூட்டியே நேர்தல் செய்வார்கள். திடீர்ப் பொங்கல் என்றதால் உருப்படிகள் குறைந்து போனது.

''கெடாய் தலையை நல்லா உதறணும்;

அப்பத்தான் வெட்டுக்குத் தோதாய் கழுத்தை, வாகாய் கொடுக்கும்'' என்றார் அவர்.

கெடாய் தலையில் தண்ணீர் அடித்தார்கள். ஒன்றிரண்டு ஆடு தலையை உதறுவனான்னு பிடிவாதமாக நின்றது.

''காதைப்பிடி, காதைப்பிடி'' கத்தினார்கள்.

கெடாயின் ரெண்டு காதுகளையும் குழிவாய் பாலகோபால் பிடித்துக் கொள்ள, காதுக்குள் தண்ணீர் விட்டார்கள். உடனே படக், படக் கென்று ரெண்டு பக்கமும் தலை உதறல். கம்பீரமாய் ஒரு பார்வை. இந்த கம்பீரம்தான் அதுக்கு சனியன். அரிவாள் ஓங்கி, பதிவாய் கழுத்தில் இறங்கியது; தலை துண்டாக ஓடியது. இரத்தம் பீய்ச்சி, ரெண்டு நாள் முன்னால் பரப்பிய புது மணலை சிவப்பாக்கியது.

பூசாரி இடைக்கிடையே அறிவிப்பு செய்தார்.

''ஒரே வெட்டில சாய்க்கணும். தொங்கு விழுந்தால் 51 ரூபாய் கோயிலுக்கு கொடுக்கணும்.''

துண்டாகி, விழி பிதுங்கிக் கிடக்கிற தலைகள் பூசாரிக்கு சேரும். கட்டுகிற அபராதமும் பூசாரிக்கு.

விடலைப் பருவத்துக்கும் இளம் வயதுக்கும் இடையில் நின்ற பாலகோபால் அரிவாளை ஓங்கினான். மனசுப் பதட்டம், கைகளுக்கு ஓடியது. பெரியப்பா, ஆட்டுக்கு உடையதாரி, ஆட்டின் பின்னத்தங்கால்களை வாகாய்ப் பிடித்துக் கொண்டார். பாலகோபால் அரிவாளை வீசி, ஒரே வீச்சில் இழுத்தான். ஆடு தலை துண்டாகி, முண்டம் துடித்தது. கால்கள் எகிறி, எகிறி இழுத்தன. அரிவாளைப் பின்னால் இழுத்து விட்டான். வலது பக்கம் நின்று கொண்டருந்தவன் மேல் லேசாய் அரிவாள் கீறியது. சிறு கீச்சுதான்.

''அதான் வெளையாட்டுப் பசங்க கையில் கொடுக்கக் கூடாதுங்கிறது'' என்று பூசாரி பொல, பொலவென்றான்.

''ஒன்றும் இல்லே. லேசாத்தா கீறிருச்சி; அதான் சூதானமா அரிவாள் வீசணும்ங்கிறது''

பெரியப்பா சமாதானப்படுத்தினார்.

ஒழுங்காக அரிவாளை வீசி, முண்டம் தனியாக, தலைதனியாக ஒக்கிட்டிருக்கலாம். ஒரு வட்டத்தட்டில் தண்ணி கொண்டு, உடம்பில் பீச்சியடித்திருந்த ரத்தத்தை கழுவினான். தண்ணி சொளக், சொளக் என்று சிந்தியது.

''சிந்தாட்டா, என்னய்யா? சிந்தாம கொண்டு போறது''

''பயம், கைப்பலம் அவ்வளவுதான்'' என்றார் பெரியப்பா புஞ்சிரிப்புடன்.

உடல் வேர்த்தது; அயர்ச்சி அடைந்துவீட்டவன் போல் தெரிந்தான். குடை மாதிரி தனக்குள்ளேயே வெயிலைப் பிடித்து வைத்துக் கொள்ளும் அத்திமரம். வேம்பும் குளிர்ச்சிதான். கோயிலுக்கு முன்புறம் இருக்கிற வேம்பு, அத்திமரம் ஏதாவது ஒன்றின் கீழ் உட்காரத் தோன்றியது. நடுக்கத்தில் உதடு துடிக்க, குடை அத்தி நிழலில் பாலகோபால் ஒண்டினான். வேக, வேகமாய் மூச்சிறைத்தாள். வேர் முட்டில் தலைவைத்து, தலைக்கு இரண்டு கைகளை அண்டக்கொடுத்து, ஆகாயத்தை பார்த்தான்.

விருந்தாளிகள் வீட்டுக்கு வந்தார்கள். அய்யாவும் அம்மாவும்தான் ‘வாங்க, வாங்க’ என்று கையெடுத்து வணக்கம் செய்தார்கள். ‘குத்தாய்ங்க’ என்றார்கள். கோழிக்கு ரோமம் பறிக்க அய்யா மும்முரமாக நடத்திக்கொண்டிருந்தார். அரிவாள் மனை தயாராக இருந்தது. ‘‘இந்தப் பய எங்க போனான்னு தெரியலயா. கால்ல பம்பரம் சுற்றிவிட்ட மாதிரி அலையறான். கோழி பிடிச்சுக் கொடுத்தான். கழுத்தை துண்டாக்கி, சாகடிச்சும் கொடுத்தான். இந்தா வர்றேன்னு ஓடினான்’’ பாலகோபாலனுடைய அய்யா.

பாலகோபால் இல்லாமலே விருந்தாளிகள் திரும்பினார்கள்.

அந்த நடுத்தரப்பயல், துள்ளிக்குதித்து, வாழ்வின் போக்கில் கரைந்தான். சிறு இழைபோல் காற்றின் ஆட்டத்தில் உதிர்ந்தான். காற்றின் வழி அசைந்து அசைந்து கீழேவிழுந்தான். சருகு மெத்தையில் வலிபடாமல் மெத்தென்று உட்கார்ந்தான். சொந்த மண்ணில் காலடி வைத்த நாள் முதற்கொண்டு மனசுக்குப்பிரியமாய், அவன் வாழ்ந்தான்.

கெடு முடிந்துபோய்விட்டது. இன்னும் நாலுநாள் தள்ளி, தாக்காட்டி வருவதாக கூட வந்தவர்களிடம் சொன்னான். கடை முதலாளியிடம் தாக்கல் சொல்லும்படி சொல்லியனுப்பினான்.

மூணாம் நாள் சாமி மலையேறியதும் அவசர, அவசரமாய் லாரியோ, வேனோ பிடித்து மற்றவர்கள் வெளியேறினார்கள். அததுகள் திசையை நோக்கி புறப்பட்டுவிட்ட நாளில் கூட, அவன் சுணங்கினான்.

‘‘என்ன சுணக்கம் காட்டுற மாதிரி தெரியுறான் பையன்’’ என்றான் வடிவேல் ராசு. ஏதாவது இருக்கும் என்றான் சண்முகம்.

முத்துலாபுரம் சாலை முக்கில் ஏறி நின்றது பஸ். கிராமம் முழுவதையும் சேர்த்துக் கட்டி அவன் இழுத்து வருவது போல், கால்களில் கனம் கூடியது.

நகரத்தில் கால் வைத்தபோது, பல திசைகளிலும் பீய்ச்சியடிக்கும் கானல். நெடுந்தொலைவு பரந்த பாழ் இதயங்களின் குளிர்ச்சியே காணாத அந்தப் பாழில், வெக்கை நாலாபுறமிருந்தும் வீச தன்னந்தனியாய் உணர்ந்தான்.

அவன் வேறொருவனாக இருந்தான். பார்வை மங்கலாகி மேல்மூலைப் பிறை, ரெண்டு, மூணாகித் தெரிந்தது. சொந்த ஊரிலிருந்து வெகு தொலைப் பயணம் மனசைப் பங்கரை பங்கரையாய் வெட்டித் துண்டமாக்கியது. பஸ் போகும் வழியில் மின்விளக்கு அலங்காரங்களால், சிவப்பு, வெள்ளை, பச்சை, நீல மின்சாரங்கள் கோர்த்து, ஒரு கல்யாண மண்டபம் ஜெகஜோதியாய்த் தெரிந்தது. இதெல்லாம் வேணுமாக்கும்? என்பது போல், முகம் திருப்பினான். விரக்தியின் அம்புகள், வெளியே அதன் கூடுகளிலிருந்து சரமாரியாகப் பாய்ந்தன. உள்முகமாய் அவன் சிதைந்து கொண்டிருந்தான்.

பஸ்ஸில் இறங்கி, வந்தவனை கடைக்கார முதலாளி வரவேற்றார். "இப்பத்தான் வழி தெரிஞ்சதா? விருந்து விட்டிருச்சா?" இளக்காரமாய்க் கேட்கிறார். அவன் வரமாட்டான் என்று தான் நினைத்தார்.

ஒரு வறட்சி, உதட்டில் கீழே விழுந்தது. இதயத்தின் கனைக்குள்ளிருந்து வெளிப்படாத புன்னகை, குளிர்ச்சி காணாமலே விழுகிறது.

காலைப் பனியில் ஐந்து மணிக்கு தோளில் கை வைத்து எழுப்பியவனை பளீர் என்று ஒன்று விட்டான். மோகன்ராம் வெலவெலத்துப் போனான்.

"ஒனக்கு ஊருக்குப் போயி வந்ததிலிருந்து கிறுக்குப் பிடிச்சிருக்கு" என்றான் மோகன்ராம்.

ஒரு பொருளில் ஒரு ரகம் இல்லாதபோது இல்லாத பொருளுக்கு பதிலாக இருக்கிற பொருளைச் சொல்ல வேண்டும். மளிகை வியாபாரத்தின் இலக்கணம்.

பா. செயப்பிரகாசம்

அந்த முஸ்லீம் அம்மாள்.

''ஞாபகத்தை பிடறியில் வச்சிட்டு வந்திட்டீங்களா? மருமகப் பிள்ளே'' என்று கேலி வீசினாள். பதிலுக்கு அவன் பார்வையில் சாட்டை.

''மருமகப் பிள்ளை, ரொம்பக் கோபமாப் பாக்குறிக. ஊருக்குப் போய் வந்ததிலிருந்து முகம் கொராவிப் போய் இருக்கீகளே.'' பாயி அம்மாள், அவனிடம் பாந்தமாகப் பேசுவாள். அன்றைக்கு அவனால் அதை எதிரொலிக்க முடியவில்லை.

அன்றைக்கு மத்தியானம் அரைப் பொழுது கடை விடுமுறை. பலம் கொண்ட மட்டும் சுற்றி, மனம் விரிந்த மட்டும் கொண்டாடி வர வேண்டும்மென்று நினைத்தான் பாலகோபால். கடற்கரைக்குப் போய் கண்டபடி ஆடினார்கள். பெண்களைக் கேலி செய்து, எதிர்த்து வருகிற மனிதர்கள் எல்லோரையும் கிண்டலடித்தார்கள்.

# எருது கட்டு

உமையம்மன் கோயிலுக்கு கழுமரம் செய்வது, கழுமரம் நட்டு, சேவலைக் குத்திவைப்பது நாடாக்கமார்.

சூரம்பட்டி முதல் உப்பத்தூர் ஓடை வரை மரம் ஒன்றுவிடாமல் மொழுக்கை, மொழுக்கையாக தோலுரித்த கோழிகள் மாதிரி நின்றன. ஒடைமரப் பட்டையை உரித்து, ஓடைப் பள்ளத்தில் ஊறவைத்து வடம் திரிப்பது, எடுத்து வந்து, கோயிலுக்கு முன்னால் வைத்து பூசை செய்து ஆசி வாங்குவது குடும்பமார் வேலைகள்;

கோயிலுக்கு இடது பக்கவாட்டிலிருந்தது பரந்த எருது கட்டுக்களம். எருது கட்டு மாடுகளுக்கு ஏற்பாடு செய்தல், பயிற்சி தரப்பட்ட மாடுகள் எங்கே இருக்கிறது என்று பார்த்து சேகரம் செய்தல் ரெட்டி, நாயுடு, வெள்ளாளர் வேலை; அம்மன் பொங்கலுக்கு தலைமை கொடுப்பது இவர்கள்.

ஒவ்வொரு சாதிக்கும் ஒரு தொழில், அம்மனுக்கு அவரவர் செய்கிற காணிக்கை.

சூரம்பட்டி எருதுகட்டுக்கு எட்டுத்திக்கிலிருந்தும் சனங்கள் கூடினார்கள். இன்றைக்கும் அவ்வளவு பெரிய திடலில் எவ்வளவு கட்டுப்படுத்தினாலும், கூட்டத்தைக் கட்டுப்படுத்த இயலாது; எருதுகட்டுக் களத்தை ஒட்டியிருந்த வீடுகளில் ஓடுகளைப் பிரித்து, மேலே உட்கார்ந்து வேடிக்கை பார்த்தார்கள்; ஆனால் வீடுகளின் வாசல்கள் சலையை நோக்கியே பார்த்திருந்தன; மக்கள் கூட்டம் ஏறி வர வர மாடுகள் விளையாடும் களரி வட்டம் சுருங்கிப் போகும்.

மாடு ஏப்பை சாப்பையென்றால் விரட்டலாம்; ஓங்கு தாங்கான, சுளிவான மாடுகள் திரும்பிப் பாய்ந்தால், புலிப்பாய்ச்சல் தான். உள்ளே திரும்பிப் பாய்கிற மாடு ஒரு உழப்பு உழப்பிவிட்டுத்தான் போகும்; முழுக் கூட்டமும் பின்னால் சாய்ந்து விழுந்து மிதி படும். மிதமிஞ்சிய மழையடிப்பில் நெற்பயிர்கள் அலை அலையாய் சாய்ந்தது போல், மக்கள் அலை அலையாய் சாய்வார்கள்.

உமையம்மன் பண்டிகை பார்க்கவும், எருதுகட்டை வேடிக்கை பார்க்கவும், வீர லட்சுமியும், புலேந்திரனும் வந்து சேர்ந்திருந்தார்கள். புலேந்திரன், வீரலட்சுமி இரண்டு பேர் முகங்களும் களரிவட்டத்தில் வந்து இறங்கியதும் சட்டென்று ஒடுங்கிவிட்டது.

ஒவ்வொரு முகமாய்ப் பார்த்தார்கள். தெரிந்த எந்த முகத்திற்குள்ளும் இதயம் தெரியவில்லை. இதயங்களில்லா வனாந்தரம் ஒன்றில் அகப்பட்டிருந்தார்கள். தெரிந்த முகங்களில் இறுக்கத்தின் எல்லைகள் இன்னும் விஸ்தீரணமாகியிருந்தன.

எருது கட்டு ஆரம்பிக்க இன்னும் நேரம் இருந்தது. இந்தத் தடவை கட்டுக் கோப்பாக நடக்கும் என்று பேசிக் கொள்ளப்பட்டது. காக்கி உடை, கம்பு, துப்பாக்கி சகிதம் புது டி.எஸ்.பி. வந்திருக்கிறார்.

''தனிப்பட்ட ஆள் தப்பு, தண்டா பண்ணினால் அதுக்கு அவனவன்தான் பொறுப்பு. ஊர் ஏத்துக்கிட்டு வரமாட்டோம்'' என்று முடிவு செய்திருந்தார்கள்.

களரியில் ஒவ்வொரு ஊருக்கும் ஒரு இடம். இது அவரவர்களாக ஒதுக்கம் செய்து கொள்வது. முந்தின வருடம் இந்த ஊர் ஆட்கள் நின்ற இடம் என்று மனசுக்குள் தங்கி அது அப்படியே அடுத்தடுத்த வருடத்திற்கும் தொடர்ந்தது.

வீரலட்சுமியின் ஊர்க்காரர்கள் இருக்கும் இடம் நோக்கி நடக்கலாமா என்று யோசித்தார்கள். நல்லது, பொல்லது என்றால் அவர்கள் தானே உதவ வேண்டும்; எதிரே வந்த ஊர் ஆட்கள் ஒன்றிரண்டு பேரைப் பார்த்ததும் அது தப்பான எண்ணம் என்று

புலப்பட்டுவிட்டது. அவர்கள் வந்த வேகம், இவர்களைப் பார்த்து விட்டுச் சென்ற வேகம் சரியாகப் படவில்லை. புலேந்திரனும், வீரலட்சுமியும் எருது கட்டுக் களம் விட்டு நீங்கி விடலாமா என்று நினைத்தார்கள். யாருக்கோ பயந்து ஏன் போவது என்று அவனுடைய காக்கங்கரை ஆட்கள் கூடி இருக்கும் இடத்திற்கு பேச்சுப் பராக்கில் வந்தது மாதிரி போய் பார்த்து வரலாமா என நினைத்தான்; பிறகு எண்ணத்தை மாற்றிக் கொண்டான். எதிர்த்தாற்போல் வந்தவன் அவளுடைய அண்ணன் மாதிரி தெரிந்தது. வீரலட்சுமி அண்ணே என்று கூப்பிட்டாள். நிறைகுளத்தான் ஒரு முக்கு வாட்டில் திரும்பி கூட்டத்தினுள்ளே மறைந்து போனான். அதே பழைய முகம். பழைய வெறுப்பு கூடுகட்டி பளிச்சிட்டு மின்னி மறைந்தது. எதிரே இருக்கும் ஆள் தெரியாத அளவுக்கு கெட்டியான பகை காலத்தின் காற்றில் ஓடிப்போயிருக்கும் என்று நினைத்தாள், இன்னும் அந்தக் கணப்பு அவர்கள் இதயத்தில் இருந்து மறைந்துவிடவில்லை. இப்போது இதயத்திலிருந்து கண்களுக்கு அது மாற்றப்பட்டிருந்தது.

இருட்டு மாதிரியான தோல் - அது புலேந்திரன்; இளம் அந்திச் சிவப்பு போல் நிறம் - வீரலட்சுமி. இரண்டு நிறமும் ஒன்றுக்கொன்று எப்படி பின்னிக் கொண்டன? தோல் தாண்டி, சதைக்குள், சதை தாண்டி ரத்தத்துக்குள், ரத்த நாளத்துக்குள், நடுவாக இருக்கும் சாதி தாண்டுகிறபோது, நிறத்தைத் தாண்டுவது பெரிய பீமகாரியமல்ல.

அம்மா, அண்ணன், அழகரக்கா, தாயிச்சித்தி, குருவம்மாள் மதினி, ருக்கு அத்தை எல்லோரையும் பார்க்க வேண்டும் என்ற ஆசை வீரலட்சுமிக்கு மனசுக்குள் எதுக்களித்தது. வீரலட்சுமிக்குத்தான் இதெல்லாம். அவனுக்கு தனது காக்கங்கரை மக்களை பார்க்க வேண்டுமென்று ஆசையெல்லாம் ஒருபோதும் இல்லை. ஊரைவிட்டு ஓடிவந்த போதே, அவர்களையும் ஒதுக்கிவைத்து விட்டிருந்தான்.

ஊரைவிட்டு ஓடிப்போய் இரண்டு வருசமாகிவிட்டது. உறவுகள் விரட்ட விரட்ட அவர்கள் ஓடினார்கள். அவர்களாகவே தேடிக் கொண்டதுதான். தாய் வேண்டாம், ஊர் வேண்டாம், உறவு வேண்டாம் என்று ஓடி இரண்டு வருசம் கடந்துவிட்டது.

பா. செயப்பிரகாசம்

மேல்குடி, கீழ்குடி என்று சாதி எழுதப்படாத இதயங்கள் அவர்களுடையது. ஆசிரியப் பயிற்சிப் பள்ளியில் படித்துக் கொண்டிருந்த நாட்களில், தொடர்பு இறுகுவதற்கு இரண்டு ஆண்டுகள் செலவாகின. பயிற்சி முடியும்வரை காத்திருந்தார்கள்.

ஒரு நடுச்சாமத்தில் திடீரென இரண்டு பேரும் வந்து நிற்கையில் அம்மா பதறிப்போனாள். அரிபூச்சி விழுந்ததுபோல் நெஞ்சுக் குழிக்குள் அரித்தது.

எடுத்தவுடனே ''வெளிய போடா பீத்திங்கறநாயி'' என்றாள்.

ஒரே நேரத்தில் இருவரையும் சமமாகப் பாவித்து சமாதானப்படுத்த சாத்தியமில்லை. வீரலட்சுமி புலேந்திரனிடம் மெதுவாக ''நீங்க கொஞ்சம் வெளியே நில்லுங்க. நா அம்மாகிட்ட பேசிட்டு வர்றேன்'' என்றாள். வெளியே சுவர் அருகில் புலேந்திரன் ஒதுங்கினான். அப்படியே பிறகு வெளியேறினான்.

ஒரு நட்ட நடுப்பகலில் அம்மா, வீரலட்சுமியின் தலையில் மண்ணெண்ணை டின்னைக் கவிழ்த்தாள். வீரலட்சுமி அதிர்ச்சியாகி சாமி கொண்டாடி போல் உடம்பை, தலையை உதறி வீறிட்டாள். என்ன நடக்கிறது என்று அறியும் முன்பே அம்மா தீக்குச்சியை உரசிப்போட்டாள். உயிருள்ள ஓர் அக்னிச் சட்டிபோல் அவள் எரிந்து போயிருக்க வேண்டும். வீட்டுக்கு வெளியே தாவிக்குதித்தாள். மரணபயம் தாவி ஓடவைத்தது.

ஊர் முழுக்க தெருவில் நின்று வேடிக்கை பார்த்துக் கொண்டிருக்க தெப்பலாய் மண்ணெண்ணெய் நனைய ஓடினாள்.

வீரலட்சுமி மேல் புலேந்திரனுக்கு சின்னக் கோபம் நெம்பியது. திருவிழா பார்க்கிற மாதிரி போய் வரலாம் என்று அவள்தான் சொன்னாள்; மேல்சாதி இழிவுகளிலிருந்தும், அவனுடைய கீழ்சாதி அசிங்கங்களிலிருந்தும் கண் விழிக்காமல் ஒதுங்கி இருக்க புலேந்திரனுக்குப் பிடித்தது. ''திருவிழா சாக்கில் போய் வரலாம்னு நீதான் சொன்னே'' என்று சன்னமாய்க் கோபித்துக் கொண்டான். அவள் அதற்கு பதில் எதுவும் சொல்லவில்லை. மண்வாசனை ஊரைத்

பார்த்து, கழுத்துப் பிடியாய்த் தள்ளுகிற போது யாரால்தான் தப்பிக்க முடியும்.

புலேந்திரனுக்கு அப்படி ஒரு ஆசை கிடையாது. அவனுக்கு மனசு இறுக்கம் ஜாஸ்தி. தாழ்த்தப்பட்ட இனத்தில் பிறந்ததினாலேயே, எல்லா சாதிகளைப் பற்றிய தெளிவும் அவனிடம் வந்தடைந்திருந்தது. தன் சனத்திடமும் ஊரிடமும் அறுத்தெறிந்து விட்டு ஓடின அந்த நாள் அவன் மனசில் தீயள்ளிப் போட்டிருந்தது. சொந்த ஜாதி சனங்கள் மீது கொண்ட பற்றும் ஊரின் இனிமையான பாதைகளும் அந்தத் தீயில் சாம்பலாகியிருந்தன.

அவர்கள் நகர்ந்தார்கள். இப்போதெல்லாம் பெண்கள் கும்மி நவீனமாகிவிட்டது. கும்மி, கோலாட்டம் எல்லாம் சினிமா பாணிதான். கும்மி சொல்லிக் கொடுக்கும் வாத்தியார்களுக்கு சினிமா மெட்டில் பாட்டு கட்ட தோதாக இருந்தது. திரும்பின பக்கம் எல்லாம் ஆடியோ கேசட் - போட்டுப் போட்டுப் பார்த்து சுளுவாக வரைந்து தள்ளினார்கள். ஒன்றுபோல உடை, பாவாடை, தாவணி, அச்சாக சினிமா குரூப் டான்ஸ் மாதிரி இருந்தது.

காக்காங்கரை, சூரம்பட்டி, உப்பத்தூர், தெற்கோடை, புளியங்குளம் அஞ்சு ஊர்களும் தனித்தனியாய் கும்மிக் கொட்டு நடந்தது. எருதுகட்டு ஆரம்பிக்குமுன் மரத்தடி நிழலில், கும்மி கொட்டினார்கள்.

''அஞ்சு ஊர் கும்மி தட்டுதலும் ஒரேமாதிரிதான்; சுவாரஸ்யம் இல்லே'' உள்நடுக்கம் எப்படி இருக்கிறது என்பதை தனக்குத்தானே சரிபார்க்க ஒரு பேச்சுப் பேசினாள் வீரலட்சுமி.

''வெளங்கவா செய்யும், ஒன்னப் பார்த்தா ஒன்னப் பார்க்க வேண்டாம்.''

புலேந்திரன் பதில் சொல்லியபடி அவளை அடுத்த இடத்திற்கு கூப்பிட்டுப் போனான். மனசில் தெம்பும் பயத்தை சரிப்படுத்த அவன் எதையோ பேச வேண்டியிருந்தது.

புலேந்திரனுக்கு கண் பிடரியில் ஏறியது. யாரோ தொடர்ந்து பின் வருகிறார்கள் என்பதுபோல் தெரிந்தது.

அருவமில்லாமல் கோயிலுக்குள் நுழைந்தார்கள்.

பூசாரி காட்டிய தீபத்தட்டு எல்லார் முகத்திலும் ஒளி அடித்தது. அந்த இருவருக்கும் நேரே வருகையில், ''அப்படியே பொசு பொசுங்குது. போலீஸ் இருக்குதேன்னு பார்க்கிறேன்'' என்றான் மல்லையசாமி.

''பெறத்தாலேயே போய் புட்டத்தில் கத்திய சொருகிட்டா என்ன?''

''ஒரே இனமாவா இருக்கு. பாதி இதுவும் பாதி அதுவுமா பெறண்டு போயில்லே நிக்குது.''

சந்தேகம் இல்லை; வீரலட்சுமியின் சொந்தங்கள்தான்.

புலேந்திரனும் வீரலட்சுமியும் கைகள் நீட்டி தீபத்தட்டை தொட்டுக் கும்பிட்டு கண்களில் ஒற்றிக் கொண்டார்கள்.

''இங்கே இருந்து போயிடலாம்'' வீரலட்சுமி அவன் காதில் படபடத்தாள்.

''ஒழுங்கு மரியாதையா போயிருங்க'' ஒருத்தன் விறைப்பாய் அவர்களை உராய்ந்து தோளுக்கு வலது பக்கமாய் எச்சரிக்கை விட்டுப் போனான்.

தென் மூலை இருட்டி வந்தது. மப்பும் மந்தாரமுமாய் மழை கூடாரமிட்டது. ஒளிந்திருந்த மேகங்கள் ஒன்றுகூடி இனிய சாயந்திரத்தை பயமுறுத்தின.

கூட்டம் மழைக்குச் சிதறி ஓடியது. களரியில் சப்புளா, சளபுளா என்று ஆகிவிட்டது. எருதுகளை விட்டு விட்டு ஓடும் இளவட்டங்கள், லாரிகள், வேன்களில் உள்ளே ஒதுங்க இடம் தேடும் பெண்டுகள், மரத்தூரில் ஒண்டிக்கிடக்கும் ஆட்கள் பேய் பிடித்த பெண், கோடங்கியின் அடிக்கு பரசி பரசி ஆடுவது போல் பெருவாரிக் காற்றால் சுழன்று சுழன்று ஆடும் மரங்கள்.

''என்ன அண்ணங்காரரே சௌக்கியமா?'' கம்மாய்க்கரை மேட்டில் இருந்த ஒரு மரத்தூரில் ஒண்டியவனைப் பார்த்து கோலத்திதான் கேட்டாள். புலேந்திரன் விழி அகலப் பார்த்தான். அவனுக்கு முதலில்

நெகால் பிடிபடவில்லை. அரிச்சலாய் ஞாபகம் வந்தது. அதற்குள் வீரலட்சுமியை அடையாளம் கண்டு கொண்டவளாய் ''மதினி நல்லா இருக்கீங்களா?'' என்றாள்.

வீரலட்சுமியை விட கோலத்தி பத்து வயசு கூடியவள். சின்னவளானாலும் உறவின் மரியாதையில் அண்ணிதான்.

வீரலட்சுமியின் கையைப் பிடித்து மழைநீர் படாமல் மரத்துக்கு அடியில் ஒதுங்கினாள்.

கோலத்தியின் மேலும், பக்கத்திலிருந்த சின்னப் பொண்ணு மேல் மரத்து நீர் சொட்டுப்போட்டது. ''நீங்க நனையறீங்களே'' என்று கூசி ஒதுங்கினாள் வீரலட்சுமி ''ஆமா மழையிலே நனைஞ்சா உடம்பு இத்த போகுது. மழையில நனையனும், வெயில்ல காணும், இல்லேன்னா பொழப்பு ஓடாதே'' சின்னப் பொண்ணு பேசினாள். இரைச்சல் அடிக்கும் மழையையும் வெடவெடக்கும் குளிரையும் தாண்டி அங்கே கதகதப்பு உருவாகியது.

விளாசி அடித்த மழை நின்றது. மழைத் தண்ணி, சகதியில் கால் வைக்கக் கூசியது. கோலத்தி வீரலட்சுமியையும் புலேந்திரனையும் பேருந்து நிறுத்தத்திற்கு நடத்திக் கூட்டிப் போனாள்.

''இத்தனை வருசம் கண்காணாம இருந்திட்டீங்களே அப்பு'' என்றாள் பாசத்துடன்.

அவளுக்கு அவன் பேரில்தான் வருத்தம்.

''அந்த மானைக்கி ஓடிப்போனவங்க, நம்ம வீட்டில வந்து நொழைஞ்சிருக்கலாமில்லே.''

''அதானே காக்கங்கரையிலே இல்லாத சனங்களா? என்னமோ அவங்களுக்குத் தோணலே'' என்றாள் சின்னப் பொண்ணு.

ஊர் வந்து சேர்ந்ததும் சனங்கள் அதிசயித்துப் போனார்கள்.

''அடி ஆத்தே, யாரிது? வேத்து ஆளாத் தெரியுது''

''ஆமா, வேத்து ஆளத்தான் கூட்டி வந்திருக்கோம்'' கோலத்தி சொன்னாள்.

முகத்தில் பெருமை பிடிபடவில்லை. ''நீங்க பாக்கறதுக்குத்தான்'' என்றாள்.

சின்னக் குடிசை. செம்மண் தேரியை ஒட்டி பனை விடலிகளுக்கிடையில், ஓலை போட்டு வேய்ந்திருந்தது. செதில்கள் போல், காற்றுக்குத் தூக்கிய ஓலை இடுக்கில் நிலாக்கதிர் பாய்ந்தது.

சுற்றிக் கூடி உட்கார்ந்திருந்த யாருக்கும் புழுங்கவில்லை. புலேந்திரனுக்கும் வீரலட்சுமிக்கும் சிறு சிறு வேர்வைப் பொடிகள்.

''அப்டியும் தன் சனங்க இருக்கிற எடத்தில என்ன பயம்''

வீரலட்சுமியின் கழுத்தில் அரும்பிய வியர்வைப் புடவை நுனியில் ஒத்தித் துடைத்தாள் சின்னப்பொண்ணு.

''ஆமாம், நானுந்தான் கேக்கறேன்.'' உள் நுழைந்தபடியே பின்புறம் தாவணியை உட்கார வசதியாய் எடுத்து விட்டுக்கொண்டே நல்லகண்ணு கேட்டாள்.

''இப்படித்தான் வர்றதா? வர்றோம்; போறோம்னு முன்ன பின்ன சொல்லிக்காம வந்தா என்ன செய்றது? கறிச்சட்டியை கழுவிக் கவிழ்த்து வச்சாச்சி.''

அவள் சண்டை போட வந்திருக்கிறாள்.

''நீ சண்டை போடுறதுக்கின்னே வந்திருக்கே பாத்தாத் தெரியுது. நீ என்ன இருந்தாலும் போடு ஆத்தா, தம்பி சாப்பிடும்'' சொன்னாள் கோலத்தி.

கோயிலில் நடந்த சம்பவத்தைத் தன் சனங்களிடம் புலேந்திரன் சொல்லியிருக்க வேண்டும்.

அவன் சொல்லவில்லை. சொல்லியிருந்தால், மூர்க்கத்தனமான மாடுகளுக்கும் மனிதர்களுக்குமான யுத்தமாக, இன்னொரு எருதுகட்டு நடந்திருக்கும். அவனைப் போலவே வீரலட்சுமியும் அடக்கிக் கொண்டாள். வீரலட்சுமி அடக்கிக் கொண்டது எப்போது பெண் என்ற ஜீவனுக்குள் இயங்கும் பயத்தின் காரணத்தால். அவன் சொல்லாததின் காரணம், கொலைகார மாடுகளிடம் குத்துப்பட்டு இருப்பார்கள் என்பது.

# பனைநிழலில் வாழ்க்கை

இப்போது ஏன் அந்த எண்ணம் மேலூறுகிறது என்று தெரியவில்லை. கோலாகலமான விழாவுக்குப் போவதற்கு நெடுஞ்சாலை வெளியே தெறித்து விழுகிற வேகத்தில், காரோட்டி வேகவேகமாய் ஓட்டிக் கொண்டு போனார். வேகம் கூடக்கூட இருக்கையோடு தூக்கிப் போட்டு, தலை மோதி மோதிக் கீழே இறங்கியது. சர்க்கஸ் வித்தைக் காரனைப் போல என்னை ஆட்டுவித்த காரோட்டி, திரும்புகையில் கடைப்பிடித்த நிதானம் காரணமாக இருக்கலாம்.

முதலமைச்சர், தமது அமைச்சர் பரிவாரங்களுடன் கலந்த கொண்ட விழா அரசு விழாக்களுக்குரிய எல்லாச் சடங்குகளுடனும் நிகழ்ந்தது. அரசு என்ற அமைப்பு பிறந்தபோதே பிறந்த அழுக்குகள் அவை.

முப்பது ஆண்டுகள் முந்தி பேருந்து நிலையம் அல்லது ரயில் நிலையத்தில் இறங்கி மிதி ரிக்ஷாவில் அல்லது குதிரை வண்டியில் ஏறி, சிறிய விடுதி அல்லது தொண்டனின் வீட்டுக்குப் போய்த் தங்கிய தலைவர்களை அவன் பார்த்திருக்கிறான். ரிக்ஷாவில், குதிரை வண்டிகளில் ஏறி, முதுகுவளையச் சவாரி செய்த அந்தத் தலைவர்கள்தான் இப்போது கார்களில் போனார்கள். இப்போது அமைச்சர்களாகியிருந்தார்கள். ஐந்து நட்சத்திர விடுதிகள் முளைத்தன. அவன் படித்த பள்ளி ரயில் நிலையத்துக்கும் பேருந்து நிலையத்துக்கும் மத்தியில் இருந்தது. சுறுசுறுப்பான வானொலி நிலையம் போல், அந்த இடங்களில் நடப்பதெல்லாம் பள்ளிச் சுவர்களுக்குள் ஒலிப்பரப்பாகிக் கொண்டிருந்தது.

வானத்திலிருந்து இறங்கி வருகிற ஒளித் தாரகைகள் போல், மேட்டுப்பாங்கான பூமியிலிருந்து இறங்கி வருகிற கார் வரிசைகளின் முகப்பு வெளிச்சம் வந்தது. எழுபது, எண்பது கார்கள் இருக்கலாம். கார்களின் பின்னால் சிமிட்டுகிற சிவப்பு வெளிச்ச ஊர்வலம், காலத்தின் அபாயக்குறி போல் தொடர்ந்தது. புனுபுனுவென்று சிந்துகிற மழையிலும் ஆண்கள், பெண்டுகள், சிறுசுகள் முண்டியடித்துக் கொண்டு தலைநீட்டி வேடிக்கை பார்த்தார்கள்.

முப்பது ஆண்டுகள் அரசு அதிகாரியாக இருக்கிறான். இன்னும் அவனால் பதவியில் ஒட்ட முடியவில்லை. மற்ற எல்லோரும் தலையில் குடியிருக்கிற தொப்பியில், செருகப்படுகிற இன்னொரு சிறகாக, பல அதிகாரிகள் இத்தகைய பதவிகளை மேலே மேலே செருகிக் கொண்டே போனார்கள்.

விழா சம்பந்தப்பட்ட பணிகள் சரியாகச் செய்யப்படுகிறதா என்று பார்வையிட்டபின், கீழிறிங்கி காருக்குள் வந்து அமர்ந்தான். படாடோபமான சூழலில் லயிக்க முடியாத தனிமைப்பட்ட மனோநிலையில் அப்போதுதான் அந்த மழை, தனிமைப் பட்டவனை, மழை கைலாகு கொடுத்து மேலேற்றியது. எப்போதோ கட்டி, கலைக்கப்பட்ட கூட்டுக்குள்ளிருந்து பழைய நினைவுகள் எதுக்களித்து மேலேறியது.

கார்காலத்தின் தொடர் அறிவிப்பாக மழை தூறிக் கொண்டேயிருந்தது. யானை வரிசைகள் போல் சுற்றி மலைக்குறுகள். சகல பருவ நிலைகளையும் தாங்கிக் கொண்டு, அவை நின்றிருந்தன. தாழ்ந்த மேகங்களை, குத்திக் கீறி மழை பொழியவைத்தன. மலைப்பாங்கான அந்தப் பூமியில் நாற்பது கி.மீ. வட்டாரத்துக்குள்தான் அவன் இருக்கிறான்.

சாரல், மழையாகப் பெருத்தது. மாநாடு போல் போடப்பட்ட விழாப் பந்தல், அங்கங்கே பொத்துக் கொண்டு வழிந்தது, இரு பக்கமும் தட்டுப் பந்தலுக்குள் நின்ற சனங்கள் தாக்குப் பிடிக்க முடியாமல் கெட்டியாகப் போடப்பட்ட மையப் பந்தலுக்குள்

நெருக்கியடித்தார்கள். அப்போதும் மேடையில் முழக்கம் தளரவில்லை.

குளிர்காற்று முகத்தில் பாய்கிற போது, அடிமனசில் தொலைந்து போன வெப்பம் மேலெழுந்து வருகிறது. பம்ப் செட் இறைக்கிற போது, முதுலில் வெதுவெதுப்பாய் கொட்டுகிற நிலத்தடி நீர் போல, நினைவுகள் வெதுவெதுப்பாய் மேலே பீறிடுகின்றன.

அனல் கொளுத்திய மத்தியானக் கூட்டம் முண்டியடித்துக் கொண்டும், கூப்பாடு போட்டுக் கொண்டும் மத்திய நிலையத்தில் பேருந்துகள் போவதும் வருவதுமாக இருந்தன. அதே போல் மக்கள் அவர்களுக்கு நிற்க நேரமில்லை. முண்டியடித்து ஓடத்தான் நேரமிருந்தது.

வழக்கமாய் நிறுத்தும் இடத்திலிருந்து புறப்பட்டு, கொஞ்சம் முன்னேறி, ஓரத்தில் ஓதுங்கி நின்றது அந்த பஸ். டிக்கெட்டுகள் ஏற்றுவதற்காக நிறுத்தியிருந்தான்.

பஸ்ஸின் வலது பக்கம் எதிர்ப்புறத்தில் நடந்து வந்தபோது மின்னல் வெட்டுப்போல் அவன் பார்வை பஸ்ஸுக்குள் பாய்ந்தது. வலது சன்னல் ஓரத்தில் ஒரு நடுத்தர வயதுப் பெண். அது அவளுடைய மதினி.அடுத்து அவள், பத்து வருஷங்கள் கழித்து எதிர்ப்பட்டுவிட்டாள்

எதிர்ரெதிர்ப் பார்வை மோதி இரு முகங்களிலும் கலவரம் தெறித்தது. அவன் அப்படியே பிளாட்பாரத்தில் நின்றான்.

அவள் சட்டென்று பக்கத்திலிருந்த மதினியிடம் ஏதோ சொல்லிவிட்டு கீழிறங்கி வந்தாள். பத்து ஆண்டுகளுக்கு முன் மனசின் உள்கிரணங்களில் பீறியடித்து அழுவதைப் பொழிந்த நிலா உணங்கிப் போய்க் கிடந்து.

பேருந்தின் பின்புறத்தில் ஒண்டி நின்றார்கள்.

அது அவரோட அக்கா, எம் மதினி

எங்க போய்க்கிட்டிருக்கீங்க?

அம்மாவுக்கு ஒடம்பு சொகமில்லே. பார்த்திட்டுத் திரும்பிப் போய்ட்டிருக்கோம்.

பாக்குக் கடிக்கிற நேரம்தான். அதற்குள் ஏதாவது பேசியாக வேண்டுமா என்று தெரியவில்லை. முகம் பார்க்க, பார்த்து நிற்க மட்டுமே முடிகிறது.

எல்லாம் அந்த லிங்கம்மா செய்த வேலை. பக்கத்து வீட்ல இருந்திட்டே, எல்லாத்தையும் சாய்ச்சிட்டா. அம்மாகிட்ட போட்டுக் கொடுத்து, போட்டுக் கொடுத்து, ஒம் பொண்ணோட பழக்கம் நல்லால்லே. வேத்துமையாத் தெரியுது அப்படீன்னு என்னென்னமோ சொல்லி சீக்கிரமே கல்யாணம் முடிக்க வைச்சுட்டா. அம்மாவுக்கும் ஐயாறவாகித்தான் சீக்கிரமே முடிச்சது.

பக்கத்து வீட்டு லிங்கம்மா மேல் அவளுக்கு ஆங்காரம் கொப்பளித்தது. உள் நினைவுகளின் விசிறலில், கனல் எரிந்து, கங்கு பறந்தது. ஒரே நேரத்தில் எல்லா உணர்ச்சிகளையும் மாறி மாறிக் கொட்டுகிற முகம். அந்த முகம் மட்டுமே, அவளுக்குப் பழையதின் அடையாளமாக மிஞ்சியிருந்தது.

பஸ் புறப்பட கிளம்பியது. இன்னும் காணமே என்று பஸ்ஸுக்குள் உட்கார்ந்திருந்த பெண் கீழிறங்கி வர எழுந்தாள். அதற்குள் ரஞ்சிதம் உள்ளேறி விட்டாள்.

சாதாரணமாய ஒவ்வொரு பெண்ணின் வாழ்க்கைத் தேரும், திருமணம் என்ற நிலைக்கு வந்துவிட்டால் கடைத்தேறி விடுகிறது. எங்கெங்கே அலைந்தாலும், கடைசியில் திருமணம்தான் நிலைசேரும் இடம். அவன் கல்லூரிப் பட்டப் படிப்பின் இறுதியாண்டில் நின்று கொண்டிருந்தான். வயசு, உடல் மனப் பொருத்தங்கள் மட்டுமே பொருயிந்திருந்த நேரத்தில், சமூக பொருளாதார, சாதிப்பொருத்தங்கள் எதுவும் பொருத்தமாய் இல்லை. ரஞ்சிதத்துக்கும் அப்படித்தான் வலித்தது.

ஒரு குலுக்கலில் பஸ் புறப்பட்டுவிட்டது.

அதே பேருந்து நிலையத்தில் இரண்டாண்டுகளுக்குப் பின் மறுபடி ஒரு சந்திப்பு. உலகத்தின் எங்காவது ஒரு முனையில் ஒரு திருப்பத்தில், சடக்கென்று ஏதாவது ஒரு சந்திப்பு நடந்து விடுகிறது.

இப்போது ரஞ்சிதத்தின் மதினி இல்லை. மதினியைவிட அதிகம் பயப்படக்கூடிய தங்கை ராணி இருந்தாள். ஒவ்வொரு பிளாட்பாரமாய் குறுக்கே நடந்து போய்க் கொண்டிருந்தவன், அவர்களைப் பார்த்து நின்றான்.

ராணி நம்ளையே பார்க்கிறா. ஏதாவது போய்க் கோளுமூட்டி விட்டிருவா.

கண்களில் கலவரம் பாய்ந்தது. ராணி இருந்த பக்கமே மிரண்டு மிரண்டு பார்த்தாள். குஞ்சைக் கண்டு கோழி மிரள்வது போல் இருந்தது.

இவ பாதி லிங்கம்மா என்றாள்.

அப்போதும் அவளால் லிங்கம்மாவை விட முடியவில்லை. சுற்றிச் சுற்றி லிங்கம்மா வந்தாள். எதற்கெடுத்தாலும் வினை மூட்டி விடுகிற வினைகாரி லிங்கம்மா இவள் ராணியும் அப்படியே என்று பயப்பட்டாள்.

ரஞ்சிதத்துக்கு என்று ஒரு சிந்திப்பு முறை. ஏதாவது ஒன்றைச் சிந்தித்துவிட்டால் செயலாக்கும் முறை. எந்தச் சூழல் எந்த நெருக்கடி, எதுவானாலும் இண்டு இடுக்கில் நுழைந்து அவன் விரும்புகிறபோது அவன் மன வளைவுக்குள் வந்துவிடுவாள். வருகிற நேரங்களை சட்டென்று உருவாக்கிக் கொள்வாள்.

இப்போ அவளுக்கு ஒங்களை யாரென்று தெரியாது. யாரோன்னு தான் பாக்கிறா என்றாள்.

அன்றைக்கு மூன்று வயது நொறுங்கல். இப்போது பதிமூன்று ஆண்டுகளின் பின் நான் அவள் முன் நிற்கிறபோது ஞாபகத்தைக் கூட்டி அரைத்து, வழித்து எடுக்க ராணிக்கு ஆகாது. பிராயங்களில் பெரியவர்க்கோ, இளையவர்க்கோ, இடைப்பட்டு எந்தத் தொடர்பும் இல்லாதபோது செழிப்பான ஞாபகக் காடு அழிந்து போகிறது.

அடையாளம் தெரியாம இருக்கிறது நல்லதுதான்

ஆனா அவ போய் சொல்லிருவா

யாருகிட்ட?

எல்லார்ட்டயும்

பிறகு என்ன நினைத்தாளோ? அவரும் உங்க கட்சிதான் என்றாள்.

ராணியின் பக்கமே என் பார்வை பயந்து கிடந்தது.

கட்சிக்காக அலைஞ்சிக்கிட்டே இருப்பாரு. எங்க கூட்டம் நடந்தாலும் போயிருவாரு. கட்சிப் படிப்பகம், வாசக சாலைன்னு எப்பப் பார்த்தாலும் போய் நின்னுக்கிட்டிருப்பாரு வீட்டில் இல்லேன்னா ஆளை அங்க கண்டுக்கிரலாம்.

ஒனக்கு அதப்பத்தி தெரியுமா?

எத?

கட்சி, கொடி, ஊர்வலம் மாநாடு?

முன்ன கூட்டிட்டுப்போவாரு இப்ப இல்லே.

திடீரென அவள் முகம் இருண்டது. முகத்துக்குள்ளே கிடக்கிற மனசின் இருட்டைக் கண்டு பிடிப்பது அவன் வேலையாகிவிட்டது. கிராமத்தின் சாதாரணப் பெண்களுக்கு இந்த ஊகித்து அறிதல் கைவந்த கலை. வாழ்வில் இவ்வாறான அனுபவங்களில் கண்டது, கேட்டது பட்டதைச் சலித்து அனுமானித்து விடுகிற விநயம் அவர்களுக்குக் கைகூடி இருந்தது.

முகம் வேறு பக்கம் திரும்பியபோது அழுதிருந்தாள். அவன் பரிதாபமாய்ப் பார்த்தான். என்ன?

ஒண்ணும் இல்லே ஒங்களமாதிரி இல்லே அவரு.

அந்தச் சொல் தெறித்தது. அதன் அடியில் அந்த வில்லடிப்பில் சுமைதாங்காமல் அர்த்தங்கள் குலுங்கின.

ஏன்? அவன் கேட்டான்.

இல்லே என்ன ஒதுக்கி வச்சிட்டாங்க?

எல்லாம் அசையாமல் நின்றது. அப்படித்தான் எல்லாம் நின்று போய்விட்டது. வேகவேகமாக ஓடி வேகவேகமாக முடிந்துவிட்ட நிகழ்வுகளால் அதிர்ந்து போகிறோம். முடிந்துவிட்ட வாழ்க்கையில் அதற்கு மேல் போக ஒன்றுமில்லை. நாடகத்தில் பாட்டோ வசனமோ விட்டுப் போய்விட்டால் எடுத்துக் கொடுப்பது போல, விட்ட இடத்தில் எடுத்துக் கொடுக்க வாழ்க்கையில் ஆள் இல்லை.

தடங்கள் மாறுகின்றன. மாறிய தடங்கள் குறுக்கு மறுக்காக ஓடி, நீதிமன்றப் படிக்கட்டுகளை முட்டி நிற்கிறது. அவனுக்கு மேலுள்ள ஓர் அதிகாரியின் மேல் சாட்டிய குற்றச் சாட்டுகளுக்கு சாட்சியாக அழைக்கப்பட்டிருந்தான். அவர் தற்காலிகப் பதவி நீக்கத்தில் இருந்தார். பொய்க்கணக்கு எழுதி,பணம் சூறையாடப்பட்டிருந்தது. அங்கங்கே ஆட்கள் இருந்தார்கள். அலுவலகக் கணக்கு வைத்துள்ள வங்கியிலேயே தனக்கும் கணக்குத் திறந்து, தைரியமாகச் செயல்பட்டிருந்தார். நேரடியாகக் கொடுப்பதில் உள்ள ஆபத்தை முன்னுணர்ந்தே இப்படி முறை கடைபிடிக்கப்பட்டது. ஆட்சியில் மாற்றம் ஏற்பட்ட ஒரே நாளில் 6 லட்சம் ரூபாயைத் தனது கணக்கிலிருந்து எடுத்திருந்தார்.

தனதாள் போல் வராது. அரசாங்க வழக்குரைஞர் இருந்தாலும், நம்பிக்கையை முழுசாக நமக்கென்று வாதாடும் வழக்குரைஞர் பேரிலேயே வைக்க முடியும். அவன் தனக்கென்று ஒரு வழக்குரைஞர் வைத்துக் கொள்ளவும் ஏற்பாடாயிற்று.

இது ஒரு சுவாரசியமான வழக்கு என்றார் வழக்குரைஞர். அவன் நிமிர்ந்து உட்கார்ந்தான். 6 லட்சம் சம்பந்தப்பட்ட வழக்கில் சுவாரசியம் எப்படி இல்லாமல் இருக்கும்.

அவர் விரித்து வைத்திருந்தது வேறோரு குடும்ப வழக்கின் கட்டு. ஜீவனாம்ச வழக்கு. மனைவி ஜீவனாம்சம் கேட்டு வழக்குத் தொடர்ந்த போது அவள் எனக்கு மனைவியாய் இல்லை. பிறகு எப்படி ஜீவனாம்சம் தருவது என்று கணவன் கேட்டிருந்தானாம்.

இதிலேதான் இருக்கு சூட்சுமம், ஈனாத பசு, ஈனாத பசுவை வைத்துக் கொண்டு நான் என்ன செய்ய முடியும் என்கிறான் புருசன். கேட்டிலேயே வந்து சிரிக்க வச்சிட்டார்.

வழக்கறிஞருக்கு வாழ்க்கையின் தீவிரமான போராட்டம். சிரிப்புக்குரியதாக இருந்தது.

என்ன சொல்றான் தெரியுமா? அவகூட ஒரு நாள் கூட நான் சேர்ந்து இருந்ததில்லை. எத்தனையோ டாக்டருகிட்டே காட்டியாச்சு. சோதனை செய்துவிட்டு, எல்லோரும் கைவிரித்து விட்டார்கள் என்பது அவன் வாதம்.

கணவனுடைய வாதமா, வழக்குரைஞருடைய வாதமா தெரியவில்லை. கணப் பொழுதில் ஒரு பொறி தட்டிற்று. எங்கேயோ கேட்ட குரல் மங்கி, நைத்து போன குரல் மெல்ல அவன் காதில் கேட்டது.

அந்தப் பெண்ணோட பேர்? என்றான்.

ரஞ்சிதம்

ஒரு மத்தியானக் கடுமையில், இழந்து போன குரல் நினைவு வந்தது. என்ன ஒதுக்கி வச்சிட்டாங்க.

இன்னைக்கி வந்தாங்களா? அவன் கேட்டான்.

''இப்பத்தான் அந்த அம்மாவும் ஒரு பொண்ணும் போனாங்க வழக்கை ஒத்தி வச்சாச்சு. இன்னைக்கு நல்லா பிடிச்சு வாங்கலாம்னு இருந்தேன். அதுக்குள்ளே அந்த வக்கீல் லீவு போட்டுட்டான்.''

''எங்கே போனார்கள்?'' அவன் வேகமாய் எழுந்து விரைந்தான்.

''ஏன், ஏன்?'' என்ற வக்கீலின் குரல் அவனுக்குப் பின்னால் கேட்டு மறைந்தது.

வக்கீலின் அறைக்குத் தள்ளி, அடுத்த வராண்டாவில் அவர்கள் நடந்து கொண்டிருந்தார்கள். கைதட்டினான். நிறையப் பேர் திரும்பிப் பார்த்தார்கள்.

வளாகத்தைக் கடந்து போக முயன்ற அவர்கள் நின்று விட்டார்கள். அவர்களின் திசை நோக்கி அவன் வருகை என்பது புரிந்தது. சட்டென்று நிதானித்தார்கள். நிதானத்தின் பின், ஒரு பரபரப்பு சூழ்ந்தது அவர்களிடம்.

"எப்படித் தெரிந்தது" என்பதுபோல் ஏறிட்டுப் பார்த்தாள். வக்கீல் இருந்த திசையைக் காட்டினான்.

பெண்களின் பருவங்கள் வயதைவிட மிக விரைவாக வந்துவிடுகின்றன. வாழ்க்கைத் தணல் விரட்டுகிற வேகத்தில், பருவங்களை மிக வேகமாகத் தாவி விடுகிறார்கள். வயதுக்கு ஒத்திசையில்லாத முதுமை அவளை வந்து சேர்ந்திருந்தது.

அருகணைந்தபடி தங்கை ராணி. தளர்ச்சி போக்க, ராணியின் என்பது போல் அறிதலான பதில் புன்னகை.

"ராணியைப் பார்த்து சிறு புன்னகை செய்தான். முன்னமே தெரியும் என்பது போல் அறிதலான பதில் புன்னகை"

"லிங்கம்மாவா?" என்றான் சிரித்து-

"ஆமா லிங்கம்மாவ என்னால விடமுடியலே" என்றாள். ராணியை இறுகப் பிடித்தபடி, "இனிமே வேற யாரு எனக்கு?" என்றாள்.

"அம்மா?" அவன் விசாரித்தான்.

"இல்லே போய்ட்டாங்க. இன்னையோட ஆறுமாசம் ஆச்சு"

பேசாமலே அவர்கள் நின்றார்கள்.

# பறவை

கண்மாய்க்கு நீர் வரத்து தரும் காலங்கரை ஓடையின் இருகரைகளிலும் கொழுந்தும் பூக்களுமாய் வரவேற்றன. ஆவாரஞ்செடிகள், அந்திக் குளிர்ச்சியை நடுப்பகலிலும் அள்ளிக் குவித்தன.

கண் வலிக்கு ஆவாரங் கொழுந்தை கொத்தாக ஒடித்து கண்களில் ஒத்தி ஒத்தி எடுத்திருக்கிறேன். கண்வலி கோடையில்தான் வரும். தீ வைத்தது மாதிரி காந்தும். விழிவட்டம் தாண்டி வெளியே வந்து விழுந்து விடுவது போல் வீங்கி அதப்பான கண் வலியை ஆவாரங் குளிர்ச்சி அடித்துவிடும்.

வியாபாரத்திற்கு நுங்கு சுமந்து வருபவர்கள், நுங்கின்மேல் ஆவாரங் குழைகளைப் போட்டு வைத்திருப்பார்கள். பனை ஓலைப் பெட்டியும், ஆவாரங்குழையும், நுங்குக் குளிர்ச்சியை அப்படியே ஏந்திவைக்கும்.

அந்தியில் நரிசல் தகிப்பைத் தணிக்கும் தென்காற்று என்னை முண்டி முண்டித் தள்ளியது. நகரத்தில் போய் தகிக்கப் போவதற்கும், சேர்த்து காற்றுக் குடிக்கத் திட்டமிட்டது போல் நடந்தேன்.

கண்மாய் வடக்கு முட்டில், புளியமரத்தூரில் சிறு நெருப்பு சலம்பியது. காற்றில் மூடி எறிந்த தீயில் பறவை சூட்டாம் போட்ட ருசியான வாசனை வந்தது. ஒரே மட்டத்தில் இரண்டு இள வட்டங்கள், அவர்களுடன் ஒரு பெண். இளவட்டங்களில் ஒருவனுடைய துணையாக இருக்க வேண்டும்.

காற்று குடிக்க மெனக்கெட்டு காலாங்கரை போனபோது, இந்தக் காட்சி இருந்திருக்கவில்லை. திரும்புகாலில் இந்தப் புதிய காட்சி தோன்றியிருந்தது.

கையிலோ இடுப்பிலோ குழந்தை இல்லை. குழந்தை இருந்து அதை ஊரில் விட்டு வந்திருக்கலாம் நாடோடியாய்த் திரிகிற பெண், மகப்பேறு கண்டிருந்தால், குழந்தையைக் கூடவே கொண்டு வந்தல்லவா இருப்பாள்?

நெருப்புச் சலம்பல் முகங்களை அடையாளம் காட்டியது. ஒருவன் புறாக்காளை ரோமம் பறித்துக் கொடுக்க, இன்னொருவன் தீயில் சூட்டாம் போட்டுக் கொண்டிருந்தான்.

கைச்சூடு தாங்காமல் இந்தக் கைக்கும் அந்தக் கைக்கும் லாவகமாக வெந்து கொண்டிருந்த மாமிசத்தை மாற்றி மாற்றிப் போட்டான். சர்க்கஸ் கூடாரத்தில் கோலாட்டங் குச்சியைத் தூக்கித் தூக்கிப் போட்டு வித்தை காட்டுகிறவனின் வல்லமைபோல.

''என்ன தொழில் நடக்குது?'' நான் கேட்டேன்.

''புறா அடிச்சிட்டு வர்றோம்'' என்றான் அவன். புறா பிடிப்பதை அடிப்பது என்றார்கள் அவர்கள்.

அந்த வட்டாரத்தில்தான் பத்து நாட்களாய்த் திரிகிறார்கள். சுற்றுவட்டாரத்தில் அவர்களைப் பற்றிய பேச்சு பரவிக் கிடந்தது. புறாக்களோடு மட்டும் நிற்பதில்லை. அவர்கள் ராத்திரியில் கிணற்றில் தண்ணீர் மட்டத்திற்கு மேலே வந்து, பாறைகளில் இளைப்பாறிய ஆமைகளை 'டார்ச் லைட்' அடித்து, அபேஸ் செய்து வந்துவிடுகிறார்கள். தளதளக்கும் கண்மாய்த் தண்ணீரில் மிதக்கும் தண்ணீர்க் கோழிகளை, புழுக்களைத் தின்று சுத்தம் செய்கிற கொக்குகளை, வாகரைப் பக்கம் ஒதுங்கியபோது வலை போட்டுப் பிடித்துக் கொண்டு போனார்கள். இனிமேல் கொக்கு பிடிக்கக் கூடாது என்று அதட்டல் போட்டதும் விட்டு விட்டார்கள்.

''ஓட்டலுக்குக் கொடுப்பீங்களா?''

''இல்லே பிரியப்பட்டவர்களுக்கு கேட்டாக் கொடுப்போம்'' சூட்டாம் போட்டுக் கொண்டிருந்த அவன் மட்டுமே பேசினான்.

''ஓட்டல்ல புறாக் கறின்னு எதையோ கொண்டு வந்து வைக்கான். இத்தனூண்டு சிட்டுக்குருவி மாதிரி'' என்றேன்.

''வெளங்குமா? புறாக்கறி சாப்பிட்ட மாதிரி வருமா? குடலை எடுத்திட்டு உப்பைத் திணிச்சி, சூட்டம் போட்டுச் சாப்பிட்டால் அந்த ருசியே தனி.''

அவர்கள் அப்படித்தான் சாப்பிட்டாக்ள்.

''நீங்க இந்த ஊர்தானா?'' சூட்டாம் போட்டுக் கொண்டிருந்தவன் என்னைத் திருப்பினான். இன்னொருத்தன் அவன் அனுமதி கொடுக்க பிடித்த மாதிரி புறாக்களை எடுத்துவந்த இன்னொருவன் ''பஞ்சாரத்தையோ கூடையையோ கவித்துப் போட்டு அடைச்சி வச்சிருங்க. காற்றுப் போகிற மாதிரி இருந்தாப் போதும். ஆனால் காலையில் முதக் காரியமா ரெக்கை பறிச்சி சூட்டாம் போட்டிருங்க,'' என்றான்.

அதை என்ன பக்குவத்தில் கறி சமைப்பது என்று மனோன்மணிக்குத் தெரியவில்லை. ரோமம் பறிக்க, சூட்டாம் போட, மசாலா அரைக்க ஒத்தாசை செய்ய ஒரு ஆள் வேண்டும். இன்னும் சொல்லப் போனால் பக்குவமாய்ச் செய்ய யோசனைகள் சொல்ல ஆள் வேண்டும். புறா கொண்டு வந்தவனிடம் காலையில் வெள்ளன அந்தப் பெண்ணை அனுப்பி வைக்கும்படி சொல்லியனுப்பினாள்.

ஒவ்வொரு வாழ்க்கையும் தனித்தனி ரணம் என்றால், இந்த நாடோடிப் பெண்ணின் இருபது வயதுக்குள் இதயத்தில் தேங்கியிருப்பது இன்னொரு வகை. இத்தனை ரணங்களை அடக்கிக் கொண்டிருக்கும் இந்த வயது என்று தெரியாது. ரணம் கட்டிய மனது, பழுத்து, ஜிவ் ஜிவ்வென்னு தெறிக்கிறது. நோயாளிக்குத் தெரியாமல் அல்லது வேறு பக்கம் திரும்பியிருக்கிற போது, லேசாக நிமிண்டி விட்டால், 'சீழ் வெளியாகி வேதனை அடங்கிப் போகும். அதைத்தான் மனோன்மணி செய்து கொண்டிருந்தாள்.

நாடோடிப் பெண்ணின் இதய அலையடிப்பை ஆதரவாய்த் தொட்டு ரணத்தை வெளியேற்றுவது போலவோ, ஆட்டின் பால் மடியைத் தட்டித் தட்டிக் கறப்பது போலவோ அவளிடமிருந்து மனோன்மணி எல்லா விஷயங்களையும் கறந்திட ஆயத்தமாகிக் கொண்டாள்.

கிராமத்தில் பெண்களுக்கு கதை சொல்லி, கதை வாங்கும் சாமர்த்தியம் இருந்தது. சில பேருக்கு கொடுக்காமலே எடுக்கிற கலையும் கிடைத்திருக்கிறது. மழை பெய்து பொதுமலாய் இருக்கிற மண்ணில், முளைக்குச்சி போட்டுத் தெண்ணியதும் காட்டுக் கிழங்கு வெளிப்படுவது போல் அந்தப் பெண்ணுக்குள் ஆழமாய்ப் பதிந்திருப்பதை தோணாமலே மணோன்மணி எடுத்துவிட்டாள்.

புறாக்காரி வேலையை செய்து கொண்டே விகற்பம் இல்லாமல் மூன்று மணிப் பொழுதுக்குள் எல்லாவற்றையும் கொட்டி முடித்திருந்தாள். இரண்டு ஆண்களும் நிலந் தெளியுமுன்னே வேட்டைக்குப் போயிருந்தார்கள். வெள்ளை வெயில் ஏறியதும் அவள் உள்ளே வந்தாள். தப்பையடித்த பெரிய கேட்டும், உள்முற்றத்தில் வேப்பமரக் குளிர்ச்சியுமாய், அதிகமான குளிர்ச்சி மனோன்மணியின் முகத்தில் இருந்ததால் அப்படியே கொட்டி விட்டிருந்தாள்.

புறாக்காரி என் கற்பனைகளைத் தாண்டி நின்றாள். அந்தப் பெண்ணுக்கு இன்னும் குழந்தை இல்லை. நடுத்தர வயது என்பது நேற்று பார்க்கையில் என் தீர்மானம், ஆனால் வயதின் இருபது படிகளை இன்னும் அவள் தாண்டவில்லை. ஊர் ஊராய்த் திரியும் அலைக்கழிப்பில் கறுத்திருந்தாலும் சிறு பெண்ணின் முகம் இன்னும் தங்கிருந்தது.

அவர்கள் நாடோடிகள் இல்லை. வேட்டையாடுகிற குறவசாதியும் இல்லை விவசாயிகள். இராமநாதபுரம் பக்கம் சொந்த ஊரில் நிலம், விவசாயம் இருக்கிறது. வேலை இல்லாத கோடை காலத்தில் புறா வேட்டைக்குக் கிளம்பி விடுவார்கள். ஒரு வருசம் ஆரம்பித்துப்

பார்த்ததில் கையில் துட்டு நிறைந்த மனிதர்களாய்த் திரும்பினார்கள். விவசாயம் இருப்பாய் இருந்து கவனிக்க வேண்டிய காரியம். உட்கார்ந்து கவனிப்பவர்களுக்கே இப்போது மாதம் ஒரு சுற்றிச் சுற்றி கைத்தொகை சேர்ந்ததும் விவசாயம் பார்க்க உட்கார்ந்து விட தோதாய் ஆனாது.

''ஒருத்தர் ஒன் விட்டுக்காரரு. இன்னொரு ஆள் யாரு? ஒன் அண்ணனா?''

''சீ அதெல்லாம் இல்லை''

அந்தப் பெண் முகத்தில் புகைப்படலம் பரவியது. கவிழ்ந்த முகம் தரையில் பார்வையை ஊன்றி நின்றது. கண்கலங்கியிருந்தாள்.

புறாக்காரிக்குள் ஒரு பெரிய சரித்திரம் உட்கார்ந்து கொண்டிருக்கிறது என்று எடுத்த எடுப்பிலேயே மனோன்மணி தெரிந்து கொண்டாள். கவிழ்ந்த, முகம் நிமிருகிறபோது எல்லாவற்றையும் எடுத்துக் கொட்டிவிடும் என்று தெரிந்தது.

''ஏன் ஒரு மாதிரி ஆயிட்ட?'' கேட்டாள் மனோன்மணி.

''அவருக்குத்தான் நா முதல்லே வாக்கப்படுறதா இருந்தேன்''

கவிழ்ந்த பார்வையை அவள் மீட்டெடுக்கவில்லை. குனிந்த முகம் உள் வெக்கையைக் கொட்டியபடி இருந்தது. முகம் பாராமல் பேசுகையில் நெஞ்சத்திலிருப்பதை துப்புரவாக இறக்கி வைத்துவிட முடியும். முகம் ஏறிட்டுப் பார்த்தால் அழுதுவிடுவாள் போலத் தெரிந்தது. எவர் முகத்தையும் பார்க்காமல், ஏதொன்றையும் ஏறிடாமல் பேசும் வாகு அவளுக்கு கைவந்திருந்தது.

அவன் சொந்தமும் இல்லை சொந்தம் இல்லாமலும் இல்லை. ஒரே ஊர். அவளுக்கு உள்விருப்பம் அவன் மீதுதான் கிடந்தது. இரண்டு ஆண்டுகளுக்கு முன் கண்டும் காணாமல் அடிமனத்து ஆசைகள் பூத்தன. ஒவ்வொரு பருவத்திலும் அலாதியாய் பூக்கிற ஆசைகளை நாடி பிடித்துப் பார்க்கிற நிலையில் அவளுடைய ஆத்தாவும் அப்பனும் இல்லை.

''கொழுந்தன் முறைதான் அவரு

முதல்ல அவரைத்தான் ஆசைப்பட்டேன்'' என்றாள்.

ஒவ்வொரு பருவத்தையும், தாயும் தகப்பனும்இந்த வழியாகத்தான் நடந்து, கடந்து போயிருக்கிறார்கள். ஆனால் கடந்து வந்த பாதை மறந்து விடுகிறது அவர்களுக்கு.

''எங்க அப்பனுக்கும் ஆத்தாளுக்கும் அவங்க வந்த வழியே மறந்து போச்சி'' என்றாள் அவள்.

''அவக மட்டுமா? எல்லோருக்கும் அப்படித்தான் மறந்து போகிறது'' என்றாள் மனோன்மணி. வழி வழி வருகிற சமூக வழமை இதுவரை அவர்கள் பதித்து வந்த தடத்தை அழித்து விடச் சொல்கிறது. ஆத்தாவும் அப்பனும் அப்படியே அழித்து விட்டார்கள். யாரிடத்தும் தம் மகளுடைய நெஞ்சம் ஒட்டியிருக்காது என்று அவர்களாகவே நினைத்து அவிழ்க்க முடியாத சுருக்கு முடிச்சும் போட்டு இறுக்கி விட்டார்கள்.

''என்ன நினைச்சாங்களோ 'சடக்'குன்னு மாத்தி முடிச்சி வச்சிட்டடாங்க''

இழந்ததுக்காக அவள் அழுத அழுகை ஏராளம். இழந்தது சாதாரணப் பொருள் அல்ல. வாழ்க்கை. நகரமோ, கிராமமோ, நாடோடியோ, வேட்டுவப் பெண்ணோ, குறவர் இனமோ எதுவாக இருந்தாலும் பெண்ணுக்கு வாழ்வின் திசைகாட்டிகளை மற்றவர்களே நடுகிறார்கள். மாற்றி நட்டு விடுகிறபோது பெண் தன் எதிர்ப்பை அழுகையால் மட்டுமே தெரியப்படுத்துகிறாள்.

''ஒன் வீட்டுக்காரனுக்குத் தெரியுமா?''

''எது?''

''நீ அவனுக்கு மனசைக் கொடுக்கலேங்கறது''

''மனசைக் கொடுக்கலதான் பெறகென்ன செய்றது?''

மனோன்மணியின் சிந்தனை வேறொரு பகுதியில் குவிமையம் கொண்டது. ஒவ்வொரு பெண்ணுக்கும் மனசால் ஒருவனுடன்

வாழ்ந்து கொண்டே உடலை இன்னொருவனுக்கு ஒப்புக் கொடுக்கிற இரட்டைப் பக்கங்கள் இருக்குமா? அப்படி இருப்பதில் தப்பேது? ஆண்களுக்கு இருக்கிறபோது பெண்களுக்கு ஒரு பக்கம் மட்டுமே இருக்க வேண்டும் என்பதில் எந்த நியாமும் இல்லை.

அவளுடைய வீட்டுக்காரனுக்குத் தெரியாது. அவனுக்குத் தம்பி முறை வேண்டியவன் இவளுடையை நெஞ்சுகுள் உட்காந்தவன் என்பதோ, அவனைக் கட்டிக் கொண்டு வாழ்க்கை நடத்த ஆசைப்பட்டாள் என்பதோ தெரியாது. அவனுடைய தம்பியும் இவளும் அவரவருடைய மனசுகளை இறுகப் பூட்டி வைத்துக் கொண்டு சாவியை யாரும் தொடமுடியாத இடத்தில் ஒளித்து வைத்துவிட்டார்கள் என்று மனோண்மணிக்குப்பட்டது.

‘‘இப்பவும் ஒன் நெனப்பா இருக்காரா’’

‘‘அதென்னமோ தெரியாது ஒரு தடவை மனசை கொடுத்திட்டா, நம்மாலே சட்டுன்னு எடுத்துர முடியாது? எனக்கென்னன்னு காணாம அந்தால நகர்ந்திர முடியுமா? வாதனை நமக்குத்தான்’’

மனசில் அடியாழத்தில் புதைத்து வைக்கப்பட்ட கூட்டை இன்னும் அவள் பிரித்தெறியவில்லை. நினைவுகளின் இரை ஊட்டி ஊட்டி குஞ்சுகளை உயிர் காப்பாற்றிக் கொண்டிருக்கிறாள். குஞ்சுகள் வளப்பமாக கொழு கொழுவென்று அலைகின்றன. என்றாவது ஒருநாள், பாறைக்கல்லால் இதயத்தை அடைத்து விடுகிறபோது, குஞ்சுகளும் மூச்சுக் குழாய் அடைபட்டு, மரித்துப் போகும்.

முதல் பஸ்ஸுக்கு காலையில் வீட்டிலிருந்து புறப்பட்டு கண்மாய்க் கரைக்கு வந்து சேர்ந்திருந்தோம். அங்கேதான் பஸ் நின்றது.

வேப்ப மரத்து முட்டில் உட்கார்ந்து கரம்பைக் கட்டிகளைப் பெயர்த்து எறிந்து கொண்டிருந்த அவளைப் பார்த்தோம் முதுகு மட்டும் தெரிந்தது.

வீசியெறியும் கரம்பைக் கட்டிகளின் வேகத்திலிருந்து அவள் மனத்தின் ஓட்டம், ஏற்கனவே அவள் விவரித்திருந்த

பின்னணியிலிருந்து தெரிந்தது. மனோன்மணி அர்த்தம் கெட்டித்த பார்வையுடன் என்னைப் பார்த்தாள். நேற்று அந்தப் பெண் கொட்டி முடித்திருந்த கதையெல்லாம் எனக்குத் தந்திருந்தாள்.

அடிமனதில் முண்டிக் கொண்டு செந்தூரம் மாதிரி அலகுகள் திறந்து கேட்கும் குஞ்சுகளுக்கு அவள் இரைபோட்டுக் கொண்டிருக்கிறாள்.

அவளுடைய ஒவ்வொரு காலக்காட்சியும் இப்படி இருக்குமா? இருக்கும். அவளே சொல்லியிருக்கிறாள்.

எழுத்து முகம் தெரியும் முன்பே, ஆண்கள் இரண்டு பேரும் வலையை எடுத்துக்கொண்டு புறா அடிக்கக் கிளம்பி விடுகிறார்கள். புறாக்கள் மேனத்தான ராஜ பரம்பரை விடிந்தும் விடியாமல் இருக்கிறபோதே சோம்பல் முறித்து இரையெடுக்கக் கிளம்பியிருக்குமா என்று தெரியவில்லை.

அவர்கள் கிளம்பியதும், அதிகாலை அமைதியில் ஒதுக்கம் கொண்டு யோசிப்பு மேலிட்டு விடுகிறாள் அந்தப் பெண்.

மனோன்மணி அவளையே வெறித்தாள் பிறகு. மனோன்மணியின் முகத்தில் மெல்லிய சோக நிறம் படிந்தது. பிறகு சடாரென்று மாறியது. அலட்சியமாக என்னைப் பார்த்துச் சிரித்தாள்.

பா. செயப்பிரகாசம் 211

# இரவு மழை

அழுகை பிதுக்கிக் கொண்டு வருகிற மாதிரி தெரிந்தது. அடக்கிக் கொண்டாள் என்று சொன்னார்கள்.

"அப்படித்தான் இருப்பா, வேண்டாம்னு கட்டுப்படுத்திக்கிறா. பிளேன்ல ஏறினவுடனே பொலபொலன்னு சொரிவா, பாரு"

மூத்தவனிடம் அம்மா சென்னாள். பிள்ளைகளைப் பேர்சொல்லி அவள் கூப்பிட்டதில்லை. மூத்தவனே, இளையவளே என்று முறைப் படுத்தித்தான் கூப்பிடுவாள். இத்தனைக்கும் நடுவுள்ளவனே என்று கூப்பிட இன்னொரு பிள்ளை இருக்கவில்லை.

"நம்ம பிள்ளை வவுசு நமக்குத் தெரியுதா?" எப்படித் தாங்கிக்கிறப் போறான்னுதான் வேதனை போட்டுப் பிசையுது"

கிளையில் தொங்கும் அடிபட்ட பறவை போல் அம்மாவின் துன்பமான குரல். கண்களில் நீர்ப்படலத்திற்கு ஊடாக வெளியே விமான நிலையம் கல, கலவென்று இருந்தது.

தூரமாய் நின்றிருந்த மூத்தவன், மெல்ல அம்மாவின் காதுகளில் கிசு கிசுத்தான் "இதெல்லாம் வேண்டாம்மா இங்கே"

சிநேகிதக் கூட்டமாக, ஆணும், பெண்ணும் இருந்தார்கள். கூட்டம் ஏதோ சொல்லி, இரண்டு கைகளையும் உயர்த்தி, ஒருவரோடு ஒருவர் கைதட்டிக் கொண்டது. கிழக்கிந்தியத் தீவுகளின் கலாச்சாரம் வெற்றிக் களிப்பில் கையோடு கை தட்டும் பழக்கம் கிழக்கிந்திய கிரிக்கெட் அணியிலிருந்து தாவி இந்த தமிழக இளைஞர்களைப் பிடித்துக் கொண்டது.

ருசியா அவர்களின் நடுவில் நின்றாள்.

1960களின் கடைசியில் கணக்கெடுத்துப் பார்த்தபோது, அந்தக் குடும்பம் பொறுப்பெடுத்துப் பணியாற்றிய மாவட்டம் தான் மார்க்சிய நூல்கள் விற்பனையில் முதலிடத்தில் வந்தது. அம்மாவின் அண்ணன் பொதுவுடைமைச் சித்தாந்த ஈடுபாடு கொண்டு, மொத்தக் குடும்பத்தையே விசை தட்டி, செயல்பாட்டுக்குப் போக வைத்தார். மாஸ்கோ முன்னேற்றப் பதிப்பகத்தில் தமிழில் அச்சடிக்கப்பட்ட நூல்கள், கப்பல் கப்பலாய் வந்து இறங்கின. ஏழை, பாழைகள் ஒரு புத்தகத்தைத் தொடுகிற அளவுக்கு விலை மலிவாக வந்திறங்கின. அந்த நேர அலைகளில் பொங்கியெழுந்து மிதந்து வந்த பெயர்தான் ருசியா. தங்கை பெண்ணுக்கு தாய்மாமன் வைத்த பெயர்.

ருசியா அமெரிக்கா போகிறாள். விமான நிலையம் ஒரு வித்தியாசமான உலகமாகத் தெரிந்தது. வெள்ளிப் பனிமலை உருகி வழிவது போல் விளக்குகள் இவ்வளவு ஜெகஜோதியாய் இதை மட்டும் வைத்திருக்கிறார்களே என்று எல்லோருடைய எண்ணத்திலும் வளையமிட்டது. புதிதாக நுழைந்தவர்கள் பார்வையாலோ வார்த்தையாலோ தங்கள் அதிசயத்தை வெளிப்படுத்திக் கொண்டிருக்க, முதன்முதலாய் வந்திருந்தாலும் ருசியா தனி உலகத்தில் கலந்திருந்தாள்.

"நீ என்னை மறக்க மாட்டயே?" அவனுடைய உயரத்திற்கு வளைந்து தான் பேச வேண்டும். வளர்ந்து ஒடிசல் கட்டையாய் இருந்த மாரா கேட்டான். மா ராகவேந்திரன் என்பதன் தமிழ்ச் சுருக்கம் மாரா.

"நா ஒன்ன நெனைக்கவே மாட்டேன்

பெறகுதானே மறக்கறதுக்கு"

மூத்தவன் கபிலன் ருசியாவுக்கு கை கொடுத்தான் "செனை. மூக்கடைப்பு ரத்தம் வழியுது பாரு"

"மூக்கில, நாக்கில, முகத்தில ரத்தமா வழியுதுடா. டே, மச்சி தொடச்சிக்கோடா" ரவீந்திரன் கைக்குட்டையை எடுத்து மாரா முகத்தைத் துடைப்பதாக பாவனை செய்தான்.

பா. செயப்பிரகாசம்

''இப்படியெல்லாம் பேசினே நா பறக்கிற பிளேன்ல இருந்து குதிச்சிடுவேன்''

மாரா ருசியாவிடம் தெரிவிக்க, ரவீந்திரன் ''இப்ப நீ மானஸ்தான் என்றான்.''

அந்த இடத்தை கலகலப்பாக்கிக் கொண்டிருந்தார்கள். அவர்களிடமிருந்து மகிழ்ச்சியின் விரிவாகி, விமான நிலையத்தை நிறைத்துக் கொண்டிருந்தது. ருசியா இதுவரை இருந்த தனிமை மூட்டத்திலிருந்து விடுதலையாகி, அற்புதமான மன உலகத்தில் நுழைந்து கொண்டிருந்தாள். உண்மையில் அப்படியொரு வித்தியாசமான காட்சியை படைக்க நினைத்தாள் ருசியா.

அம்மாவின் காட்சிக்கு அப்பாற்பட்ட குரலால் மட்டும் தென்பட்டுக் கொண்டிருந்தாள். கண்களுக்கு அகப்படாது இசை மட்டுமே கேட்கும் இரவு மழை போல மறைந்து விட எண்ணியிருக்க வேண்டும்.

வேறொரு உலகம் அம்மாவுடையது வேதனைகள் அடர்ந்த தனி உலகம். மகளை நல்ல முறையில் நாடு கடத்த வேண்டுமே என்ற வேதனை.

வாழ்க்கை திசை தெரியாமல் எங்கேயோ போகிறது. திசை தெரியாத மேகங்களை பருவநிலைகள் கடத்திக் கொண்டு போகின்றன. அன்றொரு நாளில் ருசியாவின் தந்தை ராணுவத்திற்குப் புறப்பட்ட கதையும் வேதனையானது. இப்போது நினைத்தாலும் வேடிக்கையாக இருக்கிறது.

சென்னப்பன் எஸ்.எஸ். எல்.சி. முடிந்து வேலையில்லாமல் பருவம் காத்தபோது பட்டாளத்தில் சேர உத்தரவு வந்ததாம். ஒரே நேரத்தில் அவருடைய சேக்காளி இன்னொரு பையனுக்கும் உத்தரவு. வடமேற்கில் அறியாத இடத்துக்கு வேலையில் சேர உத்தரவு.

''எந்த இடத்துக்கு போட்டிருக்கிறது என்று யாரிடமும் சொல்லக் கூடாது. டெல்லிக்குத்தான் உத்ரவாகியிருக்கிறது என்று சொல்ல வேண்டும்'' என்று இரண்டு பேரும் முன்னக்கூட்டியே பேசி வைத்து,

அப்பா, அம்மாவிடம் தீர்மானமாய்ச் சொன்னார்கள். ஆணை ஆங்கிலத்தில் வந்திருந்தது.

''பட்டாளத்துக்குப் போறயாமே'' என்று துக்கம் விசாரிக்க வந்து விட்டார்கள். கஞ்சிக்கில்லாமல் சாகறதுக்குகூட தயாராய் இருந்தார்கள். ராணுவத்துக்கு அனுப்ப சம்மதிக்கவில்லை.

புறப்படுகிற அன்றைக்கு முதல் பஸ்ஸூக்கு முன்னால் பின் சாமம் 4 மணிக்கு முனியாண்டி கோயிலுக்கு போனார்கள். பூசாரிக்கு ராத்திரி சொல்லி வைத்திருந்தது. வழிபாட்டுக்கான சாமான்களை தயார் செய்திருந்தார். பூசை செய்து, சாமி கும்பிட்டு சிதறு தேங்காய் போட்டு போய்ட்டு வர்றியா அய்யா, போய்டுவா ராசா என்று கண்ணீராய்ச் சொரிய அனுப்பி வைத்தார்களாம்.

'மனசிலயும் இராணுவ உடுப்பு அதனால்தான் கிணுங்காம விறைப்பா நிக்கிறாரு' என்று அம்மா நினைத்தாள். அவர் கலங்காமல் உறுதியாக நிற்பது தெரிந்தது.

மூத்தவன் கபிலன் வேலையில் இருந்த போதும் ''தங்கச்சிக்கு முடியாமல் தனக்கு கல்யாணம் இல்லை'' என்றான்.

'படிச்ச பிள்ளைக்கு வேலையில்லே'

வேலை பார்க்கிற பிள்ளைக்கு கல்யாணமில்லேன்னு இருக்கு

அம்மா புலம்புவாள். புலம்பிப் புலம்பி சொலவடை ஆகிவிட்டது.

''ஒம் பழமொழியைப் பொய்யாக்கனும்னே, ஒரு விளம்பரம் வந்திருக்கு, இதுக்கு நீ என்ன சொல்றேன்னு'' கபிலன் ஒரு செய்தித்தாளைக் கொண்டு வந்தான். அமெரிக்காவில் வேலை பார்க்கும் பொறியாளர் மாப்பிள்ளைக்கு பொறியியல் படித்த பெண் தேவை என்று விளம்பரம்வந்திருந்தது. சாதி ஒரு தடையில்லை.

சாதி ஒரு தடையில்லை என்பது அவ்வளவு எளிதாக நடைபெறவில்லை. 15 நாள் விடுமுறை என்ற எல்லைக்குள்தான் நவநீதன் அமெரிக்காவலிருந்து அனுப்பப்பட்டிருந்தான். பெண் தேடிய படலத்தில் ஒன்று பொருந்தி, ஒன்று பொருந்தாமல் ஏற்கனவே

இரண்டு. வேண்டாமே என்று அமெரிக்க கம்பெனியின் மேலாளர் விரலை விறைப்பாக நிறுத்தியபடி சொல்லி அனுப்பினார்.

''நீ ஒங்க முறைப்படியே பெண் தேடுவது, பெண் பார்ப்பது என்று ஓடி, ஓடி வருவதைப் பற்றிக் கவலையில்லை. இந்த முறை கல்யாணம் முடித்து, மனைவியோடு வரவேண்டும் அதற்காக கூடுதலாக பத்து நாள் விடுமுறை'' என்று அனுப்பிவிட்டார்.

விளம்பரத்தைக் கையில் வைத்துக் கொண்டு கபிலன் கேட்டான்.

''இப்போ நீ என்ன சொல்றே'' கபிலன் ஒவ்வொரு வார்த்தையாய் நிறுத்தி,நிதானமாய்க் கேட்டான்.

''இப்போ நீ என்ன சொல்றே?'' அம்மா திருப்பிக் கேட்டாள்.

அம்மா மலர்ந்த முகத்துடன் இருந்தாள், கம்பீரமாய்

''நா மருதூர் நல்லகண்ணு தங்கையாக்கும்''

அப்படியானால் தடையில்லையென்று பொருள். ஒரு மார்க்சிய வாதியின் தங்கை என்ற பெருமிதம் முகத்தில் தெரிந்தது.

பிறகு எந்தத் தடையுமில்லாமல் போனது. கல்யாணத்திற்குப் பின் மாப்பிள்ளை நவநீதன் சொன்னதுதான் கர்ணகொடூரமாக இருந்தது. அமெரிக்கா விசா பெண்ணுக்கு கிடைக்கவில்லை.

தான் பெற்ற பெண் புது மாப்பிள்ளையுடனேயே, அமெரிக்கா, போக முடியவில்லை என்று தெரிந்த போதும், அப்பா கல் மாதிரிதான் இருந்தார். கொஞ்சமும் கலங்கவில்லை.

இப்போது மூன்று மாதம் கழித்து, தன்னந்தனியாக ருசியா அமெரிக்கா போகத்தான் வாய்த்திருக்கிறது. அதிர்ச்சி, மகிழ்ச்சி, எல்லாவற்றையும் ஒரே மாதிரி எடுத்துக் கொள்கிற ஆள். அவரை எந்தக் காற்றும் அசைக்காது.

கலகலப்பின் உச்சிக்கு சிநேகிதக் கூட்டம் உயர்ந்து கொண்டே போனது. உச்சியில் நின்றபோது மாரா ஒரு சொல் சொன்னான்.

‘‘நீ அங்க நியூசெர்சியில போய் எறங்குற அங்க அவர் வரலைன்னா?’’

எல்லாமே ருசியாவின் கைவசம் இருந்தபோது மனசு, மொழி எதுவுமே அம்மாவின் கைவசம் இல்லை. மாரா கேட்டது அபசகுனமாய் அம்மாவின் காதில் பேட்டது.

அம்மா அதிர்ந்து நின்றாள். அப்படியொரு காட்சி நடந்தேறினால்.. நினைக்க முடியவில்லை நழுவிக் கொண்டிருந்தாள்.

‘சிவ சிவ’ என்றாள் அடக்க முடியாமல்.

ருசியாவுக்கு ஒரு பொருள் அதற்குரிய இடத்தில் இருக்க வேண்டும். அந்தந்தப் பொருள் அந்தந்த இடத்தில் இல்லையென்னால வெலம் எடுத்து கத்துவாள். அதேபோல் ஒரு பொருள் ஒரே இடத்தில் தொடர்ந்து காண்பதற்கும் பிடிக்காது. வீட்டப் பொருட்களை மாதம் ஒருமுறை இடம், திசை மாற்றிக் கொண்டிருப்பாள். அப்பா, அம்மா வெளியே போய்விட்டுவருகிற போது ஒரு புது வீட்டை தரிசிப்பாள்.

எல்லாம் முறையாக ஒழுங்கு நேர்த்தியாக நினைக்கிற ஒரு பெண்ணுக்கு இன்னொரு நாட்டில் போய் இறங்குகிறபோது நேர்த்தியில்லாது நடந்துவிட்டால், சஞ்சலம் தலைக்கேறி கண்கள் கசிய ஆரம்பித்தது.

இதுவரை வண்டியை நொடியில் விழாமல் மேடு, பள்ளம் எல்லாம் சீராக ஒட்டி மாமியாரிடம் கொண்டு வந்து சேர்த்தாகிவிட்டது. இனியும் அதைக் கொண்டு சேர்க்க வேண்டும். வண்டியை திடீரென்று கழற்றிவிட்டது மாதிரி ஆகிவிடக் கூடாது. இந்தக் கூதரை (கூறில்லாதவள்) அந்தக் கவனம் இல்லாமல் மாமியார் இருப்பதைக் கூடக் கண்டு கொள்ளாமல் ஆம்பிளைப் பையன்கள் எல்லோரிடமும் கைகொடுத்துக் கொண்டிருக்கிறாளே.

மாமியார் சூட்டிய கிரீடத்தை தவறி நொறுங்கிவிடாமல் காப்பதுதான் பெரிய சுமையாக இருந்தது.

பெற்றோருக்கு பிள்ளைகள் ஆதாரம் பெற்றவர்கள் அப்படி நினைக்கிறார்கள். பிள்ளைகளுக்கு வாழ்க்கை முக்கியமானது. பெற்றோர்களுக்கு பிள்ளைகள் என்ற ஆதார அச்சில் எதிர்காலம் சுழல்கிறபோது, பிள்ளைகளுக்கு எதிர்காலம் வேறொரு அச்சில் சுழல்கிறது. காலங்களால் உருட்டப்பட்டு வாழ்க்கை, வாழ்க்கையால் உருட்டப்படும் உறவுகள் எதையும் திட்டமாக தீர்மானிக்க முடியவில்லை.

இன்னொரு நாட்டில் போய் வாழப் போகிறோமே என்ற பயம் கொஞ்சம்கூட இல்லை. இந்தப் பெண்ணுக்கு அங்கே போய் எப்படி சமாளிக்கப் போகிறாளோ அம்மாவுக்கு சகல நினைப்பும் ஓடியது.

அந்த நிமிடத்திற்காக காத்திருந்தார்கள். எங்கே இந்தப் பூனைக் குட்டி, நண்பர்கள், சிநேகிதிகள், அண்ணன் எல்லோரிடமும் உயர்த்தி கையோடு கைதட்டி, அம்மாவிடம் வந்தது. அம்மாவிடமும் அதுபோல் கிரிக்கெட் பாணியில் கைதட்டியது மாமியாரிடமும் அப்படியே கையைசைத்துக் கொண்டே உள்ளே மறைந்தது. மாமியார், அம்மாவின் நடுங்கும் தோள்களைப் பற்றினாள்.

"நீ நாப்பதாம் ஆண்டு ஆளும்மா, அவ எவ்வளவு துணிவாப் போறா" என்றான் மூத்தவன்.

கைத்தாங்கலாய், அம்மாவை அழைத்துக் கொண்டு, வெளியேறினார்கள்.

# உருவாக்கம்

சிறு நகரங்களிலும், மத்திய தர நகரங்களிலுமிருந்தும் அந்த கங்கு வெடித்தது. அந்த நகரங்களின் இதயத்தில் இந்தி எதிர்ப்பு என்ற வெடிமருந்து குவிக்கப்பட்டிருந்தது.

மதுரையில் நடுவீதியில் சின்னச்சின்ன கைத்தணடிப் பையன்கள் ஒரு அகில இந்தியக் கட்சியின் கொடிக் கம்பங்கள் மேல் சர்ரென்று ஏறினார்கள். அது உச்சிப்பொழுது நேரம். புளியம்பழம் உலுக்குவது போல் கொடிகம்பத்தை ஆட்டினார்கள். முருங்கை நுனிக்கிளையில் மல்லாந்து படுத்தபடி பூ மேயும் அணில் போல் கம்பங்களின் நுனியில் வளைந்து ஆடினார்கள். கம்பம் முறிந்ததும் அப்படியே கீழே குதித்தார்கள். மரக்கிளையிலிருந்து கீழே தாவுகிற எந்த அணிலுக்கும் கால் முறிந்த, முதுகுத்தடம் கீறல்விட்ட வரலாறு எப்போதுமில்லை.

மேலவெளி வீதியில் மாணவியர் விடுதியில் போராட்டத்திற்கு ஆதரவு தெரிவித்து மாணவிகள் உட்கார்ந்திருந்தார்கள். காவல் நிலையத்திற்கு எதிரே இருந்தது அது. பெண்கள் விடுதியாக இருந்தாலும் மாணவிகளே தங்கியிருந்தார்கள்.

விடுதி முற்றம் என்பது, அந்தப் பிராதன சாலையின் நடைபாதை, அதில் அவர்கள் அமர்ந்து ஆதரவு தெரிவித்திருக்கலாம். ஆனால் கீழ்த்தளத்தில் கம்பித் தடுப்புகளுக்குள் உட்கார்ந்திருந்தார்கள்

சாலையில் நடந்து சென்றவர்களை அந்தக் காட்சி கவ்விப் பிடித்தது. சிலர் நின்று வேடிக்கை பார்த்துக் கொண்டே நடந்தார்கள். பொம்பளப் பிள்ளைகள் இப்படி கும்மரிச்சம் போடுதே என்று ஒன்றிரண்டு வாய்கள் முணுமுணுத்தன.

பா. செயப்பிரகசாம் 219

விடுதியின் வலது முனையில் பூவரசு மரம் ஒரு பக்கம் நரைத்தும் ஒரு பக்கம் நரைத்தும் ஒரு பக்கம் இளமையாகவும செம்பாதியாய் நின்றது. அதன் பாரம்பரிய குலமரபுக்கு மாறாய் இளஞ்சிவப்பு பூக்களும் பழுத்த மஞ்சள் இலைகளுமாக வித்தியாசமாக காட்சியளித்தது.

சிறைக்குள்ளே இருப்பது போல் கம்பிகளுக்குப் பின்னே மாணவிகள் பாதுகாப்பாய் இருந்தார்கள். அந்த வழியே சில மாணவர்கள் நடந்தார்கள். மாணவர் தலைவர்களான அவர்கள் மாணவிகள் விரித்திருந்த துண்டில் ரூபாய் நோட்டுக்களை போட்டு விட்டு பெருமிதத்துடன் நடந்தார்கள்.

மாணவர்கள் பெரியகடை வீதிவழியாக நடந்தபோது, ஒரு யுத்தம் பரவிக் கொண்டிருக்கிறது என்ற உணர்வில்லாமல் அந்த உணவுக் கடையில் ரேடியோ இந்திப் பாட்டு பாடிக் கொண்டிருந்தது. மருத்துவக் கல்லூரி மாணவன் களஞ்சியம் கடைக் கல்லாவில் உட்கார்ந்திருந்தவரிடம் தாவினான்.

''கொஞ்சம் பாட்டை நிறுத்துறீங்களா?''

சொல்வாகு கட்டளையாய் விழுந்தது.

''நீங்க சாப்பிடப் போறீங்களா?''

கல்லாவில் இருந்த ஆள் கேட்டான். கல்லாப் பெட்டி மேல் கையை ஊன்றியபடி ''சாப்பிடறதுக்கும் இந்திப் பாட்டுக்கும் என்ன சம்பந்தம் தலைவா?'' என்றான் களஞ்சியம்.

தலைவர் என்ற சொல் கிண்டல் தொனியில் மேலெழுந்து வந்து கொண்டிருந்த காலகட்டம் அது. கல்லாவில் உட்கார்ந்திருந்தவனுக்கு நக்கல் செய்கிறான் என்பது நன்றாகவே புரிந்தது.

கல்லாவில் உட்காருகிற எல்லோரும் உரிமையாளராக இருப்பதில்லை. உட்காருகிற எல்லோருக்கும் உரிமையாளர் தோரணை வந்துவிடுவதுண்டு.

கல்லாவில் இருந்தவன் ''என்ன நக்கலா?'' என்றான்.

தன் கடையைச் சூழப் போகிற ஒரு பெருநெருப்பின் தொடக்கமாக அது இருக்கும் என்று அவனால் அறிந்திருக்க முடியவில்லை.

''இந்திப்பாட்டு போடக் கூடாதுன்னு சொன்னா கம்முன்னு வாயை மூடிக்கிட்டு அமர்த்தணும் கேள்வி மயிரு என்ன வேண்டியிருக்கு''

கல்லாவின் மேல் ஓங்கி அறைந்த வல்லபன், இன்னொரு கல்லூரி மாணவன்.

''நிறுத்துனா நிறுத்துய்யா'' என்று அந்த நாலைந்து மாணவர்கள் சத்தம் போட்டார்கள்.

''உள்ளே புகுந்து ஒதைச்சா என்ன? கொஞ்சமாவது அவனுக்கு பகீர்ங்குதா பாரு''

சென்னையில் இருந்து வந்திருந்த கரிகாலன் வாட்டசாட்டமாயிருந்தான். உள்ளே நுழைந்து விடுவான் போலிருந்தது. அவனைத் தொடர்ந்து மற்ற மாணவர்களும் அடி கொடுக்க தயாராக கல்லாவில் இருந்தவன் அடிக்குப் பதுங்கி மூலையில் ஒண்டும எலிபோல் மிரண்டு பார்த்தான்.

''நேரம் காலம் தெரியாம இருக்கீங்களே. நிலைமையை அனுசரிச்சிப் போக வேண்டாமா?'' கல்லாவிலிருந்தவனை சத்தம் போட்டு அதட்டியபடி போலீஸ்காரர்கள் வந்தார்கள். போலீசைக் கண்டதும் மக்கள் கூட்டம் லேசாய்க் கலைந்திருந்தது. எங்கே பிரவேசித்தாலும் போலிஸ் முதலில் செய்வது மக்களைப் பயமுறுத்திக் கலைப்பது.

''சின்னப் பிள்ளைகளுக்குச் சொல்றது மாதிரி சொல்ல வேண்டியிருக்கு என்ன இதெல்லாம்'' கல்லாவிலிருந்த அவனைக் கண்டிப்பது போல் போலீஸ்காரர்கள் சத்தம் போட்டார்கள். அவர்களுக்கு இது பெரிய வினையாகிவிடும் போல் தோன்றியது.

''இல்லே இவனுக என்ன செஞ்சிருவாகண்ணு தைரியம் தானே''

மாணவர் தலைவன் கரிகாலன் எகிறினான். மூர்க்கத்துடன் மேலெழும் அந்த நேர வெப்பத்தில் தன்னைப் பொருத்திக் கொண்டான். ஆனால் மாணவர்கள் தயாரில்லை. தலைநகரிலிருந்து வந்திருந்த அவனை வைத்து மறுநாள் ஒரு பிரமாண்டமான கூட்டம் ஏற்பாடாகி போராட்டத் திட்டமும் வகுக்க வேண்டியிருந்தது. ஏடாகூடமாக ஆகிவிடக் கூடாதே என்று அவர்கள் முகத்தில் சிறு அச்சம் கீறிட்டது.

''நீங்க பேசாம இருங்கண்ணே. நாங்க பார்த்துக்கிறோம்'' சமாதானப்படுத்தி அவனை அழைத்துக் கொண்டு போனான் வல்லபன்.

நடந்து போகையில் களஞ்சியம் விளக்கிக் கொண்டே வந்தான்.

''இப்படித்தான்ணே எங்க கல்லூரியில் நடந்தது. கல்லூரி சாப்பாட்டுக் கூடத்தில் ஒருத்தன் டிரான்சிஸ்டர் கொண்டு வந்து பாட்டுக் கேட்டுக் கட்டிருந்தான். அவனுக்கு தேவையின்னா அறையில் வச்சிப் போட்டுத் தனியா கேட்டுக்கிற வேண்டியதுதானே, அத விட்டு எல்லோருக்கும் கேட்கிற மாதிரி இந்திப் பாட்டு வச்சிக்கிட்டிருந்தான். அதச் சொன்னா கோப மயிரு வருது. நீங்க இந்திப்படம் பார்க்கற தில்லையான்னு திருப்புறான்.

உடனே எங்கூட இருந்த துரைசாமி அவன் கன்னம் திரும்பிப் போகிற மாதிரி ஒன்னு கொடுத்தான். ஆனா ஒரு முட்டாள்தனம் பண்ணிட்டோம். அந்த இடத்தில் அவனைச் சேர்ந்தவர்கள்தான் அதிகம் பேர் இருந்தாங்க. நம்ம பையன் துரைசாமிய இழுத்து வச்சி செம ஒதை கொடுத்தாங்க. அப்படியே ரத்தமா வழியுது''

''எதில வெளிக்கு போறதிலயா?''

இடைவெட்டு வெட்டிய பெருமிதம் கரிகாலன் முகத்தில் பளிச்சிட்டது. மாணவர்கள் முகத்தில் அதிர்ச்சி உறைந்தது. கொஞ்சநேரம் முன், கொதிநிலையின் உச்சியில் இருந்தவர்கள் சட்டென்று கீழ் நிலைக்கு உறைந்தார்கள்.

''அண்ணே, அண்ணே'' என்று வல்லபன் திணறினான்.

நாளை நடக்கிற கூட்டத்தை திட்டமிடுவது, அதன் பிறகு போராட்டத்தை தொடர்வது என்று ஆலோசனையில் அவர்கள் இருந்தார்கள். இடையில் உணவு விடுதி விவகாரம் சிறு தடங்கலாய் குறுக்கிட்டு விட்டது. அதற்கான ஆலோசனைகளை கரிகாலன் வழங்குவான் என்று தான் காத்திருந்தார்கள்.

இப்போது நேரில் கண்டார்கள். கோபமாய் முகம் சிவந்த களஞ்சியத்தின் கையை, வல்லபன், மெதுவாக அழுத்தி, எதுவும் பேச வேண்டாம் என்பதாய் அமர்த்தினான்.

எதுவுமே நடவாதது போல் கரிகாலன் முன்னால் போய் விட்டிருந்தான்.

தலைநகர் இரவுக் களைப்பில் புரண்டு எழுந்தது. துப்புரவுத் தொழிலாளிகள் சிறுசிறு குப்பை வண்டி தள்ளியபடி சென்னையை எழுப்பி விட்டுக் கொண்டிருந்தார்கள். நகராட்சிக் கிளை அலுவலகங்கள் முன்னால் போய் வருகை கொடுத்தார்கள். இருக்கிறதை இறுக்கிப் போர்த்தி இளங்குளிரிலிருந்து தப்பித்துக் கொண்டிருந்தார்கள்.

தலைநகரம் வீடுகளுக்குள் இன்னும் உறக்கத்திலிருந்தது.

களஞ்சியம் விவசாயி போல் தலைக்கு வண்டு கட்டிக்கொண்டு (சிறுதுண்டு) நகரில் நடந்து கொண்டிருந்தான். காலை நேரத் துயிலெழுதல் நல்லது. விழித்தும் விழியாமலும் உலகம் இயங்கிக் கொண்டிருக்கிற போது மனசால் மிதந்து உலகைத் தொடுவது அவனுக்குப் பிரியமானது. இந்த இளங்காலை விழிப்பு நாள் முழுவதும் காலைப் பொழுதுளைத் தந்து கொண்டிருக்கும். இரவின் முறுகல் வாசனை தட்டுப்படுகிற எந்த நேரத்தில் படுத்தாலும், கருக்கலில் எழுந்து விடுகிற ஒரு விவசாயி அவனுக்குள் உதித்துக் கொண்டிருந்தான். மருத்துவக் கல்லூரி மாணவன் அவனுக்குள் அழிந்து போயிருந்தான்.

தவம் கலைந்த மரங்கள் கண் திறந்திருந்தன. காலை இளங்காற்று கிச்சு, கிச்சு மூட்டி சிறு சிரிப்பு உதிர்த்தது. மரங்கள், செடி கொடிகள் அழகானவை. தூக்கம் கலைந்த சுறுசுறுப்பான உழைக்கப் புறப்பட்டு விட்ட துப்புரவுத் தொழிலாளிகள் அதைவிட அழகானவர்கள் என்று நினைத்தவாறே நடந்தான்.

அரசியல்வாதிகள் தங்கும் அந்த விடுதி முன் நடந்து போய் நின்றான் களஞ்சியம். யாரும் தென்படக் காணோம். தொன்மக் காலத்தின் மந்தித்த இருளைப்போல், மௌனம் உட்கார்ந்து இறுகி நின்றது. அசைவு இல்லை. இருள் கிடந்த அடுத்த அறைக்குள் தலையை நீட்டினான். வாசலும் முன் அறையும் திறந்து கிடந்தது தெரியாமலே கரிகாலன் மீது அவள் சாய்ந்து கண் மூடியிருந்தாள். கரிகாலனின் முதுகுப்புறம் தெரிந்தது. தலையைப் பின்னுக்கிழுத்து சடார் என்று திரும்பி நடந்தான் களஞ்சியம்.

நேரங்கெட்ட நேரத்தில் தூங்குவது விழிப்பது என்ற கல்லூரி விடுதியின் விதிகள் இன்னும் கரிகாலனை விட்டு நீங்கியதாகத் தெரியவில்லை. சட்டமன்ற விடுதிக்குள்ளும், கல்லூரி விடுதியின் விதிகள் தொடர்ந்தன. கூடுதலாக சில அரசியல் ஒழுக்கங்களையும் சேர்த்திருந்தான் என்பது தெரிந்தது.

கரிகாலனின் இரவுகள் வித்தியாசமாய் முளைத்தன. அரசியல் மேடை, கண்விழிப்பு என்று இரவுப் பறவை அலைந்து கொண்டிருந்தது. மேடைக் கூட்டங்கள் முடிந்த பிறகும் அவனுடைய இரவுகள் முடிவதில்லை நிறைய பலாபலன்களை தோற்றுவிக்கக் கூடிய பகல்கள் சப்பழிந்து உருக்குலைந்து போய்க் கொண்டேயிருந்தன. இரவு விரிந்தும் பகல் சுருங்குவதும் நடந்தேறின.

அந்தப்பெண் யாரென்று தெரியும். மாணவர்களின் அரசியல் மேடைகளில் அப்போதுதான் புதிதாக பிரவேசித்துக் கொண்டிருந்தான்.

வளர்கிற பருவத்தில் சொல்லுக்கும் செயலுக்கும் ஒட்டுதலற்ற இடைவெளி, தனது சமகால மாணவர்கள் தலைவனுக்கு மட்டும் இது

சித்திருப்பதாக களஞ்சியம் நினைத்தான். போராட்டம் உச்சத்திலிருந்த காலத்திற்கும், அரசியலில் வளர்ந்து வருகிற காலத்திற்குமிடையே இரண்டு ஆண்டுகள்தான் ஓடியிருந்தது. இவ்வளவு சீக்கிரம் குணமாற்றங்கள் வந்து சேரும் என்று அவன் எதிர்பார்க்கவில்லை.

அந்த மாணவர் தலைவனுக்குள்ளிருந்து ஒரு தலைவன் வெளிப்படுவான் என்ற எதிர்பார்ப்புடன் வெளியே மாணவர்கள் காத்திருந்தார்கள்.

எதையும் மறைக்கவில்லை மற்ற மாணவர்களிடம் அப்படியே விளக்கமாக எடுத்து வைத்தான் களஞ்சியம்.

அந்த வீட்டிலிருந்த விழாக்கோலம் வீதி முழுதும் தெறித்துக் கிடந்தது.

பொன்னாடை, சால்வை, மாலை, கார், டாக்சி, ஆட்டோ என்று நான்கு நாட்களாய் சாலை மூச்சுத் திணறியது.

கூட்டம் குறையட்டும் என்று மூவரும் காத்திருந்தார்கள். எக்குத்தப்பாய்த் திமிறிக் கிடந்தது கூட்டம். இனியாரும் இல்லை என்று கண்டபோது, மூன்று மணி நேரம் கடந்திருந்தது. வீட்டிற்குள் நுழைந்தார்கள். அப்போதுதான் உள்ளே போன தலைவர் திரும்பி வரும் வரை காத்திருந்தார்கள்.

எல்லோரும் குடிதண்ணீர் எடுக்கிற அருங்கிணறு போல், தலைவர் குளிர்ச்சியாகத் தென்பட்டார். பார்வையாளர், தொண்டர்கள், பிரமுகர்கள் என அடுக்கடுக்காய் பலரையும் வரவேற்ற அலுப்போ, நாள் முழுகூதும் மாலையேற்றுக் கொண்ட களைப்போ கொஞ்சமும் இல்லை அச்சாகத் தீபம் போல் பிரகாசித்தார்.

மூவரும் வணக்கம் செய்தார்கள். மாலையணிவிக்கப் போனபோது தலைவர் தடுத்தார். நமக்குள் ஏன் இந்த சடங்குகள் என்பது போல் அந்த இளைஞர்களைப் பார்த்தார். உட்காரும்படி சைகை செய்தார். அவர்கள் அருகில் வந்தமர்ந்தார்.

விண்ணென்று திடம் பாய்ந்திருந்த இளைஞர்களின் நெஞ்சப் பரப்பு உருகியது. தங்கள் இதயம் திடமானது என்று இதுவரை அவர்கள் நம்பியிருந்தார்கள். அப்படி ஒரு மாயை அவர்கள் வரித்துக் கொண்டிருந்தார்கள் என்பது தலைவரின் உருக்கமான பார்வையில் கரைந்த இதயம் காட்டிவிட்டது.

பூப்போல் வந்து போய்விட வேண்டுமென்றுதான் மூவரும் நினைத்திருந்தார்கள். தலைவர் அவர்களுடன் கூடவே வந்து அமர்ந்து விட்டதால் வேறென்ன அப்போது செய்ய முடியும். வெளியே சில தலைகள் தெரிந்தன. காத்திருந்தார்கள்.

"என்ன கரி?" கரிகாலனைக் கேட்டார்.

தன்னைத் தலைவர் தன் இதயத்தில ஓர் ஓரமாகவாவது வைத்திருக்கிறார் என்பது நினைத்து கண்களில் நீர்த்துளி கண்டது.

"விருந்து ஏற்பாடாகியிருக்கு, சாப்பிட்டுப் போங்க" என்றபடியே எழுந்தார்.

முதலில் கரிகாலன் மாலையணிவித்தான் இரண்டாவதாய் வல்லபன், திடீரென்று புறப்பட்டதால் எதுவுமில்லாத களஞ்சியம் கை கூப்பி வணங்கினான்.

அப்போது தான் எதிர்பாராதது நடந்தது. இரண்டாவதாய் மாலையணிவித்த வல்லபன், தலைவரின் கால்களில் 'தடால்' என்று விழுந்து வணங்கினான். தலைவர் ஆதரவாய் அவன் தோள்களைப் பற்றி எழுப்பினார்.

எவரும் எதிர்பார்க்கவில்லை. அதற்கு முன்னும் பின்னும் மாலையணிவித்துச் சென்றவர்களில் சிலர் செய்திருக்ககூடும். ஆனால் வல்லபன் செய்வான் என்று எதிர்பார்க்கவில்லை.

பகல் நேர வெக்கையை விரட்டி அடித்தது விருந்து, மாமிச வகைகளும் பரிமாறப்பட்டன.

சாப்பிடும் வரை யாரும் பேசவில்லை. சாப்பிடுகிறபோது பேசக்கூடாது என்று மரபை நிறைவேற்றிக் கொண்டிருக்கிறார்களோ என்று களஞ்சியம் பேசாமல் சாப்பிட்டான்.

மாலை சால்வை அணிவிப்பது மூத்தவர்களுக்குச் செய்யும் மரியாதை. ஆனால் கொஞ்ச நேரம் முன் வல்லபன் அரங்கேற்றிய செயல் பற்றி யோசித்தபடி எழுந்தான் களஞ்சியம்.

விருந்து முடிந்து விடைபெற்று டாக்சியில் ஏறியபோது கரிகாலன் வல்லபனைப் பார்த்து டேய் என்று கத்தினான். கடித்துக் குதறிவிடுவது போல் பாய்ந்தான்.

''எத்தனை நாள்டா இப்படி சதித்திட்டம் போட்டிருந்தே?''

கரிகாலன் குரல் டிரைவர் உட்பட அனைவரையும் திடுக்கிட வைத்து.

வல்லபனுக்குப் புரியவில்லை. திணறிப் போய்ப் பார்த்தான்.

''சதிகாரா? கவிழ்த்திட்டியே?'' கரிகாலனின் குரல் உயர்ந்து டாக்சியின் நாலாபக்கமும் மோதியது.

''என்னண்ணே?'' என்றான் வல்லபன் அதிர்ச்சியுடன்.

''எங்கிட்ட ஒரு வார்த்தை சொன்னயா? தலைவர் என்னைப் பற்றி என்ன நினைப்பார்? சொல்லியிருந்தா நானும் தலைவர் கால்ல விழுந்திருப்பனே''

''எனக்கே தெரியாதுண்ணே, அப்பத்தான் தோணினது''

''எல்லாம் தெரியும் சதிகாரன் எல்லாம் சதி''

கரிகாலன் புலம்பிக் கொண்டே வந்தான். குத்துமண் எடுத்து திமிறி சீற்றம் கொண்ட காளை போல் சீறினான்.

தலைவர் வீட்டில் ஆரம்பித்த புலம்பல் விடுதி வந்து சேரும்வரை நிற்கவில்லை.

டாக்சி டிரைவர் அதிர்ச்சியாய்ப் பார்த்தான். அவ்வப்போது பின்னால் திரும்பிப் பார்த்துக் கொண்டே ஓட்டினான்.

# நீளும் கண்டம்

ஒரு சாலை, சரித்திரம் சுமக்க முடியுமா? அந்தச் சாலை நீண்ட சரித்திரத்தைத் தனது நெஞ்சில் சுமந்து கொண்டிருந்தது. சோகங்களையும் மனிதனுக்கு காயங்களையும் ஏற்படுத்தியதொரு சுயசரித்திரம்.

அதனாலேயே கலெக்டர் ஊருக்கு வந்திருந்தார். அவர் சொன்னது ஒரு மாசத்திலே ஒங்க ஊருக்கு ரோட்டைக் கொண்டு வந்து விடுவேன் என்பது. அந்த வார்த்தைகள், உண்மையின் முதுகின்மேல் தாங்காத கோபம் கொண்டு பளிர் பளீர் என்று அடிப்பது போல் பட்டது மக்களுக்கு.

அவர் சொன்ன ரோடு அங்கே அவர் முன்னாலேயே பிரேதம் போலக் கிடந்தது.

''ஒரு பிரேதம் கெடக்குது கூட அவரு கண்ணுக்கு அம்புட மாட்டேங்குதே'' என்று மக்களின் மனசுக்குள் கேலி ஓடியது. கேலியும் விழிநீரும் சிந்தி வாழ்வின் பாரத்தை இறக்கி வைத்துவிட தீர்மானித்திருந்தார்கள்.

வலிப்பு வந்த மனுசப் பிறவிபோல 15 வருசமாய் அந்த ரோடு கிடந்தது கிடந்தபடியே கிடந்தது. ஒரு பெண் சடங்காகி இத்தனை வருசம் குமரிகாத்தாள் என்று சொல்வதுபோல் காத்துக் காத்து நோய் நொம்பலம் வந்து ஒன்றுக்கும் உதவாத முடமாகிவிட்டது. வானத்தில் வெள்ளி முளைத்தாலும் கிழக்கில் சூரியன் எழுந்தாலும் அதெல்லாம் அந்த ரோட்டை உசுப்பமுடியாத சடங்குகள் என்றாகிப் போனது.

கெங்குபட்டிக்கு அப்படி ஒரு ரோடு இருந்தது என்பதற்கு எருமைகள் சாட்சி. மழைக்காலத்தில் தேங்குகிற தண்ணீர்ப் பள்ளங்களில் எருமைகள் விழுந்தடித்துக் குதூகலித்தன.

எருமைகளின் குதூகலம் மனதினுக்குக் கேடுகாலம். பட்டிக்காட்டில் முழுசாய் சட்டை போடுவதே அரிது.

மார்புக்கு மேலே கால் சட்டை, அரைச் சட்டை அல்லது இடுப்புக்குக் கீழே வெள்ளை வெளேர் வேட்டி உடுத்தியிருந்தால் சகதி நீரில் புரண்டு, திடு, திடுவென்று கும்மாளமிட்டு எருமைகள் ஓடிவரும் போது ஒன்று எருமை நிறத்திற்கு துணிகள் மாற்றம் பெற்றது அல்லது விழிகளில் நீர் குத்திட்டது.

ஊருக்குள்ளேயே ஒரு வெள்ளைச் சட்டை போட முடியலேயேய்யா என்றார்கள் பரிதாபமாக கலெக்டரிடம்.

அதுக்காக வேண்டித்தானே கலெக்டர் அங்கே வந்திருந்தார். ஒரு மாமாங்கம் தாண்டி விட்ட பிறகும், அசைவேனா என்று கிடக்கும் ரோட்டை உயிர்கொடுத்து எழுப்ப வந்து நின்றார்.

ஒவ்வொன்றும் சொல்லி சொல்லி வைத்தது போல் தான் நடந்தது. முதலில் பஸ்காரன் வரமாட்டேன் என்றான்.

வழக்கமாக அந்த வழியில் ஓடிக் கொண்டிருந்த பஸ்காரன்தான் அவனுக்கு அவர்களைத் தாண்டி பேரையூருக்குப் போக வேண்டி இருந்தது. அவர்களைத் தாண்டுவதுதான் கண்டமாக இருந்தது.

நீலத்தில கண்டம் என்றான் சிரித்தபடி பஸ் முதலாளி.

ஒங்களுக்கு ஒன்னுலதான் கண்டம் எங்களுக்கு ஒவ்வொன்னுலையும் என்றார்கள் கிராமவாசிகள்.

ஒனக்காச்சி, கெப்பாச்சி, என்று ரோட்டுடன் மல்லுக்கட்டி ஓடிக் கொண்டிருந்தவன் ஒருநாள் சடக்கென்று சொள்ளாமல் கொள்ளாமல் நின்று விட்டாள்

மனுசன் நடந்தாலே வாரிக் கவித்திருந்து இனி எப்படிய்யா வண்டி அடிக்கிறது என்றான். பிறகு அவர்களுக்கு ஒரே ஒரு வழிதான்

தெரிந்தது. ஊர்வலம் போவது போல், ஒரு ஜனத்தொகை கூட்டமாய் நடந்து அவனிடம் கெஞ்சிப் பார்த்தார்கள்.

ரோடுதான் ஒண்ணுக்கும் உதவாம தட்டழிஞ்சி கிடக்குதுன்னா நீங்களும் தட்டழிஞ்சி போய் வந்து நிக்கீங்களே

அவன் கூடவே இன்னொன்றுக்கும் வழி காட்டினான். என்னைப் போய் கெஞ்சுகிற கெஞ்சை, அந்த காண்டிராக்டர் தாடை, தவுடையைப் பிடித்துக் கேட்டுப் பாருங்களேன்.

கொடுவேல் ஒன்று நெஞ்சின் இந்தப் புறம் பாய்ந்து அந்தப்புறம் வந்து ரத்தம் கொட்ட மல்லாக்கக் கிடந்தாலும் கிடப்பார்களே தவிர, அவர்கள் அதற்குத் தயாரில்லை. ''அந்தப் பேரை மட்டும் எடுக்காதே. இனிமே இனிமே ஒத்திசைக்கு வரவே மாட்டோம்.'' என்று ரோடுக்கும் வழிகாட்டுக்கும் சேர்த்து ஒரு கும்பிடு போட்டார்கள்.

சங்கரன் கோவில் கல்யாணத்திற்குப் போய்விட்டு செல்லையா ராத்திரி கடைசி பஸ்ஸில் வந்து இறங்கினான். பஸ் கவிழ்ந்து விடாமல் தோதாய் மேட்டில் நிறுத்தியிருந்தான். சொந்த ஊரானாலும் பள்ளம் தெரியாமல் இறங்கிய செல்லையாவை வாரிவிட்டது இருட்டில் கிடந்த கல். இழைப்புளி வைத்து மரத்தைச் சீவிவிட்டது போல் கணுக்கால் முதல் இடுப்பு வரை ஒரு பக்கச் சதையை வாரி வழித்து விட்டது. அதே பஸ்ஸில் திரும்புகாலில் அப்படியே ராத்திரியோடு ராத்திரியாய் வாரி எடுத்து கோவில்பட்டி கொண்டுபோய் மருத்துவமனையில் போட்டார்கள். பஸ்காரன் சொன்னது போல ரோடு பலி எடுத்துவிட்டது. இனி பஸ்ஸையும் பலிகொண்டு விடலாம் என்பதால் நிறுத்தி விட்டான்.

பிறகும் சரித்திரம், நிற்காமல் ஓடிக் கொண்டுதானிருந்தது. ரோடு படுத்துக் கிடப்பது போல் மக்கள் கிடக்கத் தயாரில்லை. அவர்களுக்கு வாழ்க்கை ஓடியபடி இருந்தது.

பெரும்பெரும் படையெடுப்புகள் ஓய்ந்து, சிறிய படையெடுப்புகள் வரலாற்றில் தன்னைச் சொருகி கொள்வதில்லை.

வேன் காரர்கள் புகுந்து கொண்டார்கள். மேடு பள்ளங்களில் ஏறி, இறங்கி இஷ்டத்துக்கு புல்லுக்கட்டு அடுக்குகிற மாதிரி உள்ளேயும் மேலேயும் திணித்துக் காசை வாரி அரித்துக் கொண்டிருந்தார்கள்.

'அவனுக்கு ஏத்தது அவனுக்கு'

'நமக்கு ஏத்தது நமக்கு' என்றார்கள் மக்கள். அந்த அற்ப சந்தோசத்தில் கூடுகட்டி, குஞ்சும் பொரித்துக் கொண்டார்கள்.

நூற்றாண்டுகளின் சோகத்தை ஒரு சமுதாயம் மொத்தமாய்ச் சுமக்க வேண்டிய பாரத்தை அவர்களால் ஒத்தையாய் நின்று சுமக்க முடியுமா? ஆகவே சுமையை இறக்கித் தலையாற்றிக் கொள்ள அவ்வப்போது ஒரு சொவைடை கை கொடுத்தது.

செத்துப்போன மனச்சாட்சியாய் கிடக்கும் ரோட்டைக் கட்டிக்கொண்டு இனி ஆகப் போவதில்லை என்று வேன்காரர்களும் நின்று போனார்கள்.

கலெக்டர் பற்றி, அவருடைய அதிகாரம் பற்றி ஊர் மக்கள் நிறையவே கேள்விப்பட்டிருக்கிறார்கள். சமுதாயத்தின் காலில் தைக்கிற முள்ளை புரையோடுவதற்கு முன் எப்படி எடுப்பது என்ற யதார்த்தம் தரிசனம் கொண்டவர். ஆனால் தமிழ்தான் சரியாக வராது வெகுகாலம் வடநாட்டிலேயே பள்ளிப் பருவம், கல்லூரிக் காலம் எல்லாவற்றையும் கடத்தி வந்து விட்டதால் அவருக்குத் தமிழ் சரியாகப் பேசவரவில்லை. தக்கி, முக்கித்தான் தமிழ் பேச வந்தது.

அவராலேயே இந்த ஆறு கிலோ மீட்டர் நீள அக்னிப் பாதையைத் தாண்டி வர முடியவில்லை. தவித்துப்போய், வேறொரு ஊரில் இருந்தபடிதான், கெங்குபட்டி மக்களைக் கூப்பிட்டனுப்பினார்.

அப்போது அவர் எல்லோரையும் முன்னுக்கு வைத்துக் கொண்டு சொன்ன சொல் தான் ஒரு மாசத்தில் ரோடு வந்திடும் என்ற சொல்.

ஒரு சொக்குப் பொடி போட்டு மயக்கம் உண்டாக்கிவிட்டு இன்னொரு சொக்குப் பொடி போட்டு எழுப்பி விடுவது போல்

பா. செயப்பிரகாசம்

அடுத்து அவர் போட்ட கேள்விதான் மக்களைத் திரு திருவென்று விழிக்க வைத்தது.

''ஒங்க ஊருக்கு ரோடு வரப் போகுது ஒங்களுக்கு தெரிஞ்சும், தெரியாமலும் காண்ட்ராக்டர் கொள்ளையடிக்கிறான். அதில் நம்ம யூனியன் சேர்மனும் கவுன்சிலரும் கொஞ்சம் வாங்கித் திணித்துக் கொள்ளுரான்கள் நீங்களே ரோடு வேலை எடுத்துச் செய்ங்க, என்ன நான் சொல்றது'' என்றார்.

விவரம் தெரியாத பச்சை மண்ணாக இருக்கிறாரே என்று மக்கள் நினைத்தார்கள். பழைய கதையை அழித்து எழுதிட நினைக்கிறார். முன்னால் உட்கார்ந்திருந்த ஒன்றியத் தலைவரையும் வட்ட பிரதிநிதியையும் ஜனம் மாறிமாறிப் பார்த்தது.

கலெக்டர் ''நா கேட்குறது வெளங்கலையா? கிராமத்து சார்பில் சனங்களே எடுத்துச் செய்றீகளா?'' என்று திரும்பவும் கேட்டார்.

சோதனைகளுக்கும் ஒரு எல்லை உண்டு. சோதித்துப் பார்ப்பதில் இப்படியும் எக்கண்டமாக இருக்கிறது போல என்று நினைத்த மக்கள் கலெக்டரை உற்றுப் பார்த்தார்கள்.

ஒன்றியத் தலைவரும் காண்டராக்டரும் இருந்ததால் மக்கள் வார்த்தைகளை ஒளித்து வைத்து மௌனமானார்கள்.

ஒன்றியத் தலைவரோ வட்டப் பிரதிநிதியோ சொல்லி இருக்கலாம். தங்களை கலெக்டர் அவமானப்படுத்தி விட்டதால் முகம் 'சுறீச்'சிப் போய் உட்கார்ந்திருந்தார்கள். பக்கத்தில் நின்ற வட்டார வளர்ச்சி அதிகாரி கலெக்டரின் காதில் மெதுவாக ஒரு விசயத்தைக் கரைத்தார். ''அப்படியா?'' விசயத்தைப் புரிந்து கொண்ட கலெக்டரிடம் மழுப்பலான சிரிப்பு.

''ரோடு காண்ட்ராக்ட் விட்டு ரெண்டு வருசமாச்சா? இத தெரிஞ்சுக்கிட்டுதானே சேர்மனும் கவுன்சிலரும் இந்த முழி முழிக்குது'' என்றவர் ''எங்கே அந்த காண்ட்ராக்ட்ர்?'' என்றார்.

கலெக்டர் சொன்னதற்காக மறுநாளே சரளும், கருங்கல் சல்லியும் மள, மளவென்று வந்திறங்கின. உண்மை அப்படியில்லை. காண்ட்ராக்டர், அரசியல்வாதிகள், அதிகாரிகளுக்குள்ளே நீண்ட நெடுங்காலமாய் தெகையாமல் இருந்த பணப்பிரிப்பு ஒரு ஒப்பந்தத்துக்கு வந்துவிட்டது. அவர்களுக்குள் சுமுகமாகப் பேசி முடித்துக் கொண்டதாகச் சொன்னார்கள். இருந்தாலும் கலெக்டர் காலடி எடுத்து வைத்ததாலே காரியங்கள் மளமளவென்று நடக்கின்றன என்ற ஒரு வெள்ளந்தியான பேச்சும் வந்தது.

அந்த சாலைக்கும், சாலையைப் போலவே பிரதனமாகிவிட்ட சனங்களுக்கும் புரிந்தது. ரோடு போடத் தேவை ஒரு கலெக்டர், காண்ட்ராக்டர், ஒரு அரசியல்வாதி அல்ல. முதல் தேவை அகலமான மனசு என்பதுதான்.

காண்ட்ராக்டர் போடுகிற கணக்கு ஒரு நூலிழை தப்பாது. எல்லா நேரங்களிலும் அறிவின் தீட்சண்யத்தோடுதான் காயை நகர்த்தினான்.

நாலு பொசுங்கல் போட்டு பிறகு திறமாய்ப் பெய்ய ஆரம்பித்தால் வேலைய அப்படியே நிறுத்திவிடலாம் என்று காண்ட்ராக்டர் போட்ட கணக்கு சரியாகிவிட்டது. மழை புரள அடித்து வெள்ளக் காடாய் பரவியது.

ஆறு கிலோமீட்டர் நீளத்துக்கு ஒரு அநியாயம் வெள்ளமாய்ப் பெருக்கெடுத்து ஓடிக் கொண்டிருந்தது. அவர்களது மொத்த நடமாட்டத்தையே கட்டிப் போட்டது போல்.

''ஐயா இந்த ரோட்டை ஒக்கிட்டுக் கொடுத்தீங்கன்னா, நாங்க கையும் காலோட நடமாடிக்கிருவோம், ஒங்களுக்கு புண்ணியமா போகும்'' என்று காண்ட்ராக்டரிடம் கையேந்தினார்கள்.

''அதுக்கு நா என்ன செய்ய? மழையை நிக்கச் சொல்லுங்கள்'' காண்ட்ராக்டர் சொன்னான்.

''நீங்க ரெண்டு நாள் முன்னேதான் வந்தீங்க. நீங்க வந்தவுடனே மழை வந்திருச்சி'' என்றது ஊர்ச்சனம்.

''அதுவும் அப்படியா? அப்படின்னா பத்து நாள் முன்னாடியே வந்திருப்பேனே? மழைய வர்ற மாதிரி ஏற்பாடு பண்ணியிருப்பனே'' என்று கேலி பேசினான்.

எது ஒன்றுக்கும் மக்களுக்கு யாரிடமாவது கையேந்த வேண்டியதே வாழ்க்கையாகிவிட்டது. தங்களுக்கு இன்னும் கண்டம் தீரவில்லை என்றார்கள்.

சாயந்திரமிருந்தே காற்று சரியாக நிலை எடுக்கவில்லை. உச்சியில் சுழன்று சுழன்று பட்டம் பல்டியடிக்கிறது. கதிக்கப் பாய்ந்து, பட்டத்தின் முனையில் மோதுவது போல் ஒரு பறவை பறந்து போயிற்று.

பட்டத்தைச் சுழற்றி 'நச்'சென்று பூமியில் அறைவது போல் ஒரு சூறாவளி பேசியது. பிறகு வாலைச் சுருட்டிக் கால்களில் தலையை வைத்துத் தூங்கும் நாய் போல் பம்மியது. மெல்ல மெல்லக் கருத்து, மேகம் கிண்ணென்று கெட்டித்தது.

பேருந்து நிலையத்திற்கு மேலே, பெரிய்ய குடை பிடித்தது போக கருப்பாய் மேகம் கவிந்திருந்தது. செல்லையா, கக்கத்தில் ஊன்றுகோல் பிடித்தபடி வந்து நின்றான்.

மக்கள் பெருக்கம் திருவிழாக் கூட்டமாய் தவித்தது, மொத்தமாக ஆட்டு மந்தையை மொதுமொதுவென்று கொண்டு வந்து இறக்கியது மாதிரி, சனம் முட்டி மோதியது.

செல்லையா, கோவில்பட்டி மருத்துவமனையிலிருந்து ஊன்று கோலுடன் பேருந்து நிலையத்தில் வந்திறங்கியபோது ஊர்க்காரர்களின் தெரிந்த முகம் இல்லை. டிஸ்சார்ஜ் செய்கிறபோது கூட யாரும் வரவில்லை.தம்பியை வரச் சொல்லியிருந்தது.

வெவ்வேறு திசைக்குப் போகிற மக்கள் தென்பட்டார்கள். வழியில் இருக்கிற ஊர்க்காரர்கள் எல்லாம் தெரிந்தார்கள். அவனுடைய ஊரை மட்டும் காணோம்.

பஸ் வந்தது. உள்ளே இருந்தவர்கள் இறங்க முடியவில்லை உள்ளே இருக்கிற சனம் அப்படியே கிடக்க வெளியே தள்ளுமுள்ளு நடந்தது. ஒருத்தர் மேல் ஒருத்தர் ஏறி பஸ்ஸிற்குள் தாவினார்கள்.

இறங்குகிற சனத்துக்கு வழியில்லை. கூட்டம் மோதுவதற்கு முன்னாலேயே கண்டக்டர் தாவி இறங்கித் தப்பித்துவிட்டிருந்தான்.

''இறங்குகிற சனம் இறங்கட்டும் வழி விடுங்கய்யா'' என்று கத்தினான். கத்தலைக் கேட்க ஆள் இல்லை.

பஸ் சன்னல் வழியாக வாலிபர் சிலர் இறங்கினார்கள். சின்னஞ் சிறுசுகளை சன்னல் வழியாக இழுத்து கீழே வாங்கிக் கொண்டார்கள். இறங்குவது போலவே அதே சன்னல் வழியாக ஏறும் வித்தை ஆரம்பமானது. துணிப் பொட்டலம் போல குழந்தைகளைத் தூக்கி எறிந்தார்கள். பாவாடை தாவணி வரை அந்த வழியாகவே உள்ளே தள்ளப்பட்டது. அவரவர்களுக்கு இருக்கையை உறுதி செய்து கொண்டார்கள்.

பெரிய தண்டித் தண்டிப் பொம்பிளைகள்தான் திணறினார்கள். அவர்களின் கைவசம் வசவுகள், குமிகுமியாக இருந்தது. அதிலிருந்து கூடை கூடையாக வாரி நிலம் பூரா சிதறவிட்டார்கள்.

''அப்பவும் இப்படி அநியாயம் உண்டுமாய்யா, பொம்பளன்னு கூட பார்க்காம தாவுதீக'' என்று பொழிந்தார்கள்.

முழுவதும் வசவுமயமாக கடந்து வந்த வாழ்க்கையை இந்த பஸ்ஸீக்குள் ஏறுகிற போதும் கடந்து விடுவது என தீர்மானித்து விட்டார்கள்.

கடைசியாய், செல்லையா ஊன்றுகோலை ஊன்றியபடி ஏறினான். மொத்தமும் அந்த ஒரு பஸ்ஸீக்காக காத்திருந்த கூட்டம். அந்த பஸ் வந்து நின்றதுமே பேருந்து நிலையமும் காலியாகியிருந்தது.

கண்டக்டர் சத்தம் போட்டான். அவனுடைய காட்டுக் கத்தலுக்கும் சனங்களுடைய கூச்சலுக்கும் ஏலவே பொருத்தமாக மாறி இருந்தது. ஒருவர் பக்கத்தில் போட்டிருந்த துண்டை எடுத்து வீசினான்.

''ஒங்க ஊர்க்காரருக்கு போட்டு வைக்கீராக்கும், சொந்தம் கருத்து விடலையாக்கும்'' சத்தம் கொடுத்தான். செல்லையாவைக் கூப்பிட்டு அந்த இடத்தில் உட்கார வைத்தான்.

''குமாமரபுரத்துக்காரங்கதான் இப்படி செய்வாங்கன்னு நெனச்சேன். அந்த ஆட்கள் பூப்போல உக்காந்திருக்கே'' குரல் வெக்கை கொஞ்சம் கொஞ்சமாய் தணிந்து, அவனிடம் குளிர்ச்சி ஏறியது.

''கொஞ்சம் முன்னாடி வெறைப்பா நின்னீரு?'' என்றான் கண்டக்டரிடம் கன்னையன்.

சடக்கென்று ஒரு நிமிசத்தில் அந்நியோந்நியம் பரவியது. டிரைவர் கண்டக்டர் அதே வழித்தடத்தில் ஓடுகிறவர்கள். அதே வழியில் போய்வருகிறது மக்கள் கூட்டம்.

பஸ்ஸீக்குள் முன்பக்கம், கரகர என்று சத்தம் வந்தது. பொம்பிள்ளைகள் பேச்சு சத்தம். ஒரு ஒத்தைப் பாரிப் பொம்பிளை குரல் மேலதிகமாகக் கேட்டது.

''முன்னால சத்தம் ஒரு மாதிரி இருக்கு'' பின்னாலிருந்து °முசைவைத்த குரல் வந்தது.

''சக்கனாபுரத்துக்காராங்க குரல் மாதிரி இருக்கு. அவங்கதான் இப்படிப் பேசுவாங்க.''

''அப்ப நமக்கு அசலூரா?'' முன்பக்கமிருந்து திருப்பியடித்த குரல் பின்னாலிருக்கிற மூட்டை, முடிச்சு வரை எக்கியது.

மனப்புழுக்கம் அத்துப்போன வண்டி மாடு பள்ளத்தில் சூதானமாய் நடந்தது.

முதல் ஊரில் வண்டி நின்றதும், அவர்களுக்குப் பின்னாலேயே கண்டக்டர் இறங்கினான். ஊர்க்காரர்கள் எல்லோரிடமும் செய்திருந்த வசூலை அவனிடம் நீட்டினார் அவர். எழுதி வைத்திருந்த டிக்கட்டுகளை மொத்தமாய் அவர்களிடம் அள்ளி வீசினான். பிறகு ''ரைட் போகலாம்'' என்ற குரல் படியில் தொங்கிக் கொண்டே.

ரோடு போடுகிற யுத்தம் கட்டம் கட்டமாய் நடந்து கொண்டிருந்ததை மருத்துவமைனயிலிருக்கிற காலத்தில் செல்லையா கேள்விப்பட்டான். மூன்றுமாதம் முன்னர் அந்த யுத்தம் முடிவடைந்து.

அதிலிருந்து பஸ் வந்து போய்க் கொண்டிருக்கிறது என்று சொன்னார்கள்.

''என்ன ஒங்க ஊர் எறக்கத்தில் இன்னைக்கு ஒரு தலையைக்கூட காணலே''

கண்டக்டரும் டிரைவரும் அதிசயித்துப் பார்த்தார்கள். ஊரில ஆள் நடமாட்டம் அத்துப் போயிருந்த காட்சி செல்லையாவுக்கும் அதிசயமாகத்தான் பட்டது.

செல்லையா இறங்கினான்.

மக்கள் நடமாட்டம் இல்லாத வெட்ட வெளியாகத் தெரிந்தது ஊர். அந்த நேரத்தில் நாய்களும் அற்றுப் போயின மனிதர்கள் எங்கு உண்டுமோ, அங்கு நாய்களும் உண்டு. நல்ல மழையடிப்புக்கு பின், ஊர் குன்னிப் போய் கனமான இருளில் கிடந்தது.

பின்புறம் பிடிக்கங்கு போல் செஞ்சிவப்பாய் இழுத்துக் கொண்டு சென்ற பஸ் காட்டின் கெட்டியான இருளில் உள்ளிழுத்து மறைந்தது.

முடிந்து போன யுத்தத்தின் சரித்திரச் சுமையில் மக்கள் அலுத்துப் போய் தூங்கிக் கொண்டிருந்தார்கள். தன் வரவு ஊர்க்காரர்களை கல்லெறிந்து உசுப்பிவிட்டது போல் ஆகிவிடக்கூடாது என்று நினைத்தான். வடமுனை நோக்கி நடந்தான். விளக்குக் கம்பத்தின் அரை கரண்ட் ஒளியில் கண்மாயைப் பார்த்தபடி நின்றான். ஊர் தனது வலது கக்கத்தில், இடுக்கிக் கொண்டிருந்த கண்மாய், இருளிலும் வெள்ளித் தாம்பாளம் போல் பளிச்சிட்டது.

# பதுங்கு குழி

திருமண மண்டபம் என்பது சமீப காலத்திலே சமூகத்திற்கு வந்திருக்கிற புதிய விசயம், ஊர், உறவு, நட்பு ஒருமிக்கக் கூடி, ஒரு கல்யாணத்தில் கலக்க காண்பது இந்தக் கல்யாண மண்டபம் என்ற புதிய அமைப்பு வந்த பிறகுதான். அய்யர் வைத்து திருமணம் நடத்தும், கிருசு கெட்ட பழக்கம் இந்தக் கல்யாண மண்டபங்களை வைத்துதான் தோன்றியது. தலைமை தாங்கி வாழ்த்திப் பேசி தமிழர் முறைக் கல்யாணம் நடத்துவதற்கும் இந்த வகை அரங்கம் தோதாக மாறியது.

ஒரு சின்ன நகரமாக இருந்தாலும், அங்கொரு திருமண மண்டபம் உண்டு. ஊருக்கு மையத்தில் இடம் கிடைக்கவில்லை என்கிறபோது ஊரைத்தாண்டி, ஒதுக்குப்புறமாய் கட்டி வைத்தார்கள். முன்பெல்லாம் கடும்பல், ராப்பட்டு என்ற வழிப் பயணம் போகிறவர்களுக்கு கட்டிவைக்கப்பட்ட சத்திரங்களில் ஒரு கிணறும், துலாக்கோலும் இருந்தது. இன்றைக்கு ஊருக்கு தூரமாய் கட்டப்பட்ட மண்டபங்கள் ஜெகஜோதியாய் சோடித்து மின்னுகின்றன. முன்னைக் காலம்போல மாட்டுவண்டி போட்டுக் கொண்டு, கட்டுச் சோறு கட்டிக்கொண்டு நடந்து வருகிறவர்கள் யாரும் இல்லை.

கல்யாணம் கணகதியாய் முடிந்திருக்க வேண்டும். வரவேற்பு நடந்து கொண்டிருந்தது. வெளிநாட்டு வாழ்க்கைக்கு கடத்தப்பட்ட ஒரு கனடா வாழ் தமிழ்ர் திருமணம், வரவேற்பில் தலைமை தாங்குத்ல், வாழ்த்திப் பெயர்ந்தவர்கள் மட்டும் ஜெர்மனி, பிரான்சு, இங்கிலாந்து என்று வந்திருந்தவர்களும் உள்ளூர்க்கார்க்ள் என்று இருநூறு பேரும் கூடியிருந்தார்கள்.

பனை விடலிகள் சலசலக்கும் காடுகளிலிருந்து, பனி கொட்டும் தூரதேசங்களுக்குத் துரத்தப்பட்டவர்கள் தாய் ஈழத்தைத் தரிசிக்க முடியாதபோது, தாய் மண்ணுக்குப் பக்கத்தில் கிடக்கும் மண்ணிலாவது கூடிக் குலாவிவிட்டுப் போகலாம் என்று வந்தவர்கள் அயற்புலங்களில் சடலக்கூடுகள் அலைந்தாலும், தலை சொந்த மண்ணுக்குள் சுற்றும் அவலம் லவிக்கப்பட்டவர்கள்.

டிஸ்கோ இசை பொங்கி வழிய தூக்கத்தில் சில பேர் ஆடிக் கொண்டிருந்தார்கள். அதை அப்படியே விட்டிருக்கலாம். இசைக்கு சரிவிகிதமாய் இல்லாத, ஏதோ அவர்களுக்கு தெரிந்த நாட்டியம், அந்த இனிய சூழலுக்கு பொருந்தாத வேறொரு நிகழ்வு அந்த நேரத்தில் நடக்க ஆரம்பித்தது.

சில பொழுதுகளில், சில சூழல் சில விசயங்களைத் திட்டமாகத் தீம்ானிக்கின்றன. உலர்ந்த புல்வெளியும் வெயில் நிறத்தில் கிடக்கும் வெட்ட வெளியில் மான்கள் கூட்டத்தில் ஓர் ஓட்டைச் சிவிங்கி நிற்பது ஒட்டுவது இல்லை. ஒட்டாமல் இருக்கிறபோதும் கல்யாணமோ கருமாதியோ மக்கள் கூடுகிற இடம் எதுவாக இருந்தபோதும், தன்னை முன்னிலைப்படுத்திக் கொண்டு விடுகிற சுபாவம் சிலருக்கு தான் என்று தெரியப்படுத்துகிற சுயமோகம்.

ஒரு கட்சியில் இருக்கிற மூன்றாம், நான்காம் நிலைத் தலைவர் அவர். கையில் பிடித்தப் பேகம் மைக் அத்தனை முகங்களையும் தன்னை நோக்கித் திருப்ப முதலில் ஹலோ ஹலோ சொல்லி, பிறகு அவரை அறிமுகப்படுத்துவதாக ஒருவர் முகமன் செய்ய, நான் வந்திருக்கிறேன். என்பது போல் செருமி, நிறைய உத்திகள் கையாள வேண்டியதாயிற்று.

''கனடாவிலிருந்து ஜெர்மனியிலிருந்து ஏராளமான இலங்கைத் தமிழர்கள் இங்கே வந்திருக்கிறீர்கள்.'' இலங்கைத் தமிழர் என்ற சொல் அனிச்சையாக விளைந்த ஒரு சொல் அல்ல. மிகக் கவனமாக அந்தச் சொல் நாக்கில் புரண்டது. அதற்குப் பின்னணியில் ஒரு அரசியல் பின்னணியும் இருந்தது.

''நான் அன்பு கொண்டு வந்திருக்கிறேன். வெளிநாடுகளில் வாழ்கிற இலங்கைத் தமிழர்கள் எல்லோருக்கும் என் தலைவனின் சார்பில் அன்பு கொண்டு வந்திருக்கிறேன்.''

அங்கே சீராய் வழங்கப்பட்டிருந்த சந்தோசத்தை இடைமறிப்புச் செய்தது போல் தோன்றியது. ''எங்கள் தலைவர் உங்களை பற்றித் தான் அதிகக் கவலை கொண்டிருக்கிறார். உங்களுக்காகப் பேசுகிறார் பாராளுமன்றத்தில் முழங்குகிறார். புலம் பெயர்ந்த தமிழர்களாகிய நீங்கள் எல்லோரும் நல்ல நலமுடன் வாழ கல்கி பகவான் ஆசியருள் வணங்குகிறேன்''

அங்கே குழுமியிருந்த முக்கால்வாசிப் பேர் அவரை அறியாத முகங்கள். அழைப்பிதழில் அவர் பெயர் போடப்படவில்லை. கூட்டத்தின் மையத்திலிருந்து இருப்புக் கொள்ளாமல் எக்கி எக்கிப் பார்த்துக் கொண்டிருந்தான் இளங்கோ. மேடையில் ஏறி 'நான் கொஞ்சம் பேசலாமா' என்றான்.

ரேடியோக் குழாய் போல் ஒரு வடிவம் அந்தப் பூவுக்கு உண்டு. ஊமத்தம்பூவுக்கு அப்படி ஒரு அமைப்பு உண்டென்றாலும் இந்த வெளிநாட்டு இறக்குமதியை ரேடியோ பூ என்றார்கள். ரேடியோப் பூப்போல் இளஞ்சிவப்பு நிறம். சாதாரண ஆள் கை உயர்த்தினால் தலை தொடும் உயரம். குழந்தை முகம். கால் முதல் தலைவரையிலான வாட்ட சாட்டத்தை குழைத்து அவனுடைய முகத்தில் தேக்கியிருந்தது.

மேடையில் முழங்கிய சொற்பொழிவாளரை நோக்கி ''நான் கொஞ்சம் பேசலாமா'' என்றான் மீண்டும். அழைக்காமலே வந்து அவமாரியாதை செய்வதுபோல் நிற்பது அவருக்குப் பிடிக்கவில்லை. புலம் பெயர்ந்த தமிழர்கள் மத்தியில், அவர்களை மீட்புச் செய்வதற்காக வந்த அவதாரம் போல் தலைவரும், அதன் மறு பரிபாலிப்பதற்காக வந்திருப்பதாக காட்டிக் கொள்ள நினைத்தார். ஒலிபெருக்கியை கையில் வைத்திருந்தார். தரவில்லை.

''அந்த மைக் தர்றீங்களா?''

கூடியிருந்த ஒன்றிருண்டு பேர் அவனுக்கு ஆதரவாய் குரல் கொடுத்தார்கள். கலைச் சிகரம் இறுக்கமாய்ப் பிடித்துக் கொண்டு வலது பக்கமாய் தோள் மீது ஒலிபெருக்கியை திருப்பி வைத்துக் கொண்டார்.

''சரி. நான் மைக் இல்லாமலே பேசறேன்''

கூட்டத்தின் ஓரத்தில் நின்று இந்தக் கூத்தை வேடிக்கை பார்த்துக் கொண்டிருந்த ஒரு பெரியவர் உயர்நீதிமன்ற வழக்கறிஞர். நீதிமன்றத்தில் பேசிப் பழக்கம். அவர் மைக் இல்லாமலே பேசுவார் என்று அறிவித்தார்.

''இது ஒரு திருமண வரவேற்பு. அதன் போக்கிலேயே விட்டிருக்கலாம். இருந்தாலும் கலைச்சிகரம் மதி அவர்கள் பேசுவதற்காக வந்து விட்டதனால், நானும் சில விளக்கங்களை வைத்தாக வேண்டியிருக்கிறது. அவர் அன்பு கொண்டு வந்திருப்பதாகச் சொன்னார்? யாருக்கு அன்பு? அவர் நேசிக்கிற தலைவனிடமிருந்து அன்பு கொண்டு வந்திருக்கிறார். அது எதற்கு? ஈழத் தமிழர்கள் சம்பாத்தியத்திற்காக வெளிநாடு போகவில்லை. சந்தோசமாக இருப்போம் என்பதற்காகப் போகவில்லை. சொந்த மண், அவர்களுக்குச் சொந்தமாக இல்லை என்றுதான், வெளிநாடு போய்க் கருகுகிறார்கள். நான் பேசுவதில், உங்கள் யாருக்கும் ஆட்சேபனை இல்லையே''

அந்த வாலிபன் கூட்டத்தைப் பார்த்து கேட்டான்.

''இல்லே, இல்லே பேசுங்கோ பேசுங்கோ'' ஈழத்தமிழில் கூட்டம் வரவேற்றது.

''கலைச் சிகரம் பேசுகிறபோது இலங்கைத் தமிழர்கள் என்று சொன்னார். இலங்கைத் தமிழர்கள் என்று யாரும் இல்லை. இலங்கைத் தமிழன், ஆதம்பாக்கம் தமிழன், அரும்பாக்கம் தமிழன், அமிஞ்சிக்கரை தமிழன் என்றெல்லாம் யாருமில்லை. ஒரே ஒரு தமிழன்தான் உண்டு. இப்போது சொல்கிறேன். இன்றைக்கு இந்த நேரத்தில் தமிழன் என்ற ஒரு உணர்வு வந்து, நாம் எல்லோரும் ஒன்று சேர்ந்து நின்றால், தமிழகம் விடுதலையாகும் என்பதில் ஐயமில்லை''

பா. செயப்பிரகசாம் 241

கூட்டத்தின் சிரிப்பும் ஆரவாரமும் கலைச்சிகரத்தின் முகத்தில் எதையோ வாரி வீசுவதுபோல் இருந்தது. புலம் பெயர்ந்த அவர்கள் தமிழர்கள் என்ற உணர்வோடு எவரோடும் பழக முடிதல் இல்லை. தமிழ்நாட்டில் உரிமையோடு பேச முடிதல் இல்லை. தமிழர்கள் எல்லோர் கண்ணுக்குள்ளும் சந்தேகம் அப்பியிருந்தது. நெஞ்சாங்கூட்டில் சிறுபயம் ஒளிந்து கிடக்க, திருமண வரவேற்பில் இயல்பாக இல்லாமல், இறுக்கமாய் நின்ற கூட்டம் களை கொண்டது. அந்தச் சூழலில் இருளைத் துடைத்தெறிந்ததற்கு அவர்கள் இந்த இளைஞனுக்கு மனசால் நன்றி சொன்னார்கள்.

"பேசுங்கோ, பேசுங்கோ இன்னும் கண நேரம் பேசுங்கோ", என்றது கூட்டம்.

கூட்டத்தில் நின்று அவனைப் பேசுங்கள் பேசுங்கள் என்று ஈழத்தமிழில் உற்சாகமூட்டிய அந்தப் பெரியவர், மன ஆழத்தில் தூங்கிய அந்த நிகழ்ச்சியை நினைவுக்குக் கொண்டுவந்தார். அவர்கள் அரும்பாக்கத்தில் தங்கியிருந்தார்கள். ஈழத் தமிழர்கள் என்ற ஈரக்குலை நடுங்குகிற தமிழர்கள் மத்தியில், துணிச்சலாய் வீடு தருகிற ஒரு தமிழரும் கிடைத்தார். கடைசியாய் அந்தப் புகலிடம் கிடைத்தது சிறுவனுடைய அப்பா லண்டனில், தாத்தா, பாட்டி அம்மா அவனுக்கு ஆதரவாய், ஈழத்தில் காடு, கரை விவசாயம், எல்லாம் என்றிருந்தார்கள், எல்லோரும் அங்கே அனாதைகளாய் இருந்தனர். அகதிகளாக வந்திறங்கியிருந்தார்கள்.

அரும்பாக்கத்தில் இவர்கள் தங்கியிருந்த வீட்டு முன் குடிநீர்குழாய் பதிப்பதற்கு குழிவெட்டி மண் மேலே குவித்து கிடந்தது. சிறுவன் கேட்டான் ஆமிக்காரன் ஹெலியில் வந்து ஸெல் அடிப்பான் அதுக்காக பங்கர் வெட்டியிருக்கீங்களா?

கடந்த காலப் பழக்கத்தில் வீட்டு உரிமையாளருக்கு சிறுவனின் மழலையும், ஈழப் பேச்சும் அர்த்தமாகி இருந்தது. ஒரு பொருள், முப்பொருள், பல பொருள் தருகிற மழலை வார்த்தைகள் உண்டு. ஒன்றைத் தாண்டி அது வேறொன்றாகக் காட்டும். ஆனால் ஆமி

சிங்கள ராணுவம், ஹெலி ஹெலிகாப்டர், பங்கர் பதுங்குழி என்று ஈழப் பின்னணியில் அந்த அர்த்தங்களையும் புரிந்து கொண்டிருந்தார்.

சிறுவன்பேசியது புரிந்ததற்காக, அவனுடைய தாத்தா ஒரு புன்னகை செய்தார். புன்னகை, அது விளைகிற சூழலைப் பொறுத்து ஆயிரம் அர்த்தங்கள் உண்டு.

செல்வா என்பது இயற்பெயர். இந்திய அமைதிப்படை அந்த மண்ணில் வந்திறங்கிய போது எதிரிகள் யார் என்று ஈழமக்களுக்கு சொல்லப்படவில்லை. சிங்கள ராணுவம் மட்டுமே எதிரி என்று மக்கள் கருதியிருந்தார்கள். இந்திய அமைதிப்படை ஆக்கிரமிப்பின் கட்டுக்கு எல்லா திசைகளும் உள்ளடக்கிய போதுதான் புரிந்தது எதிரிகள் எங்கிருந்தும் வருவார்கள் என்று. இந்தியப்படை இந்துக்களாய் வந்து அணிவகுத்தார்கள். அந்த அனுமான்களைச் சரிப்படுத்தி, தத்தம் சிறுபிஞ்சுத்ததளிரைக் காப்பாற்ற ஒரு காரியம் செய்தார்கள்.

சாமி என்ற பொருளில் பகவான் என்று சொல்வதின் குறியீடு அது.

பகவானும் தாத்தாவும், வீட்டுச் சொந்தாக்காரரும் வீட்டு முன்னாடி நடந்து போய்க் கொண்டிருந்தார்கள். ஒரு ஆட்டோ பட் பட்டென்று உதைக்கும் சத்தம் கேட்டது. சிறுவனைக் காணவில்லை. கைப்பிடியில் நடந்து வந்து கொண்டிருந்தவனைக் காணவில்லையே என்று பார்த்தபோது பகவான் வெட்டிப் போடப்பட்ட சிறுகுழியில் குப்புறக் கிடந்தான்.

''ஆமிக்காரன் ஷெல் அடிக்கிறன். பங்கர் வந்திருங்கோ பங்கர் வந்திருங்கோ'' என்று கத்தினான். குழியிலிருந்து குரல் வந்தது. பயத்தில் அந்தப் பச்சை வெட, வெடத்துக் கொண்டிருந்தது.

மனசுக்குழியின் ஆழத்தில் கிடந்த அந்த நினைவுகளை மெல்ல கைதூக்கி மேலே விட்டார். பெரியவர் பேரனை சிறு குழியிலிருந்தது மேலே தூக்கிவிட்ட போது வேர்த்தது. போரை இப்போது நினைக்கிற போதும் அவருக்கு வேர்த்தது.

இமையோரத்தில் பிதுங்கிய நீர்த்துளிகளினூடே மங்கலாய் பார்த்தபடி, நீங்க பேசுங்கோ என்றார் இளங்கோவைப் பார்த்து.

"கலைச் சிகரம் பேசும்போது கடைசியாகக் குறிப்பிட்டதை நான் சுட்டிக்காட்டி ஆக வேண்டும். கல்கி பகவான் அருள் புரிவார் என்று சொன்னார் கலைச்சிகரம். ஆண்டவனை நம்பி நம்பித்தான் இந்த நிலைக்கு வந்திருக்கிறோம். நமக்கு கைகளுண்டா இல்லை? கால்களுண்டா இல்லையா? பிறகு ஏன் பகவானை நம்ப வேண்டும்? ஒருவேளை சில பேருடைய கஜானாவை நிரப்புதவதற்கு கல்கி பகவான் துணையாக இருக்கலாம். அவர்களுக்கு அவர் தொழில் கூட்டாளியாக இருக்கலாம். மனிதனை நம்புங்கள் மனிதனுக்கு மேலே பகவானும் இல்லை. பரமாத்மாவும் இல்லை."

கூட்டத்தில் தான் ஒரு வேடிக்கைப் பொருளாக ஆக்கப்பட்டது போல் கலைச்சிகரம் தென்பட்டார். முகம் சிவப்பு கொண்டது. உடனே இக்கட்டான நிலையை மறைக்க முகமலர்ச்சி என்ற முகமூடியை அணிந்து கொண்டவர்.

"தம்பி சில கருத்துக்களைச் சொன்னார். அவரது நா நயத்தை, சொல் திறணை, வழக்கறிஞர் திறமையை இந்த மேடையில் நான் கண்டேன். அவரைப் பாராட்டுகிறேன். அவர் தெரிவித்த கருத்துக்கள் அவரளவில் சரியானவை. நான் தெரிவித்த கருத்துக்கள் என்னளவில் சரியானவை."

கல்யாணக் கூட்டம் மறுபடி தன் பழைய சூழலுக்குத் திரும்பியது. அவர்கள் இப்போது, கலைச்சிகரம் மதியை மறந்துவிட்டார்கள். இளங்கோவும் சில கணம் அவர்கள் கவனத்தில் நின்றான்.

எதிர்ப்பு அலை அடிக்கிற போது, இறங்கி வந்து சமரசம் செய்து கொள்வது. சமரசம் போல் பாசாங்கு செய்வது அரசியல் குணமாக வெளிப்பட்டது. இத்தகைய அரசியல்வாதிகளுக்கு நிறைய பதுங்கு குழிகள் இருந்தன.

"நீங்க கொஞ்சம் வர்றீங்களா"

நாலு ஆட்கள் அவனைச் சுற்றி நின்றிருந்தார்கள். எதற்கு என்று பார்வையில் ஏறிட்டுப் பார்த்தான் இளங்கோ. கேட்பதற்கு அவர்கள் தயாராக இல்லை.

நீ உள்ளே வா அந்த நாலுபேரும் ஒருமைக்கு மாறினார்கள்.

இங்க எடம் இருக்கே? இங்கேயே பேசலாம் என்றான் இளங்கோ இல்ல நீ உள்ள வா

கண்டிக் கூப்பிட்ட போது, என்ன ஆகுதென்று பார்க்கலாம் என்று அறைக்குள் உள்ளே போனான்.

நீ என்ன செய்றே?

அவன் வழக்கறிஞர் என்றான்.

நீ என்ன லாயரா?

தெரியாத்தனமா வக்கீலா வந்துட்டேன். வேற வேலை எதுவும் கிடைக்காததாலே வந்துட்டேன்

ஐ கோர்ட் லாயர்னா பெரிய ஆள்னு நெனப்பா?

நா அப்படியெல்லாம் நெனக்கலிங்க, ஏதோ நா செய்த பாவம் பிழைப்புக்கு வழியில்லாம வழக்கறிஞரா வந்துட்டேன்.

என்ன நக்கலா? ஒருவன் இளங்கோ தோள் மீது கை வைத்தான்.

அண்ணனைப் பற்றி ரொம்ப குத்தலா பேசுறே, இனிமேப் பட்டு அண்ணன் கூட்டத்தில் மட்டுமல்ல. வேற எங்கேயும் நீ தலைகாட்டக் கூடாது.

எப்பேர்ப்பட்ட அதிசயமான கலாச்சாரம் அவர்களுக்கு. ஒரு அண்ணன் அங்கே இருந்தார். இப்படி நிறைய அங்கங்கே இருந்தார்கள். மாநில அளவில் ஒரு அண்ணன் என்று கூப்பிட்டால், மாவட்டத்தில் மாவட்டம் ஒரு அண்ணன். அந்த மாவட்டத்தில் அண்ணே என்று கூப்பிட்டால், மாட்டத் தலைவர் அல்லது மாதிரி என்று தெரிந்து கொள்ள வேண்டும். அதற்கு கீழே வட்டம் அல்லது ஒன்றியம். ஓர் கட்சிக்குள்ளேயே ஒவ்வொரு எதிர்க்குழுவுக்கும் ஒரு அண்ணன் இருந்தார். ஒரு பகுதியில் புதிதாகப் போகும் ஒருவர், அந்தப் பகுதியின் அண்ணன் யார் என்று தெரிந்துக்கொள்ள கொஞ்சம் திணற வேண்டியிருக்கும்.

பளபளக்கும் நூல்களால் பின்னப்பட்ட ஒரு சிலந்தி வலைபோல் தகதகப்பான மாயைகளால், தன் தலைவனைச் சுற்றி வலை பின்னியிருப்பார்கள். தெரிந்தே அந்தப் புகழ்ப் பின்னல் வலைக்குள் தலைவனுக்குஒரு சுகம். தெரிந்தே அந்தச் சுகம் கூடிக்கொண்டு போக அனுமதிக்கப்பட்டது.

மேசைமேல், குரங்குபோல் உட்கார்ந்து கொண்டு ஒருவன் கேட்டான்.

தலைவரையே கேள்வி கேட்டு, கிட்டி போடலாம்னு பார்க்கறே உனக்கு சுபவீ தெரியுமா? இன்குலாப் தெரியுமா?

அந்தப் பெயர்களை அவர்கள் தெரிந்து வைத்திருக்கிறார்கள் என்று தெரிந்தது. பெயர்கள் என்ற அளவிலாவது அவர்கள் தெரிந்து வைத்திருந்தார்கள்.

எனக்கு அதெல்லாம் தெரியாதுங்க, எனக்கு தெரிஞ்சது நாலு பேர்தான். ஒன்று அமெரிக்க அதிபர் கிளிண்டன், அவேராட குடும்பம், ரெண்டாவது பிரிட்டிஷ் ராணி எலிசபெத் பையன் இளவரசர் சார்லஸ், மூணாவது நேரு குடும்பம், இந்திரா காந்தி, ராஜீவ் காந்தி, சஞ்சய் காந்தி, பெறகு கனவுக்கன்னி நக்மா,

இளங்கோ சிரித்துக் கொண்டே சொன்னான். சிரிப்பு அவன் முகத்தில் ஒட்டியிருந்தது.

என்னா லந்து பண்றயா? ஒக்கா... இப்படியே ஒன்னு குத்தனா... என்றான் ஒருவன்.

இனிமே எங்க தலைவர் பேர்ல, எதுனாச்சம் பேச்சுப் பேசினே, ஒன்னைய கந்து கந்தாக்கிவிடுவோம்.

ஒவ்வொரு குழுவுக்கும், அதனதன் செயல்களுக்கு ஏற்ற ஒரு மொழி இருக்கிறது. அது ஒரு குழு ஊக்குறி மொழி. வன்முறைக் கும்பல் ரௌடிகள் அவர்களின் மொழியை ஆண், பெண் என்று வித்தியாசம் பார்த்து விநியோகிப்பதில்லை. இப்படிச் செய்வதன் மூலம், தலைவனை மிகப் பாதுகாப்பாய் வைத்துக் கொள்வதாக, இருப்பதாக காட்டிக் கொண்டார்கள். அந்த நாலு பேர்.

## எதையும் செய்வீர்

இரண்டு மொட்டை மாடிகளை இணைத்திருந்த கேபிள் டிவி ஒயர் மீது புறா ரொம்ப நேரமாக உட்கார்ந்திருந்தது. ஆடாமல், அசையாமல் ஆதிகாலந்தொட்டு அங்கே உட்கார்ந்திருப்பதுபோல் தெரிந்தது.

இரண்டு மொட்டை மாடிக்கும் இடையில் பத்தடி அகல இடைவெளி, பத்தடிக் கணவாய் வழியாக காற்று பீறியடித்தது. இடைவெளிக்கு நேர் முனையில் தெரிந்த தென்னை மர மொட்டை மாடியில் ஐந்து வயதுப் பாப்பா அலறியடித்து கத்தியபடி ஓடினாள். தென்னை உச்சியில் கூடு கட்டி அடைகாத்த கருங்காகம் பாப்பாவின் தலையில் பொட்டென்று கொத்திவிட்டு கரைந்துகொண்டே பறந்தது. தாக்குதலில் ஈடுபடும் போர் விமானம் போல, மறுபடியும் தாழப்பறந்து வட்டமிட்டு வந்தது. அலறி ஓடிவரும் மகளை, கொடியில் துணி உலர்த்திக் கொண்டிருந்த தாய் பதறி, நின்ற நிலையில் மடியில் அணைத்துக் கொண்டாள்.

கொன்னுருவோம் அதை, கொத்துப்பட்ட இடத்தைத் தடவிக் கொடுத்தாள். தாய்க்குத் தெரியும் ஒவ்வொரு முறை மேலே வருகிற போது, அடைகாக்கும் முட்டைகளை லாவிக்கொண்டு போக வருவதாக நினைத்து வன்மமம் வைத்துப் பாய்கிறது காக்கை.

பெண் காக்கை இல்லாதபோது ஆண் காக்கை. குட்டிப்போடக் காத்திருக்கும் சின்ன நாய்போல் மாறி மாறி உறுமிச் சீறுகின்றன. அவளுக்கும் அந்த அனுபவம் கிட்டியதுண்டு. சின்னவர் பெரியவர் என்ற வித்தியாசம் இல்லை. அவளும் வசமாகக் கொத்து வாங்கியிருக்கிறாள்.

பா. செயப்பிரகாசாம்

கையில் குச்சியுடன்தான் மொட்டை மாடிக்கு வருவது. மகள் கையில் கொடுக்க வேண்டியது. மறந்துவிட்டது கொடுத்தாலும், நெஞ்சாங்கூட்டில் கொஞ்சம்கூட பயம் இல்லாமல் பெரியவர்களையே வந்து பார் என்கின்றன காக்கைகள்.

கேபிள் ஒயர்மேல் உட்கார்ந்த புறா, கழுத்தை ஒயிலாய் இடப் பக்கமும் வலப்பக்கமும் அசைத்தது. பக்கவாட்டில் கருமணிகள் உருண்டாலும் முதுகுக்குப் பின்னால் கறுத்த கத்திக்கல் ஆகாயத்தில் வீசி எறியப்படுவதுபோல் பறந்து தாக்குகிற காக்கை ஆபத்தை முன்னுணர்ந்து பின்புறமும் பார்வை பாய்ந்தது.

காற்றில் கேபிள் அசைகிறபோது கேபிளோடு சேர்த்துக் கட்டியது போல் உட்கார்ந்த நிலையிலேயே ஊஞ்சல் ஆடியது.

ஆகாயத்தில் உட்கார வைக்கப்பட்ட கவிதை அது. செம்பறை நிறம் வெள்ளை, சாம்பல் புறாக்களுக்கு மத்தியில் அந்த நிறம் அபூர்வம்.

வானத்தை வசப்படுத்திய நீண்ட விளையாட்டுக்குப்பின், தென்னங்கீற்றுப் பொன்னுஞ்சல் ஆடி, சோலை பயின்று, சாலையில் மிதந்து அழகானது. சோலையும் வயலும் வயல்வெளித் தானியக் கதிர்களும் பூக்களும் பட்டாம்பூச்சிகளும் அதன் கனவுகள்.

திடீரென்று கனவு சிதறி மருண்டது. சுரீர் எனகால் வழியே தலைக்குள் ஏதோ பாய்ந்தது போல் படபடப்புடன் பார்த்தது இருளடித்த குழந்தைப்போல், வெடுக்வெடுக்கென்று தலையை இரு பக்கமும் உதறியது.

கேபிள் வழியாக ஓடும் காட்சிகள், கால்கள் வழி இரத்த ஓட்டத்தில் பாயந்து சிரசில் ஏறியது உலக எல்லைகள் முழுதிலும் இருந்து ஆகாய மார்க்கமாய் வரும் காட்சிகள் உள்பாய்ந்து புறாவை சொக்கட்டாம் போட வைத்தது.

பல்லாயிரக் கணக்கான கிரிக்கெட் ரசிகர்கள் நெரு நெருவென்றிருக்கிற மைதானம். ஆகாயத்தில் பறந்து வருகிற பந்தைப் பிடிப்பதற்காக மூன்று இளம் வீரர்கள் பாய்கிற கூட்டம்

பார்வையாளர்களின் முன் வரிசையில் அமர்ந்துள்ள இளங்குமரியின் பார்வை. ஆகாயத்தின் மேல்நோக்கிப் பாய்ந்து, பந்துடன் கூடவே பறந்து கீழ்நோக்கி இறங்கி, தரையில் ஆச்சிரியத்துடன் குத்திட்டு நிற்கிறது. பல்லாயிரக்கணக்கான ரசிகர்களின் மத்தியில் அவள் ஒருத்தி மட்டுமே நின்று கொண்டு கை தட்டுகிறாள். மூன்று கிரிக்கெட் வீரர்கள் பாய்ந்துதரையில் விழுந்து லபக்கென்று மாறிமாறிக் குடித்து நாக்கைச் சொட்டாங்கு போட்டபடி குமரியைப் பார்த்து இளிக்கிறார்கள். குமரி வெற்றி என்று கட்டை விரலை உயர்த்திக் காட்டுகிறாள்.

அந்த செங்கருப்புத் திரவத்தை தானும் அருந்த வேண்டும் என்ற தாகம் எழுந்தது புறாவுக்கு. சின்னஞ்சிறு மணிக்கண்கள் சுழற்றி சுற்றும் முற்றும் பார்த்தது வெயில் தகிக்கவில்லை. சாயந்தரப் பொழுதின் நுங்குக் குளிர்ச்சி பரவிக் கொண்டிருந்தது. ஆனாலும் தாகத்தை உள்ளுக்குள் ஏற்றியிருந்த செங்கருப்புத் திரவத்தால் நாக்கு வரண்டு சுண்டியது.

ஒரு கொழு கொழு பையன், காரில் போய் பள்ளியில் இறங்குகையில் வெள்ளை வெளேர் உடை. மாலையில் வீடு திரும்புகையில் அட்டு அட்டாய் சகதிக் கறை அம்மா, உடையெல்லாம் அழுக்காகிவிட்டது என்கிறான். தாய் கவலைப்படவில்லை. குடும்ப அக்கறை உள்ள இல்லத்தரசிக்கு ரகசியம் தெரியும். கறை படிந்த துணிகளை எதனால், எப்படி சலவை செய்ய வேண்டும் என்று. சர்ப் சலவைத் தூளும் வீடியோகான் சலவை இயந்திரமும் சேர்ந்து கதையையே மாற்றிவிடுகின்றன. சலவையான வெள்ளைச் சட்டையை இரு கைகளில் எந்தி, கறை படிந்த வரலாறு மாற்றி எழுதப்பட்டு விட்டது என்கிறாள் தாய்.

புறாவுக்கு தன் நிறத்தின் மீது தீராத தன்னிரக்கம் உண்டு. வெள்ளை, சாம்பல் வண்ணமான தன் இனத்தார் மத்தியில் செம்பறை நிறத்தில் பிறந்துவிட்டோமே என்று நொந்துகொண்டது. ஒரு கழிசடை நிறம் தன் மீது ஒட்டி விட்டது. இந்தக் கறை படிந்த தன் சுயசரிதையை மாற்றி எழுத முடியுமா அந்த சலவைத்தூளால் என்று யோசித்தது.

ஒரு புறாவை யோசிக்க வைத்துவிட்டதுதான் தொலைக்காட்சி பண்ணிய சாதனை. பொதுவாக எந்த ஒரு உயிரையும் சிந்திக்கும்படி பண்ணிய சரித்திரம் இதுவரை இல்லை.

அடுத்த பிறவியிலாவது வெள்ளையாய் பிறக்க வேண்டுமே என்று நினைத்த மூடிய கண்களுக்குள், சின்னப் பெண்ணாய் இருக்கும் போதிருந்தே நான் உபயோகிப்பது ஃபேர் அண்ட் லவ்லி. ஃபேர் அண்ட் லவ்லி போட்ட பெண் வெள்ளையாயிட்டாளே என்று அழகுச் சேட்டை செய்தபடி வாலைக்குமரி வந்து போனாள்.

காற்று வேகமாக அசைந்தது. ஒரு நல்ல கவிதை எப்போதாவது கீழே விழுந்ததுண்டா? சறுக்கி விழுந்துவிடாமல் இறுக்கிப் பிடித்துக் கொள்ள அதற்கு நிறைய உறுதி கொண்ட உத்திகள் இருக்கின்றன.

அந்த வீட்டின் முன்னறையில் அமர்ந்திருந்தவர்களின் பார்வை தொலைக்காட்சிக்குள் நங்கூரம் பாய்ச்சிக் கிடந்தது. கீழே இருப்பவை கண்கள். மேலே இருப்பது மூளை, தலையில் இருந்து மூளை கண்களுக்கு இருப்பிடத்தை மாற்றிக் கொண்டது போல் அமர்ந்திருதார்கள். படிப்படியாக கழுத்து வழி கீழிறங்ககி மெதுமெதுவாய் மேனியில் அங்கங்களில் கரைந்து, கால்வழியே காணாமல் போனது மூளை ஒட்டுமொத்த உடலிலும் ஒரு துளி மூளைகூட இல்லை என்பதுபோல் அந்த உருவங்கள் தொலைட்ககாட்சிக்குள் புகுந்திருந்தன.

ரொம்ப நேரமாய் கேபிள் மேல் உட்கார்ந்து, சுரணையற்றுப் போய்விட்டதோ என்று புறா தன்னைச் சுண்டிப் பார்த்து கொண்டது. சுறுசுறுப்பாய் பறக்க இறக்கை அடித்தது. தொலைக்காட்சிக்கு முன்னால் இருப்பவர்களைப் போல் தன்னையும் யாரோ கயிறால் கட்டியிருப்பது மாதிரி கால்பெயர்க்க முடியாது திணறியது.

கால் பெயர்க்க முடியவில்லை. பசி. பசியில் குடல் கூத்தாடியது. பசிக்கு ஏதாவது தானியம் உண்டா? சுற்று முற்றும் நோட்டம் விட்டது. மொட்டை மாடியில் தாய்க்குலம் தானியம் காயவைத்து வெகு காலமாகிப் போனது. தனக்கு நினைவு தெரிந்த நாட்களிலிருந்து

இல்லை. அரிசியில் எத்தனை கையுண்டோ, அத்தனையையும் அப்பத்தா தாத்தா வகையறா சாப்பிட்டிருக்கிறார்கள். கை வகையாய், சுவை சுவையாய் சாப்பிட்டது பற்றிய அவர்களது கதைகள், கனவுகளாகக் கிடந்தன. கம்பு, கேழ்வரகு, சோளம், சாமை, திணை என்று நவதானிய உணவெடுத்து அவர்கள் கொழுத்துப் போயிருந்த காட்சி கதைகளில் இருந்தது. தன்னுடைய காலத்திலேயே நவதானிய விளைச்சல் சன்னம் சன்னமாய் உலகத்தில் எங்கிருந்தோ வீசிய நவநாகரீக வெப்பக் காற்றுக்கு காணாமல் போய்விட்டது என்று பட்டது.

திடீரென்று மொட்டை மாடி தென்னங்கூட்டுக் காக்கை சத்தமில்லாமல் பின்புறம் வந்து மடார் என்று அடித்தது. எதிரியை துவம்சம் செய்து விடுவது போன்ற தாக்குதல் நெடுஞ்சாலை சிதறி விடுவதுபோல் நிலைகுலைந்து முன்பக்கம் சாய்ந்த புறா அப்படியே பறந்து அந்த வீட்டின் பால்கனியில் குந்தியது.

தொலைக்காட்சிக்கு உள்ளே இருந்தவர்களைப் போலவே தொலைக்காட்சிக்கு வெளியே உட்கார்ந்திருந்தவர்கள் கைகளில் மில்க்பிக்கீஸ், க்ராக்ஜாக், ஜெம்ஸ், பெப்பே, பைவ் ஸ்டார் என பளபளக்கும் சரிகைத் தாளில் மடித்து வைக்கப்பட்டவற்றை அவசரம் அவசரமாக வாய்க்குள் அதக்கிக் கொண்டிருந்தார்கள். புறா ஏக்கப் பார்வையுடன் தங்களை நோக்கியதை அவர்கள் கவனிக்கவில்லை.

தெளிவாக வீட்டுக்குள் நடப்பவைகளை புறா பார்க்க முடிந்தது. வீட்டுக்குள் வளர்க்கப்பட்ட முளைப்பாரிப் பயிர்கள் போல், சோபிதமாக இருந்தார்கள். பெண்கள் அவர்கள் தொலைக்காட்சிக்கு முன்னால் முன்னறையில் இருந்தார்கள். அங்கு காணப்படாத போது சமையல் அறையில் இருந்தவர்கள் அவர்களுக்கு நெஸ்கஃபே, த்ரீ ரோஸஸ் டீ தயாரிக்க வேண்டிய கடமை இருந்தது.

காபி, தேநீர் ஏதாவது ஒன்று இருந்தால் பசியாறலாம் என்று புறா நினைத்தது. மெல்லப் பறந்து கைப்பிடிச்சுவரில் இருந்து கீழே போய் உட்கார்ந்தது.

பா. செயப்பிரகசாம் 251

கைப்பிடிச் சுவரில் தத்திய புறாவின் அமைதி உடைந்தது. மருண்டு கருமணிகள் உருள வலப்பக்கம் நோட்டம் விட்டது. வலப்பக்க வீட்டில் கணவன், மனைவி சண்டை நடந்தது. சத்தமாய் வம்பு பண்ணிக் கொண்டிருந்தார்கள். தனியார் நிறுவனத்தில் வேலை பார்க்கிற அவர்களுடைய பெண், கூட வேலை பார்க்கும் ஒருவனுடன் இரண்டாந்தாராமாய் ஓடிவிட்டாள்.

நீ தான் அவனைக் கூட்டிக் கொடுத்தாயா? என்றான் ஆண். பெண்ணைப் பார்த்து எந்த ஆணும் நாக்கு நீட்டிவிடுகிற கேள்வி இது.

ஏன் நீ மாமா வேலை பார்த்தாயா? பெண் திரும்பக் கேட்கிறாள். வாய்ப் பேச்சு வோயில் இருக்கிறபோதே ஆண் கை நீட்டுகிறான்.

அடுத்த வீட்டுச் சண்டையின் நாகரீக மொழி காதுகளுக்குள் நுழையாமாலிருக்க டிவியை முடுக்கி விடுகிறார்கள் இவர்கள்.

மணிப்புறா, மாடப்புறா என்ற தன்னுடைய இனத்தின் உலகத்தில் இந்த மாதிரி சண்டைகள் காட்சியாகவில்லை. மணிப்புறா காட்டு சாதி. மாடப்புறா வீட்டு சாதி காட்டிலும் ஆடி, வீட்டிலும் ஆடி இரண்டிலும் கால் வைத்து வாழும் தன்னைப் போன்ற இடைப்பட்ட சாதியில் இந்த நொம்பல் இல்லை. சகல சுதந்திரத்தோடும் தன் விருப்பம் சார்ந்து வாழுகிற வாழ்க்கையை நினைத்து கர்வமும், அடுத்த வீட்டுக் காட்சியைக் கண்டு அப்படியே நொங்கியும் போனது புறா.

புறா நுழைந்ததை யாரும் கவனிக்கவில்லை. ஒரு மூலையில் இடுங்கிக் கொண்டது. ராணிபோல உட்கார்ந்து ஊஞ்சல் ஆடிக் கொண்டே கேபிள் வழியாக மூளைக்குள் ஓடிய படத்தை ரசித்துச் சுவைத்துக் கொண்டிருந்த தனக்கு இது தேவைதானா என்று யோசிப்பு. தன் மூளைக்குள் இதுவரை படம் காட்டிக் கொண்டிருந்த வெளிச்சப் பெட்டி, இதுதான் என்று தெரிந்து குதூகலத்தில் றெக்கை தட்டியது.

சுருள் சுருளாய் வெளிச்சப் பெட்டியில் காட்சிகள் மாறின. உயர்ந்த செங்குத்தான பத்துமாடிக் கட்டிடக் கீழ்த்தளத்தில் இளந்தம்பதியர் லிப்டில் ஏறுகிறார்கள். ஒரு தட்டில் ஐஸ்கீரிம் வகைகள் ஏந்தியபடி

ஓட்டல் சிப்பந்தியும் அவசர அவசரமாக லிஃப்டில் ஓடிவந்து ஏறுகிறான். இடையில் மாடியில் லிஃப்ட் நிற்கிறது. அப்போது அந்த இளம் மனைவி ஐஸ்கீரிம்காரனுடன் தொத்திக்கொண்டு வெளியேறுகிறாள். லிஃப்டுக்குள் இருக்கிற சோப்ளாங்கி கணவன், கரே, புரே என்று கத்துகிறான்.

ஐஸ்கிரீம்காரனுடன் ஓடிய பெண்ணைக் குறிப்பிட்டு விளம்பரம் ஓடுகிறது. அருண் ஐஸ்கிரீமுக்காக எதையும் செய்யத் துணிவீர்.

ஐஸ்கிரீம் ஐஸ்கிரீம்... புறா கத்தியது சத்தம் எங்கிருந்து வருகிறது உட்கார்ந்திருந்தவர்கள் திடுக்கிட்டு சுற்றிப் பார்த்தார்கள்.

டிவிக்குள்ளிருந்து இந்தக் குரல் வருகிறதோவென்று திரும்ப டி.வியைப் பார்த்தார்கள். கோளாறு டி.விக்குள் இல்லை. தங்களுக்குள்ளிருந்தே அது வெளிப்பட்டிருக்கலாம். தாங்களே அதுவாக மாறிவிட்டதால், தங்களையறியாமலே எழுந்த குரலாக இருக்கலாம் என ஒருவரை ஒருவர் பார்த்துக் கொண்டார்கள்.

அருண் ஐஸ்கிரீம் அருண் ஐஸ்கிரீம்

தாகமும் பசியுமாய் வேகமெடுத்த புறா, அவர்களுக்கு ஊடாகப் பறந்து டி.வி. பெட்டியில் மோதியது. மோதிய வேகத்தில் கண்ணாடி உடைந்து சிதறி கீழே விழுந்தது, விலுக் விலுக் என்று துடித்து பிறகு துவண்டு விழுந்தது.

அப்பா புறா, அப்பா புறா. கொழு, கொழு சின்னப் பையன் முதல் தடவையாய் புறாவைப் பார்த்த அதிர்ச்சியில் கத்தினான்.

வீட்டுக்காரர் சொன்ன, ஓனிடா டிவிங்கிறது உண்மையாக போச்சு.

# காணாத பாடல்

அடுக்குமாடிக் குடியிருப்புகளின் பின்பக்க சன்னல் கதவுகளைத் திறந்தால் சில அபூர்வமான காட்சிகள் தென்பட்டன. இருநூறு அடி தள்ளி முளைத்திருந்த குடிசைகளில் கடைசிக் குடிசையின் பின் பக்கத் தடுப்பில் ஒரு குமரி குளித்துக் கொண்டிருந்தை இளமதி கண்டான்.

அடுக்கு மாடிக் குடியிருப்புக்கும், குடிசைகளுக்குமிடையே இருந்த பள்ளத்தில் பாலிதீன் பைகள், காகிதம், அட்டைப்பெட்டி, பிளாஸ்டிக் துண்டுகள், பீங்கான் சில்லுகள், குப்பை, நகர சபை லாரிகளில் மலை மலையாகக் கொட்டப்பட்டன. கரிப்புகையாய் மேலெழும் தூசி மண்டலம் மெல்ல மெல்ல நடந்து அடுக்குமாடி வீடுகளின் கதவுகளைத் தட்டியது தன்னடையாய் நடந்து வீடுகளுக்குள், மனிதர்களின் நாசிகளுக்குள் உட்கார்ந்தது. தூசிப் புகையை காற்றுப் போலவே குடியிருப்பும் சுவாசித்துக் கொண்டிருந்தது.

கறுப்புத் தூசிப்படை, குடிசைகள் மேல் போர்வை போல் கிடந்தது. கறுப்புத் தூசியை தலைமேல் முக்காடாய்ப் போட்டபடி காலத்தை சவாலுக்கு அழைத்தன குடிசைகள்.

ஒவ்வொரு கார்காலத்திலும் முற்றுகையிடுகிற வெள்ளம், ஒவ்வொரு கோடைப் பொழுதுகளிலும் பரவுகிற தீ. குடிசைகளை எழுப்பும் உயிர்பெற்றது போல கூப்பாடும் பரபரப்புமாய், சாலைகளுக்கு ஓடி வருவார்கள். திடீரென வாழ்வு வேகம் கொண்டுவிட்டதுபோல் தெரியும் அந்த நேரத்தில் சாவு, கல்யாணம், அழுகை, சிரிப்பு, சண்டை, சரஸம் என்று காலத்தினை அர்த்தப்படுத்தும் வாழ்வு எப்போதும் குடிசைகளுக்குள் சுறுசுறுப்பாக இயங்கியது.

நாலுபுறமும் உயர்ந்த செங்குத்துக் கட்டிடங்களுக்கு நடுவில் குடிசைகள் சிறு காற்றுக்கும் எட்டிப் பார்க்க வேண்டியிருந்தது. கட்டிடங்களுக்கிடையே நெருங்கி சப்பழிந்து போனது போல் மூச்சுத் திணறிக் கொண்டிருந்தன.

குடியிருப்பின் பின்புற வாசலில் சுவருக்கு வெளியே இருந்த பெட்டிக் கடையில் ஒரு பெரியம்மா ''கிளியோபாட்ரா'' சிகரெட் விற்றார் இளமதி சிகரெட்டை உறிஞ்சியபடி குப்பை மேட்டை நோட்டம் விட்டான். சோப்பு முதல் சிகரெட் வரை வெளிநாட்டுச் சரக்குகள் அந்த புறாக்கூண்டு கடையில் கிடைத்தன.

குடிசைப் பகுதியிலிருந்து வசவுகள் பீறிட்டு எழுந்தன. எப்போதும் தண்ணி ஊத்துக்குள்ளேயே கிடக்கும் ஆம்பிளைகளின் அடாவடித்தனம் இம்சை தாங்க மாட்டாமல் எதிர்க்கும் பெண்களின் வசவு, ஆடை, கோடை கால வித்தியாசமில்லாமல் மேலெழுந்தன. அவர்களின் வாழ்க்கைக்குள் அந்தச் சண்டை கொஞ்சம் உயிர்ப்பு உண்டாக்கியது. அப்படி இல்லாமற் போனால்,வாழ்வு ஓட்டம் அவர்களுக்கு எந்த சுவையும் இல்லாமல் எழவெடுத்தது போல் ஆகியிருக்கம்.

தூசிப் புகையை தடுக்கக் கற்றிருந்தது போலவே, வாழ்க்கைக்கு ஆரோக்கியக் கெடுதலாய் வரும் இந்த வசவு நாற்றத்தையும் தடுக்க அடுக்குமாடிக் குடியிருப்புகளின் பின்புற சன்னல், கதவுகள் திறக்கப்படாது நிரந்தரமாய் அடைபட்டன. பகற்பொழுதை வெளியே கடத்திவிட்டு வீடுகளுக்குள் இரவைத் திணித்துக் கொள்கிற குடியிருப்பு வாசிகளுக்கு இது காட்சிப் படாமல் சௌகரியமாக இருந்தது. சுற்றிலும் மனுஷர்கள் வசிக்கிறார்களா என்று பார்க்கிற மனக்கதவையும் மூடிவிட்டிருந்தார்கள்.

குப்பை கிளறி, பொறுக்கிக் கொண்டிருந்த அந்தக் கூட்டத்துக் குள்ளிருந்து தனியொரு குரலாய் வெளிவந்தது. பாட்டு குப்பை குள்ளிருந்து முளைத்து வருவதுபோல் தெரிந்தது.

எத்தனையோ சிறையைக் கண்டேன்.

நானும் கண்டேன் கடுஞ்சிறையை

அழகான சென்டிரல் ஓரம்

அருமையான சிங்காரப்பேட்டை

சுத்தி மதில் ஓடு அந்த

சிறையும் ஒரு வீடு.

இங்கிருந்து பார்க்கையில் குறிப்பாக எவருடைய குரல் என்று அத்துப்படவில்லை

பெரிய பெரிய பொம்பிளைகள் பேச்சுப்பழக்கம் போட்டு கொண்டிருந்தார்கள். அவர்கள் பேசுகிறபோது இளைப்பாறிக் கொள்வது போல் பாட்டு நிற்கும். அவர்களுக்குப் பேச்சும், அந்தக் குரலுக்குப் பாட்டும் நிற்கும். அந்தக்குரலுக்குப் பாட்டும் என்பது போல் மாறி மாறி வந்தது பேச்சு. நின்ற அமைதி, பாட்டை எடுத்துக் கொடுத்தது.

''ஏ, வேலு வேலு''

சத்யா கூப்பிட்டாள், அவள்தான் பாட்டுக்காரி,

சாம்பல் நிற வண்ணத்துப் பூச்சிபோல் தெரிந்தாள் அவள். நகரத்தில் வெள்ளரிசிச் சோறு சாப்பிட்டு வெயில் அதிகம் காணாத மேனி, சாம்பல்நிற மினுக்கம் கொண்டிருந்தது. வேலு அவளைக் கண்டதாய் காட்டிக் கொள்ளவில்லை.

நகரசபை லாரிகள் வந்து கொட்டியதும் செம்மறி ஆட்டுக் கூட்டம் போல் குவிந்து விடுவார்கள். குனிந்த உடல்கள் பிறகு நிமிருவதில்லை.

மலைமாதிரிக் குவியலை நிரவிவிட வேண்டிய அவசியம் நகராட்சிப் பணியாளர்களுக்கு இல்லை. குப்பை பொறுக்கிகள் பாய்ந்து கலைத்து, பரப்பி முடிக்கிறபோது ஒன்றுபோல் சமதளம் ஆகியிருக்கும்.

குனிந்து பொறுக்கிக் கொண்டிருந்த வேலுவிடம் அசைவில்லை.

சத்யா, ''ஏ வோலு போலு'' என்றாள் திரும்ப.

வேலு அசையவில்லை. சத்யா அவனைப் பார்த்து இரண்டு விரல்காட்டி, ''ஏ, கவட்டை'' என்றாள். பதிலுக்கு வேலு திரும்பி ஒரு விரல் காட்டினான்.

பதினாறு வயது சில்லுண்டி உடம்பு, இடுப்பிலிருந்து இறங்கிய கால்கள் நீளமாய் கவட்டைபோல் காட்சி தந்தன. இடுப்புக்கு மேல் உடம்பு உயரச் சுருக்கமாய்த் தென்பட்டது. உயரமான கெக்கலிக் கட்டை மேல் நடந்து வருகிற ஆட்டுக்காரர்கள்போல வேலு தோற்றம் தந்தான். உயரக் கூடுதலும் சவக், சவக் நடையும் தோது போட்டக் கொண்டு வந்தன. சத்யாவைப் பார்த்து வந்தான்.

அவன் ஒருவிரல் காட்டிய சமிக்ஞை சத்யாவுக்கு மட்டுமில்லை கூடவே குப்பைக் கிளறிக் கொண்டிருந்தோருக்கும் போய் சேர்ந்தது அவர்கள் பார்க்கவே அந்த சமிக்ஞை காண்பித்தான். குப்பையில் முக்குளித்துக் கொண்டிருந்தவர்களுக்கு அது ஒரு ஆபாசக் குறிப்பல்ல. ஒரு சிரிப்பை உதிர்த்துவிட்டு, வழக்கமான தங்கள் வேலையில் மூழ்கி விட்டார்கள்.

சத்யா கிள்ளினாள். வேலு அவள் இடுப்பில் சிக்சங் காட்டினான். சத்யா டே, தூமை என்று அதட்டினாள்.

ஒரு முழுப் பொம்பிளையை இப்படிச் செய்கிறோமே என்ற கூச்ச நாச்சம் இல்லை. வேலு அவளுடைய இடுப்பிலோ கம்புக்கூட்டிலே விரல்களால் நோண்டி கிச்சங் காட்டினான்.

பூரான் ஊர்வது போல உடம்பு சிலிர்த்தது. துள்ளிப்போய் நின்றாள் சத்யா, டே வோலு கோபமாய்க் கத்தினாள் வோ அழுத்தமாய் வெளிபட்டது. கிச்சங்காட்டுவது அவளுக்குப் பிடிக்காது. எது அவளுக்கு பிடிக்கவில்லையோ, அதையே திரும்பத் திரும்பச் செய்தான். எங்கிட்ட அதமட்டும் செய்யாதே, எனக்குப் பிடிக்காது என்று அவளுடைய கோபம் சொல்லி காட்டியது.

இருவரும் பெட்டிக்கடையைப் பார்த்து நடந்தார்கள். சின்னதாய் இருந்தாலும் அதற்குள்ளிருந்து எல்லா ரசயானமும் இறக்குமதியாகும் போல தெரிந்தது. சுக்குக் காப்பி இருந்தது.

பா. செயப்பிரகசாம் 257

அரைக்கால் முழுக்கால் சட்டை

அதுக்கு ஏத்த தலைய மொட்டை

மார்பில நம்பருக் கட்டை

மைனருக்க வெள்ளைச் சட்டை

அச்சடிச்ச சோறு அங்கு

அவுன்ஸ் கணக்கு சோறு

ஒன்னை நா தொட்டதுக்கு

ஒம்மா சாட்சி சொன்னதுக்கு

சென்டிரல் ஜெயிலிலே

முட்டிக்கு முட்டி தட்டிட்டானே

தொப்பிக்காரன்

முட்டிக்கு முட்டி தட்டிட்டானே

சத்யா பாடப் பாட, வலு அவளை முழங்கையால் இடித்துக் கொண்டே வந்தான். வேறு இடங்களில் அந்தக் காட்சி விரசம் தந்திருக்கக்கூடும் இளமதி ஆச்சிரியத்தோடு அவர்களைப் பார்த்தான்

நல்லா பாடுறாங்களே

டேப் ரெக்கார்டரில் அதை புதிய வேண்டும் என்று தோன்றியது இளமதிக்கு.

சத்யா நல்லாப்பாடுவா

லாரிகளை கணக்கெடுத்துக் குறித்துக்கொண்டிருந்த நகராட்சி சூபர்வைசர் பெட்டிக்கடையை ஒட்டிய ஸ்டூலில் இருந்தார்.

சத்யா, இன்னும் பாடும்மா. ஸார் கேக்கணுமாம்.

சத்யாவின் பார்வை சிகரெட் பிடித்துக் கொண்டிருந்த அந்நியன் மேல் பாய்ந்தது. மனித ஓசை கேட்டதும், புதருக்குள் சரசரவென்று

சொருகிக் கொள்கிற பாம்பாய், பாட்டு தொண்டைக்கு குழியில் சுருண்டு கொண்டது.

ஏம்மா, வேர்த்துக் கொட்டுது வெயிலா? சூபர்வைசர் கேட்டார்.

வெயில் மேகங்களுக்குள் நுழைவதும், மேகங்கள் விட்டதும் வெளியே ஓடி வருவதுமாய் விளையாடியது. பக்கத்தில் அடிகுழாய். வேலு அடித்துவிட்டான். சத்யா முகம், கழுத்து, கை கழுவினாள்.

குழாயில் நல்ல தண்ணி வருதுண்ணு மூஞ்சிய மூஞ்சியைக் கழுவுறியா? என்றான் வேலு.

வேறென்னத்தக் கழுவுறது? சத்யா

அப்ப கொஞ்சம் குளிச்சுக்கோ வேலு

ரெண்டு வருஷத்துக்கொரு தரம்தான். நாங்க குளிக்கிறது சத்யா

சூபர்வைசர் லேசாய் சிரித்தார். சூபர்வைசரிடமிருந்து சில விஷயங்கள் இளமதிக்குப் பிடிப்பட்டது. வேலுவை விட ஐந்து வயதுகூட இருக்கலாம் சத்யாவுக்கு பொம்பளை ஸ்தானத்துக்கு வந்திருந்தாள். கழுத்தில் கடு ஏறிய மஞ்சள் சரடு. சடடவென்று ஒடிகறி தேகத்தோடு ஒரு நான்கு வயதுக் குழந்தை வீட்டில் காத்துக் கொண்டிருக்கிறாள்.

சத்யா, ஒம் புருஷன்கிட்ட இருந்து கடுதாசி? சூபர்வைசர் கேட்டார்.

ம், போட்டாருப்பா. களியெல்லாம் நல்லாப் போடறாங்களாம். களி நல்லாக் கிண்டுறாராம்.

ஜெயிலுக்கேவா?

ஜெயிலுக்கென்ன? விட்டா ஊருக்கே கிண்டி கிழங்கெடுத்திருவாரு.

இளமதிக்கு மேலே சில விஷயங்கள் புரியலாயிற்று. சத்யாவின் புருஷன் ஜெயிலில் வாழ்கிறான்.

அடைக்கப்பட்ட கதவுகளோடு அடுக்குமாடிக் குடியிருப்பு, சத்தமற்றுக்கிடக்கிறது. மயான காவலாளி போல் இளமதி ஒருவன்

மட்டும் குடியிருப்பில் கிடக்கிறான். எல்லோரும் வேலைக்கு போய்விட்ட பகலில், வயதான சில கிழங்களோடு, அவனுடைய ஆவி அநத்க் குடியிருப்பில் உலவிக்கொண்டிருந்தது.

பிரபல இசை அமைப்பாளரின் குழுவில் சேர்ந்து சினிமாவில் பின்னாளில் திரை உலகின் மினுமினுப்பில் தானும் ஒரு இசை மன்னனாய் உருவாக கனாகண்டான். இரவு நேர இசைக்குழு தொழிலாளி வாழ்க்கை உருவெடுத்துவிட்டது.

இளமதியின் வாழ்க்கை இரவு பகலாகவும், பகல் இரவாகவும், இடம் மாறிவிட்டிருந்தது. இரவில் இசைக் குழு வாழ்க்கையாகவும், பகலில் தூங்கியும் கழிந்தது.

புதிய மெட்டுக்கள் தேடி, புதிய மெட்டுக்கள் போட்டு இசையமைப்பாளரிடம் கொண்டு சேர்ப்பான். அவனை அங்கேயே விட்டுவிட்டு அவன் கண்டெடுத்த புதிய மெட்டுக்களுடன ஜோடிப்பாய் இசையமைப்பாளன் ஊார்கோலம் போய் கொண்டிருந்தான். இது அவன் சுமக்க முடியாமல் சுமக்கும் கனவுகளுக்கு தரும் விலையாக இருந்தது. கனவுகள் இனிமையானவை சில நேரங்களில் சுமையானவை.

சூபர்வைசரைப்பார்த்து பாட்டு பிடிக்கணும் என்றான்.

ரிகார்டிங் என்பது அவளுடைய மொழியில்லை.

சத்யா, சாருக்கு இந்த கானா பாட்டுக்கல்ல ரொம்ப பிரியம். என்னமோ இசை குழு சொன்னாரு.

இளமதி பக்கம் திரும்பி இசைக்குழு அது? என்று கேட்டாார்.

இளமதி சொன்னான்.

பண்ணிக் கொடுத்துடும்மா. பரிந்துரை செய்தார் சூப்பவைசர்.

சத்யா பார்த்தாள்.

அங்கே என்று குடியிருப்பின் திசை காட்டினான் இளமதி.

பாட்டுப்பிடிக்கணுமா? என்ன பிடிக்கணுமா?

சத்யாவை முழுசாய் பிடிபட்டது. எதார்த்தமாக பேசினாலும் எதையும் புள்ளி வைத்து பேசுகிறவள். பேச்சிலேயே கதையை மாற்றுகிறவள். இடக்கு, முடக்காய் பேசுவதிலும் ஒரு சமார்த்தியம். அப்படி பேசுவதை இயல்பாய் ஆக்கி, காரியச் சாத்தியப்படுத்துகிறவள் என்று அவனுக்குத் தெளிவாகியது.

இளமதி ஏறிட்டுப் பார்த்தான். ஈசல் சிறகுபோல் ஒடிசலான உடல், ஆனாலும் சதை பூச்சு கொஞ்சம் கொஞ்சமாய் ஒட்ட ஆரம்பித்திருந்தது. அந்த ஈசலுக்குள் காமம் விளையும்.

இளமதியின் உடலுக்கள் ஒரு சிலிர்ப்பு ஓடியது.

இன்னைக்கு வேண்டாம். நாளைக்கு என்றான்.

அது இரண்டின் அர்த்தமாகவும் வெளிப்பட்டது.

சத்யா இளமதியின் வார்த்தையாடலுக்குள் எதையும் கண்டு கொள்ளாதவள்போல், அந்த ஒல்லிப்பையன் சுக்குகாபி சப்பிக் கொண்டிருந்தான்.

சத்யாவுக்கு இந்தக் குப்பைமேடு விதிக்கப்பட்டிருந்தது போலவே அவளுடைய கணவனுக்கு ஜெயில் அருளப்பட்டிருக்கிறது. அவனை வெளியே விடுவதும், உள்ளே இழுப்பதுமாக மந்திர குகையாக செயல்படுகிறது. அவள் புருஷன் அந்த வகை வாழ்வின் நிலை கொண்டுவிட்டதுனாலேயே சத்யாவுக்கு குப்பை மேடு போன்ற ஒரு வாழ்க்கையும் தவிர்க்க முடியாததாகி விட்டிருந்தது என்று இளமதிக்கு பட்டது.

அதற்கு முன் இது போல் நிரப்பப்படுகிற ஏதோ ஒரு குப்பை மேட்டில் அவர்கள் சந்தித்திருக்க வேண்டும். நிகழ்ந்திருந்தால் அவளைக் கொடுக்கப் பிடித்தபடியே தொத்திக் கொண்டே போய் கானாப் பாடல்களைப் பதிவுசெய்து கொண்டிருப்பான்.

பகற் பொழுதில் புற்றுக்குள் ஒடுங்கி இரவில் வெளியே உலா புறப்பட்டு வருகிற இளமதிக்கு இதெல்லாம் சாத்தியமில்லை. அவனது இரவுப் பொழுதுகள் குடியிருப்பையும், அந்தக் குடிசைகளையும் தாண்டி, வெளியே எங்கோயோ நிகழ்ந்தன.

வெயில் சுட்டது. வெயிலடிப்பு நேரத்தில் பறவைகள் இரை எடுப்பதில்லை. குனிந்தபடியே இரை எடுக்கும் செம்மறிகள் போல் குப்பை பொறுக்குகிறவர்களையும் காணோம். லாரிக்காரர்கள். சூபர்வைசர் காணாமல் போயிருந்தார்கள். கானல் அலைக்கூடாகத் திரியும் பறவைகள் போல் சத்யாவும் வேலுவும் மட்டும் குப்பை கிளறிக்கொண்டிருந்தார்கள். அது விடுமுறை நாள் என்பது இளமதிக்கு அப்போதுதான் உறைத்தது.

அவன் வந்த நோக்கத்தை ஞாபகத்திலிருந்து கழற்றி வைத்துவிட்டது போல், அந்த இரண்டு உருவங்களும் குப்பை கிளறியபடி முன்னோக்கி நகர்ந்து கொண்டிருந்தன. குத்துக்காலிட்டு உட்கார்ந்து கிளறும் அவர்களின் பின்புறம் மட்டும் தெரிந்தது.

பெட்டிக்கடையில் ஒரு கிளியோபாட்ராவைப் புகைத்தபடி பார்த்துக் கொண்டிருந்தான். அவனையும் குனிந்த தலை திரும்பாமல் தொழிலில் ஈடுபட்டிருந்த சத்யாவையும் பெட்டிக்கடை பெரியம்மா பார்த்த பார்வையில் விநயம் தென்பட்டது. அந்தப் பார்வை ஏதோ சொல்ல விரும்பியது.

சத்தம் கொடுக்க கை தட்டினான். சத்யாவிடம் அசைவில்லை சிரிப்பாணியும் கெக்கலியம் கொழித்த நேறை இன்று அவனிடம் கண்டெடுக்க முடியவில்லை. முந்திய நாள் பொட்டல் வெளியெங்கும் தெரிந்த கூத்தும், கும்மாளமும் வெயில் வெயில் மக்கரிப்பில் மௌனமாகிவிட்டிருந்தன.

இன்னைக்கு வரச்சொன்னேனே அவங்கள?

பெட்டிக் கடைக்காரியும் நேற்று சாட்சியாக இருந்தாள். அவன் ஏதோ ஒரு பொருளைத் தேடுவதுபோல், பார்வையை வேறெங்கோ பதித்து சொன்னாள், அப்பவே சத்யா வந்து சொல்லிட்டுப் போயிட்டா அவ வரமாட்டாளாம்.

இளமதி திடுக்கிட்டு அவளைப் பார்த்தான்.

அவ புருஷன்கிட்ட போயி நேத்து யாரோ போட்டுக் கொடுத்துட்டாங்க. ஒருத்தர் பாட்டுப் பிடிக்கணும்கிறாரு சத்யா

ஒத்துக்கிட்டாள்னு புருஷன்காரன் அடி, அடின்னு சதைச்சுப் போட்டான். முகம், கை கன்னம்எல்லாம் வீங்கிப்போச்சு.

இங்கிருந்து பார்த்தவனுக்கு அப்படித் தெரியவில்லை.

அப்படின்னா, இங்கேயே வச்சுப் பண்ணிரலாமே டேப் ரிகார்டரை எடுத்திட்டு வர்றேன்.

அதான், அதைதான் அவ சொல்லியிருக்கா. அங்க வீட்டுக்கெல்லாம் போய்ப் பிடிக்கல்ல. குப்பை பொறுக்கிற இடத்திலே வச்சித்தான் பிடிக்கிறாங்கன்னு. எங்க பண்ணுனா என்னடின்னு அடி விளாசிட்டான்.

வேக வேகமாக சேதி போய் அவள் புருஷன் ஜெயிலிலிருந்து வெளியேறி வந்திருக்க முடியாது. விரட்டியடித்து பிடித்துவர பெரிய கேட்டும், பூட்டும் அதைவிட பெரிய சட்ட திட்டங்களும் அவ்வளவு சீக்கிரம் வளைந்து கொடுத்து விடுவதில்லை. அவன் வந்ததற்கான தடயம் அவளிடம் இல்லை. அவன் வந்திருப்பானானால் அவளே இங்கே வந்திருக்க மாட்டாள்.

இளமதிக்கு சிந்தனை வெப்பம் மேலேறி மூளைக்குள் லேசாக வியர்த்தது.

குப்பை மேட்டு வெயில் குத்துக்காலிட்ட சத்யாவின் பிருஷ்ட பாகங்களை எத்தலும் குத்தலுமாய் பதம் பார்க்கும், கல், செங்கல், பீங்கான் துண்டுகள் எதேச்சையாய் தொங்கலில் விடப்பட்ட வாழ்வு என்கிற இந்தச் சூழல்தான் அந்தப் பாடல்களின் ஊற்றிடம், செய்கையாய் எழுப்பப்பட்ட நேரமும், உருவாக்கப்பட்ட சூழலும் செல்லுபடியாகாதவை என்பதை கணக்கில் கொள்ளாமல் தவறவிட்டு விட்டோமா என்று உணர்வு தட்டியது.

கானாப் பாடல்களால் நிரப்பப்படாத கேசட் வெறுமையாய்க் கிடந்தது.

# காற்றில்லாக் கூடுகள்

இதுபோல் மொட்டை மாடியில் படுத்து எவ்வளவு காலம் ஆகிறது. மரம், செடி, கொடி, மட்டை என்று பொருள்களினூடாகக் காற்று கடக்கிறபோது இசை பிறக்கிறது. காற்றின் ஓசை இசையில் கரைகிற கொடுப்பினை நகரத்துக்குள் வசிக்கிற எல்லோருக்கும் கெடைக்குமா?

வெக்கைகள் சுருண்டு மூச்சுமுட்டி வெந்த கிழங்குபோல் ஆகிப்போகிறார்கள். வேக வைத்த இட்லிகளை மூடித் திறந்து, இட்லிமேல் கொஞ்சம் தண்ணீர் தெளித்து எடுப்பதுபோல் வெதுவெதுப்பாக வேர்வைச் சுடு நீரிலிருந்து காலையில் கதவுகள் திறந்து மீட்க வேண்டியிருந்தது.

ஒரு நிர்ப்பந்தம் காரணமாகவே மேலே மொட்டைமாடிக்கு வந்து இந்த சுகத்தைத் தீண்டியது. அது தற்செயல் நிகழ்ச்சி. நடுச்சாமம் பன்னிரெண்டு மணிக்கு மின்சாரம் செத்துப்போனது. துணியெல்லாம் களைந்து உருண்டு புரண்டும் பொட்டுத் தூக்கம் வரவில்லை. நேர்த்திக் கடனுக்கு அங்கப்பிரதட்சணம் செய்வதுபோல் மின்சாரக் காற்று வேண்டித் தரையெல்லாம் உருண்டு, புரண்டு அழன்று போனார்கள்.

நிலம், நீர், காற்று, ஆகாயம் என்கிற பஞ்ச பூதங்களின் நெருப்பு (ஒளி) காற்று இரண்டையும் கொண்டுவருகிற மந்திர விளக்கு மின்சாரம், விசையைத் தட்டியதும் இந்த இரு பூதங்களும் கை கட்டி வந்து நிற்கும் நவீன உலகில் ஒட்டுமொத்த வாழ்க்கையையே நிறுத்தி பார்க்கிற வல்லமை இவைகளுக்குள் ஒளித்து வைக்கப்பட்டிருக்கிறது.

இன்று நின்று போன மின்சாரம் காற்றுப் பூதத்தை தடுத்து நின்றது. நல்லகண்ணு திணறிக் கொண்டிருந்த அதே நேரத்தில் கீழ்

வீட்டுக்காரரும் மூச்சுமுட்டி மேலேறி வந்தார். அவரது குடும்பமே படியேறி வந்தது.

மேலே காத்து நல்லா வருதா ஸார்?

தன்காற்று வீசி, ஒரு தினுசாய் மனுசனைத் தொட்டது. வெறுந்தரையில் அப்படியே கீழே விழுந்து உருண்டு விட நினைத்தார் நல்லகண்ணு. இரண்டு கைகளையும் மாலையாய் முன் வைத்தார். மனுசப் பிடிக்குள் அகப்படாமல் மனுசனைத் தன் பிடிக்குள் வைத்து, நிதானமாய் குளிர்ச்சி ஒத்தடம் தந்துகொண்டே ஆடியது காற்று.

பளிச்சென்று ஒரு நினைப்பு அவருக்குள் ஓடியது. உடன் வேலை பார்த்து வந்த ஒரு தலைமையாசிரியர் பாலியகால நண்பர். சொந்த ஊர் மயிலாடுதுறை, பத்து ஆண்டுகளுக்கு முன் கொட்டுகிற வெயிலில் நடு மத்தியானத்தில் அவருடன் போயிருந்தார். சுற்றி அறைகள் உள்ள, நடுவில் பெரிய பாறைக் கிணற்றுத் தண்ணீர் சேந்திச் சேந்திக் கொடுக்க நல்லகண்ணு குளித்துக் கொண்டே இருந்தார்.

திவ்யமா இருக்கு என்றார் பிராமணச் சொற்களைக் கடன்வாங்கி,

எங்க போனாலும் வந்தாலும் எந்நேரமானாலும் இதுலதான் குளிப்பு. ஒண்ணும் ஆகிறதில்லே.

தலைமையாசிரியரின் கைவளைவுக்குள் கிடந்த சுனை, அவரது நாவுக்குள் எந்நேரமும் கிடந்ததென்று தெரிந்தது.

நண்பரின் வீட்டு முற்றத்துக்குள் மடக்கி வைத்திருந்த சுனை, கோலங்களின் உருவில் இப்போது மொட்டை மாடிக்கு காற்றாய் வந்திருந்தது.

சொக்குப்பொடி போட்ட காற்று எல்லோரையும் மலர்த்திக் கொண்டிருந்தபோது வேப்ப மரத்துக் காகங்கள் கரைந்தன. காகங்களின் தொண்டைக் குழியில் விடியலுக்கென்று தனியாக ஒரு குரல் கிடக்கும். விடியல் கரைசல் மாதிரித் தெரிந்தது. நடுச்சாமத்தில் தன்னுஷார் இல்லாமல் காகங்கள் எதற்காகவோ கலைந்திருந்தன.

மதுரையில் படித்த காலத்தில் சுடலைப் பாண்டியனும் நல்லகண்ணுவும் படிக்க, படிக்க ஒரு வீட்டு மாடியில் அறை எடுத்திருந்தார்கள். நல்லகண்ணு போல சுடலைப் பாண்டியனுக்கும் வீடு இருந்தது. அறையில் அவன் வாங்கிய கயிற்றுக் கட்டில், அது போட்டால் இன்னொருவர் சுருண்டு கொள்கிற அளவு சின்ன அறை.

இரவில் விளக்கு வெளிச்சத்தில் சுடலைப்பாண்டியன் அறைவாசலில் நின்று கொண்டிருப்பான். அவன் ஒரு காரியமாகத்தான் அங்கே நிற்கிறான். எவருடைய கற்பனையும் அவன் ஏன் அங்கு நிற்கிறான் என்பதைத் தொட்டுச் சொல்லிவிடாது. சாப்பிட்டுவிட்டு வருகிற நல்லகண்ணுவின் தலை, வீதியில் தெரிந்ததும், சடக்கென்று விளக்கை அணைத்துவிட்டுக் கட்டிலில் போய் படுத்திருப்பான். வாசலுக்கு நேராய்க் கட்டில் போட்டுக் காற்றை மறித்திருப்பான்.

அப்போதெல்லாம் அறையில் மின் விசிறி வாங்கி வைக்கிற அளவுக்குத் துட்டுப் புழக்கம் கிடையாது. அறையில் மின்விசிறி இல்லை. வாங்கி மாட்டுவதாக இருந்தாலும் நல்லகண்ணுவின் கைப்பொறுப்பிலிருந்துதான் செய்ய வேண்டும். வாழை மட்டையில் அடுப்பெரிக்கிற வகையறாவான சுடலைப்பாண்டி தன் செலவில் ஒரு பொருள் வாங்கி, மற்றவர் பயன்படுத்த அனுமதித்த வரலாறு இல்லை. நீட்டு வசத்துக்குப் போடப்பட்ட கட்டிலைத்தாண்டி, அவன் கால்மாட்டுக்கும் சுவருக்கும் இடையில் நல்லகண்ணு ஒடுங்கிப் படுத்து கொள்வார்.

சுடலைப் பாண்டியனைப்போல் இங்கே இப்போது யாரும் இல்லை. குறுகலான மனசின் அகலமான ஆயிரம் கைகளை விரித்துக் காற்றை மறித்துப்படுக்க இப்போது இந்த ராத்திரியில் யாரும் இல்லை.

சுடலைப் பாண்டி செங்குத்துக் கட்டங்கள் எழுப்புகிற பெரிய காண்ட்ராக்டர் ஆகியிருக்கிறான். யார் எதுவாக முடியும் என்பதற்கு வாழ்வின் சட்டத்தில் சில விதிகள் இருக்கின்றன. பாலிய காலத்தில் அவனிடம் தென்பட்ட கூறு அதற்கானது போல.

ஏற்கனவே நீர் அறுக்கப்பட்டு விட்டது. நிலம் அறுக்கப்பட்டு விட்டது. மின்சாரமும் அறுக்கப்பட்ட இந்த நள்ளிரவுகளில் காற்று, ஒளி, நீர் அற்ற சிறைகளுக்குள் மக்களை உள் அடுக்கி, மூச்சுத் திணற வைத்துக் கொண்டிருப்பான் சுடலைப்பாண்டி என நினைத்தார்.

அம்மா வரலியா?

மூன்று பிள்ளைகளும் பக்கத்தில் கிடந்தார்கள். மூத்தவன் சொன்னான்.

வரலை

ஏன், கூப்பிடலையா?

நல்லகண்ணு கூப்பிடாததற்கு உள் காரணம் இருந்தது. அன்றைக்கு காலையில்தான் பிள்ளைகள் பள்ளிக்கூடம் போனவுடன் இரண்டு பேரும் சண்டை போட்டுச் சாமியாட்டம் ஆடியிருந்தார்கள்.

கூப்பிடறதுக்கு என்ன இருக்கு? காற்று இல்லேன்னு தெரியும். மேலே வரவேண்டியது தானே. பையன் சொன்னான்.

''நீ கூப்பிட்டயா?''

''கூப்பிட்டுப் பாத்தேன். வரமாட்டேனுட்டாங்க.''

''எதுக்கு?''

''யாருக்குத் தெரியும்?''

பையன் மேலே விரிந்த வெள்ளை நிலா வட்டத்தில் கண் பதித்தபடி சொன்னான். கண்களை மூடி, காற்றுச் சொகத்தில் நித்திரையைத் திணித்துக் கொண்டான்.

அவளின் மனசின் பயணத் திசையை எவராலும் அறிய முடிவதில்லை. அவளுக்குள் புகுந்து குணங்களை எடை போடுகையில் திமிரின் திசை மட்டும் இருந்தது என்பதைக் கண்டறிந்து பதினெட்டு வருசங்கள் ஆகிவிட்டன. காலத்தின் உருளலில், பிள்ளைகளுக்கும் மெதுமெதுவாக அவளுடைய குணம் பிடிமானம் ஆகியிருந்தது.

"எனக்கு மரியாதை கொடுக்காதவர்களுக்கு நா ஏன் மரியாதை கொடுக்கணும்?"

இதுதான் அவளுடைய கட்சியாக இருந்தது. அன்று காலை, இந்தப் புள்ளியில் தான் பூசல் தொடங்கிச் சண்டையாக வெடித்தது. இதில் நல்லகண்ணுவுக்கு உடன்பாடில்லை. தன்னைப்போல் மற்றவர்கள் சரியாக, நிறைவாக இருக்கவேண்டுமென்று நினைக்கிறாள். அப்படிப் பார்த்தால் நாமே சரியாக இல்லை என்பது நிஜம். மற்றவர்கள் நம்மைப் பார்த்து அதைச் சொல்லக்கூடும்.

ஒரு உப்புக்கல் கூடப் பெறாத ஏதாவது ஒரு விஷயத்தில் சச்சரவு ஆரம்பமாகும். அவருக்கு அது உப்பு சப்பில்லாத விஷயம். அவளுக்கு உயிரான விஷயம். அதன் ஒரு நுனியைப் பிடித்துக்கொண்டு மேலே மேலே ஏறி, முருங்கை மரத்தின் உச்சியில் அமர்ந்து கொள்வாள்.

முன்பு ஒரு நாளும் அதுதான் நடந்தது. முருங்கைமரம் ஏறிக் கொண்டாள் என்று வெளிப்படையாகத் தெரிந்தது அன்றைக்கு.

பொசு பொசுவென்று வானம் தூறியது. பகல் முழுவதும் மப்பும் மந்தாரமுமாய் கோப்புக் கட்டியிருந்த மேகம், முன்னிரவில் பேச ஆரம்பித்தது. புலம்பலாய்த் தொடங்கி, நள்ளிரவில் கனமாய் அறைந்தது.

இரவுச் சாப்பாட்டுக்குப் பின்னான தூக்கத்தில் பளிச்சென்று ஏதோ வெறுமை தட்டுப்பட்டது.

அந்த நினைப்பின் பாதையிலேயே சென்று கொண்டிருப்பதால் மனசுக்கு எது இருக்கிறது. எது இல்லை. என்று தட்டுப்பட்டு விடுகிறது. அவள் இல்லை.

வாசல் கதவு வெறுமனே மூடியிருந்தது. திறந்து படியேறினார். மொட்டை மாடிக் கதவு திறந்து கிடந்தது. இரவு இருட்டில் மழைத் தூறலில் உட்கார்ந்து நனைந்த உருவம் தெரிந்தது. இடி, மழை, காற்று எதற்கும் அசையாது, ஆடாது, தவத்தில் ஆழ்ந்திருக்கும் ஒரு ரிஷிபோல் உட்கார்ந்திருந்தாள்.

இந்த மழையிலா? நாள் முழுவதும் வருசங்களின் கணக்கில் அவள் தனக்குள் சேர்த்து வைத்த வெப்பத்தை இப்படி முனிக் கோலத்தில் வெளிப்படுத்திக் கொண்டிருக்கிறாள்.

"எழுந்திரு போகலாம்"

மழையில் நனைந்தபடி தோள்மீது கை வைத்தார். புற்று அசையவில்லை. அவருக்கு அப்படித்தான் நினைப்பு அசைந்தது. மனித குணங்களால் செய்து வைக்கப்பட்ட உருவாக இருந்தால் நகர்த்திடலாம். மண்ணாலும் கல்லாலும் அடிக்கப்பட்ட சலனமற்ற உருவத்தை அசைக்க முடியாது.

நல்லகண்ணு குத்துக்காலிட்டு உட்கார்ந்தார் மழையில் நனைந்தபடி

"ஏன், வம்பா மழையில நனையுறே?"

பதில் கிடையாது அசிங்கப்படுகிற காரியங்கள் ஏற்கனவே அடுக்கி அடுக்கி வைக்கப்பட்டுவிட்டன. வாழ்வில் இன்னொரு சித்திரவதையுள்ள அவமானத்தைத் தாங்க முடியாது என அவர் நினைத்தார்.

"நீ எந்திரிச்சு வரமாட்டே? என்ன சாதிக்கணுங்கிறதுக்காக கொட்டுகிற மழையில் நின்ன நிலையா வேண்டிக் கிட்டிருக்கே?"

அசைவில்லை. கோபம் விண்ணென்று ஏறியது. தலைமுடியை பிடித்து உலுக்கினார். காலால் ஒரு எத்துவிட்டார்.

அப்போது கூட அசைவில்லை.

திரும்பி வீட்டிற்கு வந்து பெரியவனை எழுப்பினார். பதினாறு வயது. அம்மா மழையில் உட்கார்ந்து கொண்டு முரண்டு பிடிப்பதைச் சொன்னார். தூக்கச் சடைவிலும், விபரீதத்தை உணரமுடிந்தது.

"எதுக்கு?"

"தெரியல, என்னைக்காவது அவ செய்ற எதுக்காவது காரணம் இருந்திருக்கா?"

பெரியவன் எழுந்து உட்கார்ந்தான்.

பா. செயப்பிரகசாம்

‘‘நீங்க என்னைக்காவது காரணத்தோடு சண்டை போட்டிருக்கீங்களா? ஏம்பா இப்படிப் பண்றீங்க?’’

தூக்கக் கலக்கத்திலும் கேள்வியின் குற்றச்சாட்டு புரிந்தது. சண்டையிடுவதில் அம்மாவுக்குச் சரிக்குச் சரியாய் நீங்களும் போடுகிறீர்கள். கொஞ்சம் விட்டுக் கொடுத்துப் போக வேண்டுமென்கிற இதம் பதம் உங்களுக்கும் இல்லை. சின்னச் சின்ன விசயங்களில் கூடவிட்டுக் கொடுக்காமல் முரட்டுத்தனமாய் இருக்கிறீர்கள் என்று குற்றம் சுமத்தும் தொனி காணப்பட்டது.

நடப்பு பற்றி அறிந்து, சமீபகாகலமாய்த் தெளிவு ஏற்பட்டிருந்த அவன், ஒங்களுக்கு வேற வேல இல்லையா? ஒருத்தர் மாற்றி ஒருத்தர் சண்டை இழுக்க வேண்டியது. கடைசியில எங்கள போட்டுச் சாகடிக்க வேண்டியது.

எழுந்திருந்து சட்டை போட்டுக் கொண்டான். பேச்சுச் சத்தத்ததால் உண்டான சூழலின் கனம் கடைசிப்பெண் காஞ்சனாவை அழுத்தியிருக்க வேண்டும். அவளுக்குப் பதினோரு வயது.

வெருகுப் பூனை நுழைந்ததால் பஞ்சாரத்துக்குள் பதறியடித்துப் படபடக்கும் கோழிபோல் வெருண்டு எழுந்தாள். என்னப்பா அம்மாவைக் காணமா?

பயத்தில் நசுங்கினாள்.

நீ பேசாமத் தூங்கும்மா.

மொட்டை மாடியிலிருந்து திரும்பி வந்தான் மூத்தவன். மழையில் நனைந்த முடியும் சட்டையும் சப்பட்டையாய் ஒட்டியிருந்தது.

‘‘என்ன சொன்னாலும் கேக்கமாட்டேங்கிறாங்க நனைஞ்சிக்கிட்டே உக்காந்திருக்கா.’’

சின்னப்பொண்ணுக்கும் ஓரளவு வீட்டுச் சித்திரம் புரியும் நடுவுள்ளவனை எழுப்பினார். அவர் சின்னவளைக் கையில் பிடித்துக் கொண்டார். எல்லோரும் வாங்க மேலே போகலாம்.

மூத்தவன் தலைக்குத் துண்டுபோட எடுத்தான். அவனைத் தடுக்கவில்லை, அப்படியே... என்றார்.

அம்மாவைப் போலவே, எல்லோரும் மழையில் உட்கார்ந்தாங்க பொறுபொறுவென்று மழை ஊற்றியது. மழையில் அவள் முளைத்து போய்க் கொண்டிருந்தாள். அவளைச் சுற்றி தேங்கிய நீரில் மழைத்துளிகளின் டப், டப், சத்தம்.

மற்றவர்களுக்கு இரவு இசையாக வழிந்து கொண்டிருக்கும் மழை அவர்களுக்கு இம்சையாகப் பெருக்கெடுத்தது.

''அப்படியே உக்காருங்க'' நல்லகண்ணு கட்டளையிட்டார்.

சுற்றி உட்கார்ந்தார்கள். பதினோரு வயதுப் பெண்ணின் அம்மா அம்மா என்ற கேவல் அவளைத் தொட்டிருக்க வேண்டும் தன்னை சுற்றி நான்கு உயிர்கள் தன்னைப் போலவே மழையில் கிடக்கிறார்கள் என்பது ஞானதிருஷ்டி போல் தென்பட்டிருக்க வேண்டும். தன்னை சுற்றிப் பெய்த முரட்டு மழையில்கூட, தனக்குள் எழுந்த நெருப்பினூடே சூழல் எதையோ உணர்த்தியது.

''என்ன?'' என்றாள் கண்திறந்து.

''எதுக்காக வந்தீங்க?''

''இன்னைக்கு ஒன்னோட சேர்ந்து நாங்களும் சாகிறதா முடிவெடுத்திருக்கோம்.''

''அதான் கதவு திறந்திருக்கில்ல. எப்ப தோணுதோ அப்ப வந்திட்டு போறேன்.''

யாரும் பேசவில்லை. மழை மடை திறந்து ஊற்றிக் கொண்டிருந்தது.

சில வருசங்களுக்குப்பின் இயற்கைக் காற்றைத் தேடிமாடிக்கு வந்திருக்கிறார்கள். எது சரியானதோ, அதைத்தான் செய்ய வேண்டும். சரியில்லாத ஒன்றுக்கும், கீழே இறங்கிப்போய் சமதானப்படுத்திக் கூட்டி, வரத் தேவையில்லை என்று நல்லகண்ணு நினைத்தார்.

பா. செயப்பிரகசாம் 271

மின்சாரக் காற்று அற்று, புழுங்கிக்கொண்டு கிடக்கும் அவளோடு போய்ப் புழுங்கிப் போக முடியாது. இயற்கையின் கொடூரத்தை எதிர்கொண்டு அவளை அழைத்து வந்ததுபோல், அவளோடு சேர்ந்து காற்றில்லாத கூட்டுக்குள் கிடந்து வேக முடியாது.

பிள்ளைகள் வளர்ந்து விட்டார்கள். காற்றை மறித்து நிறுத்தி, மறுபடி காற்றில்லாச் சிறைக்குள் போவதை அவர்கள் ஏற்க மாட்டார்கள். இருந்தாலும் எவராலும் எண்ண முடியாத எண்ணிக்கையில்லாக் கைகள் அவளுக்குண்டு. காற்றை மறித்து நிறுத்தும் குணம் அவளுக்குண்டு. காற்றில்லாக் கூடாக அவளே ஆகியிருக்கவும் முடிவதுண்டு.

## மயான காண்டம்

"எம் முன்சீபு, எம் முன்சீபு"

சுள்ளென்ற வெயிலில் ஊர் மந்தையிலிருந்து அடித்து வந்தது அழுகுரல், பள்ளிக்கூடம் தாண்டி, பள்ளிக்குப் பின்னிருந்த பஞ்சாயத்து அலுவலகம் தாண்டி, அவைகளுக்குப் பின்னாலும் திசைக்கு ஒன்றாய் நின்றிருந்த புளிய மரம் தாண்டி ஊர் நடு மையத்திற்கு வந்து சேர்ந்தது. தடி ஊன்றி, தடம் தேடியபடி, கத்திக்கு கேவினான் குருடன். அவனுடைய கேவல் ஒத்தையாய் நடுவெயிலில் பறந்தபடி தெளிவாகக் கேட்டது.

"எப்பவும் செருப்பில்லாத பாவி நானு. நீயும் என்ன மாதிரி இருக்கணுமாய்யா? ஒனக்கெதுக்கய்யா, இந்தக் கோலம் சாமி"

தார் விரிக்காத சரளிக்கல் சாலை, அவனுடைய வெறுங்கால்களை பெயர்த்தது.

சுத்தப்பட்டுக் கிராமங்கள், அவனது பார்வை இல்லாத கண்களுக்கும், செருப்பில்லாத கால்களுக்கும் பழக்கப்பட்டிருந்தன. கல்யாணம், இழவு, பூப்புனித நீராட்டு, நல்லது பொல்லது எதுவாக இருந்தாலும் எந்த ஊர் என்று இல்லாமல், போய் நிற்பான். சொந்தக்காரர் துட்டிக்கேட்க வருகிறபோது, ஊர் முகனையிலிருந்து ஒப்பாரியுடன் வருவதுபோல் ஓலமிட்டபடி வருவது அவனுக்கு பழக்கம்.

பறைச் சத்தம் வந்த திசை நோக்கி, அவனுடைய மூன்று கால்கள் நடந்தன. தெருமுக்குப் பட்டியில் கல் லேசாய்த் தடுக்கியது. இழவுக்கு வந்த பள்ளிக்கூட வாசலில் உட்கார்ந்திருந்தவர், கையைப் பிடித்து திசையை மாற்றி விட்டார்.

பா. செயப்பிரகசாம்

நின்று போன பறை மேளம் திசையை அடையாளம் காண முடியாமல் செய்தது. எம் முன்சீபு, எஞ்சாமி தொடர்ந்து அழுது கத்திக்கொண்டிருந்த அவன் சத்தம் வெற்று வெளியில் ஆட்டம் போட்டது. நின்ற பறை மறுபடி அவனைக் கூப்பிட்டது.

தப்பு அடிப்பதும், தப்பை அமர்த்திவிட்டு பாட்டுச் சொல்வதும் மாற்றி, மாற்றி ஒரே சீராய் முறுக்கிப் பிணைந்து வந்தது இழவு பந்தலிலிருந்து.

ரத்தனபுரியிலிருந்து ஆண்களும் பெண்களும் மொதுமொதுவென்று கூட்டமாய் நுழைந்தார்கள். செத்துக்கிடக்கும் தங்கவேல் சாமியின் அம்மா ஊர் அது. மாலையைத் தூக்கிக்கொண்டு வந்தார்கள். அசலூர்ப் பறை வந்ததும் உள்ளூர் தப்பு நின்று போனது. அவர்கள் ரத்தினபுரியிலிருந்து புறப்பட்டபோது அடித்து விளாசி வந்தார்கள். வரும் வழியில் உள்ள இரண்டு மூன்று ஊர்களைக் கண்டபோது அடித்திருப்பார்கள். இழவுப் பந்தலுக்குள் கொண்டு போய்க் கூட்டத்தை விட்டதும் பறை மௌனமாகியது. கொஞ்நேரம் சென்றுதான் உள்ளூர் பறைக்கு உணர்த்தி வந்தது. சுதாரித்துக் கொண்டு, வெளியூர்த் தப்புக்காரர்களை நோக்கி உன்னி அடித்தபடி முன்னேறினார்கள். இரு ஊர்த் தப்பும் சேர்ந்து முழங்கின.

தப்படிப்பு நின்றுபோன,ஒரு நிமிட இடைவெளியில் தான் குருடன் திகைத்துப் போய்விட்டான்.

''கடைசிவரை அதே வைராக்கித்தோடயே இருந்திட்டயா ஐயா'' ரத்தினபுரியிலிருந்து ஏறியடித்த கூட்டம், தங்கவேல் சாமியின் கால்களைப் பார்த்துக் கலங்கி நின்றது.

அவர்கள் பார்வை தடவிய அவரது கால்களில், பெருவிரல்கள் சேர்த்துக் கட்டப்பட்டிருந்தன. பனங்கருக்கு மாதிரியான உடலில்கூட வாழை மட்டையின் உள்பாகம் எப்படி இருக்குமோ, அப்படி வெளுப்பானவை பாதங்கள். ஆனால் அவருக்கு அடிப்பாதங்கள் பொசுக்கப்பட்ட ஆட்டுக்கால் போல் கறுப்பாய் மினுமினுத்தன.

உள்ளூர் வாசிகளுக்கு அது ஒரு புதுவிசயம் இல்லை. அவர்கள் பார்த்த கால்கள்தான் அவை. முதல் தடவையாய் அந்த வெற்றுக் கால்களைப் பார்த்தபோது அவர்கள் வெந்துபோய் நின்றார்கள் பிறகு சாதாரணமாகிப் போனது.

கன்றி, கறுப்படித்துப்போன கால்களைப் பார்த்தபடி, ரத்தினபுரி ஆட்கள் குமுறி குமுறி அழுதார்கள்.

"கடைசி வரை காலைக் காப்பாத்தி வந்துட்டாரே"

"காலைக் காப்பாத்தனாரா, மானத்தைக் காப்பாத்தனாரா"

"நெசந்தான்"

"நல்லாத்தான் சொன்னீக போட்ட சபதத்தக் கொண்டு செலுத்த வேண்டாமா?"

இழவுப் பந்தலுக்கு வெளியே, பறையடித்தவர்களைப்போல குருடனும் நடுவெயிலில் நின்று கொண்டிருந்தான். ஊன்றிய கம்பிகள் மேல் இடது கை வைத்து வலது கைகுவித்து ஏந்தியிருந்தான். ஏந்திய உள்ளங்கையில் சூரியன் குவிந்து சுட்டது. அழுக்கு அப்பிய காக்கி சட்டையின் கிழிந்த பின்புற வட்டத்தில் வேர்வை மினுமினுப்பில் ஒளிவட்டம் அடித்தது.

"ரொம்பக் கஷ்டமா இருந்ததா சித்தப்பா?"

காலடிகளைப் பார்த்தபடி கேட்டாள் வளர்மதி.

பத்து கி.மீ. தொலைவில் சிறு டவுனில் பஸ் நிலையத்தில் இறங்கி அண்ணன் பிள்ளைகளைப் பார்க்க நடந்து வருகையில், கால்களைத் தூக்கித் தோள்களில் போட்டுக் கொள்ளலாம் என அவருக்கு தோன்றியது. முன்னைப் போல் சைக்கிள் சவாரி இல்லை. பைக் விட தெம்பு போதாது.

அவருடைய கால்களைப் பற்றி இதுவரை யாரும் கேட்டது இல்லை. தொடாத இடத்தில் தொட்டு விடக்கூடாதே என்று ஊர்க்காரர்கள் சூதானமாய் ஒதுங்கினார்கள். மனசளவில் அவர்கள்

ஒதுங்கிக் கொண்டதை அவர்களின் அளந்துவைத்த அன்றைய பேச்சுவார்த்தை காட்டியது.

எதிர்ப்படுகிற வேளையில் ஆவாரங்குழைக் குளிர்ச்சியாய் நாலுவார்த்தை பேசிவிட்டு நகர்ந்து கொள்வார்கள். அவர் எந்த உறவு இல்லை. உறவுமுறைகளுக்குள் அடைபடாத எல்லைக்குள் அவர் இருப்பதைக் கண்டார்கள்.

ஒரே நாளில் பெரியவராகிவிட்டார். கெக்கலி, சிப்பாணி. கேலி நக்கல் என்ற பழைய உறவுக் குணங்கள் கூட மரியாதையில் ஒதுக்கம் கொண்டு விட்டன.

எந்த நாளில் அவர் கால்களிலிருந்து மிதியடிகள் வனவாசம் போனதோ, அந்த நாள்பட்டு அவர் பெரியவர் மட்டும்.

ஆனால் கோபம்புத்தூரில் புதுசாய்க் கண்டதுபோல், அண்ணின் செல்ல மகள் கேட்டாள்.

ஏன் சித்தப்பா செருப்பே போடறதில்லே

செருப்பால் அடிப்பது மாதிரி இருந்தது. ஆனால் செல்ல மகளிடம் அப்படி எடுத்துக் கொள்ள முடிவதில்லை.

ஒருத்தனை செருப்பால அடிச்சிட்டேன்மா அதுவும் தாழ்ந்த சாதிப் பாவம்.

அதுக்கு?

அன்னையிலிருந்து செருப்புப் போடறதில்லே

அதுக்கு ஏம்பா செருப்பை விடணும்?

சுயச் சரிதைக் கதை சுவாரசியமானது. பம்மிக் கடந்து பழைய அனுபவங்கள் புது எக்களிப்புடன் சலங்கை கட்டி வந்தது. பழைய சம்பவங்களின் கேவலத்தை ஒதுக்கிட்டுச் சொல்ல ஆரம்பித்தார்.

அவனை அடிச்சதுக்கூடப் பெரிசாத் தெரியலம்மா. அந்த தாழ்ந்த சாதிப்பய கிட்டே மன்னிப்புக் கேட்கும்படியா ஆகிருச்சேன்னுதான் வேதனை.

யாரு செஞ்சாங்க?

யாரு நம்ம ஜனங்கதான்

வளர்மதிக்குப் புரிந்தது.

அதுவும் நம்ம சாதிப்பசங்க சேர்ந்து செஞ்சாங்க. யாரு ஒத்தாசையா வருவாங்கன்னு நெனச்சி இருந்தனோ, அவனுக, நம்ம ரெட்டி ஆளுகளே சபையைக் கூட்டி அந்த பயலுகளுக்கு ஏத்திக்கிட்டு கூட்டத்தில வச்சி தண்டிச்சிட்டாங்க.

மன்னிப்புக் கேட்ட நாள் முதல், அவருக்குக் கால்கள் ஒன்றும் இல்லை. தண்டித்தவர்களை ஒவ்வொரு பொழுதும் செருப்பால் அடிப்பதுபோல் வெறுங்கால்களால் நடந்தார். அப்போதுதான் பிறந்த குஞ்சின் அலகுகள்போல் வீறாப்பை எப்போதும் அகலாமல் தளதளப்பாய் காப்பாற்றிக் கொண்டிருந்தன வெறுங்கால்கள்.

பாதங்களின் தொந்தரவே இல்லாமல் எல்லா இடமும் சென்றார். ஒரு கிராம அதிகாரி மிதியடி இல்லாமல் தனக்கு முன் நிற்கிறபோது தனக்களிக்கும் மரியாதை என்று நினைத்தார் தாசில்தார். தெரிந்தவர்களுக்கு மட்டுமே தெரியும். காலில் இருப்பதைக் கழற்றி அடிக்கிறதுக்கு சமமாக வெறுங்காலோடு அவர் நடந்து போனார் என்பது.

''அதுக்காக செருப்பே போடாம திரியறது கஷ்டமாயில்லையா சித்தப்பா?''

''இருந்தது முதல்ல கஷ்டமாத்தான் தெரிஞ்சது. ஊர்க்காரங்க கூட கேட்டாங்க.''

''என்னன்னு?''

''ஒங்கிட்ட செருப்படி வ்ாங்கின பயதான் செத்திட்டான்ல, இப்ப போட்டுக்கோன்னாங்க''

''போட்டுக்கிட்டிருக்கலாமே சித்தப்பா?''

''செருப்படி வாங்கின பயதான் செத்திட்டான். அந்த இனமே இல்லாமல் போயிருச்சான்னு கேட்டேன்''

‘‘அதோட விட்டிருக்கலாமே’’

‘‘அதெப்படிம்மா, என்னைய மன்னிப்புக் கேக்க வச்சான்களே அது என்னைச் செருப்பால அடிச்சது இல்லையா?’’

காலிலிருந்து கழற்றி வீசிய செருப்பால் அவர் சபையை அடித்துக் கொண்டிருந்தார்.

மொட்டைப் பெஞ்சில் கால்களைத் தூக்கி வைத்து, டாக்டர் மகளிடம் பேசியபடி தூங்கிப் போனார். களைத்த முகமாய்த் தெரியவில்லை. இறுக்கத்தில் ஆழ்ந்த முகமாய்த் தெரிந்தது. தாழ்த்தப்பட்ட சாதிகளுக்கு எதிரான வன்மத்தை இத்தனை காலம் கொண்டு செலுத்தின வைராக்கியம் தென்பட்டது.

## 2

‘‘எஞ்சாமி, எம் மகராசா’’

ஒப்பாரிக் குரல் வந்தது. மாரில் பெரிது பெரிதாய் அடித்தபடி, அன்னலட்சுமி ஓடிவந்தாள்.

பந்தலில் கிடந்த கூட்டம் வெருண்டு பார்த்தது.

‘‘யாரும் என்னைத் தடுக்காதீங்க. நா எம் மாமனுக்கு ஒப்பு வைக்கணும். அந்த மகானுக்கு நா தனியா ஒப்பு வைத்துப் பாடனும்’’

அகலமாய் கையை முன்னால் கொண்டுபோய் நெஞ்சில் அடித்தாள். பந்தலில் உட்கார்ந்திருந்தவர்கள் அதிர்ச்சியாய் எட்டிப் பார்த்தார்கள். வெற்றிலை குதப்பிய அகலத் தொண்டை சொக்கையா சொன்னார்.

‘‘ஒனக்கு எப்படி சௌகரியமோ, அப்படிச் செய்துக்கோம்மா. யாரும் எதுஞ்சொல்ல முடியுமா?’’

அகல விரித்த கைகளுக்குள் கட்டியழ தோள் வேண்டும். சுற்று முற்றும் பார்த்தாள். வயதான சில பொம்பிளைகள் அங்கங்கே முடங்கிக் கிடந்தார்கள். நடுத்தர, இளவயள்ளதுகள் யாரும் இல்லை.

''நா அழறேன்னு சொன்னா, ஒருத்தியாவது சிணுங்குறாளா பாரு, ராங்கி பிடிச்சதுக''

மனதுக்குள் எரிச்சல்பட்டாள், முகத்தில் வழிந்த வியர்வை கோப எரிச்சலைத் துடைத்து மறைந்திருந்தது.

''ஏ வாங்கடி யாராச்சம்'' என்றாள் அதிகாரமாக தோள் தர யாரும் வரவில்லை.

தன்னந் தனியாகத்தான் ஒப்பு வைக்க முடிந்தது.

''இன்னைக்கு நீ நடந்தா

பள்ளக்குடி, பறைக்குடி

உன் பாதங் தாங்கிக் கும்பிடுமே'' அரற்றினாள்.

அன்னலட்சுமி ஒரு மணி நேரம் ஒப்பு வைத்தாள். அந்த மனுசனின் பாதங்களைப் பற்றி மட்டுமே வைத்தாள்.

''வச்சுட்டயா தாயே, ஆசையெல்லாம் தீர்த்து போச்சா'' என்றார் அகலத் தொண்டைக்காரர். எதிர்த்திருந்த முகங்களைப் பார்த்தார்.

மின்னாம்பூர் நெடுஞ்சாலையில் கல்லுக்குமி அருகே, ஒரு தேவாமிர்தம் நின்று கொண்டிருந்தது. சாலையோரமாய் இருந்த ஒத்தைப் புளிய மரத்தைப் பார்த்தபடி மரத்தின்மேல் இரண்டு கைகளையும் போட்டு நின்று கொண்டிருந்தாள். எங்கும் வெளியாய் இருந்த நெடுஞ்சாலையில் ஒத்தைப் புளியின் கீழே எடுப்பாய்த் தெரிந்தாள்.

சைக்கிள் சவாரியில் உக்களத்துக்கு ஓடிக்கொண்டிருந்த தங்கவேல்சாமி ஒரு காலை ஊன்றி ஏறிட்டான். பின்னால் கேரியரில் உட்கார்ந்திருந்த சின்ன வீரனிடம் கவனிச்சியாடா? என்பதுபோல் பார்த்தான். மண் பாண்டத்தில் தென்னங்கள்ளும் டிபன் கேரியரில் புறாக்கறியும் சுமந்து கொண்டிருந்தான் சின்னவீரன்.

''யார்டா, மரத்துக்குப் பால் குடுத்துக்கிட்டிருந்தவ?''

''அது வேண்டாம்'' என்றான் சின்ன வீரன். ''பல மார்புச் சந்தனங்க''

சந்தனமாக மணக்கவில்லை. சுடலையில் எழுகிற புகைவாசம் அடித்தாள். கற்றாழை வாசனை, சவக்களித்த வாசனை என்று பல வாசனை வீசுகிற உடல்களைக் கண்டிக்கிறான் தங்கவேல்சாமி. இது சுடலை வாசம்.

மறு ஏர் கட்டுகிற சிறுபொழுது மேற்கில் மேலேறிக் கொண்டிருந்தது மேலேறி கொஞ்சம் கொஞ்சமாய் பொழுது இழந்து கொண்டு வந்தது.கசும்மங் கருதுகளுக்கு மேல் படைகுருவிகள் வட்டம் புகை மண்டலமாய் இறங்கிக் கொண்டிருந்தது. ஓரோர் குருவிக்கும் ஓரோரு கருது ஊஞ்சல் காற்றாட்டத்துக்கு ஏற்றபடி ஊஞ்சலாடி, பால்கட்டிய மணிகளை நகட்டிக் கொண்டிருந்தன. கதிர் பால் பிடிக்கிற பருவம்தான் குருகளுக்குத் தோது. முற்றிவிட்டால், பிறகு தேடாது.

படைகுருவிகள் குபீர் என்று மேலெழுந்து விமானம் போல் வட்டமடித்து இறங்கின.

டப, டப என்ற தகர டின் சத்தம் வெகுநேரமாய் கேட்காமல் போனது. சின்னவீரனும் மயங்கிக் கிடந்தான்.

படை குருவிகள் கிளம்பியபோது கருதுகள் வெறும் கொம்மையுடன் பரிதாபமாய் ஆடின. நாணல் பூக்கள் போல் அழகுக்கு அசைந்தன.

உள்ளத்துக்குப் போய்விட்டு கரடுமுரடான கால்கள் சாயந்திரம் வீட்டுக்கு வந்தபோது, பதமாக சூட்டில் எண்ணெய் தடவி சுளுக்கு எடுத்துவிட்டார்கள். கால் பிடித்து விடுவது நித்தமும் பழக்கமாகிப் போனது.

மேகாட்டு உக்களம் எல்லா வகைக்கும் தோதாக இருந்தது. (உள்ளம் ஊருக்கு அப்பால் களம்) பகல் உக்களத்திலும் இரவு வீட்லும் மாறிக்கிடந்தது.

வீட்டின் உள்வாசல் நிலைக்குள் கழற்றிப் போடப்பட்ட ஒரு ஜோடி செருப்புகள் அப்படியே கிடந்தன. வீட்டுக்குள் நிலவிய அதிகாரம்

பற்றி அவை அறிவித்தன. கட்டிலை விட்டு இறங்கியதும் வீடு முழுவதும் அவரைச் சுமந்தன. வீட்டுக்குள் செருப்பில்லாமல் அவரை யாரும் கண்டதில்லை. வெளியில் செல்லுபடியாகாத அதிகாரத்தை வீட்டிற்குள் செலுத்துவதாகத் தெரிந்தது.

முற்றத்திற்கு வந்ததும் அவரது சர்வ அதிகாரமும் சாம்பலாகிவிடுகிறது. செருப்புக்கள் உள் நிலைக்குள் சுருண்டு கொள்கிறன்றன.

சம்சாரம், இரண்டு பெண் குழந்தைகள் பூனைக்குட்டிபோல் மிருதுவாக இருந்தார்கள். அவரை ஊனப்படுத்தாமல் இருக்க பழகிக் கொண்டார்கள். ஊனப்படுத்தாமல், வாயசைப்பு இல்லாமல் அவர்கள் வாழ்ந்தார்கள். ஆகார நிலைவேற்றத்துக்கு மட்டுமே வாயசைப்பு நடக்கிறது.

வெந்நீர் தயாராக இருந்தது. முக்காலிமேல் வைத்த குத்துச்சட்டியில் கால் வைத்தபோத வெதுவெதுப்பை கால்தொட்டு மனசுக்குத்தந்தது. பதமான சூடு இருக்கவேண்டும். ஒவ்வொரு நாளும் பதமான சூட்டுக்கு தண்ணீர் சூடாகும் நேரமும் விறகும் அத்துபடியாகிவிட்டது. இவ்வளவு தண்ணீர், இவ்வளவு அடுப்பு, இவ்வளவு நேரம் என்று பதம் சரியாக எடுத்து பெண்கள் வைப்பார்கள்.

பிறகு கால் பிடித்துவிடும் சேவை தொடங்கியது. சின்னப் பிள்ளைகளாய் இருந்தபோது மேனகைக்கும், மேகலாவுக்கும் அது ஒரு விளையாட்டாக இருந்தது. வேடிக்கையாய் செய்தார்கள். வளர, வளர விளையாட்டு முகம் கழன்று போனது. விளையாட்டையம் பாசத்தையும் தாண்டிய தொண்டூழியம் என்று புரிந்தது அவர்களுக்கு.

எதுக்களித்துமேலே வருகிற கோப மூச்சுக்களை, உள்வாசம் நிலைப்படிக்குள் ஒதுங்கிடக்கிற செருப்புகள் கண்காணித்துக் கொண்டிருந்தன. அவர்களை வாசற்படி தாண்டவிடாமல் பயமுறுத்திய படி பார்த்தன. அவர் வெளியே போகையில் வீட்டுக்குள் விட்டுப்போன செருப்புக்களில் இரண்டு விழிகளைப் பொருத்தி வைத்துப் போனது போல் கூர்ந்து பார்த்துக்

பா. செயப்பிரகாசம்

கொண்டிருந்தன. அவர்கள் ஒவ்வொரு அசைவையும் கவனித்தபடி, வெளியே போனவர் வந்ததும், சொல்தற்கு தயாராய் காத்திருப்பவை போல் அச்சமூடின.

சம்சாரத்துக்கு புரிந்தது.

''எத்தனை காலந்தான் இது நடக்குதுன்னு பாப்பம். எவ்வளவுன்னுதான் தாங்கறது?''

அதையே பெண் பிள்ளைகளும் நினைத்தார்கள்.

ஆனால் அந்தக் காலணிகளை இடம்பெயர்த்து வைக்கக்கூட பயந்தார்கள்.

# சுதந்திர நேரம்

எல்லா இரவுகளும் ஒரே மாதிரியாய் உதிப்பதில்லை. அவரவர் வாழ்வின் நிறங்கள் இரவின் நிறத்தைத் தீர்மானிக்கின்றன. இரவுக்குள் நடந்துவிடுகிற பலகையான விசயங்கள் பகலையும் வழி நடத்துகின்றன.

லேசான தூறல் இரவின் தரையை நீவிக்கொண்டே மினுமினுத்தது. மெல்லிய அமைதி. ஒரு வகையில் கும்மென்ற இறுக்கம் பக்கத்து வீட்டு அம்மாவின் உறவுக்காரப் பெண்ணொருத்தி பிரசவ வலியில் அலறித் துடிப்பதாகத் தகவல் கிடைத்தது.

கர்ப்பம் கொண்ட வழக்கமான பெண்ணாக அவள் இல்லை. விளையாட்டுப் போக்காக இருந்தாள் அந்தச் சிறு பெண். ஈருயிர்க்காரி என்ற பயம் துளியளவு கூட அவளுக்கு நெஞ்சில் தைக்கவில்லை. ஐந்து அல்லது ஏழாவது மாதம் சீமந்தம் செய்து அழைத்துப் போவார்களே, அதுவும் வேண்டாமென்று சொல்லிவிட்டாள். ஒன்பதாவது மாதம் தொடங்கும்வரை, அவள் இளம் கணவனின் கழுத்தைக் கட்டிப்பிடித்து தொங்கியபடி கிடந்தாள்.

''ஓவியமா, இவ ஒருத்திதான் கர்ப்பம் வச்ச மாதிரி இவ மட்டும் தான் உண்டாகி, பிள்ளைப் பெறப்போறா மற்றவக ஆடு, மாடைத்தான் உண்டாகியிருக்காக ஒரேயடியா ஆடுறா''

தெருவில் அலரி பிறந்தது.

அவரவர் மனசில் நினைத்துக் கொண்டபோது அலரியாக இருந்த அது. மற்றவரிடம் பேச்சுக் கொடுக்கையில் பொறணியாக ரூபம் மாறியது.

கேரள மங்கையர் பாணியில் முடியை சீவிச் சிங்காரித்துக் கொள்வாள். நாள் தவறாமல் தலைக்குத் தண்ணீர் விட்டு, உலராமல் நசநசவென்றிருக்கும் தலையைப் பின்னலிட்டுக் கொண்டாள். இரண்டு வீடு தள்ளி நிற்கும் கடையில் நினைத்த நேரத்திலெல்லாம் குளிர்ச்சியாய் ரஸ்னா வாங்கிக் குடித்தாள்.

''வயித்துப் பிள்ளைக்காரி ஒரு நாளைக்கு நாலு ரஸ்னா சாப்பிடணுமா?''

கடைக்காரன் கவலையை, அந்த இளங் கர்ப்பவதி பொருட்படுத்துவதில்லை.

''இன்னைக்கு மாமிசம், அதான் வயிறு உப்புசமா இருக்கு'' என்பாள்.

கோழி, ஆடு, மீன் மாற்றி, மாற்றி நாள் தவறாமல் முறைவைத்து வந்தது. தலைப் பிள்ளைக்காரியின் ஆசையை தீர்த்துவிடும் திட்டங்கள் கொண்டு இளம் கணவன் வாங்கிப் போட்டுக்கொண்டே இருந்தான். அவளுக்கு செரிக்காமல் போனது. நெஞ்சுக் கரிப்பு ஏற்பட்டது நெஞ்சுகரிப்பு ஏற்படுகிற சமயத்தில் சுடுதண்ணீர் சாப்பிட்டால் சரியாகிவிடும் என்று அம்மா சொல்லியிருக்கிறாள். சிறு வயதில் கேட்ட சங்கதி ஞாபகத்தில் வந்தது. மாற்றி மாற்றி சுடுதண்ணீர் குடித்தாள்.

நெஞ்சுத் தடுமம், தலைக் குத்து வந்து வந்து போயின, தன் உடம்பின் வெட்ப, தட்பநிலை, தனக்குள் அசையும் குழந்தைக்கும் தாவும் என அந்தக் கர்ப்பவாதி உணரக் கூடவில்லை.

''ஒன்னு அவளுக்காவது தெரியணும், இல்ல, நாம சொல்றதையாவது கேட்கணும்'' பக்கத்து வீடுகளில் கொந்தளிப்பு அதிகமானது.

''தெரிஞ்சிட்டுப்போறா. முன்னப் பின்னே பிள்ளை பெத்தா தெரிஞ்சுட்டுப் போகுது'' எக்காளமான பதிலுடன், சிரிப்பு உதிர்ந்தது.

ஒருக்களித்துப் படுக்க வேண்டும் என்று கோளாறு சொல்லித் தரக்கூட ஆள் இல்லை மல்லாந்து படுத்துப்படுத்து குழந்தை நெஞ்சுக்கு ஏறி விட்டது.

விளையாட்டுத் தனமாய் கர்ப்பம் தாங்கி பிள்ளை பெற்றுக் கொண்ட பெண்ணுக்கு, குடித்துவிட்டுத் திரும்புகையில் சாமம் இரண்டு மணி, சிறு நகரத்தின் ஒரு முனையிலிருந்து, மறுமுனைக்கு போய் பிரசவம் பார்த்து முடித்துவிட்டுப் பக்கத்து வீட்டம்மா திரும்பிவிட்டாள்.

அந்தச்சிறு நகரம் அமைதியான தெருக்களைக் கொண்டிருந்து வெகுநாளாயிற்று தறிகெட்டுக் கிடக்கிற நகரத்தில் நள்ளிரவில் அந்த அம்மா தனியாகப் போய் வந்துவிட்டாள். தாயையும் சேயையும் சுகமாகக் கட்டிலில் படுக்க வைத்து பார்க்க மிகவும் கஷ்டப்பட வேண்டியதாயிற்று.

வரண்டாவில் தேநீர்க் குவளைகள் இருந்தன. காலை எழுந்ததும், தேநீர் சாப்பிட்டபடி, வழக்குகள் பற்றி பேசிக் கொள்வது மாதிரியே, அந்த வழக்குரைஞர், தம்பதிகள் இந்த விசயத்தையும் அலசி ஆராய்ந்தனர்.

"பக்கத்து வீட்டு அம்மா, ராத்திரியில தன்னந்தனியா போய்ட்டு, பிரசவம் பார்த்துவிட்டு திரும்பி வந்துருச்சாம்" காஞ்சனா ஆச்சரியப்பட்டுப் போனாள்.

"டவுன்தானே காஞ்சனா?" என்றார் மங்களநாதன்.

"என்ன பேசறீங்க? டவுன்தான். அதும் பொறுக்கிக, தடியன்க இருக்கிற டவுன், தனியா போய்ட்டு வர்றது எவ்வளவு பெரிய காரியம்?"

"அப்ப சுதந்திரம் வந்திருச்சின்னு சொல்லு"

எட்டுவயது கவிதா இடைப் புகுந்தபோது, அவர்களுக்கு ஒன்றும் புரியவில்லை. 'என்ன சொல்ல வர்றா இவ' என்பதுபோல் பார்த்தார்கள்.

கவிதாவுக்கு மூத்தவள் சிவந்தி பத்துவயது. அடுத்து மூத்தவளான தாமரைக்கு பதினைந்து வயது. தாமரை சொன்னாள்.

பா. செயப்பிரகசாம்

''ராத்திரி இவ படுக்கப் போறபோது நல்லாத்தானே இருந்தா? எந்தங்கச்சிக்கு திடீர்னு என்ன ஆயிருச்சி?''

சட்டென்று, காஞ்சனாவின் முகம் அதிர்ச்சி கலந்த மகிழ்ச்சியை பிரசவித்தது. ''ஓ, நீ அப்படி வர்றியா, நாங்கூட என்னமோ சொல்றான்னு நெனைச்சேன்.''

மகிழ்ச்சிப் பொங்கியது காஞ்சனா என்றாள். ''ஏங்க புரியலயா?''

கணவரைப் பார்த்துக் கேட்டாள். தீவிரமான வழக்குகளில் சட்ட நுணுக்கங்களை எடுத்துவிட்டு குறுக்குச் சால் ஓட்டத் தெரியும். எதிர்த்தரப்பு வழக்குரைஞரின் வாதங்களில் நடுச்செங்கல் உருவி தவிர்க்கத் தெரியும். தெரிந்த எல்லா சாமர்த்தியங்களும் அந்த நொடியில் மங்களநாதனுக்கு அற்றுப்போயின. கவிதா எடுத்து வைத்த ஆயுதத்தை கைக்கொள்ள முடியாமல் நிராயுதபாணியாய் நின்றார்.

''ஒங்களக்கு?'' என்றாள் காஞ்சனா சிவந்தி, தாமரையைப் பார்த்து

''ஒன்னுமே புரியலம்மா, உளர்றா'' சிவந்தி சொன்னாள்.

''எப்போது ஒரு பெண் நள்ளிரவில் தன்னந்தனியாக வெளியே போய்விட்டு வீடு திரும்புகிறாளோ, அப்போதுதான் இந்தியாவுக்கு சுதந்திரம் கிடைத்ததாகக் கருதுவேன்''

எப்போதோ, எங்கேயோ, காந்தி சொன்ன வாசகங்கள், அந்த சின்னஞ்சிறு தலையில் பதிவாகியிருந்தது. ஊற்று பீச்சி அடிப்பது போல், குபீரென்று அந்தப் பிஞ்சு மனசிலிருந்து கிளம்பி, எல்லோர் முகத்தையும் ஈரமாக்கிவிட்டது.

''நீ உண்மையிலேயே பெரிய ஆளுடா''

மங்களநாதன் எழுந்து நின்று, கவிதாவிடம் கைகுலுக்கினார். மூத்த திறமையான வழக்கறிஞர் என்ற தோரணையெல்லாம் அற்றுப்போய் தலைவணங்கி நின்றார்.

''நா என்னமோ, ஏதோ, அறிவுசூன்யம் பேசுதேன்னு நெனைச்சோம் தங்கச்சின்னா தங்கச்சிதான்'' தாமரை சமாளித்தாள்.

அதற்கு முன் பக்கத்துவீட்டு அம்மாவைப்போய் பாராட்டி விட்டு வந்திருவமே என்று நினைத்தார்கள்.

''அதையும் கேட்டுட்டேன். அந்த அம்மா எழுந்திருக்க நேரமாகும் அலுப்பு, தூங்கறாங்க'' என்றாள் காஞ்சனா ஏற்கனவே புலன் விசாரணையெல்லாம் செய்து முடிச்சாச்சி போல என்றபடி பார்த்த மங்களநாதன், பிள்ளைகளைப் பார்த்து ஒங்க அம்மா நூற்றுக்கு நூறு கெட்டிக்கார வக்கீல் என்று சைகை காட்டி கை உயர்த்தினார்.

''எல்லாம் புலிக. இது (கவிதா) குட்டி பதினாறடின்னா, தாய் முப்பத்திரண்டு அடி பாயுற கேஸ்'' புலிகள் நடுவில மாட்டிக் கொண்டு விழிப்பதுபோல் பாவனை செய்தார்.

தொலைபேசி மணி ஒலித்தது.

ராத்திரி மேகங்களே, இன்னும் நிலை கொண்டிருந்தன. கொட்டி முடிந்த பூமியின் குளிர்ச்சியைப் பார்த்துக்கொண்டே போதுமா என்று கேட்பதுபோல் மேகங்கள் கண்ணடித்து அலைந்தன வெளியே மறுபடி காலையை இரவாக்கிக் கவியும் மேகங்களைப் பார்த்தபடி அமர்ந்திருந்தார்கள்.

பொடிப் பிள்ளையாய் தாமரை இருந்தபோது, அந்த அதிசய சுரங்கத்தை மற்றவர்களுக்குத் திறந்து காட்டுவார் மங்களநாதன்.

''மாமா, நீங்க தாமரை கதைச்சொல்லிக் கேட்டதில்ல?'' என்பார். ''இல்லையே'' தலையசைப்பார்கள்.

''அப்ப, நீங்க பாவம் பண்ணுனவங்க மாமா'' என்றபடி, தாமரை வாம்மா என்று கூப்பிடுவார்.

சிவந்தியும் கவிதாவும் அப்போது பிறந்திருக்கவில்லை. காஞ்சனா அடிக்கடி சொல்வதுண்டு. ''வயித்துப் பிள்ளைகளுக்கு நா கதை சொன்னனோ, இல்லையோ, கவிதாவும் சிவந்தியும் தாமரை கதையளக்கிறதை கேட்டுத்தானே வளர்ந்தாங்க. நிச்சயமா தாமரை சொன்ன கதை கேட்காம அவங்க வளர்ந்திருக்க முடியாது இனிமே அவங்க போடுற கதையை தாங்க முடியாது''

''பொய் சொல்லாதே நா கதையளந்தனா?''

''நீ சின்னப் பிள்ளை அப்பா, அந்த வயசில எல்லோரும்தான் கதையளப்பாங்க'' என்றார் மங்களநாதன்.

உண்மையில் அந்த இளம் கதைசொல்லியின் இரவுகள், கதை சொல்லியை மட்டுமல்ல, கேட்பவரையும் சுருள வைத்தன. கதைக்குள் கதையாய், சுருளுக்குள் சுருளாய் விரிந்து கொண்டு போகும். அப்போது ஒரு அட்சய பாத்திரத்தை அவள் நாக்கில் வைத்திருப்பாள். எங்கே தொடங்கி எங்கே போய் முடியும் என்று யாருக்கும் தெரியாது. அது கதைசொல்லியின் இஷ்டம்.

வயல் போல், தோட்டம் போல் நிரை, நிரையாய் பாத்தி பாத்தியாய் கதைகள் பூக்கும், பதியமிட்டுக் கொண்டே போகிறவளை தூக்கம் ஒன்று மட்டுமே வாரிச்சுருட்டிக்கொள்ள முடியும். கதையளக்கிற போதே அப்பாவின் மடியில் படுத்தபடி தூங்கிப் போவாள்.

இன்றைய இனிய காலையில் அதை நினைவூட்டி ''ஒரு கதை சொல்றியா தாமரை'' என்றார் மங்கள நாதன் கேலியாய்.

தொலைபேசி மணி மறுபடி அடித்தது.

அவருடைய கேலியையும் விடுமுறை நாளின் காலை அமைதியையும் உடைத்து அழித்தபடி தொலைபேசி மறுபடி கூப்பிட்டது.

''யாரும் எடுக்காதீங்க''

மங்களநாதன் கட்டளையிட்டார்.

அந்தத் தொலைபேசி குடும்பத்தை பல எரிச்சல் முனைகளுக்கும் எடுத்துப் போனது. ஒவ்வொரு தடவையும் இனி தொலைபேசியை எடுப்பதில்லை என்று சபதம் எடுத்தார்கள். சபதத்தை கால் பெருவிரல் தூசியைத் தெண்ணுவதுபோல் தெண்ணிவிட்டு எள்ளலாய் தொலைபேசி சிரிக்கும். அவர்களுக்கும் தொலைபேசிக்கும் ஒரு துவந்த யுத்தம் நடப்பது போல் தென்பட்டது. அவர்கள் மனித ஜீவனாய் இருப்பதால் மூச்சுத் திணறலுக்குக் கொண்டு சேர்த்தது.

நீதிமன்றம், பள்ளிக்கூடம் போனதுபோக, மீதி உழைப்பெல்லாம் தொலைபேசியை அலராமல் நிறுத்தி, சீராட்டுவதிலேயே கழிகிறது. மொத்த குடும்பத்தின் உயிரை வெட்டி விடுவது போல் பதறச்செய்து பிறகு நின்று விடுகிறது. ஒவ்வொருவரின் ஜீவனையும் துடிக்கச் செய்கிற தூண்டில் தொலைபேசிக்குள் இருக்கிறது.

தாமரை வளர, வளர சிலவற்றை நீக்கிக்கொண்டும், சிலவற்றை புதிதாய்ச் சேர்த்துக்கொண்டும் வளர்ந்திருந்தாள். குடும்ப பயிற்சியாய் அச்சம், நாணம், மடம், பயிர்ப்பு என்று மடமைகளை நீக்கியிருந்தாள் வயது, இளமை, அழகு என்று புதிதாய்ச் சேர்த்திருந்தாள்.

பருவம், இளமை, அழகு என்று புதிதாய்ச் சேர்ந்த இவைதான் தொலைபேசி வழியாய் எறும்புகளை அழைத்து வந்திருந்தன. பெண்ணாக இருக்கிறதினாலேயே இந்த எறும்புகள் வருகின்றன.

''ஏங்க, இது நம்ம வழக்குக்காரங்க, நண்பர்கள் கிட்ட இருந்து வர்ற ஃபோனா இருக்கப் போகுது.''

அதனால் வழக்குக்காரங்களிடமிருந்து வரும் அழைப்புகளை கவனிக்கமுடியாமல் போகிறது.

எழுந்திருக்க முயன்ற காஞ்சனாவை கையால் அழுத்தி வேண்டாம் என்று நிறுத்தினார் மங்களநாதன்.

எடுத்தால் ஹலோ என்ற குரல் கேட்டவுடன் டக்கென்று நின்று போகும். மறுமுறையில் அவர்களுக்கு குரல் வித்தியாசம் பிடிப்பட்டுபோகிறது. தாமரையின் குளிர்ச்சியான குரல் அல்லாத மற்ற குரல் மறுமுனைக்குத் தெரிந்தது போகிறது. மறுமுனை சுடுநெருப்பை ஏந்த தயாராக இல்லை.

தாமரையின் குரல் போலவே, அம்மாவின் குரல் ஒலிக்கும், எதிர் முனைகளில் உறுதிசெய்து கொள்வதற்காக காத்திருப்பார்கள் வைடா, பொறுக்கி என்று அம்மா கத்தியதும் சட்டென்று கட் ஆகிவிடும்.

எவனெவனோ திமிரெடுத்துப்போய் ஃபோன் அடிச்சா எடுக்க வேண்டாம்னு தான் சொல்றோம் கிண்டலடித்தார் மங்களநாதன்.

அவர்கள், லேசான தூறலில் விடிந்த காலைபொழுதை இழக்கத் தயாராக இல்லை. அதுவும் விடுமுறைநாளின் காலை இனிமை, நேரடியாக சொர்க்கத்திலிருந்து வருகிறது. சொல்லியே விட்டார். மங்களநாதன் சொர்க்கம் மாதிரி இருக்கு இன்னைய தொடக்கம். இதில, அந்த சாத்தானைப் போய் ஏன் தொடணும்.

அவர்கள் என்னென்ன கெட்ட கெட்ட வார்த்தைகளை கொட்டுகிறார்களோ, அதற்குப் பதிலாக நாற்றமெடுத்த வசவுகளை திருப்ப முடியும். மங்களநாதன் மட்டுமே அதைச்செய்வார். மற்றவர்கள் பெண்கள்.

கருவிலேயே கண்டுபிடித்து அழிக்கிற வேலை போல், தொலைப்பேசிக் கருவிக்குள்ளேயே கண்டுவிடித்து தண்டிக்க முடியுமானால் எவ்வளவு நன்றாயிருக்கும்.

பிள்ளைக வளராமலே இருந்திருக்கக் கூடாடதான்னு தோணுது. தொலைபேசி ஒலிக்கும் திசையை வெறுப்புடன் பார்த்துக்கொண்டே சொன்னாள் காஞ்சனா.

''நீ ஏன் அதப்பற்றி கவலைப்படறே?'' ஒன்னுக்கு மூணு ஆம்பிளைப் பிள்ளைகளை வளர்த்து வச்சிருக்கோம் என்றார் மங்களநாதன்.

வாழ்வின் முன்னேற்றத்துக்கும், வசதிக்கும் நவீன விஞ்ஞானக் கண்டுபிடிப்புகள் புதிது, புதிதாய் வருகின்றன. எந்த ஒரு கண்டுபிடிப்பும், நலத்தைக் கொண்டு வருகிற நேரத்திலேயே ஒரு சேதாரத்தையும் கொண்டு வருகிறது. சேதாரம் கருவிக்குள் இல்லை மனித புத்திக்குள் இருந்து உற்பத்தியாகிறது ''வாழ்வோட செழுமைக்கு பயன்படுத்துவதற்குப் பதிலாய் நாசகார நடவடிக்கைக்கும் பயன்படுத்த முடியும்னு இந்த தொலைபேசி நிரூபித்தது. நமது பாரம்பாரியத்துக்கு இம்மியும் பொருத்தமில்லா விஞ்ஞானமா இருக்கு.''

''விஞ்ஞானமா? தமிழ்ப்புத்தியா? சிரித்தார் மங்களநாதன்.''

காஞ்சனாவின் கவிழ்ந்த முகம், நிமிர்ந்தபோது, புருவ நெரிப்பு யோசனையாய் மேலேறியிருந்தது. மறுபடி கண்களை மூடினாள்.

"நீ என்ன யோசிக்கிறேன்னு, தெரியுது?"

"என்ன?"

"புது ஃபோன் நம்பர் மாத்திட்டா என்னன்னு தானே யோசிக்கிறே?"

"கொஞ்ச காலத்திற்கு நிம்மதியா இருக்கும். அத ஏன் பாக்கி வைக்கணும் பேசாம தொலைபேசி நிலையத்துக்கு ஒரு கடிதம் கொடுத்திருங்க, அந்த தொலைபேசி அதிகாரியும் பழக்கமாயிட்டாரு அவரிட்டயும் நேரில் சொல்லுங்க"

வக்கீல் மூளை ஒரு வழிகண்டு பிடித்துவிட்டது.

"எப்படியோ குடும்பத்தோட நேரம் தொலைபேசி நேரம் ஆயிருச்சி"

பொறுக்கிகள், உதிரிகள், இந்தச் சிறுநகரத்தில் மட்டும்தான் இருக்கிறார்களா? எல்லா இடங்களிலுமா? விசேடமாக அவர்கள் படிக்காதவர்களில்தான் இருக்கிறார்களா? அல்லது படிக்காதவர்களா? மங்களநாதன் பலவாறாக யோசித்தார். படிக்காதவர்கள் குயுக்தியாக, நுட்பமாக இப்படியெல்லாம் பண்ணமுடியாது. பொறுக்கித் தனத்தின் குணம் கொண்ட, படித்த, விடலைகள் இப்படித்தான் செய்வார்கள். திட்டமிட்ட ஒருவனா? அல்லது தாமரையைச் சுற்றுவது விடலைய கூட்டமா? யோசிக்கக யோசிக்க கோபமே கூடியது.

'டியுஷன் முடிந்து தாமரை மாலையில் திரும்பியபோது, சின்னவள் கவிதா அவளை எதிர்கொண்டாள் அக்கா புதுஃபோன் கொடுத்தாச்சி'

"எப்ப?"

"ஒருமணி நேரம் இருக்கம்"

கொஞ்சம் நிம்மதி. இன்னும் சில மாதங்களுக்கு புது எண் தெரிகிறவரை, இடைக்கால நிவாரணம் கிடைக்கும்.

பா. செயப்பிரகாசம்

புது தொலைபேசி ஒலித்தது. ஒவ்வொருவரும் முதலில் எடுக்க நினைத்தார்கள். மங்களநாதன், திடீரென

"யாரும் எடுக்கவேண்டாம் முதல் ஃபோன், நானே எடுக்கறேன்" என்றார்.

மங்களநாதனின் 'ஹலோ' கேட்டதும், எதிர்முனை மௌனம் கொண்டு உறைந்தது.

தொலைபேசியை வைத்துவிட்டு, எல்லோரும் உறைந்துநிற்க மீண்டும் ஒலித்தது.

தாமரைக்காக அது காத்திருந்தது.

## புயலுள்ள நதி

நான்கு பேர் கொண்ட குடும்பத்திற்கு சிறிய கார் தாங்கக்கூடியது.

ஒரு காரின் நீள, அகலம், சோபிதம் என்பது அதன் விலை உயரத்தைப் பொறுத்தது. விலை உயரம் சக்திதாசன் என்ற குற்றவியல் நீதிபதியின் வருமான உயர அளவுகளோடு சம்பந்தப்பட்டது. வருமானம் எல்லைகளுக்குட்பட்டது. எல்லையில்லாத அதிகாரிகளும் நீதிபதிகளுக்குமிடையில், சக்திதாசன் எல்லை போட்டுக் கொண்டவராக விளங்கினார்.

நாலு முழக் கிணறும் இருக்கிறது. நாற்பது முழக் கிணறும் இருக்கிறது. அதற்குத் தகுந்தபடி கயிறு உயரம் இருக்கிறது. நாலு முழ கிணறுக்குள்ள கயிறை நாற்பதுக்குள் இறக்கிவிட முடியாது. கார் வாங்குவதில் சக்திதாசனின் நிலை நாலு முழக்கிணறாக இருந்தது.

கல்லூரி மாணவனான மூத்தவன் கதிர், இடையில் கொஞ்சம் அலம்பல் செய்தான். டாடா சுமோ, மாருதி எஸ்டீம், சபாரி என்று புதிய கார் வகைகளை முன்வைத்தான். பெரிய முதலீட்டில் வாங்கப்படுகிற எந்த பொருளும் மறு மூலதனமாக மாற்றப்பட்ட வேண்டும். அரசு அலுவலகங்கள், பெரிய கம்பெனிகள் இங்கெல்லாம் ஒன்று போட்டால் பத்து எடுக்கிற இடமாக இருப்பதால் அளக்காமல் போடுகிறார்கள். இது மாதிரி வியாபாரப் போட்டியை மையமாக கொண்டதல்ல வீட்டுப் பயன்பாட்டுக்கான கார். அக்கம், பக்கம் விழாக்கள், திருமணம், சொந்தக்காரர் வீடுகள் என்று நகரத்துக்கு அடக்கமாகப் போய்வர... என சிறிய காரின் உபயோகமுறைகள் ஏற்கனவே வரையறுக்கப்பட்டுள்ளன.

பா. செயப்பிரகசாம்

வாகனப் பயிற்சி பெறும் வரை ஒரு வாகன ஓட்டி வைத்து கொள்வது நல்லது என்று முடிவானது. மனைவி அமராவதி மகன் கதிர், இவர்கள் எல்லோருக்கும் பரிசோதித்துப் பார்க்கும் சோதனைக்கூடமல்ல புதிய கார்.

ஒவ்வொரு உயர்மத்திய தரக் குடும்பத்தின் கனவுகளிலும் கார்கள் வழுக்கி ஓடுகின்றன. அவர்களின் சின்னச் சின்னக் கனவுகள் சாலைகளில் வழுக்கி ஓடும் அம்புகளாகின்றன. நொக்கல், நொறுங்கல் இல்லாமல் சிறு கீறில்கூட படாமல் கனவின் சிறு கூடாரத்தை வீடு கொண்டு வந்து சேர்க்க எல்லோரும் ஒத்துக்கொண்டார்கள். சாலையில் சரளமாக இந்த கனவு பந்து உருண்டோடுகிறவரை, பழைய காரிலேயே பழகிக் கொள்ள முடிவெடுத்தார்கள்.

வாழ்வின் ஒவ்வொரு திருப்பு முனையும், ஏதாவது புதிய பொருள் வாங்குகிற ஒரு புள்ளியில் தொடங்குகிறது.

வானத்திலிருந்து பாடல்களை இறக்குமதி செய்யும் பாட்டு வாகனம், டு.இன்.ஒன் அந்தப் பாட்டு வாகனம் இருந்தால் நல்லது என்று பட்டது. இதுதான் முதல் திருப்பம். அது நேஷனலா, பி.பி.எல். ரேடியோவா என்பதில் ஆளுக்கொரு யோசனை உருவானது. அப்போது சக்திதாசனின் அம்மா இருந்தார் இந்தக் ககராறு பெரிதாகப் போய் அவரவர் எல்லா நாகரீக ஆடைகளையும் உதிர்த்துவிட்டு உச்சத்திற்குப் போய்க் கொண்டிருந்தபோது அம்மா, உங்க ஆட்டைக்கு (விளையாட்டுக்கு) நான் வரலை என்றபடி விலகிவிட்டார்.

எதை வாங்கினாலும் மாப்பிள்ளையை விலை கொடுத்து வாங்குகிற மாதிரிதான் விலை கூடுன பொருளை வாங்கிய பிறகும், கடைசிவரை சீரும் செனத்தியம் போட்டுப் போட்டுப் பத்திரமாய் பாதுகாக்க வேண்டும் என்றாள்.

கடைசியில் சேதுராமன் மாமா வேலை செய்கிற மிலிட்டரி கேண்டீனில் அடக்க விலைக்கு கிடைக்குமென்றும் வரி

கிடையாதென்றும் அங்கேயே வாங்குவதென்றும் முடிவெடுக்கப்பட்டது. ஒரு நீதிபதி இடத்தில் இருப்பவருக்கு இப்படியெல்லாம் ஒரு யோசனை தோன்றுமா? இருபது ஆண்டுகளுக்கு முன் சக்திதாசனுக்கு இப்படித்தான் யோசிக்க முடிந்தது. முடிவான அன்றைக்கு, ஒவ்வொருவரும் சேதுராமன் மாமாகூடப் போக எக்குப் போட்டுக் கொண்டு பறந்தார்கள். யாரும் வர வேண்டாம். நானே வாங்கி வந்து விடுகிறேன் என்று சேது மாமா போனார்.

ஒவ்வொரு புதிய பொருளும் வாங்குகிறபோது அது உச்சபட்ச தேவையாகக் கருதப்படும். இனி வேறெந்தப் பொருளையும் கனவில் கூட வாங்கத் தேவையில்லை. என்பதாகத் தோன்றும். ஆனால் அது ஒரு முடிவுறாத புள்ளிதான். அவ்வப்போது கோலத்தை நீட்ட புதிய புள்ளிகள் தேவைப்படுகின்றன.

அக்கம் பக்கம் எங்கும் உயர் நடுத்தர வர்க்கக் குடியிருப்புகள் அங்கிருந்த நடுத்தர வாசிகளின் சுவாசம் ஒரு குளிர்சாதனப் பெட்டிக்குள் (ஃப்ரிட்ஜ்) பூட்டி வைக்கப்பட்டிருந்தது. எல்லா வீடுகளிலும் குளிர்சாதனப் பெட்டி உட்கார்ந்திருக்க இந்த வீட்டில் மட்டுமே இல்லாத வித்தியாசமாகப்பட்டது. வீடு முழுவதும் வெறுமையாக இருக்க வெறுமை முழுதும் கேள்விகளால் நிரம்பியிருப்பதாகத் தென்பட்டது.

"ஒரு நீதிபதி வீட்டில் ஃப்ரிட்ஜ் இல்லையா?"

கேள்வி ஒரு வீட்டிலிருந்து மற்றொரு வீட்டிற்கு தாவி குடியிருப்பு முழுதுமே கேள்வியாகி நின்றது.

ஒரு சுவையான தோசை ஒருபோதும் வார்க்கிற கையில் இல்லை சுவையான முறுகலான தோசைக்கு அளவாகப் புளித்த மாவு அவசியம் இந்த முன் நிபந்தனை ஃப்ரிட்ஜ் இல்லாத வீடுகளில் மட்டும் நிறைவேறப்பட்டது. தோசையின் முறுகல் வாசனை கதவு, சன்னல் வழியாக இறங்கி, பக்கத்து வீடு கீழ்வீட்டு உயிர்களில்

இணைந்துவிடும். அடுத்தவரின் உயிரில் கலப்பது வடிவாய்க் கலக்கிற மாவின் பதமான புளிப்பில் வாழ்கிறது. அதிகம் புளிப்படித்து விடாமல் இருக்க ஒரு பாத்திரத்தில் தண்ணீர் வைத்து அதன் மேல் மாவுப் பாத்திரம் வைக்க வேண்டும்.

கீழ் வீட்டிலிருக்கிற பத்து வயது மணிமாறன் அத்தை சுடுகிற தோசைதான் ருசியாயிருக்கிறது என்று அடிக்கடி மேல் வீட்டிற்கு வந்தான். சன்னல், கதவுகள் வழியாக கீழிறங்கி, தோசை வாசனை அவனைப் படிக்கட்டுகள் வழி மேலே வரவழைத்தது. அவனுடைய தங்கச்சி ஏழு வயது மாதவம்மா அவனைக் கொடுக்குப் பிடித்தபடி கூடவே வந்தாள்.

''நீ என்னம்மா, தோசை சுடுறே?''

''ஏன்?''

''முதல்ல நீ நல்லாச் சுடுறதுக்குப் பாரு''

தனது தாயிடம் கட்டளைகள் வைத்தான்.

''அத்தை மாதிரி சுடறதுக்குக் கத்துக்கோ''

''நீ ஒங்க அத்தைகிட்டயே சாப்டுக்கோ, தோசைக்கு மட்டும் அங்க போறது, மற்றதுக்கெல்லாம் இங்க வர்றதுங்கற வேலையெல்லாம் இனிமே வச்சிக்காதே''

மணிமாறனின் அம்மா விரட்டியடித்தாள்.

பால்கார லட்சுமியம்மா, இட்லிக்கார செண்பகம் என்பது போல் தோசைக்கார அத்தை என்றாகிவிட்டது.

பிறகு சக்திதாசனின் வீட்டுக்கும் ஃபிரிட்ஜ் வந்தது. ஃப்ரிட்ஜ் என்கிற உறை பனிப்பெட்டிக்குள் முழுக்காட்டி எடுக்கப்படுகிற எல்லாப் பொருட்களுக்கம் ஒரே சுவைதான் இருக்கும் என்பது அன்று உறுதியானது. தோசைக்கும் அதே பிரிட்ஜ் சுவை. பிறகு மணிமாறனும், மாதவம்மாவும் மேல் வீட்டுக்கு வருவது நின்று போனது.

காலைச் சிற்றுண்டி மேசைமேல் வைக்கப்பட்டிருந்தது. சக்திதாசன், அமராவதி, அவரோட அம்மா, பிள்ளைகள் இரண்டு பேர் சேர்ந்து சாப்பிடுகிற ஞாயிற்றுக்கிழமை அது. கீழவீட்டு மணிமாறனோட அம்மா வந்தாள். இட்லி, இட்லியாக இல்லாமல், பலகை, பலகையாகப் பரிமாறப்பட்டுக் கொண்டிருந்தது. மணிமாறனோட அம்மா ஒரு பக்குவம் சொன்னாள்.

''இது மாதிரிச் செய்யுங்க அக்கா. மல்லிகைப் பூ ஒங்க கையில் இருக்கும்'' என்றாள்.

''அது மாதிரிச் செய்யுங்க அமரா'' என்றார் சக்திதாசன்.

''மிக்சியில் அரைத்த மாவில் இப்படித்தான் வரும்''

அமராவதி விட்டுக் கொடுக்கவில்லை.

''அவங்கதான் சொல்றாங்கள்லே. அது வராதுன்னு'' திருப்பினாள் அதே எரிச்சலோடு.

முன்னால் உட்கார்ந்திருந்த அத்தனை பேரின் முகமும், கல்லால் அடித்த மாங்காய்போல் சப்பழிந்து போனது. ஒரு சண்டையாக முற்றப்போகிறது என்றுணர்ந்த மணிமாறனின் அம்மா, மெதுவாக கீழே இறங்கிப் போய்விட்டாள்.

''எந்த விசயத்தையும் புதுசாக கத்துக்கிறனுங்கிற புத்தியே ஒனக்கு இருக்காதா? நமக்கு தெரியாததும் ஆயிரம் இருக்கும்.''

''இந்தா பாருங்க எனக்கு புதுசாக் கத்துக்கிற முடியாது.''

''ஏன் முடியாது''

''அது அப்படித்தான் அவளுக்கென்ன நின்னபடியே சொல்லீட்டு போயிருவா''

படீரென்று எழுந்தாள். சாப்பாட்டு மேசையில் வைத்தது எல்லாம் அப்படியே இருந்தன.

அம்மா, கணவர், பிள்ளைகள் யாரைப்பற்றியும் கவலைப்படவில்லை. மனிதர்கள் என்றுகூடப் பார்க்கவில்லை.

''நீங்களே சாப்டுக்கோங்க தேவைப்பட்டதுன்னா அவளையே சமைச்சுப் போடச் சொல்லிச் சாப்டுங்க''

எதுக்கு எந்த வார்த்தையைப் பயன்படுத்துவது என்ற நாகரிகம் கூட இல்லாமல் எழுந்து போனாள்.

சடக் சடக்கென்று மாறுகிற மனித குணங்களைக் கண்டதுண்டு. அவளுடைய குறுகிய பழகும் வட்டத்திற்குள்ளேயே இதற்கான சாட்சியங்கள் நிறைய இருந்தன. எந்த முகாந்திரமும் இல்லாமல் தனது கோபம், தனது உணர்ச்சி தனது அகங்காரம் தான் தான் எல்லாம் என்கிற ஒரு மனுசியை இருபது வருஷமாகக் கொண்டிருக்கிறது பிள்ளைகளும் அனுபவித்தார்கள்.

எத்தனை காலம் பழகிப்பதியமிட்டிருந்தாலும் அவளால் யாரையும் அந்தக் கணத்தில் வேரோடு தூக்கி வீசியெறிந்துவிட முடியும். நிறைய உறவுகள் இப்படிப் பலியாகிப் போயின

அவர் எத்தனையோ தீர்ப்புகள் வழங்கியிருக்கிறார் ஆனால் சாந்தமான கணவராக இருக்க முடியவில்லை. பிரச்னை வருகிறபோது அவர் பதில் வெடிக்கிறார். அப்படிச் சண்டை வெடிக்கிற நேரங்களில் பிள்ளைகள் வெளியே கேட்காமலிருக்க சன்னல் கதவுகள் எல்லாம் அடைத்து விடுவார்கள். அந்த நாகரிகம் மூத்தவனுக்கு பத்து வயதான போதிருந்து பாலித்துவிட்டது. பிரச்சனைகள் சூடு ஆகி, ஒருவரை ஒருவர் மூர்க்கமாக வார்த்தைகளால் தாக்கிக் கொண்டிருந்தை பத்து வய்திலிருந்தே அவன் தெரிந்துகொண்டான்.

தொலைக்காட்சி என்ற மந்திர விளக்கைப் பார்க்க கீழ் வீட்டிற்குத் தான் போக வேண்டியிருந்தது. அப்படிப்போன ஒருநாள் எங்க பசங்க படிக்கிறாங்க அப்புறமா டிவி. போடலாம் என்று மணிமாறனின் அம்மா திருப்பி அனுப்பிவிட்டாள்.

''அதுதான் அம்மாவுக்கு எரிச்சல்'' என்றாள் சின்னவள்.

அளவான புளிப்பில் வார்க்கப்படுகிற ஒரு முறுகல் தோசையின் சுவையையும் ஒரு தொலைக்காட்சிப் பெட்டியையும் சமப்படுத்திவிட

முடியாது. தோசையில் ஒன்றிரண்டு சுவை காணக் கிடைக்கலாம். மூளையை வள்ளிசாய்க் காலி செய்து விடுகிற தொலைக்காட்சிக்கு இதுவரை வார்த்து வழங்கிய தோசைகள் ஈடாகாது.

எவ்வளவுதான் வேண்டப்பட்ட சொந்தமாக இருக்கட்டும் சின்னக் குழந்தைகள் அதற்காக சொந்த டி.வியைப்போல் பார்த்துவிட முடியாது. சில நேரங்களில் இல்லையென்றும் சொல்லிவிடுகிறபோது சிறிசுகள் முகம் கொராவிப் போய்த் திரும்பும்.

இட்லித் தகராறு நடந்து அந்த வாரம் முழுதும் அமராவதி சாப்பிடவில்லை. அவள் அலுவலகம் போகுமுன் ஒரு காப்பி மாலையில் அலுவலகத்திலிருந்து வந்த பின் ஒரு காப்பி என்ற உண்ணாவிரதத்தில் தீவிரமாய் இருந்தாள். அவளால் அப்படி இருக்க முடியும். இயல்பாய் ஏதாவது பேசப்போய் அது பிரச்சினையாகிவிடக் கூடாதே என்று பிள்ளைகள் ஒதுங்கிக் கொண்டார்கள். இத்தனை வருஷங்களாய் அவளிடமில்லாத புதிய குணம் ஒன்று திடீரென முளைத்து வரப்போவதில்லை. இத்தனை வருஷ குணம், அவர்களுக்குத் தெளிவாக பிடிமானப் பட்டிருந்தது. கும்முட்டி அடுப்புப்போல தகதகப்பாய் கோபாக்கினியை தனக்குள்ளேயே வளர்த்துக்கொணடிருந்த அவளுக்கு யாருடனும் பேச்சு இல்லை.

ஓட்டலில் வாங்கி வருவது. சாப்பிடுவது என்று நாட்கள் கழிந்தன. அவள் தொடுவது இல்லை. முடியாத நிலையில் அவரது தாயார் ஏதாவது சாப்பாடு செய்து வைத்துக் கொண்டிருந்தார்.

அன்றைக்கு அலுவகத்திலிருந்து வந்ததும் அமராவதி மயங்கி விழுந்துவிட்டதாக பிள்ளைகள் சொன்னார்கள். கூட்டிக் கழித்துப் பார்த்தால் இருபத்தைந்து வருச வாழ்வில் இருவரும் சேர்த்து சேர்த்து வைத்த குப்பை மேடுதான் அதிகம் என்று சக்திதாசன் நினைத்தார். அர்த்தமுள்ள எதையும் அந்தக் குப்பை மேட்டிலிருந்து எடுக்கமுடியாது என்று தோன்றியது. ஒவ்வொரு வழக்குக்குள்ளும் புகுந்து ஆராய்வது போல் குடும்பப் பிரச்சினைகளின் இரண்டு இடுக்குகளுக்குள்ளும் புகுந்து ஆராய்வது நல்லது என்று தீவிரமாய் சிந்தித்தார்.

பா. செயப்பிரகசாம் 299

எத்தனை கண்பார்வைக் குறைவு, மூளை மழுங்கடிப்பு ஏற்பட்டாலும் ஏற்பட்டுவிட்டுப் போகட்டும், மற்றவர் எத்தனை தடவைகள் வேண்டுமானாலும் பழக்கட்டும் ஒரு தொலைக்காட்சிப் பெட்டி வாங்கிவிடுவது என பேராய்வுக்குப் பின் முடிவு செய்தார். எல்லாத் தோரணைகளுடனும் சிங்காரங்களுடனும் தொலைக்காட்சிப் பெட்டி அவர்கள் வீட்டு முன்னறையில் வந்த உட்கார்ந்து இரவுச் சாப்பாடு வாங்கிவர ஓட்டலுக்குப் பையனிடம் சொல்லிக் கொண்டிருக்கையில், அமராவதி வந்து சிறு புன்னகையுடன் சொன்னாள்.

''எனக்கும் சேர்த்து வாங்கிட்டு வரச்சொல்லுங்க''

புதிய கார். சத்தமில்லாமல் நடுச்சாமத்தில் வீட்டுமுன் வந்து நின்றது. விலை மதிப்புள்ள ஒரு சொத்து வருகிறபோது கூட்டாளி போல் சடங்குகள், சாத்திரங்களும் வருகின்றன. கம்பெனியிலிருந்து கார் எடுக்க நல்ல நேரம் பார்க்கப்பட்டது.

நள்ளிரவு பன்னிரண்டு மணிக்கு எடுத்து வந்து நிறுத்த வேண்டுமென்று அய்யர் சொன்னார். கார் நிறுவனம் முந்தின நாளே கணக்கு வழக்கு எல்லாவற்றையும் முடித்து கம்பெனித் திடலில் கொண்டுபோய் நிறுத்திவிட்டது எப்போது வேண்டுமானாலும் எடுத்துப் போகலாம் என்றார்கள்.

தேங்காய் உடைத்து, கற்பூரம் கொளுத்தி பூஜை போடப்பட்டது. காரின் நெற்றியில் முதலில் உட்காரந்திருந்த சந்தனமும், திருநீரும் செந்துருக்கப் பொட்டும் பிறகு எல்லோர் நெற்றியிலும் ஏறியது. கார் வந்த அன்றைக்கு சக்திதாசனின் அம்மா இறந்த நினைவுநாள்.

''இன்னைக்கு உங்கம்மா நினைவுநாள்'' என்றாள் அமராவதி. ஒருவரின் சாவு, இன்னொரு நல் வருகைக்கு காரணமாகி விடுகிறது.

''பாட்டி, ரொம்ப நாளா கார் வாங்கணும்னு ஆசைப்பட்டாங்கப்பா, அதான் பாட்டி காரா வந்துட்டாங்க'' என்றான் கதிர்.

தன் மகன் அரசாங்க அதிகாரியாகி, அரசாங்கக் காரிலே போய் வரவேண்டுமென்ற அப்படியொரு ஆசை அம்மாவுக்கே

இருந்திருக்கம். அது நிறைவேறியதும், தன் மகனின் சொந்தக் காரில் உலா வர வேண்டும் என்ற கௌரவமான அடுத்த கட்ட ஆசை முளைவிட்டிருக்கும். அடிமண்டிக்கிடந்த ஆசைகள், அவர்களின் மரணம் என்ற பாதாளக் கரண்டியால் மட்டுமே மேல் கொண்டு வரப்படுகின்றன.

''ஒங்க அம்மா நினைவா காரை எடுத்திட்டு முதன் முதலா கோயிலுக்குப் போய்வரலாம்'' என்றாள் அமராவதி.

நீதிபதியாக இருந்தபோது மட்டுமல்ல இப்போது ஓய்வு பெற்ற பிறகும்கூட கோயில், பக்தி, ஆன்மீகம் சாமியார் என்று தலைகொடுத்துக் கொண்டிருந்தவரில்லை. எல்லாவற்றுக்கும் மேலாய் நீதியின் கட்டளைகளுக்கு அவர் அடிபணிந்து போவதற்கு சரியாக இருந்தது.

இது மாதிரிப் பூக்கிற சந்தோசங்களுக்கும், இன்பங்களுக்கும் நடுவில் நனைந்து நின்று எவ்வளவு காலமாகிறது. நீதிபதியாக ஓய்வு பெற்ற பிறகு வந்த பணத்தில் கார் வருவதும், வாழ்நாளின் மொத்த சேமிப்புக்குள் இவ்வளவு காலம் ஒளிந்திருந்த மகிழ்ச்சி அலைகள் வெளியே வருகிற போது எதிர்கொள்வதும் நிறைவு தருகிறதுதானே.

''சரி'' என்றார் சக்திதாசன்.

''நீ அப்படிச் சொன்னயா?'' சக்திதாசன் கேட்டார்.

''ஆமா நீங்க என்னைக்கு என்னைய வண்டிய எடுக்க விட்டீங்க?''

எதிர் கேள்வியே பதிலானது. ஊருக்குப் போனபோது அங்கே அண்ணன் பெண்களிடம் சொல்லியிருக்கிறாள். அங்கிருந்து தொலைப்பேசியில் அவர்கள் கேட்டார்கள்.

''அத்தைய நீங்க காரைத் தொடவே விடறதில்லையாமே மாமா?''

''நான் அப்படியெல்லாம் இல்லம்மா. ஒங்க அத்தை ஆபீசுக்கு போய்ட்டு வந்த நேரம் போக மீதி நேரத்தில் நான் போனா உண்டு. இல்லேன்னா அதுவும் இல்ல. அதுவும் அவ கொடுத்துத்தான் நா எடுத்திட்டுப் போறேன்மா.''

பா. செயப்பிரகசாம் 301

''அதையேதான் அத்தை ஒங்க பேர்ல சொல்றாங்க.''

''நீங்க கருணை காட்டினாத்தான் உண்டு மாமா. ஏன் மாமா இப்படி செய்றீங்க?'' அவளுடைய அண்ணன் பிள்ளைகள் உரிமையாகக் கேட்டார்கள். அவர்கள் கேட்பார்கள்.

இதுபோல் வேறு சிலரிடமும் பேச்சு போயிருக்கிறது-

கார் இப்போது பயன்பாட்டிலிருந்து மாறி உரிமை சம்பந்தப்பட்டதாக மாறிவிட்டது.

''ஏன் அப்படிச் சொன்னே?''

''எனக்கு சொல்றதுக்கு பேசறதுக்கு ஒண்ணும் இல்ல பாருங்க''

மிகக் கடுமையான வார்த்தைகளால் திரும்பினாள்.

''எப்ப போறேன்? வாரம் ஒருநாள் கார்ல போனா மத்த நாளெல்லாம் நீங்கதான் போறீங்க''

எப்போதும் மரியாதை அதிகாரத்தோடு சேர்ந்தே வருகிறது. ஆனால் குடும்பம் என்பது அதிகாரம் உலாவரும் அலுவலகமல்ல. பணம், புகழ், பயம் என்ற முக்கோண பிரிதிபலிப்புகளைக் கொண்டது அது. அவருடைய அறிவுப் பெருக்கை விட, பதவிக்குள் துலங்கிய அதிகார வெளிச்சத்துக்கே மதிப்பளித்தார்கள். ஓய்வுக்குப் பின் எல்லாமே இறங்கு திசையாகிப்போகும் என்பதற்கு குறைந்துவிட்ட பொது நிகழ்ச்கிள் அடையாளம். மேலே மேலே ஏறிக் கொண்டிருந்த அவருடைய பொது நிகழ்ச்சிகளின் 'கிராப்' இப்போது வள்ளிசாகக் கீழிறிங்கியிருந்தது.

நிகழ்ச்சிகளுக்குப் போகையில் அவர் ஆட்டோவில் போய் விடுவார். அமராவதி அலுவலகத்திலிருந்து காரில் திரும்புகையில் நிகழ்ச்சி நடக்கும் இடத்திற்குப் போய்க்கூட்டி வரவேண்டும். நிகழ்ச்சி முடிய நேரமெடுக்கும்போது காத்திருப்பு அவளுக்குச் சித்திரவதையாகத் தொடர்ந்து அமைந்தது.

''ஆட்டோவில் போய்ட்டு ஆட்டோவில வந்திருங்க. என்னைய எதிர்பார்க்காதீங்க''

''எவ்வளவு செலவாகிறது?''

''இல்லைன்னா கார் ஏற்பாடு பண்ணச் சொல்லுங்க. கூட்டம் நடக்கறதுக்கு செலவழிக்கிறானில்லே. அவனா செலவழிக்கிறான்? வசூல் பண்றான்''

''எல்லோர்ட்டயும் அப்படிச்சொல்ல முடியுமா?''

''சில நாளைக்கு ரெண்டு மூணு இடத்துக்குப் போறீங்க? ஆட்டோவுக்கு ஆனா ஆகிட்டு போகுது''

எதிரில் இருந்து புறப்பட்ட பதில் அவருடைய கொதிப்பை விசிறிக் கொடுத்துக்கொண்டே இருந்தது.

''அதான். ஒனக்கு கார் இப்ப கௌரவமா மாறிப்போச்சு''

''ஒங்க கௌரவம் ஒண்ணும் எனக்கு வேண்டாம். ஆபிஸில் எனக்கிருக்கிறதே போதும்.''

''ஏன் நான் கார்ல போன என்ன?'' சடக்கென்று அவள் மறித்தாள்.

''இங்க பாருங்க ஒங்க கார், ஒங்க வேலை. ஒங்க கார்ல நீங்களே போய்ட்டு வரலாம். எனக்கு இனிமே கார் வேண்டாம்.''

கார் அவருடைய ஓய்வுக்குப்பின் ஓய்வூதியப் பணத்தில் வாங்கியது. அந்த இடத்தில்தான் அவள் அக்னி வீசுகிறாள். முதலில் அவள் சொந்தக்காரை ஓட்டிக்கொண்டு அலுவலகம் போனபோது, பிரமிப்பான பார்வைகள் விழுந்திருக்கும். அலுவலகத்தின் அதிசயிப்பு. அவளது உயரத்தைச் சொல்லியிருக்கும்.

ஒரு நீதிபதியின் மனைவி என்ற உயரம்கூட அவளது அலுவலகத்தில் எவருக்கும் சாத்தியமில்லை.

''எல்லோரும் அவ ஆகிற முடியுமா? அவ வாங்கி வந்த அமைப்பு அப்படி'' என்பதாகவே சக பணியாளர்களின் பேச்சு வெளியாகியிருந்தது.

அமராவதி அலுவலகத்திற்கு காரில் போவது கௌரவமாக ஆகியிருந்தது. சக்திதாசனுக்குப் பயன்பாட்டுக்குரியதாக கார்

இருந்தது. இன்னும் குடும்பத்திற்கு முழுதாய் ஆகவில்லை. அப்படித்தான் அவர் நினைக்கிறார்.

தகராறு தொடங்கிய நாள் முதல் கார் வெளியே நிற்கிறது. சக்திதாசன் வெளியே வந்து பார்த்தார். அமராவதி அலுவலகம் போய்விட்டிருந்தாள்.

ஒரு மாதமாக கார் அங்கேயே நிற்கிறது. ஆட்டோவில் நிகழ்ச்சிகளுக்குப்போய் வந்து கொண்டிருந்தார். யாரும் யாரோடும் பேசாமல் முரண்டு பிடித்துக் கொண்டிருப்பதுபோல் அவள் பஸ்ஸிலும் அவர் ஆட்டோவிலும் போய் வந்து கொண்டிருக்கிறார்கள். பக்குவம் அடைந்த பிள்ளைகள் ஒதுங்கிக் கொள்கிறார்கள்.

இரண்டு தனித்தனிக் குணங்களுக்கு நடுவே தானும் சடைத்துக் கொண்டு நிற்பது போல் கார் தனியாக நின்று கொண்டிருந்தது.

# நிலவின் சடலம்

"நிலாவோட பிறந்தவ நீ"

அஞ்சலம்மாவைப் பார்த்து அம்மா சொல்வாள்.

அஞ்சலம்மாவின் நிறம் கருதிச் சொல்லப்பட்டதல்ல அது. அம்மாவுக்குப் பிரியமானது கருதி வெளிப்படுத்தப்பட்டதாகும். அப்படிச் சொல்லியிருந்தால், பனை மரத்துக்கு உடன் பிறப்பே என்று வெளிப்படுத்தியிருப்பாள். நகர துப்புரவுத் தொழிலாளிகள் குடியிருப்பில் வசிக்கிற எல்லோரும் அவளுடைய நிறம் பற்றி அப்படித்தான் சொல்லியிருந்தார்கள்.

சிறுமியாயிருக்கிறபோது, அவள் முகத்துக்கு நேரேயே நிறம் சொல்லி கூப்பிட்டிருக்கிறார்கள். வளர்ந்த முழு ஆளாய் நிற்கிறபோது, அப்படிக் கூப்பிடத் தோணாமல், எல்லோருக்கும் ஒரு மரியாதை வந்துவிடுகிறது.

புரட்டாசி, ஐப்பசி மாத மழை அடையாளம் அந்த நகர பூமியில் அழிந்து கிடந்தது. காலிக்குடங்களுடன் தண்ணீருக்காக அலைகையில் வீதியில் தலைக்கு மேலே கூப்பிடும் நிலா தென்பட்டது.

"எம் பொண்ணுக்கு நிலாண்ணா அவ்வளவு பிரியம். பார்த்தா விடமாட்டேன்."

மூணாவது மனுசரிடம் சொல்வதுபோல், மகளைப் பார்த்து சொல்லிச் சிரிப்பாள் அம்மா.

வயதுக்கு வந்தபின், உடலுக்கு ஒரு நிலா முளைத்து வருவதாக உணர்ந்தாள். பருவச் சுரப்பிகள் கசிவில் மனசின் நிறம் மூன்றாம் பிறை

பா. செயப்பிரகசாம்

போலவும் உடம்பின் நிறம் கருமேகம் போலவும் இருந்தது. உடம்பு நிறத்துக்கு ஒவ்வாத வகையின் பருவச் சுரப்பிகள் உள்ளிருந்து பெருகி மனசை வேறொரு நிறத்துக்கு அழைத்துப் போனது.

மழைத்துளிகள் மண்டிய மேகம், ஒரு மினுமினுப்பாய் காட்டுமே, அதுபோல கறுத்த இளமை மினுமினுப்பு கொட்டியது.

ஆஸ்பெடாஸ் தகடு போட்ட நகரத்தின் தொழிலாளிகளின், வீடுகள், ஒத்தைக் கல் பொதுச்சுவர் வைத்து தொடுத்துத் தொடுத்து கட்டப்பட்டிருந்தன. ஒரு அறை, ஒரு வராண்டா, அறையில் பாதியாய் ஆள் உயரச்சுவர் எழுப்பித் தடுத்து சமையலறை, வெளியே முழு ஆள் நின்றால் உள்ளே காட்சிகள் தெரிகிற மாதிரி பின்புறச் சுவரில் முழ நீளமுள்ள சன்னல்.

ஒரு வீடு என்றால் என்னென்ன இருக்க வேண்டும் என்று அங்கு குடியிருப்பவர்கள் அறிவார்கள். அவர்களுக்கு வீடு என்பது வாழ்வாக இருந்தது. வாழ்வுக்குத் தேவையான காற்று, வெளிச்சம், மின்சாரம், தண்ணீர், பொருளாதரம், எதுவுமில்லாத ஒரு வீடாக அது இருந்தது. நேற்றுவரை காற்று, வெளிச்சம் என்னவென்று அவர்களுக்கு தெரியாமலிருந்தது. இப்போதும் அதுவே தொடர்ந்தது. வீட்டுக்குள் முழ நீள சன்னல் வழியாக காற்று நுழைந்து யாரிடமும் தொட்டு பேசிப் போனதில்லை. மின்சாரம் எப்போதும் அரை கரண்ட்தான். முழு கரண்ட்டைப் பார்த்து அஞ்சலம்மாவுக்கும் நாற்பது வருஷம் தாண்டிவிட்டது. இந்த அனுபவம் குடியிருப்புக்குள் வசிக்கிற ஒவ்வொருவருக்குள்ளும் பிரவேசித்திருந்தது.

சிறுவயதில் வீட்டு முற்றத்தில் அய்யா அம்மாவுக்கு நடுவில் ஆகாயத்தை பார்த்தபடி கிடப்பாள். அவளுக்கு மேலே நிலா கவிழ்ந்து தன்னைப் பார்த்து தெரியும், நிலாக் குளுமையை முழுசாக உள்வாங்கி கண்ணயர்ந்து தூங்கிப் போயிருப்பாள். நடுராத்திரியில் புரள்கையில் அய்யா, அம்மா காணாமல் போயிருப்பார்கள். துணையாக நெஞ்சுக்கு மேல் கிடக்கும் நிலாவைக் கட்டிப்பிடித்தபடி படுத்திருப்பாள்.

கல்யாணமான புதிதில், அவளையும் பென்சிலய்யாவையும் இருத்திவிட்டு அய்யாவும் அம்மாவும் வெளி வரந்தாவில் கிடந்தார்கள்.

முழ அளவு சன்னலைச் சாத்திவிட்டு, ஃபேன் போட்டாலும் உள்ளிருக்கும் வெக்கை பழையபடி சுற்றி சுழன்றி ஃபேன் வழியே கொட்டுகிறது. எவ்வளவு வேக்கடானாலும் பென்சிலய்யா புளி மூட்டை மாதிரி தூங்கிடுவான். சிறு அசைவுகூட இல்லாமல் படுத்ததும் தூங்குகிற களங்கமில்லாத அவனைப் பார்த்து அவளுக்குச் சிரிப்பு கொட்டும்.

ஒனக்கு எப்படித்தான் தூக்கம் வருதுய்யா, நனைஞ்சிக்கிட்டே தூங்குறே?

அவனுக்கு வேர்வையை துடைத்துவிட்டே, அவள் அலுத்துப் போய்விடுவாள். நல்லா கூழுப் பானை மாதிரி உடம்பு.

"ஒனக்கு வேற வேல இல்லையா?"

"எதுக்குய்யா?"

"துடைச்சித் துடைச்சி பிழிஞ்சிக் கிட்டிருக்கே"

புரண்டு படுப்பான். முதுகிலிருந்து வியர்வை நாற்றம் குமட்டல் எடுப்பது போல் ஓங்கி அடிக்கும். பிறகு என்ன செய்ய? குழந்தைக்குச் செய்வது போலத்தான். மூக்கை சுளிக்காமல் முதுகை அழுத்தித் துடைத்துவிடுவாள்.

"களங்கமில்லாமத் தூங்குறயே?" தூங்கையில் வெளிப்படுகிற அவன் முகத்தைப் பார்த்துக் கேட்டாள். அவன் சொல்வான். "ஒண்ணும் நெனைக்காமப் படு. தன்னால தூக்கம் வரும்."

2

மனுச வாழ்வுக்குத் தேவையாகி தட்டுப்படாமல் போன பொருட்களில் காற்று, மின்சாரத்தோடு இப்போது தண்ணீரும் ஒன்றாகி விட்டது.

சாமமும் விடியலும் சந்திக்கும் நாலு மணிக்குத் தெருமுனை வீட்டில் அழைப்பு மணியை அழுத்தினாள் அஞ்சலம்மா. உடம்பின் பலம் பூராவும் கைக்கு ஏறி, மணி கிர்ரென்று ஒலித்தது.

தெரு வடக்கு முனையில் காலடி வைக்கிறபோதே பதட்டம் ஏற்பட்டது. தாமதமாக வந்து விட்டோமோ என்ற நினைப்பில் தாயமாடிய கால்களை, உள்ளிருந்து கேட்ட அடிகுழாய் ஓசை சூடேற்றி நிமிர்த்தியது.

ஆனால் வீதியில் சின்னச் சின்னச் குத்துச்செடிகள் போல் உட்கார்ந்திருக்கும் குடங்கள் வரிசையைக் காணோம். இன்னும் யாரும் தூக்கச் சடவு கலைந்து வரவில்லை என்று நினைத்தாள். தூக்கத்தை அடித்துச் சிதைத்து, நேரத்தில் தண்ணீர் விடுவதுதான் குடிநீர் அலுவலகத்துக்குத் தெரியும். அவனுக்கு தண்ணீர் விட நேரக்கணக்கு மட்டுமே உண்டு. மனுசர்களின் ஓய்வு தூக்கம் வேலை, வாழ்வு போன்ற விசயங்கள் பற்றி அவனுக்கும் சரி, அரசாங்கத்தின் எந்தக் கிளைகளுக்கும் கவலையில்லை.

நகரசுத்தித் தொழிலாளிகளுக்கு முதலில் தண்ணீர் கொடுத்து தயார் படுத்தினால் மட்டுமே, நகரத்தின் நாற்றம் சுத்தமாகும் என்ற எளிய இலக்கணம், அவர்களின் அடர்த்தியான மூளைகளுக்குள் புகுவதில்லை. நகர சுத்தித் தொழிலாளர் குடியிருப்பு தண்ணீர் இல்லாமல் உலர்ந்துகிடந்தது.

நகரசுத்தித் தொழிலாளிகளுக்கும் சீருடை கொடுத்திருந்தார்கள். மனதைக் கிறங்க அடிக்கும் மயில் கழுத்து நீலம் தர முடியும். பூமம்மா, நாகரத்தினம், அஞ்சலம்மா மூன்ற பேருக்கும் தாமதமாக ஆஜர் கொடுப்பது பிடிக்காது. ராத்திரி வேலை அதிகமா என்ற மேஸ்திரியின் விஷமமான கேள்வியுடன் சேர்ந்து பல்வேறு கேள்விகள் அளைக்கவும் ஆஜர் கொடுத்தபின் நகர சுத்தி அலுவலர், அந்தப் பகுதிக்குத்தான் மூன்று பேரையும் அனுப்புவார்.

நகரசுத்தித் தொழிலாளிகளுக்கும் சீருடை கொடுத்திருநத்தார்கள். மனதைக் கிறங்க அடிக்கும் மயில் கழுத்து நீலம் அல்ல கண்ணை

அடிக்கிற கெட்டிச்சாய நீலம். அந்த நிறத்தில் பெண்களுக்கு சேலை ரவிக்கை, ஆண்களுக்கு காக்கிடவுசர், காக்கி சட்டை.

நகராட்சி கொடுக்கும் மலிவு விலைச் சீருடையின் கெட்டிச்சாய நீலம் எந்த செளந்தர்யத்தையும் தரவில்லை. மனசின் மொழி உடம்புக்கும் உடம்பின் மொழி மற்றவர்க்கும் போய்ச் சேருவதும்தான் உடையின் பணி. ஆனால் சீருடைகள் என்ற பெயரில் அணியப்படுபவை, அந்த வேலையைச் செய்வதாகத் தெரியவில்லை. வெளியிலிருந்து உள்ளேயும் உள்ளேயிருந்து வெளியேயும் மனித குணங்களை கதிர்வீச்சு செய்வதில்லை. உடுத்திக்கொண்டதும் ஆளை உள்ளே அமுக்கி விடுகின்றன.

வீட்டிலிருந்து ரம்மியமான சேலைகளை உடுத்தி வெளியேருவார்கள். மனதின் அசைவுகளைப் படம் எழுதும் சேலைகள் அவை வாரியலும் துடைப்பமும் கைகளில் ஏந்தி வீதியைச் சுத்தம் செய்யும் முன் நீலநிறச் சீருடைக்கு மாறுவார்கள். தேநீர்க் கடையின் பின்புறமுள்ள இரண்டாவது வீட்டின் படிக்கட்டுகளுக்குக் கீழ் மறைவில் சேலை மாற்றிக் கொள்வார்கள். இரண்டாவது வீட்டில் அதற்கான அனுமதியும் பாதுகாப்பும் உண்டு.

பூமம்மா அந்த வீட்டின் கழிப்பறையும், குளியலறையும் தினமும் சுத்தம் செய்கிறாள். வீதி சுத்தம் செய்கிறபோதே கழிவறை, குளிப்பறை சுத்தம் செய்ய சில வீடுகளுக்கு அவர்கள் ஒப்பந்தம் செய்திருக்கிறார்கள். அவள் செய்வது போலவே, அருள் சேவியருடைய வீட்டிலும் மாதம் இவ்வளவு என்று பேசிச் செய்கிறாள் அஞ்சலம்மா.

கெட்டிச்சாய நீல உடைக்குள் புகுந்ததும், தேநீர்க் கடைக்குப் பக்கத்தில் மூடப்பட்ட கடையின் படிக்கட்டுகளில் உட்காருவார்கள். அவர்களுடைய உட்காருதலே, தேநீர்க்கடைக்காரனுக்கு ஒரு சமிக்ஞை ஆகிவிடுகிறது.

தேநீருக்கு நிறைய குணங்கள் உண்டு. கடைக்காரனின் வாய் ஓரத்தில் நெளியும் விஷமமான சிரிப்புடனோ, டீ மாஸ்டரின்

கண்ணடிக்கும் தோரணையுடனோ, கடைசியில் கடைப்பையனின் வசீகரமான இளம் புன்னகையுடனோ தேநீர் அவர்களை வந்து சேரும். பத்தடி தூரத்திலுள்ள அவர்களை வந்தடைகிறபோது, மனித குணங்களின் ரசாயனக் கலவை நிரம்பிய டம்ளர்களாய்த் தெரியும்.

தேநீர்க் கடையைச் சுற்றியுள்ள இன்னும் பார்த்துத் தீராத பார்வைகளை ஊதித் தள்ளிவிட்டு தேநீரை உறிஞ்சுவார்கள்.

## 3

தெருமுனை வீட்டில் இயேசு நற்காரியத்தால், அருள் சேவியர் தண்ணீர்விட்டார். அவருக்கு எந்நேரமும் தண்ணீர் வந்தது. மேல் நிலைக் குடிநீர்த் தொட்டிக்கு பக்கமாகவே அவர் வீடு கட்டியதால் அருள் பாலிக்கப் பட்டிருந்தார். விதிகளுக்கு மாறாக பிரதான குழாயின் அடிமட்டம் வரை கொண்டுபோய் குடிநீர் ஊழியர்கள் இணைப்பும் கொடுத்திருந்தார்கள்.

அஞ்சலய்யாவுக்கு துப்பறியும் புத்தி அதிகம். ஆள் மக்காளி மாதிரி தெரிந்தாலும் மற்றவர் விஷயங்களை எங்கெங்கோ இருந்து எடுத்துக் கொண்டு வந்துவிடுவான். கொண்டு வந்து கொடுக்கிறபோது அதற்குத் தகுந்தாற்போல் எடுத்துக்கொள்ளவும் செய்வான். கொடுக்கிறபோதே விஷயங்களைப் பிடுங்கிக்கொள்கிற அப்படியொரு நியாயம் அவனிடம் இருந்தது. குடிநீர் வாரிய ஊழியர்கள் அடிமட்டம் வரை கொண்டு போய் இணைப்பு வழங்கியிருக்கிறார்கள் என்று முதலில் சேதி சொன்னது அவன்தான்.

அதனாலேயே அருள் சேவியர் வீட்டில் தண்ணீர் அடிக்கிறபோது தெருவின் மற்ற வீடுகளுக்குத் தண்ணீர் வராமல் போனது.

அருள்சேவியரிடம் குடம் ஐம்பது காசுக்குத் தண்ணீர் கிடைத்தது. மற்ற வீடுகளில் அடிகுழாய் இருந்தாலும் தண்ணீர் குறைவாகவே வந்தது. மற்றொன்று அவர்களது இதயத்திலிருந்து ஓடிவரும் ஊற்று உலர்ந்து காய்ந்து கிடந்தது.

குடங்களின் வரிசை ஆரம்பமாவதற்கு முன்பே அருள் சேவியர் வீட்டில் ஆஜராகியிருப்பாள் அஞ்சலம்மா. நாலு மணியிலிருந்து

தண்ணீர் வியாபாரம் சுறுசுறுப்பாய் நடக்கத் தொடங்கும்போது முதலில் கை மாறுவது அவளுடைய காசுதான்.

மூன்று நாட்கள் முன்னர் விடிகாலை நான்கு மணிக்கு தண்ணீர் பிடித்து குடத்தைக் குனிந்து தூக்கப்போன ரேகா நிலா சிரிக்குது என்றாள்.

நிலாவைத் தூக்கி இடுப்பில் வைத்துக்கொண்டாள் ரேகா. தலைக்கு மேலே ஒரு நிலாவும், இடுப்பில் ஒரு நிலாவுமாக சுமந்து நடந்தாள். ஒனக்கும் நிலாபைத்தியம் பிடிச்சிருக்குபோல. அஞ்சலம்மா சளக் என்று இடுப்பில் குடத்தை வைத்தபடி நடந்தாள்.

அஞ்சலம்மா தாயாய் இருந்து பேசினாள். நேரங்காலம் இல்லாமல் எந்திரிச்சு வந்தா, இந்த நிலாப் பைத்தியம்தான் பிடிக்கும்.

நிலாவைத் தேடிப்பிடிக்கவும், அதனோடு பேசவும் சுகமான வாழ்க்கையும், வாழ்க்கைக்குள் ஒரு தனிமையும் தேவைப்பட்டது. கன்னிப்பருவத்தில் இதெல்லாம் கைக்குள் கிடந்தன. அவதி அவதியாய் அலைவது ஒன்றுக்கு மூன்றாய் வரிசையாய் உட்கார்ந்திருக்கும். பெண்கள், அவர்களை எழுப்பி, நிற்க வைத்து வாழ்க்கைக்குத் தயாராக வேண்டிய கால ஓட்டம் எல்லாமும் அவளுக்குள்ளிருந்த நிலா தேடும் ஈரத்தை துடைத்துப் போட்டுவிட்டது.

அழைப்பு மணி அடித்ததின் பிரதிபலிப்பு போல், உள்ளே அசைவு தென்பட்டது. அஞ்சலம்மா வீதியில் நின்று ஐயா என்றால்.

இரும்புத்தகடு அடித்த கேட் கதவு லேசாய்த் திறந்து அருள் சேவியர் முகம் தெரிந்தது.

''தண்ணி எல்லாம் இல்லே, போங்க''

கதவு இடுக்கிலிருந்து குரல் போங்க

''தண்ணி விடக்கூடாதுண்ணு சொல்லிட்டாங்க''

''தண்ணி விடமாட்டீட்ங்களா?''

‘‘தெருக்காரங்க எல்லாம் சேர்ந்து மனுக்கொடுத்திருக்காங்க. இஞ்சினியர் தண்ணி விடக்கூடாதுன்னுட்டாரு. இஞ்சினியர் சொன்னா விடறேன்.’’

அஞ்சலம்மா மூடிய கேட்டுக்கு முன்னால் சோர்ந்து நின்றாள். மணி ஐந்தாகியிருந்தது. கேட் திறக்கப்படாவிட்டாலும் உள்ளே தண்ணி அடிக்கிற சத்தம் தொடர்ந்து கேட்டுக் கொண்டு இருந்தது.

மூன்று சக்கர வண்டிக்காரன் வேகமாய் வந்து கிறீச்சிட கேட் முன் நிறுத்தினான். தனக்குத் துணைக்கு ஒரு ஆள் வந்ததில் அஞ்சலம்மாவுக்கும் கொஞ்சம் தைரியம் கிடைத்தது.

‘‘தண்ணி இல்லையாம்’’ என்றாள் அஞ்சலம்மா மெதுவாக.

‘‘யார் சொன்னது’’

‘‘உள்ளே ஐயா தான்’’

அவன் கதவை ஓங்கித் தட்டினான். உள்ளிருந்து இல்லை என்ற குரல் திடமாய் வந்தது.

‘‘இனிமே விடக்கூடாதுன்னுட்டாங்க’’

‘‘யார் சொன்னது?’’

கேட்டைத் திறந்து வெளியில் வந்த அருள்சேவியர் வன்முத்துடன் எதிர்வீட்டையும் பக்கத்துவீட்டையும் காட்டினார்.

‘‘அங்க தண்ணி வருது. அங்க போய்ப்பிடியுங்க’’ என்றார்.

‘‘அவங்க என்ன சொல்றது? நீங்க விடுங்க அண்ணாச்சி, தெருவில் இருக்கிறவன் எவன் கேக்குறான்னு பாக்கறேன்.’’

மூன்று சக்கர வண்டிக்காரன் சொன்னான்.

‘‘நீ வீராப்பாப் பேசுவே’’ கதவை மூடிக்கொண்டு உள்ளே போனார். அஞ்சலம்மாவின் ஐயா குரல் கெஞ்சலாய் மூடிய கதவில் போய் பின்னால் வந்து விழுந்ததைத் தவிர வேறெதுவும் நடக்கவில்லை.

அஞ்சலம்மா சோர்ந்து அங்கேயே நின்றாள். மூடிய வீட்டிற்குள் குழாய் அடிக்கிற சத்தம் தொடர்ந்து கொண்டிருந்தது. அஞ்சலம்மா தயங்கியபடி குடங்களுடன் பக்கத்து வீட்டு முன் போய் நின்றாள்.

கதவைத் திறந்து, பக்கத்து வீட்டுக்காரர் உள்ளே வரச்சொன்னார். அவரும், வீட்டுக்கார அம்மாவும் அவளைக் கூட்டிக்கொண்டு மேலே போனார்கள். பால்கனியிலிருந்து அடிகுழாய் சத்தம் வருகிற பக்கத்துவீட்டைக் காட்டினார்கள். அருள் சேவியரும், அவரது பையனும் மாற்றி மாற்றி அடித்து தண்ணீரை கீழே விட்டுக் கொண்டிருந்தார்கள்.

"மூணு நாளாய் இதுதான் நடக்குது. எங்களுக்கு ஒரு பொட்டுத் தண்ணி வர்றதில்லே" என்றார்கள்.

வீணாய்ப் போனாலும் போக விடுவேனே தவிர, காசுக்கு ஆகாத தண்ணீர் உங்களுக்கும் ஆகக்கூடாது என்ற விறைப்பில் அடித்து கீழே இறைத்துக் கொண்டிருந்தார்கள். வெறி பண வெறி வருமானம் போகுதில்லே என்றார்கள் அந்தத் தம்பதியர்.

இரண்டு கைகளையும் கன்னத்தில் வைத்து அஞ்சலம்மா அவர்களை ஏறிட்டுப் பார்த்தாள். ஏறிட்ட பார்வையில் எதிரில் விடிகாலை நிலா தெரிந்தது. முகத்துக்கு நேரே சவமாய்த் தெரியும் நிலாவைப் பார்த்தாள்.

மேகச்சிதையில் எரிக்கப்பட்டு உடல் கருகிய நிலாவைச் சுற்றி சிதறிக் கிடந்தது சாம்பல் துகள்கள்.

## மலையாட்டி

கீழே பார்த்த முத்தரசி 'கிறிச்'சென்று கத்தியபடி மாடிப்படியில் ஓடினாள். திருகுளிபோல் வளைந்து வளைந்து மேலேறின படிகள். நேரான படிகளாயிருந்தால் வேகமாய் ஓடி அறைக்குள் விழுந்திருக்க முடியும்.

முத்தரசி மறுபடி முன்வாசலையும், முற்றத்தையும் பார்க்கவேயில்லை. முற்றத்தில் கண்ட காட்சி அவளை குரூரமாய்ப் பயமுறுத்திக் கொண்டிருந்தது. இருகைகளையும் கன்னத்தில் பதித்து கண்களை மூடி, காட்சியை மறந்துவிட முயன்றாள்.

எப்போதும் முன்வாசலும் முற்றமும் அவளுக்குப் பிரியமானவை. மழையின் செல்லச் சிணுங்கலில், காற்றின் சன்ன இசையில் முற்றத்தில் விதைத்திருக்கும் பன்னீர்ப் பூக்களைப் பார்த்துக் கொண்டிருப்பாள்.

நகரச் சூழலில் இன்னும் நான் உயிர் தரித்திருக்கிறேனா என்ற ஆச்சரியத்துடன் பன்னீர் மரம் ஒத்தையாய் நின்றுகொண்டிருந்தது. அவளுக்கும் பன்னீர் மரத்துக்கும், இடையிலே ஒரு அந்நியோந்நியமான மொழி தவழ்ந்தது.

கிளைகளில் அழகின் மாய அலைகளைப் பரப்பியபடி பன்னீர் மலர்கள் எல்லாக் கவர்ச்சிகளுடனும் அசைந்தன. அவைகளின் கடமை அத்துடன் முடிந்தது. கீழே உதிர்ந்து கிடக்கிறபோது, ஒன்றுக்கும் உபயோகமில்லாமல் காய்ஞ்சி கருவாடாய்க் கிடக்கிறாயே என்று முத்தரசி சொல்வாள். அவளுடைய புலம்பலும் பன்னீர்ப் பூக்களுடன் கீழே கொட்டும்.

காலை மழையின் மெல்லிய சாட்டைகளால் வீழ்த்தப்பட்டிருந்த பூக்களின் குப்பைகளின் மேலே பார்வை பதித்து நின்ற அம்மாதான் முதலில் கண்டது. நெஞ்சில் கைவைத்து 'அடப்பாவமே' என்று அலறினாள்.

பன்னீர் மரத்தூரில், மரத்துக்கு அண்டக் கொடுத்ததுபோல முடங்கிக் கிடந்தது அந்த உருவம். கறுப்பு நாய்க்குட்டி குளிரில் பற்கள் கிட்டித்து நடுங்குவதுபோல் உருண்டு கிடந்த உடல் நடுங்கிக் கொண்டிருந்தது. உடலுக்குள் உயிர் ஒட்டியிருக்கிறது என்பதை நடுக்கம், உணர்த்தியது.

''ஐயோ, இங்கே வாங்களேன்''

கத்தியபடி நாலெட்டில் வீட்டுக்குள் திரும்பிப் பாய்ந்தாள். அவளோடு சேர்ந்து, ஏதோ வெறிச்சியில் ஓடிவந்த பழமலையும் உறைந்து போனார்.

எங்கோ தூரத்து தொலைவெட்டியிலிருந்து காற்றில் மிதந்துவரும் ஒலிபோல் அந்தக் கரிய சிறு உடலுக்குள்ளிருந்து முனகல் வெளிப்பட்டது.

நீர் வற்றிய குளத்தில் வெடித்துச் சுருண்ட களிமண் பொருக்குபோல் சுருண்டு கிடந்தாள் சிறுமி, தொடையில் ஆழமாய் பிறாண்டி பள்ளங்கள், இடுப்பில், முகத்தில், ரத்தக் கசிவுகள் கண்டு, பிளந்த கொய்யாப் பழங்களாய் தெரிந்தன.

காய்ந்து குச்சியான அவளுக்குள் என்ன சாரம் இருக்கிறதோ எளவெடுத்தவர்கள் சிதைத்திருக்கிறார்கள்? சிறுமியின் பாவாடையைத் தொட்டபோது பிசுபிசுவென்று ஒட்டியது. மழை நீருக்குக் கூட கறையாத கறையை நகரப் பொறுக்கிகள் இறக்கியிருந்தார்கள்.

''பாவி நேத்தே சொன்னேன், கேட்கலியே'' அம்மா வீட்டுக்கு ஓடினாள். அடுப்பில் பாத்திரத்தை வைத்து வெந்நீர் வைத்தாள். முதலில் முதல் உதவி தேவைப்பட்டது. பன்னீர் மரத்தடியிலிருந்து நடுவீட்டுக்குக் கொண்டு வர முயற்சி செய்தார்கள்.

''ராத்திரி எந்நேரமும் தெறந்தேதான் இருக்கும். பஸ் ஸ்டாண்டில் வீதியோரத்தில் தங்க வேண்டாம். எப்ப வேண்ணாலும் இங்க வரலாம்னு சொன்னேனே, கேக்கலியே பாவி மக'' தலையில் அடித்துக் கொண்டிருந்தாள் அம்மா தவமணி.

''தலையில் அடிச்சிக்கிட்டிருந்தா, முதல்ல அவளைச் சுத்தப்படுத்தறதுக்குப் பாரு'' என்றார் பழமலை.

ராத்திரி முற்றத்து விளக்கை அணைப்பது இல்லை. உள்ளே காரும், ஸ்கூட்டரும் நிறுத்தியிருக்க கேட் பூட்டு இல்லாமலே மூடிக் கிடக்கும். எந்த நேரத்திலும் திறந்து யார் வேண்டுமானாலும் வரலாம். நடு ராத்திரியில்கூட வழக்குரைஞரான அவரைத் தேடி எவரும் கதவைத் தட்டலாம் என்பதற்காகவே பூட்டு இல்லாமலே சாத்தப்பட்டிருக்கிறது. வீடு கட்டிய நாளிலிருந்து அதுபழக்கமாக இருந்தும் வருகிறது-

இங்கிருந்தே தவமணியின் உறக்கம் பொல்லாதது. அது பள்ளிப் பிள்ளைகளைச் சுருட்டி விழுங்கிக் கொள்வது. அயலான தூக்க நிலத்தில் வெள்ளாமை கண்டு கொண்டிருந்தார்கள். பிள்ளைகள் விடுமுறை நாளின் பின்காலைப் பொழுதின் தூக்கத்தை முறுக்கி அறுத்துப் பிரிப்பது சுலபமில்லை.

மறுபடி கத்தினாள் தவமணி.

''நேத்து ஆசை ஆசையா ஸ்டிக்கர் பொட்டுரிப்பன் கொடுத்தீங்களே, அவ எப்படிக்கிடக்கிறான்னு வந்து பாருங்கடி''

அந்த அலறல் 'கீர்' என்று அவர்களை எழுப்பிவிட்டது.

எழுந்து முகம்கூட கழுவாமல் கீழே வந்த முத்தரசி, அந்தக் காட்சியின் இடிகளால் தாக்குண்டு, விழுந்துபுரண்டு மேலே ஓடினாள்.

ரத்தநிறம் சம்பந்தபட்ட எந்தக் காட்சியாக இருந்தாலும் அவளுடைய கண்கள் இருட்டடைந்துபோகும் அடி, தடி, மண்டை உடைப்பு, கத்திவெட்டு, விபத்து எது நடந்தாலும் அந்த திசையிலிருந்து மிரண்டு ஓடிவிடுவாள்.

பிறகு அந்தத் திசையில் பார்வையை ஒட்ட வைக்க இயலாது. செப்பாய் எதையும் பாத்திரக்கூடாதே உடனே கத்திட்டு ஓடிருவா என்றார்கள் பழமலையும் தவமணியும்.

இதற்கெல்லாம் பயந்து நடுங்குகிற்வளை வீரவேலு நாச்சியராக, ஒரு ஜான்சி ராணியாக வளர்ப்பது எப்படி? அப்படித் திட்டமிட்டிருந்தார் பழமலை. கீழிருந்த, குரல் மேலேறி அவளிடம் பேசியது.

''முத்து... இங்க தங்கச்சியப்பாரு அமைதியா, தைரியமா அம்மாவுக்கு உதவிக்கிட்டிருக்கா'' என்றார் பழமலை.

''அதெல்லாம் ஒண்ணும் வேணாம்'' கன்னத்தில் வைத்த கைகளை மூடிய கண்களை அவள் திறக்கவில்லை.

கால பொழுதை கிச்சு கிச்சு மூட்டி, மரம், செடியை கிலுகிலுப்பை யாக்கி பூக்களை உதிரச் செய்து கொண்டிருந்தது மழை.

கண்ணாடி இழைகள் கட்டிய மழையை, வெள்ளையாய் விழிக்கிற காலையின் கையில் ஒப்படைத்து சென்றிருந்தது இரவு.

அடக்கமான காலைக் காற்றும், மழையும் முருங்கை இலைகளை பூக்களில் சலனத்துடன் பேசின.

''நாங்க ரெண்டு பேரும் இல்லேன்னா என்ன செய்திருப்பீங்க? வித்தியாசமான கேள்வி மூத்தவளிடமிருந்து''

''என்ன இவ திடீர்னு கேள்வி கேக்கிறா?'' என்பதாய் தவமணி பார்த்தாள்.

''சொல்லுங்க, என்ன செய்திருப்பீங்க?'' முத்தரசி அழுத்தினாள்.

''என்ன செய்வோம் ?'' காலா காலத்துக்கும் சண்டை போட்டுக்கிட்டு இருந்திருப்போம்.

''சண்டையா?''

''ஆமா, இப்ப ஒங்க கூட போடலையா? முகத்தைக் கழுவு குளி, ஒழுங்காத் தலைவாரு நேராய் உட்காரு பைக்கூட்டை எடுத்து வச்சியா

சாப்பாடு எடுத்துக்கிட்டியான்னு இப்படி அதை எங்களுக்குள் போட்டிருப்போம்''

''இப்படி சின்னச் சின்ன விசயங்கள்லேயே''

''ஏன் பெரிய பெரிய விசயத்தில் தான் போடனுங்கிறியா?'' என்ன நீ பாரதி மாதிரியே கேள்வி கேட்கிறே?

''பாரதியார் மாதிரி, சரி அப்படியே ஆகட்டும். நான் இப்ப பாரதி நீ பதில் சொல்.''

''என்ன சொல்ல?''

''இன்னும் கொஞ்சம் எங்களுக்கு வயது கூடின பிறகு அங்க நிக்காதே இங்க நிக்கதே, அங்க என்ன பார்வை, இங்க என்ன கண்ணு பறக்குதுன்னு சொல்லுவியா, இல்லையா?''

''இது எல்லா அம்மாமாரும் சொல்றதுதான்''

''அத எங்க தாய்மார் சொல்லலாமா?''

வயதுவந்த பெண் பிள்ளைகளின் இந்த வகையான பேச்சுக்களால் இங்கொரு மயக்கம் பரவியிருந்தது.

தவம் செய்கிற மாதிரி கண்களை மூடி, கடந்த காலத்தில் மூழ்கி, அம்மா சொன்னாள், ''நா ஒங்கள வளர்க்கிறதுக்கு எவ்வளவு கஷ்டப் பட்டிருப்பேன் தெரியுமா?''

பிள்ளை வளர்ப்பு சில நேரங்களில் சீரழிவாய் இருக்கிறது. மல்லாத்திப் போட்ட ஆமையைப்போல், கையைக் காலை உதறி அல்லாட வேண்டியிருக்கிறது.

''எங்கள எப்படியோ வளர்த்திட்டீங்க''

பெரிய மனுஷி பாவனையுடன் சின்னவள் தேனு கேட்டாள்.

''என்ன நீ பாரதி மாதிரியே பேசறே?''

சிலருக்கு பகவானே சிலருக்கு ஏசுவே என்பதுபோல் அம்மாவுக்கு பாரதி அனிச்சையாய் வந்தது. எடக்குமுடக்காக, அகட விகடமாகப்

பேசுற எல்லோருமே பாரதியாகத் தெரிந்தார்கள். அம்மாவுக்கு ஏகண்டமாய்ப் பேசினாலே அம்மாவுக்கு பாரதி நினைவுக்கு வந்தார்.

அந்த மழைத்துறலின் வழியே, வெளியே கீச்சுக்குரல் வந்தது.

''யார்றா இது? இந்த மழையில அம்மி கொத்தறது?'' சின்னவள் கேலியாகக் கேட்டாள்.

''அம்மி கொத்லையோ அம்மி...'' தொடர்ந்து குரல் வந்தது.

பிரச்னை அதுவல்ல மழையானாலும் வெயிலானாலும் விடிகாலையானாலும், இரவானாலும் பசி எடுக்கிறது. வீட்டுக்குள் எல்லாவற்றையும் வைத்திருப்பவர்கள் அடக்கமாய் போட்டு பசியை அமர்த்தி விடுகிறார்கள். அல்லாதவர்களுக்கு அது எந்த நேரமானாலும் வீதியில் வெளிப்படுகிறது-

'அம்மி கொத்தலையோ அம்மி என்று வீட்டின் முன் வந்து நின்ற,' சிறுமழையில் நனைந்தபடி வந்து நின்ற சிறுமியை எல்லோரும் பார்த்தார்கள். அவள் வாழ்வின் இடுக்கு வழியாக நுழைந்து வெளியே வருவதற்குள் சப்பழிந்து போனவளாக, தென்பட்டாள். வாழ்வின் ஒரு முனையிலிருந்து மறுமுனைக்கு நடந்து வர நீண்ட காலம் ஆகிவிட்டது போல், களைப்படைந்து விட்டிருந்தாள்.

முற்றத்தில் அவள் நின்ற இடத்துக்கும் அவர்கள் அமர்ந்திருந்த இடத்துக்கும் நீண்ட இடைவெளி கிடந்தது. அந்த வீட்டின் நிலவரத்துக்கும் அவள் வாழ்க்கைக்கும் கிடந்த தீராத இடைவெளி போல.

நறுங்கலான உருவம் பன்னிரண்டு வயது ஆனால் உருவத்தை எட்டு வயதுக்குள் அடக்கலாம். காலத்தின் இருட்டிலிருந்து வெட்டி எடுக்கப் பட்ட சாபத் துண்டுபோல் அவள் உருவம் இருந்தது.

எல்லா வீட்டுக்கும் முன்னாலும் நிற்கிறபோது அந்த வீட்டுக்கும் தனக்கும் எந்த சம்பந்தமும் இல்லை என்ற விரக்தியுடன் நிற்பாள். விரக்தியைப் பிறப்பிக்கிற வீடுகள்தான் வீதி முழுவதும் நிறைந்திருந்தன.

எல்லா வீடுகளும் மிக்சி, கிரைண்டர் கருவிகள் வந்து அம்மியையும் ஆட்டுரலையும் அடித்து விரட்டியிருந்ன. கிராமங்களில் கூட இந்த நவீன காற்றில், அம்மிக்கல் ஆட்டுரல் பறந்திருந்தது.

ஒவ்வொரு வீட்டிலும் அம்மியாவது ஆட்டுரலாவது இருக்க வேண்டும். அரைத்து, ஆட்டி இளநீர் வழுக்கைபோல் மழுக்கட்டையாகத் தேய்ந்திருக்க வேண்டும்.

அந்தச்சிறு பெண்ணைப் பரிதாபமாகப் பார்த்தார்கள்.

''அம்மி கொத்துறியா?''

இந்த வீடு வித்தியாசமாகத் தென்பட்டது அந்தச் சிறுபச்சை மண்.

தலையிலிருந்த உளி, சுத்தியல் சிறுமூட்டையை இறக்கி வைத்தாள்.

''என்ன இருந்தாலும் அம்மியிலும், ஆட்டுரலிலும் அரைச்சி வழிச்சு செஞ்சா தனிருசிதான் என்றோ''

''மண்பானையில் ஓலை வச்சி சமைக்கிற மாதிரி ஆகுமா'' என்றோ பழைய சுவைகளுக்கு நாக்கை ஒப்பளித்து விட்டவர்கள்தான் அவர்கள். அப்போதும் வாழ்க்கையின் அவசர கதியில் அதையெல்லாம் செயல்படுத்தக் கொண்டுபோக முடியவில்லை. சுவையும், சுவையில் பறிக்கும் சந்தோசமும் நினைவில் மட்டும் நிற்க, வேக வேகமான வாழ்க்கையில் கரைந்து கொண்டிருந்தார்கள்.

''ஒனக்கு அப்பா, அம்மா இருக்காகள்லே?''

''ம், ம்...'' தலை கவிழ்ந்து உளி கொத்துவதில் கவனமாக இருந்தாள்.

''என்ன பொண்ணு இல்லே, மலையாட்டி''

''அட ஓம் பேரா அது?''

மலைகளில் வாழ்ந்து கீழே இறங்கிவந்த குடிகளாக இருக்க வேண்டும். எப்போதோ தலைமுறைகளுக்கு முன் அவர்கள் இனக் குழு மலைகளில் கிடந்திருக்கும். அதனால் மலை அரசியின் பெயராக இருக்கிறது.

''சொல்லு மலையாட்டியம்மா, பெத்தவங்க என்ன செய்றாங்க''

''அம்மா செத்தாச்சு. அய்யாவும் எங்கயோ போய்ட்டாரு''

''அப்ப இப்ப யாரு இருக்கா?''

அவள் பதில் பேச விரும்பவில்லை என்று தெரிந்தது.

பன்னிரண்டு கி.மீ. தொலைவுள்ள கள்ளிப்பட்டியில் அவளும், அண்ணனும் இருக்கிறார்கள். அண்ணன் எதாவது கூலி வேலைக்குப் போகிறான். பல நாட்களில் வேலை கிடைப்பதில்லை.

''ஒரு முழு ஆம்பிளை, வேலை பார்க்கிற திறமையிருந்தா வேலை எப்படிக் கிடைக்காமல் போகும்?''

அவர்கள் அவளைப் பார்த்தார்கள்.

''இந்த சுத்தியலும் உளியும் உப்படி வந்தது?''

''நாங்க பரம்பரை பரம்பரையா செய்றோம்''

''அய்யா கொடுத்ததா?''

''ஆமா. பெறகு அண்ணன் கொடுத்தாரு''

''ஒங்க அய்யா எங்க போனாரு?''

இந்தக் கேள்விக்கு அந்தச் சிறு பெண்ணின் பதில் நறுங்கல் நறுங்கலாய் வந்தது. எத்தனை பேச்சுப் பேசினாலும் பதிலைப் பிடுங்குவது கஷ்டமாக இருந்தது.

''அம்மா தூக்குப்போட்டுக்கிருச்சி. அய்யா போய்ட்டாரு''

இதுதான் அவள் சொன்ன தகவல், அவர்கள் மௌனமானார்கள்.

கொத்துகிற உளியே அவளுடைய பேச்சாக இருந்தது. வாழ்க்கைக்குள் வாழ்க்கை கதைக்குள் கதை என்பது போல் இந்தப் பன்னிரண்டு வயது நிறைய அனுபவங்களாய் கண்டிருக்க வேண்டும்.

''அவகிட்ட பேசறதுக்கே கஷ்டமா இருக்கு''

தவமணி சொன்னாள். பிள்ளைகள் எவ்வளவோ சிரித்துப் பேசினாலும் மலையாட்டியிடமிருந்து சேர்ந்த மாதிரி சில வார்த்தைகளை வாங்க முடியவில்லை.

பா. செயப்பிரகசாம் 321

''நம்ம பிள்ளைகளா? ராத்திரியெல்லாம்கூட வில்லடிக்குதுக''

பிள்ளைகள் அதிகமாகச் சளசளக்கிறார்கள். மலையாட்டியோ குனிந்த தலை நிமிரவில்லை.

நிமிர்ந்தால் முகம் பார்த்து பேச வேண்டியிருக்கும் என்பதால் நிமிர்வதில்லை.

உளியின் நாக்கு புரண்டது. புரளப்புரள நட்சத்திரங்கள் பறப்பட்டிருந்தன. சுத்தியலுக்குள்ளும், உளிக்குள்ளும் ஒளித்து வைத்திருந்த நட்சத்திரங்கள்.

கருத்தாய்க் கொத்தி முடித்துவிட்டு, உளி, சுத்தியலை சின்னப் பைக்குள் வைத்துச் சுருட்டினாள். அந்தப் பைக்குள் இன்னொரு பாவாடையும், சட்டையும் இருந்ததைக் கண்டார்கள்.

அப்போதுதான் அவர்களுக்குச் சந்தேகம் வந்தது. வேலை முடிந்து இரவு ஊருக்குத் திரும்புவதில்லையோ?

அவள் ஊர். ஊராய்ப் போய் அங்கங்கே தங்கிக் கொள்கிறாள் நகரத்தில் பஸ் ஸ்டாண்ட், மூடப்பட்ட கடைகள் முன் படுத்து உறங்குகிறாள். ஒருவாரம் பத்துநாள் கழித்து, கொத்துவேலையில் கிடைத்த பணத்துடன் வீடு திரும்புவாள். அங்கங்கே தண்ணி கண்ட இடத்தில் கால்வாயில் கிணறில் குளித்துக் கொள்கிறாள்.

''சுருக்குப்பை எங்கே வைத்திருக்கிறாள், பார்த்திங்களா?'' தவமணி கணவனையும் பிள்ளைகளையும் பார்த்தாள். அவர்கள் கொடுத்த பணத்தை வைப்பதற்கு அந்தப் பக்கம் திரும்பி நின்று சுருக்குப் பையை எடுத்தாள். பாவாடைக் கயிற்றில் ஊசி கொண்டு தைத்த சுருக்குப் பையை, பாவாடைக்கு உள்ளே தொங்க விட்டிருந்தாள். அடிவயிற்றில் தட்டிக் கொண்டிருந்தது.

''அதை ஏன் அங்க கொண்டு வச்சிருக்கே?''

''திருடிட்டுப் போயிருவாங்க...''

இன்னொரு பாவாடையிலும் இது போன்று தைத்திருக்க வேண்டும். வேலை செய்கிற நேரமானாலும் தூங்குகிற

பொழுதானாலும் இடுப்புப் பாவாடையின் சுருக்குப் பையில் மட்டுமே பணம் இருக்கும்.

இந்த வயசில் அவளது வாழ்க்கை பற்றிய எச்சரிக்கை அவர்களை ஆச்சரியப்பட வைத்தது. தவமணி சின்னவளின் பழைய பாவாடையைக் கொண்டு வந்து கொடுத்தாள். பாவாடைகளை கொண்டுவந்து கொடுத்தால் சரியாகிவிடுமா? தேனரசிக்கு கோபம் வந்தது. ஒனக்கு எந்த நேரத்திலயும் கருத்தாய் வேலை செய்யத் தோணாதே என்று சத்தம் போட்டாள். ஓடிப்போய், அவளுடைய இரண்டு சட்டைகள் எடுத்து வந்து தந்தாள்.

ரிப்பன், தலைக்கு வைக்கிற கிளிப், ஸ்டிக்கர் பொட்டு எல்லாம் கொடுத்தார்கள் பிள்ளைகள், பனியன் மாதிரியான ஒரு டி ஷர்ட் கொடுத்தார்கள். அவளுக்கு அவைகள் தொடமுடியாத கனவுகளாக இருந்தன.

மனசில், முகத்தில் மலையாட்டி அதிகமான சந்தோசத்தைக் காட்டிக் கொள்ளாமல் கட்டுப்படுத்திக் கொள்பவளாகத் தெரிந்தாள். மகிழ்ச்சியைக் கட்டுப்படுத்திக் கொள்ளும் பக்குவம், இநத்ச் சிறு வயசிலேயே வர்ஷிக்கப்பட்டிருந்தது.

''மலையாட்டி ஒரு வாய் சாப்பிட்டுப் போ...''

பழமலை சிரித்தார்.

''நல்லாத்தான் சொல்லேன். ஒரு வாய் என்ன வயிறு நிறைய சாப்பிட்டுப் போம்மான்னு சொல்லேன்''

அவர்கள் கொடுத்த ஸ்டிக்கர் பொட்டை மட்டும் வேண்டாமென்று சொல்லிவிட்டாள்.

''நாங்க பொட்டு வைக்கிறதில்லே''

விஷயம் புரிபடவில்லை அவள் சொன்னாள்.

''ஓ... நீங்க வேதத்துக்காரங்களா? அப்ப வேற பேரு வச்சிருப்பாங்களே?''

"மலையாட்டி ரோஸலின்"

அப்போதும் தவமணி, பெத்த மகளுக்குச் சொல்வது போல் சொன்னாள். "டவுன்க்கு வந்தா வேற எங்கயும் ராத்தங்காதே. கேட், பூட்டுப் போடாமல் திறந்தே இருக்கும் எந்த நேரத்திலும் வந்து தங்கிக் கொள்ளலாம் உனக்கு பயமில்லை என்றால் எங்களுக்கும் எந்தப் பயமும் இல்லை"

"நீ வந்தால் தங்கலாமா என்று கேட்கவே வேண்டாம். நாங்களும் ஏன் வந்தாய் என்று கேட்கவே மாட்டோம்"

பழமலை சொன்னார்.

சரிதானா என்பது போல் பிள்ளைகளைப் பார்த்துப் புன்னகை செய்தார்.

இன்னும் பருவமடையாத ஒரு சிறுமி.

"பஸ் ஸ்டாண்டிலேயா? அங்க எத்தனைபேர் இருந்தாங்களோ. யார்னு கண்டுபிடிக்கிறது" தவமணி நினைத்தாள் மனசாட்சியுள்ளவர்கள் செய்யவேண்டிய காரியம் ஒன்றுதான். மனிதாபிமானத்தோடு உடனே முதலுதவி செய்வது அந்தப் பச்சை மண் மனசு உடைந்து போகாமல் இருக்க முட்டுக்கட்டை போடுவது. சமூகத்தில் பலவிரிவுகளோடும் மனித ஜென்மங்களோடும் ஆவேசமாய்ப் போரிட்டு பரிகாரத்தைப் பெற்றுவிட முடியும் என்று தவமணி நினைக்க முடியாமல் அவள் சாதாரண மனுஷி.

காவல் நிலையம், மருத்துவமனை, நீதிமன்றம், என்ற குகைகளுக்குள் நுழைந்து வெளிச்சத்தைக் கண்டுவிட முடியும் என அவள் நினைக்கவில்லை. பழமலைக்கும் நம்பிக்கை ஊசலாட்டம் கண்டது.

அதற்குள் கசா, முசா செய்திகளில் ஈடுபாடு கொண்ட பத்திரிகையாளர் திரண்டிருந்தார்கள். காவல் ஆய்வாளர் மருத்துவமனைக்கு அனுப்பிவிட்டார். தவமணி சுருட்டி வைத்திருந்த பாவாடை, சட்டையையும், சேர்த்து அனுப்பினார்.

இடுப்பிலிருந்து பாதம் வரை மாவுக்கயிறு போல் துவண்ட கொழ, கொழத்த உடலை கைத்தாங்கலாய்த் தான் தாங்கிச் சொல்ல வேண்டியிருந்தது.

சின்னவள் தேனரசி ரொம்ப சூதானம், பயங்கரச் சுதாரிப்பு.

அன்றைக்கு அதிசயமாய் பென்சிலைத் தொலைத்துவிட்டு வந்திருந்தாள். பதிலாய் அவள் பையில் இன்னொரு அதிசயம் உட்கார்ந்திருந்தது. இன்னொரு பையனுடைய பென்சில் அவள் பையில் வந்திருந்தது. வீட்டுக்குள் நுழைகிறபோதே கொட்டு அடித்துக்கொண்டு வருவதுபோல் சொன்னாள்.

''இன்னைக்கு என் பென்சில் காணாமப் போயிடுச்சி, வாத்தியார்ட்ட சொல்லியாச்சி, கேட்டுக் கேட்டுப் பார்த்தேன். யாரும் கொடுக்கலே அதான் இதை எடுத்திட்டு வந்தேன்'' காட்டினாள்.

முத்தரசி இந்த மாதிரி காரியத்துக்கெல்லாம் லாயக்கிக்லை. ரப்பர் பென்சில் தொலைக்காத நாளில்லை தொலைத்தைக் கேட்டு வாங்கி வந்ததாக சரித்திரம் இல்லை.

தேனரசி இப்படியொரு மாற்றுச் சரித்திரம் எழுதி வந்ததில் அப்பா ஆச்சரியப்பட்டுப் போனார்.

''நீ ஒன்னொன்னா விட்டுட்டு வாம்மா. அவ ஒன்னொன்னா எடுத்திட்டு வந்திருவா'' என்றார் நடையில் நின்று பிள்ளைகளை வரவேற்றபடி.

''அந்தப் பொண்ணு ஆஸ்பத்திரியிலிருந்து ஓடிப்போயிருச்சாம்'' அம்மா சொன்னாள்.

தோள்களில் இருந்த பைகளைக் கழற்றாமல், பிள்ளைகள் அப்படியே நின்றார்கள்.

''எப்ப?''

''காலையிலேயே போயிருக்கா''

சிரித்த மயமாகவே இருக்கும் அப்பாவையும் கவலை தொத்திக் கொண்டிருந்தது.

''ஏம்மா அவ அப்படிச் செஞ்சா?''

''அவ செஞ்சாளா?''

''பெறகு''

''எல்லாம் நாத்தனார் கொடுமைதான், மாமியார் அட்டகாசம் தான்''

புரியவில்லை எங்கே வந்தார்கள் இவர்கள்?

''எல்லாம் பத்திரிக்கைகாரங்க போலீஸ்காரங்க, ஒவ்வொருத்தரா வந்து, நய், நய்யின்னு பிறாண்டி எடுத்தாச்சு. அந்தப் பொண்ணை கொஞ்சநேரம்கூட ஓய்வா இருக்க விடலே... ராத்திரியானபோது டாக்டரும், நர்சும் எங்களைப் போகச்சொல்லி அனுப்பிட்டாங்க அப்பாவும் தனியா விட மனசில்லை. காலையில் காபியும் இட்லியும் கொண்டு போனா, அவளைக் காணோம்.''

''அவ ஊருக்காவது போய்த்தேடி வரலாமே''

மலையாட்டி என்ற பெயர் அவர்கள் நாக்கிலேயே உட்கார்ந்திருந்தது.

# மயானத்தின் மீதி

''வாருமய்யா வாருமய்யா

அமுதுண்ண வாருமய்யா

ஆயிரம்பேர் அமுதுண்ணும் நமதிடத்தில்

இன்றைக்கு யாருமே

அமுதுண்ண வரவில்லை

வாருமய்யா, வாருமய்யா

அமுதுண்ண வாருமய்யா''

அமுது படைத்துக் காத்திருந்தும் இரவு உதித்த பிறகும் யாரும் அமுதுண்ண வரவில்லை. தங்கை நல்ல தங்காளுக்கு நல்ல படியாய் கல்யாணம் முடித்து அனுப்பி அவள் பிற்கால வாழ்க்கை சுபீட்சமாய் இருக்க ஒவ்வொரு நாளும் ஆயிரம் பேருக்கு அன்னதானம் நடத்துகிறான் அண்ணன். கல்யாணம் அவளுக்கு ஒருநாள் தான் வந்தது. ஆனால் அண்ணனுடைய ஆளுகையில் அவளுக்கு ஒவ்வொரு நாளும் கல்யாண நாள்.

மனைவியாய் வாய்த்துவிட்ட மூளியலங்காரி என்ற சத்ராதி தான் எல்லாவற்றையும் கெடுக்க வந்தாள்.

சோகக் கயிறு, கனமாய் இறுக்கிக் கிடக்கிறச் சூழலில் - புதிய கயிறு போட்டு எல்லோரையும் இழுத்துக் கொண்டிருந்தது இந்தக் கதை.

நல்லதங்காள் கதையில் கொஞ்சம், வேங்காட்டு மங்கை சரிதத்தில் கொஞ்சம், திரௌபதி துகிலுரிதல் கொஞ்சம் என்று பறையடிப்பவர்களிடமிருந்து பெருக்கெடுத்தது. சிறு சிறு நீரோடைகள்

வந்து சேர்ந்து காட்டாறாய் பெருக்கெடுப்பது போல் இசை ஓடிப்பெருகிற்று.

இசைகேடும் நடந்தது. இழவு விசாரிக்க புதியவர்கள் வந்தார்கள். அவர்கள் வந்ததும் பாட்டையும், பறை இசைப்பையும் அப்படியே முறித்துவிட்டு, கையேந்த ஓடினார்கள். உள்ளூர் மனிதர்களை அவர்கள் அறிவார்கள். அவர்களின் குணவாகும் குணக்கேடும் தெரியும்.

உள்ளூர்க்காரர்கள் யாருக்கும் கைகுளிர சில்லரை எடுக்க வராது. சொந்த ஊரிலேயே விழுந்துவிட்ட இழவுக்கு கொடுக்க மனசு தனியாய் வேண்டும்.

அதனால், பறையடித்தவர்களின் கண் வெளியூர் வருகையை நோக்கி திரும்பியது. அவர்கள் குறியெல்லாம், டப, டபவென்று வெளுத்து வாங்கியபடி, வெளியூரிலிருந்து இழவு கேட்க வருபவர்களைப் பார்த்தே இருந்தது.

எதிர்பார்த்தபடி நடக்கவில்லை. வெளியூர்க்காரர்கள் சிலர், பறையடிப்போரைப் பற்றி சட்டை செய்யாமல், மட மடவென்று துக்கம் கேட்கப் புகுந்து விட்டார்கள்.

அர்ச்சுனன் எல்லை மீறிவிட்டான். சாவுக்கு வருகிற ஆட்களைத் தாண்டி, பந்தலுக்குள் உட்கார்ந்திருந்தவர்களிடம் கையேந்தி விட்டான். துஷ்டி கேட்டு வருகிற ஆட்களை உட்கார வைப்பது, காபி தேநீர் கொடுப்பது என்று கவனித்துக் கொண்டிருந்த ஒரு ஆள் அவனைக் கழுத்தைப் பிடித்து வெளியே தள்ளி பறையடிப்பவர் கூட்டத்தில் முன் வந்து நிறுத்தினான்.

''என்னடா? இது நல்லா இருக்காடா''

பிறகு கெட்ட வார்த்தைகள் உதிர்ந்தன. ''எங்கவும் இல்லாத திருகாட்டம்? இன்னும் ஒரு தடவை கண்டேன், தோலை உரிச்சிப் போடுவேன்''

சின்னமணி நடுங்கிப் போனார் அந்த சத்தத்தில்.

கிழவர் சின்னமணியிடம் அந்த ஆள் சொன்னான் ''அதென்ன சபையில் போய் கையெந்துறது? வர்றவங்க, போறவங்ககிட்ட வாங்கிக்கோ, அதுக்காக சபையில போய் காசு கேக்குறது நல்லா இருக்கா?''

இழவு வீட்டில் இதுபோல் ஆசைகள் உதிப்பது தவறில்லை. உதித்த ஆசைக்காக அவமானப்படுவதும் தப்பில்லை. ஆசை, அவமானம் இரண்டையும் பறையின் புத்திரர்கள் நீண்டகாலமாய் தரிசித்துக் கொண்டிருந்தார்கள்.

பறையடிக்கும் கோலால் அர்ச்சுனனை அடிக்கப் போனார் சின்னமணி. பறைக்குச்சி, அர்ச்சுனன் தோள் மேல் பட்டது. அர்ச்சுனன் முறுக்கிக் கொண்டு அவர் கையை 'படிர்' என்று தட்டி விட்டான். தள்ளாடி விழப்போன சின்னமணியை ''ஏ, அவனைப் பிடிறா, வண்டி குடைசாஞ்சிரும் போல இருக்கே'' என்றார் ராமு வாத்தியார்.

''எவ்வளவு காணும் இவன். ஒரு முழு இளவட்டம் தள்ளிவிட்டா தாங்குமா?''

பந்தலில் இருந்து, வெளிப்பட்டன வார்த்தைகள். கையை ஊன்றி எழுந்திருந்த சின்னமணி, ''என்ன சொன்னாலும் கேக்குறதில்லே நாயி'' என்று வைத்தார்.

''போடா, அவிசாரி மவனே'' வசவு விட்டபடி அர்ச்சுனன் வெளியேறினான். அப்படி அவன் வசவுவிட்டபடி வெளியேறியதில் ஒரு மர்மம் இருந்தது. சாதாரணமாய் அந்த வசவை விட்டுவிட்டு வெளியேறிவிட முடியாது. கீழே விழுந்த சின்ன மணியும் அர்ச்சுணனும் அரளிப் புதருக்குள் ஒன்னாய் நுழைகிறவர்கள் என்பதுதான் அந்த ரகசியம். அவனுடைய இடத்தை இன்னொருத்தன் எடுத்துக் கொண்டு அடிக்க ஆரம்பித்தான். புதிதாய் வந்தவனிடம் கைவசம் ஒரு பறையும், கால்வசம் ஆட்டமும் இருப்பதைப் போலவே வாய்வசம் கதைப் பாடலும் கிடந்தன. ஒருவன் தப்பாட்டக்

பா. செயப்பிரகாசம்

குழுவிலிருந்து கழன்று வெளியேறி விட்டால், எல்லாமும் கழன்று போய்விடுவதில்லை. ஒருவர் இடத்தை இன்னொருவர் நிரப்பி, இழவுச் சோகத்தை எந்த முற்றத்திலும் பரப்பி வைத்துவிட முடியும்.

அர்ச்சுனன் அரளிப் புதருக்குள் மறைந்து போனான். இனி அவன் திரும்பப் போவதில்லை. காலைப் பொழுதில் புதருக்குள் தன்னை விட்டெறிந்துவிட்டால், பாடை கடக்கிறவரை அவனை யாரும் எழுப்ப முடியாது. மதியக் கட்டம் தாண்டி பாடை ஏறுகிற போது வருவான். பறையை அடித்து நொறுக்கி பாட்டை முழக்கித் தள்ளி, ஆட்டம் போட்டு முன்னால் ஓடுவான்.

அரளிப் புதருக்குள் அவர்களின் சரித்திரம் கிடந்தது, சின்னப் பையனாய் அசைகிற போதிருந்து அவனுடையதைப் போலவே, ஒவ்வொரு பறையடிப்புச் சாம்பனின் கதையும் அந்தப் புதருக்குள் கிடந்தது. ஐந்து வயது நடந்தபோது, அப்பன் பறையடிப்பைப் பக்கத்தில் நின்று கவனித்தான். கால் அடவுகளை, கைக்குச்சி அடிப்பை கணக்குப் போட்டு அப்பன் சொல்லிக் கொடுத்தான். பறை, புத்தகக் கட்டாய் ஆனது. தப்படிப்புக் குச்சி எழுதுகோலாய் ஆனது. இழவு வீட்டு முற்றம், பள்ளிக்கூடமாக மாறிப்போனது. உடமை சாதிக்கும் அடிமைக்கும் இருக்கிற உறவுகளை அந்த முற்றத்திலிருந்து கற்றுத் தேர்ந்தான்.

வடிவற்ற பத்துவயசுக் கைகளில் பறை ஏறிய அன்று முதற்கொண்டு அந்த ஆயுதம் அவன் இதயத்திலிருந்தும், கைகளிலிருந்தும் நழுவியதில்லை. கூடவே சூடேற்றிக் கொள்ள அப்பன் செவ்வரளிப் புதருக்குள் கூட்டிக் கொண்டு போனான். அன்னும் மன்னும் இந்த வித்தைகளெல்லாம் சாராயப் புதருக்குள் இருந்து எடுத்துக் கொண்டதுதான்.

உடல் பறை மீது குவிந்திருந்தது. பறை முகட்டில் முகத்தை அண்டக் கொடுத்து முழக்கினார் சின்னமணி. பறை மீது கவிழ்ந்த முகத்தின் பார்வை வழியே இழவுக்கு வரும் பாதங்கள் தென்பட்டன. வந்து வெளியேறும் பாதங்களும் தென்பட்டுக் கொண்டிருந்தன.

தாமதிக்கும் பாதங்கள் தங்களைப் பார்த்து வருகின்றன என்றும், தாமதித்தால் சட்டைப் பைக்குள் சில்லறை தேடி கைகள் போகின்றன என்றும் தெரிந்து வைத்திருந்தார்.

தப்பு தாங்கிய இடக்கையும், அடிக்கும் வலக்கையும் வேர்த்து பறையிலேயே சொட்டுப் போட்டது. பறை பேசுவதற்கு தோல் விறைப்புக் கொடுக்க வேண்டும். ஆனால் வேர்வைப் பதம் தாவி ஊத்தம் கொடுத்தது சின்னமணிக்கு இதொரு பெரிய விசயமில்லை. தலைக்கு மேலாய் பறையைக் கவிழ்த்துப் பிடித்த சூரியனுக்குக் காட்டி பறையின் உச்சந்தலையில் சூடுதாவச் செய்து விறைப்பு ஏற்றினார்.

வெயில் ஏற, ஏற வித்தைகளின் சுருக்குப் பையிலிருந்து, அவரும் கூட்டாளிகளும் ஒவ்வொன்றாய் எடுத்துவிட்டுக் கொண்டிருந்தார்கள்.

இழவு கேட்கப் போகலாம் என்று பேராசிரியர் ரவிசேகர் முடிவு செய்த போது முதலில் எதிர்த்தவள், மரகதக்கனி, என்ற அவருடைய மனைவி.

வரப்போவதில்லை என்றாள்.

"நீங்க போய்ட்டு வாங்க"

"ரொம்ப வேண்டியவர், போகலேன்னா வருத்தப்படுவாங்க"

"அதுசரி, ரொம்ப வேண்டப்பட்ட கல்யாணத்துக்கெல்லாம் நீங்க வந்திட்டீங்களா?"

"அதான் ராஜ்யம் பிரிச்சாச்சே. கல்யாணத்துக்கெல்லாம் நான் போறது இழவுக்கெல்லாம் நீங்க போறதுன்னு"

மரகதக் கனியோடு சரி வழக்காடி பழக்கப்பட்டவரில்லை பேராசிரியர். பிறகு சொன்னாள் "பையனையும் கூட்டிட்டுப் போறீங்களா, நல்லா இருக்கு"

அவர் வேறொரு நோக்கமாகத்தான் செல்வனைக் கூட்டிப் போகிறார் அதை அவர் வெளிப்படுத்தவில்லை.

மனைவியைச் சமாதானப்படுத்திப் போய்ச் சேர்ந்தபோது, இழவு வீட்டில் சில்லுண்டி வேலைகள் செய்தபடி அலைந்த அந்த ஆள்

பா. செயப்பிரகாசாம்

பறையடிப்பவர்களை நல்ல சீருக்கு வசக்கி எடுத்துக் கொண்டிருந்தான். தப்பாட்டம் முழு ஜோரில் போய்க் கொண்டிருந்தது.

பறையடிப்பை, பாடலைப் பதிவு செய்ய கையடக்கமான டேப்ரிக்கார்டர் எடுத்து வந்திருந்தார். வெளியில் நிகழ்த்தப்படும் ஓசையையெல்லாம் உள்வாங்கி வெளிப்படுத்துகிறது அந்த டேப்ரிக்கார்டர்.

தலையிலும், காலிலும் குத்துகிற வெயிலில் அவர்கள் மத்தியில் டேப்ரிக்கார்டர் பிடித்து நிற்க வேண்டும். பதிவு செய்யும் வேலைக்காக அவருடைய பத்து வயதுச் செல்வனைக்கூட்டி வந்திருந்தார்.

ஒரு விசயம் ரவிசேகருக்குப் புரிந்தது. ஒரு திக்கில் நிற்காமல் சித்திரைச் சுளியாய் ஓடிக் கொண்டிருந்த செல்வனை வைத்துப் பாட்டுப் பிடிப்பது சிரமம் என்று.

கல்யாணம், கல்யாணம் - ஐயா

எங்கள் இளங்கொடிக்கே கல்யாணம்

என்று சொல்லி,

நா கடலேறிப் பாக்கு வைச்சேன்.

முந்நூறு பார்ப்பனர்கள்

என் தங்கை முகூர்த்தமென்று

சொல்லி வந்தார்

நானூறு பார்ப்பனர்கள்

என் நல்லதங்காள் முகூர்த்தமென்று

சொல்லி வந்தார்.

நீட்டி முழக்கிய குரலும் அதற்கு எதிர் தொணியில் பட, படவென்ற பறை இசைப்பும் முரண் அழகை உருவாக்கியிருந்தன. செல்வனைத் தேடி ஓய்ந்து தயங்கித் தயங்கி நின்ற ரவிசேகரிடம் "பாட்டுத்தானே சாமி, இப்படி வைங்க" என்று சின்னமணி ஒரு மடங்கு நாற்காலியை

பந்தலிலிருந்து எடுத்து வந்தார். அவர்கள் மத்தியில் வைத்து, அதன்மேல் டேப்ரிகார்டரை வைக்கச் சொன்னார்.

"வைங்கசாமி, படிக்கிறதெல்லாம் எங்க போயிரும்? இதுக்குள்ள தான் விழும்" இப்ப சரியாக இருக்கிறதா என்பது போல் ஏறிட்டார். "நீங்க போய் பந்தல்ல உக்காந்து கொஞ்சம் ஆத்துங்க. அதுக்குள்ள எல்லாம் சுத்தமாய் பண்ணிக் கொடுத்துருவேன். டேய் அடிங்கடா"

ரவிசேகர் நன்றியறிதலோடு, நெளிந்தபடி, பைக்குள் கையை விட்டார். பந்தலுக்குள்ளிருந்த வக்கீல் சித்தண்ணன் வேகமாக ஓடிவந்து கையைப் பிடித்தான். "டே, இப்பக் குடுத்திராதே, வெளையாட மாட்டானுக" அவசர அசவரமாய் தடுத்தான்.

"ஆமாடா, வேற வெளையாட்டு வெளையாடப் போயிருவானுக" அரளிப்புதர் பக்கம் ராமு வாத்தியார் நைச்சியமாய் கை காட்டினார்.

வக்கீல் சித்தண்ணன், கிழவன் சின்னமணியைக் கேட்டான்.

"ஒனக்கு என்ன வயசிருக்கும்?"

சின்னமணிக்குத் தெரியவில்லை. இப்ப செத்துக் கிடக்கிறாரே அவருக்கு மூத்தவன் என்றார். "வயது எழுபத்தைந்து தாண்டாது?" ரவிசேகரிடம் கண் சிமிட்டினான். பிறகு அவனைப் பார்த்துக் கேட்டான்.

"என்ன 'டை' அடிக்கிறே?"

இவர்களை இப்படியெல்லாம் கேலியடித்து கிண்ட வேண்டும். அப்படி எனக்கொரு திறமை இருக்கிறது பார்த்தாயா என்பது போல், ரவிசேகரைப் பார்த்தான்.

"என்னங்க சாமி?" சின்னமணிக்குப் புரியவில்லை. நிஜமாகவே அது என்ன வார்த்தை, அதற்கு என்ன பொருள் என்று தேடி மலங்கினான்.

"தலைக்கு என்ன சாயம் போடுற? சாயம் அடிச்சு, ரெண்டு நாள் இருக்குமா?"

பா. செயப்பிரகசாம்

''சாயமா?''

''ஒன்னை நம்ப முடியாதப்பா'' என்பது போல், சித்தண்ணன் ''நீயே சொல்லு, இவனைப் பார்த்தா எழுபத்தைஞ்சு ஆன மாதிரியா தெரியுது? இப்பவும் ஒரு குட்டியைக் கையில பிடிச்சிக் கொடுத்தா ரெண்டு பிள்ளைய பௌந்து தள்ளிருவான்''

கெதியாய் ஆடுவதற்கு வயது ஒரு பொருட்டில்லை, சின்னமணியும், அவரது கூட்டாளிகளும் விசையாய் ஆடிக் கொண்டிருந்தார்கள். பறையடிப்புக்கு இணைவாய், சின்னமணியின் தலை, படீர், படீர் என்று வெட்டியது. ஆடுகிறபோது ஆட்டுத் தாடி போல் உதடுகள் வெளித்தள்ளி ஆடின. வெயில் சுள்ளாப்பைப் பொருட்படுத்தாமல்,சிறு கூட்டம் வேடிக்கை பார்க்கிறது. பாதங்கள் பதித்து, மேலெழுப்பி, தாவி அடவுகளும் கையடிப்பும், கால் பதிப்பும் பொருத்தமாய்ச் சுண்டுகிறது.

ரவி சேகருக்கு ஆச்சரியமாக இருந்தது. காலை அமைதிக்கு ஊடாக ஓடிக் கொண்டிருந்த டேப்ரிகார்டரில் பறை முழக்கும், பாடலும் போதையூட்டின; அச்சுப் பிசகாமல் செல்வன் ஆடினான். பறையடிப்பு நேரத்தில் செல்வன் இருந்தது கொஞ்ச நேரமே. பிறகு அந்தத் திக்கிலேயே அவனைக் காண முடியவில்லை. ஆனால் ஆச்சரியம், பறை சிறுவன் மார்பில் பதிந்திருப்பது போலவும், மேல் வட்டம் அவன் முகவாய் கட்டையில் அழுந்தியிருப்பது போலவும் குனிந்து, நிமிர்ந்து பாவனை செய்து வெளுத்துக் கட்டுகிறான். அந்த இளங்குருத்துக் குள்ளிருந்து பீறிட்டு அடிக்கிற 'போலச் செய்தல்' போராசிரியரை பெருமிதப்பட வைத்தது.

நாட்டுப்புறக் கலைகள், வாய்மொழி மரபுகள் பற்றியே அவர் ஆய்வு மையம் கொண்டிருந்தது. அந்த சேகரிப்பில் பெருமிதம் துவங்கியது. சேகரிப்பு, ஒரு கட்டத்தில் அவரது அறிவுக்கூர்மையின் எல்லை கடக்கும் என்பதில் அபரிதமான நம்பிக்கை.

அவர் கணக்குப் போட்டார். வாழ்நாள் முழுதும் ஒருவன் குறைந்தது ஐநூறு திருமணங்களிலாவது பங்கேற்கிறான். உறவு, நட்பு

என்று நெருக்கமான உள்வட்டம் தாண்டி, வெளிவட்டத்திலிருக்கிறதும் கணக்கெடுத்தால், கணக்கின் எல்லை நீண்டு கொண்டே போகும்.

திருமணங்களுக்கு அவர் போவதில்லை. தவிர்க்க முடியாமல் கலந்து கொள்ள நேர்ந்தாலும் அன்பளிப்பு, மொய் செய்ய மாட்டார். திருமணத்திற்கு போய் வர விடுமுறை எடுப்பது, போக்குவரத்துக்கு தயாரிப்புகள் செய்து, ரயில், பஸ் பிடித்து நேரில் போய் வருவதே ஒரு அன்பளிப்புதான் என்ற கருத்து அவருக்குண்டு.

இன்னொரு முக்கியமான விசயமும் உண்டு. இதற்கு முன் அவர்கள் என்ன அன்பளிப்பு செய்தார்கள், எவ்வளவு மொய் எழுதினார்கள் என்பதை மனைவி மரகதக்கனி மட்டுமே அறிவாள். அவருக்கு அது தெரிந்திருக்காது.

பேராசிரியரின் கணிப்பு அதுதான். வாழ்வின் அமைப்புக்காக உருவான திருமணம் என்ற ஒன்று, பிறகு அதுவே வாழ்வைத் தீர்மானிக்கிற விதியாக மாறிவிடுகிறது. விதிகளுக்கு உயிர் இல்லை. மூச்சு இல்லை. நடைமுறைப்படுத்தப்படுவது ஒன்று மட்டுமே உண்டு. திருமணத்திற்கு முன்னும் பின்னும் நடக்கிறவை, திருமணத்தை அர்த்தமாற்றதாக்கிவிட்டன.

மரணம் வாழ்வின் தவிர்க்க முடியாத கட்டாயமாக நிகழ்கிறது. அதன் அதிர்வுகள் உயிர்ப்பு, கொண்டவை. எல்லா மரணமும் ஏதோ ஒரு வகையில், யாரோ ஒருவரை அதிர்ச்சியடைய வைக்கிற சூட்சுமக் கயிறாக இருக்கிறது. இழவு வீட்டில் கற்றுக்கொள்வதற்கு, நிறைய விசயங்கள் இருக்கிறது என்று ரவிசேகர் 'நினைத்தார். உயிரின் இழப்பு, ஒவ்வொருவருக்கும் ஒரு வகையில் பாதிப்பு, ஒவ்வொருவரும் சோகத்தை ஆற்றுகிற விதம், ஒவ்வொரு சாதிக்கும், இடத்துக்கும் வித்தியாசப்படும் கருமச் சடங்குகள், இவையெல்லாம் உயிரிப்புள்ளவை பேராசிரியருக்கு'

டேப்ரிக்கார்டர் ஓடிக் கொண்டிருந்தது. சாவு சூழலில் அவரைக் கொண்டு சேர்த்தும், சிறுவன் செல்வனை உற்சாகத்தின் உயரத்துக்கு எடுத்துச் சென்றும் பறை ஓடிக் கொண்டிருந்தது.

''ஏங்க, ஏங்க இப்படிப் பண்றீங்க? ஒங்களுக்கு நேரம், காலம் இல்லையா?'' மரகதக்கனி ஓடிவந்தாள்.

''என்ன நேரம், காலம்?'' ரவி சேகருக்குப் புரியவில்லை.

கீழே தொலைக்காட்சிப் பெட்டியில் பாட்டும் ஆட்டமும் ஓடிக் கொண்டிருந்தது. ஒரு பெண் கொச்சை கொச்சையாய் ஆடிக் கொண்டிருந்தாள். அவளைச் சுற்றிலும் அதே மாதிரி அங்க அசைவுகளோடு முப்பது, நாற்பது ஆண்களும், பெண்களும், வீடு இரண்டாகும்படி ஆடிப்பாடி கொண்டிருந்தார்கள்.

''அங்க எல்லாரும் டென்ஷாகிறாங்க''

''யாரு?''

''ஒங்க அம்மா, சோலைம்மா, எல்லோரும்தான். அதக் கொஞ்சம் நிறுத்தச் சொல்லும்மா. சாவு மேளத்தைப் போட்டுப் பாத்துக்கிட்டு, காலை நேரமும் அதுவுமான்னு ஒங்க அம்மா ஒரு பக்கம், வேலைக்காரி ஒரு பக்கம் டென்ஷனாகிறாங்க''

''ஆனா ஆகட்டும்''

ரவிசேகரிடமிருந்து ஈரெட்டாய் பதில் புறப்பட்டது.

''அவ வேலையை விட்டுப் போயிறேங்கிறா, போகட்டுமா? இதப் போட்டுக் கேட்டுக்கிட்டே இருந்தா, நாளைக்குத்தான் வருவேங்கிறா, வரட்டுமா?''

''போகச் சொல்லு''

''ஒங்கம்மாவுக்கு? ஒங்கம்மாவுக்கு என்ன சொல்லப் போறீங்க?'' மரகதக்கனி கேட்டாள்.

ரவிசேகர் மௌனமானார். துல்லியமாய் பதில் சொல்லிவிட முடியாது. தொலைக்காட்சிப் பெட்டியில் இடிமாதிரி சத்தம் வெளிப்பட்டுக் கொண்டிருப்பது அவர்களுக்கு ஒரு பொருட்டில்லை.

''அவங்களுக்கு இதையெல்லாம் புரிஞ்சிக்கிற சக்தி கிடையாது மரகதம்'' என்றார்.

''ஏன் சொல்லுங்களேன், அவங்களுக்கு அறிவு கிடையாது. நாகரிகம் தெரியாது. எதையும் யோசிக்கிற சக்தி இல்லாதவங்க, இப்படியே போய் நாங்க யாரும் மனுச ஜென்மமே கிடையாதுன்னு எல்லோரையும் ஒதுக்கிடுவீங்க''

''நா அப்படிச் சொன்னனா? நீயே ஒன்னிலிருந்து இன்னொன்னுக்கு பறக்காதே''

''மொதல்ல மத்தவங்க உணர்வுகளை மதிக்கக் கத்துக்கோங்க. எனக்கும்தான் நீங்க செய்றது பிடிக்கலே. நீங்க நேத்து டேப்ரிக்கார்டரை எடுத்திட்டுப் போனபோதே தடுத்திருப்பேன். மத்தவங்களைப் பத்தி அக்கறையேயில்லையா?''

''அக்கறையில்லை'' என்றார் பாதிக்கப்பட்ட மனநிலையில் படீரென.

''அக்கறையில்லையா?'' திடீர் அமைதி. அடுத்து என்ன சொல்வது என்று மரகதக்கன்னி யோசிக்கிறாள் என்று தெரிந்தது.

''அக்கறையில்லையா? அப்ப யாருக்காக இருக்கிறீங்க? எங்களுக்காகவா இல்ல?''

டேப்ரிக்கார்டரை சுட்டிக்காட்டி மரகதக்கனி கேட்டாள். ''இல்லே, இவங்களுக்காகவா?''

பேராசிரியரிடமிருந்து பதில் இல்லை.

செல்வன் அரண்டு போய் நின்றான். அம்மா கத்தியபடி பறைமேளப் பாட்டை நிறுத்தினாள்; வயரைத் தூக்கி வீசி எறிந்தாள்; எல்லாமே செய்து அதிர்ச்சிக் கிடங்கில் அவனைத் தூக்கிப் போட்டாள்.

''நீ ஆட்டம் வேற போடுறயா?'' அடுத்த சத்தத்திற்கு அவன் அங்கு இல்லை.

''தயவு செய்து நீங்க போட்டுப் பாக்கிறதுன்னா யாரும் இல்லாதபோது போட்டுப் பாருங்க. மயானம் மாதிரி இருக்கும்''

மூத்திரம் பெய்தபடியே நடக்கிற மாடு போல் புலப்பம் விட்டுக் கொண்டே அறையிலிருந்து வெளியேறினாள்.

# மகன்

நான் போய் இறங்கிய போது, பண்ணைப்புரத்தில் வித்தியாசமான சூழல் நிலவியது.

ஊரின் தெற்குக்கு எல்லை கட்டியிருந்தது வாகான புளியமரம். புளியமரத் தூரைச் சுற்றி மழையை நேரே வேருக்குள் இறக்கி விடுவது போல் பள்ளம் நோண்டி சுற்றி வட்ட மேடை கட்டியிருந்தார்கள். செழிக்க தண்ணீர் குடித்த புளிய மரம் குளு, குளுவென்று நிழல் பரப்பி முன்வெயில், பின்வெயில் படாமல் வட்ட மேடையில் அமர்ந்தவர்களைக் காத்தது.

இறந்து கிடக்கும் அன்னகாமு அத்தையின் மகன் நிலப்பிரபு மாதிரி இருந்தான். பண்ணைப் புரத்துக்காரர்கள் புளிய மரத்து மேடை அருகே அவனை மறித்து நிறுத்தி இருந்தார்கள். அவன் சொந்த ஊரான புத்தூரிலிருந்து பண்ணைபுரத்துக்கு ஆட்களை வேன் நிறையக் கூட்டி வந்திருந்தான்.

பாலைவனபுரம் என்று பெயர் கொடுத்திருக்க வேண்டும். நத்தம் காடுகளின் மத்தியில் பாலைவனத்தில் குடியேறியவர்களின் தொடக்ககால ஆசையை பண்ணைப்புரம் என்று பெயர் காட்டிக்கொண்டிருந்தது. பண்ணைப் புரத்தை நட்ட நடுவாகப் பிளந்து கொண்டு பஸ்களும், லாரிகளும், கார்களும் ஓடுகிற சிறு நகரமாக இப்போது மாறியிருக்கிறது.

இறந்து நாற்காலியில் சாத்தி வைக்கப்பட்டிருக்கும் அன்னகாமு அத்தை எனக்கு நேரடி உறவில்லை. கொடி வழி, கிளை வழி தேடித் தொட வேண்டும். உடம்புக்குச் சீக்காகி ரொம்ப முடியாமலிருந்த இரண்டு மாதங்களுக்கு முன் சேதி வந்த போது போய்ப் பார்த்தேன்.

அப்பன் பிறந்து வளர்ந்த பூமியைத்தான் சொந்த ஊர் என்றழைக்கிறார்கள். அம்மா பிறந்த ஊர், பிள்ளைகளுக்குச் சொந்த மண்ணாக தென்படுவதில்லை. அம்மா ஊருக்குப் போயிருந்தேன் என்று பிரித்துச் சொல்வதே பழக்கமாயிருக்கிறது.

சொந்த ஊரிலிருந்து ஒரு வருடம் முன்னாலேயே தாய், தகப்பனை விரட்டியடித்த மகனை மறித்து பண்ணைப்புரத்து ஆட்கள் தயார் நிலையில் நின்றார்கள். விரட்டியடிக்கப்பட்ட அப்பனுக்கும் ஆத்தாவுக்கும் அண்டக்கொடுத்து ஆதரிக்கும் நிழல் பண்ணைப்புரத்தில் இருந்தது. அந்த நிழல் மூத்த மகளைக் கொடுத்த மருமகன்தான்.

மகன் முதலில் ஸீட் வைத்த வேன் தான் பேசினான். பிணத்தை சொந்த ஊருக்கு எடுத்துக் கொண்டு போய் அடக்கம் செய்ய வசதியாக ஸீட் வைத்த வேன் தேவைப்பட்டது. ஆனால் பிணம் என்று தெரிந்தவுடன், வேன்காரர்கள் பின் வாங்கினார்கள். கடைசியில் ஸீட் வைக்காத டெம்போ வேன் கிடைத்தது. எடுத்துக்கொண்டு வந்து நிற்கிறான் மகன்.

''வந்தது வந்திட்டீங்க. போய் அழுகிறவங்க அழுங்க. ஆனா அந்த அம்மாவை ஊருக்கு எடுத்திட்டுப் போறது செய்றதுங்கறது வேலை வேண்டாம்''

ஊரிலிருந்தே மகன் தண்ணி வாங்கிக் கொடுத்து ஆட்களைக் கூட்டி வந்திருக்கிறான். இப்போதெல்லாம் அப்படித்தான் நடக்கிறது. கல்யாணம், கருமாதி, சடங்கு, அம்மன் கொடை என்று எந்த நிகழ்ச்சியானாலும் இதற்கென்று தனியாக நிதி ஒதுக்கீடு நடந்து விடுகிறது. தண்ணி வாங்கி ஊத்தாமல் எந்த விழாவும் நடக்கக்கூடாது என்பதில் கிராமத்துக்காரர்கள் ஒற்றுமையாக இருக்கிறார்கள்.

ஏறு வெயில் சூடு காலையிலேயே தாளம் போட்டது. இறங்கி கூட்டத்துக்கு நடுவில் நான் பாதை உண்டாக்கியபடி நடக்க வேண்டியிருந்தது.

போன தடவை இந்த இடத்தில் காலடி வைத்தபோது அன்னகாமு அத்தை மரணப்பாதைக்குள் விரட்டியடிக்கப்பட்டுக் கொண்டிருந்தாள். என்னைப் பார்த்ததும் நார்க்கட்டிலில் படுத்தபடியே அழுதாள். மகன் பற்றின சித்திரம் அப்போது புலப்பட்டது.

கூட்டத்தை விலக்கியபடி நடுவுள்ள மகள் தனபாக்கியம் கண்ணில் கட்டிய நீர்த்துளிகளுடன் என்னை எதிர் கொண்டாள். இடுப்புக் குழந்தை என்னிடம் வரத் தாவியது.

''எப்ப இறந்தது?''

''ராத்திரி ஒன்பது மணி. ஒங்களுக்குச் சேதி சொன்ன கொஞ்ச நேரத்தில் உயிர் அடைஞ்சிட்டது''

முதல் நாள் நினைவு தப்பியது. தொடர்ந்து இரண்டு நாட்கள் நினைவு தப்பிய நிலையிலேயே எமனோடு மல்லுக்கட்டிக் கொண்டிருந்திருக்கிறாள்.

நினைவு மீண்டும் புத்திப் பிசகு இல்லாமல் இருந்த அந்த ஒரு கணத்தில் அன்னகாமு அத்தை சொல்லி இருக்கிறாள்;

''தம்பி வந்ததுக்கப்புறம்தான் என்னைத் தூக்கணும்''

அப்பிடிச் சொல்லிச்சி அம்மா என்று கலங்கியபடி வந்தாள் தனம். ''அவன் நிக்கிறானே'' என்பது போல் நான் தயக்கப்பட்டு திரும்பிப் பார்த்தபோது

''நீங்க பேசாம வாங்க மாமா''

இழவுச் சத்தம் கேட்டுக் கொண்டிருந்த தெருவுக்குள் நடந்தாள்.

துட்டி (இழவு) கேட்டுப் போகிறவர்களுக்கு முதலில் சாவு எப்படி விழுந்தது என்று உணர்த்தியிருக்க வேண்டும். எப்படிப்பட்டவர் சாவு என்ற தராதரமும் உள்ளது.

முப்பது வயதில் அடி வைத்துக் கொண்டிருக்கும் அந்த இளைஞர். நேர்த்தியான பேண்ட், சபாரி கோட் விலை கூடுன மிதியடி, வலது கையில் பிராஸ்லெட், இடது கையில் தங்கக் கெடிகாரம்; இரண்டு

விரல்களில் சேவற் கொண்டை போல் அகலமாய் சிலிர்த்த மோதிரம், பல நேரங்களில் இள வயதிலேயே தலையில் குறுக்கிடும் பாலைவனத்தை மறைக்க, தொப்பி இல்லாமல் முடியாது.

இழவுச் சூழலுக்குரிய சூதானம் இல்லாமல், அந்த இளைஞர் அங்கே தென்பட்டார். இழவுச் சூழலுக்குப் பொருந்தாத அந்தக் காட்சி பந்தலில் உட்கார்ந்திருந்த எல்லோரையும் தூக்கிப்போட்டு மிதி, மிதி என்று மிதித்தது. ஏதாவது ஒரு மாய்மாலம் செய்து, அந்த இளைஞரை பந்தலிலிருந்து நகர்த்திப் போனால் நல்லது என்று தோன்றியது.

மகன் மரத்தடியில் வித்தியாசமான சூழலை உருவாக்கிக் கொண்டிருந்தபோது அவர் பந்தலுக்கடியில் பொருத்தப்பாடு இல்லாத காட்சியை விதைத்துக் கொண்டிருந்தார். ரகசியப் போலீஸ் பிரிவில் சப் இன்ஸ்பெக்டர் அளவில் உள்ள அதிகாரி என்று சொன்னார்கள். வேறெங்கேயோ போய்விட்டு நேரே இங்கு வந்து தோரணையாய் நிற்கிறார் என்று தெரிந்தது. அவர் யாரோடும் பேச்சுப் பழக்கம் பேசாமல் தனியாக நின்றார். யாருடனும் அவர் பேசப் பிரியப்படவில்லை. அதே பொழுதில் இழவு வீட்டின் அறிகுறிகள் ஏதும் இல்லாமல் சாமியாரப்பன் அங்கும் இங்கும் பகடி பேசியபடி உட்கார்ந்து உட்கார்ந்து எழுந்திருந்தார். ஒரு இடத்தில் குண்டி இருப்புக் கொள்ளவில்லை. யார் இழவுக்கு உரியவரோ அவரே கொண்டைக் கரிச்சான் குருவி போல் பின்புறத்தைத் தூக்கிக் கொண்டு அலைந்து கொண்டிருந்தார்.

வெளியில் விளிம்பில் உட்கார்ந்திருந்த குடிமகன் கனகராசு ''இவரைப் பாத்தா, உள்ளே சாத்திவைத்திருக்கிற அம்மாவுக்கு புருஷன்னு தோணுதா'' என்றான்.

அதானே என்ற சின்னராஜ், சாமியாரப்பனின் கையை வெடுக்கெனச் சுண்டி, ''ஆமா, மாமா, அந்த அம்மாவுக்கு நீங்க யாரு?'' என்றார் கேலியாக.

பேச்சு சாதுர்யம் வளைந்து வளைந்து கொட்டிக் கொண்டிருந்தது. ஓடைக்கரை தண்ணீருக்குள் உட்கார்ந்து, உட்கார்ந்து எழுகிற

தாடிக்கொம்பு போல் மாமாவின் பேச்சு வளமாய் நனைந்து எழும்பி, எழும்பி, மேலே வந்தது. இழவு வீட்டுக்குச் சரிப்பட்டு வராத அவரையும் அந்த இளைஞரையும் அங்கிருந்து நானே நகர்த்திக் கொண்டு போய்விட நினைத்தேன். அதுதான் அந்தச் சூழலுக்கு சரியானது.

"மாமா, யார் யாருக்கு தாக்கல் அனுப்பினீங்க?"

நான் கேட்டேன் -

உண்மையிலேயே வெற்றிலை குதப்பியபடி, ததபுதா, ததபுதா என்று குதித்துக் கொண்டிருந்த அவரை, அந்தச் சூழலுக்குள் கொண்டு வர வேண்டியிருந்தது.

"அது கொள்ளேத் துட்டில்ல ஆயிருச்சி" என்றார் பட்டென்று. இங்கு பேச்சு சாதுரியம் முக்கியம் அல்ல. பொருத்தமான பதிலை உதிர்க்க வேண்டுமென்று அவருக்குத் தோன்றவில்லை.

"எந்தெந்த ஊருக்கு அனுப்பினீங்க?"

"முந்தின நாள் பொழுதடைஞ்சு ராத்திரி ஒன்பது மணிக்குத்தான் உயிர் அடைஞ்சுது. ஆனாலும் கிழவிக்கு இரண்டு நாள் நல்ல போராட்டம்தான். யோசிச்சு, யோசிச்சு வரிசைக் கிரமமா எல்லா ஊருக்கும் ஃபோன் போட்டாரு மூத்த மாப்பிள. அது எவ்வளவோ துட்டு ஆகிறது?"

"கடைசியில சொந்த ஊரை விட்டுட்டீராக்கும்"

"பெத்த மகனுக்கு ஒரு வார்த்தை... ம்ஹூம். சொல்லத் தோணலே" சின்னராசு குறுக்கிட்டார்.

பட்டியல் கல்லில் துணிதப்புவது போல், படீரென்று கொதித்தார் மாமா.

"சொந்த ஊர், எனக்கு இல்லையே?"

"அப்ப மகன்?"

"மகனா? அதான் அவனை அன்னைக்கே தலை முழுகியாச்சே"

பதில், குறிவைத்து அடித்தது மாதிரி எல்லோரையும் கலக்கியது. அதில் கூடுதல் சுதாரிப்போடயே இருந்தார். சின்னராசு இடக்காக கேட்டார்.

"அப்ப இது யாரு, ஊரு?"

"நா ஏதோ வவுத்துக் கஞ்சிக்கு இங்க வந்திருக்கேன்"

மாமாவின் பதில் மறுபடியும் தாக்கியது. மூத்த மருமகனை அது சுட்டிருக்க வேண்டும். வேலையாய்ப் போவது போல், பெஞ்சிலிருந்து எழுந்து போனார். நிலைமை மீறிப் போகாமல், நான் மாமாவைப் பார்த்துக் கையமர்த்தினேன்.

குளிப்பாட்டுவதற்கு முன், தலைக்கு எண்ணெயும் சீயக்காயும் வைக்கிற சடங்கு ஏற்பாடு நடந்துகொண்டிருந்தது. எண்ணெயும், சீயக்காயும் குழைத்த பாத்திரம் அத்தையின் தலைமாட்டுக்குப் பக்கத்தில் வைக்கப்பட்டது. வயதான பெரியம்மா ஸ்டூல் போட்டு உட்கார்ந்து, ஒவ்வொருவர் கையிலும் சீயக்காய் குழம்பை எடுத்துவிட்டுக் கொண்டிருந்தாள். ஆண்கள் என்றால் இடக்கை. பெண் என்றால் வலக்கை. எந்தப் பிரேதமாக இருந்தாலும் அதுதான் வழக்கம். பெண்ணுக்கு வலக்கை செயல்படுகிற உரிமை நீக்கப்பட்டிருந்தது.

மாமா முதலில். பிறகு வரிசையாய் மருமகன்கள். பூனை போல் பம்மிப் பம்மி பின்னாலே வந்த மகன் சட்டென்று எண்ணெய்க்குக் கை நீட்டியிருந்தான். அந்தப் பெரியம்மாவின் கையும் மேலே உயர்ந்து தாழ்ந்தது. பெரியம்மாவுக்குப் பக்கத்தில் நின்று கைகழுவத் தண்ணீர் விட்டுக் கொண்டிருந்த மூத்தமகள் மல்லிகா, சட்டென்று கையைத் தட்டிவிட்டாள். எண்ணெயும், சீயக்காயும் அவன் மூஞ்சியில் அடித்தது.

கூட்டம் பதட்டமாகியது. வரக்கூடாது, சடங்குகள் செய்யக்கூடாது என்று ஒதுக்கி வைத்திருப்பதை முன்பே வெளிப்படையாகத் தெரிவித்து விட்டிருந்தார்கள்.

பா. செயப்பிரகாசம்

''என்ன இருந்தாலும் பெத்த மகன் இல்லையா? அவன் தானே செய்யனும்? அப்பனும் ஆத்தாவும் மகனுக்குக் கட்டுப்பட்டவங்க தான். இன்னைக்கு அடிச்சிக்கிருவீங்க. நாளைக்கு ஒன்னாக் கூடிக்கிருவீங்க''

மகன் கூட்டி வந்திருந்தவர்களில் ஒன்றிரண்டு பேர் அவனுக்காகப் பேசினார்கள். அன்னகாமுவின் சடலத்திற்கு முன்னால் வெலம் எடுத்து சாமியாடியபடி நின்றார் மாமா.

ஆங்காரங் கொண்டிருந்த பெண்கள், அவனை மறித்து நின்றார்கள். மூத்த மகள் மல்லிகா, எண்ணெய்ப் பாத்திரத்தை எடுத்துக்கொண்டு உள்ளே போய் விட்டிருந்தாள்.

சுடுகாட்டில் சிதை மேல் அன்னகாமு அத்தையைப் படுக்க வைத்திருந்தது. முகத்தை மூடு முன் எல்லோரையும் ஒருமுறை பார்த்துக் கொள்ளச் சொன்னார்கள். பெண் என்பதால் பூமாதேவியைப் பார்த்தபடி குப்புறப்படுக்க வைத்தார்கள். ஆண் என்றால் வானத்தைப் பார்த்தபடி மல்லாக்கப்படுக்க வைப்பார்கள்.

''அவனைக் கொஞ்சம் விடுங்கய்யா. கொள்ளி வைக்கட்டும்'' கூட்டத்தில் யாரோ சொன்னார்கள். மகன் கொள்ளிக்குடம் எடுத்தால் குடம் கொத்தமாட்டோம் என்ற ஒண்ணு போல ஐந்து மருமகன்களும் மறுத்துவிட்டிருந்தார்கள். யாருக்கு இஷ்டமோ கொத்திக்கோங்க என்று அரிவாளை வாங்க மறுத்தார்கள். அதற்கும் தயாராய் மாமன் முறை வேண்டிய ஆளை ஏற்பாடு செய்து, சொந்த ஊரிலிருந்து கூப்பிட்டு வந்திருந்தான் அவன்.

மல்லிகா சடக்கென்று முன்னால் வந்தாள். ''யாரும் வைக்கக்கூடாது. எங்கம்மாவுக்கு நா வைக்கிறேன்''

அவளுடைய வலது தோளில் கொள்ளிக்குடம் ஏறியது. ''பாத்து, பாத்து. ஆண்களுக்குத்தான் வலது தோள்ல வைக்கிறது'' ஞாபகப் படுத்தினார்கள்.

மல்லிகா மூன்று முறை சுற்றி வந்தாள். மூத்த மருமகன் குடம் கொத்த, துவாரம் வழியாக தாரை பீறிட்டு மண்ணை நனைத்தது. சடலங்கள் எரிந்த எலும்புச் சில்லுகள் கால்களில் குத்தின. ஒரே வெறியாய், சன்னதம் வந்தது போல் மூன்று முறை சுற்றி வந்தவள், தலை மாட்டில் குடத்தைப் போட்டுடைத்தாள்.

"உடைச்சாச்சா? அப்படியே திரும்பிப் பார்க்காம நட..."

எண்ணையும் சீயக்காயும் குழைத்து எடுத்துவிட்ட பெரியம்மா, கூட்டிக்கொண்டு நடந்தாள்.

## எண். 2. அவ்வையார் தெரு

மாநகராட்சித் திடல் என்ற பெயர்ப் பலகையைக் கேலி செய்தபடி நின்றது வண்ணான் திடல் நிஜத்தில், பெயர்ப்பலகை திடலுக்கு மட்டும் இருந்தது. வீதிகள், குடியிருப்புகள் என்று அந்தக் குடியேற்றப்பகுதி முழுதும் வண்ணான் திடல் பெயர் அலைந்தது. அடைமழை சரங்களின் நடுவில் தன்னந்தனியான மரம் அல்லது குடிசை மறைந்து போவதுபோல், சுற்றிலும் நிலவிய வண்ணான் திடல் பெயர் நடமாட்டத்துக்குள், மாநகராட்சி திடல் காணாமல் போயிருந்தது.

செம்பாக்கம் முன்பொரு பொழுதில் சதுப்பு நிலக்காடு, நகரத்தில் பகாசுர வயிறு பெருத்துக்கொண்டு போகையில், செம்பாக்கம் என்ற கிராமம் அதன் வயிற்றுக்குள் போனது.

சுற்றியிருந்த தோப்புகள், ஓடைக்காடு, எல்லாமும் பசிக்குப் போதவில்லை. இன்னும் இரண்டு கைகளையும் அகல விரித்து கொண்டா, கொண்டா என்று கேட்டுக்கொண்டே நீண்டு கொண்டிருந்தது. உண்டு செரிக்க முடியாமல் போனது இந்த சதுப்பு நிலக்காடுதான், சொத சொதப்பு பூமிமேல் வீடுகள் நிற்கவில்லை. வீடுகளின் கால்களை கீழிருந்து யாரோ இழுப்பதுபோல் உள்ளே இறங்கின. ஒரு மாடிக்கு மேல் மறுமாடி கட்டக்கூடாது என்று உடனே நகராட்சி உத்தரவு போட்டார்கள்.

கட்டிக் கொடுத்த சோறும், சொல்லிக்கொடுத்த சொல்லும் எத்தனை நாளுக்கு? நகராட்சி போட்ட அந்த ஆணையை அப்படியே விழுங்கி விட்டு பகுதிவாசிகள் மாடிகளை அடுக்கிக் கொண்டே போனார்கள் உத்தரவுகள் மேல் மிதித்து நடைபோடுவது சந்தோசமாகிவிடுகிறது.

அப்படி தைரியமாய் மிதித்து மீறியவர்கள், பிறகு நகராட்சி மன்ற உறுப்பினர் அதிகாரிகள், பணியாளர்களாகி, தோஷ நிவர்த்திசெய்து கொண்டார்கள்.

சதுப்பு நிலத்தின் மத்தியில் முன்னொரு குளம் இருந்திருக்க வேண்டும். வண்ணார்கள் துணி துவைக்கும் துறை அங்கிருந்தது. இந்த நாளில் லாரி லாரியாய் குப்பையும் கழிவும் கொண்டு நிரப்பி, குளம் இருந்த காட்சி அற்றுப்போனது. ஒரு குளம் பூமிக்கு இதயமாகவும் தாயாகவும் இருக்கிறது. பூமிக்குள்ளே இருந்து தாய்ப்பால் தருகிறது. பூமியின் இதயம் அடைக்கப்படுவது பற்றி, எவரும் கவலைகொள்ள நேரமில்லை.

நகர யுகத்தில் வேகவேகமாய் ஓடிக் கொண்டிருக்கிற கால்கள் இதயத்தைவிட, வலிமை பெற்றுவிட்டன. என்பதற்கு அந்தக் குளத்தின் மரணம் சாட்சி.

மேடாக்கப்பட்ட வண்ணான் திடல் பேயடித்த மாதிரி கிடந்தாலும் தலைமுறைளின் நாக்குகளின் மாற்றிக் கொடுத்தலில் இன்னும் அந்தப் பெயர் புரண்டு கொண்டுதானிருந்தது.

திடலின் வரவு, அருகிலிருந்த அவ்வையார் தெருக்காரர்களை தூக்கம் கொள்ளவிடாமல் அடித்தது. அவ்வையார் தெருவை நடுவாக வெட்டி, இரண்டாகப் பிரித்தது திடல். சதுக்கத்தின் இந்தப் பக்கமும், அந்தப் பக்கமும் தெரு இரண்டாகக் கிடந்து சதுக்கத்தில் குத்துக் குத்தாய் இருட்டைக் குவித்து வைத்திருக்கும் வேலிக்கருவைப் புதர்கள், நெடுங்காலப் பேய்கள் வீதிகளுக்குள் பயத்தை விசிறி விசிறி உள் இறக்கின. அவ்வையார் தெரு மட்டுமல்ல பக்கத்துத் தெருக்களையும் கவ்விக்கொண்ட பயம் சாயந்தரத்திற்குப்பிறகு வண்ணான் திடலைக் கடந்து செல்வது அத்துப் போகச் செய்தது.

பொறுக்கி, போக்கிரி உதிரிகள் என்று பலரும் அந்தத் திடலுக்குள் முளைத்தார்கள். காலையில் திடல் வழியாகப் போகிறவர் கண்களில் அவர்கள் அங்கே கூடியதற்கான அடையாளங்கள் கிடந்தன. காலி மது பாட்டில்கள் எறும்பு சுற்றிய நிரோத்கள், பான் பராக் காலி பாக்கெட்டுகள் அவர்கள் கூடிக்களித்ததற்கு சாட்சியாகின.

சமூக விரோத சக்திகளுக்கு ஒரு கூடாரமாக இருக்கிறதென்று அந்தப் பகுதிக்காரர்கள் மனுப் போட்டார்கள். நகராட்சிக்காரன் ரோடு ரோலர் கொண்டு வந்து, மெத்தி, அடித்து, மேடு பள்ளங்கள் நிரவி பாதுகாப்புக்குச் சுற்றுச்சுவர் எழுப்பினான். எல்லா வேலைகளும் செய்து ஒரு வடிவத்துக் கொண்டு வந்துவிட்டபோதுதான், தெருக்காரர்கள் நிம்மதி நெடுந்தூரம் போய்விட்டது தெரிந்தது.

திடலின் இரவு அப்படியே இருந்தது. பகல் மாறிவிட்டது. இரவில் மட்டுமே இயக்கம் கொண்டிருந்த திடல், சீர் செய்தபின், பகலிலும் இயக்கம் கொண்டது. கொடுவாய் கழுவாமலே கிரிக்கெட் மட்டையைத் தூக்கிக்கொண்டு வந்து நின்ற பையன்கள், அந்தப் பகுதியின் அமைதியை அடித்து நொறுக்கினார்கள். கும்பல், கும்பலாய் குறுக்கும் நெடுக்குமாய் அங்கங்கே கிரிக்கெட் ஸ்டாம்புகள் முளைத்தன. பள்ளிக்கூடம் போவது திரும்பி வருவதற்காக ஆனது. சனி, ஞாயிறுகளில், காலாண்டு, அரையாண்டு, முழு ஆண்டு விடுமுறைகளில் திடல் புழுதிக் காடானது. அந்தப் பகுதிக்காரர்கள் கொண்டிருந்த பகல் நடமாட்டமும் அத்துப் போனது.

சதுக்கத்தின் நாக்கு பக்கமும் இருந்த வீடுகளில் பறந்து விழுந்தன பந்துகள். முழு ஆள் கை உயர்த்தினால் எந்த அளவோ, அதைவிட உயரமான சுவர்களில் தாவி, வீடுகளுக்குள் பையன்கள் குதித்தார்கள். பந்துகளைத் தேடினார்கள். வீட்டுக்காரர் கத்தியபடியே சாபமிட்டு விரட்ட, பந்ததைத் தூக்கி திடலுக்குள் போட்டு சுவர் ஏறிக் குதித்தார்கள். வெற்றிகரமாக மீண்டு வந்ததை ஓ என்ற ஓலமும் எக்காளச் சிரிப்பும் வரவேற்றன.

வேகமாய்ப் பந்தை அடிப்பது, அடிபட்ட பந்து கைகளுக்கும் அகப்படாமல் எகிரி சுற்றியுள்ள வீடுகளுக்குள் போய் விழுவது மீட்டெடுத்து வருவது என்பதே வண்ணான் திடலின் சூரத்தனம் என்றாகியது.

காலைப் பொழுதின் சுறுசுறுப்பு, தெருக்காரர்களுக்கு அலுவலகங்களுக்குள் போய் சுருண்டது. அதன்பிறகு வெள்ளை

வெயில் மட்டும் தவித்துக்கிடக்கும் வீதியில் ஒன்றிரண்டு வீடுகளில் பெண்களிருந்தார்கள்.

கைபர் கணவாய் வழியாக நுழைந்து கிரேக்கர்கள், பக்தூனியர்கள் கொள்ளை அடித்துவிட்டுப் பறந்ததுபோல் தான் திருட்டு நடந்தது. தெருவழியாக நுழைந்து திருடு செய்துவிட்டு, பரந்த திடலில் போய்க் கலந்தார்கள். வெளியேறத் தோதாக இருந்தது திடல்.

செந்தில், கௌதமன், செல்வகுமார், பிரபு

ஜீலை 2001

பதினோராம் வகுப்பு விஞ்ஞான ஆசிரியரின் பொட்டாசியம் மாங்கனைசைட்டில் ஆரம்பித்தது அந்த முண்டுதல், கரியமிலவாயு பிராண வாயு, குளுகோஸ் என்று ஒன்றிலிருந்து ஒன்றுக்கு தாவிக் கொண்டிருந்தார் விஞ்ஞான ஆசிரியர். மயக்கம் தெளிய குளுகோஸ் கொடுக்கலாம். சர்க்கரை வியாதியுள்ளவர்களுக்கு சிறுநீரில் காய்ந்ததும் எறும்புகள் மொய்க்கிறது குளுகோஸ்னா என்ன? அது ஒரு வகை சர்க்கர.

''சரி ஸார்'' எல்லோரிடமும் தலையசைப்பு தெரிந்தது.

''சரி ஒருத்தர் மயக்கமடைஞ்சிட்டா முதலுதவியா என்ன செய்யணும்?''

வகுப்பு மொத்தத்துக்குமான கேள்வியாக விட்ருக்கலாம். விட்டிருந்தால் யார் அறிவுக்குக் குத்தகைக்காரனோ, அவன் விடையைப் பயிர் செய்துவிட்டுப் போகிறான். எவரும் தயாரில்லாததால் வகுப்பு தரிசு நிலமாகக் காட்சி தந்தது. பையன்களின் மூச்சுக் காற்று வகுப்ப முழுவதும் ஆவியாக நடமாடிக் கொண்டிருந்தது.

வகுப்பு முழுவதும் சடலங்களின் வரிசையாய் நின்ற அந்த நேரத்தில் மயானக் கோடாங்கிபோல் வாத்தியார் மட்டும் உடுக்கு அடித்துக் கொண்டு போனார்.

''நீ சொல்றா, நீ தான் புதுசா வந்திருக்கே'' என்றார் செந்திலைப் பார்த்து.

செந்தில் புது பேண்ட், சட்டையில் வந்திருந்தான், அதைக் குத்திக் காட்டிப் பேசிய அந்த மக்குக்கு, பதிலாய் ஒரு அட்டாக் கொடுக்க நினைத்தான். முகத்தைக் கடுமையாய் வைத்தபடி, மயக்கமடைந்த ஆளை, யூரினலுக்கு எடுத்திட்டுப் போய் கடாசனும் ஸார் என்றான்.

வாத்தியார் பக்கமாய் வந்தார்.

எஸ்.ஆர். என்றழைக்கப்டும் அந்த விஞ்ஞான வாத்தியார் எந்த வகுப்புக்கு வருகிறாரோ, அங்கொரு அச்சத்தின் வனம் உருவாகும். ஆண்டுத்தொடக்கத்தில் வகுப்புகளுக்கு ஆசிரியர் ஒதுக்கீடு செய்கிற போது பையன்கள் பதட்டத்தோடு நிற்பார்கள்.

''இப்ப நா ஒன்னை அடிப்பனாம், நீ மயக்கமாகிருவியாம். இந்த தம்பிமார்களெல்லாம் சேர்ந்து ஒன்னைய மூத்திரக் காட்டுக்கு தூக்கிட்டுப் போவாங்களாம்'' என்றார்.

அவர் ஒரு கையில மலரோடும், இன்னொரு கையில் முள்ளோடும் நுழைபவர் என்பது நிஜமாகிப் போனது.

இப்படி அடிப்பதற்கு எந்தச் சட்டத்தில் இடம் இருக்கிறது? வாத்தியார் மாணவர்களிடம் எப்படி நடந்துகொள்ள வேண்டும். என்பதற்கு தெளிவான விதிகள் இருக்கின்றன. அவை போதிப்பதற்கான விதிகள் தண்டிப்பதற்கான விதிகள் அல்ல. அப்பாவிடம் போய் புகார் செய்ய வேண்டும். காவல்நிலையம் வரை போனாலும் விடக்கூடாது.

பூமி ஒரு தடவை 'கிர்ரென்று சுற்றி, அச்சுக்கு வந்து நின்றது. செந்தில் கண்களைத் திறந்தபோது இருட்டுக்குள்ளிருந்து மக்கு வாத்தியார் வாசலைக்காட்டி சுத்துவது கேட்டது' ''போடா வெளியே''

விஞ்ஞான வாத்தியார் தொட்டுக் கொடுத்த குளுகோஸ் பல மடங்கு சக்தி கொண்டு, கிரிக்கெட்டில் தூள் கிளப்பிக் கொண்டிருந்த வண்ணான் திடலுக்கு வேகமாய்க் கொண்டு வந்து சேர்த்தது.

காத்திருந்த கௌதம், செல்வகுமார், பிரபுவிடமிருந்து ஓ என்று குரல் எழும்பின.

''என்ன மச்சி, ஏதாச்சம் படமா?'' என்றான் கௌதம்.

வகுப்பில் யாராவது வாத்தியார் படம் காட்டியிருப்பார்கள் என்பதைப் புரிந்து வைத்திருந்தான்.

''அவன் மண்டையைப் பிளந்திர்றேன்'' கீழே கிடந்த ஒரு செதுக்குக் கல்லை எடுத்து பள்ளிக்கூடம் இருந்த திசையில் எறிந்தான் செந்தில்

''எவண்டா அது? விஞ்ஞானமா''

கழுத்தில் கை போட்டு முகத்துக்கு அருகே இழுத்தான் கௌதம். கஞ்சா கசக்கியிருக்கிறான். முந்திக்கொண்டு வாசனை ஓடி வந்தது.

''மச்சி பேதலிப்பா கீறே? அவன் பொண்ணு என் வீட்டு வழியாகத் தான் போவா மெட்ரிக்குலேஷன்ல படிக்கிறா. வாத்தியார்ப் பய எவனாவது பொண்ணை அவன் வேலை பார்க்கிற ஸ்கூல்லே சேக்கிறானா? பாத்தியா?''

''சேத்தா, டப்பா டான்ஸ் ஆடிப்போகாது?'' மற்றவர்களின் ஆமோதிப்பாக வந்தது.

தெருவைப் பார்த்தார்கள். மதியச் சாப்பாட்டிற்கு முன் இளந்தூக்கம் போட்டுக்கொண்டிருந்தது.

கொய்யாக்காயும், சீதாப்பழமும் ஒரு பருவத்துக் கனிகளாக இருந்திருந்தால் பறிப்பதற்கு கஷ்டமில்லாமல் முடியும். முன்பின் புஷ்பவதியாகும் ஒரு சோட்டுப் பிள்ளைகள் போல் இரண்டு செடிகளும் பக்கம் பக்கமாய் இரண்டு மாதம் தள்ளிக் காய்த்தன.

ஒரே காலத்தில் பலன் விடுமானால், ஒரே வீட்டில் இருந்திருக்குமென்றால் தனித்தனி திருட்டுத்தனம் செய்ய வேண்டியதில்லை. ஒரே திருட்டில் முடிந்துபோய்விடும்.

திடல் காம்பவுண்ட் கவர்மேல் உட்கார்ந்து அவ்வையார் தெருவை நோட்டம் விட்டான் செந்தில், திடலின் வடுமுனைக் காவலாளி

கௌதம் திடல் பக்கமிருந்த நான்காவது வீட்டில் கொய்யா வேட்டையாட செல்வகுமாரும், பிரபுவும், அனுப்பி வைக்கப்பட்டார்கள். இரண்டு பேரும் கிளைகளில் தாவி தொங்கிக் கொண்டிருந்தார்கள்.

சிலதில் பால் பிடித்து, இன்னும் பூ விழாமல் தொங்கிக் கொண்டிருந்தன. இன்னும் முழுசாய் திரட்சி பெறாத கரும்பச்சைக் காய்கள். முழுசாய் பழுத்து மஞ்சள் கலர் தெரியும் வரை காத்திருக்க முடியாது. திடலில் இருக்கிற வால்கள் நுழைந்து விடுகின்றன. இல்லையென்றால் வாலைக் கெலித்துக் கொண்டு சிமிட்டியபடி அணில்கள்.

தெரு முனையில் வயதான உருவம் தெரிந்தது. தெருவுக்குள்ளிருந்து முளைத்து மெதுவாய் முன்னேறி வருவதுபோல் தோற்றம் தந்தது. காலை சுறுசுறுப்புக்குப் பின் செத்துப்போய்க் கிடந்த தெருவை அச்சாகப் பிரதிபலிக்கிறது அந்த கிழத்தின் நடமாட்டம்.

வடக்கு முனையிலிருந்துதான் அவர் வீதிக்குள் நுழைந்தார். வடதிசைக் காவலாளி கௌதம் கண்டுகொண்டான்.

"டேய் ஓடிருங்கடா" சைகை காட்டினான் கௌதம்.

நறுங்கல், குள்ளம், இது ஓடிவந்து வீரதீரச் செயல்கள் செய்யப் போகுதாக்குமா? பார்க்கலாம்.

காம்பவுண்டு சுவர் மீது ரட்டினக்கால் போட்டு சாய்ந்தபடி எகத்தாளமாகப் பார்த்துக் கொண்டிருக்கிறான் செந்தில்.

இந்தப் பெரிசு என்ன செய்யும் என்று பயமற்றுப் பார்த்தான்.

"எவன்டா அது?" பெரிசு சத்தம் போட்டது.

சந்தேகம் தீர்ந்தது. வடமுனையிலிருந்து இரண்டாம் எண் வீட்டுக்குள் நுழைவதற்காக கேட்டைத் துறந்து அது, திரும்பி நின்று பார்த்தது.

என்ன நினைத்தாரோ, வேகமாய் அவர்களைப் பார்த்து ஓடி வந்தார். குனிந்து கத்திக் கல்லை எடுத்து வீசினார். கல் பறந்து, செந்திலின் காலடியின் கீழ் காம்பவுண்ட் சுவரில் பட்டுத் தெறித்தது.

''எறங்குங்கடா, டேய்'' சத்தம் கொடுத்தான் செந்தில். செல்வகுமாரும் பிரபுவும் கிளைகளில் இருந்து ஏற்கனவே ஓடிவந்து நின்றார்கள். கௌதம் வடமுனையில் மறைந்து போய்விட்டான் அப்போது அவனிடமிருந்து ஓடிருங்கடா, ஓடிருங்கடா என்ற கத்தல் வெளிப்பட்டு அவனுடன் ஓடிக்கொண்டிருந்தது.

திடலைத் தாண்டி கேட்டை ஒட்டி, சுற்றுச்சுவருக்குள் மறைந்து ஓணான் போல் தலையை நீட்டிப் பார்த்தான் செந்தில். சமத்தன் தயிரைத் தின்னுட்டு, வாயிலையும் இழுகிட்டு ஓடினானாம் கதையாய் பளிப்புக் காட்டின் அந்த செதுக்கு மண்டையை உடைக்க வேண்டும் என்று பெரியவர் நினைத்தார். ஒரு தடவை விரட்டியடித்தால் பிறகு தெருப்பக்கம் தலைவைத்துப் படுக்க மாட்டார்கள். ஓடிவந்து கொண்டே குனிந்து ஒரு கல்லை எடுத்தார். வந்த வேகத்திலேயே குனிந்தது தப்பாகப் போய்விட்டது. இரத்த அழுத்தம் மேலேறி, வேகமாய் முன்னே போய் சறுக்கி விழுந்தார். அவர் கையிலிருந்த புத்தகங்களும், தாளும் சிதறின.

காம்பவுண்ட் சுவரிலிருந்து சரிவாய் இறங்கிய திடலின் தரையில் நீந்துவதுபோல் முழங்கால் தேய முன் கைகள் தரையைத் தேய்த்தபடி சரிந்தார்.

சுத்தியால் வைத்து நச்சென்று அடித்ததுபோல் முழங்கால் முட்டி நொறுங்கியது.

உடலின் எல்லா பாகங்களிலிருந்தும் உயிரை எடுத்துவிட்டு அங்கெல்லாம் வேதனையை முழங்கால் அனுப்பி வைத்தது. இடது கையை ஊன்றி, எழுந்து ஒவ்வொரு வீட்டுக் காம்பவுண்ட் சுவராய் தொட்டு தட்டுத்தடுமாறி திரும்பினார். வீட்டுக்குள் நுழைந்தது. முழங்கால் மேல் தானாக கை போனது. தடவியபோது முழங்கால் சில் நொறுங்கிக் கூழாகியிருந்தது மயக்கம் வந்தது. தண்ணீர் குடித்தார்.

ஒரு தூக்கம்தான், மறு தூக்கம் கிடையாது. தூக்கம் முறிந்த விரிப்பு வந்த பிறகு அடுத்த தூக்கத்திற்குள் போக முடிவதில்லை. மனுசனுடைய கணக்கில் மாறி மாறி வருகிற இரவும் பகலும் அவருடைய பேரேட்டில் ஒரே பொழுதாகவே குறிக்கப் பெறுகிறது.

விபத்து இல்லை என்கிறான் அன்புமதி.

''அது நீங்களே வேண்டுமென்று தேடிக்கொண்டது அப்பா'' என்று சீறுகிறான். கோபத்தின் செங்கலமணி குமுறுகிறது. ''அநியாயமா இப்படிப் பண்ணிட்டு வந்து நிக்கிறீங்களே'' என்கிறான்.

கவிதா அப்பிடியில்லை. காலங்காலமாய் அவளுக்குள் குழைத்து ஊற்றப்பட்ட பெண்மை இன்னும் அவளிடம் தளும்புகிறது. அன்புமதியின் கருத்தே அவளுக்கு இருக்கலாம். ஆனால் மூஞ்சியில் வெந்நீர் ஊறத் தயாராக இல்லை.

கால் முறிவு பற்றி முதன் முதலாய் காந்திமதியின் நிறுவனத்திற்கு வேங்கடபதி தெரிவித்தார். எடுத்தவர் தொலைபேசி இயக்கும் சாந்தம்மா கொடுக்கவா என்று கேட்டுவிட்டு இல்லை சாப்பாட்டுக்குப் போயிருக்கிறாங்கலாம் என்றாள். ஏதாவது அவசரமான செய்தியா என்றவளிடம், தகவல் சொன்னதும், சிவா, சிவா என்றாள். மருத்துவமனைக்குப் போய்க் கொண்டிக்கிறேன் என்றபோது எந்த மருத்துவமனை என்பதை குறித்துக்கொண்டு ஈஸ்வரா என்று கண்ணை மூடி உச்சரித்திருக்க வேண்டும். ஈஸ்வரா என்ற சொல் தொலைபேசியில் இளகி வந்தது.

மயானச்சாமி போல் இரவு முழுதும் விழித்திருப்பு. சுவரில் அட்டம் கொடுத்து உட்கார்ந்த வேங்கடபதி முன்னால் கடக்க முடியாத இருள் நதிப்பரப்பின் கரை தென்படாமல் நீள்கிறது. தொட முடியாதபடிக்கு நிற்கும் பகலைத் தொடும் பாவனையில் இருளைத் துளைத்துப் பார்த்துக் கொண்டிருந்தார். முழங்கால் சோதாரம் ஆகி, அறுவைச் சிகிச்சையின் துன்பத்தின் நதிக்கரையைக் கடக்க ஆறு மாதம் ஆகலாம்.

மருத்துவமனையில் இருக்கிறபோது, சிறுநீர் வெளியேறாமல் அடைத்தது டியூப் போட்டு வெளியே எடுத்தார்கள். டியூப்போடு

சேர்த்து பாக்கெட் இருந்ததால் தன்னையறியாமலே மூத்திரம் போய்ச் சேர்ந்தது அது பெரிய துன்ப நீக்கம்.

மருத்துவமனையை விட்டுப் போகலாம் என்றதும் டியூபை எடுத்துவிட்டார்கள். வீடு வந்து சேர்ந்தபிறகு மூத்திரம் அடைத்துக் கொண்டதின் வேதனை தொடங்கியது. இரவுக் குளிர்ச்சிக்கு பத்து நிமிஷத்துக்கு ஒருமுறை போக வேண்டி வந்தது.

முதல் வாரம் காந்திமதி, அவள் அலுவகத்தில் விடுமுறை கஷ்டமானதால் அடுத்த வாரம் கொரடூர் தம்பி, தம்பி சம்சாரம் நாகம்.

திருச்சியிலிருந்து மகள் கவிதா வந்து விட்டாள்.

சங்கடமாக இருந்தது. இரண்டு தடவை யாரையும் எழுப்பாமலே ஊன்றுகோல் ஊன்றியபடி, பாத்ரூம் போனார்.

''வந்தா சொல்லவேண்டியதுதானே'' சத்தம் போட்டான் காந்திமதி

''எதுக்கு, தேவையில்லாம கஷ்டம் கொடுத்துக்கிட்டு''

''கஷ்டமா யாருக்கு? சரிதான், நீங்க தடுமாறி கீழே விழுந்து இன்னொரு தடவை ஏதாவது ஆச்சன்னா, சுமக்கிறது யாரு?''

இரவுச் சத்தம் எல்லோரையும் எழுப்பியது.

''போனாப்போகுது''

நாகமும் விழித்துக் கொண்டாள்.

''பாரும்மா இவர் சொல்றது? தூக்கத் கலக்கத்திலே தள்ளாடியிருந்தா, படறவங்களுக்குத்தானே தெரியும்.''

''அவ சொல்றதையும் கேளுங்க மாமா''

''அதெல்லாம் ஒன்னும் ஆகாதும்மா'' வெறுப்பாய் பதில் வெளிப்பட்டது.

ஒன்னுக்கு எழுந்திருப்பது உப்புக்கல் பெறாத விசயம் அதுக்கு எல்லோரையும் கஷ்டப்படுத்திக்கொண்டிருக்க வேண்டியிருக்கிறது. கழிப்பறைக்குப் போகவில்லையென்றால் பெட்பேன் வைத்துப்

பிடித்துக்கொள்ள அதற்காகவும், ஒவ்வொரு முறையும் கஷ்டப்பட்டுத்த வேண்டியிருக்கிறது. இனிமேல் யாரையும் கஷ்டப்படுத்த ஆகாது சொந்தமாய் ஒவ்வொன்றையும் செய்தாக வேண்டும்.

''ஒன்னும் ஆகாதா, இப்படி இழுத்து வச்சிட்டு வந்து நிக்கிறீங்க ஒரு தடவைக்கே ராப்பகலா வேதனை தாங்க முடியலே. இன்னொரு தடவைன்னா,, ஒங்களால்தான் தாங்க முடியுமா? இல்ல எங்களாலதான் முடியுமா?''

அது ஒரு உள் சண்டையின் ஆரம்பமாக இருந்து தகராறின் ஒரு கண்ணியிருந்து இன்னொரு கண்ணிக்குத் தாவுவது அவர்களுக்கு விருப்பமான காரியமே. தெரிந்ததுதான் என்றாலும் ஆத்திரம் கொப்பளித்தது.

''சரி, சரி, இனிமே எனக்கு நானே கவனிச்சிக்கிரத் தெரியும்''

''அதான், பொண்டாட்டி எது பேசினாலும் ஒங்களுக்கு பிடிக்காது. எது செஞ்சாலும் செய்யலேன்னுதான் சொல்வீங்க, பொண்டாட்டி தானே''

அவள் சொல்வது எல்லா வகையிலும் நிஜம்தான். பெண்டாட்டியைப் போல், வேறெந்தப் பெண்ணிடமும் கோபித்துக்கொள்ளவோ, சீறவோ முடிவதில்லை. அம்மா, அக்கா, தங்கை என்று குடும்பத்துப் பெண்களாக இருந்தாலும் ஒரு தொலைவில் நின்று, மரியாதை வைத்து பேசக் கூடுகிறது. பெண்டாட்டி என்றதும் எல்லா மதிப்பும், மரியாதையும் தூரப் போய்விடுகிறது. சட்டென்று அந்த உண்மையை ஏற்றுக் கொள்ளத் தோன்றவில்லை.

''நா எது செஞ்சாலு செய்யலேன்னுதான் சொல்லப் போறீங்க எப்பவாவது நல்லா கவனிச்சான்னு ஒரு வார்த்தை சொல்லிருக்கீங்களா? ஏன்னா, சீத்தம்மா பெத்த பொண்ணு தானே''

''எதுக்கும்மா, இப்ப தேவையில்லாத சண்டை''

அன்புமதி அதட்டினான்.

அதட்டுகிறான், கத்துகிறான், கண்டிக்கிறான். குடும்பத் தலைமை ஏற்கிற இடத்திற்கு வந்துவிட்டான் பிள்ளைகள் பெரியவர்களாகி விட்டார்கள் என்பதை இனிமனதில் கொள்ள வேண்டும்.

"இருக்கிற வேதனை போதாதுன்னு, இந்த வேதனை வேறயா?" சமாதானப்படுத்துகிற தொனியில் நாகம் பேசினாள்.

"அதான் புதுசா இன்னும் வேதனையை இழுத்து வைக்க வேண்டாமேங்கிறதுங்குத்தான் நானும் சொல்றேன்"

கடைசியில் காந்திமதி தணிந்து போனாள்.

இன்னொருமுறை என்று நினைத்துப்பார்த்தால் தாங்க முடியவில்லை.

தலையிலிருந்து பாதம் வரை உடலுக்குள் படமெடுக்கும் பாம்பு ஓடுகிறது. முழங்கால் வழியே ஓடும்போது, அங்கே நிலையாக நின்று விஷத்தைக் கொட்டுகிறது. முழங்காலைக் கடக்கிற கணங்கள், அவரது மூச்சை அசையாது நிறுத்தி விடுகின்றன.

ஏகமாய் புலம்ப ஆரம்பித்திருந்தார். இழந்த நேரங்களில் மருத்துவமனையில் புலப்பல் எல்லை தாண்டிவிட்டது என்று கவிதா சொன்னாள்.

இந்த உலகத்தில் உயிரோட்டமான கடைசிக் கண்ணியை அறுத்துக்கொண்டு அவருடைய அம்மா போய், இருபது வருஷங்கள் தாண்டிவிட்டன. நைந்த நினைவு நூலில் வழுக்கிக்கொண்டே போய் அம்மாவைக் கூப்பிடும்மா என்கிறார் அம்மாவின் தொப்புள் கொடியின் சக்திதான் அவருக்கு அறுபத்தெட்டு வயதாய் நீண்டிருக்கிறது.

"பாட்டியைக் கேட்கிறார் அப்பா" என்றாள் கவிதா

அவளுடைய கண்களில் சதா நடமாடிக் கொண்டிருந்த பயத்தை அண்ணனுக்கு மாற்றிக் கொடுத்திருக்கிறாள் கவிதா. இப்படி கை

பா. செயப்பிரகசாம்

மாற்றிக்கொடுத்த பயம் வீடு முழுதும் நிறைந்திருக்கிறது. கால் முறிவு அதுவும் அறுபத்தெட்டு வயதின் கால்முறிவு. அவர்கள் எல்லோரையும் ஒரு சுழற்றச் சுழற்றி எடுத்துவிட்டது.

காந்திமதி, நாகம், கவிதா

ஆகஸ்டு 15

அப்போதும், கால் முழுசாய் திரும்புமா என்று சொல்ல முடியாது என்கிறார் மருத்துவர். உலோக் கம்பி கொடுத்து இணைக்கப்பட்ட முறிவு, ஒன்றுசேர வாய்ப்புண்டு சேராமலும் போகலாம். பழைய நிலைக்குத் திரும்புமா என்று உறுதி தர முடியாது.

''கடவுள் சித்தம் இருந்தா, எல்லாம் நல்லபடியா நடக்கும்'' என்றாள் காந்திமதி.

அவர் கீழே விழுந்த நாளிலிருந்து, தொர தொரவென்று பெய்கிறது அடைமழை மாதிரித்தான் எந்நேரமும் தன் புலபமாக ஆகிவிட்டது அவளுக்கு.

நொறுங்கிப்போன முழங்கால் சில்லை ஒட்ட வைப்பதற்கான ஏது இல்லை. அதனால் முழங்காலிலிருந்து சில்லையே நீக்கிவிட வேண்டும். என்று மருத்துவர் சொன்னார். அறுவைச் சிகிச்சை அன்று, மெல்லிய உலோகக் கயிறு இடையில் கொடுத்து இணைப்புச் செய்ய முடியும் என்ற நம்பிக்கை வந்துவிட்டது. அறுவைச் சிகிச்சை முடிந்தபிறகு மறுபடி எக்ஸ்ரே எடுத்துக்காட்டினார். இவ்வளவு சாதித்ததே பெரிசு என்பதான அயற்சி மருத்துவர் முகத்தில் அப்பியிருந்தது.

''நேரம் அப்படி''

கொழுந்தியாள் நாகம் சொன்னாள். பெண்கள் பேசத் தொடங்கியிருந்தார்கள்.

''அப்படியெல்லாம் பேசாதீங்க சின்னம்மா. அப்பாவுக்கு அதெல்லாம் பிடிக்காது'' என்கிறாள் கவிதா. அப்படிச் சொன்னதுதான் அவர்களுக்குச் சிரிப்பைத் தந்தது.

''மாமா, இதுக்கு முன்னே பின்னே ஆஸ்பத்திரியைக் கண்டிருக்க மாட்டாரில்லே'' நாகம் கேட்டாள்.

''அவருக்கென்ன தெரியும்? ஆஸ்பத்திரி வடக்க இருக்குன்னு கண்டாரா? தெக்க கெடக்குன்னு கண்டாரா? ஆஸ்பத்திரிப் பக்மே போறதில்லன்னு சபதம் எடுத்திருந்தார்'' காந்திமதி சொல்கிறாள்.

நாகம், காந்திமதி, கவிதா என்ற மூன்று பேருமாய் இனிய சூழலை வீட்டிற்குள் கூட்டி வந்திருக்கிறார்கள். அவருடைய வேதனையை கொஞ்சம் கொஞ்சமாய் இறக்கிவிடுவது அவர்கள் கொண்டு வந்த சூழலின் நோக்கமாக காந்திமதியின் பேச்சு இப்படி இருந்தது.

''மாத்திரையே சாப்பிட மாட்டேம்பாரும்மா. சொன்ன, நா கைப்பக்குவத்திலேயே நோயைக் குணப்படுத்திருவேம்பாரு. ரெண்டு மாத்திரை கொடுத்தா, ஒன்ன கையிலே வச்சிக்கிட்டு ஒன்னை நுனி நாக்கிலேயே ஒதுக்கி வச்சிருக்கிருவாரு ஆளு அந்தப் பக்கம் நகர்ந்தாலும் கீழே துப்பிடுவாரு சின்னப்பிள்ளை கணக்காதான்.''

''மாத்திரை, மருந்துன்னா அப்படி டிமிக்கி கொடுத்திருவாரு'' சத்தமாய் சிரிக்கிறாள் கவிதா.

கட்டுப்போட்ட காலைப் பார்த்தபடி புன்னகை செய்தார் வேங்கடபதி, பிளாஸ்டர் ஆப் பேரிஸ் போட்ட கட்டுக்குள் நமச்சல் எடுத்தது.

''நம நமங்குதா மாமா?'' நாகம் கேட்டாள். அப்படித்தான் எடுக்கும் என்றாள்.

''இன்னும் பதினைஞ்சு நாளைக்கு கட்டவிழ்க்க முடியாதில்லே'' சலிப்புடன் சொன்னார்.

''நீங்க கூட ஒரு தடவை கை முறிவுக்குக் கட்டுப் போட்டுருந்திங்களா, சின்னம்மா'' கவிதா கேட்கிறாள்.

''இந்தக் கைதான். இன்னும் சரியா கூடவே இல்லே'' கையைத் தூக்கிக் காண்பித்தாள். இடதுகை, சொத்திக்கையாட்டம் இருந்தது.

சரியாய் தூக்கி வைத்துக் கட்டாததினாலே இரண்டு வருஷங்களான பின்னும் ஒத்தை எலும்பு புடைத்து நின்றது.

''அரிப்பு எடுக்கும். கைவிட்டுச் சொரிய முடியுமா? தென்னம் ஈக்கை ரெண்டா கீறிக்கிட்டு, லேசா, உள்ளே விட்டு சொறிஞ்சிக்கிரலாம். தென்னந் துடைப்பக் குச்சி வேண்டாம். அது காய்ஞ்ச விறகாட்டம் குத்தும். பச்சை ஈக்கு தோதா மடங்கிக் கொடுக்கும். லேசு, லேசாய் சொறிஞ்சிக்கிரலாம்.''

''நீ அதுக்கும் ஒரு கைப்பக்குவம் வச்சிருக்கே'' காந்திமதி சிரித்தாள்.

''நாமாவா போய் விழுறோம்? சனீஸ்வரன் அப்படி வந்து நம்மள போ, போன்னு தள்ளுறான்.''

நாகம் ஆரம்பித்தாள். அவருடைய கட்டிலுக்குப் பக்கத்தில் உட்கார்ந்து ''இப்ப சொல்லுங்க மாமா, இதப் பற்றி நீங்க என்ன நெனைக்கிறீங்க? நாங்க நேரம்போம், நீங்க என்ன சொல்வீங்க?''

''ஒவ்வொருத்தருக்கு ஒரு வார்த்தை இருக்கில்லே'' என்றார் அவர்.

''எப்படிக்கூடும்? அந்த நேரத்தில் நம்ம கிரகம், அங்க போய் விழணும்னு இருக்கு'' காந்திமதி.

வாழ்வின் ஒவ்வொரு கணத்திலும் அறிவு, விழிப்பு, சிந்திப்பு செயல்படுகிறது. சிதறுகிறபோது விதி, கிரஹாசாரம், சனீஸ்வரன் என்ற வார்த்தைகள் இடம் பிடித்துக் கொள்கின்றன. பெண்கள் இரண்டு பேரின் மையமும் அதில் இருந்தது.

''நீங்க அதை எப்படிச் சொல்வீங்க மாமா?'' நாகம் திரும்பக் கேட்கிறாள்.

''நா எச்சரிக்கையா இல்லேங்கிறதுதான். அந்த நேரத்தில் நா ஆத்திரப்பட்டிருக்கக் கூடாது''

வேங்கடபதி பேசினார்.

''அதுதான் ஏன் அந்த நேரத்தில ஆத்திரப்பட வருது. விதி. அது நம்ம கண்ணை மறைக்குது''

''உங்க மனசு சமாதானத்துக்கு அது, ஆனா நா கவனமா நடக்கலேங்கிறதுதான்''

''அதைத்தான் நேரங்கிறோம். சில நேரங்கள்லே மனச்சமாதானமும் வேண்டியிருக்கில்லே. என்ன மாமா நா சொல்றது''

அது பெண்கள் எல்லோரது மொழியாகவும் வெளிப்பட்டது.

''இல்ல, நா அவரசப்பட்டுட்டேன்''

அவர் உறுதியாக இருந்தார்.

தண்ணீர் லாரிக்கு எப்போது உயிர்வரும், வீதிக்குள் எப்போது வந்து நடமாடும் என்பது தெரியாது. விலாப்புடைக்க தண்ணீரை அடக்கிக்கொண்டு ஆட்டுப்புழுக்கையாய் பேருந்துவரும் தார் ரோட்டை அதக்கி அதக்கி அரைத்துக்கொண்டு நட்டுக்க நின்றால்தான் உறுதி. வண்ணான் திடலில் தன்னை மறந்து பையன்கள் புழுதி கிளப்பிக் கொண்டிருக்கிறபோது அவர்கள் தெருவுக்கு தண்ணீர் லாரி வந்து போய்விடுகிறது. வீட்டை மறந்து விளையாடப் போயிருக்கிறார்கள். வேதாளம் போல் சாப்பாட்டு நேரத்துக்கு வீடு வந்து சேர்வார்கள் என்பதால் பெற்றவர்களுக்கும் மறந்து போய்விடுகிறது.

உயர்நிலைப் பள்ளிகளில் உள்ள மாணவ, மாணவிகள் ஏறுமுகத்திலிருந்தபோது, செம்பாக்கம் பகுதி அரசு உயர்நிலைப் பள்ளியின் படிப்பு இறங்குமுகமாயிருந்தது. பள்ளியின் சுவர்களுக்குள் செம்மிக் குவிந்து போயிருக்கிற உள்காரணிகள் பல இருக்கலாம். வெளியே வண்ணான் திடல் என்ற அந்தப்பெரிய போக்கிரி பிரதான காரணமாக இருந்தான். அந்த விஷவாயுச் சூழலுக்குள் போனவர்கள் மீண்டு வந்தது இல்லை. வேகவேகமாய் உள்ளே போனவர்கள், மெது, மெதுவாய்க் கூட வெளிவர ஆவதில்லை.

வெளிக்காரணங்கள் எத்தனை இருந்தாலும் உள் அழுகல் அதிகப்பட்டு, வீச்சம் எடுக்கும் முகாந்திரங்களைக் கண்டறிய தலைமையாசிரியர் முத்துமணி ஆசைப்பட்டார். அவருடைய ஆசை

அகால மரணம் கண்டாலும், உள்ளிருந்து வெள்ளிக் குருத்தொன்று விடையாய் முளைத்து அவர் தன் தகாயம் பரப்பியது.

எல்லா ஆசிரியர்களையும் திரட்டினார். பள்ளிக்குப் படிக்கிற மாணவர்கள் வெளியில் எப்படி இருக்கிறார்கள். என்பதை வீடுகளுக்குப் போய் கண்டறியச் சொன்னார். அவருக்கும் மாலை நேர நடை அந்தப் பகுதி வீடுகளுக்கும் போய் நின்றது. சில மாணவ மாணவிகளை அவரே பேட்டி கண்டார். சில பிள்ளைகள். வீட்டு ரகசியங்களை வெளியில் விடக்கூடாது என்று இறுக்கமாக மூடினார்கள். சில கதவுகள் திறந்தன. ஒன்றிரண்டு பிள்ளைகள், தெல்லுத் தெரிந்ததுபோல், சலார் என்று பதில் தந்தார்கள்.

இதுபோன்ற அரசு உயர்நிலைப் பள்ளிகள், மாநகராட்சிப் பள்ளிகளுக்கு வருகிற பெரும்பாலான பிள்ளைகளின் வீடுகள், ஒரு கட்டு வீடுகள் ஒரு அறையுள்ள குடும்பங்கள் வெளிச்சம் காற்று, தண்ணீர் வசதி ஏதுவுமற்ற குகைக்குள்ளிருந்து மாணவ, மாணவிகள் வெளிப்பட்டார்கள். ஒவ்வொரு குகைக்குள்ளேயும் ஒரு டி.வி.பெட்டி ஒரு ஓரப்புதருக்குள் அப்பா, அம்மாவின் இருள்கொட்டும் தாம்பத்யம், இவ்வகையான இரவுக்கும் பகலுக்கும் உள்ளேதான், பிள்ளைகளின் கல்வி நேரமும் இருந்தது என்று தலைமையாசிரியர் கண்டறிந்தார்

''பள்ளிக்கூடம் விட்டதும், வீடுகளுக்குப்போய் ஒரு காபியோ, தேநீரோ சாப்பிட்டுவிட்டு மாணவ மாணவியர் ஒரு மணி நேரம் சென்று திரும்பி வரவேண்டும் மாலை 5.30 மணிக்கு வகுப்புகள் முடியும்போது மாணவிகளை பெற்றோர்கள், அண்ணன், தம்பி, யாராவது ஒருவர் நேரில் வந்து அழைத்துச்செல்ல வேண்டும். இந்த நிபந்தனையின்பேரில் பத்து, பதினொன்று பன்னிரண்டாம் வகுப்புகளில் விருப்பமுள்ள மாணவ, மாணவிகள் சிறப்பு வகுப்புக்குச் சேரலாம்.''

தலைமையாசிரியரின் கணிப்புக்குப்பின் (சர்வே) வெளியிடப் பட்டு இந்த அறிக்கை எல்லாப் பிள்ளைகள் கையிலும்

கொடுக்கப்பட்டன. ஒரு மாதத்தில் பள்ளி முழுவதும் சூரியகாந்திப் பூக்கள் வெடித்தன. குளு குளு என்றிருக்கிற அந்தப் பிள்ளைகளது முகங்களைப் பார்க்கையில் தலைமையாசிரியரின் கெலிப்பு துண்டாய்த் தெரிந்தது.

செந்தில், கௌதம், பிரபு, செல்வகுமார் என்ற இந்தப் பையன்கள் அந்த சிறப்பு வகுப்பு கூட்டத்தில் இல்லை. அவர்கள் அய்க்கியமாக வண்ணான் திடலோ, அல்லது அது போல ஒரு இடமோ மாலை நேர இருளுக்கள் இருந்தது.

அவ்வையார் தெருவில் அந்த குள்ள நறுங்கல் உருவத்தின் கண்காணிப்பு ஒழுங்க, தெருவுக்கு தண்ணீர் லாரி வருகிறபோது வீடுகளுக்கு குடங்களாய்ப் போய்ச் சென்றடைவதை அவர்கள் கண்டிருக்கிறார்கள். ஏகாதேசம் அந்த உருவம் எங்கேயாவது தென்படும்.

புருஷன், பெஞ்சாதி இரண்டு பேரும் வேலைக்குப்போய் அனாதரவாய் நிற்கும் வீடுகளில் காலிக்குடங்களை வெளியே வைத்துவிட்டுப் போனார்கள். ஆளிருக்கிற வீடுகளில் பிடித்துக் கொள்வார்கள். இல்லாத வீடுகளில் அவர் முக்கி முக்கிச் சுமக்க, குடங்கள் நிமிர்ந்து போய், காம்பவுண்ட் சுவருக்குள் போய்ச்சேரும்.

சின்ன சின்னக் காரியமென்றாலும், வேங்கடபதிக்கு செதுக்கி வைத்ததுபோல் தேவையாயிருந்தது. சிறு காகிதம் எதுக்கும் ஆகாது. தெளிவுபடத் தெரிந்துகொண்டபின் கிழித்து, குப்பைக் கூடைக்குள் போடுவார். வேண்டாத தட்டு, முட்டுச் சாமான்கள், கழிக்க வேண்டிய பொருட்கள் அவர் பார்க்க இருக்கக்கூடாது வீடு, கழிவுச் சாமான்களின் கிடங்காக இருக்க முடியாது என்பார்.

அம்மா அப்படியில்லை. இரண்டு பேரையும் பொருந்திப் பார்த்த, கவிதா நினைத்தாள் பொருட்களை மேலே மேலே வாங்கிப் போடுவது அம்மாவுக்குப் பிடித்தமானது. தேவையிருந்தாலும், இல்லாமலிருந்தாலும், ஒரு பொருளைக் கண்டுவிட்டால், பிரியமாய் வாங்கி வைத்துக்கொள்வாள். ஆனால் பொருட்களின் இருப்பு பற்றி

பா. செயப்பிரகாசம் 363

அவளுக்குக் கவலையில்லை. ஆசை, ஆசையாய் அம்மா அள்ளி வந்த பொருட்கள், நாட்பட, நாட்பட மனசின் மூலையிலிருந்தே காணாமல் போய்விடும். கண்காணாத பிரதேசத்துக்கு விரட்டப்பட்டப் பொருட்களை அந்தப் பிரதேசத்துக்கே போய் மீட்டி எடுத்து வந்து ஒழித்திட அப்பாவுக்குப் பிடிக்கும்.

இரண்டு வேலைமுறை அவருக்கு ஒருபோதும் ஒத்துக்கொள்வதில்லை. ஏதாவது ஒரு காரியத்தை அரைகுறையாய் முழுங்கிக்கொண்டே, இன்னொரு காரியத்தைப் போகப் பிடிக்காது. புத்தக வாசிப்பு என்றால் அது மட்டும். இசை ரசிப்பு என்றால் அது தனி. இரண்டையும் கயிறு போட்டுக் கட்டி வைத்து சேர்க்க ரசிக்க அவருக்குப் பிடிக்காது. ஒன்றைச் செய்கிறபோதே இன்னொன்றைத் தொடுவது. அரக்கபரக்க எதிலும் அரைகுறையாய் வேலையை செய்வது இதெல்லாம் ஒரு காரியத்தின் ஒழுங்கைச் சிதைக்கும். ஒவ்வொரு செயலுக்கு உள்ளும் உள் ஓடும் ஒரு அழகு இருக்கிறது. அந்த அழகைச் சிதைக்கக்கூடாது என்பார்.

அவருக்கு கொஞ்சமும் பிடிக்காதது டி.வி. பார்த்துக் கொண்டே, அடுத்தவர்களிடம் பேசுவது. டி.வி.யை அமத்து என்பார். இல்லையென்றால் உறவுகளை சிநேகிதங்களை வரவேண்டாம் என்று சொல்லி விடுங்கள். வீட்டிற்குள்ளே ஒரு எதிரியை உட்கார வைத்துக்கொண்டு விருந்தினர்களையும் ஏன் உட்காரச் சொல்கிறீர்கள் என்று கேட்பார்.

ஒரு கடுதாசி எழுதினால் கூட, உடனே அஞ்சல் செய்துவிட வேண்டும் அடுத்து அந்த நாளிலேயே செய்ய வேண்டிய கடிதங்கள் இருக்கலாம். அல்லது வேற சாமான்கள் வாங்க, வெளியில் போய்வரவேண்டிய வேலை வரலாம். ஒரு நாளின் காரியங்கள் எல்லாவற்றையும் ஒன்றாய்ச் சேர்த்து ஒரே தடவையாய் செய்து வரவேண்டும் என்ற நினைப்பு வராதவர் அவர். இப்படியான சுறுசுறுப்பின் சின்னச் சின்ன ஒழுங்குகளின் நீட்சிதான் அவர். அவருடன் கூடவே இருந்தது. தெரு, அவரை கவனித்தது.

தெருக்காரர்களுக்கும், குடும்பத்தாருக்கும் ஒழுங்கின் உருவமாகத் தெரிந்தார்.

விண்ணென்று தெறிக்கிற இடது முழங்காலைப் பிடித்தபடி, தூக்கம் வெட்டப்பட்ட இரவுகளில் அவர் துடிக்கையில்,

"இந்த சுறுசுறுப்பும், ஒழுங்கும் தான் உங்கள் முழங்காலைப் பலிகொண்டுவிட்டது." என்றான் அன்புமதி.

வேங்கடபதி மகன் முகம் நோக்கினார். இன்று மருத்துவரிடம் போய் கட்டு மாற்ற வேண்டியது. மருத்துவ அறிக்கையை எங்கே வைத்தார்கள் என்று யாருக்கும் தெரியவில்லை.

ஒருவருக்கும் நிகால் பிடிபடவில்லை. ஒருவருக்கொருவர் மாற்றிக் கொடுத்த பதட்டத்திலும் பயத்திலும் நடமாடிக் கொண்டிருக்கிறார்கள். மொத்தமாய் வீடு முழுதும் இயல்பாய் இல்லை. அன்புமதி எரிச்சலின் மொத்தமாய் வீடு முழுதும் இயல்பாய் இல்லை. அன்புமதி எரிச்சலின் உச்சியில் உட்கார்ந்து கொண்டான்.

வேங்கடபதியால் நம்ப முடியாமல் இருந்தது. ஒரு நிகழ்ச்சி ஒவ்வொருக்கும் உள்ளிருந்த குண வாகை, மாற்றி வேறென்னை வேறோடு மேல்கொண்டு வரும் என்று நினைக்கவில்லை.

அந்த செதுக்கு மண்டை செந்தில் தனது வெளிக்குணங்களோடு வேங்கடபதிக்குப் பழிப்புக் காட்டிக்கொண்டே ஓடுகிறான். இதுபோல் ஆயிரம் செந்தில்கள். அவர்களிடம் தவறுகள், குற்றங்களின் பெரிய குமி பிறகு அதுவே திமிரின் மலையாய் நிமிர்ந்து பார்க்கிறது.

'அந்த வீட்டுக்காரர் என்ன சொல்றாரு தெரியுமா?'

அன்புமதி கேட்டான்.

"ஆளில்லாத பகல் பொழுதில் கொய்யா களவு போறது தெரியும். கொப்பு, கிளையெல்லாம் ஒடிஞ்சி கிடக்குறதைப் பார்த்தா தெரியலையாங்கிறார். அவரே கவலைப்படலே நீங்க காலை ஒடிச்சிட்டு வந்து கெடக்குறீங்க?"

''சின்ன அநீதி சின்னதையே எதிர் கொள்ளலைன்னா பெரிய அநீதியை எப்படி எதிர்கொள்ளப் போறோம்.''

''சின்ன அநீதி. பெரிய அநிதி. அது என்ன அவன்ஸ் கணக்கா?''

அநீதிகள், வன்முறைகளினூடாகத்தான் பயணம் நடக்கறது. என்கிறான். சப்பாத்திக் கள்ளியும், காக்கா முள்மரமும் வேலிக்கருவையும் முள்காடும் செழித்திருக்கம் கரைகளின் நடுவே நதி மௌனமாக நடக்கிறது. அது போலத்தான் வாழ்க்கை நதியும் வன்முறைகளுக்கும் ஊடாக நடக்கறது. இன்றைக்கு நேற்று அல்ல சமுதாயத் தோற்ற காலந்தொட்டு இந்த அமைப்பின் நியதி அப்படி என்று நியாயப்படுத்தினான்.

''முடியாது என்னால முடியாது'' என்றார் அழுத்தமாக வேங்கடபதி.

''அப்ப போங்க அடி வாங்குங்க. கட்டுப்போட்டுப் படுத்திருங்க'' அன்புமதி எழுந்து போனான்.

வேங்கடபதி

வண்ணான் திடல், மீள்காட்சி

ஜனவரி 2001

சதுக்கத்தில் வடபக்க சுற்றுச்சுவர் மேல் ஐந்து பேர் கொண்ட கூட்டம் உட்கார்ந்திருந்தது. முழு ஆள் நின்று உயர்த்துகிற அவ்வளவு உயரமான சுவரில் ஏறி உட்கார முடிந்தது ஆச்சரியம் தான். அதிசயத்துடன் ஏறிட்டு அவர்களைப் பார்த்தார். செந்தில், கௌதமன், செல்வகுமார், பிரபு, புதிதாக இன்னொருவன் சேர்ந்திருக்கிறான். சாதனையாகக் கருதி அந்த முகங்களை காலை இளங்காற்று தடவிப்போகிறது.

அந்தப்பகுதி குடியிருப்பு வாசிகள் காலை நடை பயில்வதற்கும் வந்து கொண்டிருக்கிறார்கள். சதுரமான திடல் அதன் குணவாகினால் நடைபயில பொருத்தமான இடமாக இல்லை. திடலுக்கு வெளியே

ஒழுங்கமைக்கப்பட்ட வீதிகளில் சிலவீதிகள் அகலமானவை. காலை 6 நடை போகிறார்கள்.

''அன்னைக்கு அடிப்பட்ட கடி நாய் வருதுடா'' கண் சிமிட்டுகிறான் கௌதமன். அவர்களுடைய பார்வை திரும்புகிறது. இளநேர அமைதியை உடைப்பதுபோல், 'கெக்கெக்கே' சிரிப்பு இளங்காற்றில் பறந்து தொடுகிறது.

பல மாதங்களுக்கு பின், இப்போதுதான் முழு வெளி உலகம் அவருக்குத் தரிசனமானகிறது.

நடைபோகிறவர்களின் முகங்களின் காலைத் தெளிவு இருந்தாலும் சந்தேகங்கள் கூடுகட்டி இருக்கின்றன. நகரத்தின் கிளையாக உருவெடுத்துவரும் அந்தப் பகுதி வண்ணான் திடலால் அசுத்தமாகிறதா? அல்லது வண்ணான் திடலுக்குள் வந்து நிறைகிறவர்களின் அழுக்குகளால் ஆகிறதா என்பதான சந்தேகங்கள் அவர்களுக்குள் நடமாடுகின்றன. தனக்குள்ளிருந்து சில குணங்களை, சதுக்கம் வெளியே கடத்துகிறது. வெளியே இருந்து வருகிற பொறுக்கிகள் கைநிறைய மடிநிறைய கொண்டு உள்ளே கொட்டுகிறார்கள்.

மதிற்சுவர் மேல் உட்காந்திருந்த அந்த ஐந்து பேரை ஏறிப்பார்வையில் உங்களை என்ன செய்றோம் பாருங்கடா என்று பார்வையாகத் தெறிக்கிறது. கோபம் அவர்களின் காலை நடையைக் கெடுத்துவிடும்போல் அவசரமாக அந்த இடத்தைக் கடந்து செல்கிறார்கள்.

சுற்றுச்சுவர் மேல் உட்கார்ந்து காலாட்டிக் கொண்டிருக்கிற ஐவரையும் கடக்கிறபோது, கடிநாய் வருதுடா என்ற வார்த்தைப் பிரயோகம் கேட்டது. ஒதுக்கியபடி ஊன்றுகோல் ஊன்றி நடந்தார். பின்புறமாகவே அவர்களுடைய ஏளனப் பார்வையும், தொடர்ந்து துரத்திக் கொண்டிருப்பதாக உணர்ந்தார்.

கௌதம் சுவர் மேலிருந்து குதிக்கிறான். வேகமாய் அவன் முன்னால் போய், ஒரு வளைவு அடித்துத் திரும்புகிறான். இப்போத

சல்யூட், அடிப்பதுபோல் அவன் கை உயருகிறது. வெளிப்பட்ட மூச்சில் கஞ்சாவோ, பான்பராக்கோ காலையிலேயே வாசனை கும்மென்றே பீறிடுகிறது.

பின்னால் கெக்கிலியும், கைதட்டலும் கிளம்புகிறது. 'வீரன்டா' என்று மற்றவர்கள் கைகொடுத்துப் பாராட்டுகிறார்கள்.

மூன்று கால்களுடன் நடந்துபோன அவரைச் சுற்றி வட்டமடித்து கேலி செய்த பயலைக் கோலைத் தூக்கி ஒரு போடு போட்டிருக்கலாம்.

மூன்றாவது காலையும் முடமாக்கிக் கொள்ளத் தயாராக இல்லை.

திசையெங்கும் சூழ்ந்து வரும் அநீதிகளை எப்படிக் கடப்பது என்று இப்போது தெரிந்துகொண்டார். ஊன்றுகோல்களோடு அவர்களைக் கடந்து செல்கிறார்.

## இரவு காவலன்

போக வர பத்து நாள். கல்யாணம் முடிந்து ஐந்து நாளில் திரும்பிவிட வேண்டும். மொத்தம் பதினைந்து நாள்தான் ஜோகீந்தரகிரிக்கு விடுமுறை கொடுத்திருந்தார்கள்.

கல்யாணமாகி ஒரே ஒரு இரவு மட்டும் ஜோகீந்தரகிரி, புதுப் பெண்ணுடன் தங்கியிருந்தான்.

கல்யாணத்திற்குப் போகிறபோது ஒரு டிரான்ஸிஸ்டர் கொண்டு போகவேண்டும் என்று நினைத்தான். அப்பா அண்ணன் அக்கா ஆகிய தன் வீட்டாரிடம் காட்டுவதைவிட, அவனுக்கு ஒரு புது ஆசை இருந்தது. இவையெல்லாம் அவனுக்கு அருகிலுள்ள முகங்கள், இதுவரை எங்கிருந்தது என்று தெரியாமல் இப்போது அவன் இதயத்துக்கு அருகில் வரும் ஒரு புதிய முகம் தன் ஐந்து வருஷ வாழ்வின் ஒரே சம்பாத்தியமான டிரான்ஸிஸ்டரை, புதிசாய் வரும் மணப் பெண்ணிடம் காட்ட வேண்டுமென்று ஜோகீந்தரகிரி நினைத்தான்.

இந்திய எல்லைத்தாண்டி நேப்பாள எல்லையில் கொண்டு போவதற்கு நூற்றுக்கும் 40 ரூபாய் வரி கட்ட வேண்டும். எல்லையில் ஒவ்வொரு பொருளுக்கும் வரி விதித்தார்கள். நானூறு ரூபாய் டிரான்ஸிஸ்டருக்கு 160 ரூபாய் வரி. அதனால் ஒரு இருநூறு ரூபாய்க்கு இன்னொருவரிடமிருந்து வாங்கியதாக ஒரு சர்டிபிக்கேட் கிடைப்பதற்கு முயற்சி செய்தான், அலுவலகத்தில் அவனுடைய ஆபீசர் கொடுக்க மறுத்துவிட்ட போது வெளியில் வேறு யாரும் கொடுக்கத் தயாராய் இல்லை. டிரான்ஸிஸ்டரும் அதன்மேல் எழுந்த கனாக்களும் சென்னையிலேயே பின்தங்கிவிட்டன. புதுமணப்

பெண்ணை அவன் எதிர்கொள்ள வேண்டும் என்ற ஆசைகளில் சிறு ஒச்சம் விழுந்துவிட்டது.

கல்யாணத்திற்கு ஒரு மாதம் விடுமுறை கேட்டபோது 15 நாள் மட்டுமே, அவனுடைய ஆசைக் கணக்கில் நிறைவேறியது. ஒரு கடைநிலை ஊழியனின் ஆசைகள் எத்தனை சதவீதம் நிறைவேற்றப்பட வேண்டும் என்று மேலதிகாரிகளின் புத்தகத்தில் விதிகள் இருந்தன.

அவனுடைய ஆசைச் சங்கிலிகள், கணக்கிட முடியாத மைல் நீளம் உடையது. மூவாயிரம் மைல்களுக்கு அப்பால் நேப்பாள தேசத்தின் பகுளம் என்ற ஊர் வரை அந்த ஆசைச் சங்கிலி நீண்டது.

ஜோகீந்தரகிரி என்ற இரவுக் காவலனின் பெயர், நேப்பாளத்தில் 'காட்மாண்டிலிருந்து அறுபது மைல் தூரத்தில் பகுளம் என்ற ஒரு பட்டிகாட்டில் ஆரம்பமாகிறது. பஸ்சிலிருந்து இறங்கி மனிதக் காலடி பட்டுத் தேய்ந்த ஒரு ஒற்றையடிப் பாதை பத்து மைல்களுக்கப்பால் உள்ள சின்னச் சிற்றூரில் போய் விழுகிறது.'

அந்த ஊருக்கே வயோதிகம் வந்துவிட்டிருந்தது. ஊரில் இளவட்டங்கள் அரிச்சலாய்த் தென்பட்டார்கள். சமீபத்தில் யுத்தம் நடந்து முடிந்த பூமிபோல், வயதான கிழடு கட்டைகள் மட்டுமே தங்கியிருந்தார்கள். சின்ன மண் வீடுகளில், குடிசைகளில் கயிற்றுக் கட்டிலில் காற்றற்ற மூலையில் கல் திண்ணையில் சுடர் மங்கிக் கிடக்கும் இந்தத் தீபங்களுக்காக வாழ்க்கை தேடி, இவர்களுடைய பிள்ளைகள் இராணுவ வீரர்களாகவும், இரவுக் காவலர்களாகவும் இந்தியா முழுவதும் கிடந்தார்கள்.

முதலில் இந்த வேலைக்குச் சேருகிறபோது ஜோகீந்தரகிரி அழுது விட்டான். சென்னை நகரத்தில் காலடி வைத்ததும், பழக்கமில்லாத இந்த மொழி அவனைப் பயமுறுத்தியது. அதற்கு முன் பல மொழிகளை அவன் கடந்து வந்துவிட்டான். ஒவ்வொரு நிலையத்திலும் ஒவ்வொரு மொழி காதில் விழுந்தது. மொழியோடு சேர்ந்து வித்தியாசமான முகங்கள் தெரிந்தன. அவன் இனத்துச் சாயல்

இல்லாத அந்நிய முகங்கள் அவனை நடுக்கமடைய வைத்தன. உண்மையில் அவனுடைய வீடு மலைப் பகுதியில் நடுக்காட்டில் இருக்கிறது. இந்த 'இண்டம்புதர் காட்டின்' கருகருவென்ற இரவு கூட ஏற்படுத்தாத நடுக்கத்தை இந்த நகரம் ஒரு நிமிடத்தில் உண்டாக்கிவிட்டது.

ஒரு உலுப்பில் பொல பொலவென்று உதிரும் அத்திப் பழங்களைப் போல் கண்களில் நீர்த்துளிகள் உதிர்ந்தன.

இன்னொரு அலுவலகத்தில் இரவுக் காவலனாக வேலை பார்க்கும் அசலூர்க்காரனான 'பபுனி' தான் அவனைத் தேற்றிக் கூட்டிக்கொண்டு போனான். அவன்தான் இவனை ஊரிலிருந்து கூட்டிக்கொண்டு வந்தது.

நகரம் முழுவதும் இரவு முழுவதும் அவர்கள் இரைந்து கிடக்கிறார்கள். லாந்தித் திரியும் இரவுப் பருந்துகள் போல, நகரமெங்கும் காணக் கிடக்கிறார்கள். நகரம் அவர்கள் காவலில்தான் இருக்கிறது. சின்ன மலைக் குன்றுகள் போல் உட்கார்ந்திருக்கும் மாளிகைகள், அதன் பணப்பெட்டிகள், குப்பைக் காடுபோல் ரூபாய் குவிந்து கிடக்கும் வங்கிகள், அதன் இரும்புக் கதவுகள் எல்லாம் இவர்களுடைய காவலில்தான் இருக்கிறது.

இவர்களுக்கு ஜோகீந்தரகிரி என்றோ, பவுனி என்றோ, துக்காராம் என்றோ மண்வாசனையோடு இட்ட பெயர்கள் இருந்தன. தாய், தந்தை தங்கள் இதயத்தின் ஒரு பகுதியை மண்ணில் நடமாடவிட்டு, அதற்குப் பெயரிட வேண்டுமென்பதற்காக ஒரு பெயர் நட்டனர். இல்லையென்றால் அவர்களுக்கு பெரியவன், நடவுள்ளவன் என்றுதான் பெயர்கள். ஊர்க்காரர்களின் அறிமுகத்துக்காகவே, ஒருபெயர் இட்டு நடமாடவிட்டனர். ஆனால் இங்கே நகரம் முழுவதும் பெயரே அத்துப்போய், ஒரே பெயரில்தான் அவர்கள் அழைக்கப்பட்டார்கள். ''கூர்க்கா''

மலைகளையும் காடுகளையும் கடந்து வந்த ஜோகீந்தரகிரியும் அவன் தோழர்களும் யார் யாரோ பகலில் மக்களைச் சுரண்டிச் சேர்த்த

பா. செயப்பிரகசாம் 371

பணத்திற்கு இரவுக் காவலர்கள் ஆனார்கள். பேங்குகளின் முன்னால், பங்களாக்கள் முன்னால், விரைத்த கட்டிடங்கள் முன்னால், வியாபார நிலையங்கள் முன்னால் அவர்கள் இரவு, பகல் எல்லா நேரத்திலும் நின்றார்கள்.

இரவில் மாளிகைகளைப் பார்த்துக்கொண்டிருக்கிற ஜோகீந்தரகிரிகளின் வீடுகள் நகரத்தில் சதசதப்புள்ள, நெருக்கடியுள்ள, மூச்சுத்திணறலுள்ள சேரிப்பகுதிகளில் இருந்தன, அந்த வீடுகளுக்கு வெப்ப தட்பநிலை என்று எதுவும் கிடையாது. முச்சூடும் மூச்சுத்திணறும் சீதோஷ்ணநிலை மட்டும் ஆட்சி செய்தது. இந்த ஐந்து வருஷங்களில் இரண்டு சாவுச் சேதிகள் வந்திறங்கின.

முதலில் அவனுக்கு ரொம்பவும் பிரியக்காரியான பூமா போய் விட்டாள். பூமா என்பதற்கு கிராமத்து மலர் என்று அர்த்தம். பள்ளிக் கூடத்தில் சேர்க்கிறபோது, அவன்தான் அவளுக்கு இந்தப் பேரை வைத்தது.

''உனக்கு நான் மிக வருத்தத்துடனும், கண்ணீரும் கம்பலையுமாய் எழுதுவது யாதெனில் உன் பிரியமுள்ள தங்கை பூமா உடல்நிலை சரியில்லாமல் இங்குள்ள வைத்தியரிடம் பார்த்தோம். இங்கு பார்க்க முடியாமல் 'தில்லபி' ஆஸ்பத்திரியில் போய்ப் பார்த்தோம். அவள் உடல்நிலை ரொம்ப மோசமாக ஆனபடியால், திரும்ப ஊருக்குக் கொண்டு வந்தோம். இங்கு வந்தவுடன் அவள் உயிர் இறைவனடி சேர்ந்துவிட்டது என்பதைத் தாளமுடியாத வருத்தத்துடன் உனக்கு தெரிவித்துக் கொள்கிறேன். அவள் மரணமடைந்த நாள் போன வெள்ளிக்கிழமை..''

அவன் வேலையில் சேர்ந்த ஐந்தாவது மாதத்தில் அண்ணனிடமிருந்து இந்தக் கடிதம் வந்தது.

காலையில் அலுவலகத்தில் பெஞ்சில் உட்கார்ந்து அந்தக் கடிதத்தைப் படித்தான். முன்னாள் உள்ள மேசையில் தலையை மோதி மோதி அழுதான். கலங்கலும் மங்கலுமான வார்த்தைகள் புரியாத மொழியில் அலுவலகம் முழுவதும் ஒலித்தது. எந்த மொழியிலும்

சோகம் என்பது வார்த்தைகள் அற்றது. துயரம் எல்லா மொழிக்கும் ஒன்றாகத் தான் இருக்கிறது. கண்ணீர், அழுகை, முகபாவம் என்ற வார்த்தைகளால் அர்த்தப்படுத்திக் கொள்ள முடிகிறது.

நேப்பாளி மொழி புரியாவிட்டாலும் அவன் குமுறி அழுத அழுகையில், நேசத்தின் மொழி எல்லோருக்கும் புரிந்தது.

''நா உயிருக்கு உயிரா வளத்தனே, நா இருந்தா எம் பூமாலையை காப்பாத்தியிருப்பனே. எப்படியெல்லாம் வளத்தேன். என் உயிரே போயிருச்சே. கஷ்டப்பட்டு எப்படியாவது படிக்க வைச்சிரணும்னு நெனைச்சனே ஸார். எல்லாம் போயிருச்சே ஸார். என் உயிரே போயிருச்சே ஸார்.''

ஊரிலிருந்து இரண்டு மைல் தொலைவில் ஒரு பள்ளிக்கூடம் இருந்தது. அந்த மலைக்காட்டில் அவ்வளவு பக்கத்தில் பள்ளிக்கூடம் கிடைப்பது அருமையானதுதான். தன் வீட்டில் ஒருத்தராவது படித்துவிட வேண்டுமென்று கிரி நினைத்தான். அவனுக்குப் பின் பிறந்த கடைக்குட்டியான பூமாவை ரெண்டு மைல் தூரம் கூட்டிக்கொண்டு போய் பள்ளிக்கூடத்தில் விட்டு வந்தான். மூன்று மணிநேரம் பக்கத்துக் காடுகளில் சுற்றி நேரம் தாட்டிவிட்டு, பள்ளிக்கூடம் விட்டதும் பூமாவைக் கூட்டி வந்தான்.

அந்தக் கடைக்குட்டி ஒரு சின்னக் கடிதத்தில் அடங்கிப் போனாள். சின்ன கடிதத்துக்குள் அவள் பேச்சு, மூச்சற்றுப் போய்க் கிடக்கிறாள். அதற்குள் முகம் தெரிவதுபோல் அந்தக் கடித்தையே ஜோகீந்தரகிரி உற்றுப் பார்த்துக் கொண்டிந்தான்.

இரண்டு வருஷங்களுக்குப்பின் இன்னொரு தந்தி வந்தது. டிரெயின், பஸ் என்று அவன் ஏறி, இடிபட்டு, கக்கூஸ் ஓரத்தில் நின்று ஊர் போய்ச் சேருகையில் அம்மாவின் முகம் கிடைக்கவில்லை. அம்மா செத்துப் போய்விட்டாள். ஐந்து நாள் பயணம் இங்கிருந்து ஆகிறது. அவள் இருந்த இடங்கள், அவள் இப்போதும் அங்கே உட்கார்ந்தும் படுத்தும் இருந்த இடங்களைப் பார்த்துப் பார்த்து அழுதான். அம்மா தன் மூடிய இமைகளுக்குள் மகனை வைத்துக்கொண்டே இறந்து போயிருந்தாள்.

''உனைப் பாக்கணும்னு கேட்டாளேடா, பாவி, ரெண்டு பேருக்கும் கொடுத்து வைக்கலியே, பாவி கொடுத்து வைக்கலியே?''

அக்கா அவனைக் கட்டிப் பிடித்துக் கொண்டு கதறினாள்.

இந்த ஐந்தாண்டுகள் கிரிக்கு நிறைய சொல்லிக் கொடுத்து விட்டன. கொஞ்சம் கொஞ்சமாய் குடும்பம், உறவு பற்றிய நினைவுகள் விலகிப் போய்க்கொண்டிருந்தன. ராத் தனிமையில், பூட்டப்பட்ட ஆபீஸ் கதவுகளுக்கு முன்னால் உட்கார்ந்து, பேச்சு மூச்சற்றுப்போய் இப்போதெல்லாம் அவள் வானத்தைப் பார்த்துக் கொண்டிருப்பதில்லை. இனம் தெரியாத ஒரு நட்சத்திரத்தைத் தேடிக் கொண்டிருப்பது போல் 'மெகால்' பிடித்துப்போய் அவன் உட்கார்ந்து கொண்டிருப்பதில்லை. இவையெல்லாம் சாதாரண தடவல் போல் எடுத்துக்கொண்டு செல்ல இந்த வருடங்கள் சொல்லிக் கொடுத்துவிட்டன.

அவன் மாலை ஐந்து மணிக்கு அலுவலகக் காவலுக்கு போவான். அது துட்டுப் பழக்கமுள்ள அரசாங்க அலுவலகம் தினமும் வரவு, செலவு பார்த்து நோட்டுக்களைப் பிரித்து அதிகாரியும் கணக்கரும் எண்ணிப் பூட்டி வைத்துவிட்டுப் போவார்கள். இரவு பூரா அவன் காவலிருந்தான். மறுநாள் கடைநிலை ஊழியர்கள் வருகிற காலை 10 மணி வரை காவல் நடந்தது.

## 2

புதுமணப் பெண்ணாக இருந்தாலும், மனைவியுடன் கொஞ்சிக் கொண்டிருக்க முடியாதுதான்.

புதுமணப் பெண் என்ன நினைக்கிறாள்? அவள் தன் இதயத்திற்கு அருகில் இருக்கிறாளா, இல்லையா, கிரிக்கு ஒன்றும் அறிந்து கொள்ள முடியவில்லை. கண்களில் கனவுகள் நெரு நெருவென்றிருந்தன கல்யாணமாகி ஒரு இரவு மட்டுமே அவளுடன் சேர்ந்திருந்தது. மீதி நாட்கள் பிரயாணத்தில் கழிந்தன. ரயிலில் உட்காருகிறாயா சாப்பிடுகிறாயா, பழம் வேண்டுமா என்ற வார்த்தைகளோடு சரி,

அதற்குமேல் வார்த்தையாட, அந்தப் பெட்டி, தன் சின்ன வீட்டைப்போல் இருந்தாலும், அது வீடு அல்ல.

அவளுக்குச் சொல்ல வேண்டியதிருக்கும், புதிதாய் தன் உயிருக்குத் துணையாய் வந்திருக்கும் இன்னொரு உயிரிடம் அவளுக்குச் சொல்ல வேண்டியதிருக்காதா?

தன்னைப்போல், தனது பிரதேசத்திலிருந்து வந்திருக்கும் ஆயிரக் கணக்கான இரவுக் காவலர்கள் எப்படி, குடும்பம் நடத்துகிறார்கள்? சுற்றிச் சூரியன் எரித்து கொண்டிருக்கிற பகல்களே, அவர்களுக்கு இரவுகளாக மாறுமா? மற்றவர்களுடைய இரவுகளுக்குக் காவலனான அவர்களுக்கு அவர்களுடைய இரவுகள் தரப்படவில்லையா?

பவுனி, கொஞ்சம் திரிந்து போய்விட்டான். அவன் மனைவியை ஊருக்கு அனுப்பி இரண்டு வருஷமாகிறது. மனைவி, குழந்தைகளை வைத்துக்கொண்டு வருமானம் கட்டுப்படியாகவில்லை. ஊருக்கு அனுப்பிவிட்டு மாதா மாதம் பணம் அனுப்புகிறான். வீட்டுக்காரியை ஏன் கூட்டி வரவில்லை என்று கேட்டால் பவுனி சொல்வான்.

''அதுக்கென்ன நெனைச்சா கெடைக்ககுது பிறகு எதுக்கு?''

''நீ ஏன் இப்படிப் பேசறே?''

''நமக்கு அவ்வளவுதான் விதிச்சிருக்கு''

அவன் இருக்கிற வாழ்க்கைதான் அவனை இப்பிடி பேச வைக்கிறது என்பதை கிரி சொன்னான்.

கடற்கரையிலிருந்து புறப்பட்டு, காற்று பீச் சாலையில் வட்டமடித்து நின்றது. அர்த்தராத்திரியில் புதிதாய்ச் சிரிக்கும் குழந்தை போல் கல்மிஷம் அத்து சந்தோஷமாய்ச் சத்தமிட்டது. பல்கலைகழகக் கட்டிடங்களில் குட்டிக் கரணமடித்து தாண்டியது. திறந்து கிடந்த நீண்ட பொட்டல் வெளியில் நெட்டடோட்டமாய் ஓடி குழைந்து துவண்டு, அலுவலக வெளியில் படுத்தது.

புதுமணப் பெண் நாகீயை மனுஷத் தொடர்பு இல்லாத பகல் வெக்கை பாதித்துவிட்டது. சின்ன வீட்டில் புதிதாய் வந்த இரவுகளைப்

பார்த்து நாகீ பயந்தாள். ஏகக்கணக்கில் அறிமுகமில்லாத முகங்கள், பழக்கமில்லாத மொழி, அவளை நோயடையச் செய்தது, மூலையில் குன்னிப்போய் உட்கார்ந்து, வெறித்து அவர்களையே நோட்டமிட்டாள். செடி நெருக்கமும், பூக்களும், மலைக் குன்றுகளுமுள்ள அவள் வீட்டிலிருந்து பிரித்து, தனியே வலுக்கட்டாயமாக ஒடுக்கி வைக்கப்பட்ட பறவை போல் உணர்ந்தாள்.

பதினோராவது நாள் அவளுக்கு ஜுரம் கண்டது. பகலில் ஜோகீந்தரகிரி பக்கத்தில் இருந்தான். அவனில்லாத இரவில் குப்புறப் படுத்து ஜுர வேகத்துடன் கண் முழிக்காமல் கிடந்தாள்.

எந்த மழை பெய்தால் புதுமண் வாசனை குப்பென்று மேலெழுந்து வீசுமோ, அந்த வாசனையைப் பேச, சொல்ல ஜோகீந்தரகிரியின் வானத்தில் இடமில்லாமல் போயிற்று. செடி நெருக்கமான இண்டம் புதர் இடுக்கில் தனியாய் நின்று பயத்துடன் எட்டிப் பார்க்கும் குறு புப்பயிர் போல், வெளுத்து நின்றாள்.

இப்போதும் அவன் பக்கத்திலிருந்தால் நாகீயின் பயமும் ஜுரமும் பஸ்பமாகிவிடும்.

தவ்வாளி போட்டுக் குதியாட்டமாய் வந்த காற்று, வேப்பமர நிழல்களைக் கட்டிப் புரண்டு உருட்டியது. வேப்பமர நிகழ்களைத் தூக்கிக்கொண்டு கொஞ்ச தூரம் ஓடியது. மறுபடி மெல்ல கொண்டு வந்து நிறுத்திவிட்டு அலுவலகத்தின் முன்னால் உட்கார்ந்திருந்த இரவுக் காவலனைத் தொட்டது.

அந்தக் காற்றும், இரவும், அவனிடம் ஏதோ பேசியது.

அலுவலகத்தின் சீல்வைத்த பூட்டுகள் சரியாக இருக்கிறதா என்று அசைத்துப் பார்த்தான். வெளிக்கதவைப் பூட்டி சாவியைக் கையில் எடுத்துக்கொண்டு புறப்பட்டான்.

புதுப் பெண்ணுக்கு நம்பமுடியாமல் இருந்தது. கல்யாணத்தன்று முதன்முதலாக எப்படிப் பார்த்தாளோ அதுபோல் பார்த்தாள். அடக்கமுடியாத கண்ணீர் வெடிப்புடன் கண் மலர்த்திப் பார்த்தாள்.

"ராத்திரி எங்கே இருந்தே"

"இங்கதான் இருந்தேன் சார்"

"இல்ல பொய் சொல்லாதே"

"இல்ல சார், சத்தியமா இங்கதான் இருந்தேன்"

"எங்கே போனே?"

"சாயா குடிக்க"

ஜோகீந்தரகிரியின் கையில் குற்றச்சாட்டுக் கடிதம் தரப்பட்டது "மறுநாள் நடக்கவிருந்த விவசாயிகள் போராட்டம் தொடர்பாய் காவல் துறைக்கு ஒதுக்கப்பட்டிருந்த அலுவலக வாகனத்தை எடுப்பதற்காக விடியற்காலை நான்கு மணிக்கு டிரைவர் வந்தபோது கதவுகள் பூட்டப்பட்டிருந்தன.ஆறு நாட்கள் வசூலான பணம் பேங்கில் கட்டப்படுவதற்காக அலுவலகத்தில் வைக்கப்பட்டிருந்தது. அலுவலகக் கடமைகளில் கவனமில்லாமல் இராப்பொழுதுல் வீட்டில் போய் படுத்து தூங்கி இருக்கிறான். இத்தவறுகளை மறைக்கும் நோக்கத்துடன் மேலதிகாரியிடம் பொய் சொல்லி மறைக்க முயன்று இருக்கிறான்" அலுவலகக் குற்றச்சாட்டு, அதிகாரி கையெழுத்திட்டு அவன் கையில் கொடுக்கப்பட்டது. அவன் கடமையில் இருந்து தவறியதோடு அத்தவறுகளை மறைப்பதற்காக பொய் சொன்னதற்காகவும் இது மிகபெரிய குற்றங்களில் ஒன்று என்றும் தற்காலிகமாக அவனை வேலை நீக்கம் செய்திருப்பதாக அந்த உத்தரவில் குறிப்பிடப்பட்டிருந்தது.

மூவாயிரம் மைல்களுக்கு அப்பால் உள்ள பகுளம் என்ற காட்டு கிராமத்தின் மேற்கு மூலை வீட்டில், கயிற்றுக் கட்டிலில், பிரம்புக் கூடைபோல் கிடந்த ஒரு நோயாளியின் கண்கள் வாசலிலேயே பதிந்திருந்தன. வழக்கமாய் மாதத்தின் முதல் வாரத்தை நோக்கி, அந்தக் கண்கள் காத்திருந்தன. அந்த மாதம் தபால்காரன் வரவில்லை.

# சிங்கம்

''இன்னைக்கு சந்தைப் போறோம்''

சந்தை திலகர் திடலில் கூடியது. மதுரை வசந்தரபுரத்திலிருந்து நகரன் நடு மத்தியிலிருக்கும் திலகர் திடலுக்கு அவர்கள் போக இருக்கிறார்கள். அய்யாவின் கையில் இரண்டு ரூபாய் இருந்தது.

அந்த வாரம் முழுவதும் மில்லில் காலை நேர வேலை, வேலை முடிந்து மூன்று மணிக்குத் திரும்பியபோதுதான் அய்யாவிடமிருந்து (அப்பா) இந்த அறிவிப்பு வந்தது.

அழகேந்திரன் கூட்டாளிகளுடன் ஒன்றிரண்டு தடவை சந்தைக்குப் போயிருக்கிறான். அவர்களறிய அவ்வளவு பெரிய சந்தையை வேறெங்கும் கண்டதில்லை. ஞாயிற்றுக்கிழமை காலைப் பொழுதில் சந்தை ஆரம்பித்தது. அவனும் கூட்டாளிகளும் விசுக், விசுக் என்று நடந்து அரைமணி நடையில் சந்தையை எட்டிப் பிடித்து விடுவார்கள். சில நேரங்களில் ஒட்டப்பந்தயம் நடக்கும். நான்கு கால்களையும் அடிவயிற்றில் சேர்த்து வைத்துக்கொண்டு பறக்கும் ராஜபாளையம் நாய் மாதிரி, ஊசிமண்டை என்ற லிங்கம் ஓட்டம் கிண்ணிவிடுவான். பள்ளிக்கூடத்தில் ஓட்டப்பந்தயம் விடுகிற போதெல்லாம் அவன்தான் முதலில் வருவான்.

சந்தைக்குப் போகிற தூரம் எவ்வவளவோ, அவ்வளவுதான் திரும்புகிற தூரமும், ஆனால், போகிறபோது புத்திளமையாய் எடுக்கிற அரைமணி நேரம் திரும்புகையில் இரண்டு மணி நேரமாய் இழுத்தது. திரும்பி வருகிறபோது அவர்கள் ஒவ்வொருவர் கையிலும் மண்டைத் தண்டி கிளி மூக்கு மாம்பழம் உட்கார்ந்திருக்கும், வெட்டித்

தரச்சொல்லி இரு கைகளிலும் ஏந்தி, நீள நீளமான கீற்றுக்களிலிருந்து சாறு வழிந்து கைகளின் விரல்கள் வழியாகச் சொட்டுப்போடும். அது ஒரு சிரிப்பான காட்சிதான் ஒரு கையில் சூதானமாய் ஏந்திக்கொண்டு இன்னொரு கையை நக்கியபடி நடப்பார்கள்.

''இன்னைக்கு நாங்க சந்தைக்குப் போறோம்.''

அழகேந்திரன் கூட்டாளிகளிடம் சொன்னான். சுப்பிரமணி, மாரி, ஊசிமண்டை என்கிற லிங்கம், பெரிய பெருமாள் ஆச்சரியமாய்ப் பார்த்தார்கள். அழகேந்திரனைச் சுற்றி எழும்பியிருக்கிற அய்யா என்ற கோட்டையை உடைத்துக்கொண்டு அவர்கள் உள்ளே நுழைய முடியாது. அவனுடன் சேர்ந்து போக வாய்ப்பில்லை இயலாமையுடன் பார்த்தார்கள். ஊதப்பட்ட பலூன்போல் 'பொம்'மென்றிருக்கும் கிளிமூக்கு மாம்பழம் அவர்கள் கண்களுக்குள் வந்தது.

''இன்றைக்கு ஒங்க தலைவர் பேசுறாரா?''

லிங்கம் கேட்டான்.

சந்தை கூடுகிற திலகர் திடல், அரசியல் கூட்டம் நடக்கிற இடமாகவும் இருந்தது.

திடலில் திட்டுத் திட்டாய் மண்ணைக் கூட்டிக் குவித்து கோணிப்பையோ சித்தானோ விரித்து பொருட்களைப் பரப்பி இருப்பார்கள். சிறு வியாபாரிகள். காடா விளக்கின் தீயசைவுகள் திடல் முழுதும் சிரித்துக் கிடக்கும். மின்னலைக் கூட்டிக் குவித்து கண்ணாடி பெட்டிக்குள் அடைத்த பெட்ரோமாக்ஸ் விளக்குகள் அங்கங்கே ஒளியடிக்கும். குனிந்து சாமான் வாங்குகிற முகங்கள், வெள்ளி மாதிரி தளதளப்பாய்க் காட்சியாகும்.

சில ஞாயிற்றுக்கிழமைகளில் சந்தையைக் காவு கொடுத்து கட்சி கூட்டங்கள் நடைபெறுவதுண்டு. கூட்டம் பெருக்கெடுக்கப் பெருக்கெடுக்க கடைகளை ஏறக்கட்ட ஆரம்பிப்பார்கள். அந்த நாட்களில் அந்த கடைகளை சீக்கிரம் முடித்துக்கொள்ள கடைக்காரார்கள் விதிக்கப்பட்டிருக்கிறார்கள்.

அவர்கள் சந்தைக்குப் போவது பெரும்பாலும் ஞாயிற்றுக் கிழமைகளில்தான். ஞாயிற்றுக்கிழமை பள்ளிக்கு விடுமுறையாக இருக்கிறது என்பது காரணமல்ல.

அந்தி சாய்ந்து இருட்டுத் தட்டுகிறபோது,

''எடு, கிளிமூக்கு மாம்பழம் ரூபாய்க்கு நாலு? போடு கிளி மூக்கு நாலூ..''

ஏலம் நடப்பதைக் கேட்பார்கள். காலையில் ஐம்பது காசுக்குக் குறையாது கறாராய் விற்பனையான ஒரு பழம், பொழுது சாயச் சாய ரூபாய்க்கு நாலு ஆகியிருக்கும். காலபொழுதில் வியாபாரிகளுக்குப் பேச்சு கூட அளவெடுத்து வரும். விலை கேட்கிறவர்களிடம் பேசக்கூட மாட்டார்கள். 'வந்தமா, பாத்தமா, வாங்கனமா பேசாம போய்க்கிட்டு இரு' என்பதாக அவர்களின் முகமொழி தென்படும்.

பேச்சுமொழியில் தெரிகிறதைவிட வியாபாரிகளின் முகமொழி அதிகமாகப் புலப்படுத்தும். ஆயிரம் அர்த்தங்களை அடைத்துக் கொண்டு வரும் முகமொழி வித்தியாசமானது. நேரம் கூடக் கூட நேரத்திற்குத்தகுந்தாற்போல் முகமொழியின் பாவமும் மாறும்.

நதியில் நீர்வடிய வடிய ஓரத்தில் தங்கும் வண்டல் படிவங்கள் போல் நாளின் பொழுது ஓட, ஓட களைப்பின் கோடுகள் வியாபாரிகளின் முகங்களில் படிந்திருக்கும். அவர்களது களைப்பின் கணத்திற்கும் பொருட்களின் விலை கணமிழப்பதற்கும் தொடர்பிருந்தது.

அவர்களுடைய களைப்பின் கோடுகளை அளந்துகொண்டே பையன்கள் அவர்களிடம் ஒண்டுவார்கள். அநத் நேரத்தில் கேட்ட விலைக்குத் தள்ளிவிடுவார்கள் வியாபாரிகள்.

கட்சிக் கூட்டம் நடக்கிற நாட்கள் சபிக்கப்பட்ட நாட்கள்தான். சபிக்கப்பட்டது வியாபாரிகள் மட்டுமல்ல. கிளிமூக்கு மாம்பழக் கனவுகளுடன் சந்தைக்குப் போன பையன்களும் கனவு நொறுங்கித் திரும்புவார்கள். அங்கே போனபிறகுதான் தெரியும் கூட்டம் நடக்கிற சங்கதி.

''இன்னைக்கு ஒங்க தலைவர் பேசுறாரா?''

''ஆமா''

உண்மையில் தலைவருடைய கூட்டம் இன்றில்லை. சிநேகிதர்கள் கேட்கிறார்களே என்பதற்காக அவன் சேர்த்துக் கொண்டது. சந்தைக்குப் போவதால், கூடுதலாகச் சேர்கிற ஒரு பெருமையைத் தட்டிவிட்டுவிடக் கூடாதே என்பதில் அவன் கருத்தாக இருந்தான்.

இதற்கு முன் ஒரே தடவைதான் அவன் தலைவருடைய கூட்டத்திற்குப் போயிருக்கிறான்.

அன்றொரு புதிய அரசியல் கட்சி உதயமாகியிருந்தது. ஆறு மாதங்கள் முன்பு நடந்த விஷயம் அது. ஆட்சியாளர்களிடம் அதிருப்தியடைந்த சிலர் ஆளும் கட்சியிலிருந்து விலகி, புதிய கட்சி தொடங்கியிருந்தார்கள்.

மாநாடு முடிந்து. அவனும் அய்யாவும் (அப்பா) வைகை ஆற்றுப் பாலத்தின் மேல் நடந்து வருகையில்தான் தலைவரைக் கைது செய்துவிட்டதாக சேதி வந்தது.

அது தலைவருடைய கட்சி மாநாடு அல்ல. புதிதாய் கட்சி மாநாடு அல்ல. புதிதாய் வேர் பதிய வைக்கும் இன்னொரு கட்சிக்கு வாழ்த்து நீர் வார்த்திட தலைவரைக் கூப்பிட்டியிருந்தார்கள். வைகையாற்றின் வடக்கேயிருக்கும் தமுக்கம் மைதானத்தில் நடைபெற்ற மாநாட்டில் தலைவர் வாழ்த்திப் பேசி முடித்திருந்தார். அப்போது இரவு பதினோரு மணி.

பத்து மணியோடு நகரப் பேருந்துகளின் போக்குவரத்து அத்துப் போயிருந்தது. சைக்கிள் ரிக்ஷாக்களுக்கு நல்ல இழப்பு. மதுரையின் வடக்கு முனையிலிருந்து தென்மேற்கு மூலையிலுள்ள வசந்தபுரத்துக்கு ரிக்ஷா சவாரி செய்ய ஆலைத் தொழிலாளியின் ஒரு நாள் சம்பளம் கட்டுபடியாகாது.

''தலைவர் ஒண்ணு சொன்னார் கவனிச்சியா? ''

அவன் அய்யாவின் முகத்தை ஏறிட்டுப் பார்த்தான்.

"அது வேத வாக்கியம். வேத வாக்கியம் சொல்றது தலைவர் மாதிரி ஒண்ணு, ரெண்டு பேருக்குத்தான் வரும். தண்ணீரு விக்கிச் செத்தவனும் உண்டு. விஷம் சாப்பிட்டுப் பிழைச்சவனும் உண்டு. எத்தனை அர்த்தம் இதுக்குள்ள ஓடுது"

இதேமாதிரி வேறொரு வாசகமும் உண்டு. அதுவும் தலைவர் சொன்னதாக அய்யா சொல்லிக் கேள்விபட்டதுதான்.

"வரப்பு தடுக்கி விழுந்து செத்தவனும் உண்டு
பனைமரத்திலிருந்து விழுந்து பிழைச்சவனும் உண்டு."

தண்ணீர் குடிக்கிறபோது தொண்டைக்குழி வழியாக இறங்குவதற்குப் பதில், சுவாசக்குழாய் வழியாக இறங்கி விடுகிறது. சுவாசக் குழாய் அடைத்து, மூச்சுத் திணறி செத்துப் போகிறவன். ஆனால் சாவதற்காக ஒருவன் பாஷாணம் சாப்பிடுகிறான். ஏற்கனவே அவன் குடலுக்குள் அலையும் விஷக்கிருமிகள் பாஷாணத்தைச் சாப்பிட்டு அவன் பிழைத்துக் கொள்கிறான்.

சிறுவயதில் படிப்பதும், கேட்பதும் பதிவாகிவிட்டால் அழிபடுவதில்லை. அழகேந்திரனுக்குள் இதுமாதிரியான சோடிப்பு வாசகங்கள் அச்சுபோல் நிறைய பதிந்து கிடக்கின்றன. அதற்கு இன்னொரு காரணம் அதிலிருக்கும் சொற்செட்டு. இது மாதிரி சேமித்து செம்மிப் போய்க் கிடப்பவைகளில் ஏதாவது ஒன்றை எடுத்து சமயம் பார்த்துக் சுண்டிவிட முடியும். அப்போது அவன் வயது கூடி அனுபவம் பழுத்த பெரிய ஆளாகத் தோற்றமளிப்பான்.

உற்சாகமாகப் பேசிக்கொண்டே வீடு போய்ச் சேர்ந்துவிட முடியும். அதற்கு ஏழாம் வகுப்பு படிக்கிற பையனைப்போல் உற்ற தோழன் யாரும் இருக்கமுடியாது. பன்னிரெண்டு வயதுப் பாலனின் கையைப் பிடித்துக்கொண்டு வைகை ஆற்றுப் பாலத்தின் மேல் நடந்தார் அய்யா இடது கை, வேட்டி முனையைத் தூக்கிப் பிடித்து இருந்தது.

"சிங்கம் சிவஞானமா?" என்றுதான் அவரைக் கேட்பார்கள். அய்யா நடந்து வருகையில் சிங்கம் நடந்து வருவது போல் நடப்பார்.

அந்தக் கம்பீர நடைக்காக அல்ல அவருக்கு அந்தப் பேர் வந்தது. கட்சியின் சிங்கக் கொடியைப் பிடித்துக்கொண்டு மில் தொழிலாளர்கள் மட்டுமே வசிக்கிற பகுதியில் அவர்தான் முதன் முதலாக ஊர்வலத்திற்குப் போனார். இன்னொரு நாள் வாடகை சைக்கிள்ல கொடி கட்டிக் கொண்டு கண்டனக் கூட்டத்திற்குப் போய் வந்தார். இப்படித்தான் சிங்கம் வந்தது. அந்தப் பகுதி முழுதும் 'சிங்கம் சிவஞானத்தை'த் தெரிந்தது.

நகரை ஒரு பகுதிகளாய் நடுவாகப் பிளந்தது ஆறு. பிளந்த இரு பகுதிகளை ஒட்டவைத்ததுபோல் தென்பட்ட பாலத்தின் வடக்கு முனையில் தலைவரைக் கைது செய்திருக்கிறார்கள். கைது செய்து காரிலிருந்து இறக்கி, போலீஸ் ஜீப்புக்கு மாற்றினார்கள். கொஞ்ச நேரம் முன்னால்தான் போலீஸ் ஜீப்புகளும் வேன்களும் அவர்களைப் பரபரப்புடன் கடந்து சென்றன.

தலைவரைக் கைது செய்த சேதி வந்ததும் அய்யா பரபரப்பாகி விட்டார். ''கைது பண்ணிட்டாங்க. ஆனா, எப்படியாவது தப்பி வெளியே வந்திருவாரு பாரு'' என்றார்.

பொய் வழக்கு, கைது எல்லாம் தலைவரின் மனத்திடத்தை அசைத்துவிடாது. கைது என்பது ஒரு கற்பனை. இந்தக் கற்பனையைப் பொய்யாக்கிவிட்டு மக்கள் எல்லோரும் காண தலைவர் வந்து நிற்பார் என அய்யாவின் மனக் குறளி நம்பியது.

''திடீர்னு ஒருநாள் வெளியே வந்து மக்களை அதிசயப்பட வைக்கப் போறாரு பாரு''

அய்யாவின் நெஞ்சில் உறுதி வேர் கொண்டிருந்தது. ஆழமான வேரிலிருந்து சாரம் கொண்டு முளைத்த நம்பிக்கை கண்களில் மின்னியது.

வெற்றுடம்புடன் படுத்துக் கிடக்கும் ஆதிகால மனிதன் போல் ஆறுமட்ட மல்லாக்கப்படுத்துக் கிடந்து. ஆற்றின் குண்டு குழிகளில் திப்புத் திப்பாய் மினுங்கியது. தண்ணீர். பாம்புச் சட்டை போல்,

காற்றுக்கு நீரில் மேல் அலைகள் அசங்கின. தென்கிழக்கு மூலையில் மின்னல் சிதறியது. மழை மேகம் காலூன்றியிருந்தது.

''வடஞ்சுருட்டி மூலை அதுதான்'' கிராமத்தின் வாசனை அறியாத மகனுக்கு, கிராமத்து மக்களின் வட்டார மொழியைச் சொல்லித் தந்தார் அய்யா.

'வடஞ்சுரட்டி மூலையில் மேகம் காலூனிருச்சின்னா காட்டுக்குப் போன ஏர்களோட வடத்தைச் சுருட்டுதுக்குள்ளே மழை வந்திருமாம் வடஞ்சுருட்டி மூலை மழை வந்தாலே எக்குதப்பா ஒரே போடாய் அடிக்கும். எத்தனை ஏக்கர் இருந்தாலும், ஒரே வெள்ளாமை எடுத்திரலாம்.'

சிதறு தேங்காய் வீசியதுபோல் ஆலங்கட்டி மழை அடித்தது. ஆற்றுப் பாலத்திலிருந்து அவர்கள் கீழே இறங்கியிருந்தார்கள். தீராத கோபத்தையெல்லாம் சேர்த்து வைத்து இறக்குவது போல் பூமியின் மண்டையில் ஓங்கி படபடவென்று போட்டது. சொடக்குப் போடுகிற நேரத்தில் முழங்காலளவு தண்ணீர் பெருக்கெடுத்து ஓடியது.

''தலைவரே ஜெயிலுக்குள்ளே இருக்காரு. நாம நனைஞ்சா என்ன?'' என்றார் அய்யா. மழையில் நனைவதால் யாரும் முளைத்துப் போய்விடப் போவதில்லை. அதிலும் ஒன்றின் மீது வைராக்கியம் வைத்து நடப்பவர்களை மழை ஒன்றும் செய்து விடாது.

''நடக்கலாம்ய்யா'' என்றான் அய்யாவுக்கு ஆதரவாக.

தண்ணீர் புரள அடிக்கும் மழையில் நனைந்தபடி நடந்தார்கள். அங்கங்கே ஒன்றிரண்டு ராத்திரிக் கடைகள் திறந்திருந்தன. கடைகளின் கீழே சாரல் அடிக்காமல் சிலர் ஒண்டியிருந்தார்கள். அப்படி ஒண்ட அவருக்கு மனம்வரவில்லை.

''புள்ளிக்கொரு காப்பி சாப்பிடுவோம். என்ன?'' என்றார். அழகேந்திரனுடைய தலையசைப்பு அவருக்குத் தேவையிருக்கவில்லை.

''மழையில் நனையுறதுன்னா அவ்வளவு இஷ்டமாய்யா'' தேநீர்க் கடைக்காரன் கேட்டான். ஆளுக்கொரு முறுக்கு எடுத்துக் கொண்டார்கள். தலைவரைக் கைது செய்த விசயம் அய்யா சொல்லித் தான் கடைக்காரனுக்கும், மழைக்கு ஒதுங்கிய மற்றவர்களுக்கும் தெரிந்தது.

''அப்படியா'' என்றார்கள். ''அவருக்குக் கொடுப்பினை அவ்வளவு தான்'' என்றான் கடைக்காரன். மழைக்குக் கொஞ்ச நேரம் இருந்து போங்க என்று மற்றவர்கள் சொன்னதைக்கூட அய்யா கேட்கவில்லை.

மழைகொஞ்சம் விட்டிருந்தது. மழை ஓய்ந்த நள்ளிரவில் நகரம் சுறுசுறுப்பாகிவிட்டது. என்னதான் மழையும் காற்றும் தடுத்திருந்தாலும் அவைகளை ஊடுருவிக் கொண்டு தலைவர் கைதான சேதி மனதிர்களிடம் கொண்டு போய்ச் சேர்க்கப்பட்டிருந்தது. வடக்கு மாசி வீதியும் மேலமாசி வீதியும் சந்திக்கும் இடத்தில், அங்கங்கே நின்று பேசிக் கொண்டிருந்தார்கள்.

''அவர் மகான் மாதிரி.''

''மகானேதான் மகானுடைய தேஜஸ் அவருடைய முகத்தில் தெரியலே''

''அவர் பேச்சைக் கேட்டிருக்கீங்களா? எங்க பள்ளி முத்தமிழ் விழாவில் அவர் பேசினார். வேதகாலத்திலிருந்து இன்னைக்கு சமகால விஷயங்கள் வரை அலசி எடுத்திவிட்டார்''

'சக்' கென்று அந்தப் பெட்டிக்கடை முன் நின்று அவர்களைக் கவனித்தார். அய்யா அவனைக் கைமாத்தி, அவர்களுடைய உரையாடலை கவனிக்கும்படி சைகை காட்டினார். அசரீரி வாக்குப் போல் கேட்டது அவர்களுடைய சொல். எதைச் சிந்தித்துக் கொண்டு இந்தப் பேய் மழையிலும் நடந்து வந்தாரோ, அது அப்படியே பிரத்தியச்சமாய் வெளிப்பட்டு சிலிர்க்க வைப்பது போலிருந்தது.

அவர் பஞ்சகச்சம் அணிந்து, குடுமி வைத்து, நெற்றியில் நிலாப்பிறை போல் சந்தனக் கீற்று வைத்திருந்தார். இன்னொருவர்

வேஷ்டி, கதர் ஜிப்பாவை முழங்கை வர ஏற்றிவிட்டிருந்தார். இரண்டு பேரும் தெளிவான நேரடி தரிசனமாய்த் தென்பட்டார்கள்.

பஞ்சகச்சம் கட்டிய அவரை அழகேந்திரனுக்குத் தெரியும். ஆனால் அவருக்கு அழகேந்திரனைத் தெரியாது.

''அவர் எங்க ஐயர் வாத்தியார். தமிழாசிரியர்'' என்றான் அய்யாவிடம்.

ஒரு பிராமணர், அல்லாதார் ஒருவரை அங்கீகரிக்கிறார். உயர்ந்த ஞானியாக சிலாக்கிறார். மேல்நிலையிலுள்ளவர்களின் அங்கீகாராம் இது.

''ஐயர்மார்க அறிவு கூடினவங்க அவர்களுக்கு மூளை ஜாஸ்தி எவ்வளவு அறிவார்த்தமா பேசறாங்க. இல்லேன்னா லண்டன்ல இருக்கிற பிரிட்டிஷ் மேதைக ராஜாஜியைப் போல ஒரு ராஜந்திரியை நாங்க எங்கயும் கண்டதில்லை. அவரோட மூளையை லண்டன் மருத்துவமனைக்குக் கொண்டு போய் ஆராய்ச்சி சாலையில் வைத்து ஆராய்ச்சி செய்யணும்னு சும்மாவா சொன்னாங்க''

ஆகாயத்துக்கும் பூமிக்குமாக நீண்ட கயிறுகளை இறக்கிக் கொண்டிருந்தது. மழை, இடையில் அத்துப் போனது. மறுபடி பேச ஆரம்பித்து விடியல்வரை நீண்டு கொண்டிருந்தது.

சாயந்திரம் ஐந்து மணி ஆகியிருந்தது. கயிற்றுக் கட்டிலில் அய்யா மல்லாக்கப் படுத்திருந்தார். இடது கையைக் கண்களுக்கு மேலாக வைத்துத் தூங்குவதுபோல் தெரிந்தது.

அப்போதுதான் அம்மா வந்து சோந்திருந்தாள். கறந்த பாலை வெதுவெதுப்பான சூட்டுடனேயே வீடுகளுக்கு ஊற்றிவிட்டுத் திரும்பியிருந்தாள், பால் செம்பு, ஆழாக்கு அரை ஆழாக்கப் படிகள், விட்டுச் சுவரில் குறியிடும் கலர் சாக்கட்டிகள் அவள் கையில் இருந்தன.

''அய்யா தூங்கிட்டாராம்மா?''

''தெரியலேய்யா.''

''சந்தைக்குப் போகலாம்னு சொன்னரே. ஷிப்டு முடிந்து வந்ததும் அவருதான் சொன்னார்.''

அம்மா அவனைத் தன்மையாகப் பார்த்தாள். அது அப்போது சொன்னது என்று அவள் பார்வை சொல்லியது.

''சின்னத்தம்பி அண்ணன் வந்திட்டுப் போச்சில்லே. அவருக்கு ரூவா கொடுக்கணும் இருக்கிற ரெண்டு ரூபாயை அவர் உருவிட்டுப் போயிருப்பாரு அதான் படுத்திட்டாரு''

வீதியில் காத்திருக்கிற நண்பர்களைப் பார்க்க அவனுக்குப் பிடிக்கவில்லை.

ஆற்றுப் பாலத்தின் மேல் நடந்து வருகையில் தலைவர் கைதான சேதி கேட்டு, கொட்டும் மழையிலும் காற்றடிப்பிலும் நனைந்து நடந்து வந்த அய்யா கயிற்றுக் கட்டிலில் மல்லாக்க அடித்துப் படுத்திருக்கும் அய்யா

அவனுக்குள் மாறி மாறி காட்சி தந்தார்கள்.

# மூலைக் காய்ச்சல்

"இதிலயும் ஒருத்தர் ஒருத்தர கடிச்சிக்கிட்டுத்தான் நிக்கிறாங்களோ?"

படத்தைப் பார்த்த பாப்பம்மா அதிசயித்தாள்.

நாட்காட்டியில் நாயகன், நாயகி ஒருவரை ஒருவர் கண்களால் விழுங்கிக் கொண்டிருந்தார்கள். நண்டுக்குள் வெடிக்கும் குஞ்சுகளைப் போல் நாயக நாயகி கண்சிமிட்டலுக்குள் ஆயிரம் காம ரேகைகள் பொதிந்திருந்தன. அவர்கள் முகங்களுக்கிடையில் நட்டுக்க ஒரு கத்தி நுனியில் ஒரு காஷ்மீர் ஆப்பிள். செவேல் என்ற ஆப்பிள் மீது குவிந்து கத்தியைத் தொட்டபடி ஒன்றையொன்று தொடத் துடித்த உதடுகள்.

"அதானே, ரொம்ப மும்முரமா இருக்காங்க. நம்ம காலத்திலே இப்பயொரு காட்சியைக் கண்டிருப்பமா?"

ஆண்டிச்சி இழுவையாய் 'சீ' என்றாள். பாப்பாம்மாவும் அவளுடைய காலத்தில் இதுபோல அதிகப்படியான காட்சியைக் கண்டதில்லை. பிறகு.அவளைக் காட்டிலும் முந்திய கால ஆள் ஆண்டிச்சி பெரியம்மா எப்படிக் கண்டிருப்பாள்?

சில இளசுகள் ஏடாகூடமாய் இப்படி கேளிக்கையாய் கூடிக்களிக்கலாம் நமக்கெதுக்கு இந்த திணைப்பு என்று பாப்பு காலண்டரைத் திருப்பிப் போட்டாள்.

நகரத்திலிருந்து ஒரு வருடம் தாண்டி, கன்னியப்பன் அப்போது தான் வந்து ஊரில் இறங்கியிருந்தான்.

"இவந்தான், இவந்தான் எல்லா சேட்டையும் பண்றவன்" என்று ஏற்கனவே சோலைராம் ஆசிரியர், பட்டம் கட்டியிருந்தார்.

கிராமத்திலிருந்து மேனிலைப் பள்ளிப் படிப்புக்காக விருதுநகர் போனவன். நகரத்துக்குள் முழுகி, முழுப் பரீட்சை முடிந்து வந்திருந்தான். அவனைப் பார்த்துத்தான் சோலைராம் வாத்தியார் அந்த வார்த்தை சொல்லியிருந்தார்.

அவனுடன் இறங்கியிருந்தது வித்தியாசமான அந்த காலண்டர்.

அவன், கிராமத்தில் இறக்கி வைப்பதற்குப் புதிய, புதிய விசயங்கள் இருந்தன. றெக்கையை விரித்துக்கொண்டு பேருந்திலிருந்து இறங்கினான்.

''நாங்கூட வெள்ளைச்சாமி அண்ணன்தான் எறங்குராறாக்கும்னு நெனச்சேன்.''

எல்லோரையும், எல்லாவற்றையும் தவ்வானி போட்டுக்கொண்டு கேலியடிக்கும் ஐயப்பன்தான் சொன்னது. பகடியடிப்பதில் அவன் படு சூரன். பச்சாத்தாபம் பார்ப்பதில்லை.

வெள்ளரிப் பழம்போல் பழுப்பு நிறத்தில் பொதுக், பொதுக் என்று வெள்ளைச்சாமி 15 கி.மீ. தூரத்தில் ஊராட்சி ஒன்றிய அலுவலக வேலை முடிந்து, சாயந்தரம் வீடு திரும்புகையில், பேருந்திலிருந்து இறங்குகிற போது, கண்டக்டர் கைப்பிடித்து இறக்கிவிடுவார். உணர்வில்லாத மிருகங்கள் கூட பழக்கத்தில் ஒன்றுக்கொன்று உதவிக்கொள்கின்றன. ஆற்றி படைத்த மனிதன், இன்னொரு மனுசனுக்கு உதவாமல் இருக்க முடியுமா, அதுவும் மூட்டுப் பெருத்த உருவம். ''பாத்து சூதானமா'' என்பார். அது வழக்கமாய் கண்டுகொண்டிருப்பவர்களுக்குக் கேலி போல புதிதாய்ப் பார்க்கிறவர்களுக்கு இரக்கப்பட்டதுபோலத் தோற்றம் கொடுக்கும்.

கண்டக்டர் ரத்தினம் பயணிகள் எல்லோரிடமும் இந்தக் கரிசனம் கொண்டவனில்லை. பயணிகளிடம் எப்போதும் வெட்டிரும்பாய்த் தென்படுபவன். வெள்ளைச்சாமியிடம் மட்டுமே இந்தக் கரிசனம். என்றாகியிருந்தது. இறக்கிவிட்டபின், வண்டியை நகர்த்தலாமா என்பது போல் பார்ப்பான். வெள்ளைச்சாமியும் இறங்கியதும் போகலாம் ரைட் என்று சைகை காட்டுவார். பேருந்துக்குள்

பயணிகளிடம் அர்த்தமுள்ள புன்னகை ஓடும், கண்டக்டர், சொல்லாமல் விட்டதை, அந்தச் சிறு புஞ்சரிப்பு எடுத்துப் பேசும்.

ஒரு வருடம் கழித்து வந்திறங்கிய கன்னியப்பன் அச்சாக வெள்ளைச்சாமி போலிருந்தான் என்று சொல்லமுடியாது. ஆனால் அச்சு, அப்படியே அண்ணன்தான் என்று ஐயப்பன் கேலி பேசினான்.

பொதுவாய் வெளிப்பிரதேசம் கண்டு வருகிறவர்களுக்கு புதிய தோற்றம் வந்துவிடுகிறது. கிராமத்தில் குண்டி வற்றிப் போய்க் கிடந்தவன், டவுன் சாப்பாடு எடுத்தவுடன் ஏகமாய் ஊத்தம் எடுத்துவிட்டது தொப்புள் உள் அடங்கி ஏறிய இளந்தொந்தி, எல்லா இடத்திலும் ஒட்டுச்சுவர் வைத்ததுபோல், சதைப் பெருக்கம் சதைத்திசுகள் விரிவு கொள்வதினால் நிறக்கூடுதல்.

நகரத்திலிருந்து கற்றுக்கொண்டு வந்தவைகளை உடனே இறக்கி வைத்துவிட முடியாது. ஒவ்வொன்றாய் இறக்கிவிட்டுக் கொண்டிருந்தான். சோலைராம் வாத்தியாரும் ஏற்கனவே இவனைப் பிடிக்காது அதுவும் முதலில் படிக்கப்போன ஆள். அதனாலேதான் சொன்னார் ''இவன் ஒருத்தனை பாத்திட்டா போதும், எல்லாம் ஒழுங்காயிரும்''

புடலங்காய்ப் பந்தல்போல், விழுதுகள் இறங்கிய ஆலமரப் படர்வு காலத்தில் மட்டுமே புடலங்கொடிச் செழிப்பு. ஆனால் கம்மாய்க்குள்ளிருக்கும் எல்லாத் தண்ணியையும் குடித்து எல்லாப் பருவத்திலும் கொழுத்திருந்தது ஆலமரம். கரைமேல் நடப்பார்கள். விழுதுகளின் தூண்களுக்கு இடையே, ஊடுகாட்டில் நடப்பது போலத்தான் போகவேண்டும். ஆல் விழுதுகளை நெருக்கமாய் ஊன்றி ஊன்றி இன்னும் நடந்து கொண்டிருந்தது. சின்னச் சின்ன எட்டுக்களாய் எடுத்து வைத்து. நடப்பது போலிருந்தது. மனிதகுலம் விருத்தியடைந்த ஆதிசரித்திரம் அதற்குள் கிடந்தது. ஒன்றுதொட்டு ஒன்று, அதைத் தொட்டு இன்னொன்று என்று, பிரபஞ்சவெளியெங்கும் விரிவடைந்து கொண்டே போகும். மனிதகுலம்போல், கம்மாய்க் கரை முழுசும் பெருகியிருந்தது அதன் பிரம்மாண்டம்.

அலுத்துச் சலித்து, நடுவெயிலில் களைப்பாகி ஒண்ட வந்தவர்களுக்கு பிரம்மாண்டம் அண்ணாந்து பார்க்கையில் அயற்சியாகி, கேள்விகளை எழுப்பி வந்தது. நெடிய வாழ்க்கையில் அயற்சியாகி, தளர்ந்த வயசாளிகள் அதன் நிழலில் நிரந்தரமாக ஒண்டிக்கொள்வார்கள். வாழ்வின் பொழுதடையும் நேரத்திலிருந்த அவர்களுக்கு ஆலமர இருட்டுக்குள் அடைந்து கொள்வது இன்பம். வருசங்களை, யுகங்களை தனது நிழலில் அடைத்துப்போட்டு உட்கார்ந்திருந்தது போலவே அவர்களின் பொழுதுகளையும் தனக்கடியில் போட்டு அழுத்தி அமர்ந்து இருந்தது ஆலமரம்.

கன்னிப்பனுக்கு ஆலமர அதிசயிப்பு வேறுமாதிரியாகப் பட்டது. பல பக்கமும் யானைப் படைகளை நிறுத்தியதுபோல் விழுதுகள் தாங்கி நின்ற தாழ்ந்த கொப்புகளில் அவன் கண்கள் பதிந்தன.

கீழாக இருந்த தாடிக் கொப்புகளை நோட்டமிட்டபடி அவன் கேட்டான் . இன்னும் கொடி பறக்கவிடலையா?

அவனுடைய மொழி புரிந்தது. ஊருக்குள் அவன் காலடி வைத்த ஒரு வார காலத்திற்குள் அவனுடைய மொழி கூட்டாளிகள் எல்லோருக்கும் கைவசமாகியிருந்தது.

''கொடி பறக்க விட்டிரலாமா?'' மேலே பார்வையை பறக்கவிட்டு சாவதானமாகக் கேட்டான் அய்யப்பன்.

மற்றவர்கள் பார்த்துக் கொண்டிருக்கையிலேயே இரணடு பேரும் விழுதுகளில் சர், சர்ரென்று ஏறினார்கள். பசிய நிறத்தில் வழு, வழுவென்று தென்பட்ட தாடிக் கொப்புகளில் ஆணியால் பதித்து தங்கள் பிரிய நடிகன் பெயரை எழுதினார்கள் அவர்கள் தொடைகளுக்குள் விழுதுகளை இடுக்கிக் கொண்டிருந்தார்கள்.

அங்கங்கே கொப்புகளில் பசு ஈன்ற இளங்கொடிகள் ஓலைக் கொட்டான்களில் கட்டித் தொங்கவிட்டப்பட்டிருந்தன. இரண்டுநாள் முன் ஈன்ற பச்சை இளங்கொடி ஒன்று நாற்றம் வீசியது. எல்லா நாற்றத்தையும் உள்ளாங்கி, அறுத்து வீசி இடது கையால் தாடிக் கொப்பைப் பிடித்துத் தொங்கியபடி ஆணிகள் அழுத்தமாகப் பதிந்தன.

பா. செயப்பிரகசாம் 391

ஆணிகள் பதிந்த இடத்தில் ஆலமரத்தின் பால் சொட்டுச் சொட்டாய் வழிந்தது. பால்துளிகள் ஊறி கெட்டிப்பட்டுக் கறுத்த மண்ணில் வெள்ளிக் காசுகளை விதைத்து மின்னின.

பால் வடியும் பருவத்தினரான கன்னியப்பன், அய்யப்பன், மருதமுத்து, ஆண்டியப்பன் தலைமுறைக்கு மட்டுமல்ல, முந்திய தலைமுறைக்குள்ளும் இந்தக் கோளாறு ஊற்றாய்ப் பெருகியிருக்க வேண்டும். இவர்களுக்கு இவை புதிய பாதையல்ல. ஏற்கனவே மூத்தவர்கள் நடந்து பதித்த தடங்கள் இவர்களுக்கும் பாதையாகியிருந்தன. ஏற்கனவே பூர்விகத்தில் ஆண்டியப்பனின் தாத்தா, பி.யூ. சின்னப்பா பக்தராக இருந்தார். மருதுமுத்துவின் பெரிய தகப்பனார் மதுரை மேலமாசி வீதி உடுப்பி உணவு விடுதியில் எம்.கே. தியாகராஜ பாகவதர் வந்திறங்கியதைப் பார்ப்பதற்காக, இடுப்பு வேட்டி அவிழ்ந்தது கூடத் தெரியாமல் ஓடியிருக்கிறார்.

முந்திய தலைமுறைக்குள் ஊற்றெடுத்த அந்த நதி, எம்.ஜி.ஆர் சிவாஜி என்று அடுத்த தலைமுறைக்குள் ஓடியது. கன்னியப்பன் வசிக்கும் டவுன் வீதியில் ஒரு முடி திருத்தும் கடை உண்டு. முடிதிருத்தக மாரிமுத்து, சிவாஜி ரசிகனாக இருக்க, முடிவெட்ட வருகிற எம்.ஜி.ஆர். ரசிகர்கள் அவனுடன் சரி வழக்காடினார்கள். எவ்வளவு சீண்டிவிட்ட போதும் மாரிமுத்துவின் கைக்கத்தி, கைக்குள்ளே மட்டுமே நின்றது.

அந்த நதிதான், இன்றைக்கும் இளைய தலைமுறையின் தலைக்குள்ளே ஓடிக்கொண்டிருக்கிறது.

இன்றைய நடப்புக் காட்சிக்கும் சாட்சியாகி ஆலமரம் அவ்வப்போது லேசாய் சொல்லிக் கொண்டிருந்தது.

## 2

''இன்னைக்குப் படத்துக்குப் போறீங்களாய்யா?'' பாப்பம்மா கேட்டாள்.

கன்னியப்பன் சாப்பிடுவதில் சில ருசியை ஒரு சுவையாக வளர்த்து வைத்திருந்தான். ஒருவாய் ருசிதான் பிடித்தமான சுவையான பண்டம்

என்று தெரிந்ததும், அடுத்தடுத்து அவன் கை அதில் விழாது. பிடித்த மானவைகளை கடைசியாய் சாப்பிட்டுக் கொள்வதற்காக அப்படியே விட்டு வைப்பான்

"நல்லா இல்லையா"

அவன் முதல் தடவையாய் சாப்பிட்ட வீடுகளில் ஒதுக்கி வைப்பதைப் பார்த்துக் கேட்டிருக்கிறார்கள். ஆனால் மகன் சாப்பிடும் விதத்தை பாப்பம்மா அறிவாள். ஒவ்வொன்னாய்ப் பரிமாறிக்கொண்டே தான், அவன் சினிமாவுக்குப் போவது பற்றிப் பேச்செடுத்தாள்.

"ஒன்பதாம் வகுப்பில் ஒன்னாப் படிச்சவங்கள்ளாம் சேர்ந்து போறோம்" என்றான்.

"எதற்கு?" என்ற கேள்வியோடு ஏறிட்டுப் பார்த்தாள் பாப்பு.

"நாங்களும் வர்றதுக்குத்தான்" செல்லமாய்ப் பையனிடம் கேட்டாள். பிறகு அவள் பேசியதை அவளே அழித்துப் பேசுவது போல் "சொல்வமா அப்படி" என்றாள்.

"அதுக்கில்லய்யா கொஞ்சம் மிளகாய், மல்லி அரைக்கணும் கொண்டு போய்ட்டு வா"

20 கி.மீ. தொலைவுள்ள பக்கத்து நகரில் திரையரங்கம் இருந்தது. மஞ்சள் பொடி, மல்லிப்பொடி மிளகாய்த் தூள் அரைத்துத் தருகிற மாவு மெஷினும் அங்கேதான் இருந்தது. தன்னுடைய தலைவன் படம் பார்க்கப் போகிற சூட்டோடு சூடாய் அதையும் அரைத்து வந்துவிட முடியும். அந்தக் கணக்கு வைத்துத்தான் பாப்பம்மா கேட்டாள். முதல் ஆட்டம் பார்த்துவிட்டு, இரவு பத்து மணிக்கு கடைசி பஸ் தியேட்டர் வாசலிலேயே அவர்களை ஏற்றிக்கொண்டு திரும்பக் கொண்டுவந்து சேர்த்தது.

மல்லி, வத்தல், அரைத்ததும் அப்படியே பையில் போட்டால் சூட்டில் தீய்ந்து போகும். கோளாறாய்ச் சூடுபோக அங்கேயே உலர்த்த

வேண்டும் என்று சொல்லிக்கொண்டே தனித் தனிப் பைகளில் போட்டுக் கொடுத்தாள். அதை மெஷின்காரனே செய்வான் என்றாள்.

இரவு திரும்பி வந்தபோது...

கொண்டுபோன மிளகாய், மல்லி பைகள் மூட்டை கட்டி அப்படியே திரும்பி வந்திருந்தன.

பாப்பம்மாவுக்குக் கோபம் அண்டகாரமாய் வந்தது ''அப்படியே குண்டிக்கடியிலே போட்டு உக்காந்துட்டீங்களாக்கும்''அரை கோபமாய்த்தான் பேசினாள்.

''எனக்கு போகிறதுக்கு நேரமில்லே'' கன்னியப்பனிடமிருந்து சொனப்பாய் பதில் வந்தது.

''எழவு கூட்டறதுக்கு மட்டும் நேரமிருக்காக்கும்'' என்று கேட்ருப்பாள் அந்தத் தாய் வந்து எட்டு நாள் தான் ஆகிறது. புதிதாய் வந்தவனை, கொஞ்ச நாளில் திரும்பப் போகிறவனை ஏடா, குடமாய்ப் பேசிவிடக்கூடாதே என்று சட்டென்று அடங்கிப் போனாள்.

## 3

''நம்மை விட தியேட்டர்காரன் நாள், நேரம் பார்க்கிறான்''

''வழக்கமாக வெள்ளிக்கிழமைதானே புதுப்படம் போடுறது''

ஒரே பெருமை மின்னியது அவர்கள் பேச்சில் நடையில் வேகம் கூடியிருந்தது.

''இப்ப நீ சொன்ன பாரு, அது பேச்சு, நம்ம ஆளு படத்துக்கு என்ன நாளும் கிழமையும்? ஆனாலும் நாளும் கிழமையும் நல்லா இருக்குன்னு தான், சனிக்கிழமை நாலு காட்சி போட்டு ஆரம்பிக்கிறான். என்ன வேன்னாலும் சொல்லு, இந்த மூணு எழுத்துக்கே தனி மவுஸ் இருக்கு''

கன்னியப்பன், குருநாதன், தாளமுத்து நடையும் ஓட்டமுமாக இருந்தார்கள். கப்பைக் காலை அகட்டி வைத்து விசுக், விசுக் என்று எட்டு வைக்கும் பெரிய ஆள்கூட அவர்களைத் தொடர முடியாது

வேற எந்தக் கவனமும் அவர்களுக்கு இல்லை. சாலையில் ஒரு பெரிய விபத்து நடந்து உயிர்ச்சேதம் ஏற்பட்டிருந்தால்கூட அவர்களுடைய கால்கள் திரையரங்கை நோக்கியே நடந்திருக்கும். காலை ஆறரை மணிக்குப் புறப்பட்டார்கள். நகரின் ஒரு மூலையிலிருந்து மையத்திலிருக்கும் திரையரங்கை அடைய அரைமணி நேரம் எடுத்துவிடும்.

"மூணு எழுத்தா?" கன்னியப்பன் விட்ட இடத்தை, குருநாதன் பிடித்தான்.

"ஆமா. நம்ம ஆளு மூணு எழுத்துத்தான், எம்.ஜி.ஆர், சிவாஜி மாதிரி"

"அப்படின்னா அவரையும் சேத்துக்கிடலாமே" என்று தாளமுத்து இன்னொரு நடிகன் பேரைச் சொன்னான்.

கன்னியப்பனுக்குச் சம்மதம் இல்லை. ஆனால் மூன்றெழுத்தில் தான் அந்த நடிகனின் பெயருமிருக்கிறது என்ற உண்மையை மறைக்க முடியாது, பெரிய மனசு பண்ணி விட்டுக் கொடுப்பதுபோல் "அதுவும் வச்சிகிரலாம்" என்றான்.

மூன்றெழுத்துச் சொற்களில் இப்படி அவரவருக்கு வேண்டிய மூச்சு இருந்தது.

மூன்றெழுத்து உச்சரிப்பில் தனியொரு இனிமை கொப்பளிப்பதாகக் கருதப்பட்டது. எதையும் வளைத்து, சுருக்கி இந்த மூன்றெழுத்து வாய்ப்பாட்டுக்குள் கொண்டுவர பலரும் முயன்றார்கள். ஆங்கிலத்தில் இருந்தாலும், இந்தியாவில் இருந்தாலும் உச்சரிப்பில் மூன்றெழுத்தாக்கி விடுகிற வல்லமை சிலரின் பேச்சுக்கு இருந்தது. இப்படியே முந்திய காலத்துக்குப் போய் ஆதித் தமிழும் மூன்றெழுத்து என முடிப்பது அரசியல் பேச்சாளர்களுக்கு வழக்கமாகிப்போனது.

"ரெண்டு தியேட்டர்லயும் நாலு காட்சி, ஒரே ஒரு படப்பெட்டி தான். அம்பிகா தியேட்டர்ல முதல் ரீல் ஓடிருச்சின்னா அது அப்படியே

அஜந்தாவுக்குப் பறந்துரும், அம்பிகா பத்துமணி, அஜந்தா பத்தரை மணி. இதுவரை யாரோட படத்தையும் ஒரே படச்சுருள்ளே ரெண்டு தியேட்டர்ல ஒட்னதா நா எங்கயும் கண்டதில்லே.''

''அது அதுக்கு ஒரு மச்சம் இருக்கு''

கன்னியப்பன், குருநாதன், தாளமுத்து மூன்று பேரும் ஆளுக்கொரு கடமையை எடுத்துக் கொண்டிருந்தார்கள். கன்னியப்பன் நாற்பது பக்க நோட்டுப் போட்டு தனது நாயகனின் புதிய படம் வெளியான எண்ணிக்கையைக் குறித்து வைத்துக்கொண்டு வந்தான். நகரத்தில் எந்தெந்த அரங்குகளில் எத்தனை நாட்கள் ஓடியது, எந்த அரங்கில் திரையிடப்பட்டு பிறகு அடுத்த அரங்குக்கு மாறியது, எத்தனை அரங்கம் நிறைந்த காட்சிகள் போன்ற துல்லியமான விவரங்கள் அதில் பதிய வைக்கப்பட்டன. ஒவ்வொரு படத்திலும் எத்தனை பாடல்கள், என்னென்ன காட்சிகள் என்பதை இரண்டாமவன் குறித்து வைத்துக்கொண்டு போனான். அவரவருடைய நோட் புத்தகங்கள், பத்திரமாக அவரவர்களிடம் தங்கக் கட்டிகள் போல் கிடந்தன.

ஒவ்வொரு படத்திலும் அந்த நடிகன் கையைக் காலை ஆட்டி, முகத்தைக் கோணி, கொணஷ்டை செய்வது, படத்தின் முத்திரை ஆனது. புதிய படத்தின் புதிய பாணியாக எண்ணப்பட்டது. அப்படி தன்னுடைய நாயகனால் ஆர்ப்பாட்டமாய் ஒவ்வொரு படத்திலும் அறிமுகம் செய்யப்படும் புதிய பாணியை வசனங்களுடன் குறித்துக் கொண்டே வந்தான் குருநாதன். இந்த முக்கியமான கடமையை எடுத்துக் கொண்டதில் மற்ற இருவருக்கும் கொஞ்சம் சடவு இருந்தது-

அவர்கள் சரியாகக் காலை ஏழு மணிக்கு தியேட்டரை அடைந்திருந்தார்கள்.

''இன்னும் யாரும் வரலே, நம்மதான் முதல்''

திரையரங்கத்தில் உச்சியில் 'ஓம்' என்ற நியான் விளக்கு முகடு கட்டியிருந்தது. ஓம் விளக்கு உயரத்துக்கு கட் அவுட் செய்து சென்னையிலிருந்து எடுத்து வந்திருந்தார்கள். 'கட் அவுட்' பின்னணியில் பெருமைக்குரிய சரித்திரம் ஒன்றிருப்பதை மூவரும்

கண்டுபிடித்துவிட்டார்கள். தென் மாவட்டங்களில் படம் வெளியாகிற எல்லா அரங்குகளுக்கும் அறுபதடி உயரத்தில் ஒரே அளவில் செய்து சென்னையிலிருந்து 4 லாரியில் கொண்டு போய் இறக்கப்பட்டது அந்தப் பெரிய ரகசியத்தை முதன் முதலில் தெரிந்து கொண்டுவிட்டதில் அவர்களுக்குப் பெருமை.

கம்பித் தடுப்புகளுக்குள் நுழைந்தார்கள். டிக்கட் குடுக்கிற இடத்திலிருந்து பத்தடி தூரத்துக்கு ஆளுயர மொட்டைச்சுவர், புழுக்கமாய் இருந்தது. கட் அவுட் மனதுக்குள் குளுமையைப் பரப்பி, புழுக்கத்தை விரட்டியது. முன் யோசனையாய் கொண்டு போயிருந்த டர்க்கி டவலை தாளமுத்து விரித்தான்.

ஒரே தெருவிலிருந்து மூன்று பேரும் ஒரே வகுப்பில் படிப்பது கூடுதல் வசதியை உண்டாக்கித் தந்திருந்தது. கன்னியப்பன் அறிவியலிலும் கெட்டிக்காரன். எனவே அவனுக்கு அந்தப் புத்தகங்கள் தேவையிருக்கவில்லை. அப்படித் தேவைப்பட்டால் மற்றவனிடம் போய்க் கடன் வாங்கி ஒரு நாள் வாசித்துக் கொள்ள முடியும். இந்த அடிப்படையில் யார் யார் எந்தெந்தப் பாடத்தில் கெட்டியாக இருக்கிறார்களோ அவர்களுடைய அந்தப் புத்தகங்களை பழைய புத்தகக் கடையில் விற்பனை செய்யப்பட்டு சினிமா டிக்கெட்டுகளாக மாறியிருந்தன.

நேரம் கூடக்கூட கூட்டம் எக்கிக்கொண்டு போனது. உட்கார முடியாமல் மூன்று பேரும் நின்றார்கள். கம்பித் தடுப்புகளுக்குள் நுழைந்து சண்டியர்கள் மொட்டைச் சுவர் வழியாக 'சர்' என்று இறங்கிக் கொண்டிருந்தார்கள். அரைக்கால் சட்டை வெளியே தெரிய வேட்டியைத் தூக்கிக் கட்டிய சண்டியர்கள் அவ்வளவு பேர் எப்படி வந்தார்கள். என்று தெரியவில்லை. வரிசை ஒழுங்கு, முன்பின் விதிகள் அவர்களுக்கில்லை.

"போலீஸ் போலீஸ்" கத்தினார்கள் குருநாதனும். தாளமுத்துவும், அவர்கள் தலைகளின் மேலே நடந்து கொண்டிருந்தார்கள் சண்டியார்கள்.

பா. செயப்பிரகாசம்

ஆணி அடித்த செருப்புக்கு அடியில் கால் நசுங்கியது. 'கால் கால்' என்று கத்தல் எழும்பி, கூட்டத்துக்குள் சிதைந்து ஆதரவற்று அடங்கியது.

"மயக்கம், மயக்கம்" கன்னியப்பன் கத்தினான் குருநாதனைஅவன் தாங்கிப் பிடித்திருந்தான்.

விலகு விலகு வழி, வழி கன்னியப்பன் கத்தலும், கூட்டத்தை விட்டு வெளியேறுதலும் மங்கலாய்த் தெரிந்தது குருநாதனுக்கு. திரும்பிருவேன். எடத்தைப் பாத்துக்குக்கோ என்று கத்தியபடி குருநாதனை இழுத்துக்கொண்டு வெளியேறினான்.

வேர்வையில் நனைந்து, கிழிந்த சட்டை தொங்கியது. அரைக்கால் சட்டைமேல் எப்போதும் அருணாக் கயிற்றை சுற்றி விட்டிருப்பான். அருணாக் கயிறு அறுந்து தொப்புளுக்குக் கீழே காற்சட்டை இறங்கியிருந்தது. அவனைத் தோளில் சாய்த்து நடத்தி வந்தபோது, பிணத்தின் ரூபாய்ந்தாள்கள்.

பெட்டிக்கடையில் சோடா வாங்கி குருநாதன் முகத்தில் சல்லென்று அடித்தான். பிறகு குடிக்கக் கொடுத்தான். சுதாரிப்பு வந்ததும். கடை முன்னால் போட்டிருந்த பெஞ்சில் உட்கார வைத்தான். பத்திரமாப்போயிரு. வீட்டுக்கு வந்து பாக்கறேன் என்றபடி மறுபடி கூட்டத்துக்குள் சொருகிப் பாய்ந்தான் கன்னியப்பன்.

பெட்டிக் கடைக்காரர் குருநாதனையும், கன்னியப்பனையும் பார்த்தார். "என்ன தம்பி இப்படி விட்டுட்டுப் போறே?" பெரியவனாய்த் தோற்றம் தந்த கன்னியப்பனிடம் கேட்டார்.

"இல்லே, சரியாயிடும். அவனே எழுந்திரிச்சி வீட்டுக்குப் போயிருவான்."

"அவன் வீடு எங்கப்பா?"

"இங்கதான் பக்கத்திலே கணபதி நகர்"

"கணபதி நகர்தானே. கொண்டுபோய் விட்டிட்டு வந்திரலாமே தம்பி"

இப்படி அடி வாங்கி, மிதி வாங்கி சினிமா கேக்குதாக்கும் என்ற பார்வை பெட்டிக்கடைக்காரரிடம் மிதந்தது. அப்படிப்பட்ட சினிமா வேணுமாக்கும் என்பதுபோல சுற்றி இருந்த சனங்கள் பார்த்தார்கள்.

"அதெல்லாம் பத்திரமாப் போயிருவான்"

மிதிபட்ட வாழைப் பழம் போல் நசுங்கியவனைப் பற்றி எந்தக் கவலையுமில்லாமல் அந்தக் கூட்டத்துக்குள் மறுபடி காணாமல் போனான் கன்னியப்பன்.

# சார்பு

''கம்னாட்டி காலை மிதிக்கிறே?'' பொம்மனாட்டின்னு கூடப் பாக்காம?

ரயில் உள்ளேயும் போக முடியாமல், வெளியேறவும் இயலாமல் இடிபட்டுக் கொண்டிருந்த 50 வயதுப் பொம்பளை, வட இந்திய விடலைகளுக்கு எதிராக யுத்தம் தொடங்கியிருந்தாள். கிராமச் சத்தும், நகரச் சாரமும் ஊறி வளர்ந்த மரமாக அவள் தென்பட்டாள்.

சுற்றுலாப் போவதில் ஆதிக்கம் செலுத்துபவர்கள், அதிகமாக வட இந்தியர்களும் மலையாளிகளுமே. கௌரவமான, மதிப்பிற்குரிய ரயில் (பிரிஸ்டீஜ் டிரெயின்) என்று குளு, குளுவென்று சூட்டப்பட்ட பெருமையை, பிருந்தாவன் எக்ஸ்பிரஸ் இழந்து கொண்டிருந்தது. இது போன்ற மக்களின் தொல்லைகளால்தான், அந்த விரைவு வண்டி தனக்கேயான கிரீடத்தை இறக்கி வைத்துவிட்டதாக, ஏ.சி. வகுப்பிலிருப்பவர்கள் அளந்தார்கள். முப்பது ஆண்டுகளுக்கு முந்திய சிறப்பை மீட்டெடுத்துக் கொண்டு வருவதில் அவர்கள் தீவிரமாய்ப் போய்க் கொண்டிருந்தார்கள்.

வட இந்திய விடலைகளுக்கு மொழித் தட்டுப்பாடு. அந்தப் பொம்பளையின் கொதிக்கும் முகம், வார்த்தைகளின் வேகம் அவளின் ஆக்ரோஷத்தின் திசையைக் கண்டுகொள்ள வைத்தது.

ஏறுகிற வழியில் பெட்டியும் பையும் நிரப்பிய வட இந்தியப் பையன்கள், பாதம் வைக்கக்கூட இடம் இல்லாமல் முண்டியடித்த போதுதான், அவள் ''செருப்பு பிஞ்சு போகும்டா நாயே'' என்றாள்.

இப்போது அவர்கள் உட்கார்ந்திருந்த பகுதியிலும் நடை பாதையைச் சொந்தம் கொண்டாடினார்கள். கையிலிருந்த வயர்க் கூடையை வைக்கவும், தன் பருத்த பின் பாகத்தை இருத்தவும் அவள் இடம் தேடிக் கொண்டிருந்தாள். நடக்கும் வழியில் கையகல இடத்தைக் கூட தரமாட்டேன் என்று அந்த ''பான் பராக்'' மசலாக் கூட்டம் முரண்டு பிடித்தது. அவளை அந்த இடத்திலிருந்து கடத்தி விட்டால், சுதந்திரக் காற்று கொடி பறத்தும் என்று நினைத்தார்கள். அவளை மறித்து, நின்று பதிலலித்தார்கள்.

''பல்லை காட்டறே படவா? தவடையில் கொடுத்தன்னா, தண்ணி உள்ள இறங்காது''

''படவா, கம்னாட்டி இரண்டு வார்த்தைகளும் முறையே கிராமத்திற்கும் நகரத்திற்கும் உரியதாய் நின்றன.''

தாமதமாக உள்ளே கொண்டு வந்து, சீக்கிரமாக குறித்த நேரத்தில் ரயிலை வெளியே எடுத்துவிட்டால் கோடை விடுமுறை நெருக்கடியை குறைத்துவிடலாம் என்பது நிர்வாகத்தின் கனவு. கோடை வெயிலைப் போலவே அவர்களுடைய யோசனையும் புழுக்கமெடுத்த செயலாக மாறிவிட்டது அவர்களின் கனவு முனை முறிந்து போனது.

கொள் அளவைவிட, நான்கு பங்கு கூட்டம் உள்ளே திணறியது. முன்பதிவு செய்யப்பட்ட இருக்கைகளில் ஆக்கிரமிப்பு. முன்பதிவு செய்து உட்கார முடியாமல் நின்றவர்களின் முகத்தில், நடவடிக்கைகளில் பதட்டம். அந்தப் பெட்டியைத் தாண்டி, வெளியே பார்வையை விட்டபோதுதான், மொத்த ரயிலுமே சண்டைக் காடாகிக் கிடந்து தெரிய வந்தது.

திடீரென மழையும் காற்றும் பீறிட்டு அடிப்பது போல், ஒலி பெருக்கிகள் குளுமை பாய்ச்சின. ''முன்பதிவு செய்தவர்களுக்கு இடம் கொடுத்து மற்ற பயணிகள் இறங்குமாறு கேட்டுக் கொள்ளப்படுகிறார்கள்''

பா. செயப்பிரகசாம் 401

முன்பதிவு டிக்கெட்டை வைத்துக் கொண்டிருந்தவர்களின் முகத்தில் குளிர்ச்சியான மாற்றம் வந்தது.

முன்பதிவு இருக்கைகளை ஆக்கிரமிப்புச் செய்த சாதாரண பயணிகள் இறங்கும்வரை, எவ்வளவு நேரமானாலும் ரயில் புறப்படாது என்பது துக்கமாய்த் தெரிந்தது.

ஒவ்வொரு பெட்டியிலும் ஏறிய ரயில்வே போலீஸ்காரர்கள் இரண்டுபேர், ரயில்வே ஊழியர் ஒருவர், முன்பதிவு செய்தவர்களுக்கு ஊட்டிக் குளிர்ச்சியை உள்ளே கொண்டு வந்திருந்தார்கள். முன்பதிவு இல்லாதவர்களை இறங்க வைத்தார்கள். ரயில்வே ஊழியர் இந்தி மொழிக்காரர்களுக்காக கூடவே வந்திருக்க வேண்டும். ஆக்கிரமிப்பு அகற்றப்பட்டு நியாயம் கிடைத்தது. சிலர் நன்றி என்று ஆங்கிலத்தில் போலீஸ்காரார்களுக்கு கை கொடுத்தார்கள்.

இந்திக்காரர் ஒருவர் ரயில்வே அமைச்சர் மம்தா பானர்ஜியை இழுத்தார்.

''கோடைக்கால கூட்டத்தை சமாளிக்க சிறப்பு ரயில்கள் விடப்படும் என்கிறார். அந்த அம்மா அகலம் அகலமா வாயைத் தான் திறக்கு வண்டியைக் காணோம்''

''எந்த மூலையில் சிறப்பு ரயில் ஓடுதுன்னு தெரியல''

''அங்கதான அவர் அரசியல் பண்ண வேண்டியிருக்கு''

கவுரவம் கொண்ட பிருந்தாவன் எக்ஸ்பிரஸ், புறப்படும் இடத்திலேயே கவுரவத்தைக் காற்றில் பறக்கவிட்டு, ஒரு மணிநேரம், தாமதமாகக் கிளம்பியது. போலீஸ்காரார்கள் கீழே இறங்கியவுடன், இறக்கிவிடப்பட்ட கூட்டம் முண்டியடித்து பழையபடி உள்ளே ஏறிக்கொண்டது முந்தி நின்றவர்கள் உட்கார்ந்திருக்க, உட்கார்ந்திருந்தவர்கள் நிற்கிற, காட்சி மாற்றம் அரங்கேறியிருந்தது. கடைசியாய் அந்த அம்மாவை போலீஸ் காரர்களும் இறக்கிவிட முடியாமல் தோற்றுப் போனார்கள்.

மெதுவாக நகர்ந்து, முண்டியடித்து, அந்த அம்மா என் பக்கம் வந்து நின்றாள். என் முட்டிக் கால்களுக்கிடையே நின்று பருத்த உடலால் என் முகத்தை மறைத்துக்கொண்டு, எதிர் வரிசையில் ஒரு குஜராத்திப் பெண் உட்காந்திருந்ததைக் கண்டவருக்கு தைரியம் வந்தது. ''கொஞ்சம் நகர்ந்து உட்காரு''

''அதெல்லாம் முடியாது. மூன்று பேருக்கு மேல் உட்கார முடியாது''

''அவளிடம் தானே கேட்டேன், நீ என்ன இல்லையென்று'' சொல்வது என்பதுபோல், அந்தப் பொம்பிளை என்னைப் பார்த்தாள். என்னிடமிருந்தது பறந்த பதிலை, குஜராத்தித் தம்பதிகள் தாவிப் பிடித்த பாவனை வெளிப்பட்டது. கொஞ்ச நேரம் முன்பு போலீஸ்காரர்கள் வந்து போனார்களே, அப்போது போல் முகங்கள் உப்பின.

இப்போது என் வேகம் தணிந்து, சமனப்பட்டிருந்தேன்.

''நீ எங்க போறேம்மா?''

''பங்காரு பேட்ட''

இன்னும் அரக்கோணம் வரவில்லை. இந்தக் கௌரவ ரயில் அரக்கோணத்தில் நிற்காது. அரக்கோணம் தாண்டி, காட்பாடி, ஜோலார்பேட்டை, குப்பம் கடந்து, பங்காருப் பேட்டை போய்ச் சேர நாலைந்து நிலையங்கள் இருக்கின்றன.

''நீ எங்கயாச்சம் முன்னாடி இறங்குறயா?'' அவள் கேட்டாள் ''இல்லை'' என்று தலையசைத்தேன். கடைசிவரை போகவேண்டும் என்பதுபோல் பாவனையால் உணர்த்தினேன்.

அந்தப் பொம்பிளை வயர்க்கூடையை என் பக்கம் தள்ளி வைத்து விட்டு பாதை நடுவில் உட்கார்ந்தாள். பாதை அடைபட்டுக் கொண்டுது.

கேன்டீனிலிருந்து வழக்கமாய் சிற்றுண்டி, காபி, தேநீர் கொண்டு வரும் பணியாட்கள் காணப்படவில்லை. அவர்களில் யாராவது ஒருவர் இண்டு, இடுக்கு வழியே புகுந்து வந்துவிட்டால், எங்களுக்கு

கணவாய் வழியாக வரும் குளிர்காற்றுப் போல் பட்டது. அவர்கள் எங்களைக் கண்டுகொள்ளத் தயாரில்லை. எங்களுக்குப் பின்னாலிருந்த குளிர்சாதனப் பெட்டிக்குப்போவதில் குறியாயிருந்தார்கள். ஒவ்வொரு நிலையத்திலும் நிற்கிறபோது, இறங்கி, பிளாட்பாரம் வழியாகவே அந்தப் பெட்டிகளுக்கு ஓடினார்கள். திரும்புகிறபோது மட்டும் காலித் தட்டுக்களால் நெறிசலைத் தள்ளிக்கொண்டு எங்கள் வழியாக எல்லோருடைய சாபத்தையும் சுமந்துகொண்டு வெளியேறுவது தெரிந்தது.

வட இந்திய விடலைகள் இறக்கிவிடப்பட்ட, களேபர இடத்தில் தமிழ் விடலைகள் ஏறியிருந்தார்கள். ''வித்தவுட் டிக்கட் ஏறிக்கிட்டு, நம்பகிட்டயே டபாய்க்கிறானுங்க'' சென்னை மொழியில் மார்தட்டி, ஆரவாரிப்பு மேலேறியது. ஆறு, ஆறாக பன்னிரெண்டு மாணவ, மாணவிகள்,ஒரு திறமையாக தங்களை அடுக்கிக் கொண்டிருந்தார்கள் இந்தப் பக்கம் இரண்டு, அந்தப் பக்கம் இரண்டு பக்கம் இரண்டாக மாணவிகள், வடநாட்டுப் பையன்களை, ''கெஜவால்கள்'' என்று நினைத்தது தப்பாகிவிட்டது.

அவள் நிதானமாக வெற்றிலை போட்டுக் கொண்டிருந்தாள். பெருவிரலுக்கும் ஆட்காட்டி விரலுக்கும் இடையே வெற்றிலையின் பாகங்களை கிள்ளிவிட்டு, நாக்கால் பாக்கை ஒதுக்கி, ஒதுக்கி, லாவகமாய் சுண்ணாம்பு தடவி, வாய்க்குள் தள்ளினாள். கடல் அலைகள் தூக்கித் தூக்கிக் கொடுக்க லாந்துகிற படகுபோல், நாக்கு புரட்டித் தள்ளியதில் வெற்றிலை மேலேழுந்து நகர்ந்தது.

அந்த நளினம் தனியாக வந்ததாக எனக்குத் தோன்றவில்லை. நாற்று முடியைக் கலைத்துப் போடுவது, முடியிலிருந்து பயிரை உருவி நாற்று நடவுவது, களை பறிப்பது, அறுப்பது என்று எல்லா வேலைகளிலும் உடன்பிறந்த தனித்துவமாக இருக்க வேண்டும்.

பக்கத்தில், எட்டு வயதுச் சிறுமியுடன் படித்த, நாகரீகமான தம்பதிகள் நின்று கொண்டிருந்தார்கள். இப்படி இருக்கும் என்று தெரியாமல், எக்குத்தப்பாய் வந்து மாட்டிக் கொண்டார்கள் போல்

தெரிந்தது. அந்தச் சிறுமி வழியே ஒரு காந்தம் எனக்குள் வந்து அமர்ந்தது. ஓரத்தில் அந்தச் சிறுமியை உட்கார வைத்துப் பிடித்துக் கொண்டேன்.

வெற்றிலை போட்ட கிறுகிறுப்பில் கண்களை மூடித் தூங்க ஆரம்பித்திருந்தார்கள். அந்த அம்மா தலை நல்ல சீருக்கு ஆட்டம் போட்டு, பக்கத்து சீட்டில் உட்கார்ந்திருந்த குஜராத்திப் பெண்ணின் இடுப்பில் மோதியது. அவள் இந்தியில் கசா, முசா என்றாள். தலையைத் தள்ளிவிட்டாள். அப்படியும் தலையாட்டம் நிற்க வில்லை.

மாணவர்கள் ஆணும், பெண்ணும் கத்திப் பாடி, அருள்கொண்டு சாமியாடிக் கொண்டிருந்தார்கள். மாணவக் கூட்டம் மலை ஏறுவதாகத் தெரியவில்லை. தனக்குத் தெரிந்த சகலவிதமான வித்தைகளையும் இறக்கிக்கொண்டிருந்தது. மாணவிகளும் கையும் அடங்காமல் வாயும் அடங்காமல் ஆடிக் கொண்டிருந்தார்கள்.

"மாமா ஒன் பொண்ணக் கொடு"

ஆட்டமும், பாட்டுமாய் பெட்டியை உலுக்கி எடுத்துக் கொண்டிருக்க இந்தி ஆங்கிலம் என்று எல்லாத் திசைகளிலும் கொச்சை கொச்சையாய் இறங்கின.

"இவங்கள்ளாம் கல்லூரி மாணவர்களா?" முன்னாலிருந்த குஜராத்திக்காரர் கேட்டார். அரைத் தூக்கம், கால் தூக்கத்திலிருந்தவர்கள் எழும்பியிருந்தார்கள்.

"இந்தப் பெட்டியில் மற்றவங்களும் வர்றாங்க"

நான் எழுந்து அவர்களிடம் விண்ணப்பித்தேன்.

துடுக்கான பதில் என் மண்டையை உடைத்தது.

"அது எங்களுக்குத் தெரியம்"

"அப்ப சத்தம் போடாம வாங்க"

"அது எங்களுக்குத் தெரியும்"

பக்கத்திலிருந்தவரைப் பார்த்தேன். எழுத்து ஒரு தவம். சுற்று வட்டாரத்தில் நடைபெறுகிற சேஷ்டைகளால், தன்னுடைய தவத்தைக் கலைத்துவிட முடியாது என்று கண்கள் மூடி பகற்கனவில் இருந்தார். நெஞ்சுக்குள் ஒரு பேனாவும், தாளும் வைத்துக் கொண்டிருப்பார் போல, பேனாவும் தாளும் எடுத்து சில வரி எழுதுவதும், பிறகு நெஞ்சுப் பட்டறையை மூடிவிடுவதுமாக இருந்தார்.

அடுத்த நிலையத்தில் இறங்கவேண்டும் நமக்கெதற்கு வம்பு என்று ஒதுங்கினேன். இந்த ஒதுக்கமும், பெட்டியிலிருந்தவர்களின் ஒதுக்கமும், மாணவர்களின் எக்காளத்திற்கான அனுமதிச் சீட்டாக ஆகியது. குரங்குக் குட்டிகளின் ''கீச், கீச்'' சத்தத்தில், அந்த அம்மா திடுக்கிட்டு விழித்தாள். சட்டென அவளுக்கு மாணவிகள் தெரிந்தார்கள்.

''ஏம்மா, எங்களப் பார்த்தா பரதேசிக மாதிரியா தெரியுது அவித்துப் போட்டுட்டு ஆடற மாதிரி ஆடறீங்க''

கும்மாளம் போட்டுக் கொண்டிருந்த மாணவிகளின் முகம் சப்பழிந்து போய்விட்டது.

''நீங்களும் அவனுகளுக்குச் சரிக்குச் சரியா ஆட்டம் போடுறீங்க''

அவமானப்பட்டுப் போனாலும் ஆமா, அப்படித்தான் ஆட்டம் போடுவோம் என்கிற தோரணை மாணவிகளிடம் தெரிந்தது. முறைத்தவர்களில் ஒரு மாணவன் சொன்னான்.

''இதுக்குத்தான் ஏசியில் போகலாம்னு சொன்னேன்.''

''ஏன் போறது? நீங்க வரலைன்னு நாங்க ஏங்குனமா?''

அங்கே ஏசியில் போய் வாலை ஆட்டினால் அந்தப் பெட்டியின் நாகரிக கனவான்கள், இந்த கழிசடைகளை மாரில் ஏந்திக்கொண்டு கொஞ்சுவார்களாக்கும் என்பது போல், அவள் நக்கலாய்ப் பார்த்தாள்.

படீரென்று ஒரு பயல் ஆங்கிலத்தில் வெடித்தான். முட்டாக் கிழவி ஓல்ட் இடியட் நான் எங்கள் ஆட்கள் கிட்ட சொல்லிக்கிட்டு இருக்கேன். வாயை மூடு.

''அதெல்லாம் ஒங்க ஆத்தா, அம்மாகிட்ட வச்சுக்கோ தமிழ்லலே பேசுடா, பரதேசி.''

அவள் சத்தம் போட்டாள் அவர்கள் இன்னும் அதிகமாய கூச்சலும் கும்மாளமும் கொட்டினார்கள். ரயில் ஓட்டம் மெதுவாகி, நான் இறங்கவேண்டிய இடம் வந்ததை அடையாளம் சொன்னது.

மேலிருந்து பெட்டியை எடுக்கிறபோதே, நின்று கொண்டிருந்த தம்பதிகளுக்கு கண்ணால் சைகை காட்டினேன். அந்தச் சிறுமி நகர்ந்து ''சக்கென்று'' உட்கார்ந்து அம்மாவைக் கூப்பிட்டாள்.

இடது கையை ஊன்றி, நம்பிக்கையுடன் எழுந்திருக்க முயன்ற அந்த அம்மா, தளர்ந்து மறுபடி உட்கார்ந்தாள். அவளைக் கண்டும் காணாததுபோல் நடக்க காலடி வைத்த என்னிடம் அவள் சொன்னாள்.

''நீங்கள்ளாம்தான் ஸார் கேட்கணும் அப்பத்தான் அப்பத்தான் ஸார் இவனுகளுக்கு பயம் வரும் ஒரு பொம்பிளை, இவ கேட்கிறாளேன்னுதான் நெனைப்பாங்க''

## இரண்டாவது மனிதன்

(குறுநாவல்)

அரசுப் பணி மாறுதல் பல இசைகேடான சம்பவங்களை உருவாக்கி விடுகிறது. ஒரு இடம் நமக்குப் பழக்கமாகி, அங்கிருப்பவர்களும் நெருக்கமாய் நம்மோடு தைக்கப்பட்டு சொந்தமாய் ஆகியிருப்பார்கள். குடியிருப்பு வீடு, வீதி அந்த ஊர் எல்லாமே சொந்த பூமியாய் மாறியிருக்கும். ஆற அமர, கை, கால்களைப் பரப்பி அங்கேயே சப்பணமிட்டு உட்கார்ந்துவிடலாம் என்று தோன்றிவிடுகிற நேரம்.

எழுதப்படாத விதிகளை நடைமுறைக்குக் கொண்டு போவதில் மேலதிகாரிகள் எப்போதும் தீவிரம் கொள்வார்கள். எந்தெந்தக் காலத்தில் மாறுதல்கள் எப்படியெப்படிச் செய்ய வேண்டுமென்று விதிகள் எழுதப்பட்டிருக்கின்றன. மேலே இருக்கிற அதிகாரிகள். ஆட்சியாளர்களைப் பொறுத்தவரை இந்த விதிகள் எப்போதும், தூரமாகவே வைக்கப்பட்டுவிடும். அதிகாரிகள் அந்த விதிகளுக்குள் அடங்கி விளையாடமாட்டார்கள். ஒத்து வராத பணியாளர்களை மாற்றுவதில் உடம்பு முழுவதும் செந்தட்டி இலைகளைத் தேய்த்து விட்டதுபோல் அரிப்பெடுத்தவர்களாய் அலைவார்கள்.

மாவட்டத்திலிருந்தபோது, கைகளில், உதட்டில் குஷ்டரோகம் கொண்ட அந்த மாவட்டத்தைச் சேர்ந்த அமைச்சருடைய பி.ஏவுக்குப் பிடிக்கவில்லை. அமைச்சருக்கும் தன்னை ஆகாது என்பதை அவன் தெரிந்து வைத்திருந்தான். எந்த விதிக்கும் உட்படாது நகரத்திற்குத் தூக்கியடிக்கப்படுவதற்கு இதைவிட வேறு காரணம் தேவையிருக்கவில்லை.

நரகத்தில் எத்தனை வகை மனிதர்கள் இருந்தார்களோ, அத்தனை வகை வீடுகள் இருந்தன. அத்தனை வீடுகளுக்குள்ளேயும் தனித்துவமான சட்ட திட்டங்கள், ஒழுங்குமுறைகள், அதிகாரம் குடி கொண்டிருந்தன. வீடு வாடகைக்கு விடுவதில் தனி அதிகாரத்துவம் செயல்பட்டது. காற்றைக் கையில் பிடித்துக் குடிக்க வேண்டும். கடலலைமேல் நடக்க வேண்டும் என்று வீட்டுச் சொந்தக்காரர்கள் விதிகளை வகுத்திருந்தார்கள். சொந்தக்காரர்களுக்குள்ளே, ஒரு அதிகாரத்துவக் கயிறு ஓடிக்கொண்டிருந்தது.

'பிரமாணாள் காபி கிளப்' என்பதுபோல் தனி அறிவிப்புப் பலகை மட்டுமே இல்லை. ஆனால் எட்டுக் குடித்தனங்களில் பிராமணர்கள் மட்டுமே வசித்தார்கள். எவ்வளவு தூரம் என்றில்லை. எத்தனை வீதிகள் என்றில்லை. எங்கே எட்டு வைத்து நடந்தாலும் சென்னை திருநெல்லிக்கேணி பகுதி இந்த எட்டுக் குடித்தனங்களின் நகலாகவே நின்றது.

அக்கிராகரத்து இலக்கணங்களை மாற்றியிருந்தது அந்த வீடு. நடுவகிடு எடுத்தது மாதிரி, நீட்டு வசத்துக்கு அமைந்திருப்பது அக்கிரகாரக் குடியிருப்பு. ஆனால் அப்படி இல்லாமல் இது சச்சதுரமாக இருந்தது. அதோடு முட்டுச் சந்து வீடு.

வீடு காட்ட என்னைக் கூட்டிப் போனவர், எங்களிருவரையும் வெளியே விட்டுவிட்டு மங்கலான இருட்டுக்குள் நுழைந்தார். மின் விளக்குகளற்ற கோயிலுக்குள் இருக்கிற மந்தமான இருட்டு, பிறகு வெளியே வந்தார். கோயில் சிலைகள் போல் முதலில் கண்களுக்கு இருட்டோடு இருட்டாய் சில உருவங்கள் தெரிந்தன. இருட்டு பழக்கப்பட்டபோது அவை மனித முகங்கள் என்று தெரிந்தது.

''ஒன்று முன்னே வந்திருக்கணும், இல்ல பின்னே வந்திருக்கணும், ரெண்டுங் கெட்ட பொழுதில வந்திருக்கீங்க''

வீட்டுச் சொந்தக்காரர் உடம்பில் பொடிப் பொடியாய் வியர்த்து மினுங்க வந்தார். மேலே ஒரு துண்டு மட்டும் கிடந்தது. வேர்வைச் சொதக்கத்திற்கு தண்ணீரிலேயே கிடக்கும் வெள்ளரிப் பழம்போல்

சதசதத்த உடம்பை ஈரிழைத் துண்டால் துடைத்துக்கொண்டே இருந்தார்.

நாலெட்டு நடந்தால் கண்ணுக்குள் அகப்படுகிறது திருவல்லிக்கேணி கடல். மாலை நேரம் கடற்காற்றை வீடுகளுக்குள் அள்ளி வீசுகிறது எவ்வளவு காற்றை அள்ளி வீசினாலும், ஒரு துளி காற்றுக்கூட வரவிடாமல் வடிகட்டித் தடுத்தது வீடு இருந்த முட்டுச் சந்து.

வீடு பார்க்க என்னுடன் வந்தவர் சென்னை திருவல்லிக்கேனி பகுதியில் மூலை முடுக்கெல்லாம் அறியப்பட்ட ஒரு நகரசபை இடைநிலை அதிகாரி. முக்கால்வாசிப் பேரை அவர் அறிந்திருந்தார். பொழுதடைஞ்ச நேரத்தில் வீடு காட்டக்கூடாது என்று விதி இருந்தது. வீடுகாட்ட முடியாது என்று பிரகடனம் செய்த வீட்டுக்காரார் அதிகாரியைப் பார்த்து கொஞ்சம் பின்வாங்கினார். விளக்கு வைத்த பிறகு வீடு காட்டக்கூடாது பணம் கொடுக்கல், வாங்கல் கூடாது என்று வாடகை வீடுகளுக்கென இருக்கிற எல்லா சட்ட திட்டங்களில் இருந்தும், விலக்கிக் கொள்ள வேண்டியதாயிற்று.

பிராமணாள் சாராத எனக்கு வீடு தர ஒத்துக்கொண்டார்.

யானையின் காலடியில் அகப்பட்ட நாய் போல் அந்த வேளையில் வீட்டுக்காரர் பையன் பத்ரிநாத் ஓடி வந்தான்.

''அப்பா, அப்பா'' என்று கத்தினாள்

''அப்பா, நம்ம கக்கூஸில மகேந்திரன் அம்மா போய்ட்டாங்க''

வீட்டுக்காரர் எங்களுக்கு முன்னால் உண்டான சங்கடத்தை உதறிவிட்டுக் கொள்வதில் கவனமாக இருந்தார்.

''சரி சரி போடா, அவசரமாயிருக்கும்'' பையனை முதுகில் தட்டி அனுப்பினார்.

சாதாரண காலமோ, அவசர நிலையோ குடித்தனக்காரர்களுக் கென்று குளிப்பறை, கழிப்பறை தனியே ஒதுக்கப்பட்டிருந்தன. தனியே ஒதுக்கப்பட்ட குளியலறை, கழிப்பறைகளுக்குத்தான் போக

வேண்டும். எட்டுக் குடித்தனங்களுக்கு இருந்தது. ஒரேயொரு கழிப்பறை, குளியலறை. நாங்கள் போயிருந்த நேரத்தில் விதி மீறல் நடந்துவிட்டது. வீட்டுச் சொந்தக்காரருக்கென்று இருந்த தனிக் கழிப்பறைக்குள் அந்த அம்மா போய்விட்டார். அப்படியானதொரு சட்டம் இருப்பது வெளிச்சமாகிவிட்டது.

சில சட்டங்களை முன்கூட்டியே சொல்லிவிடுவதுண்டு. சிலதை, அனுபவத்தில் தெரிந்துகொள்வார்கள் என விட்டுவிடுவார்கள்.

பையனின் செய்தி அறிவிப்புக்கு பின் அந்தக் குடித்தனக்கார அம்மாவுடன் ஒரு யுத்தம் காத்திருக்கிறது. எங்கள் வருகையால் தடைப்பட்ட யுத்தம் எங்கள் வெளியேற்றத்திற்குப் பின் துவங்கும் என்பதை சூழல் உறுதிப்படுத்தியது.

குளியலறைக்குள்ளோ, கழிப்பறைக்குள்ளோ போக வாளியில் தண்ணியுடன் வரிசை போட்டுவிட வேண்டும். இந்த விதிமுறை மாறாத ஒன்று என்பதை அரை வெளிச்சத்தில் வரிசையில் வைக்கப்பட்ட நிறைவாளிகள் காட்டித் தந்தன.

பொது முற்றத்தில் கழுவி, கவிழ்த்து வைக்கப்பட்டிருந்த பாத்திரங்கள் இருட்டு வேளையில் பொட்டல் வெளியில் முளைத்திருக்கிற குத்துச்செடிகள் போல் தென்பட்டன. குழாய் மட்டுமே முற்றத்தில் தோற்றமளித்தது.

எல்லா வீட்டுக்காரரின் கைவசமும் நேரம் பார்த்து வெடிக்கிற இரண்டு அணுகுண்டுகள் இருந்தன. பத்துமாத அல்லது ஒருவருட வாடகை முன்பணம், வீடு காலி செய்வதாக இருந்தால் உடனடியாக முன்பணம் திருப்பித் தரப்பட மாட்டாது என்ற அணுகுண்டுகள். உள்ளூர் அல்லது அயல்நாட்டுக்கு அவசரமாக வெளியேறப் போவதாக இருந்தாலும் புதுக் குடித்தனம் வைத்த பிறகே திருப்பித் தரப்படும்.

"உங்களுக்குச் சொந்தக்காரர்கள் உண்டா?"

"இருக்காங்க"

பா. செயப்பிரகாசம்

''நிறையப் பேரா''

வீட்டுக்காரரின் ஏறிட்ட பார்வை, ஒரு குற்றவாளியை அமுக்கிப் பிடிப்பது போல் இருந்தது.

''இல்லை, ஊரிலிருந்து ஒன்று ரெண்டு பேர் வந்து போவாங்க''

இந்த ஓரளவு என்ற சொல்லைப் பற்றித்தான் வீட்டுக்காரர் அதிகம் கவலைப்பட்டார். அவர் மொட்டை மாடியைக் காட்டினார். விருந்தினர்கள், உறவுக்காரர்கள், நண்பர்கள் தங்குவதற்காக மொட்டை மாடியில் தனி அறை இருக்கிறது. அவர்கள் அங்கே மட்டும்தான் தங்கிக்கொள்ள வேண்டும். அவர்கள் சாப்பிடுவதற்கு மட்டுமே கீழே வரவேண்டும். மற்ற நேரங்களில் குடித்தனங்களுக்குள் தென்படக்கூடாது விருந்தினர்களுக்கு நடமாட்ட எல்லை வரையறுக்கப்பட்டிருந்தது போல் காலகெடுவும் குறிக்கப்பட்டிருந்தது. தங்கிப் போக இரண்டு நாள் கெடு. அதை அவர் வெளிப்படையாகவும் சொன்னார்.

வெளியில் வலது இடப் பக்கங்களில் திண்டு கட்டிய இரண்டு திண்ணைகள். ''இரவு பத்தரை மணிக்கு மேல் தாமதமாக வந்தால் கதவு திறக்கமாட்டோம். தாமதமாக வருபவர்கள் வெளித் திண்ணையில் தான் படுத்துக்கொள்ள வேண்டும்''

வீட்டுக்காரர் எறிந்த இந்தக் கடைசி கையெறி குண்டில் நானும் அதிகாரி நண்பரும் காணாமல் போயிருந்தோம்.

முட்டுச் சந்திலிருந்து வெளிப்பட்டு வீதியில் வீசியடித்த காற்றில், கால், கை, முகம் உடலைக் கெண்டிருந்தோம்.

''யப்பா, இப்ப சுதந்திரமாக இருக்கில்லே'' என்றார் நண்பர்.

நண்பருக்கு முகம் காணாமல் போயிருந்தது. வீட்டுக்கு வெளியே முட்டுச் சந்தில் போடப்பட்டிருந்த இரண்டு திண்ணைகள் வெடிக்கக் காத்திருக்கும் இரண்டு அணுகுண்டுகள் போல் படுத்திருந்தன.

''அரவிந்தன் ஸார் இன்னைக்கு எங்கே?''

மாவட்டங்களிலிருந்து கழித்துவிடப்பட்டு, நகருக்குள் ஒதுக்கப்பட்டுவிட்ட எனக்கும், நகரத்துக்குள் புதிதாக முடங்கிக்கொள்ள வருகிற எல்லோருக்கும் வீடு தேடும் படலம் பொதுவானதாக ஆகியிருந்தது. சொந்த வீடு என்ற ஒன்றில்லாத யாருக்கும் முன் விரிகிற அனுபவப் படம் இது. அலுவலகத்தில் உள்ள எல்லோரும் அவரவர் பங்குக்கு இந்தப் பாதையைக் கடந்து வந்திருப்பவர்கள். ஏதோ ஒரு வீட்டில் ஒரு பகுதியை வாடகைக்குப் பிடித்துவிட்டு பிறகு தொடர்ந்து நல்ல வீடு தேடும் பாதையைக் கடப்பதற்காக முயற்சி செய்து கொண்டிருப்பவர்கள்.

"மகராசனா வீடு தேடி முடிச்சிட்டு அலுவலகத்தில் வந்து உட்காருங்க" என்றார் பிரிவு அலுவலர். தாமத வருகை, வேறு பணி, மாற்றுப் பணி, விடுமுறை என்று பலப்பல விசைகள் அவருடைய கையில் இருக்கின்றன. மேலிருக்கிற அதிகாரத்துவம் கேள்வி கேட்டால் எந்த விசையைத் தட்டுவது என்று அவருக்குத் தெரியும். ஏதாவது ஒரு விசையைத் தட்டி பணிப் பாதுகாப்பு செய்ய சகபணியாளர்கள் தயாராயிருந்தார்கள். அந்தக் கருணையினால் வீடு தேடும் என் அலைச்சல் நிம்மதியாக நடந்தது.

"அப்பூ இன்னைக்கு வேட்டை எங்கப்பூ" என்றார் பசுபதிப் பாண்டியன், சக ஊழியரான அவர் சாயல்குடியை ஒட்டியுள்ள கிகாட்டுக்காரர்.

"வேட்டையா?" அதிசயத்துடன் ஏறிட்டுப் பார்த்தேன்.

"பெறகு இது என்னப் பூ? முசல் வேட்டைக்கு புதர், புதராய் அலைகிற மாதிரி வீடு, வீடாய் அலைகிறது, பெறகு ஒன்னுங் கெடக்காம சொணங்கிப் போய் திரும்பறது?" அவர் விளக்கம் சரியாகவே தென்பட்டது. பிறகு அவர் கேட்டார்.

"அரவிந்தப் பூ, வீடு கண்டடைஞ்சதும் பார்ட்டி கொடுக்கறம்பூ"

தேடுதல் வேட்டைக்குப் பிறகு என் கையில் கிடைக்கப் போவது சிறு முயல்குட்டி மாதிரி வீடாக இருக்கலாம் அல்லது முண்டு முண்டாய் எழுந்த கல்லறைகள் போன்றதாக இருக்கலாம்.

பா. செயப்பிரகசாம்

‘‘இன்னைக்கு எந்தப் பக்கம்?’’

‘‘ஐஸ்ஹவுஸ் பகுதி’’

‘‘ஐஸ்ஹவுஸில் எந்தத் தெரு’’

‘‘மண்டையனாசாரி சந்தில தான் மண்டையை உடைச்சிக்கிட்டுக் கெடக்கறாங்க’’ என்றார் பசுபதிப் பாண்டியன், பிறகு அதற்கான விளக்கம் வெளிப்பட்டது.

‘‘எப்பவும் இங்க முஸ்லீம் கலவரம்தான், ஒருவருக்கொருவர் மோதிக்கிட்டே இருப்பாங்க’’

‘‘ஒன்னும் கிடைக்காத குத்தத்துக்கு எங்கேயாவது போய் ஒதுங்க வேண்டியதுதான்’’ என்றேன்.

சமயவேல் என்ற கோயம்புத்தூர்க்காரருக்கு மூதாதையர் சேகரித்து வைத்த பல விசயங்கள் மூளை என்ற அஞ்சறைப் பெட்டிக்குள் கிடந்தன.

‘‘ஏனுங்க... வீடு அமையறது, பெண்டாட்டி அமையறது மாதிரி இல்லீங்க என்றார்.’’

‘‘உங்க கொடுப்பினை நல்லா அமைஞ்சுப் போச்சு, அதனால பேசுவீரு’’ என்றார் பசுபதி.

வேடிக்கை பேசி, வருத்தம் ஆத்திக் கொள்வதற்கான நேரமில்லை இது. பல இடங்களுக்கு அழைத்துப் போக நான்காம் முறையாக தரகர், எனக்காகக் காத்திருக்கிறார்.

‘‘இந்த வீடு ஒங்களுக்கு பிடிக்கும் ஸார், பிடிச்சிப்போச்சி, நீங்க வந்திட்டிங்க’’ பேச்சு லாவகத்தோடு உறுதிப்படுத்தினார் தரகர். திருவல்லிக்கேணியும் ஐஸ்ஹவுஸும் ஒன்றொடொன்று இணையும் இடத்தில் ஒரு பழைய கட்டிடத்தை கண்ணால் குறி வைத்தபடி அவர் நடந்தார்.

தரகருடன் போவது நான்காவது தடவை, பிடித்தாலும் பிடிக்காமல் போனாலும் ஒரு வீடு காட்ட ஐம்பது ரூபாய் அளக்க வேண்டும்.

முதலிலேயே கையில் வைத்துவிட வேண்டியதில்லை. இதுதான் ரியல் எஸ்டேட்காரனுக்கும் தரகனுக்கும் உள்ள வித்தியாசம்.

மூன்றாவது மாடி கைப்பிடிச் சுவருக்கும் ஆஸ்பெஸ்டால் கூரைக்குமிடையே மூங்கில் தப்பை அடித்த சுவர் என் கண்கள் சுழன்றடித்த போது அந்தப் பகுதியெங்கும் மூன்றாவது மாடியில் குடிசைகள் உருவாகியிருந்தது தென்பட்டது. மனச் சமாதானத்திற்காகவும் நாளைக்கு இது மாதிரி, மாடி வீட்டுக் குடிசையில் கொண்டு வைத்து விட்டீர்களே என்று வேணி புலம்புவதை அமுக்கவும் மாடிக் குடிசைகளை மனசுக்குள் சேகரித்துக் கொண்டேன்.

கடற்காற்று தட்டுப்பாடில்லாமல் வெயில் பொழுதிலேயே தடவிக் கொடுத்தது.

என்னை ஒரு தடவை ஏற இறங்க அளந்தேன். உடல் அளவுகள் சரியாகவே இருந்தன. குளியல், கழிப்பு, தண்ணீர் வசதிக்கு இரண்டாவது மாடிக்கு இறங்கி வர வேண்டும் அலுவலகத்தில் தொந்தி முன் தள்ளி மேஜை இடிக்க உட்கார்ந்திருக்கிற ஆட்களுக்கு இது தேகப் பயிற்சியாக இருக்கும்.

என்னிடம் வழிந்த சிரிப்பை தரகனின் ஓநாய்க் கண்கள் கண்டுவிட்டன. ‘‘என்ன ஸார் சிரிச்சீங்க’’

முன்பணம் கொடுத்தால் கழிப்பறை, குளியலறை, அடிகுழாய் போட்டுத் தருவதாக வீட்டுக்காரர் சொல்கிறார் என்றார் தரகர். இந்த வாடகையில் வீட்டுக்காரர்கள் எல்லோருக்கும் ஒரே மாதிரி புராணம். கல்யாணம், கருமாதி, பூப்பனித நீராட்டு எந்தச் சடங்கானாலும் குலவை ஒரே மாதிரியாக இருப்பதுபோல எல்லா வீட்டுக்காரர்களின் வாக்குறுதிகளும் ஒரே மாதிரியாய் வெளிப்படும்.

இதற்கு முன் எத்தனை பேர் இருந்து வெளியேறி வீடு எத்தனை பேர் பழகி, படுத்து, உறங்கி, உண்டு இருந்த இடம். எத்தனை குடித்தனக்காரர்களின் காலடிகள் பதிந்து அழிந்த பகுதி. எத்தனை

தடவை, நீங்கள் முன்பணம் கொடுத்ததும் மேல் மாடியிலேயே குளியலறை, தனியே கட்டித் தரப்படும் என்று சொல்லப்பட்ட சொல்.

எந்த வாக்குறுதியையும் நிறைவேற்றி வைத்தாக வீட்டுக்காரர்கள் சரித்திரம் இல்லை.

உள் அறைக் கதவு திறந்ததும் அழுகிய நாற்றம் அடித்தது. குப்பென்று மோதிய ஆவியில் முகம் வியர்த்து, மூச்சு முட்டி வெளியே ஓடினேன். ஓட்டம் பிடித்து திறந்தவெளி முனையில் போய் நின்றேன்.

கெட்ட ஆவி அடித்து, உடல் வியர்த்ததாகவோ, மூச்சத் திணறல் ஏற்பட்டதாகவோ எந்த அறிகுறியும் தரகனின் முகத்தில் தென்படவில்லை. நிதானமாக வெளியே வந்தார். எத்தனை பாம்புகள் தீண்டினாலும், விஷம் ஏறவில்லை என்று குத்துப்பாறை போல் சாவதானமாய் என்னைப் பார்த்தார்.

வெம்பலான புன்னகை என்னிடமிருந்து வெளிப்பட்டது. என்ன ஸார் என்பது போல் உதடுகள் விரியச் சிரித்த தரகர் ஒரு மாதிரியாகப் பார்த்தார்.

இந்தத் தரகர்கள் எத்தனை முகங்களைப் படித்திருக்கிறார்கள், எத்தனை மனசின் அசைவுகளை, கொத்தனின் ரசமட்டம்போல் துல்லியமாய் அளந்து ஒதுக்குவதும் ஒதுங்கிகொள்வதும் செய்திருக்கிறார்கள். முகமலர்ச்சி, நளினம், குயுக்தி, வஞ்சகம், பேச்சு சாதுர்யம் என்றில்லாமல் தரகுத்தனம் பண்ண முடியாது.

உள் அறையில் கடித்துக் குதறப்பட்டுக் குடலும், குந்தாணியும் வெளித்தள்ளி கிழிபட்டுக் கிடந்ததொரு பெருச்சாளி. இருட்டைக் கெட்டித்து வைத்த இரவில் கொன்று தின்று பகல் வெளிச்சம் பரவியதும் விட்டுச் சென்றிருக்கவேண்டும். கிழிபட்ட பெருச்சாளியின் மீதி அடுத்த இரவுக்காகக் காத்திருந்தது.

நகரம், பெருச்சாளிகளின் பொந்தாக மாறிவிட்டது. அவைகளின் இடி மாதிரி உறுமல் சத்தத்துக்கு முன், பூனையின் 'மியாவ்'

ஒன்றுமில்லாமல் ஒடுங்கிப் போகிறது. பூனையின் மெல்லிய கத்தல் சிறைப்பிடிக்கப்பட்டு உள் அடங்கி விடுகிறது. கிராமத்துப் பூனைகள் அல்ல இவை. ஒரு காலத்தில் அவை வல்லமையோடு இருந்தன. இப்போது வெகு நாகரிகமான செல்லப் பிராணிகளாக மாறிவிட்டன. ஒரு காலத்தில் ஒரு இடத்தில் வல்லன்களாக இருந்தார்கள். வேறொரு இடத்தில் வல்லமை கெட்டு, காலந் தள்ளுகிறவர்களாக ஆகிவிடுகிறார்கள் போல.

பெருச்சாளிகளைத் துணிந்து, துவம்சம் செய்கிற ஏதோ ஒன்று அந்தப் பகுதியில் அலைந்து கொண்டிருக்க வேண்டும்.

வெருகுப் பூனைகள் தவிர, வேறெதுவும் இந்தக் காரியம் செய்யாது. சின்ன நாயளவுக்கு உருண்டு திரண்டிருக்கிற வெருகுப் பூனைகள் இந்தப் பகுதியில் தாரளமாய் நடமாடுகின்றன. ஒரு நாளைக்கு ஒரு ரத்தப் பலியாவது கொள்ள வேண்டும் அவைகளுக்கு. வெருகுப் பூனைகள் பலிகொள்ளும் பீடங்களாக கண்ணுக்குத் தெரிகிற தூரம் வரை மாடிக் குடிசைகள் தென்பட்டன.

கீழறங்கி வருகையில் தரகர் கை நீட்டியிருந்தார். ஐம்பது ரூபாயை வை என்று அந்தக் கை சொன்னது.

''என்ன ஸார் வீடு பிடிச்சிருக்கா?''

''ஒன்னையப் பிடிச்சிருக்கு'' என்றேன்.

கடைசியாய் கண்டடைந்ததும் கூவம் சாக்கடை ஆற்றின் கரை மேலிருந்த ஒரு சரணாலயம். கறுத்த சாக்கடையைத் தொட்டு சாய்ப்பாய் மேலேறிய கரை மேலிருந்தது வீடு. கூவம் ஆற்றின் மட்டத்திலிருந்து மேடு வரை அடுக்கட்டுக்காய் தளதளத்தன வேலிக் கருவைப் புதர்கள். விருட்சமாய் கொளுத்திருந்த அந்த மரங்களின் உச்சியில் தூக்கி வைக்கப்பட்ட ராட்சதப் பறவையின் கூடுபோல் தெரிந்தது வீடு. அக்கரையிலிருந்து பார்க்கையில் தூரக்காட்சி அப்படித்தான் இருந்தது.

பா. செயப்பிரகசாம் 417

மழைக்காலம், கோடைக்காலம் இரண்டும் அங்கு விசேஷமாய்க் காட்சி தந்தன. மழை நாட்களில் அட்டை, மரவட்டைகள் மேலேறி பின்புறக் குளியலறை, கழிப்பறைகளில் புகுந்து கொண்டன.

துடைப்பத்தில் அடித்து முற்றத்தில் எடுத்து தூரப் போட்டுவிட்டு, குளியலறைக்குள் போக வேண்டியிருந்தது.

வெயில் காலத்தில் வெயிலுக்குச் சுண்டிய சாக்கடை நாற்றத்தில் கொசுக்கள் கிய் என்று மேலெழுந்து சாடின. சாயந்தரப் பொழுதில் மலைத் தேனீக்கூட்டம் போல் கொசுப் படை மனிதத் தலையைச் சுற்றிப் பறந்து சப்தித்தன. இரண்டு துடைப்பங்களால் மாற்றி மாற்றி தெருக்கூட்டுவது போல் இரு கைகளையும், முகத்துக்கு எதிரே வீசி, கொசுவை, விரட்டியபடி நடக்க வேண்டி வந்தது.

வீட்டுச் சொந்தக்காரனுக்கு நகரின் எல்லாப் பேட்டைகளிலும் வீடுகள் இருந்தன. மையப் பகுதியிலிருந்து கொண்டு அவன் ஒரு விசையைத் தட்டினால் ரூபாய் நோட்டுக்கள் வந்து கொட்டியது. ஏதாவது ஒரு வீட்டில் பிரச்னை என்றால் எட்டிப் பார்ப்பதில்லை. வாடகை வசூலித்துத் தருவதற்கும், விவகாரம் பேசுவதற்கும், அவனுக்கு எடுபிடிகள் இருந்தார்கள். இந்த எடுபிடிகள் அடியாட்களாகவும் இருந்தார்கள்.

இரண்டு பகுதிகளாக இருந்த வீட்டின் வலப் பகுதி ஆசிரமம் போலிருந்தது. வலப்புற வீட்டுக்கும், சுற்றுச் சுவருக்கும் இடையே பத்தடி இடைவெளி, ஒரு நந்தவனத்தை உருவாக்கிச் செழிக்கிற வகையில்,

நந்தியாவட்டை, பவளமல்லி, மஞ்சரளி, செம்பருத்தி என்று வழிபாட்டுப் பூக்கள்.

கனகாம்பரம், கொடி முல்லை, வாசனைப் பூக்கள்.

மாதுளை, சீத்தாப்பழம், வாழை பழமரங்கள் என்று நந்தவனமும் தோப்பும் ஒரு சேர அந்தப் பத்தடி இடைவெளியில், ஐம்பது அடி நீளத்தில் உருவாகியிருந்தது.

ஆனால், எங்களுக்கு வீட்டுக்காரன் விட்டுப் போயிருந்தது மூன்றடி இடைவெளி. சுற்றுச் சுவருக்கும் வீட்டுக்குமிடையேயான அந்த மூன்றடி இடைவெளியில், நாயுருவிச் செடி, குப்பைமேனி, முள்ளிக்காய்ச்செடி, முள் பெருத்த கொடுக்காப்புளி என்று கொளுத்திருந்தன. செடி ஒவ்வொன்றும் ஒரு ஆள் உயரத்தைத் தொட்டது. ஆண்டாளும் வேணியும் சேர்ந்து தலையில் வண்டு கட்டிக் கொண்டு வெட்டி எடுத்து வீசிப் போட்டார்கள். இரண்டு முழு நாள் எடுத்தது. பிறகுதான் உள்ளே நுழைய முடிந்தது. ஆண்டாள் காட்டு வேலைக்கு லாயக்கான பெண். கணவனும் இரண்டு பிள்ளைகளும் இருந்தார்கள். கையில் ஒரு மண்வெட்டி, அரிவாள், கொண்டு மட, மடவென்று வெட்டி அரித்துப் பொறுக்கி எடுத்து விட்டாள்.

வலப்பக்க ஆசிரம வீட்டில் ஒரு சூனியக்கார கிழவி, இரண்டு பெண்கள், அந்த வட்டாரத்தில் சண்டியராய் அலைந்து கொண்டிருக்கிற ஒரு இள வட்டப் பையன்.

கிணற்றடிக் கழிப்பறை, குளியலறை எங்கள் வீட்டு நேர் பின்புறம் இருந்தன. எங்கள் பின்புற வாசலைக் கடந்துதான் அவர்கள் அந்தக் காரியங்களுக்கும் போனார்கள்.

கிணற்றடிக்கு வர, தண்ணீர் இறைக்க, குளியலறை, கழிப்பறைக்குப் போக வர என்று வந்து போனார்கள். முதலில் நாங்கள் அப்படித்தான் நினைத்தோம். பிறகுதான் கெட்ட ஆவிகள் போல் சுற்றிச் சுற்றி வந்து கொண்டிருக்கிறார்கள் என்பது தெரிந்தது. அதற்கு ஒரு உள் நோக்கம் இருப்பதும் புரிந்தது. வேணி நடுங்கியபடியே சொன்னாள்.

''அதுக பார்க்கிற பார்வையே நல்லா இல்லீங்க''

நாங்கள் ஒதுங்கிய அந்தக் கூடு ஐந்து வருசமாய் எவரும் வந்துவிடாமல் அவர்கள் காத்தார்கள் என்பதைச் சுற்றியிருந்த முள்காடு சொல்லியது.

ஐந்து வருசமாய் எவரையும் அண்ட விடாமல் பாதுகாத்து வந்த எங்களை ஏமாற்றி உள்ளேறி வந்துவிட்டாயோ என்பது போல்

அவர்கள் நடவடிக்கை இருந்தது. எங்கள் பின்புறக் கதவு எப்போதும் சாத்தப்பட்டது. சமையல் புகை சன்னல் வழியாய் வெளியேறியது போக மீதி திப்புத் திப்பாய் வீட்டுக்குள் மண்டியது.

கழிப்பறைக்குப் போய்விட்டு மூடாமல் திறந்துவிட்டுப் போனார்கள். வேணி கேட்டபோது கிழவி பதில் கேள்வி கேட்டாள்.

"நீ மட்டும் செய்யலயா?"

"யாராயிருந்தா என்ன? நாத்தம் எங்களுக்குத்தானே?"

இரண்டாவது பெண் பல்கலைக் கழகத்தில் ஆராய்ச்சி (பி.எச்.டி.) செய்து கொண்டிருக்கிறாள். ஒடிசலாய், காற்றிலாடும் புல் போல் வளைந்து, கண்ணாடியுடன் சூனியக்காரின் மகள் என்று சொல்வதற்குப் பொருத்தமாகத் தெரிந்தாள்.

"நேத்து நீ மீன் கழுவிய தண்ணியை எங்க பக்கம் கொட்டி விடலை?" அந்தப் பெண் கேட்டாள். வேண்டுமென்றே அவர்கள் பக்கம் தள்ளிவிட்டிருந்தாள் வேணி.

"அதும் எம் வீட்டுப் பக்கமா, தள்ளி விட்றா? தள்ளிவிட்டா கழுவி விடனும்னு கத்துக்கோ"

சூனியக்காரியின் படித்த மகள் கேட்டபோது,

"ஆமா, எப்படிக் கழுவுறது, எப்படித் துடைக்கிறதுன்னு எனக்கு வந்து சொல்லித் தா, நா கத்துக்கிறேன்" வேணி எரிச்சலடைந்து கத்தினாள்.

"பாத்தியாம்மா, பாத்தியாம்மா அவ என்ன பேசுறான்னு" பி.எச்.டி. சாமி வந்தது போல் வெடவெடத்தாள். அதை ஆபாசமாக அர்த்தப்படுத்திக் கொண்டாள்.

"சும்மா, அணில் மாதிரி கத்தாதே" வேணியும் சத்தமிட்டபடி நெருங்கினாள்.

"டே இவ என்ன பண்றா பாருடா" கிழவி கூப்பாடு போட,

"ஏய்" என்ற கத்தலோடு சண்டியர் பையன் வெளியே வந்தான். ரத்த உருண்டை போல் சிவந்த கண்கள், கறுப்பு முண்டா பனியன், கையில தடி, வேகமாய் காலால் குளியலறைக் கதவை ஓங்கி உதைத்தான். ஒரு உதையில் கதவு அத்துக்கொண்டு உள்ளே போய் விழுந்தது. கிணற்றடியில் வேணி கழுவிக் காய வைத்திருந்த பாத்திரங்களை உருட்டுக்கட்டயால் வீசி அடித்தான்.

வேணி உள்ளே ஓடிப்போய் கதவைச் சாத்திக்கொண்டாள். அவர்கள் எல்லோரும் சேர்ந்து கத்தினார்கள் ஒன்னைய என்ன செய்றோம் பாரு.

வெளியிலிருந்து சத்தம் கதவை இடித்தது. பின்வாசல், சன்னல்களை, பாதுகாப்பாய் வேணி சாத்திவிட்டாள்.

பல வேளைகளில் பல விசயங்களில் எனக்கு இல்லா தெளிவும், சாமர்த்தியமும் வேணியிடம் இருந்தன. காரியத்தைத் திட்டமிடுவது திடமாய் எடுத்துச் சென்று முடிப்பது என்பதெல்லாம் வேணியிடம் குடிகொண்டிருந்த குணங்கள் பெண்ணுக்குள்ள குணங்களாக இல்லையே என்று சிலர் சொன்னார்கள். ஆனால் இந்தக் குணம்தான் எனக்குத் துணை வந்தது. இழந்த மனதுடன் தவித்த காலத்தில் இந்தச் செழிப்பான குணத்துடன்தான் அவள் எனக்கு முட்டுக் கொடுத்தாள். அவளுடைய இந்தக் குணங்களை அடையாளம் கண்டு, அவளைப் போகவிட்டு அந்த நிழலிலேயே ஒண்டிக்கொண்டு போவது எனக்கு வசதியாக இருந்தது.

மாலையில் திரும்பியபோது பயம் மண்டிய கதவுக்குப் பின்னிருந்து எட்டிப் பார்த்தாள். வந்தது நான் என்று உறுதிப்படுத்திக் கொண்டுதான் திறந்தாள். நடந்தவைகளை பயந்துபோய் விவரித்தாள். அன்றிரவு அவள் சாப்பிடவில்லை. தூக்கத்தின் மத்தியில் எழுந்து ''எனக்குப் பயமாயிருக்குங்க'' என்றாள். ''இனி ஒரு நாள் கூட தாமதிக்கக்கூடாது'' என்றாள்.

மூன்று மாத முன்பணம் கொடுக்கப்பட்டிருந்தது. வீட்டுக்காரன் வருவதில்லை. மாதா மாதம் கப்பம் வசூலிப்பதற்காக அவனுடைய

கையாள் வந்து செல்வான். அவனிடம் சொல்வதற்காக அவன் வரும் வரை காத்திருக்க முடியாது. எப்போது கொடுக்கிறானோ அப்போது முன்பணத்தைக் கொடுக்கட்டும் என்று சொல்லாமல் கொள்ளாமல் குடும்பத்தைப் பெயர்த்துக்கொண்டு எதிர்த்த வரிசையிலிருந்த வீட்டுக்குப் போனோம். ஒரு பெரிய ஆக்கிரமிப்புத் தாக்கத்திலிருந்து ஒவ்வொரு பொழுதும் பயந்து பதுங்கிக் கொள்வதிலிருந்து நிரந்தரமாக விடுபெற்று எதிர்வரிசையிலிருந்த ஒரு வீட்டில் சரண் அடைந்தோம்.

முன்கூட்டியே அறிவிப்புச் செய்யாமல் காலி செய்து போனாதால் ஒரு மாத முன்பணம் வரவில்லை.

## 2

''அத்தை, இது யார் வீடு?''

செல்லமணிப் பாப்பா படியேறி வந்து கேட்டாள். '' சொல்லுங்க அத்தை இது யாரோ வீடு''

வேணி புரியாத வியப்புடன் பார்த்தாள். பாப்பாவின் கேள்வியும் கேட்ட அவசரமும் அவளை அதிர்ச்சிகுள்ளாக்கியது.

''எதுக்குடா கேக்குறே''

''முதல்லே சொல்லுங்க இது ஒங்க வீடா, இல்ல எங்களோடதா?''

வாழ்வதற்குத் தயாராய் புது வீடு நின்றபோது செல்லமணியை பால்குடி குழந்தையை இடுப்பில் ஏந்தியபடி நுழைந்தாள் கற்பகம். ஒவ்வொரு வருசத்தையும் பாப்பாவின் முயற்பாதங்கள் அளந்து வளர்ந்திருந்தன. அளுடைய ஏழு வருஷ உயரத்தை வீடு கண்டிருக்கிறது. பாப்பாவுக்குச் சொந்தவீடு என்ற பதிவும் கூடவே வளர்ந்திருந்தது.

வேணிக்கு சூட்சுமம் புரிந்தது. செல்லமணியை மடியோடு இறுக்கிக் கொண்டு, ''ஆமா, இது ஒன் வீடுதான்'' என்கிறாள்.

''அம்மா இல்லேங்கிறா?''

"அம்மா என்ன சொன்னா?"

"இது நம்ம வீடு இல்ல. அத்தையோட வீடுங்கிறா"

பாப்பாவுக்கு உடனே பதில் தேவைப்பட்டது. அந்தப் பதிலோடு அவள் மாடியிலிருந்து கீழிறங்கி ஓடுவாள். பதிலை அம்மாவுக்கு முன் உருட்டிவிடுவாள்.

பாப்பாவின் கேள்விகள் உடனுக்குடன் தீர்க்கப்பட்ட வேண்டியவை பதிலில் மிச்சம், மீதி வைப்பது குழந்தைகளுக்குப் பிடிப்பதில்லை அப்போதைக்கப்போது அந்த இடத்திலேயே தீர்க்கப்படாத ஒவ்வொன்றும், பச்சை மண்ணின் உள்ளத்தில் பள்ளத்தை உண்டாக்குகிறது. தங்களுடைய பதில்களால் பெரியவர்கள் குழந்தைகளின் பள்ளங்களை நிரப்பக் கடமைப்பட்டவர்கள். நிரப்பப்படாத நிறைய பள்ளங்களுக்குள் விழுந்து குழந்தை வளர, வளர திருகல் முருகலாகி விடுகிறது. பிள்ளைகளைத் தங்களது பதில்களால் கட்டுப்படுத்த நினைப்பவர்கள், அவர்களின் குணத்தைத் திருப்பி நிறுத்திவிடுகிறார்கள்.

யோசிப்பு கூடுகிறபோது செல்லமணியின் ஏறிட்டுப் பார்த்த பாவமும் மாறியது. குணபாவங்களின் பாதரசம் தனக்குள் நிரப்பிய தெர்மா மீட்டராக குழந்தை நிற்கிறாள்.

பாப்பாவை இழுத்து முகம் உரசினாள் வேணி. "இது செல்லமணியோட வீடுதான். அதிலென்ன சந்தேகம்"

"நீங்க ஒண்ணு சொல்றீங்க. அம்மா ஒண்ணு சொல்றா"

"அம்மா சொல்லியிருந்தா தப்பு. அம்மா தப்புத் தப்பா பேசுவா. கீழ்வீடு செல்லமணிக்கு மேல்வீடு அத்தையோடது."

செல்லமணி சந்தேகம் தீர்ந்து, கீழே ஓடினாள். வீட்டை அளந்து கொண்டே அவள் அம்மாவிடம் போனாள். வீட்டின் உள்ளும் வெளியும் அவளின் பிரதேசமாக ஆகி, ரொம்பக் குதூகலமாய் குலுங்கி நடந்தாள்.

பா. செயப்பிரகாசம்

அந்த அழகை கண்களுக்குள் இருத்திய வேணி, அரவிந்தனிடம் அதைச் சொன்னாள்.

''உண்மையைச் சொல்லியிருக்கலாம்'' என்றான் அரவிந்தன்.

''எதுக்கு, அது குழந்தை சுருங்கிப் போகும்''

எப்படியும் ஒரு நாளைக்குத் தெரியப்போகுது அப்ப கஷ்டப்படுவா

''வளர்றபோது தானாகவே புரிஞ்சிக்கிட்டுப் போறா''

வீட்டின் நெற்றியில் பொறிக்கப்பட்டிருந்த ''அரவிந்த பவனம்'' வெறும் சித்திரங்களாகத்தான் தெரிந்தது. பாப்பாவுக்கு அந்த சித்திர எழுத்துக்களுக்குள் நெளிகிற உள் அர்த்தம் அவளுக்குப் பிடிபட இன்னும் சில வருசம் எடுக்கும்.

புது வீடு ரம்மியமான காட்சிகளை விதைத்துக் கொண்டிருந்தது. பாப்பா அந்த வீட்டுக்குள், தளதளக்கும் வயல்வெளியை உருவாக்கிக் கொண்டு வந்திருந்தாள். பாப்பாவின் வயல்வெளிமீது வறண்ட காற்று ஒருபோதும் விளையாட விடக்கூடாது என்பதில் வேணிக்கு கவனம் அதிகம். அந்த மாதிரிக் கவனிப்புக்கெல்லாம் இடம் கொடுக்காது விலகி நின்றிருந்தான் அரவிந்த்.

கீழ் வீட்டை வாடகைக்கு விட்டதில் பல கூடுதல் சௌகரியங்கள் விளைந்தன. முதலில் ஸார், மேடம் என்று அழைக்கிற விற்பனைப் பெண்களின் தொந்தரவுக் குரல்கள் விரட்டியடிக்கப்பட்டன. இப்போது பையன்களும் வருகிறார்கள். அழைப்பு மணியை அழுத்துகிறபோதே, கீழ் வீட்டிலிருந்து கற்பகத்தின் குரல் இல்லே வேண்டாம் என்று திருப்பியனுப்பியது. அதையும் தாண்டி, மேல்வீட்டு அழைப்புமணியை அழுத்த விரல் பதிக்கிறபோது ''இல்ல, அவங்க வெளியே போயிருக்காங்க'' என்று வெட்டி அனுப்பினாள்.

உறவினர்களும், நண்பர்களும் விசாரித்துச் சல்லடை போட்டு மேலே அனுப்பட்டார்கள். கீழ்வாசல் திறந்துள்ள சில நேரங்களில்

யாராவது மேலேறிவிட்டால், பின்னாலேயே போய் 'நமக்குத் தெரிந்தவர்கள்தானா' என்று உறுதிப்படுத்திக் கொள்வது கற்பகத்தின் வழக்கமானது.

அஞ்சல் பெட்டியில் போடப்பட்டவை மேலே வந்தன. ஒன்று செல்லமணி, இல்லை கற்பகம் மேலே கொண்டு வர வந்தன.

காய்கறி, மளிகை வாங்க கற்பகம் புறப்படுகிறபோது, மறக்காமல் வேணியிடம் கேட்பாள் அல்லது இரண்டுபேரும் சேர்ந்து புறப்பட்டுப் போனார்கள்.

வேணி, அரவிந்தன் என்று தம்பதிகளின் பராமரிப்பை ஒன்றும் இல்லை என்று சொல்லும்படியாக்கியது கற்பம், மணிவாசகம்.

பராமரிப்பு. வாடகை வீடு என்ற வேறுபாடு அத்துப்போய்விட்டது. பெரியவர்களுக்கே அந்த நினைப்பு இல்லாமல் போய்விடுகிறபோது ஒரு வயசிலிருந்தே அந்த வீட்டில் வளருகிற பிஞ்சுக்கு இது வேறொரு வீடு என்று தோன்றாமலே போனது.

ஓடு ஓடு என்று விரட்டி, இப்போதுதான் வாழ்க்கையில் உட்கார்ந்திருக்கிறார்கள் வேணியும் அரவிந்தனும். ஒரு காலத்தில் அவர்களின் பிடரியைப் பிடித்துத் தள்ளிய வீடு தேடும் படலத்திலிருந்து விடுபட்டாகி விட்டது. அந்த வாழ்க்கை மீண்டும் எதிர்ப்பட்டு பயமுறுத்த வழியில்லை.

ஒரே ஒரு பெண். பூங்கோதை கல்யாணம் முடிந்து இங்கே நகரத்தில் தான் இருக்கிறாள். அவளும், அவளுடைய இனிய துணைவனும் சேர்ந்து குழந்தை பெறுவதை இரண்டு ஆண்டுகளுக்குத் தள்ளிப் போட்டிருக்கிறார்கள்.

அரவிந்தன் பெயரில்தான் கடன் வாங்கி வீடு எழுப்பப்பட்டது. அரசுப் பணியாளனுக்கு அரசாங்கக் கடன் பெறுவது சாத்தியமாகியிருந்தது.

வரைபடம் போட்டு, வீடு கட்டிக் கொடுத்தவர் ஒரு பொறியாளர். நகரில் ஒரே நேரத்தில் அவரது மேற்பார்வையில் ஏழு வீடுகள்

கட்டுமானம் நடந்து கொண்டிருந்தன. மத்தியதர வர்க்கத்தின் தேவையை நிறைவேற்றுவதற்காக தான் 25 மணி நேரம் உழைப்பதாக அவர் அடிக்கடி சொன்னார். ஆனால் ஒரு நாளைக்கு கால் மணி நேரம் மட்டுமே அவரைக் கட்டுமான இடத்தில் காண முடியும். சிலபோது ஒரு வாரமாக வருவது இருக்காது. மேற்பார்வையிட்டு, இது இது இப்படி இப்படி என்று மேஸ்திரிக்கு கட்டளைகள் பிறப்பிப்பார். கட்டுமான வேலைகளைக் கவனித்தது எல்லாம் மேஸ்திரிதான்.

வேணியும் அரவிந்தனும் நேரில் கட்டுமானக் களத்தில் நிற்கிற போது ஆச்சா போச்சா, ஆனை பூனை என்று மேஸ்திரி சித்தாட்களை விரட்டுவார். அவர்கள் கண்டிருக்கிறார்கள். அவர்கள் கண் பார்வையிலிருந்து ஒதுங்கியதும், 'பாப்பாத்தியம்மா மாடு வருது, கட்டினா கட்டு, கட்டாட்டாப் போ' என்று ஒதுக்கமாய் நின்று கொள்வாள். ஆட்களை விரட்டி, விரட்டி வேலை வாங்குகிற பாவனை மேஸ்திரியிடம் ஜாஸ்தி, வேலை செய்கிறவர்களுக்கும் அவருக்குமிடையேயான வெகுகாலக் கூட்டு அது.

கடைசியாய் வேணி வீட்டுச் சொந்தக்காரியாக களத்தில் நின்றாக வேண்டி வந்தது.

வெயில் முட்ட முட்ட அடிக்கிற பகலில் வேணி திடீரெனப் போய் நின்றாள். எப்போதோ பார்த்துப் போக வருகிற வேணி இல்லை அது. வேலை செய்பவர்கள் சாவதானமாக உட்கார்ந்து நீட்டி நிமிர்ந்து கொண்டிருந்தார்கள். மேஸ்திரி, பக்கத்து வேப்பமரத்து முட்டில் தலைசாய்த்து தூங்கிக் கொண்டிருந்தார். 'வெயிலுக்குக் கண்ணு இழுத்துக்கிருச்சி' என்றார் மேஸ்திரி, எழுந்து நின்று.

"ரொம்ப மேல்வேல போல. தூங்கிட்டீங்க"

"இப்பம்தான். நீங்க வந்தீட்டீங்க"

"சரி தூங்குங்க ஒங்க வேலைய நான் பாத்துக்கிறேன்" என்றாள். மேஸ்திரிக்கு சுள்ளென்று பட்டது.

வானக்கால் தோண்டி, ஒரு சுற்றுச் சுவர் மேலே வந்திருந்தது. செங்கற்கள் ஈரப்படுத்தப்படாமலே சுவர் ஏறின. ஈரப்படுத்திய

செங்கல் கையை அறுக்கிறது என்றார்கள் வேலையாட்கள். செங்கல் நனைப்பதற்காக வாங்கித் தரப்பட்ட இரண்டு டிரம்கள் காலியாய் உட்கார்ந்திருந்தன.

கரிசல் காட்டுக் கோழிக்கு நெல் கொரிக்கத் தெரியாது என்கிற மாதிரி இனிமேல் உட்கார்ந்திருந்து பயனில்லை. என்று வேணி முடிவெடுத்தாள். இடுப்பிலிருந்து வேணியின் கைகள் இப்போது கீழே இறங்கின. ஒரு டிரம்மில் செங்கல் ஊறிக்கொண்டிருக்கிற போதே இன்னொரு டிரம்மில் நனைபட்ட செங்கல்லை எடுத்துக் கொடுத்தாள். சித்தாள்களுக்காக பழைய துணிகளை எடுத்து வந்தாள். வேணியின் உருவக் கட்டு வேறொன்றாக மாறியிருந்தது. சித்தாளுக்குச் சித்தாள். மேஸ்திரிக்கு மேஸ்திரி. பொறியாளருக்குப் பொறியாளர், அரவிந்தனுக்கு அரவிந்தன் இப்படிப் பல முகங்களாய் ஆகி வீட்டை உருவாக்கிக் கொடுத்தாள்.

சிறு உதட்டசைவோ, செல்லமான விசாரிப்போ இல்லாமல் ‘அரவிந்த பவனம்’ என்ற பெயர் வீட்டின் உச்சியில் உட்கார்ந்தது.

ஏழு ஆண்டுகள் முன் உருவான வீட்டில், சென்ரிங் போட்டதிலிருந்து கட்டுமானம் முடிகிற வரை மின் வேலைகள் சுந்தரம் செய்தார். எந்த இடத்தில் எந்தக் கம்பி ஓடுகிறது. எங்கிருந்து இழுக்கப்பட்டது என்பதை சுந்தரம் அறிவார். கூட இருந்து எல்லாவற்றையும் கவனித்து வந்ததால், அந்த விவரம் வேணிக்கு தெரியும். கட்டுமானப் பணியின்போது மாநில முழுதும் அலுவலகப் பயணத்தில் அழுந்தியிருந்தான் அரவிந்தன்.

சின்னச் சின்ன வேலையானாலும் தனிக் கவனமுடன் வெளிப்பட்டன சுந்தரத்திடம். ஒவ்வொரு வீட்டுக்காரரும் தனக்காக மட்டுமே பிரத்தியோக கவனம் எடுத்து சுந்தரம் செய்வதாக நினைத்தார்கள். அப்படி நினைக்க வைப்பது சுந்தரத்தின் வேலைக் குணம். ஒச்சமில்லாமல் யாரும் குறைகூற முடியாதபடிக்கு செய்வது அவருக்குக் கைவந்த கலை. தன் வேலையாகவே கொண்டார். மற்றவர்கள் வேலை என்று ஒருபோதும் நினைத்துப் பார்த்ததில்லை.

ஒரு தச்சாச்சாரி, வேலை செய்கிறபோது அவன் காதுகள் கேட்டுக் கொண்டிருக்க வேண்டும், வாய் பதில் ஆற்றிக் கொண்டிருக்க வேண்டும் குனிந்த தலை நிமிராமல், இழைப்பதில் பதிந்திருக்க வேண்டும். வேலைக்குள் மனசும் தலையும் நுழைத்திருக்கிற தச்சாசாரிபோல், வேலைக்குள் நுழைந்துவிட்ட சுந்தரத்தை அதற்குள்ளிருந்து மீண்டும் எடுத்து வந்து விடுவது சுலபமான காரியமில்லை. வீட்டுக்காரருக்கு நிறைவு வருகிறதோ இல்லையோ முதலில் அவருக்கு நிறைவு கிடைக்க வேண்டும். பிறகுதான் வேலைக்கான கூலிக்கு கைகள் நீளும். கூலிக்கு வேலை பார்க்கிறேன் என்ற நினைப்பு அரும்பிவிட்டாலே தொழில் பழுதுபட்டுப் போகும் என்பார்.

மின்விசிறி ஒரே வேகத்தில் சுற்றியது. பழுதாகிவிட்ட ரெகுலேட்டரை ஒக்கிடவேண்டும், குளியலறையில் கம்பி வலைக்குள் பொருத்திய விளக்கு 'பீஸ்' போய்விட்டது. வலையைக் கழற்றித்தான் பல்பு மாட்ட வேண்டும். பிறகு மூன்று பேஸ்களில் ஒரு பேஸிலேயே வீட்டின் மொத்த உயிரும் இரண்டு நாட்களாக நடமாடிக் கொண்டிருந்தது.

''எவ்வளவு ஆகும்'' அரவிந்தன் கேட்டான்.

சுந்தரம் ஏறிட்டுப் பார்த்தார். என்னென்ன சாமான்கள் தேவையோ அவைகளையெல்லாம் சொந்தப் பொறுப்பிலேயே வாங்கி வந்து வேலையை முடித்துக் கொடுத்துவிட்டு, சிட்டையைக் காண்பித்துத் தொகை வாங்கிக்கொண்டு போவதுதான் அவரது பழக்கம். அவர் இதுவரை வேலைக்குக் கூலிபேசிக் கண்டதில்லை.

''இத்தனை வருஷமா பார்க்கிறீங்க. இவ்வளவு கொடுங்கன்னு நான் கேட்டிருக்கனா?''

''எவ்வளவு ஆகும்னு பேசி முடிச்சிட்டா நல்லது''

இது வித்தியாசமான குரலாகத் தெரிகிறதே என்று வேணி ஆச்சரியப்பட்டுப் பார்த்தாள். அவள் தலையிடவில்லை. இரண்டு பேருக்கு நடுவில் உள்ளே நுழைந்து பேசுகிறதை, தப்பர்த்தம் செய்து

கொண்டால் என்ன செய்வது. இருபத்தைந்து வருச தாம்பத்தியத் தொடல்பில் அவன் குணம் அறிந்து பேசாது இருந்தாள்.

சுந்தரம் பதில் பேசவில்லை. இதுவரை இல்லாத ஒரு இடத்திற்கு அரவிந்தன் வந்து நின்றது அவருக்கு அசிங்கமாகப்பட்டது. அந்த இடத்திற்குள் அவனை நுழையவிடக்கூடாது என்று நினைத்தார். தொழில் நேர்மையில் சந்தேக் கண் போடுகிற இடம் அது.

வேலை முடிந்து சுந்தரம் பணம் வாங்கியபோது போதுமா என்று கேட்டான்.

''இதுவரை பேரம் பேசுனது வாழ்நாள்ல இல்லே. எனக்குக் கட்டுபடியாகலே. போட்டுக் கொடுங்குன்னு நா கேட்ருக்கனா?''

நேர்மையான நல்ல தொழிற்கார மனுசனின் வெளியேற்றம் நிரந்தரமாக அமைந்தது.

''நல்லவேளை, எலக்ட்ரிசியின் நம்ம மானத்தைக் காப்பாத்துனாரு'' என்றாள் வேணி, அவர் தலை மறைந்ததும்.

''யாரோட மரியாதை?'' அரவிந்தன் சினாய்த்தபடி பார்த்தான்.

''நம்ம மரியாதைதான். அவர் சத்தம்போட்டு தகராறு பண்ணியிருந்தா, என்னாகியிருக்கும்.''

''ஏன் நீ இருந்தேல்ல. சரியில்லேன்னா எடுத்துச் சொல்ல வேண்டியதுதானே?''

''அப்ப எம் மரியாதை என்ன ஆகியிருக்கும்?''

அதற்காகத்தான் பேசவில்லை என்பதுபோல் சிரித்தாள்.

''எல்லாம் எனக்குத் தெரியும்''

வீறாப்புடன் வெளியே போனான். ஒரு மழைக்கால இரவில்தான் அது நடந்தது.

பச்சரிசியை வாயில் போட்டு பொதும வைத்து அதக்கி அதக்கித் தின்கிற பெண் பிள்ளை போல், வானம் மழையை மென்று மென்று

துப்பிக் கொண்டிருந்தது. லேசு லேசாய் இடையே இடையே வீசிய காற்றில் சத்தம் கொடுத்தது மழை. தென்னங்கீற்றுச் சலசலப்புக்கூட மழையாக உருவகம் கொண்டது.

இப்போது அரவிந்தனின் அலுவலகப் பணிமுறை மாறிப்போய் விட்டது. வாரத்தில் பாதிநாள் வெளியூர், பாதிநாள் அலுவலகம் மாவட்ட அலுவலகங்களை ஆய்வு செய்யும் பணி கணக்கு வழக்குகளை தணிக்கை செய்யும் வேலை. ஆய்வு செய்து முடித்து அறிக்கை செய்து வைத்த இறுதி நாளில் மேல் அலுவலர் வருவார். போக வரச் செலவும், பயணப் படியும் மிச்சமாயின. அந்தச் செலவை அந்தந்த மாவட்ட அலுவலகத்தில் உள்ளவர்களே ஏற்றுக் கொண்டார்கள். இந்தப் பணியைச் சுற்றி மேல் வருமானமும் கிடைத்தது. அதனாலேயே துறையில் இந்த இடங்களைக் கைப்பற்றுவதற்கு பலர் குறிவைத்துக் கொண்டே இயங்கினார்கள்.

அரவிந்தன் வெளியூரிலிருந்த அந்த இரவுதான் சோதனையாக மாறியது. ஒரு மாதமாய் நெஞ்சுச் சளி, வேணியின் மார்பில், வசமாக உட்கார்ந்து கிடந்தது. எந்த மருந்து எடுத்தாலும் கூடுதலானதே தவிர குறைய வழியில்லை. அந்த நாளில் பூங்கோதைக்குத் திருமணமாகியிருக்கவில்லை. கட்டிய கபம், கெட்டியாய் இறுகி, சுவாசக்குழாய் நடுவே சுவராக அடைத்துவிட்டது.

நடுராத்திரியில் மூச்சுத் திணறியது. கால்கள் நீட்டி கைகளைத் தரையில் பரப்ப மூச்சுவிட எத்தனித்தாள் வேணி. வெறும் முயற்சியாக முடிந்தது.

"மூச்சுவிட முடியலே" என்றாள் பூங்கோதையிடம் சைகையில், கண்கள் நிலைகுத்தி நின்றன.

"அத்தை, அம்மாவுக்கு என்னாச்சுன்னு பாருங்க" கத்தியபடி, பூங்கோதை மாடிப்படிகளில் ஓடினாள். மடமடவென்று திரும்பி மேலேறியபடி "அத்தை சீக்கிரம் வாங்க" என்று கத்தினாள்.

மணிவாசகம் ஆட்டோ கொண்டு வர ஓடினார். மருத்துவமனைக்கு தொலைபேசி செய்து எல்லாவற்றையும் தயார் நிலையில் வைக்கச்

சொன்னார். அவர்கள் வழக்கமாகப் போகிற வருகிற தனியார் மருத்துவமனை அது.

எல்லாம் உடனுக்குடன் நடந்தது. வெட்டப்பட்ட வாழை மரத்தைத் தூக்கிக்கொண்டு போவது போலத்தான் மருத்துவமனைக்கு கொண்டு போனார்கள்.

அவசர அவசரமாய் மருத்துவமனை போய்ச் சேர்ந்தபோது காத்திருந்த மருத்துவர் கேட்டார் ''ஏன் இவ்வளவு தாமதமா வர்றீங்க''

சாவு நேர்மையானது அதன்செயல்பாடு, வெளியில் தெரிவதில்லையே தவிர வஞ்சம் அதற்கு இல்லை. நேரடித் தாக்குதல் தொடுத்த மரணம் வேணியின் உடலின் உள்வாசல் வரை போய் வந்தது. வேகமாய் வளர்ந்த மருத்துவ விஞ்ஞானத்தால் திருப்பப்பட்ட பிறகு மீளவும் அவள் உடலுக்குள் பதுங்கிக் கொண்டது.

''நாங்கள்ளாம் அம்மா போய்ட்டாங்கன்னே நெனைச்சோம்'' அரவிந்தனிடம் சொல்லிக் கொண்டிருந்தாள் பூங்கோதை.

அன்றிரவு முழுவதும் வேணி பிராணாவாயுவிலேயே சுவாசித்துக் கொண்டிருந்தாள். இதயத் துடிப்பை அளவிட்டுக் கொண்டிருக்கும் கருவியில் மருத்துவரின் கண்கள்.

கடைசியில் செயற்கை சுவாசிப்பில் சாவை ஒரு ஓரத்துக்கு அனுப்பிவிட்டு மீண்டும் வந்திருந்தாள். நாலுநாள் பயணம் முடிந்து அரவிந்தன் திரும்பியபோது சேதி தெரிவிக்கப்பட்டது. மருத்துவமனையில் தளர்ச்சியுடன் படுத்திருந்த வேணியின் அருகில் போய் நின்றான். கட்டிலில் உட்கார்ந்தான்.

''அவங்கள பாத்து பேசிட்டு வந்திருங்கப்பா'' பூங்கோதை சொன்னாள்.

''இங்கதானே இருக்கப் போறாங்க பாத்துக்கிரலாம்''

''மாமாவும் அத்தையும் இல்லேன்னா, அம்மாவை இந்நேரம் பாத்திருக்க முடியாது.''

பா. செயப்பிரகசாம் 431

பூங்கோதை வெளிப்படுத்திய முறையில் துயரக்குறிப்பு இருந்தது.

அவசரமான துன்பியல் பொழுதுகள்தான் மனிதர்களை அளவிடுகின்றன. தனதாள், அயலாள் என்ற வேற்றுமையை அழித்துவிடும் தருணம் அது. அந்தச் சந்தர்ப்பத்தில் மணிவாசகமும், கற்பகமும் இயல்பான மனிதர்களாய் வெளிப்பட்டிருந்தார்கள். அவர்கள் அந்த இரவில் இல்லாமல் போயிருந்தால் மரணம் தனது வேட்டையை முடித்துக்கொண்டு திரும்பியிருக்கும். வேணியும் பூங்கோதையும் அதை உணர்ந்தார்கள்.

தனியார் மருத்துவமனை அதிகச் செலவை இழுத்து வைத்துவிட்டது. ஒவ்வொன்றுக்கும் காசுதான். மருத்துவமனைகள், சூரியனுக்குக் கீழே உட்கார்ந்திருக்கும் கொள்ளைக்கூடங்கள் என்பது உறுதியானது. நோய் என்பதும், சோதனை என்பதும் மருந்து என்பதும் பணம் கண்ட அவர்களுக்கு ஒரு உத்தி. வாழ்க்கையில் நொம்பலப்பட்டவர்கள் அந்த அரண்மனைகளைத் தொடக்கூட முடிவதில்லை.

இதுபோன்ற சொகுசு மருத்துவமனையில் சேர்ந்திருக்கக்கூடாது. அரவிந்தனிடம் உள் யோசனை ஓடிக் கொண்டிருந்தது.

அரவிந்தன் படியிறங்கி கீழ் வீட்டுக்குப் போனான்.

''ஒங்களுக்குத்தான் ரொம்ப கஷ்டமாகிருச்சி''

அவன் சொன்னதுபோல் பெரிய கஷ்ட்மாக அவர்கள் அதைக் கருதவில்லை என்பது தெரிந்தது. ஆபத்தான சமயங்களில் செய்ய வேண்டிய கடமையைத்தான் அவர்கள் செய்தார்கள்.

''இப்படி நடக்குமென்று யாரும் நினைக்கலே'' என்றார்கள்.

''இப்பல்லாம் எந்த நோயும் யார்ட்டயும் சொல்லிட்டா வருது'' என்றான் அவன்.

தன்னையும் அழைத்துக்கொண்டு போய்த்தான் அவர்களுக்கு நன்றி சொல்வான் என எதிர்பார்த்திருந்தாள் வேணி. காத்துக் கொண்டு நின்றாள்.

''நானும் வர்றதா இல்லே சொன்னேன்'' என்றாள். அவன் கீழிறங்கிப் போனது தெரியாது. ஒருத்தர் போய்ச் சொன்னால் போதாதா என்று அவன் கேட்டபோது, வேணிக்கு நெஞ்சடைப்பு மறுபடி வந்து தாக்கியது போல் தோன்றியது.

வேணிக்கு லேசாய்த் தட்டுப்பட்டது. ஆபத்துப் பொழுதில் தங்களுக்கு உதவிய மனிதர்களைச் சந்தித்ததாகத் தெரியவில்லை. அரவிந்தன் என்ற வீட்டுக்காரர் கீழே போய் அவர்களைப் பார்த்து வந்திருக்கிறார்.

இப்போதெல்லாம் அவனிடமிருந்து வெளிப்படுகிற வார்த்தைகள் தன் பிரவாகமாக வருவதில்லை. வாய் வார்த்தைகளாகவே வந்து விழுகின்றன. வெளிப்படுகிறபோது, அவனுக்குள் ஒன்றாகவும், மற்றவர்களுக்கு வேறொன்றாகவும் போய்ச் சேருகிறது. வார்த்தைகள் கீழே நெஞ்சிலிருந்தும் மேலே முகபாவத்திலிருந்தும் வரக்கூடியன. நெஞ்சிலிருந்து பிறக்காத வார்த்தைகள், முகபாவத்திலிருந்தும் நழுவி விடுகின்றன. அப்போது அடையாளம் காட்டிவிடுகின்றன. ஆனால் நெஞ்சிலிருந்து பிறக்காத வார்த்தைகளுக்கு, முகம் என்ற கூட்டுக்குள் வேறோன்றாக பாவம் காட்டி வெளிப்படுகிற வித்தை அவருக்குக் கைவந்துவிட்ட தன் வார்த்தைகள் தனக்கு எதிரியாக மாறுவதை அந்த மனிதன் உணருவதில்லை என்று வேணி நினைத்துக் கொண்டாள். வெள்ளோட்டமான சம்பவங்கள் ஒன்றிரண்டு அவள் ஞாபகத்துக்கு வந்தன.

மூன்று நாள் ரம்மியமான பயணம். பயணத்தை இனிமையாக்க அதன் தொடக்கப் புள்ளிகளிலிருந்து கடைசி எல்லை வரை திட்டமிட்டிருந்தார்கள். உள்ளிருக்கும் பூ வேலைப்பாடுகளை வெளிக்கொட்டும் கண்ணாடிப் பீங்கான் உருண்டைகள் போல், ஒரு பயணத்தில் அழகு, சந்தோசம் அதற்குள்ளேயே அதன் திட்டமிடுதலில்தான் அடங்கியிருக்கிறது.

குளுமையான ஓட்டமாய் பயணம் தொடங்கியது. 200 கி.மீ. தொலைவில் சொந்த ஊர். ஆற்றுத் தண்ணீர் போன்றதொரு காலைப்

பொழுது அவர்களை அந்த மலையாடிவார கிராமத்திற்கு அழைத்துப் போனது. முதலில் நெருங்கிய உறவில் கல்யாணம். மனிதர்கள் பிரியமாக் கூடுகிறார்கள். சந்தோசங்களை விதைக்கிறார்கள். சொந்தங்களின் பாசத்தில் நீராடி நனைந்து மேலேறி வருகிறார்கள்.

எதிரே கண் மூடித் தியானித்து உட்கார்ந்திருக்கிறது ஏற்காடு மலை, இயற்கை அமைத்து வைத்த சுதந்தரமான மொட்டை மாடி அது. வயிற்றுக்குள் உறங்கும் கருப்பிள்ளை போல் அதன் கதகப்புக்குள் உண்டு உறங்கி வரவேண்டும்.

வெதுவெதுப்பான மேகங்களின் அடியில் துள்ளிப் பறந்தாள் பூங்கோதை. குளிர்வீசும் மேகங்கள் அப்படி மாறிவிட்டன. குமரிப் பருவத்தின் வாசற்படியில் அவள் கனவுகளைத் துரத்திக் கொண்டிருந்தாள். மனசும் உடம்பும் அவளுடைய பிடிக்குள் இல்லை. அவளை ஒன்றுமில்லாதவளாக்கி, தாவித்தாவி, எங்கெங்கோ சுற்றிக்கொண்டிருந்தன.மலை உயரத்தைவிட, கூடுதலான உயர வெளியில் அவள் பறந்து கொண்டிருந்தாள்.

முதல்நாள் தொடக்கத்தில் களிபேருவகையின் கூட்டில் அவர்கள் ஒதுங்கிக் கொண்டிருக்கிறபோது ஒரு குரல் அதை உடைத்தது.

"வீடு தனியா இருக்கும்"

புரியாதவளாய் அரவிந்தனை ஏறிட்டுப் பார்த்தாள் வேணி.

"அதான் கீழ் வீட்டில ஆள் இருக்காங்களே."

"என்ன இருந்தாலும் தனதாள் மாதிரி வருமா? அவங்கதூங்கு வாங்களா? நம்ம வீட்டைக் காவல் காப்பாங்களா?"

மகிழ்ச்சி அலைகளில் கும்மாளமிட்டுக் கொண்டிருந்த பூங்கோதை இடையில் வெட்டப்பட்டுக் கேட்டாள். "என்னப்பா பேசறீங்க"

அரவிந்தன் சொன்னான், கீழ்விட்டுக்காரர்கள் சன்னல், கதவுகள் எல்லாம் அடைத்திருப்பார்கள். எல்லோரும் தன்னை இழந்து தூங்குகிற இந்த நடு இருட்டுத்தான் திருடர்கள் விழித்து வினையாற்றுவதற்குத் தேவையானது என்றான்.

வேணி எரிச்சலடைந்தாள் ''அதான் நமக்குத் தெரிஞ்சவங்க யாரையாவது படுத்துக்கிரச் சொல்லலாம்னு சொன்னேன். நீங்க காதில் வாங்கிக்கிரவே இல்லே''

''அவங்க ராத்திரிதான் படுத்துகிருவாங்க, பகல்லேயே திருட்டு நடக்குது.''

அரவிந்தன் புலம்புகிறான் அம்மாவுக்கும் மகளுக்கும் அந்தப் புலப்பத்தின் உள்ளடக்கம் புரிந்துவிட்டது.

இனிய பயணத்தின் கெதியான ஓட்டத்தை வீடு நாசப்படுத்திவிட்டது. அவர்கள் மடியில் நிறைத்து வைத்த சந்தோசங்கள் கீழே கொட்டியாகிவிட்டது. இதமான பயணத்தை இந்த அப்பாவை அழைத்துக்கொண்டு, கொண்டு செலுத்துவது சாத்தியமில்லை என்று பூங்கோதை எரிச்சல் கொண்டாள்.

வீடு, அதற்கான அர்த்தத்தில் இல்லை. குளிர்ச்சியை பிறப்பித்துக் கொண்டிருக்க வேண்டியது வீடு. இந்தக் கோடை வாசஸ்தலத்தை வெப்ப பூமியாக்கிவிட்டது.

''எப்படி மாறிட்டாரு பாத்தியாமா அப்பா'' என்றாள் பூங்கோதை தனியாக இருந்தபோது.

வேணியிடமிருந்து வெம்பலான சிரிப்பு வெளிப்பட்டது.''அவர் பழைய ஆளு இல்லே''

பயணம் முழுதும் அவன் அவர்களுடன் இல்லை என்பதை அவர்கள் கண்டார்கள்.

தொடர்ச்சியாய் வந்த இரண்டு வறண்ட கோடைகள் நகரவாசிகளை திசைக்குத் திசை விரட்டியடித்து துவம்சம் செய்தன. ஒவ்வொரு நிகழ்வின் போதும், வரலாறு காணாத பேரழிவு என்று பத்திரிகைகள் எடுத்துக் காட்டிக்கொள்வதைப் போலவே, வரலாறு காணாத தண்ணீர்ப் பஞ்சம் என்று சித்தரித்தன. தண்ணீர்க் கொடூரம் அரவிந்தன் வீட்டுக் குள்ளும் புகுந்திருந்தது.

தண்ணீருக்குள்ளிலிருந்து புயல் உருவாகும் என்பது உறுதிப்பட்டது.

நகராட்சி மேல்நிலைத் தொட்டிக்கு எதிரிலேயே இருந்தது வீடு. இந்த வீடு தாண்டித்தான் மற்ற தெருக்களுக்கெல்லாம் தண்ணீர் போயாக வேண்டும். அப்படி நினைத்தது பொய்யாகிவிட்டது. எல்லா வீடுகளுக்கும் நான்கு நாட்களுக்கு ஒருமுறை அதுவும் ஒரு மணிநேரம் என்று ரேஷன் வைத்துத் தண்ணீர் விட்டார்கள்.

தண்ணீர் வெறிகொண்டு மனிதர்கள் சிதறினார்கள். அதுவரை அமர்வாய் இருந்த மனித குணங்கள் ஒரு பனை உயரத்திற்கு தூக்கி அடித்து, கீழே போடப்பட்டன. மனித உருக்களா, நள்ளிரவில் அலையும் பேய்களா என்பதுபோல் சந்தேகிக்கிற அளவுக்கு பெண்டுகள் பானைகளோடு எங்கெங்கோ அலைந்தார்கள். அவர்களுக்கு நள்ளிரவுப் பயம் அற்றுப்போனது. எங்கேயோ நிறைத்துக்கொண்டு குலுங்கிக் குலுங்கிப் போகும் லாரிகளை மறித்தார்கள். தண்ணீர் வழிப்பறி நடந்தது. தங்களுக்கு உரியது கிடைக்காதபோது தாமாகவே எடுத்துக் கொண்டார்கள். தண்ணீக்கே உரித்தான குளுமை குணம் அத்துப்போனது.

''இருக்கிறது நாங்க ரெண்டு பேர். எங்களுக்கு நாலு நாளைக்கு ஒரு தடவை 'சம்பில்' தண்ணி போதும். நீங்க அடிகுழாய் போட்டுக்கோங்க'' அரவிந்தன் என்ற வீட்டுக்காரர் பேசினார்.

அவர்கள் கற்பகமும், மணிவாசகமுமாக இருந்தார்கள். அரவிந்தன் வீட்டக்காரராக மாறிவிட்டார்.

எது நியாயமில்லையோ அதை முன் வைக்கிறார் வீட்டுக்காரர். வீட்டுக்காரர் குடித்தனக்காரர் என்ற இதுவரை வெளிப்படாத வித்தியாசமான தொனி இது. அவர்களுக்கு ஆச்சரியமாய் இருந்தது. நான்கு நாட்களுக்கு ஒரு தடவை விடுகிற தண்ணீர் அரவிந்தன், வேணிக்குப் போதுமானதாகவே இருக்கட்டும் வித்தியாசம் பார்க்காமல் இரண்டுபேரும் சேர்ந்து பிரச்சனையை எதிர்கொள்ள

வேண்டிய நேரத்தில் கஷ்டத்தை இவர்கள் பக்கம் தனியாக ஒதுக்கிவிடுகிற ஒருபக்கச் சாய்வு தென்பட்டது.

''அப்பவும் அடிகுழாய் போட்டுத்தர வேண்டியது, வீட்டுக்காரர் பொறுப்புத்தானே'' மணிவாசகம் சிரித்தபடியேதான் கேட்டார். சொல்லப்படுகிற ஏதோன்றும் நேரம், சூழல், சந்தர்ப்பத்திற்கேற்ப உருமாறிக் கொள்ளும் என்பது அவருக்குத் தெரியாமல் போனது.

ஏற்கனவே அவர்களுக்குள் பூரணமாய் இருக்கிற உறவுநிலை, அந்த இடத்திலிருந்தே இயல்பாய்க் கேட்டார். இன்னும் அவர் அந்த இடத்திலேயே இருக்கிறார்.

அம்மி, உரல் போன்றவை ஒரு வீட்டின் அசையாச் சொத்தக்கள். வீடு போலவே அதுவும் எடுத்துச் செல்ல முடியாதது வீடு மாறுகிறபோது சுழற்றி எடுத்துக்கொண்டு போகிறவையல்ல. இந்த அசையாச் சொத்துக்களின் பட்டியலில் அடிகுழாயும் ஒன்று என்பது அரவிந்தனுக்கு எப்படிப் புரிபடாமல் போனது என்று மணிவாசகம் யோசித்தார்.

இதுவரை அந்த வீட்டுக்கு அடிகுழாய் தேவையாயிருக்கவில்லை. அடிகுழாய் இல்லாமலே போதுமான தண்ணீர், கீழ்நிலைத் தொட்டியில் விழுந்துகொண்டிருந்தது. அடிகுழாய் போடுவது என்பது அந்தப் பகுதி முழுதுக்கும் புதிதாக வந்திருக்கிற சோதனை.

அரவிந்தனின் கை எதிர்த்த வீட்டைக் காட்டியது.

''அந்த வீட்டில இருக்கிறாங்க 'சேட்டுங்க,' சொந்தச் செலவிலதான் போட்டிருக்காங்க எதிர்த்த வீட்டுக்காரர் சொல்லிவிட்டார், உங்களுக்கு தண்ணி போதலைன்னா, உங்க செலவில அடிகுழாய் போட்டுக்கோங்க நாங்க போட்டுத் தரமாட்டோம் என்று''

சந்தேகமிருந்தால் விசாரித்துக் கொள்ளலாம் என்றான் அரவிந்தன். விசாரித்துச் சரிபார்க்க வேண்டிய உறவுநிலை அல்ல இது. அந்த மாதிரிக் காரியம் செய்கிறபோது உறவு கீழிறங்கிப் போய்விடுகிறது. மனித உறவு என்ற கட்டத்தைக் கடந்து, வீட்டுக்காரர், வாடகையாளர்

என்ற அற்பமான எல்லையைத் தாண்டித் தாங்கள் வெகுதூரம் வந்து விட்டதையும் அதை மீண்டும் தானோ, அரவிந்தனோ தொட்டுவிடக் கூடாது என்பதிலும் மணிவாசகம் கவனமாக இருந்தார். ஒருபக்கக் கவனம் உறவுக்கு எப்போதும் போதுமானதில்லை.

ஒரு தடவை பாப்பாவைக் கூட்டிக்கொண்டு சொந்த ஊர் போயிருந்தார்கள். நான்கு நாட்கள்தான். வேணிக்கு ஜூரம் பின்வாங்கிப் பறந்து போனது. பாப்பாவைத் தாண்டி அவளுக்கு எதுவுமில்லை. பாப்பாவைக் கட்டிக்கொண்டு கண்களில் நீர் பிதுங்க விம்மினாள். வெதுவெதுப்பாய் தன் கன்னத்தில் சுடுநீர் ஒட்டியபோதுதான் பாப்பா கவனித்தாள். ஆச்சரியமாய் அம்மாவிடம் வந்து கேட்டாள். ''அம்மா, அத்தை ஏன் அழுறாங்க''

''உனக்கு புரியாது குட்டி''

கற்பகம் சொல்ல நினைத்தாள். அவளுக்கும் தெரியவில்லை என்பது போல் அப்படியா என்று மழுப்பினாள்.

இனி ஒவ்வொரு வீடாய் ஏறி, இறங்கி விசாரிக்க வேண்டியதில்லை. இழந்த வார்த்தைகளில் மணிவாகம் சொன்னார்.

''உங்க பேரில நம்பிக்கை இல்லையா, என்ன?''

''நம்பிக்கை இருக்குல்லே அப்ப போட்டுக்கோங்க''

சாதாரணமாகத்தான் மணிவாசகம் கேட்டார்.

'காலி பண்ணிட்டுப் போறபோது, குடியிருக்கிறவங்க கையோடவா எடுத்திட்டுப் போகப் போறாங்க'

படீரென்று உதறினார் வீட்டுக்காரர் அரவிந்தன். ''கையோட கொண்டு போறதுன்னா போங்க. ஒங்க பொருள் எங்களுக்குத் தேவையில்லே.''

பதிவாய்ப் பேச்சு நடந்து கொண்டிருக்கிறபோதே, இன்னொரு மனது மூர்க்கம் கொண்டுவிட்டது. தனது அதிகாரத்திற்குப் படியாதவர் எவரும் தனக்குத் தேவையில்லை. வீட்டுக்காரர் என்ற மேலான

அதிகாரத்தை ஒருவர் துளைத்து ஓட்டைபோட அனுமதிப்பது கேவலம். அதைவிட துக்கம் வேறொன்றுமில்லை.

பொது, பொதுவென இறங்குகிற ஈர மண்ணில், பிடுங்கப்படுகிற செடி வேரோடு மேலே வருகிறது. வேரில் இருக்கிற முண்டு தடுக்கிற போது விசையோடு உண்ணி இழுத்து வெளியே வீசத் தோன்றுகிறது. அப்படித்தான் இழுத்து வீசினான் அரவிந்தன். ''இஷ்டமில்லேன்னா வீட்டைக் காலி பண்ணுங்க.''

வேணி நடுங்கினாள். அவனுடைய இந்தக் கத்தல் அவளை இரண்டாகப் பிளந்தது.

அப்படியொரு சொல்லை அவன் விட்டிருக்கக்கூடாது. அவர்கள் குடித்தனக்காரர்கள் என்ற நிலையில் இருப்பவர்கள் அல்ல. ஏற்கனவே கபம் கட்டி, மூச்சடைத்து, மரணத்தைத் தொட்ட அந்த இரவு அத்தாட்சியாய் நிற்கிறது. எல்லோரையும் எல்லோரோடும் ஒன்றாய்ப் பார்த்துவிட முடியாது. காலில் ஒட்டிய மண்ணை அலட்சியமாய் உதறுவதுபோல் உதறி எறிந்துவிடுவது சரியில்லை. வேணி திகைத்துப் போய் நின்றாள். பலவகைகளில் யோசித்த போதும், முடிவு எப்போதும் ஒரு ஆணுடைய கைக்குள்ளேயே அடங்கியிருந்தது.

கடுமையான மனப் போராட்டத்தின் கடைசியில் வேணி கீழிறங்கிப் போனாள். கீழ் வீட்டுக்கும் மேல் வீட்டுக்குமிடையே தகர்க்க முடியாத பாறைகளாய்க் கிடந்த படிக்கட்டுகளைக் கடந்து கீழே நடந்தாள்.

மனசு திறப்பாக இருந்தபோது கடந்து வர லேசாக இருந்தது. இப்போது இருபக்கமும் மனசுகள் கனம் கொண்டுவிட்டன.

மேல் நோக்கிப் பறந்து வருகிற லகுவான பிஞ்சுக்குரல் இப்போதெல்லாம் மேலே வரவில்லை. அதைத் தேடிக் கீழே போனாள்.

தன்னைத் தகுதியிறக்கம் செய்துகொள்வதாக அந்தத் தங்கச்சி கற்பகம் நினைத்துக் கொண்டாலும் கவலையில்லை என்று வேணி கீழிறங்கினாள்.

பா. செயப்பிரகாசம் 439

"ஏம்மா இப்படிச் செய்றே" வேணி கேட்டாள்.

கற்பகம் அவளை உட்காரச் சொன்னாள்.

"மனசுக்கு கஷ்டமாயிருக்கில்லக்கா."

"யாருக்கு? அதுக்காக அந்தப் பச்சை மண்ணு என்ன செய்தது பாவம்?" செல்லமணியைக் கூட கண்ணிலே காண விடுவதில்லை. மாலைப் பொழுதுகளின் இதம், அந்தக் குஞ்சுப் புறா கிடந்த மடியில் கூடியிருந்தது. இப்போது வேணியின் மடி காலியாகக் கிடந்தது.

" விளையாடிக்கிட்டிருந்தா. மொட்டை மாடியில விளையாடக் கூடாதுன்னு சொன்னதுக்கப்புறம் அவ மேலே வர்றதில்லே"

"யாரு, நா சொன்னேனா?"

"இல்லே, பூங்கோதை அப்பாதான்."

கல்லெறிவிட அரவிந்தனுக்குத் தயக்கம் இல்லை. கல்லெறி கண்டு மான் குட்டிகள் கலைந்து மிரண்டு ஓடுகின்றதைப் பற்றியும் கவலை இல்லை.

"யார் எதன்னாலும் சொல்லட்டும, நீ செல்லமணியை மேலே அனுப்பும்மா" தளர்ந்து திரும்பி மேலே ஏறினாள்.

அரவிந்தனுக்குள் இருக்கும் அந்த இன்னொரு மனிதன் அதிகமாகவே அவளை துன்புறுத்தினான். அவனது முதல் மனுசனின் நடப்புகளைப் பற்றி அவள் கவனத்தில் கொண்டு வருகிறாள். 25 வருசங்களாய் முதல் மனுசனின் வித்தியாசப்பட்ட பல சித்திரங்கள் அவளுக்கு முன் வருகின்றன. ஒவ்வொரு சித்திரமும் வாசிக்க வாசிக்க அவனது விகாரத்தைத் திறந்து காட்டுகின்றன.

படிப்படியாய் மாறி வருகிற எல்லாவற்றையும் மனித ரூபத்தில் பார்த்துக் கொண்டிருக்கிற அவளிடத்தில், எல்லாவற்றையும் பண ரூபமாகப் பார்க்கிற அவன் எப்படிப் பொருத்தினான்? அவள் எப்படி அவனோடு பொருத்திக் கொண்டாள்? நினைக்க நினைக்க திகைப்பாகத்தான் வருகிறது. இப்படியான குணங்கள் உள்ளேதான் கிடக்கின்றன. திறப்பாகத் தெரிய வருகிறபோதுதான், மூச்சடைக்கிற

மாதிரி ஆகிவிடுகிறது. இத்தகைய குணங்கள் உள்கிடப்பாய் கிடக்கிற ஒரு மனிதனுடன் 25 வருசம் வாழ்ந்தாகிவிட்டதா? ஆச்சரியத்துடன் விழித்தாள் வேணி.

வேணி சொன்னாள்.

''நா அவங்க கிட்டப் போய்ப் பேசறேன்''

''என்ன பேசப் போறே?''

''அடிகுழாய்ச்செலவை நீங்க ஏத்துக்கோங்க. வீட்டை காலி பண்ண வேண்டாமின்னு கேக்கறேன்.''

அரவிந்தன் கத்தினான். எப்போதும் அவன் கத்துவது முன்வீடு, பின்வீடு, பக்கத்து வீடு என்று எல்லா இடங்களுக்கும் கேட்டது. மற்றவர்கள் என்ன நினைப்பார்கள் என்பதைப் பற்றிக் கவலைப்படுவதில்லை. இந்த அவமானத்திற்காகவே வேணி அடங்கிப் போய்விடுவாள்.

''அந்த நெனைப்பு வேண்டாம். காலி பண்ணச் சொன்னா, சொன்னதுதான்.''

''ஒங்களுக்குப் புரியாது. மனுசர்களுடைய பழக்கத்தைப் பற்றி''

''அப்ப நா மனுசன் இல்லேங்கிறயா?''

''கஷ்ட காலத்தில் அவங்க என்னென்ன செஞ்சிருக்காங்கன்னு யோசித்துப் பாருங்க. பெறகு பொம்பளைங்கதான் கஷ்டப்படணும் இப்படி நடந்து பேச்சே. நடந்து போச்சேன்னு காலத்துக்கும் நெனைச்சு மருகணும்''

''அந்தப் பொம்பளை சொன்னது ஒனக்குத் தெரியுமா''

வேணி அரவிந்தனை ஏறிட்டுப் பார்த்தாள்

''ஒங்களுக்கென்ன, ஒத்த பொம்பளைப்பிள்ளை, கல்யாணமெல்லாம் முடிச்சீட்டிங்க எங்களுக்கு இன்னும் ரெண்டு பெண்பிள்ளைக இருக்கு அதுகளுக்குச் செலவு இருக்கில்லேன்னு கேட்கிறா.''

"அந்தத் தங்கச்சி அப்படிப் பேசமாட்டாளே"

"நீயே அவகிட்ட கேட்டுப்பாரு"

"கேட்கறேன். அப்படி அவ பேசியிருந்தா தப்புதான். அதுக்காக வீட்டை விட்டு விரட்டியடிக்கிறது வேண்டாம்"

இழந்த குரலில் அவள் பேசினாள். குடித்தனக்காரரை அனுப்புகிறோம் என்பதல்ல. நல்ல மனுசர்களை இழந்து போகிறோம் என்ற வேதனையில் வார்த்தைகள் வெளிப்பட்டன.

அரவிந்தன் உறுதியான குரலில் சொன்னான். "இனிமே மாற்றிப் பேசுகிற பேச்சு வேண்டாம். மூணு மாச டைம் அவங்களைக் காலி பண்ணச் சொல்லு."

அந்தப்படியே ஆயிற்று.

மூன்று மாதம் அவர்களுக்குத் தேவையிருக்கவில்லை. ஒரு தடவை மனக்கசப்பு ஆகி, பிடிக்காமல் போய்விட்டதென்றால் மறுபடி மறுபடி ஒட்டிக் கொண்டிருப்பதில் அர்த்தமில்லை. தள்ளிப் போடப்படுகிற மாதங்கள் மனவெறுப்பைத் தள்ளிப் போடாது. எதிர்நிலையில் கூடுதலாகிக் கொண்டு போனாலும் போகும். உறுதியாக அந்தத் திசையில் தான் நடக்கும்.

விடியும் முன் எழுந்திருந்து மணிவாகம் புறப்படுவார். இரவு எல்லோரும் சாப்பிட்டு ஒதுங்க வைத்த பின்தான் திரும்பினார். தீவிரமாக வீடு தேடிக் கொண்டிருக்கிறார் என்பது அவருடைய குடும்பத்தினருக்குமட்டுமே தெரிந்தன.

ஒரு விசயத்தில் சின்ன கருத்து வேறுபாடு என்றால், அது எவ்வளவு சின்ன விசயமாக இருந்தாலும் உறவை வெட்டி விடுவது அரவிந்தனுக்கு இயல்பாக இருந்தது. இருபத்தைந்து வருசங்களாய் அவன் மனதின் அசைவை அவள் கண்டு வந்திருக்கிறாள். இருபத்தைந்து வருசங்களாய் கட்புலன்களுக்கு கேட்காதிருந்த சின்னச் சின்ன ஒலிகூட இப்போது பெருகி, இடியோசையாய் அதிர்ந்து, இவ்வளவு காலமும் அவளுடைய சகிப்புத் தன்மையின்

காரணமாக மறைந்திருந்த ஒலிகள் கணவன் மனைவி என்ற தாலிப் பிணைப்பில் வந்துவிட்டதினாலே, கண்டு கொள்ளாமலிருந்த, அழுத்தலாய் விடப்பட்ட கேவலமான சம்பவங்கள்.

இன்றைய நிலவரப்படி அரவிந்தனுக்கு எந்த மனுசரும் தேவையில்லை. வேணிக்கு எல்லா மனுசர்களும் வேண்டும். அவன் பொருட்டு அவள் சேர்த்து வைத்த உறவுகளையெல்லாம் அவள் இழந்துகொண்டே வந்திருக்கிறாள். இன்னாருடன் பேசக்கூடாது என்றால் பேசக்கூடாது. உறவு வைத்துக்கொள்ளக் கூடாது என்றால் கூடாது. அவன் கட்டளைகள் அப்படித்தான் வந்திருக்கின்றன. அவள் சேர்த்துச் சேர்த்து வைத்த உறவுகளை அவன் அறுத்துக்கொண்டே வந்திருக்கிறான். அப்போது அரவிந்தன் என்ற வீட்டுக்காரர் அவனுக்குள் சேர்ந்து கொண்டார்.

''அப்பா முன்னமாதிரி இல்லம்மா'' என்று மகள் பூங்கோதை சொன்னபோதே அந்த சின்ன இதயத்துக்கு உறுத்தியிருக்கிறது 25 வருசமாய் தனக்குப் புலப்படாமல் போனது ஏன் என்று தெரியவில்லை. இன்றுவரை வேணிக்கு எதுவும் உறுத்தவில்லை. அவளுடைய இதயத்தையும் சேர்த்துக் கட்டியிருக்கிற பிணைப்பு இருப்பதால் அவளால் திமிர முடியாது.

''நீங்க வருகிறபோது வீடு எப்படி இருந்ததோ அப்படி கொடுத்திட்டுப் போங்க'' வீட்டுக்காரர் அரவிந்தன் சொன்னார்.

மணிவாசகத்திற்கு மெல்லிதாய் சிரிப்பு வந்தது. வீடு கட்டிய புதிதில் வாடகைக்குக் குடி வந்தார்கள். அப்போ எல்லாமே புதிதாக இருந்தது. புதிதாய்க் கட்டியதுபோல் ஒப்படைத்துவிட்டப் போவது என்றால் வெள்ளையடிப்பது, கதவு, சன்னல்களுக்கு பெயிண்ட் பூசுவது வார்னிஷ் அடிப்பது, கழன்று போயிருக்கும் கொக்கிகள், பல்புகள் மாற்றுவது என்று எல்லாவற்றையும் முடித்துவிட்டுப் போகவேண்டும் அல்லது இந்த வேலைகளுக்கு எவ்வளவு ஆகுமோ அதைக் கொடுத்துவிட்டுப் போகவேண்டும். முன்பணத்தில் பிடித்தம் செய்துகொண்டு கொடுப்பார். வேலையெல்லாம் முடித்து,

முன்பணத்தில் பிடித்தம் செய்துகொண்டு கொடுப்பார். வேலையெல்லாம் முடித்து, முன்பணத்தில் மீதமானதைக் கொடுக்க இன்னும் சில மாதங்கள் எடுக்கலாம்.

புதிய குடித்தனக்காரர்கள் வந்த பிறகே முன்பணம் திருப்பித் தரப்படும் என்ற கடைசி வெடிகுண்டு அரவிந்தனிடமும் மீதியிருந்தது.

ஏற்கனவே கசப்பு, நாக்குத் தாண்டி, தொண்டைக் குழிவரை போய் நிற்கிறது. கூடுதலாக கசப்பை உண்டாக்கிக் கொள்ள வேண்டாமென்று மணிவாசகம் நினைத்தார்.

''இப்ப ஒன்றரை வருசம் முன்னாலதான் வெள்ளையடிச்சது''

''நீங்க கேட்டுக்கிட்டதனாலே செய்து கொடுத்தோம். வழக்கமாக குடித்தனக்காரர் காலி செய்கிறவரையில் வெள்ளையடிக்கிறது இல்லே''

சட்டென்று பதில் வந்தது.

''அப்படியும் செலவில் பாதியைப் பகிர்ந்து கொண்டேன்'' மணிவாசகம் சொன்னதற்கு வீட்டுக்காரர் பதில் பேசவில்லை.

''இந்த விசயத்தில் எனக்கு சந்தோசமில்லே''

மணிவாசகம் விருட்டென்று வெளியேறினார். வீடு தேடி இரண்டாவது மூன்றாவது என்று குடியேற்றங்களை மாற்றி அவருக்கும் பழக்கமில்லை ஆனால் வாழ்வு மறுக்கப்பட்ட அந்த இடத்தில், அந்தப் பகுதியில் வசிக்க மனசு ஒருப்படவில்லை. இத்தனை காலமாய் வசித்த தெரு, வசித்த பகுதி அங்குள்ள முகங்களை எல்லாம் எதிர்ப்பட வேண்டியிருக்கும். எனவே தூரமாய்த் தொலைந்துபோய்விட வேண்டுமென்று அவர் நினைத்தார்.

நடுநிசியில் வெளியேறினார்கள். தெரு உறங்கிக் கொண்டிருந்தது.

நள்ளிரவிலும் பாப்பா விழித்திருந்தாள். சாமான்கள் ஏற்றிய வேனின் முன்பகுதியில் அம்மாவின் நெஞ்சில் சாய்ந்திருந்தாள்.

வேணி கீழிறங்கி வாசற்படியில் நின்று அவர்களைப் பார்த்து நின்றாள். சாவியைக் கொடுத்துவிட்டுப் போக மணிவாசகம் வந்தார்.

"உங்களால் முடியாதபோது காலி பண்ணிப் போயிடறீங்க. ஆனா நா எதைக் காலி பண்ணறது."

வேணி கேட்டபோது கண்களில் நீர் பிதுங்கியது.

வேன் புறப்பட்டபோது பாப்பாவின் பிஞ்சுக் குரல் காதுகளுக்கு வந்தது.

"ஏம்மா, நாம நம்ம வீட்டை விட்டுப் போறோம்"

# சோக நீக்கம்

எலீஸாவின் சவப்பெட்டியுடன் கல்லறைத் தோட்டத்துக்குள் நுழைந்த போது தான் தென்பட்டது அது. கல்லறைத் தோட்டத்தின் நடுவாக நின்ற ஆலமரத்தின் வலது கோடி விழுதுகளின் கீழே இருந்தது அந்தச் சிறு கல்லறை.

மண்ணுக்குள் போன எல்லோரையும் பராமரித்து வருகிறேன் என்பதுபோல், ஆலமர விழுதுகள் படர்ந்து அடர்ந்திருந்தன. மரித்து மண்ணுக்கு மண்ணாகப் போகிறவர்களை மட்டுமல்ல, நாளை வரப் போகிறவர்களுக்கும் நிழல் வைத்திருக்கிறேன் என்பது ஆலமரத்தின் மொழியாக இருந்தது. கல்லறைத் திடலும் அந்த மொழியே பேசியது.

ஏதாவது ஒரு சாவுடன் அந்தக் கல்லறைத் தோட்டத்துக்குள் நடந்த போதெல்லாம் மரியதாஸ் அந்தச் சிறு நடுகல்லையும் அதன் வாசகத்தையும் கண்டிருக்கிறார். இப்போது அது வித்தியாசமான ஒரு சோக சரித்திரத்தைக் கொண்டிருப்பதாகப்பட்டது.

1890-க்கும் 2001க்கும் இடையே காலம் வெகுதூரம் இருக்கலாம். ஒரு நூற்றாண்டு நீளமுள்ள அந்த இடைவெளியில் அன்றாடமோ, ஒருநாள் விட்டு ஒரு நாளோ, வாரக் கணக்கிலோ மரணம் நிகழ்ந்து கொண்டேயிருக்கலாம். மரணம் ஒன்றே மரணமற்றது என்று கல்லறைகள் இன்றுவரை உறுதி செய்துகொண்டே வருகின்றன.

2001-ல் மரணம் என்ற பாம்பின் தலை முன்னகர்ந்து, எலீஸாவைக் கவ்வியது. எலீஸாவை இரை எடுத்துக்கொண்ட அதன் வாய் ஒரு போதும் மூடிக் கண்டதில்லை. இன்றுவரை இரை எடுத்துக்கொண்டே

நகரும் அந்தப் பாம்பு இனிவரும் நூற்றாண்டுகளுக்கும் நடந்து கொண்டே போகும் என்று கல்லறைக்கு உள்ளே போகும் எலீஸாவின் சவப்பெட்டி சொல்கிறது.

போகிற வழியில் 1890-ன் அந்தச் சிறு கல்லறை தென்பட்டது. பூமிக்குள் புதைந்துவிட்ட உடல் போலவே உடலை மூடிய கல்லறையும் நிலத்துக்கு கீழே புதைந்து போயிருந்தது. கவிழ்ந்த கப்பலின் மீதிப் பாகம் மட்டும் கடல் நீருக்கு வெளியே ஆடுவது போல் தலைமாட்டில் பதிக்கப்பட்ட அந்தக் கல் மட்டும் வெளியே தெரிந்தது. அரைவட்ட வடிவிலான அந்தக் கல்லில் பொறித்து வைத்த வாசகங்கள் மரணம் நிகழ்ந்த விதத்தை வெளிப்படுத்தின.

புதைகுழிக் கல், ஒரு கவிதையைச் சுமந்துகொண்டு நின்றது. ஒரு நூற்றாண்டுக்கும் மேலாகிப் போன அந்த உயிரை வெளியே உலவ விட்டுக் கொண்டிருப்பது போல் வாசகம் அவ்வழியாகப் போகிற ஒவ்வொருவரிடமும் பேசியது.

"அன்பிற்கினிய குழந்தையின் மறைவுக்குப் பின், துயருற்ற பாசமிகு பெற்றோரின் இறுதி வார்த்தைகள் - 1890"

கண்ணுறங்கும் சின்னஞ்சிறு அன்பே

அமைதி கொள்

இரட்சகரின் கொள்

இரட்சகரின் அருகாமையில்

பாசமிக்க பாதுகாவலரின் அரவணைப்பில்

இணைத்து வைத்துக் கொண்டார்

இறைவன் உன்னை

அழவேண்டாம் எனக்காக

என் பெற்றோரே, உங்களை

ஒரு காலத்தில் களிப்பூட்டிய செல்வம் நான்

இன்றோ இயேசு என்னை அழைத்தார்

பா. செயப்பிரகாசம்

மங்காப் புகழோடு தன்னுடன் வாழ்ந்திருக்க.

பேதலித்த பெற்றோருக்கும், பிஞ்சிலேயே 'எனக்கென்ன' என்று போய்விட்ட இளம் உயிருக்குமிடையே உரையாடலாக அந்தக் குறிப்பு அமைந்திருந்தது. நல்ல கவிதை எப்போதும் மரணிப்பதில்லை. 1890, நவம்பர் 19-ல் அது கவிதையாகியிருந்தது.

1890-ன் காலம், கான்கிரிட், சிமெண்ட் என்ற நவீன கட்டுமானப் பொருட்கள் கண்டுபிடிக்கப்படாத காலம். சவப்பொட்டியைச் சுற்றி நான்கு புறமும் இப்போது போல் சிமெண்ட் சுவர் எழுப்ப முடியாமல் போயிருந்திருக்கும், இப்போது போல் மேலே மூடுவதற்கு கான்கிரிட் சிலாப்புகள் இல்லாமல் இருந்திருக்கும். கல்லறை மேல் பதிக்கப்படும் விலையுயர்ந்த, நேர்த்தியான மார்பிள் அல்லது கிரானைட் அந்நாட்களில் பூமிக்கடியிலிருந்தே வெளி வந்திருக்காது. சுண்ணாம்பு குழைத்த காரை மட்டுமே கொண்டு கட்டப்பட்டது பூமிக்குள் மூழ்கிக் கொண்டிருந்தது.

அந்தத் துயர சரிதம் சம்பவித்த விதத்தை கல்லறைப் பராமரிப்பாளன் சொன்னபோதெல்லாம் வருகிறவர்களுக்கு சாதாரணமாகவேபட்டது. மரியதாஸுக்கும் அப்படியே பட்டிருக்க வேண்டும்.

ஜலகாம்பாறை என்ற இடத்தில் நீர்வீழ்ச்சி விழுகிற தடாகத்தின் மேலிருந்து அந்தப் பத்து வயதுப் பாலகன் குதித்தான். குதித்து மூழ்கி நனைந்த பந்துகளாய் தலைகள் மேலேழுந்து வந்து கொண்டிருந்தன. சிறுவர்கள் அண்ணாந்து கொப்பளித்துத் துப்புகிற நீரில் வானவில் பளிச்சிட்டது. ஒரு கட்டத்தில் அந்தச் சிறுவனின் தலை நீருக்கு மேலே வரவில்லை. தண்ணீருக்கும் சூரியக் கதிருக்குமிடையே ததும்புகிற ஒரு வானவில் குறைந்தது. குதித்து உள்ளே போனவன், சூரிய மினுமினுப்பைக் காண வெளியே வருவான் என்ற எதிர்பார்ப்பு பொய்யாகிப் போனது. அவன் குதித்த மாத்திரத்தில் மேலே இருந்து இன்னொரு பயல் அவன் தலை மேலே குதித்தான். படீர் என்று அவனைச் சுற்றி தண்ணீர் வெளியே தாவியது, பத்து வயதுப் பாலகன் நட்டுக்க நேராக கீழே போய்க் கொண்டிருந்தான். பிறகு மதியம் ஒரு

மணிப் பொழுதுக்கு தடாக அலைகளின் மேல் ஒரு பூ ஆடுவது போல சிறிய உடல் மேலே மிதந்து வந்தது.

கல்லறைத் தோட்ட பராமரிப்பாளர் செபாஸ்டியன், அதைக் காட்டிக் கேட்கிற ஒவ்வொருவருக்கும் விவரித்தார். முதல் தடவை கேட்ட யாரோ ஒருவருக்காக அதை எப்படி இறக்கி வைத்தாரோ, அதே விவரணையும் கொஞ்சமும் குறைவுபடாமல் வருகிறது. கல்லில், மரத்தில் வடிக்கப்பட்ட சிற்பம், செதுக்கி வைத்தது மாதிரியே என்றென்றும் இருக்கிறதே அதுபோல.

இந்தச் சரிதம் அவருக்கு அவருடைய தந்தை ஜோசப் மூலம் கிடைத்தது. தந்தைக்கு அவருடைய தகப்பனார் மூலமும், அதற்கும் முந்திய தாத்தா வழிக் கதையாகவும் கை மாற்றி அளிக்கப்பட்டது. அதை அப்படியே மாறாமல் சொல்லியிருக்கிறார். அவருடைய தாத்தா, அப்பா, அவரவர் வார்த்தைகள் சேர்த்துச் சேர்த்து புது கட்டுமானம் வந்திருந்தது வரலாற்றுக்கு.

நான்கு தலைமுறைகளாக அதே கல்லறைக் காட்டில் வெட்டியான்களாகவே வாழ்வைத் தொடர்ந்திருக்கிறார்கள். ஆனால் தலைமுறைகளாக பரிமாற்றப்பட்டு வரும் ஒரு சோக சரிதம், அதே வார்த்தைகள், சொல்லாடல்களுடன் மாறாமல் அளவெடுத்து வருகிறதென்று, செபாஸ்டியன் சொல்முறையிலிருந்து தெரிய வந்தது.

எங்கிட்ட போய்ட்டு வர்றேன்னு ஒரு வார்த்தைகூட சொல்லலியே. எம் மகன் சொல்லாமல் போய்ட்டானே.

அந்தத் தாய் சொல்லிக் கதறினாள். மாரிலும் முகத்திலும் அடித்துக் கதறிய குரல் நூற்றாண்டுகளின் தடம் கடந்த பிறகும், இன்னும் காயாமல் அப்படி வருகிறது.

மரியதாஸ் கதறினார் எங்கிட்ட ஒரு வார்த்தை சொல்லாமல் போய்ட்டாளே.

துக்கம் பீறிட, தாய் தலையைச் சுவரில் மோதுகிற சத்தம் கேட்டது. மகனே, மகனே என்றழுது அழுது, தாய்க்குத் தொண்டை

வறட்சியாவது தெரிந்தது. நினைவு கொஞ்சம் கொஞ்சமாய்ச் சுருங்குகிறது. அவளுக்குள் கிடக்கும் காய்ந்த வெப்ப பூமி, எல்லாக் கண்ணீரையும் உறிஞ்சிக் கொண்டிருக்கிறது. கன்னத்தில் திரவத் துளிகளின் வெதுவெதுப்போ, குரலின் சிறு அசைவோ இல்லாமல் கடந்து நின்று போனது.

மரியதாஸ் என்ற எழுபத்து மூன்று வயது மனிதரிடம் எலீஸா என்றஅறுபத்தி ஐந்து வயதுக் குழந்தையின் சாவில், இவைகளெல்லாம் தன்போக்கிலேயே, நிகழ்ந்து கொண்டிருந்தன. எனவே கண்ணுறங்கும் சின்னஞ்சிறு அன்பே என்று சோக சரிதத்துக்குள்ளே மிக எளிதான புரிதலுடன் போய்வர முடிந்தது.

1990கல்லறை 2001ன் பிந்திய காட்சிகளை எடுத்துக்கொண்டு வந்து நின்றது. எலீஸா மரித்த இந்தநாளில் மரியதாஸூக்கு எழுபத்தி மூன்று வயது. அவருக்குப் பக்கமாய் வருகிற அறுபத்தைந்து வயதில் எலீஸா இழப்பின் தனிமையை வயது தீர்மானிப்பதில்லை. சிறு பிராயத்தில், இளவயதில் இறப்பது மட்டும் அகாலமரணம் என்பதில்லை. நெருக்கமாய் இருக்கிற எந்த உயிரின் தொலைதலும் அகால மரணம்தான்.

எங்க போனாலும் சொல்லீட்டுப் போவீங்களே அம்மா. எங்கிட்ட ஒரு வார்த்தை சொல்லாமப் போயீட்டீங்களே அம்மா.

நாங்கள் வீட்டின் உள்ளே நுழைகிறபோது வேலைக்கார அம்மாவின் உருகிக் கதறுகிற குரல் கேட்டடது. அந்த அழுகைகுரல் மேலெழுந்து வந்து தொட்டது.

ஆனால் இன்னொரு தீனமான குரல் எங்களை அதிர்ச்சியடைய வைத்தது. 'எலீஸா, எலீஸா' என்று கதறுகிற ஓலம். எங்களைத் தாறுமாறாகத் தூக்கிச்சுருட்டி வீசி எறிந்த மரியதாஸின் ஓலம்.

''எங்கிட்ட ஒரு வார்த்தை சொல்லலியே ஒரு வார்த்தை போறேன்னு சொல்லலியே''

இரண்டு நாள் முன்பாகவே மரித்துவிட்ட எலீஸாவின் உடல் மருத்தவனையிலேயே வைக்கப்பட்டிருந்தது. தொலைபேசிச் செய்தி

கிடைத்து தூரத் தொலைவிலுள்ள உறவுகள் வந்து சேருவதற்காக இரண்டு நாளாக அந்த உடல் காத்துக் கிடந்தது. நாங்கள் போய்ச் சேர்ந்தபோது அப்போதுதான் மருத்துவமனை சவ ஊர்தி வந்திருக்க வேண்டும். சவ ஊர்தி வீட்டு முற்றத்தில் நின்றது.

மரியதாஸை சக்கர நாற்காலியில் உருட்டி சவப்பெட்டியின் பக்கத்தில் கொண்டு போனார்கள். சக்கர நாற்காலியிலிருந்து தூக்கி, சின்னக் குழந்தையை ஏந்துவது போல் அம்மாவின் முகத்தருகில் கொண்டு போனான் மூத்த மகன். எழுபத்து மூன்று வயது மரியதாஸ் அறுபத்தி ஐந்து வயது எலீஸாவை முத்தமிட்டார். கைகள் எலீஸாவின் கறுத்த கன்னத்தைத் தடவின. பிறகு மயக்கமடைந்தார்.

மரியதாஸுக்கு இரண்டு வருசங்கள் முன்னால் இடதுகால் புண்ணாகியது. ஒருச்சாய்ந்து, சவக் என்றுதான் எட்டு வைத்தார். புண்ணுக்குள்ளிலிருந்து ஏதோ கடிப்பது போல் வலி. புண் கூடுதலாகி புரையோடியது. இடதுகால் துண்டிக்கப்பட்டது. அதுவும் கொஞ்ச காலம்தான். பிறகு இரண்டாவது காலும் முட்டிக்குக் கீழே நீக்கப்பட்டது. நீக்கப்பட்ட இரண்டு கால்களும் பருத்த சர்க்கரை வள்ளிக் கிழங்குகள் போல் வெளுத்தத் தெரிந்தன.

இப்போது கால்களுக்குப் பதில் கைகளில் நடமாடினார். கைகளும் சக்கரங்களும் சேர்ந்த நாற்காலி நடமாட்டம் ஆனது. குளிக்க, கழிப்பறைக்குக் கொண்டு போக என்று சின்னக் குழந்தையைத் தூக்குவதுபோல் எலீஸா செய்தாள். சில நேரங்களில் படுக்கையிலிருந்து சக்கர நாற்காலிக்குத் தாவுகிறபோது கீழே விழுந்திருக்கிறார். படுக்கையிலிருந்து சக்கர நாற்காலிக்கும் எலீஸாதான் தூக்கிவைப்பாள். எழுபத்து மூன்று வயதான ஒரு குழந்தையை அறுபத்தி ஐந்து வயது எலீஸாதான் தூக்கிக் கொண்டு வாழ்க்கைக்குள் அலைந்தாள்.

''நானிருந்து அவன் போகவேண்டும் ஒருவேளை அவனுக்கு முன்னாலே நான் போய்விட்டால் அப்போதுதான் இருக்கிறது அவன் பாடு. அவனை பார்க்கிறதுக்கே பரிதாபமாய் இருக்கும். உயிரோடு

கோழிக்கு ரோமம் பறிப்பதுபோல், பிள்ளைகள் அவனைப் பிடுங்கி எடுத்து விடுவார்கள். வெள்ளந்திப் பயல். எல்லாவற்றையும் பிடுங்கிக் கொண்டு கையில ஓட்டைக் கொடுத்திருவானுக''

கல்யாணமான நாளிலிருந்து எலீஸா அவன், இவன் என்றுதான் கூப்பிட்டாள். நெருக்கத்தின் காரணமாய் அப்படி அழைப்பதை எல்லோருக்கும் பார்த்தார்கள். மரியதாஸைப் பற்றி மற்றவர்களிடம் பேசுகிறபோதும் ''அவன் கிட்ட கேட்டீங்களா? அவன் என்ன சொன்னான்'' என்றுதான் கேட்டாள்.

அவள் சொன்னது நிஜமாக ஆயிற்று. எழுபத்து மூன்று வயதுப் பாலனை அனாதரவான பாழ்வெளியில் திகைக்க வைத்துவிட்டு, எலீஸா புறப்பட்டுவிட்டாள்.

''என் வேண்டுதலின் குரலை உம் செவிகள் கவனமுடன் கேட்கட்டும்.''

ஆண்டவரே, உமது இரக்கத்தைக் கெஞ்சி மன்றாடும் எங்களுக்குச் செவிசாய்த் தருளும். உமது கட்டளைப்படி இவ்வுலகை விட்டகன்ற உம் அடியாருடைய ஆன்மாவை அமைதியும், ஒளியும் நிறைந்த இடத்தில் வரவேற்று உம் புனிதருடைய தோழமையில் சேர்த்தருள வேண்டுமென்று எங்கள் ஆண்டவருமாகிய கிறிஸ்து வழியாக மன்றாடுகிறோம்.

''ஆமென்.''

எனது துவக்க நிலையை பாதிரியாரின் ஜெபம் கலைத்தது- அறையின் கதவை ஒருச்சாய்ந்து திறந்த மரணக் களை நிறைந்த நடுக்கூடத்தைப் பார்த்தேன். பாதிரியார் செபம் செய்து கொண்டிருந்தார். எல்லோரும் 'ஆமென்' என்றெழுப்புகிற குரல். அடுத்தடுத்து குறிப்பிட்ட இடை வெளியில் மாற்றி மூன்று பாதிரியார்கள் வந்து ஜெபித்தார்கள்.

ஜெபிப்பதற்காக, ஒரு பாதிரியார் உள்ளே வருகிறபோது வெளி முற்றத்தில் பந்தலில் கீழே இருந்த ஆண்கள் அவருடன் கூடவே வந்தார்கள். ஜெபம் முடிந்ததும் ஆண்கள் கூட்டம் வெளியே போனது.

சவப்பெட்டியைச் சுற்றிலும் பெண்கள் அமர்ந்திருந்தார்கள். சுற்றி மெழுகுத்திரிகள் சுடர்விட்டன.

சாவு, அழுகை, துயரம் எல்லாமும் பெண்களுக்கே ஆனது என்பதுபோல் ஆகிவிட்டது. அந்த இடத்தில் மட்டுமல்ல, எல்லா வீடுகளிலும் சாவுக்குப் பின் தொடரும் காட்சிகள் இப்படியே தெரிகின்றன. மண வீடாக இருந்தாலும், மரண வீடாக இருந்தாலும் பெண்களே அதிகம் தென்படுகிறார்கள். அவர்கள் தங்களைச் சுயமாக வெளிப்படுத்திக் கொள்கிற இடமும் சந்தர்ப்பமும் இவை என்று எனக்குப் பட்டது.

தேவாலயத்துக்கு சவப் பெட்டியில் ஊர்வலமாய் போய்க் கொண்டிந்தார் எலீஸா. ஊர்வலத்தில் ஆண், பெண் தலைகள் கலப்பாய்த் தெரிந்தன. பெண்கள் முக்காடிட்டிருந்தார்கள். எல்லோரும் கோவிலுக்குள் நுழைந்ததும், சவப்பெட்டி பீடத்தை நோக்கி இருத்தப்பட்டது. சவப்பெட்டியின் மீது நற்செய்திப் புத்தகம் வைக்கப்பட்டது. பெட்டியைச் சுற்றி ஆறு திரிகள் ஏற்றப்பட்டிருக்க மன்றாட்டு நடந்தது.

விசுவாசிகளின் வழக்கப்படி இறந்தோரை நல்லடக்கம் செய்யக் கூடியிருக்கும் நாம், இறைவனை பக்தியுடன் மன்றாடுவோம். அனைத்தும் அவருக்கென்றே உயிர் வாழ்கின்றன. நம் சகோதரியின் உடலை நலிவுற்ற நிலையில் நாம் அடக்கம் செய்தாலும் புனிதரின் வரிசையில் இது வலிமையுள்ளதாக உயிர்த்தெழச் செய்வாராக. இவரது ஆன்மா புனிதரின் கூட்டத்தில் இடம்பெறக் கட்டளையிடுவாராக. தீர்ப்பிடும்போது இறைவன் இவருக்கு இரக்கம் காட்டுவதால் சாவே இவருக்கு மீட்பு அளிப்பதாகி பாவக் கடன் ஒழிவதாக. பிதாவிடம் இவர் அன்புறவு கொள்ள நல்லாயன் இவரை அழைத்துச் செல்வராக. இவர் நித்திய மன்னரின் பரிவாரத்தில் முடிவற்ற இன்பமும் புனிதரின் தோழமையும் பெற்று மகிழ்வாராக.

பாதிரியார் மன்றாட்டு செய்விக்க.

உம்மைத் தம்மிடம் அழைத்த கிறிஸ்து உம்மை ஏற்றுக் கொள்வாராக என்ற பிரியாவிடை எதிர்ப்பாடல் பாடிய தோத்திரம்.

திருமதி எலீஸா மரியதாஸ் இந்த மத்திய ஆலயத்திற்குச் செய்தளித்த திருப்பணிகள் பட்டியலிட்ட பெரிய துண்டுப் பிரசுரங்கள் விநியோகிக்கப்பட்டிருந்தன.

''நான் 5.07.78ல் இநத் ஆலயப் பணிக்கு வந்தது முதல் என்னையும் தன் மகனைப் போன்றே அம்மா நேசித்தார்கள். அவர் சொல்வார். என் பிள்ளை இவரும் இவருடைய பிள்ளைகள் இருவர், ஆண் இரண்டு, என்னையும் சேர்த்து அவருடைய பிள்ளைகள் மூவர் என்ற கணக்கில்தான் வாழ்ந்து வந்தோம். அம்மா நித்திரையடைந்த செய்தி என் உள்ளத்தில் அலைமோதிக் கொண்டிருக்கிறது. கர்த்தர் இந்தக் குடும்பத்திற்கு ஆறுதலையும், தேறுதலையும் சுகத்தையும் ஆசிர்வாதத்தையும் அளிப்பாராக.''

மகன் கிருபால்தாஸ் பீட்டர், மத்திய ஆலயம் என்று கண்டிருந்தது.

பாதிரியார் தன்னையும் எலீஸாவின் மகனாகச் சேர்த்து அச்சடித்து விநியோகிக்ச் செய்திருந்தார். அதில் அத்தெருவில் முதன் முதலாக அவர்கள் வீடு எழுப்பியதும் அதனால் எலீஸா மரியதாஸ் வீதி என்று பெயர் வைக்கப்பட்டது குறிக்கப்பட்டிருந்தது. பின்னால் வந்து நிக்கிற எலீஸாவின் பேரப் பிள்ளைகள் அவர்களின் பிள்ளைகளுக்குப் பிள்ளைகள் மட்டுமல்ல, மதத்தின் பிள்ளைகளும் எங்க பாட்டி பேரிலுள்ள வீதியாக்கும் என்று பரிமாறிக் கொள்வார்கள் என்று பெருமை பொங்க குறிப்பிட்டிருந்தார்.

வீட்டிலும், ஆலயத்திலும் நடந்த செபத்திலோ, மன்றாட்டிலோ சடங்குகளிலோ மரியதாஸ் தென்படவில்லை.

''ஆண்டவன் ஆயுசுபாகத்தை நீட்டிக் கொடுக்காம விட்டுட்டானே, அதுதான் கவலை. நா வேறென்ன கேட்டேன். அவள் இருந்து எனக்குத் தண்ணீர் தெளித்திருக்கணும். இப்ப அவளுக்கு நா செய்றதா மாறிருச்சி.''

தன் புலப்பம்போல் அவரிடம் வெளிப்பட்டது. அவர் அறைக்குள் அடைந்து கிடைந்தார். வீட்டுக்குள் கிடந்தாலும் வேதனை வெக்கை,

வீடு தாண்டி, வெளியெங்கும் பரவி, மூச்சு முட்டச் செய்தது. தலை, இடது தோளில் சாய்த்திருந்தது. எலீஸாவின் சடலம் வீட்டுக்குள் வந்த நேர முதல் அவரை இந்தக் கோலத்திலேயே கண்டிருந்தேன். அவர் கைகளை, என் கைகளுக்குள் அடக்கியபடி அமர்த்த முயன்றேன்.

''என்ன சொல்லித் தேற்றுவது என்று தெரியவில்லை. நீங்களும் இருந்து அம்மாவும் இருந்திருக்கணும்'' என்றேன்.

''குபுக் கென்று கண்ணீர் கொட்டியது''

'ஈ ஈ' என்று வாய் கோணி அழுதார்.

''இப்படித்தான் சொல்லித் தேத்திக்கணும் வேறென்ன செய்றது?''

''நான் என்ன கேட்டேன். ஆண்டவன்கிட்ட என்னைய அனுப்பிட்டு அவளை அனுப்புவான்னு நெனைச்சிருந்தேன். இப்படி எடக்கு முடக்கா பண்ணிட்டானே ஆண்டவன்''

மரியதாஸ் காரில் நேரே கல்லறைத் தோட்டத்துக்கு வந்தார். சக்கர நாற்காலி காரிலிருந்து முதலில் இறங்கியது. அவரைத் தூக்கி சக்கர நாற்காலியில் வைத்து உருட்டிக்கொண்டு போனான் மூத்த மகன்.

கடைவாய் கண்ணீர் சேரும் கிடங்காக ஆகிவிட்டிருந்தது கண்ணீரின் உப்புக் கலவையை நாக்கால் நீட்டி, துவட்டித் துவட்டி எடுத்தபடி தோளில் தலை சாய்த்திருந்தார். இன்னும் எத்தனை நாள் இருக்கப் போகிறாரோ என்று பேசிக் கொண்டார்கள். அய்யாவைப் பாத்தா அப்படித்தான் தெரியுது என்று கல்லறைத் தோட்ட செபாஸ்டின் சொன்னார்.

வலதுபுறம் நின்ற என்னை மரியதாஸ் கண்களால் அழைத்தார். அவருடைய கை, ஆலமர அடிப்பரப்பின் திசை நோக்கிக் காட்டியது.

''அந்த வாசகம் எலீஸாவுக்கு பொருத்தமாக இருக்கும்''

யாருக்கும் கேட்காது அவருடைய சொற்கள் வந்தன. சில சொற்களை மாற்றி, எலீஸாவின் கல்லறை மெல் பொறித்து வைக்கப் பொருத்தமானதுதான்.

பாலகனைப் பறிகொடுத்த பெற்றோரின் இடத்தில் மரியதாஸூம் பாலகன் இடத்தில் எலீஸாவும் இருந்து பேசுவது போல் மாற்றி அவர் யோசித்தார். அகால மரணத்தின் கொடுந்துயரத்தை இப்படித்தான் ஆற்றிக்கொள்ள வேண்டும் போல் தோன்றியது. 1890ன் வாசகம், இடம்பெயர்ந்து நகர்ந்து எலீஸாவின் தலைமாட்டுக்கு வரவேண்டும். பொருத்தமாக இருந்தாலும் ஒரே கல்லறையிலிருந்து நகர்த்தி இன்னொரு கல்லறைக்கு வாசகத்தை மாற்றிக் கொடுக்க முடியுமா என்று தெரியவில்லை.

''பொறுங்களேன், கொஞ்சநாள் கழியட்டும்'' என்றேன்.

''மாற்றி எழுதி வைக்கணும்'' குரல் ரகசியமாய் ஊர்ந்து என்னிடம் வந்தது.

அவருடைய பிள்ளைகளைப் பார்த்தேன். செய்ய வேண்டியவர்கள் அவர்கள் அங்கேதான் நின்று கொண்டிருந்தார்கள். அடக்கம் செய்தல் முடிந்தவுடன் உங்கள் தந்தை இப்படி விரும்புகிறார் என்று அழைத்துப் பேசவேண்டும். என் பார்வை போன வழியேஅவர் பின்பற்றியிருந்தார் போல் புரிந்து கொண்டவராய் மெல்லக் கண்ணசைத்து கூப்பிட்டார்,

''அவர்கள் செய்யமாட்டாங்கள், அதனால்தான் உன்னிடம் சொன்னேன்'' பரிதாபமாகப் பார்த்தார்.

# தேனமுதம்

தனது உள்ளக் கிடக்கையை அவன் வெளிப்படுத்தியபோது, அந்த முதுபெரும் கவிஞர் சொன்னார் ''ஆமா அதுதான் இன்னைக்கு வேணும்''

செயல்பாட்டின் ரூபங்களை முன்வைத்த போது, வேறு அபூர்வமான வார்த்தைகளும் அவரிடமிருந்து உருண்டு வந்தன.

''சபாஷ் பேஷ், அப்படி அடி''

அறிவுச் செல்வன் அவ்விடம் விட்டு நகர்ந்தவுடன் அந்தக் கவியரசிடமிருந்து மூத்திர நாற்றமடிக்கும் வாசகம் வெளிப்படும் என்பதை அவன் அறிவான்.

''அவன் என்ன ஜாதி?''

''கவுண்டர் ஐயா''

''கவுண்டனுக்கு என்ன கவிதை வரும்?''

கவியரசருடைய நாவில் கலைமகள் சாதி வடிவில் எப்போதும் குடியிருந்தாள். பிராமணரிலிருந்து தாழ்த்தப்பட்ட பலவீனன் வரை, தொள்ளாயிரத்து தொண்ணுற்று ஒன்பது சாதிகளையும் சரஸ்வதி தேவி அவர் நாக்கின் வழி வெளியே தள்ளிக் கொண்டிருந்தாள். மீதியுள்ள தன் ஒரு சாதிக்கு மட்டுமே கவிதை எழுத வருமென்றும், மற்றவர் எவருக்கும் கவிதைக்கும் கருவறை வாசனை கூடக்கிடையாதென்பதும் அவருடைய போக்காக இருந்தது. எந்தக் கிணற்றிலிருந்து இந்த ஊற்று மேலேழுகிறது என்பதை எல்லோரும் அறிந்திருந்தார்கள். எழுத்துலகுக்குள் முதல் காலடி எடுத்து வைக்கும் அறிவுச் செல்வனும் தெரிந்து வைத்திருந்தான்.

பா. செயப்பிரகசாம் 457

தாங்கள் மலர்விக்கப் போகும் இதழுக்கு முதலில் ஒரு லெட்டர் ஹெட் தயாரிக்க வேண்டி வந்தது.

தேனமுதம் என்ற பெயர்தேர்வு இலக்கிய உலகத்துக்கு தித்திப்பான கொடை என்று அவனும் நண்பர்களும் கருதினார்கள். பெயரில் என்ன இருக்கிறது என்ற கேள்வியை பலர் வளைத்தபோது பெயரில்தான் எல்லாம் இருக்கிறது என்ற பதில் அம்பாகப் பாய்ந்தது. பணம் என்பது ஒன்றும் இல்லை. ஆனால் பணமில்லாமல் ஒன்றுமே இல்லை என்பது எப்படியோ, அப்படியே பெயர் அடையாளமும் தேனமுத இதழ், இலக்கியப் பிரம்மாண்டமெனும் ஆகிருதியை நெம்பிப் புரட்டித் தள்ளும்.

"இலக்கியம் உன்னதம்
இலட்சியம் மனிதம்"

மந்திரம்போல் வடிக்கப்பட்ட வாசகம், லெட்டர் ஹெட்டின் நெற்றிச் சுட்டியாய் மின்னியது. வாசகம் ஆரம்பப் புள்ளியாக அமைய, அதற்குப் பொருத்தமாக இலச்சினையை தயார் செய்து கொண்டார்கள். இலச்சினையும் வாசகமும் இலக்கியச் சமருக்கு தயார் எனப் பிரகடனப்படுத்தின.

இலக்கிய முயற்சிக்கு மதுரை, கோவை, திருச்சி போன்ற இரண்டாவது பெருநகரங்கள் பொருத்தமானவையல்ல, தலைநகர் சென்னையை மையமாகக் கொண்டு அரசியல் முதல் எல்லாத் துறைகளும் இயங்குகின்றன. அங்கிருந்து தொடங்கப் பெறுகிற எந்த ஒரு காரியமும் கிழக்கிலிருந்து உதிக்கும் கவனத்தைப் பெறுகிறது. தலைநகரத்தில் தொடங்க வாய்ப்பு இல்லாத நிலையில் அதை ஈடுகட்டும் வகையில் முதலில் எழுத்துலகின் பிரபலங்களைச் சந்தித்து ஆசி பெறுவது என முடிவாகியது. அதற்காக அவர்களைப் புறப்பட வைத்தது பக்கத்து வீட்டு முற்றத்திலிருந்து எழுந்து வீசிய இலக்கிய வாசனைதான்.

வீட்டை புத்தகங்கள் வாழக் கொடுத்துவிட்டு அர்ச்சுனன் தாழ்வாரத்தில் வாழ்ந்தார். அடக்கி வைத்த இலக்கிய வாசனை வீடு கொள்ளாமல் வெளிமுற்றத்தில் வழிந்தது.

இரவு விளக்கொளியில் கிடக்கும் அந்த உருவம், வெயில் காலமென்றால் முற்றத்திலும், குளிர் பருவமென்றால் தாழ்வாரத்திலும் உட்கார்ந்திருந்தது. இலக்கியத்தின் மகரந்தப் பொடிகளைத் தனக்குள் மூடிக்கொண்ட ஒரு மொட்டு, ரொம்பகாலமாய்த் தன்னந்தனியாய் அந்த வனத்திற்குள் கிடந்தது. அறிவுச் செல்வன் தன் பசி மிகுந்த விரல்களால் அதைத் தொட்டது தற்செயலாகத்தான். தொட்டபோது 'பட்டென்று, விகசித்தது. அதற்கு முன் வரையிலும், தன்னந்தனியே இந்த அர்ச்சனன் ஏன் விழித்தக் கிடக்கிறார் என்ற அதிசயிப்புத்தான் இருந்தது'

கர்ப்பமான பெண் வழக்கமான மருத்துவப் பரிசோதனைக்கு உட்படுவதுபோல், ஒரு இலக்கியப் பத்திரிகை எனும் பிரசவிப்புக்கு முன்னால், மற்ற படைப்பாளிகளை முறையாகப் பரிச்சியப்படுத்திக் கொள்ளும் யோசனையை அர்ச்சுனன் தந்தார்.

தலைமை நிலைய அஞ்சல் பிரிப்பாளராய் பணி செய்யும் அவர் விலை கொடுத்து வாங்க முடியாத இதழ்களை அஞ்சல் பிரிக்கையில் பூப்போல ஒதுக்கி வைத்துவிடுவார்.

குளிர்ப்பருவத்தில் தாழ்வாரத்திலும், கோடையில் முற்றத்திலும் எரிகிற விளக்கு அதற்குத்தான்.

ரொம்ப சாதுரியமாக அவர் நடத்திய இலக்கிய வழிப்பறி கொள்ளை வெகு நாட்கள் சென்றே, அறிவுச் செல்வனுக்கு அவரிடமிருந்து வெளிப்பட்டது. நம்மால் முடிஞ்சது இவ்வளவுதான் என்ற சொல் அவரிடமிருந்து வந்தது.

அரசு அலுவலகங்களில் ஒவ்வொருவருக்கும் எத்தனையோ வழிகள் இருக்கின்றன. "உழைப்பால் உயரலாம் என்பது பழைய மொழி. உழைக்காமல் சுரண்டினால் உயரலாம் என்பது புதிய மொழி" என்றான் அறிவு.

"அப்படியில்லை உழைத்தால் வாழ முடியும் என்பது பழைய நிலை. சுரண்டுவதையே ஒரு உழைப்பாகச் செய்தால்தான் வாழ்வு

என்பது இன்றைய யதார்த்தம். இப்படியான அடுத்த கட்டத்திற்கு சமுதாயம் நகர்ந்து வெகுநாட்களாகிவிட்டது" என்றார் அவர்.

மனசில் மடிப்பு மடிப்பாய்க் கிடப்பவைகளைக் கொட்டுவதற்கு பத்திரிகை ஒரு சிறந்த சாதனம். வாழ்வின் அபூர்வமான கணங்களை அறிவுச்செல்வன் சேகரித்து வைத்திருந்தான். வெளியில் விடு, விடு என்று அவை முண்டிக் கொண்டிருந்தன.

அர்ச்சுனனும் அனுபவங்கள் சேகரித்து வைத்திருக்கக்கூடும். சேகரித்து சேகரித்து அவர் உப்பிப் போயிருந்தார். அவருடைய பேச்சுகள் இதை வெளிக்காட்டின. அறிவின் இரு நண்பர்களும் கூட, இதுவரை வெளியுலகு, அறிந்திராத இலக்கிய வெளியில் தவழவிடக் கூடிய அனுபவக் குழந்தைகளை ஏராளமாய் சுமந்து கொண்டிருக்கக் கூடும். அவர்கள் வேலையில்லாப் பட்டதாரிகள். வேலையற்ற வெக்கை, இலக்கிய நிழல் தேடி பலரை அனுப்பியிருக்கிறது. அப்படி வெயிலடிப்புக்காகவோ, அல்லது ஒதுங்கியவர்களோ அல்ல அவர்கள்.

ஒரேயொரு வாழ்க்கைக்குள்ளும் ஆயிரம் பக்கங்கள் கொண்ட சுயானுபவங்கள் உண்டு. அறிவுச்செல்வன் மனசின் கைப்பிடிக்குள் வைத்திருந்த அபூர்வ கணங்கள், சிலிர்த்து மேலெழுந்து தம்மை வெளிப்படுத்தக் காத்திருந்தன.

பத்தாம் வகுப்பு படித்துக் கொண்டிருந்த ஆதிலட்சுமியின் தலையில் திருமண இடியிறங்கியது. படிப்பைப் பாதியிலேயே வெட்டி, வயதான தாய் மாமனோடு கல்யாணம். ஆள் சிவப்பாய் வைரக்கட்டை போல் இருப்பாள். இளவயசின் பீறிடும் மதுரப் பெருக்கு, முதுமையின் நரைக்காட்டில் கொட்டி விடப்பட்டது. மண நிகழ்ச்சி முடிந்து. மண மக்களுக்கு திருநீறு பூசி, வாழ்த்துச் சொல்லி சாப்பாட்டுப் பந்தி நடைபெற்றுக் கொண்டிருந்தபோது.

"தட்டிப் பறித்தாரே - என் வாழ்வை
சஞ்சலம் கொள்ள வைத்தாரே"

என்ற சினிமாப்பாட்டு ரேடியோ வெளுத்துக் கட்டியது. ஒலி பெருக்கிக்காரன் விவஸ்தை கெட்டவன். ஓடிப்போய் கப்பென்று நிறுத்தினான் அறிவுச்செல்வன்.

திறமையானவனாக, நல்லவனாக இருப்பது பெரிய ஆபத்து. பள்ளிக்கூடத்திலேயே அவன்தான் ஆதி கெட்டிக்காரன். எட்டாம் வகுப்பிலிருந்து நகர உயர்நிலைப் பள்ளியில் போய்ச்சேர சான்றிதழ் கேட்டபோது, தலைமையாசிரியை பிரான்சிஸ் மேரி மறுத்தாள். தர மாட்டேன் என்றாள்.

''முந்தா நாள் சிவகாமிக்கு மட்டும் கொடுத்தீங்களே'' என்று கேட்டபோது

அவ சடங்காயிட்டா கொடுத்தேன். நீயும் சடங்காகு, பதிலைக் கேட்டு வகுப்பு குலுங்கியது. தேங்காய்ச் சில் பல்லைக்காட்டியபடி பிரான்சிஸ் மேரியும் சிரித்தாள்.

இந்த அற்புதான கணங்களுடே ரணம் கொட்டும் காலங்களும் வந்தன. தகப்பன் சொந்தக் குடும்பத்தை உதறிவிட்டு, புளியங்குடி மாடத்திலேயே கதியென்று போனதும், சக்திவேல் என்ற பெயர் அறிவுச்செல்வன் என மாறியதும் ஒரே சமகால நிகழ்வுகள். பள்ளியிறுதித் தேர்வுகள் முடிந்துவிட்ட முழுப் பரீட்சை நேரம். தகப்பன் புளியங்குடியில் முடங்கியிதும், படிப்பு பலியாக்கப்பட்டு அப்பன் பார்த்த அதே வளையல்கடை வேலைக்குள் சொருகப்பட்டான்.

அவன் தொழில் தெரிந்தவன். கை சுத்தம். இந்த இரண்டும்தான் வளையல் கடை முதலாளிக்கு அவசியமானது. எல்லா பணியாளர்களிடமும் இவை இருக்கிறபோது வாழ்வில் மேன்மையைக் கொண்டு வந்து சேர்க்கும் என முதலாளிகள் நம்பினார்கள். வேலை செய்பவர்களும் நம்பவேண்டும். நம்பி உழைப்புத் தரவேண்டும். இந்த இரு குணங்களாலும் வளையல் தொழிலில் பரம்பரை பரம்பரையாக சக்திவேலின் தாத்தா, தாத்தாவுக்குத் தாத்தா வாழ்ந்தார்கள். தாத்தாவும், அவரோட

தாத்தாவும் மரபணுவிலேயே கையளித்து விட்டுப் போன இந்த இரு குணங்களும்தான், தன்னைத் தக்கவைக்கிறது என அறிவுச்செல்வன் நினைத்தான். இடையிலே தகப்பன்தான் புரண்டு போய்விட்டான்.

சுயானுபவ நதிகள் எத்தனை ஓடினாலும், அள்ள அள்ளக் குறையாமல் ஒரு அனுபவச் சுனை எப்போதும் குளிர்ச்சியாய் அவனுக்குள் கிடக்கிறது. தனித்த ரகசியம் போல் கிழித்துப் பெயர்க்க முடியாததால் அவன் இதயத்துக்குள் அது ஒட்டிக் கிடந்தது. அடிக்கடி அவனுக்குள் குளித்து நீராட்டமாடி சொட்டச் சொட்ட மேல்லெழுந்து வந்தது. அந்த அனுபவம் இரவில் மருதாணி இட்ட கைகள் காய்ந்து உலர்ந்து காலையில் பளிச்செனத் தெரிவது போல், நினைப்பில் அந்தச் சிறு பெண் தகதகத்தாள்.

அப்போதுதான் அந்தப் பெண் பூத்திருந்தாள். அதன் அடையாளமாய் கடைக்கு வளையல் போட்டுக்கொள்ள அம்மா, அக்காவுடன் வந்தாள், ஒவ்வொரு வளையல் ரகமாய் கை காட்டினாள். புதுசு, புதுசாய் நாணம் பூத்தது. காட்டிக் கொண்டே வந்த கை ஒரு இடத்தில நின்றது.

''அந்த மஞ்சள் வளையல் நல்லா இருக்கு'' என்றாள்.

''அது கல்யாண வளையல்'' அறிவுச் செல்வன் முறுவலித்தான். வெட்கம் நிறைந்து, குனிந்த முகத்திலிருந்து கீழே கொட்டியது-

''அக்கா, எனக்கு அது வேணும்'' கவுன்போட்ட தங்கை அறியாப் பருவத்திலிருந்தாள்.

''ஷ்... சும்மா இரு''

தங்கையின் தொடையில் கை வைத்து அழுத்தினாள் ''அது இப்ப ஒனக்கு எதுக்கு'' என்றாள்.

கைகள் அமைப்பு, நிறம் இவைகளுக்குப் பொருத்தமான வளையல் ரகத்தை எடுத்து வைத்து விடுவான். எடுத்துக் கொடுத்து அணிந்த கைகள் அழகியல் தேர்வை சாட்சியம் சொல்லிக் கொண்டே போகும். அந்தப் பெண்ணிடம் ஒரு வளையலைக் காட்டினான்.

''இது கச்சிதமா இருக்கும்''

''அத வாங்கிக்கோ, ராமு''

''அம்மா கட்டளை வந்ததும் ராமுத்தாய் மறுதலித்தாள்''

''வேண்டாம், அது கண்ண மூடிக்கிட்டு இருக்கு''

பனீரென்று கன்னத்தில் அதைறந்தது போல் அவன் உறைந்து போனான்.

வளையல்களின் வரலாறு அவனுக்கு அத்துபடி. ஆதி மனிதனிடம் உணவு, இருப்பிடத்திற்கான தேடலினூடாகவே அழகு, வடிவம் இவைகளுக்கான தேடலும் தொடங்கிவிட்டன என அவன் அறிவான். கற்காலம் இருந்தது. களி மண்ணால், கல்லால், எலும்புகளால் வளையல்களை வடித்துக் கொண்டார்கள். இரும்புக் காலம் மலர்ந்தது. வளையல்கள் பூட்டிக் கொண்டார்கள். ஆண்களுக்கும் காப்புகள் என்று தங்கம், வைரம், வெள்ளி, முத்து என்று புதிய புதிய கண்டுபிடிப்புகள் பிறப்பெடுக்க, புதிய புதிய ஆபரணங்களும் கூடிக்கொண்டன.

தொடக்கத்தில் ஆபரணங்கள் அழகை மட்டும் குறித்தன. பிறகு உடமைச் சமுதாயத்தில் அழகு குறித்தாக மட்டும் இல்லை. சொத்துப் பெருக்கம், பதவி, வாழ்வு நிலையை அளக்கும் அளவுகோல்களாக மாறின.

அழகு என்ற நிலையிலிருந்து, கௌரவம் என்ற மட்டத்திற்கு வேற்றுருக் கொண்டன.

ராஜாதி ராஜர்கள் வந்தபோது அந்தப்புரங்களும், அரசிகளும் ஆசை நாயகிகளும் வந்தார்கள். அழகு அழகாய் வடிவமைக்கிற பொற்கொல்லர்களைக் கூண்டு வண்டி வைத்து அழைத்துப் போனார்கள். பல்லக்கில் போய் கம்பீரமாய் இறங்கிய கைவினைஞர்களும் உண்டு. அந்தப்புரப் பெண்கள் திரைமறைவில் அமர்ந்துகொண்டு கரங்களை மட்டும் நீட்டுவார்கள். நீட்டிய கைகளோட அமைப்பு, நிறம், வடிவு இவைகளைக் கொண்டே எந்த

பா. செயப்பிரகசாம் 463

மாதிரியான வளையல் பொருத்தமாக இருக்கும் என்பதையும் கண்ணாலேயே அளவிட்டு விடுவார்கள்.

"ராணிகளையே பார்த்த கை இது" கடைசியிலே வயதான பெரியவர் சொல்வார்.

"அதானே, எத்தனை ராணியை கை வச்சீங்க?"

"அதுக்குத்தான் நீ இருக்கேல்ல ஒன்னைய எதுக்கு ஒதுக்கி வச்சிருக்கு"

"இல்லே, கண்ணாலயே எந்த வளையல் பொருத்தமா இருக்கும்னு கண்டுபிடிச்சி கொண்டுபோய் ராணி கையில போட்டா, பாம்பு மாதிரி வழு வழுன்னு இருக்குமுன்னே சொன்னீங்களே அதான்"

கையை வைத்தே வாடிக்கையாளர்களை தரம் பிரித்து விடுகிற துல்லியம் அவனுக்குக் கைவந்த கலை. நீட்டிய கைகள் வழியாக வாடிக்கையாளரோட அந்தஸ்து, செல்வநிலை, கௌரவம் வாழ்வுப் பின்னணிகளுக்கு நடந்து போய்விடுவான்.

அறிவுச்செல்வன் என்ற வளையல் இளைஞன் தனக்குள் போஷித்து வளர்த்துக் கொண்டவை இரண்டு கழுகு. ஒன்று பாம்பு. பெண்டுகள் கடைக்குள் கை வீசி வருகிறபோதே குடும்பம், சாதி, வர்க்க வாசனை கண்டுபிடித்து விடுகிற கழுகு மூளை. அவர்களின் உள்மன அந்தப்புரம் திறந்து ரகசியங்கள் அறிந்து திரும்பிப் போக முடியாதபடி கொத்தி எடுக்கிற பாம்புக் கண். அவனிடமிருந்த கழுகும் பாம்பும்தான் வாடிக்கையாளர்களைக் கவர்ந்திழுத்தன.

எத்தனை நூறு விதமான மனசுகள் இருந்தாலும் எல்லாம் ஒன்று போல இருப்பதில்லை. ஒவ்வொரு மனசுக்கும் ஒவ்வொன்றும் பிடிக்கும். ஒரு பெண் மனசு ஒதுக்கியதை இன்னொரு மனசு எடுத்துக்கொள்ளும் அதனாலேயே ஒன்றுபோல் மற்றொன்று இல்லா நூறு விதமான வளையல்கள் இருந்தன. மனசறிந்து கையறிந்து கொடுக்கிற கலைஞனை அந்தச்சிறு பெண் சாதாரணமாகத் தட்டிவிட்டு விட்டாள்.

"கண்ணை மூடிக்கிட்டு இருக்கு"

அதிர்ச்சியுடன் அவன் அந்தக் கண்களையே பார்த்துக் கொண்டிருந்தான். ராமுத்தாயி என்ற அந்தச் சிறுபெண்அந்தப் பார்வையைக் கடந்துபோய் வெகுநேரம் ஆகிவிட்டிருந்தது. அந்த நேரத்தில் கடந்துபோய் விட்டிருந்தபோதும், எந்த நேரமும் அவன் பார்வைக்குள் அவள் வந்து கொண்டிருந்தாள். அறிவுச் சூட்டிகையுள்ள எவரும், மனசின் கதவுகளை லேசாகத் திறந்து வந்தமர்ந்து கொள்வார்கள்.

கல்யாணத்துக்கு மஞ்சள் வளையல். பூப்பெய்திய பருவத்துக்கு பளிச்சென்று கண்ணடிக்கும் வளையல், கர்ப்பம் கொண்ட பெண்ணுக்கும் கண்ணில் அடிக்காதமாதிரி ஆவாரஞ்செடி குளிர்ச்சியாய் வளையல். பெண்களின் ஒவ்வொரு மாற்றத்துக்கும் பொருத்தமாய் வளையல்கள்.

அறிவுச்செல்வன் கற்பனை விரிப்பதற்கு நிறைய இடம் இருந்தது. அந்தச் சிறுபெண் வசீகரமாய் அவனுடைய மனதைத் தொட்ட இடத்திலிருந்து அதை நீட்டித்து நடக்கும் நிகழ்வுகள் தொடர்ந்தன.

ராமுத்தாயி, அடுத்த ஆறுமாதங்களில் முதல் தடவை தங்கையைக் கைப்பிடித்து வந்தாள். அந்தச் செயல் தங்கையை துணைக்கழைத்து வந்த விதமாகவே தென்பட்டது. தங்கைக்கு மட்டுமே வளையல்களைத் தேடி எடுத்தாள். தனக்காக எடுக்க வேண்டியதை தள்ளி வைத்துக் கொண்டாள். தள்ளி வைப்பு தான் தனியாக வருகிறேன். என்பதை அவனுக்கு முன்னுணர்த்தி வெளியேறினாள்.

பிறகு அவள் அடிக்கடி வர ஆரம்பித்தாள். உள்ளே நுழைந்ததும் அறிவுசெல்வன் இருக்கும் மூலையை நோக்கிதான் போவாள். அவனுடன் தனியாக இருக்கும் வேளைக்காகவே கூட்டம் அதிகமாய் இருக்கும் நேரங்களைத் தவிர்த்தாள்.

ஒன்றிரண்டு பெண்டுகள், அவனிடம் கை நீட்டி வளையல் போட்டுக் கொண்டிருந்த நேரத்திலும், மற்ற வேலையாட்கள் ஏ,ஒன்

ஆளு வருதுப்பா என்று கண் சைகையாலேயே காட்டி, அவளை ஒதுக்கி அனுப்பினார்கள்.

ஒருமுறை, அழகு சிந்தும் ஒரு வளையல் ஜோடியை அவள் தேர்வு செய்தபோது, அறிவு எல்லை மீறிவிட்டான். எல்லை மீறி, அவள் உணர்வுகளில் உரசிவிட்டதாகவே அவனுக்குத் தென்பட்டது. அந்த வளையலைக் காட்டி அவன் சொன்னான்.

''இந்த வளையல் ஒன்ன வச்சே கல்யாணத்தை முடிச்சிரலாம்.''

அரைக்கண் மூடிய நிலையில், உதடுகள் விரித்து சிரிப்புடன் தாராளமாய் குதூகலத்தை வெளிப்படுத்துகிறாள் அந்தப் பெண்.

இப்படி கற்பனையால் விரித்துச் சொல்ல இளம்பருவ உணர்வும், இலக்கிய தாகமும் கொண்ட நெஞ்சம் இடம் தந்தது. ஆனால் இடையிலே எந்த ஒரு பொழுதும் வராத அந்தச் சிறு பெண்ணை சந்தித்தது சில ஆண்டுகள் கழித்துத்தான்.

சீமந்தத்துக்கு வளையல் அடுக்குவதற்கு கடையிலிருந்து தனியாக அழைத்துப் போவதும் உண்டு. போய் வருகிறவர்களுக்கு சிறப்புக் கவனிப்பும் நடக்கும்.

ஆலிலை போல் இருந்த அடி வயிறு, சுரைக்காய் போல் சற்றே ஊத்தம் கொடுத்திருந்தது. மணப்பெண்ணாய் அமர்ந்தபோது, அவள் மீது உட்கார்ந்த நிறம் கருக்கொண்ட பூரிப்பில் கூடியிருந்தது. கல்யாண வளையலிலிருந்து சுமங்கலி வளையலுக்கு ராமுத்தாய் வேகமாகக் கடந்து வந்திருந்தாள்.

கண்ணை மூடிக்கிட்டு இருக்கு அவள் உதிர்த்த வாசகம் இப்போது கேட்டது போலத்தான் இருக்கிறது.

சீமந்த வளையல் குளிர்ச்சியாய் விதவிதமாய் இருந்தது. ஐந்து சுமங்கலிப் பெண்கள் ஆளுக்கு இரண்டாய் அவள் கையில் போட்டார்கள். கடகடவென்று உள்ளே போகுற மாதிரிதான் போட வேண்டும். நினைத்த நேரத்தில் படுக்கிற வேளைகளில சுழற்றி வைத்து பழையபடி போட்டுக்கொள்ள அப்படித்தான் இருக்க வேண்டும்.

இறுக்கமாய்ப் போட்டாலே, உருண்டு ஒருச்சாய்ந்து படுக்கிறபோது உடைந்து கிறிவிடும். குழந்தைப் பேறின்போது, எந்த வளையலும் கூடாது. வலியில் துடித்து, கைகள் அங்கும் இங்கும் அடிக்கிற வேளையில் கீறி, ரத்தம் கொட்டும் என்று பெண்டுகள் அறிந்திருந்தார்கள்.

அறிவுச்செல்வன் தான் போனான். ஒரு வார்த்தையால் தன்னைப் புரட்டி அடித்துவிட்ட அந்தச் சிறு பெண்ணிடம் பழைய நினைவுகள் தட்டுப்படுமா என தேடினான். அவள் தாயாகும் மும்முரத்தில் இருந்தாள். அவளுக்கு போயிருக்கும். இருந்தபோதும் அந்தப் பெண்ணுக்குள் கிடந்த வார்த்தைச் சொடுக்கு விட்டுப் போகவில்லை.

அம்மாவுக்குத் தங்கச்சிக்காரிகள் இரண்டு பேர், கவனிப்பு சரியில்லையென்று வெளித் திண்ணையில் ஒண்டிக்கொண்டு கிடந்தார்கள்.

''அம்மா, அவளுங்களக் கூப்பிடும்மா. இதான் சாக்குன்னு வேப்பங்குலையில்லாமலே ஆடுவாளுக''

அவள் தன்னைக் குலுக்கிய அநத்க் கணத்தை அதன் பாதரத்துளி சிந்திவிடாமல் இவன் பாதுகாத்து வைத்துக் கொண்டிருந்தான். தேனமுதம் இலக்கிய இதழ் அதற்காகக் காத்திருக்கிறது.

''உனக்குத் தெரியாத ஒரு விஷயம் உண்டு பெண்ணே. வடிவு, வண்ணம், அழகு இவைகளைச் சுற்றியே நீ தெரிந்திருக்கிறாய். சிறு பெண்ணே, அன்றைக்கு வளையல் செய்பவனே விற்பவனாகவும் இருந்தான். அவன் உற்பத்தி செய்வதை வாங்கும் சக்தி கொண்டவர்களிடம் அவனே நேரடியாக எடுத்துப் போனான். இன்று நவீன தொழிற்சாலையாகிவிட்டது. முதலாளி ஒருவன் உற்பத்தி செய்கிறான். தொழிலாளிகள் வேறு பலர். இடையில் தரகனாக வியாபாரி. விதைத்தவர்களுக்கு அறுவடை இலலை. கிணறு தோண்டியவர்களுக்குத் தண்ணீர் இல்லை கட்டிடம் கட்டியவனுக்கு வீடு இல்லை. நெய்தவனுக்கு ஆடை கிடையாது. இந்தக் கணிதம் நீண்டு, நீண்டு வளையலை உற்பத்தி செய்பவனின் மனைவி கைகளில்

ஒரு வளையல் கிடையாது என்று முடிகிறது. நாளொன்றுக்கு ஆயிரம் வளையல்கள் விற்பனை செய்யும் என் அம்மாவின் கரங்கள் மொட்டையாகத்தான் இருக்கின்றன. இருக்கப்பட்ட வசதியான வீடுகளுக்கு தங்க, வைர ஆபரனங்கள், இல்லா பாவப்பட்டவர்களுக்கு கண்ணாடி ரப்பர் வளையல், நவீன தொழில் வளர்ச்சிகூட இப்படிக் கொடுப்பதைத் தானே நியாயப் படுத்துகிறது பெண்ணே''

ஆழமாகப் பதிந்துவிட்ட இந்த வடுக்களை, அவன் நிச்சயமாக இலக்கிய ஆவணங்களுக்கு எடுத்துப் போவான். இலக்கியம் உன்னதம், இலட்சியம் மனிதம்.

## 2

சக்திவேல் என்ற அறிவுச்செல்வன், பங்காரு என்ற தாய், தனபாக்கியம் என்கிற தங்கை இவர்களுக்கு புளியங்குடி கிராமம் பொல்லாத ஊர் ஆகிவிட்டது.

அவனும் அம்மாவும் விசாரித்து, விசாரித்துப் போனபோது புளியங்குடியில் புதுக் கோரைப்பாய் நிறத்தில் நின்றாள் மாடத்தி.

கம்மாய்க்கரை மேட்டில் ஊர்ப் பொது மடம். மடத்திலிருந்து கண் எட்டுகிற தூரத்தில் வடக்கு மூலை வீடு. மடத்தை எதிர்கொண்டு சப்பணமிட்ட உள் அறையும் முன்கட்டும். மாடத்தி நடத்திக் கொண்டிருந்த இட்லிக் கடை அங்கேதான் வியாபாரமும் வசிப்பும் ஒரே இடத்தில்.

''இங்கதான் கெடக்குறாரு செட்டியாரு''

கடைக்குள் நுழைந்த பங்காரு சொன்னாள். கண்டுபிடித்துவிட்ட சந்தோசமா, இளக்காரமான குரலா தெரியவில்லை. இரண்டுமாய்க் கூட இருக்கலாம்.

தெற்கேயுள்ள பிரதேசங்களில் ஊர்ப் பொங்கல், சாமி கும்பிடு திருவிழா நடக்கிற பருவங்களில் செட்டியார் அந்தந்த ஊர்களில் இருப்பார்.

''வளையல்கார செட்டியார் வந்தாச்சா?'' விசாரிப்பு வருவதற்கு இரண்டு மூணுநாள் முந்தியே அவர் இங்கே தென்பட்டார். தலையில்

சதுரமாய் ஒடுக்கமாய் வளையல் பெட்டி, கையில் இரண்டு மூன்று வளையல் பொட்டலங்கள். பஸ் இல்லாத ஊர்களுக்கு நடை.

எந்த ஊரிலும் செட்டியார் தொயந்தடியாய் தங்கியதில்லை ஒவ்வொரு ஊருக்கும் துண்டு, துண்டாய்ப் போய்த் திரும்பி விடுவார். புளியங்குடியில் மூணுநாள் சாமி கும்பிடு முதல் தடவை போனபோது மூணு நாள் முன்னாலே போனார். ஆறு நாள் ஆனது. இரண்டாவது வருஷம் போனபோது பத்துநாள் ஆனது. அந்த வளைசலில் எந்த ஊருக்குப் போனாலும், அவருக்கு விலக்குப் பாதை புளியங்குடி வரையில் கொண்டு போய்விட்டது. திரும்புகை நாட்கள் கூடிக்கொண்டே போனதின் மர்மம் இப்போது வெளிப்பட்டுவிட்டது.

''இங்கதான் கெடக்குறாரு செட்டியாரு''

போலீஸ்காரன் பார்வையுடன் பங்காரு கடைக்குள் நுழைந்தாள். பத்தாவது படிக்கும் சக்தி வேலை கையில் பிடித்திருந்தாள்.

''பாருடா செட்டியாரு கெடக்குற கடையை'' என்றாள். அவர்கள் சீட்டாடிக் கொண்டிருந்தார்கள். ஆட்டத்திலிருந்தவர்கள் வியப்பு மேலிடப் பார்த்தார்கள். அவர்களுக்கு தெரிந்து போனது. அவர்கள் கையில் விசிறியாய் விரிந்திருந்த சீட்டுகள், பங்காரு சக்திவேலின் பார்வையில் சப்பாத்திக் கள்ளியாய் மாறின.

எதிர்பாராத புயலின் பிரவேசிப்பு அவர்களை லேசாய் ஆட்டியிருக்க வேண்டும். செட்டியாருடைய உழைப்பும், சம்பாத்யமும் கொத்தாய் அங்கே கொட்டப்படுகிறது.

''எங்க அந்த சிறுக்கி? எஞ்சக்களத்தி?'' பங்காரு அமைதியாய்க் கேட்டாள்.

''நீங்க போங்க பிறகு பேசிக்கிரலாம்''

செட்டியார் ஆட்டக்காரர்களை அனுப்புவதில் மும்முரம் காட்டினார். இரு கைகளையும் வாசல் குறுக்காய் நீட்டி மறித்தாள் பங்காரு.

''போகாதீங்க இந்த மனுஷன் வவுசு என்னன்னு தெரியணுமில்லே. பேசித் தீர்த்திட்டுப் போங்க''

சமையல் கட்டுக்குள் மூலையில் முண்டிகொண்டு ஓணான் போல் தலையை நீட்டி, நீட்டிப் பார்த்துக் கொண்டிருந்தாள் மாடத்தி. அந்தத் திசையில் பங்காரு பாய்ந்தபோது சீட்டாடிகள் நழுவினார்கள். செட்டியார் அவளைக் குறுக்கே பாய்ந்து தடுத்தபோது, அவள் கையை ஓங்கினாள். தடுத்த வலது கையில் மாராப்புச் சேலை சிக்கியது. மாராப்புச் சேலை கழன்று முன் தரித்துச் செதுக்கிக் கட்டிய பச்சை மூங்கில் கட்டுபோல், பங்காரு நின்ற நேரத்தில்,

''கிளி போல பொண்டாட்டி இருந்தாலும், குரங்குபோல வைப்பாட்டி கேட்கும்'' என்ற சொலவடை எவருக்கும் ஞாபகத்துக்குள் வந்து முட்டவே செய்தது. அந்த மனுசனுக்கு கொடுப்பிணை இல்லை என்றுதான் நினைத்தார்கள்.

'எஞ்சொத்தை கொள்ளை அடிச்சிட்டுப் போகலாம்னு வந்தியாடி?' பங்காரு திமிறிக்கொண்டு கத்தினாள்.

குத்து மண் எடுக்கும் காளைபோல் பாய்ந்தவளை மடக்கிக் கட்டித் தள்ளி ''ஆமா, சொத்து கொட்டிக் குவிஞ்சி கிடக்கு, கொள்ளையடிச்சிட்டுப் போக'' என்றார்.

''அவளையே கொண்டு வந்து வச்சி அழகு பாக்குறது தானே''

பங்காரு சாபம் கொடுத்ததுபோல், மாடத்தியை மதுரையில் கொண்டு வந்து வைத்து அழகு பார்க்கவில்லை. புளியங்குடி வடக்கு மூலை வீடு செட்டியாரின் சொந்த வசிப்பிடம் ஆனது. நகரத்திலிருந்த வளையல்காரத் தெருவுக்கு அவசியப்பட்டபோது வந்து சரக்குப் போட்டு எடுத்துப் போவதாக கண்டவர்கள் சொன்னார்கள்.

பங்காரு மகனைப் பிடித்த கையோட திரும்பி வந்தாள். ''மகனே எனக்கு நீயும், உனக்கு நானும்'' என்று தெரிவித்த கைப்பிடி எதிர் காலத்தின் சவாலாக குறிப்புணர்த்தியது. பங்காரு வீட்டிலிருந்து வெளியே வந்து வீதியைத் திறந்து வைத்தாள். ஸ்டவ் அடுப்பும் வடைச் சட்டியும் அவள் முன்னால் உட்கார்ந்தன. அந்த சனங்களுக்குத் தக்கண சின்ன வடைகள், பருப்பு வடைகள், நேரம் சென்றாலுமு

தாங்கும் பிரண்டை ஊறுகாய், பங்காருவின் தனிப் பருவத்தில் மட்டுமே பிரண்டை பஞ்சாமிர்தமாக பிறப்பெடுக்கும். பிறகு ஒவ்வொரு காலத்துக்கும் எது மலிவாய், பெருவாரியாய் கிடைக்குமோ அந்த ஊறுகாய் போட்டாள்.

அவள் பிடித்த அவன் கையை விடவில்லை. பத்திரிகை மோகம் பற்றிக்கொண்ட நாளிலிருந்து அவன்தான் தாயின் கைப்பிடியை மெல்ல மெல்லத் தளரவிட்டான். இந்தக் கிறுக்குத்தனம் நீங்கும் வரை இப்படித்தான், எல்லாம் செய்யத் தோன்றும் என்று அனுபவப்பட்ட மூத்த எழுத்தாளர் சொன்னது எவ்வளவு உண்மை. பத்திரிகை வேலையாய் அலைவதை கடை வியாபார வேலையாய் போவதாய் அவளை நம்ப வைத்தான். வேலையிலிருந்து நின்று மூன்று மாதமாகியிருந்து என்று அம்மாவுக்குத் தெரியாது.

வண்ணமயமாய் காந்தமாய் இருக்கும் பத்திரிகைகளுக்கு நடுவில் தேனமுதம் கண்ணை மூடிக்கொண்டு கிடந்தது. கண்ணை மூடிக்கிட்டு இருக்கு என்ற வளையலை ஒதுக்கிய அந்தச் சிறுபெண் ஞாபக அடுக்கிலிருந்து மேலே வந்தாள். எல்லா வாசகர்களும் அவளேயாகி அவர்கள் உதிர்க்கும் எல்லா வாசகங்களும் அந்த ஒன்றேயாகி வேதனை செய்தன.

### 3

எல்லாம் சரியாகக் கொண்டு செலுத்தப்பட்டது. இப்போதும் அறிவு நம்பினான். உற்பத்தி நேர்த்தியாகவே செய்யப்பட்டது. அவனும் நண்பர்களும் கலை வடிவான உற்பத்தித் திறனில் கூடியவர்கள். சாதாரண வாசகர்களையும் உச்சத்தில் இருக்கும் மேன்மக்களையும் இணைக்கும் பாலமாக தேனமுதம் வெளிப்பட்டிருந்தது. ஆனால் உற்பத்தி செய்யப்பட்ட பொருட்கள் சந்தை, விநியோகம் என்ற இரண்டு தண்டவாளங்கள் வழி போக வேண்டியிருப்பதை, அவர்கள் கருத்தில் கொள்ளவில்லை. இரண்டு முக்கிய பக்கங்களை அவர்கள் ஏறக்குறைய மறந்துவிட்டது போலத்தான்.

பா. செயப்பிரகாசம்

இந்த இரண்டு பக்கங்கள்தான் உற்பத்தியை தீர்மானிக்கின்றன. அது வியாபாரம் மூலதனம் - உற்பத்தி- மறுமூலதனம் என்ற மூலதனத் திரட்சியின் சூத்திரத்தை இலக்கிய வெறி மறைத்துவிட்டது. எல்லாவற்றையும் தொடங்கி வைப்பதும் முடித்து வைப்பதுமான சக்தி, பெரும் வணிக நிறுவனங்களுக்கு மட்டுமே சாத்தியம். மூலதனச் சூத்திரச் செயல்பாடு கருதாமல், அவர்கள் இலக்கியச் செயல்பாடு மாத்திரமே கருதிவிட்டார்கள்.

இந்த வழியிலேயே சிந்தித்து ஓடி அல்லாடியவனின் சிந்தனைகைளை முறித்து வெளியில் கூப்பாடு வந்தது.

''கூரைத் தண்ணிக்கும் எடம்விட்டுக் கட்டணும்னு இருக்கு, தனக்குன்னு சேத்து வைக்கனும்னு இருந்தா இப்படிச் செய்வானா? எல்லாத்தையும் கொள்ளை கொடுத்து, இப்ப எனக்கென்னன்னு ஆயாச்சு''

அம்மா பேச்சில், ஏற்ற இறக்கமாய் விரித்து, சுருங்கி பிர்க்காக்கள். பேச்சிலேயே வலதுல கொடுத்து. இடதுல எடுப்பவள். மேலே, மேலே போய்க் கொண்டிருந்தாள்.

அர்ச்சுனன் சம்சாரம் சந்திரக்கா, இப்போது களத்தில் இறங்கினாள். நேரடி யுத்தம் ஆரம்பமானது வயது மூப்பு என்ற ஒரு தராதரம்கூடப் பார்க்காமல் அதிரடியாக வெடித்தாள்.

''யார்சொத்தை யார் கொள்ளை போட்டது''

''இல்லேன்னு சொல்லு. ஒனக்கு தெரியாதாக்கும். கூட்டுக் களவாணி''

''இங்க எல்லோரும் சாட்சி''

சந்திராக்கா, நீ வா, நீ வா என்று தெருவைக் கூப்பிட்டாள்.

''இதை இவ 'புரூப்' பண்ணனும் பண்ணீட்டா நா தூக்குப் போட்டுச் செத்துக்கறேன். புரூப் பண்ணுடி''

புதிய தொழில் தொடங்க கடன் வழங்கும் விவரப்படியல் வங்கியிலிருந்து பெறப்பட்டது. அந்தப் பட்டியலில் பத்திரிகை

தொடங்க கடன் வழங்கும் விவரமெதுவும் இல்லை. நூல் வெளியீடு பற்றி இருந்ததைக் கண்டான். கிளை மேலாளர் விரும்பினால், அவரது விருப்ப உரிமையின் கீழ் கடன் வழங்கலாம் என்ற ஒருவிதி இருப்பதை அர்ச்னன் எடுத்துக் கொடுத்தார். கனவு மெய்ப்படல் வேண்டும். கடன் பெறப்பட்டது. வங்கிக்கடன் அய்ம்பதாயிரத்துக்கு அரசு ஊழியர் ஒருவர் காப்புறுதி கையெழுத்து இடவேண்டும். அர்ச்சுனன் கையெழுத்துப் போட்டார். நண்பர்கள் தேறுதல் சொல்கிற இடத்தில் நிற்கிறார்கள். கடன் வாங்கி, கையெழுத்திட்டு நேரடியாக பதில் சொல்லக் கடமைப்பட்டவன் அவன்.

நண்பர்களைப் பற்றி இப்படியெல்லாம் நினைக்கத் தோன்றுவது ஆச்சரியமாக இருந்தது. அவர்கள் இலக்கியத்திற்கான எல்லாப் பரிபூரண தியாகத்துக்கும் தயாராக இருப்பவர்கள். உண்மையில் காரியசாத்தியம் என்ற ஒன்றில் கவனக்குவிப்பாகி நடைமுறை சாத்தியம் என்பதில் தவறவிட்டு விட்டார்கள்.

அச்சகம், பைண்டிங் எல்லா இடத்திலும் பணம் கொடு என்று அரித்தார்கள். பாக்கிகள் இருந்தன. போட்ட விதை முளைக்கவில்லை. பொடவில் (பொந்தில்) தண்ணீர் நிறைந்து மூச்சுவிட முடியாமல் வெளியே குதிக்கிற காட்டெலியை சுலபமாய் அடித்து வீழ்த்துவது போல், கட்டை, கம்புகளுடன் காத்திருக்கிற துறையல்ல பத்திரிகை என்பது பிடிப்பட்டது.

''இவளோட என்ன பேச்சு வாங்க''

சந்திராக்கா, அர்ச்சுனனை இழுத்தாள்.

''ஆமா, புருஷனை மடியில் மறைச்சு வச்சுக்கோ''

பங்காரு இந்த இடத்தில், அடிவயிற்றின் கீழ் இரண்டு கைகளையும் விரித்து, இப்படி, அப்படி ஆட்டுகிறாள்.

''ஒழுங்கானவளா இருந்தா, கட்டின புருஷனை வச்சிக் கிட்டிருப்பா. விரட்டிவிட்டுட்டா கழுதை''

குடும்ப விவகாரத்தின் அழுகல் மையத்தில் போய் அம்பு பாய்ச்சி விட்டாள் சந்திராக்கா. தெரு என்று இறங்கிவிட்டால், இதுபோல் எல்லாமும் தான் வரும் என்பது தெரிந்ததுதான்.

''ஆமாடி, நீ வந்து எப்படின்னு எனக்குச் சொல்லிக் கொடு''

நடந்து முடிந்துவிட்டது ஒரு இழப்பு. துக்க காரியத்துக்கு யாரைப் பொறுப்பாக்குவது, யாரைத் தாக்குவது, எது செய்தாலும் யாரையாவது, அம்மாவையோ அர்ச்சுனனையோ போய் இடிக்கும், தனக்கு ஏற்றுக் கொண்டு அவன் வருவான் எனத்தான் அர்ச்சுனன் எதிர்பார்த்திருந்தார்.

போர்வைக்குள் மல்லாக்கக் கிடந்தவனின் விழிகள் குத்திட்டு நின்றன. உள்வீட்டில் கிடந்தாலும் வெளியில் நடப்பதை மனசின் கண்களால் பார்க்க முடிகிறது. வேலை வேலையாக இருந்தாலும் சண்டை கட்டுவதை மட்டும் அம்மா நிறுத்தவில்லை. அதிசயிப்பாக இருந்தது. ஆப்பச் சட்டியில் மாவை ஊற்றுகிறாள். சட்டியின் இரு காதுகளையும் பிடித்து வட்டமாயச் சுற்றுகிறாள். ஆரத்தி எடுப்பது போலத்தான் அது நடக்கிறது. மேலிருந்து வழிந்து இறங்கி, மத்தியில் சிறுபுடைப்பாய் மாவு குழிந்து வடிவாய் ஆப்பம் பூக்கிறது. இட்லிச் சட்டியை எடுத்துவிட்டு, வடைச் சட்டியை வைத்திருக்கிறாள். கொதி எண்ணையில் 'சுர்'ரென்று வடை குதியாட்டம் போடுகிற இசை வருகிறது. எல்லாம் அனிச்சைச் செயல்களாக நடக்கின்றன. வாய்ச் சண்டை கட்டுவது மட்டும் அப்போதும் நடந்து கொண்டிருக்கிறது.

வடக்கார அம்மா, இட்லிக்கார அம்மா, ஊறுகாய்க்கார அம்மா என்ற பல அடையாளங்களுடன் ஒரு ஸ்டவ் அடுப்பை எரியவிட்டுக் கொண்டே அனலடிப்பில் எரிந்த அம்மாவின் கோபம் நியாயமானது. ஆனால் யார் மேல் பாய்வது, அது அம்மாவுக்குத் தெரியவில்லை. புளியங்குடி கிராமத்திற்கு வேகு, வேகு என்று நடந்தபோது, எதிரி யார் என்று தெரிந்தது. பாய்ந்து வகிந்து கிழிக்க ஓடினாள். இங்கே எதிரி இல்லாதவர்களை எதிரி என்று நினைக்கிறாள். அம்மா, உன் கண் அறியாத எதிரிகள் எங்கும் இருக்கிறார்கள் அவளுடைய எதிரிகள்

அவளுக்குப் பின்னாலேயே மறைந்து நிற்கிறார்கள். மறைந்து நிற்கும் எதிரிகளில் உன் மகன் ஒருவன். மகனுக்குப் பின்னாலும் அவனறியா எதிரிகள் இருக்கிறார்கள். அரிவாள் இல்லாமலே உன் கால்களை முடமாக்குவார்கள். ஆயுதம் ஏந்தாமலே உன் கைகளைத் துண்டிப்பார்கள். நீ அறியாத, நானும் அறிந்திராத அந்த எதிரிகள்தான் உன் மகனுடைய வாழ்வையும் நாசமாக்கினார்கள்.

அறிவுச்செல்வன் சுருண்டு கொண்டான். அவன் எட்டிப் பிடிக்கிற காலவெளி எதுவும் இல்லாமல் அகன்றுவிட்டது போல் தெரிந்தது மன அயற்சியின் சிதைவினூடே.

''அது வேண்டாம் கண் மூடிக்கிட்டு இருக்கு''

அந்தச் சிறு பெண்ணின் சித்திரம் பேசுகிறது.

கடைசியாய் சந்திரக்கா எல்லோரையும் சாட்சியாக்கி சத்தம் போட்டாள். ''எங்க ஒம் மகனை வரச்சொல்லு. அவனையே கேட்டிருவாம்''

பகலிலும் இருட்டாய் சுருண்டு கிடந்தவனை அம்மா கூப்பிடவில்லை.

## 4

கரை வேட்டி கட்டிய ''இரண்டு ஆட்கள்'' அறிவுச்செல்வன் வீடு இதுதானா? என்று கேட்டார்கள்.

எண்ணெய்ச் சட்டியில் துள்ளும் வடைகளை அள்ளியபடி, பங்காரு ஏறிட்டுப் பார்த்தாள்.

பழையபடி கூட்டிப்போய் எம் மகனை மோசடி பண்ணிவிடுவார்களா என்று பார்வை.

''நாங்க ஒரு மாநாடு நடத்தறோம். அதுக்கு ஆயிரம் பேட்ஜ் செய்யணும்''

''மெட்டல் பேட்ஜா? உள்ள இருக்கான் போங்க''

தெரு சந்திப்புகள், மைதானம், திடல்களில், அரசியல் கட்சிகள் சாதிச் சங்கங்களின் கூட்டம், மாநாடு, ஊர்வலம், விரித்த பிளாஸ்டிக் தாள் மீது வகை, வகையாய் ரக, ரகமாய் பேட்ஜ்கள்.

முன்கூட்டியே அறிவுச் செல்வனிடம் 'ஆர்டர்' கொடுப்பதற்காக வந்திருக்கிறார்கள் கட்சிக்காரர்கள்.

வெகு நாட்களின் பின் நண்பர்களும் தயங்கியபடி கட்சிக்காரர்களுடன் பின்தொடர்ந்தார்கள். கட்சிக்காரர்களை அவர்கள்தான் கூட்டிவந்தார்கள். அம்மாவுக்கு அது தெரியவில்லை. நுழைந்தார்கள். வடைச் சட்டியிலிருந்து கண்களை எடுக்காமலே கண்டுகொண்டான். ஒருகணம் அவர்கள் தாமதித்தார்கள். அந்த தாமதத்திற்குள்ளேயே சூடான அம்பு பாய்ந்தது.

''இவ்வளவுதான் செய்வீங்களா? இன்னமும் செய்வீங்களா?''

# பூத உலா

மதுரை குலுங்கியது.

சத்தான வார்த்தையில் சொன்னால் மதுரை அதிர்ந்தது.

மதுரை ரயில் நிலையம் எதிரில் உள்ள மங்கம்மா சத்திரத்திலிருந்து பூதம் ஊர்வலமாக அழைத்துச் செல்லப்படவிருந்தது.

ஊர்வல ஏற்பாட்டாளர்கள் அறிந்திருக்கமாட்டார்கள். ஊர்வலமாய் அழைத்துச் செல்லப்படவிருக்கிற பூதம், பதினேழு வருசங்களின் பின் அரசியல் பிரவேசம் செய்து அவர்களையே விழுங்கி ஏப்பமிடும் என்று.

1960-களின் தொடக்க நாட்கள், ரயில் நிலையத்தின் முன்னால் வலது பக்கத்திலுள்ள பள்ளியில் மணிக்குமார் இறுதி வகுப்பு படித்தான். வித்தியாசமான சதுரப்பள்ளி அது. அதன் இடதுபுறம் ஆங்கிலப் படங்கள் மட்டுமே ஓடுகிற ரீகல் திரையரங்கு. வலது முனையில் ரயில்வே அஞ்சல் நிலையம். ரயில் நிலையத்துக்கு முதுகைக் காட்டிக்கொண்டு பள்ளி நின்றது. அந்தப் பள்ளியை தெற்குப் பார்த்து நிற்கும் ஒரு மனிதனாக உருவகித்துக் கொண்டால், சரியாக வலது புட்டாணிதான் ரயில்நிலையம் என்று புள்ளி வைத்துவிடலாம்.

புகை வண்டிகள் தடதடக்கும் ஓசை, வகுப்பறைக்குள்ளும் 'கும்' கட்டி நிற்கும். சன்னல்களை மூடிவிடுவார்கள். சன்னல்களை மோதிப் பார்த்துவிட்டு, திறந்திருந்த வாசல் வழியே உள்ளே வந்து உட்காரும். ரயில்வே தண்டவாளங்களின் சமீபமுள்ள வகுப்புகளில் படிப்பவர்கள், முதலில் சத்தங்களின் தாக்குதலால் நிலைகுலைவார்கள். வாழ்க்கை

பா. செயப்பிரகாசம்

ஓட்டத்தில் எல்லாமும் எந்தச் சொரணையுமில்லாமல் போய், பிறகு நடைமுறையில் அது மந்தித்து, இயல்பாகிப் போனது.

ஒவ்வொரு வருசமும் புதிதாக வந்தடைகிற மாணவர்களுக்கு காதுப்பறை வழியாக புத்தியின் நரம்பு மண்டலங்களைப் புரட்டிப் போட்டு நிம்மதியில்லாமல் அடித்து, பிறகு ஒன்றுமில்லாமல் ஆனது.

வாத்தியார்கள் நிரந்தரமானவர்கள்.

முதலில் ரயில் சத்தங்களால் ஆக்கிரமிப்புக்குள்ளாகி, பிறகு வாழ்வின் எல்லா இடிபாடுகளும் எப்படிக் கழியுமோ அப்படி சத்த பயங்கரங்களும் சாதாரணம் ஆகிக் கழிந்தன. புதிதாகச் சேரும் மாணவர்களுக்கு இந்த வாத்தியார்களே வழிகாட்டியாகிப் போனார்கள்.

ஆர்.வி.மில் தாண்டி, ரயில் தண்டவாளம் ஓரமாக இருந்த சரசுவதி பள்ளிக்கூடம் 1961ல் இடிந்து விழுந்து நாற்பத்தெட்டு பெண் பிள்ளைகள் மாண்டபோது, வாத்தியார்கள் பேசிக் கொண்டார்கள்.

"இந்தப் பள்ளிக்கூடம் எப்ப இடிஞ்சி எத்தனை பேரை காவு கேக்கப் போகுதோ?"

ரயில் நிலையத்துக்குச் சமமான சத்தம், இடதுபுறமுள்ள ரீகல் தியேட்டரிலிருந்து வெளிக்கிளம்பியது. அவ்வப்போது ஓடி ஓய்வது ரயில்வே சத்தம் என்றால் மூன்று மணிநேரம் தொடர் அலைகளாய் தாவித் தாவி வருவது திரைப்படச் சத்தம். தியேட்டரை ஒட்டியுள்ள பள்ளியிறுதி வகுப்பு மாணவச் செல்வங்களை தனக்குள் வந்து அடையும்படி கூப்பிட்டது தியேட்டர்.

கிழக்கு மூலை மாடி வகுப்பறைக்கும் திரையரங்குக்கும் நடுவில் ஆளுயர ஊடு சுவர். ஊடு சுவரைத் தாண்டி அந்தப் பக்கம் அரசமரம். அரச மரக்கிளைகள் மாடி வகுப்பறை சன்னலுக்குள் கைவிட்டு "என் இரு கைகளிலும் ஏந்திக்கொள்கிறேன், தவழ்ந்து வாருங்கள் செல்வங்களே" என அழைத்ததை மணிக்குமார் கேட்டிருக்கிறான். மற்ற மாணவர்களுக்கும் அதே மாதிரி மனசில் காதுகள். மரக்

கதவுகளுக்குள்ள சன்னல் திறந்து கிளைகள் வழியாக அணில் வடிவில் இறங்கி சன்னலைத் திரும்பவும் மூடிவிட்டு வெளியேறுவார்கள்.

முன்வாசல் வழியே வெளியேறுவதற்கு இரு நிபந்தனைகள் இருந்தன. இந்த விதிகள் பள்ளியின் சரித்திரத்தின் பக்கங்களைப் புரட்டினாலும் புரட்டலாமே தவிர மாற்ற முடியாதவை. கடைசி மணிக்கு மட்டும் வெளியே செல்லும் முன் அனுமதி. மதிய விடுப்பு என்றால் பெற்றோர்கள் ஒப்பமிட்ட விடுப்புக் கடிதம் வாங்கி வரவேண்டும். இரண்டுமே ரீகல் திரையரங்கின் பகல்நேர அழைப்புக்குத் தோதுப்பட்டு வந்ததில்லை.

பூதம் பார்க்க மணிக்குமார் புறப்பட்டான். பூதத்தை ஏற்கனவே தரிசித்துவிட்டு வந்த ரகுமான், வகுப்பறையில் நல்ல கதை சொல்லியாகியிருந்தான். காணாததைக் கண்டு வந்ததுபோல் பரப்பி வைத்தான்.

''கலர் எலுமிச்சம்பழம் மாதிரி.''

அதிசயித்து பூதத்தை வர்ணித்தான். அந்தக் கலருக்கே கோடி கொடுக்கலாம் என்பதாக அவன் புலப்பம் வந்தது.

மங்கம்மா சத்திரம் முன்னால், ஊர்வலம் தொடங்கும் இடத்தில் மேடை போட்டிருந்தார்கள். மேடைக்குப் போகப் படிக்கட்டுகள் இருந்தன. ஆனால் வேட்டியை மடித்துக் கட்டிய பூதம் சர்ரென்று, மேடையில் பக்கவாட்டில் ஒரே தாவாய்த் தாவி ஏறியதாம். மடித்துக் கட்டியதற்குக் கீழே பின்னத்தங்கால் சதை வெள்ளியாய் மின்னியதாம்.

அது பூதம் உலா வருவதற்கு அலங்கார விளக்குகள் மாட்டி ஜெகசோதியாய் மின்னிய வேன். பின்புறம் உலக உருண்டையின் மேல் அந்தப் பூதத்துக்கு வழங்கப்படவிருந்த பெரிய தங்கக் கோப்பை. பாட்டுப்பாடி, வீரவசனம் உதிர்த்து, வெற்றிச் சண்டை போட்டு, 200 நாட்கள் ஓடியதின் அடையாளமாக கோப்பையில் வாசகங்கள். தங்கக் கோப்பையைச் சுற்றி வானவில்லை வளைத்து வட்டமாக்கிய ஒளிவட்டம். சரியாக பூதத்தின் தலைக்குப் பின்னால் ஒளிவட்டம் சுற்றியது.

இந்தக் கோப்பையை வென்றெடுக்க, பல்வேறு வித்தைகளை பூதம் காட்டியிருந்தது. அரசு பரம்பரையினருக்கேயான பலவகை அணியலங்கார குணங்களை புனைந்து கொண்டிருந்ததோடு, வில்வித்தை, யானையேற்றம், குதிரையேற்றம் என்ற வீர சாகஸக் கலைகளையும் தெரிந்து வைத்திருந்தது. மன்னர் கால மனநிலைக்கும், வழிபடுநிலைக்கும் மக்களைக் கொண்டு சேர்த்து விட்டது.

நாலாபக்கம் கையசைத்து, கைகூப்பி, பூதம் பலவகையிலும் மக்களைக் கிளர்ச்சி கொள்ளச் செய்தது. ரொம்ப நூதனமான ஒரு காரியமும் செய்தது. பூதம் அந்தத் திரைப்படத்தில் ஒரு வேடத்தில் செய்வது போல் ஆட்காட்டி விரலையும் நடுவிரலையும் கொறடுபோல் வளைத்துச் சேர்த்து, மூக்கருகே கொண்டுபோய் கொணஷ்டை செய்து காட்டியது. கூட்டம் வெறிகொண்டது.

மணிக்குமார் அரச மரக்கிளை வழியாக இறங்கி ரீகல் திரையரங்கு வாசல் வழியாக வெளியேறுகையில் நடைபாதையில் அந்தப் பெண்ணையும் வயதான அம்மாவையும் கண்டான். அவர்கள் முஸ்லீம்கள். வயதான தாய் தலையில் முக்காடு போட்டிருந்தாள்.

''அவரைக் கண்டா வரச் சொல்லுங்க. பிள்ளைக தகப்பன் முகம் பாக்காம சொணங்கிப் போகுதுக.''

அவர்கள் முன்னால் நின்ற அந்த ஆளிடம் தாய் சொன்னாள்.

''சரி, நா கண்டா சொல்றேன்.''

''கஞ்சி, தண்ணி இல்லாம பிள்ளைக கொராவிப் போச்சு, குடிக்கட்டும், செய்யட்டும், சினிமா பாக்கட்டும், வீட்டுக்கு ஒரு நாளைக்கு பத்து ரூபாயாவது கொடுக்கச் சொல்லுங்க.''

அந்தத் தாயின் மருமகள் பேசினாள். இருபது வயதுக்குள்தான் இருக்கும். இளமையினுடைய அடையாளங்கள் அவளுக்குள் எங்கேயோ இருப்பது போல் தெரிந்தன. இருபது வயதாகாத அந்த உடலின் குகைக்குள்ளிருந்து வாலிபத்தின் அற்புதங்கள் வெளித் திறந்து கொண்டுவர வேண்டிய ஒரு மந்திரவாதி, இந்தப் பூதத்தின் உலாவுக்குள்ளே ஒளிந்திருந்தான். பார்க்க சகிக்க முடியாத நிலை அது.

"இங்கனதான் இருப்பாரு. நாலுநாளா ஊர்வல வேலையில இருந்தாரு. அதனால வரமுடியாமப் போயிருக்கும்."

"நீங்களும்தான் இருக்கீங்க தம்பி, வீட்டுக்கு வரலையா, வைக்கலையா?"

தாய் பேசியபோது, அந்த மனிதன் பதிலேதும் சொல்லவில்லை. யோசிப்பது போல் இருந்தான். தாயும் மருமகளும் சேர்ந்து அந்த ரிக்‌ஷாக்காரனைத் தேடிக் கண்டுபிடித்துவிட வேண்டுமென்று வடபுறமுள்ள கோரிப் பாளையத்திலிருந்து வந்திருந்தார்கள்.

"வரலே, போகலேன்னு சொல்லலே. ஆனா ஒங்ன கூட்டாளிக்கிட்டே இந்தான்னு ஒரு பத்து ரூபா கொடுத்தனுப்பலாமில்லே."

"ஒனக்குப் பரிதவிக்கு, ஆனா அவனுக்கு கொஞ்சமாவது மனசு பதைக்கா? ஆண்டவன் அவனுக்குக் கல்லுல மனசு படைச்சிருக்கான்."

"நாங்க இங்க நிக்கிறோம். நீங்க வரச் சொல்லுங்க."

"இல்ல, இல்ல நீங்க இந்தக் கூட்டத்தில நிக்கிறது நல்லால்லே. எக்குத்தப்பா கூட்டத்தில சிக்கிறப் போறீங்க. ஒரே தள்ளுமுள்ளா இருக்குது. நீங்க போங்க. நா பாத்து அனுப்பி வைக்கிறேன்."

"அனுப்பறியாப்பா" தாய் கெஞ்சி முடிக்க, இருவரும் நடந்தார்கள். ஒல்லிப் பயலான மணிக்குமார் புகைபோல் கூட்டத்திற்குள் நுழைந்து நுழைந்து முன்னேறினான். வேர்வைத் துருத்திகள் போல் நனைந்த உடம்புகள் மத்தியில் வழுக்கி ஓடலானான்.

"எல்லோரும் இங்கதான் இருக்கோம். நீ மட்டும் முன்னால போயிருவியா?"

ஒரு சண்டியர் அவனைப் பிடித்து நிறுத்தினான்.

"வழி வழின்னுட்டுப் போறே? கேட்டா மட்டும் விட்டுரு வாங்களா? அங்ஙன ஒரு படிக்கல்லு இருக்கு பாரு. அதுல ஏறி நின்னுக்கோ. ஒன்னுசரத்துக்கு தலைவர் நல்லாத் தூக்கிவிட்டான்.

பா. செயப்பிரகாசம்

நகரமெங்கும் பரந்து கிடந்தார்கள் பூதத்தின் பக்தர்கள். பூதம் கிளம்பிப் போயிருந்தது. அதன் உலா தொடங்கிய இடம் மங்கம்மா சத்திரமுள்ள மேலவெளிவீதி, தெற்கு வெளிவீதி, பிறகு விளக்குத்தூண், சந்திப்பில் நுழைந்து தெற்கு மாசி வீதி வழியாக வந்து கொண்டிருந்தது. மணிக்குமார் மேலமாசி வீதி உடுப்பி உணவு விடுதி முன் ஊர்வலத்தைப் பிடித்தான்.

உடுப்பி உணவு விடுதிக்குள் பூதம் ஒப்பனை செய்து கொள்ளப் போயிருக்கிறது என்றார்கள். காதல், கண்ணீர், ஆட்டம், பாட்டம், சண்டை, ஜம்பிங் எல்லாமே பூதத்துக்கு ஒப்பனைதான். பாடல் வாயசைப்பும் ஒப்பனை பட்டியலில் வரும். சொந்தக் குரலில் பாடல் பாடி கதை நடந்துகொண்டிருந்த திரையுலகத்தின் வரலாற்றை பாடலுக்கு வாயசைப்பு என்று மாற்றிய முதல் பூதம் அதுதான்.

பூதத்தைக் காண்பதற்காக உடுப்பி உணவு விடுதி முன் கூட்டம் திமு, திமுவென்றிருந்தது.

''இதே இடத்திலே'' என்றார் ஒரு பெரியவர்.

பெரியவர், இளவட்டமாக இருந்த காலத்தில் நடந்தது. இதே வீதி. இதே உணவு விடுதி. எம்.கே. தியாகராஜபாகவதர் வந்திருக்கிறார் என்ற சேதி பறந்து சொக்குப்பொடி போட்ட மாதிரி கூட்டம் திரண்டு நின்றது.

''இடுப்பு வேஷ்டி அவிழ்ந்ததுகூட தெரியாம வேடிக்கை பார்த்தது கூட்டம் அன்னைக்கு.''

''வேஷ்டி கழன்ற கூட்டத்தில நீங்களும் தானே.''

''அதனாலதான் சொல்றேன்.''

ரத்தின சுருக்கமாய் சொல்லி முடித்தார் பெரியவர். அது குற்றச் சம்மதமாக அல்லாமல் பெருமையாக வெளிப்பட்டது.

திடீரென வெக்கை கவிந்தது. வியர்வை கசிந்த துவாரக் கால்களில் அரிப்பு நிமிண்டியது. மணிக்குமார் அண்ணாந்தான். தூக்கி விரித்த குடைபோல் ஆகாய மத்தியில் கறுத்த மேகங்கள் குவிந்திருந்தன. சுற்றி

கீழ்வானம் ஈயம் பூசியதுபோல் பளிச்சென வெளிச்சமாயிருந்தது. மத்தியிலிருந்த மேகங்கள் கலங்கலாய் கசிந்து கசிந்து வளைவில் கீழிறங்கியது.

'வாராத விருந்தாளி வந்தால், அழையாத மழையும் வரும்' என்றாகப் போகிறது. பூதத்தின் வருகையால் மதுரைப் பட்டணம் மழையை அனுபவிக்கப் போகிறது. மழையற்றுக் காய்ந்து கிடந்த முகங்கள் வீதியெங்கும் நிறைந்திருந்தன. மழை வந்து கெடுத்திடும் போல இருக்கே என்ற பீதி, காய்ந்த முகங்களிலிருந்து வெளிப் பட்டது.

திடீரென தலைகள் எதிர்த் திசையில் திரும்பின. அங்கே அங்கே என்று உரத்த குரல்கள். உடுப்பி விடுதிக்குள்ளிருந்து வெளியே வரும் என்று எதிர்பார்க்கப்பட்ட பூதம், எதிர்த்திசையில் ஒரு வீட்டு மாடியிலிருந்து கையசைத்தது.

பெண்கள் படக்கென்று நெஞ்சில் கை வைத்தார்கள்.

''அம்மாடி எனக்கு 'திக்'கன்னு ஆயிருச்சி'' என்றார்கள்.

''நா முன்னமே சொன்னேன். அவரு அங்க இல்லே, இந்த வீட்டுக்குள்ளதான போனாருன்னு.''

''அவருக்கென்ன, மலைக்கள்ளன். இந்த மலையிலிருந்து அந்த மலைக்குத் தாவுவாரு.''

''சொல்லீட்டிங்க. அது என்ன லேசுப்பட்ட காரியமா?''

''மணி நீ இங்கயா இருக்கே?''

அதிசய அயற்சிகள் நடுவில், அவனை ஒரு குரல் அழைத்தது.

மணிக்குமார் திரும்பிப் பார்த்தான். அடுத்த வளைவில் குடியிருக்கும் அழகு அண்ணன்.

அவர்களுக்கிடையில் நீண்டகால ஒப்பந்தம் போடப்பட்டிருந்தது. மணிக்குமார் ஒன்பதாம் வகுப்பு படிக்கிற போதிருந்தே அந்த ஒப்பந்தம் செயல்முறைக்கு வந்தது. வீட்டுக்குள் மின்சாரம் இல்லை. தொழிலாளர் பகுதியில் எல்லாக் குடியிருப்புகளும் மின்சாரம்

வாங்கப்படாமல்தான் கிடந்தன. கால் பரிட்சை, அரைப்பரிட்சை, முழுப்பரிட்சை நேரங்களில் தெரு மாணவர்கள் காலை நான்கு மணிக்கு எழுந்து, வெளிச்சத்திற்கு வரும் பூச்சிகள் போல், தெருவிளக்கு அடியில் மொய்த்துக் கிடப்பார்கள். நான்கு மணிக்கு எழுந்திருக்கையில், அழகு அண்ணனை எழுப்பிவிட வேண்டும். ரோட்டுக் கடையில் போய் தேநீர் சாப்பிட்டு வந்து பீடி பற்ற வைத்து, அழகு அண்ணன் பால் கறக்க ஆரம்பிக்கும். ஒவ்வொரு வீடாய் கறக்க ஆரம்பித்து ஆறுமணிக்கெல்லாம் முடித்துவிடும்.

அலங்கரிக்கப்பட்ட வேனில், பெஞ்ச் போட்டு நின்றிருந்தாலும் பூதத்தின் முழு உருவமும் துண்டாய்த் தெரியவில்லை. எக்கி, எக்கிப் பார்த்த அவனை அப்படியே ஒரு சுற்றுச் சுவர் மேல் நிற்கச் செய்தார். தள்ளாட்டம் போட்டுவிடாமல் இருக்க, பின்புறமாய் கைகளைப் போட்டு முழங்கால்களைப் பின்னிப் பிடித்திருந்தார். வேன் முன்னும், பின்னும் நெருக்கியடிக்கும் கூட்டம் நகர்ந்தபின், இருவரும் சுயநினைவுக்கு வந்தார்கள். அழகு அண்ணன் கைகள் மணிக்குமாரின் தோள்களை ஆதரவாய்ப் பற்றின.

"மணி, ஒந் தம்பி செத்துப் போச்சு."

மணிக்குமார் அதிர்ந்து ஏறிட்டான்.

"எப்ப?"

"மதியம் மூணு மணிக்கு."

பள்ளிக்கூட மூலை அறையில் அவனை ஏந்திய அரசமரக்கிளை வழியாக பூத தரிசனம் கருதி அவன் வெளியேறிக் கொண்டிருந்தபோது மூன்று மணி. பள்ளிக்கூடம் விட்டதும் வழக்கமாய் வீட்டுக்கு வருவான் என்று எதிர்பார்த்திருந்தார்கள்.

பால்குடி குழந்தை, சீர் அடிச்சிருச்சி என்றார்கள், ஒரு வயதான சின்னத்தம்பி கழுத்தில் மந்திரித்து புங்கை நெத்து கட்டினார்கள். இந்த வயசில் சீர் அடிக்க வாய்ப்பில்லை. பயந்த கோளாறுதான் என்றாள் அம்மா. பேதி தொடர்ச்சியாய் விடாமல் பீய்ச்சியடித்தது.

மணிக்குமார் போய்ச் சேர்ந்தபோது அடக்கத்திற்கான ஏற்பாடுகள் நடந்திருந்தன. பெட்ரோமாக்ஸ் விளக்கை கையில் எடுத்து, அவர்கள் வீதியில் இறங்கியிருந்தார்கள். ஒரு வருச உயிராக இருந்தாலும், சுவாசக் குழாயில் சோறு ஏறிவிட்டது போல், மூச்சுத் திணறலாக இருந்தது அம்மாவுக்கு. அம்மாவும், சின்னம்மாவும் கத்தக்கத்தத் தம்பியை தூக்கிப்போனார்கள்.

ரயில் ஓடிக்கொண்டிருந்தது. ரயில்வே கேட் கடந்து போக நின்றார்கள்.

''அப்பா?''

அப்பா திரும்பினார்.

''இப்பவே ஊருக்குக் கடிதம் போடணும். ரயில்வே போஸ்ட் ஆபீஸ் எட்டு மணிவரை உண்டு. ஊருக்கு இன்னைக்குக் கடிதம் அனுப்பினா சேர்ந்து, மூணாம் நாள் காரியத்துக்கு வரமுடியும். நா போய் எழுதிப் போட்டுட்டு வந்திர்றேன்.''

அப்பா மௌனமாக ஒரு ரூபாயை சட்டைப் பையிலிருந்து எடுத்து அவன் கையில் வைத்தார். அவன் அப்படியே திரும்பினான்.

எல்லாக் கூட்டமும் ஊர்வலத்துக்குப் போயிருந்தது. திரையரங்கம் காலியாகக் கிடந்தது. வழக்கமாய் ஆறு மணிக்கு அடைக்கப்பட்டுவிடும் கதவுகள் அன்று சிறப்புச் சலுகைபோல, ஏழு மணிக்கும் திறந்து கிடந்தது. அவன் உள்ளே போவதற்கும் படம் ஆரம்பிக்கவும் சரியாக இருந்தது. பூதத்தின் அந்தப் படத்திற்காக அவன் நான்காவது தடவை உள்ளே போகிறான்.

ஒரு டிக்கட் ஒரு ரூபாய், ஒரு உள்நாட்டு அஞ்சல் உறை 50 காசு. இரண்டு கடிதம் போடுவதற்கு அப்பா காசு கொடுத்தார். மணிக்குமாருக்கு ஆச்சரியம், அவனுக்குள்ளிருக்கும் ஒரு விட்டேறி, அவனறியாமலே சரியாக அந்த நேரத்தில் எப்படி வெளிப்பட்டான். லேசாய், உறுத்திய கேள்வியின் முனையை அரங்கத்தின் பிரமாண்டம் மேலெழவிடாமல் அசக்கித் தேய்த்தது.

பா. செயப்பிரகசாம் 485

மயானத்திற்கு நடந்தவர்களிடமிருந்து முறித்துக்கொண்டு செயற்கையான இந்த பிரமாண்டத்திற்குள் அடைக்கலமானபோது அவன் அசிங்கமானவனாகத் தோற்றம் கொடுத்தான். இயற்கையான சாவு அவலத்திலிருந்து விடுபட்டு, செயற்கையான பிலமைக்குள் சேர்ந்து, அழுந்திக் கொண்டிருப்பது பாவம். இந்தத் தகாத செயலைச் செய்கிறபோது, அதிலிருந்து விடுவித்துக்கொள்ள வேறெதையாவது தொடலாமா என யோசித்தான். புகை பிடிப்பதைப் பற்றி நினைக்கையில் நாக்கு கசந்து, தொண்டை கரகரப்பானது. அவனுக்குத் தண்ணி அடிக்கத் தெரியாது. அதுபற்றி கேள்விப்பட்டிருக்கிறான்.

மனக்குழப்பத்தில் லேசாய் அயற்சியானபோது, திரையரங்கம் அதிர்ந்தது. அரங்கத்திற்குள் ஆடிக்கொண்டிருந்த பூதத்தினோட சிரிப்பல்ல. திரையரங்கமே பூதம் போல் சிரித்து அவனுடன் உரையாடத் தொடங்கியது.

''அஹோ வாரும் பிள்ளாய்.''

அதிர்ச்சி கொண்டு மேல்விதானங்களைப் பார்த்தான். பட ஓட்டத்தில் வசனம், பாடல், இசை எல்லாமே இரட்டை இரட்டையாய் கேட்கிற மாதிரி எதிரொலிக்கிற திரையரங்கு - தான் சபிக்கப்பட்ட சரித்திரத்தை அவனுடன் பேசத் தொடங்கியது.

ராஜா தேசிங்கு ஆண்ட செஞ்சிக் கோட்டைக்கு, பள்ளியிலிருந்து சுற்றுலா போயிருந்தார்கள். சாலையின் ஒரு பக்கம் ராணி மலை. இன்னொரு பக்கம் ராஜா மலை. ராணி மலை அடிவாரத்தில் 'ப' வடிவில் இருந்தது அந்த மண்டபம். கூட்டு வண்டிபோல் வளைந்த பெரும் விதானமுள்ள மூன்று நீண்ட அறைகளுக்குள் 'ப' வடிவ மண்டபம். மூன்று அரங்குகளும் தமக்குள் ஒரு சூட்சுமத்தைக் கருக் கொண்டிருந்தன. உள்ளே நுழைந்ததும் அந்த மந்திரம் புரிந்தது. வீணை நரம்புகளை மெதுமெதுவாய் மீட்டி உச்சநிலைக்குக் கொண்டு செல்வதுபோல், உள்ளே நுழைந்ததும் லேசாய் எதிரொலி அடித்தது. டேய் அதிருதுடா என்று கத்தினார்கள். கத்தக் கத்த எதிரொலித்து அலை அலையாய் நீண்டு ஓய்ந்தது. பிறகு குதூகலம் எல்லை கடந்து,

மொத்த மண்டபத்தையே தூக்கிக்கொண்டு போகிற மாதிரி ஒருத்தர் பெயரை ஒருத்தர் மாற்றி மாற்றிக் கூப்பிட்டார்கள். பிறகு கெட்ட வார்த்தைகள். பிறகு பெண் பிள்ளைகளை இணைத்து மேலே ஓங்கி எறிந்த வார்த்தைகள் குவிந்த விதானத்தில் மோதி வளைந்து, சறுக்கிக் கீழே விழுந்தன. ஆனால் அதொரு நாத இசை. அலையடித்து மீட்டெழுப்பித் தரும் எதிரொலி.

ஆனால் இங்கே திரையரங்கு. இதொரு கர்ண கடூரம்.

''நா எப்பேர்ப்பட்ட பிறப்பு'' சத்தத்தை வாந்தி எடுத்துத் தருகிற திரையரங்கு பேசியது.

''தங்கம் என்று பெயர் வைத்தான் என்னைப் பெற்ற முதலாளி. மதுரையென்ன, தமிழ் நாடென்ன, இந்தியாவென்ன, ஆசியாக் கண்டத்திலேயே பெரிய அரங்கமாக என்னை உருவாக்கினான். நாலாயிரம் பேர் ஒரே நேரத்தில் வேறெங்கிலும் அமர்வதைக் கேட்டிருக்கக் கூடுமா? ஆனால் அந்த நேரத்தில் நிர்மாணித்த பொறியியலாளன் கைகளுக்குத்தான் மூளை செத்துப் போனது. அவன் பெரிய வள்ளான் தான். எனக்கு உள்ளேயும் வெளியேயும் இரண்டு ஒச்சங்களை உள்ளடக்கி வைத்து விட்டான். என் வயிற்றுக்குள் எப்போதும் கடாமுடா சத்தம் கேட்டிருப்பாய். முகப்பில் மொட்டையாய் முண்டம் போல் நான்கு தூண்கள் கண்டிருப்பாய். வரலாற்றில் தன் பெயரைச் செதுக்கிவிட நினைத்த என் முதலாளியின் கனவு பொல, பொலவென்று உதிர்ந்தது. விதான அகல நீளத்தில் நாயக்கர் மகாலைவிடப் பெரிதாக, மீனாட்சியம்மன் கோபுரத்தைவிட உயரமாக என்ன உருவாக்கிக் காட்ட ஆசை கொண்டான். காதுக்கு ரெட்டை ரெட்டையாய் கேட்கிற சத்தம், கண்களுக்கு மொட்டை மொட்டையாய் நிற்கிற முகப்புத் தூண்கள். மூளியலங்காரியைப் பார்க்கச் சகிக்காமல் துக்கம் தொடரும் பாதையிலேயே மெல்ல மெல்லப் பயணித்து அவன் மரணித்தான். ஒரு பிரமாண்ட கலைக் கோயிலைக் கட்டியமைக்க கனாக் கண்டவனின் மரணம். மதுரை மீனாட்சியம்மன் கோபுரத்தை விட உயரமாய் வேறெந்தக் கட்டிட

உயரமும் இருக்கக்கூடாது என்று நகராட்சி விதி இருந்தது. அப்படியல்ல. அது ஒரு நம்பிக்கை என்று பேசிக் கொண்டார்கள். ஒரு வரலாற்று உயரத்தை புதிய வரலாற்று முளைப்புகளின் உயரம் புறம்கண்டுவிடாமல் சனாதனத்தை பாதுகாத்துக் கொண்டதால் சம்பவித்த மரணம் அது என்று பேசப்பட்டது.''

இந்த நேரத்தில் திரைப்பூதம் காதல் ஆட்டத்தில் ஈடுபட்டிருந்தது.

''காடு வெளஞ்சென்ன மச்சான் - நமக்கு

கையும் காலும்தானே மிச்சம்.''

''நாடு வெளையட்டும் பெண்ணே - நாளை

நானே போடப் போறேன் சட்டம்.''

பூதத்திற்கு வில்வித்தை, வாள்வித்தை, குதிரையேற்றம், யானையேற்றம், சிலம்பாட்டம், சகல சண்டைகளிலும் கைதேர்ந்த வல்லமை. படம் முழுமையும் பூதம் இந்த வல்லமைகளால் நிறைத்தது.

''உன்னுடைய காதுகளை பாடலுக்கும் உன்னுடைய கண்களை திரைக்கும் கொடு. உன் மனதை மட்டும் எனக்குக் கொடு'' என்றது திரையரங்கம்; தான் எடுத்துரைக்க வேண்டியது இன்னும் மிச்சமுண்டு என்றது.

''என்னுடைய சிரிப்பு இரண்டு சிரிப்பானது. ஒருமுறை சிரித்ததும், அதைக் கேலி செய்வதுபோல், நானே இன்னொரு முறை சிரித்தேன். அழுகையிலும் இரண்டு, பேச்சிலும் இரண்டு. மௌனம் மட்டுமே ஒருமுறை; அதை நகல் செய்ய முடியவில்லை.''

எந்தத் திசையில் பார்க்கிறான் எதைக் கேட்கிறான் என்பது புலப்படாமல் போனது. தன் சோகக் கதையைச் சொல்லி வந்த தங்கம் தியேட்டர், படிப்படியாக அவன் கவனத்திலிருந்து மறைந்தது. அக்கணத்தில் அவன் பூதத்துக்குள் முழுசாகத் தொலைந்து போயிருந்தான். இருக்கையில் உட்கார்ந்தபடிக்கு அவன் தூக்கத்தில் மூழ்கினான்.

விழிப்பு வந்தபோது அரங்கம் காலியாகியிருந்தது. பூதம் திரைக்குள் ஒளிந்துவிட்டிருந்தது. அரங்கத்தின் நிசப்தம் அவன் உறக்கத்தைக் கலைத்தது. மௌனத்துக்கும் சக்தி உண்டென்பதை, முதன் முறையாக அரங்கம் நிரூபித்தது.

அவன் ரயில்வே அஞ்சல் நிலையம் நோக்கி நடந்தான். அவன் வருகையை விரும்பவில்லை அஞ்சல் நிலையம். இரவு எட்டு மணிக்கு தனது கதவுகளை அடைத்துக்கொண்டது. வெளியில் வைக்கப்பட்டிருந்த அஞ்சல் பெட்டி முன் நின்றான். ஒரு அஞ்சல் அட்டையில் கடிதம் எழுதிப் போட்டுவிட்டதுபோல நினைத்தான். அது ஊர்ப்போய்ச் சேர்ந்துவிட்டது. இழவுகேட்டு காரியத்திற்கு அவர்கள் வந்துவிட்டார்கள். பிறகு தலைக்கு எண்ணை வைத்து குளித்து சாப்பிட்டு ஊர் திரும்பி விட்டார்கள் என்பதை மனசுக்குள் பாவனை செய்து கொண்டான். திரும்பி வீடு நோக்கி நகர்ந்தான்.

# ஒரு மரணத்தின் கடைசிக் குறிப்பு

நார்க்கட்டிலில் குப்புறக் கவிந்தடித்து கிடக்கும் அந்த இளவட்டம் திக்கப்பன். சில நேரங்களில் வயசாளிகளின் ஆசையை நிறைவேற்றுகிறபோது விளைவுகள் மீளமுடியாத தண்டனையாகி விடுவதற்கு சாட்சி அவன்.

தாத்தா சென்னார்; அய்யாவைப் பெற்றவர்;

''இந்த வெளங்காத பய பேரை யாருக்கும் வைக்க வேண்டாம். நா வெளங்காமப் போய்ட்ட பயதான். ஆனா எங்குல தெய்வம் திக்கம்மா! எம் மகனுக்கு முதல்பிள்ளை ஆம்பிளைப் பிள்ளை பெறந்தா, அது ஓம்பேருதான்னு அவகிட்ட சொல்லிருக்கேன்.''

சாவின் நுழைவாயிலில் நிற்கிற வயசாளிகளின் ஆசையை நிறைவேற்றுவது சரிதான் என்று அய்யாவுக்குத் தோன்றியிருக்கிறது. தாத்தாவின் ஆசையை அய்யா நிறைவேற்றினார்.

திக்கப்பன் மூத்தவன். அமுதன் நடுவுள்ளவன். தம்பி உலகநாதன். மற்ற இருவரும் இயல்பான பெயர்களால் நடமாட, அவனுக்கு ஆயுள் தண்டனையாக பெயர் அமைந்துபோனது.

அந்த வாழ்நாள் கோபம் இன்னும் வற்றிவிடாமல் கொப்பளித்தது. கோபத்தில் இன்னும் சடைத்துக் கொண்டு படுத்திருப்பது போல், பின்புறம் தெரிய குப்புறக் கிடந்தான் திக்கப்பன். விலகியிருந்த துணி வலது பிருஷ்ட பாகத்தை வெளிக்காட்டியது.

நடுவுள்ளவன் அமுதன். கேரளாவுக்குப் போய் ஜவுளி வியாபாரம் வீடு வீடாய் தவணை முறையில் கொடுத்து, வசூல் செய்து வியாபாரம் பார்ப்பான். பிறகு அண்ணனையும், தம்பியையும்

கூடவே கூட்டி வந்து ஜவுளித் தொழிலில் இறக்கிவிட்டான். தொழில் மகிமையைக் காட்டி, மூன்று பேரும் சேர்ந்து எடுத்த நவீன வசதியோடு ஊருக்கு உயர்ந்த வீடு.

திக்கப்பன் தண்ணி அடிப்பான். தண்ணி போட்டுவிட்டு படுத்திருக்கிறான். பிறகு கிளம்பி வருவான் என்று புறப்பட்டார்கள் தம்பிகள் இரண்டு பேரும். துணி மூட்டையை எடுத்துக்கொண்டு கேரளாவில் ஆலப்புழை என்ற ஊரில் ஆளுக்கொரு சைக்கிளை கால்களில் இடுக்கிக்கொண்டு பறந்தார்கள்.

''காலையில் சொன்னாரில்லே, அவரை விட இவர் விவரமாச் சொல்வாரு கேப்பமா?''

ஒன்னாம் வகுப்பு படிக்கும் போதிருந்து சந்தனமாரியப்பன் சிநேகம் என்று அறிமுகப்படுத்தினார் சோலைராம்.

காலையில் வெம்பா (வெண்பனி) பெய்த மிளகாய்க் காட்டுக்குள் கேட்டவைகளை தொலைத்து விட்டிருந்தான் கதையாளி. கதையாளி என்றே அழைப்போம். கதை சொல்பவனை கதை சொல்லி என்று அழைப்பது போல் கதைகளை எடுத்தாள்பவனை கதையாளி என்று சொல்வது பொருந்தும். மிளகாய்க் காட்டுக்குள் குளிர்க் கடுகடுப்புக்கு முடக்கி உட்கார்ந்து கொள்ளத்தான் முடிந்தது. தேள்கடி மாதிரி ஏறிய பனிக் கடிக்குள் அவர்கள் தானமளித்த அபூர்வமான சொல்லாடல்களை கதையாளி காணாமல் அடித்து விட்டான். மண்டிக் கிடக்கும் அதலைக் காய்ச் செடிகளுக்கு அடியிலோ, மழை இல்லாததால் விட்டுத் தெரியும் மிளகாய்ச் செடிகளுக்கு மேலேயோ, அந்தச் சொல்லாடல்கள் அலைந்து கொண்டிருக்கும். விவசாயம் சம்பந்தமான ஏதாவது ஒரு புள்ளியைத் தொடுகிறபோது கோர்வையாய் அவை கைக்கு வந்துவிடும்.

வித்தியாசமான அனுபவங்களைத் தேடி அலைபவன் கதையாளி. நாற்பது வருசங்களாய் அவனுக்குள் சேகரமான அனுபவங்கள் தீர்ந்து போய் விட்டனவா அல்லது வித்தியாசமானதைச் சுரண்டி எடுத்து

அவனால் ஆள முடியவில்லையா என்று தெரியவில்லை. சாதாரணமாய் ஒவ்வொரு மனிதனுடைய வாழ்க்கை நெடுகிலும் வண்டி வண்டியாய் அனுபவங்கள் உரக்குமி போல் குவிந்துள்ளன. எடுத்துப் பரவி வீசி உரக்காடாய் ஆக்கத் தெரிந்தவர்கள் வளமான வெள்ளாமை எடுத்து விடுகிறார்கள்.

மலை மலையாய் வாழ்க்கைச் சரிதத்தை வைத்துக்கொண்டு, வட்டாரத்து மனுசன் அலைந்து கொண்டிருக்கிறான். எவ்வளவு தூரம் அந்த வாழ்க்கைக்குள் முழுகி, முங்கு நீச்சல் போட்டு, மேலெழ முடியுமோ அவ்வளவு தூரம் போவது என்று உறுதிப்பாட்டில் கதையாளி கிராமத்திற்குள் இறங்கியிருக்கிறான். அவனுக்குள் கிடந்தது எல்லாம் நகரம் சார்ந்த அனுபவங்கள்தாம். பிறப்பு, வளர்ப்பு, கல்வி வாய்ப்பு, வேலை எல்லாமே நகரத்தில்தான். கிராமத்துக் கொடுப்பினை அவனுக்கில்லை.

கதையாளிக்கு செழிக்கத் தீனி கிடைத்தது. பாடல்கள், கதைகள், மனக் கணக்கு, விடுகதை, சொலவடைகள் என்ற விருந்துகளால் கிராமத்து ஜனம் அவனைத் திணறச் செய்தது. சாமானிய மக்களின் நடப்புகளில் அமானுசய சரித்திரங்களின் சமுத்திரம் அமைதியாய்த் தங்கியிருக்கிறது. அந்தச் சமுத்திரம் அவர்கள் கைவசம் இருப்பதால், தன்னைப் போன்றவர்கள் தொடமுடியாத தூரத்துக்கெல்லாம் அவர்கள் கைவீசிப் போய் வந்துவிடுகிறார்கள். சில சிக்கலானவை, சில ரணம் தோய்த்து எடுத்தவை. சில இன்னவென்று இனம் கண்டறிய முடியாதவை. அவைகளையெல்லாம் அனுபவ பாதரசத் துளி மூலம் இன வாரியாகப் பிரித்து வைத்துவிடுவார்கள். என்னை வெளியே விடு, வெளியே விடு என்று பொறுக்கை உடைத்துக் கொண்டு வெளியே வரத்துடிக்கும் பயிர் முளைகள் போல், அனுபவங்கள் முட்டி நிற்கின்றன.

உலக விசயங்களைப் பற்றிக் கவலைப்படுகிற சிலர், வெளிப்பாட்டு மொழி பற்றிக் கவலை கொள்வதில்லை. வெளிப்பாட்டு மொழியின் சூட்சுமம் பற்றி சிரத்தைக்

கொள்கிறவர்கள், இந்த உலகம் பற்றி அக்கறை கொள்ளாதவர்களாக இருக்கிறார்கள். இரண்டும் இணைவாய் சாதாரண ஜீவன்களிடம் மண்டிக்கிடப்பதை அந்த விடிகாலையில்தான் கண்டான். பனி மூட்டம் உடைத்து படாரென்று வீசியடிக்கும் சூரியன் போல், அப்போது அவர்கள் வெளிப்பட்டார்கள்.

கிராமாந்தர ரோட்டு வழி, ரேக்ளா வண்டி ரேஸ் பார்க்கப் போனார்கள். முதல் நாளிரவு முன்னாள் ஊராட்சி மன்ற உறுப்பினர் சோலைராம் வீட்டில் தங்கினான். காலை ஆறு மணிக்கு ரேக்ளா ரேஸ் ஆரம்பம் என்று விளையாட்டுத் திடலிலிருந்து இரவு முழுதும் அறிவிப்பு வந்தது.

ஐந்து மணிக்கு எழுந்துவிட்டபோதும், விடிவதற்கான அறிகுறியைக் காணமுடியவில்லை. மணியை மறைத்து மூடிவிட்டிருந்தது பனி. பூமிக்கும் வானத்திற்குமான வெளியில் சிறு வெப்பத்தைக்கூட நடமாடவிடப் போவதில்லை என்று கிண்ணென்று இறுகிக் கிடந்தது. பனி மூட்டம் மப்ளர், துண்டுகள் தலையைச் சுற்றி இறுக்கி வெம்பாவுக்குள் (வெண்பனி) முங்கியபடி நிறையப் பேர் போய்க் கொண்டிருந்தார்கள். இவர்கள் உள்ளூர் ஆட்கள் இல்லை என்றார் சோலைராம். இத்தனை சனமும் ராத்திரியே ''டேரா'' அடித்து ஊருக்குள் முடங்கிக் கிடந்ததா, அல்லது வெள்ளனயே ரேக்ளா ரேஸ் ரோட்டில் வந்திறங்கியதா என்று ஆச்சரியமாய்ப் பார்த்தான்.

''பந்தயம் ஆரம்பமாச்சுன்னா, தொடங்கு கால்லயும் நிக்கக்கூடாது; திரும்பு கால்லயும் நிக்கக்கூடாது. கொஞ்சம் உள்வாயில்ல போய் நிக்கணும்.''

பார்ப்பதற்கு வாகாய்ப் போய் நின்றார்கள்.

பக்கத்து ஊர் விவசாயிகள் நிறைய வந்திருந்தார்கள். இந்த வருசமும் மழை போட்டுப் பார்த்துவிட்டது. விவசாயிகளின் முகங்கள் வதங்கி இருந்தன. ஒரு மழை வேண்டும். இனி ஒரு மழை இருந்தால், தரையோடு தரையாய் பம்மிக்கிடக்கிற செடிகள், தரைக்கு மேலே விருட்டென்று வந்துவிடும்.

சோலைராம் பக்கத்து ஊர் விவசாயியைப் பார்த்து விசாரித்தார்.

''என்னப்பா நம் ஊர்ப்பக்கம் வெள்ளாமை எப்படி இந்த வருஷம்?''

''ஒரு நம்பர்ல போயிருச்சி''

''எப்படீ?'' அந்த வெம்பாவுக்குள்ளேயும் நைந்து வெம்பிச் சிரித்தார்கள். கதையாளி அதிர்ச்சியாகி தூக்கியெறியப்பட்டான்.

ஒரு மழையில் வெள்ளாமை போய்விட்டதாம்.

சட்டென கதையாளிக்கு ஞாபகம் வந்தது. விவசாயம் என்பது ஆகாயத்திற்கும் கீழே நடத்தப்படுகிற சூதாட்டம் என்று எவரோ சொன்ன வாசகம் அது. அந்த விவசாயி 'ஒரு நம்பர்ல போயிருச்சி' என்று சொன்னது அதுதான்.

''ஒரு மழை விழுந்திருந்தா பத்து லட்சம்தான்'' என்றார் விவசாயி தொடர்ந்து.

பந்தயம் ஆரம்பிக்க ஆறரையைத் தொட்டுவிடும் என்று தெரிந்தது. எல்.எல்.ஏ., ஒன்றியத் தலைவர், பேரூராட்சித் தலைவர்களைத் தேடும் அறிவிப்புகள் கொட்டிக் கொண்டே இருந்தன. நேரப் போக்குக்கு பக்கத்திலேயே விவசாயிகள் இருந்தார்கள்.

''கட்டியோ எட்டுக் கட்டி

கால் அரை முக்கால் மாத்து

செட்டியார் இறந்து போனார்

சிறுவர் மூவர்

உடையாமல் பகிர்ந்து கொடுக்கவும்''

''தீர்த்துருங்க பாக்கலாம்'' என்றார் சந்தனமாரியப்பன்.

தீர்க்க முடியாத கணக்குகள் வைத்துள்ள ஒரு ஆள் தன்னை மிளகாய்ச் செடிகளுக்குள் மாட்டிவிட்டது போல் கதையாளி விழித்தான். சோலைராமும் யோசித்தார்.

''என்ன யோசனை? தீர மாட்டேங்குதா?''

''அதான்''

ஒரு செட்டியாருக்கு மூன்று பையன்கள். அவர் வைத்திருந்தது எட்டுக் கட்டிகள் தங்கம். அதை வெட்டாமல் சமமாகப் பகிர்ந்து கொடுக்கணும் எப்படி?

கால் கட்டி - 5

அரைக்கட்டி - 2

முக்கால் கட்டி - 1

மொத்தம் - 8

முக்கால்+கால் கட்டி - 1

அரை+அரை - 1

நான்கு கால் - 1

கால் கட்டியில் ஒன்னு போயிருச்சி. மீதி நாலு. நாக்கால் ஒண்ணு. ஆக மூணு பங்கு தீர்ந்து போச்சா என்றார். நடுங்கும் குளிர் போன பக்கம் தெரியவில்லை. அரண்டு போக வைத்துவிட்டார் அந்த மனுசர். இரண்டு புருவங்களுக்கிடையே பார்வையை நிறுத்திய கதையாளி புருவங்களை அப்படியே வைத்திருந்தான்.

கதையாளி தனக்குள் ரகசிய டிரங்குப் பெட்டியைத் திறந்து வைத்தான். எதற்காக வந்தது, என்ன நோக்கம் என்பதை வெளிப்படுத்தாமல் சுதாரிப்பாய் வாங்கி நிறைத்துக் கொண்டிருந்தான். பந்தயம் ஆரம்பிக்கும் அறிவிப்பு தொடர்ந்து அலறியது.

நடுவுள்ளவனும், சின்னவனும் வியாபாரம் முடித்து திரும்பி வந்தபோது, அதே நிலையில் திக்கப்பன் படுத்திருப்பதைக் கண்டார்கள். திக்கப்பா, திக்கப்பா என்று கூப்பிட்டார்கள்.

படுத்த வாக்கில் எந்த மாற்றமும் இல்லை. அவர்கள் வெளியேறின போது குண்டித்துணி விலகிய அதே மாதிரியிருந்தது.

அசைத்துப் பார்த்தபோது அசைவில்லை.

புல்லுக்கட்டைத் தூக்குவது போல் வாரிப் போட்டுக்கொண்டு மருத்துவமனைக்கு ஓடினார்கள். உடல் வெதுவெதுப்பும், உடலில் கசிந்த மணமும் உள்ளுக்குள் அசைவு இருப்பதைச் சொல்லியது.

முதல் நாளிரவே தலையில் ரத்தக்குழாய் உடைந்து சேதமாயிருக்கிறது. ரத்தக் கசிவு அதிகமாகி, உறைந்து நாலாபக்க ரத்த ஓட்டத்தை நிறுத்திவிட்டது. அப்போதிருந்தே சுயநினைவு அற்றுப் போய்க் கிடக்கிறான். தூங்குவதும், சுயநினைவற்ற 'கோமா' நிலையும் ஒன்று போலத்தான். இரண்டின் நிலையிலும் உள்ளே உயிர் அத்துப் போகாது. கோமா நிலையில்தான் கிடந்திருக்கிறான். காலையில் வெளியே போனபோது நீங்கள் தூங்குவதாக நினைத்தீர்கள். அதுதான் பிழை. அப்போதே பார்த்திருந்தால்கூட இவ்வளவு மோசமான நிலைக்குப் போயிருக்காது என்று மருத்துவர் எடுத்து வைத்தார். மருத்துவர் சொன்னதற்கு மறுவார்த்தை சொல்லமுடியவில்லை.

"என்ன செய்யுறது டாக்டர்?"

"பெரிய ஆஸ்பத்திரியாய் பார்த்துக் கொண்டு போயிருங்க."

"மதுரைக்குக் கொண்டு போயிரலாமா டாக்டர்?"

"எங்கயாவது"

ஆலப்புழை டாக்டர் சொன்னதும், மதுரைக்கு ஓடினார்கள். முதலில் ரத்த அழுத்தம் சோதிப்பு. பிறகு ரத்தம் எடுத்து சர்க்கரை அளவு பார்த்தல், ஈசிஜி, இருதய சோதனை, எக்ஸ்ரே, சி.டி.ஸ்கேன் என்று வரிசைக் கிரமமாக கேரளாவில் செய்யாத அத்தனை சோதனைகளும் மதுரையில் செய்தார்கள். சுயநினைவற்ற நிலையிலேயே, அத்தனை சோதனைகளும் செய்து தீர்க்கப்பட்டன.

இரண்டு மாதத்தில் இரண்டு லட்ச ரூபாயைக் கேட்டுவிட்டது.

நினைவு வந்து வந்து போனதில் சிலர் கனவில் நடந்து போனது போல் இருந்தது. பார்வை எட்டாத தொலை தூரத்தில் யார் யாரோ

வந்து போயிருக்கிறார்கள். இழவு வீட்டுக்கு வந்தது போல் சொந்தம் எல்லாம் கேள்விப்பட்டு பார்த்துப் போனது. உடல் நலமாகி உட்கார்ந்து நடமாடும் இயல்புக்குத் திரும்பியபோது அவனை வந்து பார்த்துப் போனவர்கள் பற்றி திக்கப்பனுக்குத் தெரிவித்தார்கள். அவனுக்கு சிலபேர் வந்து நின்றது பார்த்தது அரிச்சலாக ஞாபகம் வந்தது.

தலைமை மருத்துவர் வந்தார். எல்லாக் குறிப்புகளையும் வாசித்துவிட்டு, அவனையும் வாசித்த பின், ''வீட்டுக்குப் போகிறாயா?'' என்றார்.

''போகிறேன்'' என்றான் சந்தோசமாக.

''நாளைக்குப் புது வருசம். இங்கே கொண்டாடுகிறாயா? வீட்டில கொண்டாடுறயா?''

''வீட்டுக்குப் போயிர்றேன்.''

புத்தாண்டு வாழ்த்துக்கள் என்று கை குலுக்கினார். அதே மகிழ்ச்சியோடு இருந்த தம்பிகளைப் பார்த்து,

''எல்லாம் நல்லா இருக்கு கூட்டிட்டுப் போகலாம்'' என்றார்.

தம்பி உலகநாதனின் சுதாரிப்பான மூளையில் ஒரு கேள்வி முளைத்தது. கேட்டுவிட்டான். அதற்கு மருத்துவர் சொன்னார்; ''பழையபடி வரும்னு ஏன் நெனைக்கிறீங்க? ஒரு தடவை சரியாப் போனது மறுபடி வரக்கூடாதுன்னு நெனைங்க திரும்ப வர்றதைப் பற்றி நினைக்காதீங்க.''

''சில கிளிக பறந்தது ஆகாயத்துல. அப்ப கீழ இருந்து ஒருத்தன் நூறு கிளிக இருக்கும் போல என்றான். அதற்கு அந்தக் கிளிகள் சொல்லியது;

''நாங்களல்ல நூறு

நாங்களும், எங்கள் ஒப்பமும்

ஒப்பத்தில் பாதியும்

பாதியில் பாதியும்

ஒன்றையும் சேர்த்துத்தான் நூறு''

என்று சொல்லிப் பறந்தன. இப்ப நூறு கிளிகளுக்கு கணக்கு என்ன?''

''பறந்த கிளிகள் 36. அவைகளில் ஒப்பம் (அதே அளவு) 36 - ஆக 36+36 = 72.

ஒப்பத்தில் பாதி (முப்பத்தாறில் பாதி) 18. பாதியில் பாதி (பதினெட்டில் பாதி) ஒன்பது. 72+18+9 = 99.

அப்ப தொண்ணூற்று ஒன்பது அதோட ஒண்ணு சேத்தா நூறு சரியாப் போச்சா'' என்றார் சந்தன மாரியப்பன்.

இன்னும் இன்னும் என்று கதையாளி தேடிக் கொண்டிருந்தான். அவன் பசியாறட்டும் என்று கேட்கக் கேட்கக் கொடுத்துக் கொண்டே இருந்தார் சந்தன மாரியப்பன்.

சந்த மாரியப்பர்கள் ஒவ்வொரு கிராமத்திலும் அட்சய பாத்திரத்துடன் நிற்கிறார்கள். நாட்டுப் பாடல்களுக்கு தனி; சொலவடைகளுக்குத் தனி; கதைகளுக்குத் தனி, அததுக்கத் தனித்தனி அட்சய பாத்திரம். இதை யார் கையில் வைத்திருக்கிறார்கள் என்று முதலில் கண்டுபிடிக்க வேண்டும். பிறகு, எனக்குப் பசி, பிச்சை போடு என்று கதையாளி அந்த சந்தன மாரியப்பர்களிடம் யாசிக்க வேண்டும்.

இதுவரை சொல்லி வந்தது மனக்கணக்கு என்றுதான் கதையாளி நினைத்திருந்தான். இந்த ரகமெல்லாம் அப்படிச் சொல்ல முடியாது. யுக்திக் கணக்கு என்றார் சந்தன மாரியப்பன். அந்த வார்த்தையை அவர்தான் சொல்லிக் கொடுத்தார். எதிரே பழமரமாய் உட்கார்ந்திருந்தவரைக் கண்ணசைக்காமல் பார்த்துக் கொண்டிருந்தான்.

''செருமுற சத்தம் கேக்குதா?''

''அதுவும் செருமல் மாதிரி இல்லே. உருமுற மாதிரி கேக்குது'' சோலைராம் சொன்னார்.

"அந்தா இருக்கே" சந்தன மாரியப்பன் கை நீட்டிய திசையில் ஐநூறு அடி தள்ளி கோயில் நின்றது. உட்கார்ந்த இடத்திலிருந்து வாசல் வழியாகத் தெரிந்தது.

"இங்கன செருமுனா கோயில்வரை கேக்குது."

செருமிக்கொண்டே திக்கப்பன் இந்தப் பக்கமும் அந்தப் பக்கமும் நடந்து கொண்டிருப்பதைக் கண்டார்கள். கோயிலில் கொஞ்ச நேரம் உட்கார்ந்தான். இறுகிய மதிய வெயிலில் மௌனத்தின் குமியாய் கிடந்தது. கோயிலின் மௌனத்தை செருமலால் உடைத்தான் திக்கப்பன்.

"சரியா வாசிக்காம அனுப்பிட்டாங்க போல இருக்கு" சோலைராம் யோசிப்பாய் கேட்டார்.

"ரெண்டு மாசம் வச்சிருந்து பாத்தாங்க. முழுக்க பாத்து சரி செஞ்சி அனுப்பியாச்சின்னு டாக்டர்மாரு சொல்றாங்க. அதுக்கங்கிட்டு நமக்கென்ன தெரியும்."

சடைவாய் வெளிப்படுத்தியபோது, பாதை வேறெங்கோ விட்டுப் போகிறது என்று கதையாளி துடித்தான்.

"தொழில் போட்டியில, வேண்டப்படாதவங்க தலையில ரெண்டு தட்டுத் தட்டியிருப்பாங்க. இல்லே, சாப்பாட்டில எதையாவது கலந்து கொடுத்திருக்கணும்" சோலைராம் சந்தேகத்தை வெளிப்படுத்தினார்.

"அதுவும் உறுதியாகத் தெரியலேயே, அப்படி எதுவும் வியாபாரப் போட்டி இல்லேன்னு தம்பிகளே சொல்றாங்களே."

"அப்ப செய்வினை செஞ்சிருப்பாங்க."

உள்ளூரில் அவனுடைய சமீப கால உயரத்தைப் பொறுக்க முடியாத எவரும் செய்வினை, செய்திருப்பார்கள் என்று செய்வினை எடுக்கிற மந்திரவாதி, சாமியார் என்று எல்லா இடமும் போனார்கள். கோயில் கோயிலாகப் போய், சாமியார் சாமியாராக மந்திரித்துப் பார்த்தாகிவிட்டது.

திக்கப்பன் ஒரு இடத்தில் தரிக்காமல், இந்தப்பக்கம் அந்தப் பக்கமும் ஓடிக்கொண்டிருந்தான்.

"ரொம்ப முத்திருச்சி. தூக்கமே இல்லேங்குறான். ரெண்டு நாள் முன்னாலதான் மாங்குளம் கோயில் கொண்டு போய்ட்டு வந்தாங்க. ரெண்டு ராத்திரி கோயில்ல தங்கினதிலே நல்லா ஆயிட்டு வந்தான்னு சொன்னாங்க."

"அதெல்லாம் சுத்தப் பொய். இவன் செய்வினை எடுத்திருவான், அவன் எடுத்திருவான்னு ரெண்டாயிரம் கொடு, ஐயாயிரம் கொடுன்னு காசைப் பிடுங்குவாங்க. நம்ம கையில இருக்கிற மட்டும் அரிச்சி பெறுக்கிடுவாங்க. செய்வினை யார் போட்டாங்களோ அவங்கதான் எடுக்க முடியும்."

சோலைராம் கொடுத்த விளக்கம் அவர்களுக்குச் சரியாகவே தெரிந்தது.

"போட்டவங்களுக்கே மறந்து போச்சுன்னா?"

"அப்போ எதுவும் செய்வதற்கில்லை"

உதட்டைப் பிதுக்கி தலையை அசைத்தார்.

இப்போது மறுபடி மாங்குளம் கொண்டு போகிறார்கள். சாமியார் நல்லபடியாக மந்திரித்துத் தருகிறார். அங்கே போனதும் செருமல், உருமல் அத்துப்போகிறது. சாமி காலடியில் ரெண்டு நாள் வைத்துப் பார்த்து வரலாமென்று புறப்பட்டுக் கொண்டிருந்தார்கள்.

அவர்களுடைய பேச்சில் சொற்சேர்க்கை கச்சிதமாக இருப்பதைக் கவனித்தான் கதையாளி. தேவையில்லாமல் ஒரு சொல்கூட விழுவதில்லை. முதல் பேச்சில் மாங்குளம் கோயில். அடுத்த வரியிலே கோயிலை விட்டுவிட்டு மாங்குளம் போறாங்க என்கிறார். விடுபட்ட சொற்கள் விடுபடாத அர்த்தத்தைச் சேர்த்துத் தருகின்றன.

திக்கப்பனுடன், மனைவி, இரண்டு குழந்தைகள், தம்பிகள் இரண்டு பேரும் வேனில் ஏறினார்கள். அம்மாவையும், அக்காவையும் வீட்டில் காவலுக்கு விட்டுப் போகிறார்கள்.

"அக்கா ஊர்லருந்து வந்திருக்காங்க"

வேன் உறுமலையே தூக்கியடித்துவிடுவது போல், கர், கர் என்று இழுவை கேட்டது.

"பன்றி அறுக்கிற மாதிரிதான். பன்னியப் பிடித்து கிட்டி போட்டு அறுக்கிறபோது, கர் கர் என்று எகிறுமே அது போலத்தான்" என்றார் சந்தன மாரியப்பன்.

அது ஒரு நல்ல உவமை என்று கதையாளி நினைத்தான்.

"அனுப்பிட்டு வாறேன்" சந்தன மாரியப்பன் புறப்பட்டுப் போனார். சொந்த சித்தப்பா அவர். போகாமல் இருக்க முடியுமா என்றார் சோலைராம்.

சுயானுபவமாக இருக்கிறபோது, சொற்கள் உருண்டு திரண்டு, திரட்சியாய்த்தான் வெளிப்படும். இன்னொருவரிடமிருந்து பெறப்படுகிற செய்தி, இதே மாதிரி அனுபவத்தையும் வெளிப்பாட்டுச் சொல்லையும் தருமா? அது சந்தன மாரியப்பனின் சொந்த அனுபவம். சொந்தச் சொல். நிமிர்ந்து கிடக்கும் அணைக்கட்டு மதகிலிருந்து தண்ணர் பீச்சியடிப்பது போலத்தான் அது.

கதையாளி சந்தன மாரியப்பனாய் ஆக ஆசைப்பட்டான்.

"ஒரு வேளை மதியத்துக்குப் பிற்பாடு வர்றாரோ என்னமோ? நேர் மாறான ஆளுதான். சொன்னபடி வந்தாலும் வரும், வராமலும் போகும்."

சோலைராம் வாயை மென்று கொண்டிருக்கையிலேயே சந்தன மாரியப்பன் வந்துவிட்டார்.

"மதியச் சாப்பாடு வாங்க ஐயறவாத்தான் இருக்கு. இன்னைக்கு தட்டெடுத்திட்டு வான்னுட்டாங்க."

காலையிலேயே காட்டுக்குப் போய்விட்டார். அவரை மதியச் சாப்பாட்டுக்குப் பேர் கொடுப்பதற்காக கிராம அதிகாரி அனுப்பிய பையன் தேடியிருக்கிறான். இரண்டு மூன்று தடவை ஆள் அனுப்பி விட்டார். கடைசியில் காட்டுக்கே போய் ஆளைத் திரட்டி வந்து

விட்டார்கள். விவசாயிகளுக்கு மதியச் சாப்பாடு என்ற இன்னொரு கதைக்கு சந்தன மாரியப்பன் பாத்திரமாகிப் போய்விட்டார். மதியம் வரை ஆளைக் காணாததற்கு காரணம் அது.

"நா யாரு வீட்லயும் கை நனைக்க மாட்டேன். கல்யாண வீடு தவிர, வேற எந்த இடத்திலயும் கை நனைச்சதில்ல. இன்னைக்கு வா, வான்னு ஆளனுப்பி இழுத்திட்டு வந்திட்டாங்க. தட்ட எடுத்திட்டு வரச் சொன்னாங்க. அப்படியான்னு தயங்கினேன். சரி பல தரப்பிலயும் எதிர்ப்பு நிறைய வந்திட்டிருக்கு. நாளைக்கு அரிசி போட்டாலும் போடுவாங்க. அரிசிக்கு மாத்துனா ஆகுமேன்னுதான் பேர் கொடுத்திட்டு வாறேன்."

"அப்பவும் என்னன்னு எழுதியிருப்பாங்க. மதிய கஞ்சின்னுதானே" சோலைராம் கேட்டார்.

உலகுக்கு சோறு அளந்தவர்கள் ஒருநேரச் சாப்பாட்டுக்கு தட்டேந்துகிறதாகிப் போனது. கேவலம் யாருக்கு? கஞ்சித் தொட்டி திறக்கிற அரசாங்கத்துக்கா? கா வயறு, அரைவயிறு என்றாலும், கையேந்தாத விவசாயிக்கா?

கதையாளி யோசிப்பை நீட்டினான். எங்கே, யாருக்கு உறைக்க வேண்டுமோ, அவர்களுக்கு உறைக்கவில்லையென்றால் அது கேவலம் தான். அரசாங்கத்தில் இருப்பவர்களுக்கு விவசாயிகளையும் பிச்சைக்காரர்களாக்கி விட்டதில் திருப்தி.

அவருடைய கண் ஓரங்களில் சிறு துளிகள் தொங்குவதைக் கண்டான். தர்ம சங்கடமாக இருந்தது. தேற்றுவதற்காக சோலைராம் நைப்பாகச் சொன்னார்.

"ஒருவேளை கொடுத்ததையெல்லாம் திருப்பிக் கொடுங்கன்னு கேட்டாலும் கேப்பாங்க."

"நம்மகிட்ட என்ன இருக்கு கொடுக்கிறத்துக்கு. இந்த ரெண்டு ஏக்கர் காடுதான் இருக்கு. எடுத்துக்கோன்னு சொல்ல வேண்டியதுதான்."

அதற்கு அவர்களிடம் ஒரு கதை இருந்தது. அது நடப்புக் கதை, அந்த வட்டாரத்தைச் சேர்ந்தவனாக இல்லாததால், அவன் ஒருவன் மட்டுமே அறியாமலிருந்தான்.

"கொடுத்ததை திருப்பிக் கேட்கமாட்டாராம் பூமிநாதன் செட்டி. ஒருத்தன் ஒரு ஐநூறு ரூபாய் கடன் வாங்குனா, அவர் திருப்பிக் கேட்கமாட்டார். ரெண்டு வருசம் வரை திரும்பிக்கூட பார்க்க மாட்டார். ஆனால் வட்டிக்கு வட்டி போட்டு வைப்பார். கணக்குப் போட பக்கத்தில் ஒரு ஆள். வாங்காமப் பாத்துக்கோங்க என்று சொல்லி வைக்க ஒரு ஆள். ரெண்டு வருசம் கழிச்சி நீ என்னத்தைக் கொடுத்துக்கிரப் போறேன்னு அவன் நெலத்தை எடுத்துக்கிருவாராம்.

"கொடுத்ததைக் கேட்கமாட்டார் பூமிநாதன்

வட்டிமேல வட்டி போடுவான் பேச்சிமுத்து

வாங்காமல் ஓதிவைப்பான் தம்பி சுப்பு

இனவனை (இனத்தானை) ஒட்டறுப்பான் செல்லக்கண்ணு"

இப்படி பகற் கொள்ளைக்கு உடந்தையா இருக்கப்பட்டவங்களையும் சேத்து ஒரு பா இருக்கு." என்றார் சந்தன மாரியப்பன். கதையாளி அவசரப்பட்டான். கதை வேறெங்கோ போய்க் கொண்டிருக்கிறது. அதற்குள் அவரே வந்துவிட்டார்.

ஒரு சந்தைக்கு 30 வாசல். ஒரு விவசாயி சந்தைக்கு முப்பது, முப்பது தேங்காயா ரெண்டு சுமை கொண்டு போறான். ஒரு வாசலுக்கு ஒரு சுமைக்கு ஒரு காய் தீர்வை கொடுக்கணும். ஒரு வாசலுக்கு ஒரு காய் கொடுத்திட்டு, மீதிக்காயை சந்தையில் வித்து லாபம் பாத்திட்டும் வந்திர்றான். அது எப்படி?

என்னதான் யோசித்தாலும், இந்த மாதிரிக் கணக்குகள் நம்முடைய யோசிப்புக்கு அடைபட மாட்டேனென்கிறது. மூளையை மேலே நடக்கவிடாமல் தடுத்து நிறுத்திவிடுகிறது. சொல்லி வருகையில் கணக்குடனேயே நகர்ந்து வருவது போல் தோன்றி பிறகு திடீரென்று கணக்கு முந்திக் கொண்டு வெகுதூரம் ஓடிவிடுகிறது. தொய்ந்து ஓடிப்பிடிக்க முடியவில்லை.

பா. செயப்பிரகசாம்

"ரெண்டு சுமை கொண்டு போனாரில்லே, அதை ஒரு சுமைக்கு மாத்திரலாம்."

"அதெப்படி? ரெண்டு சுமையும் தளும்பி நிக்குதே?" சந்தன மாரியப்பன் திரும்பினார்.

"நீங்க விடையில கொண்டு வந்து நிறுத்திட்டீங்க. கொஞ்சம் மேலே போங்க."

கைதூக்கி விட்டார் சோலைராம். ஆனாலும் அவனால் மேலேற முடியவில்லை. நீங்கதான் தீர்க்கணும் என்று பார்த்தான்.

"முப்பது வாசல் இருக்கு, முப்பது, முப்பது தேங்காயா ரெண்டு சுமை இருக்கு. முதல்ல ஒரு சுமையில இருந்து ஒரு வாசலுக்கு ரெண்டு ரெண்டு காயா கொடுத்திட்டுப் போறான். 15 வாசல் வந்ததும் ஒரு சுமை தீர்ந்தது. மீதி முப்பது காயுள்ள ஒரு சுமை இருக்கு. 15 வாசல். வாசலுக்கு ஒரு காயா கொடுத்திட்டுப் போறான். அப்ப 15 காய் மீந்துறது. மீதியை வித்து லாபம் பாத்திட்டு வந்திர்றான்."

அவரால் சுலபமாகப் போடமுடிகிறது. தண்ணீருக்குள் மூழ்கி, தொலையாழத்தில் கிடக்கும் பொருளை, சிரமப்பட்டு எடுத்து வருவது போல் இல்லை. நேரே செடியிலிருந்து பூப்பறிப்பது போல் அவர் செய்ய முடிகிறது.

"சித்தப்பா கொஞ்சம் வர்றிகளா?"

பையன் கூப்பிட சந்தன மாரியப்பன் எழுந்து போனார். அவன் ஏதோ கிசு, கிசுத்தான். கேட்டவரின் உதடும், முகத் தசைகளும் கோணலாகின. பேச்சு வரவில்லை. திரும்பி வந்தபோது அவருடைய வாயசைப்புச் சத்தம் "மய், மய்" என்று அலாதியாய்க் கேட்டது.

"நிலமை ரொம்ப சிக்கலாய் இருக்காம் கொண்டு வந்திட்டிருக்காங்க."

"ஒரு மாதிரியா வருதா? கொஞ்சம் தண்ணி குடிய்யா."

சோலைராம் உள்ளே சத்தம் கொடுத்தார்.

''என்ன முடிஞ்சிருச்சா?'' எனறு கேட்டார் உடனடியாக.

திக்கப்பனுடைய உடலைச் சுமந்து வேன் வந்து கொண்டிருக்கிறது. ஐந்தாவது கிலோ மீட்டரில் இருந்து தொலைபேசி செய்தார்கள்.

அங்கங்கே தெருவில் கூடி நின்றார்கள். உடல் சுமந்த வேனின் வருகையை அவர்கள் எதிர்பார்த்து நின்றார்கள்.

கதையாளி தனியாக நின்றான். அந்த சூழலுக்குள் அவன் இல்லை. சூழலுக்குள் இருக்க லாயக்குப் படாது. சாவு சுவாரசியமான நேரத்தை மிதித்துவிட்டது. ஒரு சாவு அறுத்துவிட்ட கண்ணியை மறுபடி ஒட்ட வைக்க சாத்தியப்படவில்லை.

சடலம் வீட்டுக்குள் கிடக்கையில் வெளியூர்ப் பயணம் ஆகாது. வெளியிலிருந்து ஆள் உள்ளே வருமே தவிர, உள்ளேயிருந்து வெளியேறாது. இழவு கேட்டு இனி வருவார்கள்.

கதையாளி தன் உடுப்புகளை அவசரமாய் எடுத்து வைத்தான். சந்தன மாரியப்பன், அங்கே தெருவில் தென்படுகிறாரா என்று பார்த்தான். இல்லை. தன் சுதாரிப்பில்லாதவர் போல் அவர் மேற்காக வேனை எதிர்பார்த்து நடந்து போனார். தனக்குப் பின்னால் தான் விட்டுவிட்டுவந்த கதையாளி, சோலைராம் எதுவும் அவருக்கு ஞாபகம் இல்லை. வேன் தென்படுகிறதா என்று தொலைத்தூரத்துக்கும் பார்வையால் தேடியபடி ஊரின் மேகோடியில் நின்று கொண்டிருந்தார்.

நான்கு மணி பஸ்ஸை பிடித்துவிடும் வேகத்துடன் கதையாளி வெளியேறினான்.

# ஆட்டம்

பழைய திரைப்படக் கொட்டகை அது. விசிலடித்து பெண்குறி, ஆண்குறிகளை இணைத்துப் பேசி சத்தம் கொடுத்து ஆட்டமாய் ஆடியது உள்ளிருந்த கூட்டம்.

பேராசிரியர் சுற்றும் முற்றும் பார்த்தார். ஒரு போலிஸ்காரனும் கண்ணில் தென்படவில்லை.

விஷவாயுக் கசிவு போல் சேதி கசிந்து நகரத்தில் எல்லா மூலைகளுக்கும் போய்விட்டது. அவர் அறியாத இடங்களில் இருந்து நகரின் ஓரங்களிலிருந்து வந்து குவிந்தார்கள். அரைக்கால் டவுசர் தெரிய வேட்டியை மடித்துக் கட்டியிருந்த ‘சண்டியர்கள்’ அங்கங்கே பெஞ்சுகளின் மேலேறி ‘லந்து’ பண்ணினார்கள்.

கால்மணி, அரைமணி, ஒரு மணி என்று கூடிக்கொண்டே போனது. இசைத்தட்டு நடனம் ஆரம்பிப் பதற்கான அறிகுறியைக் காணோம்.

மேடைக்குப் பின்னால் நடனக்காரப் பெண்கள் வந்து சேர்ந்ததற்கான நடமாட்டம் தென்படவில்லை. ஏறக்குறைய எல்லோரும் கேரளா பெண்கள். நடனக்காரப் பெண்கள் நேரடியாக மேடைக்கு வருவார்கள். அந்தப் பெண்களுக்கு ஒப்பனை அறை தனியாகத் தேவையில்லை. கட்டி வந்த ஆடையைக் கழற்றிவிட்டு உள்ளாடையுடன் மேடையில் தோன்றுவார்கள். ஆடி முடித்து வெளியேறுகையில் உருவி வைத்த ஆடையை உடுத்திக் கொள்வார்கள். பேராசிரியர் நினைத்தார், அவர்களின் உடலில் இருக்கிற மீதி மிச்ச உள்ளாடைகளை அவனவன் மனசுக்குள் கழற்றிப் பார்த்துக் கொள்வான், அவருக்குள்ளும் அந்தச் சொல்லுக்கான ஆசை

ஓடியதை எண்ணிப் பார்த்தபோது, உதட்டோரத்தில் சிறு நகைப்பு ஓடியது.

அவருடைய தலையை அந்த இடத்தில் யாரும் எதிர்பார்த்திருக்க மாட்டார்கள்; அவரை அறிந்தவர்கள் அந்த இடத்துக்குப் பொருந்தாத ஒரு மனிதரைக் கண்டதாகவே எண்ணுவார்கள்.

அன்றைக்கு ஒரு ஆட்டம் தான். ராத்திரி பத்து மணிக்கு நடைபெறுவதாக துண்டுப் பிரசுரம் விநியோகித் திருந்தார்கள். ஓரிரு சந்திப்புகளில் சுவரொட்டிகளும் தென்பட்டன. எந்த மொழியிலும் காணமுடியாத, ஒரு மொழியின் வாக்கிய அமைப்பில் அடங்காத தனிமொழியை விளம்பரம் செய்தவர்கள் கண்டடைந்திருந்தார்கள்.

''ஜில் ஜில் ராணிகளின்

கிஸ் கிஸ் நடனம்''

இது போன்ற வாசகம் மூலம் அவர்களுக்கான குழூஉக்குறி மொழி பேசியது; இம்மாதிரி மொழி பிரசுரம் முழுதும் நிறைந்திருந்தது.

கூட்டம் நெருக்கியடித்தது. ஓரமாக நின்று கொண்டார். டிக்கட் வாங்கிய கூட்டம் வெறிபிடித்து, திமு திமுவென்று உள்ளே ஓடியது. 'ஓய்' என்று சத்தம் கொடுத்தபடியே நுழைந்தது.

அவருக்கு இதெல்லாம் தேவையில்லை என்ற பாவனையில் நின்று கொண்டிருந்தார். இந்தக் கசப்பையும் அனுபவமாக உள் வாங்கிக் கொள்வதற்காகவே அவர் வந்திருக்கிறார். இந்த மாதிரி கலாச்சார அனுபவத்தை பேராசிரிய நிலையில் வகுப்பறைக்குள், அரங்குகளில் பலருக்கும் கொண்டு போய்த்தர முடியும். யாரையாவது எதிர்பாராமல் சந்தித்து விட்டால், இந்த சமாதானத்தை தூக்கிப் போட்டு வாயடைக்க முடியாது என்பதை அவர் அறிவார்.

எவராவது தென்படுகிறார்களா? சுற்று முற்றும் நோக்கினார். டிக்கட் கவுண்டர் ஆளில்லாமல் இருந்தது. விருட்டென்று போய் டிக்கட் கவுண்டரில் கையை விட்டார். டிக்கட் கொடுப்பவன் தெரிந்தவனாக இருந்தாலும் இருக்கக்கூடும், கை உள்ளே, முகம் வேறு பக்கம் என

புகைப்படத்துக்கு போஸ் கொடுக்கிறவர் போல் நின்றார். கவுண்டரில் உட்கார்ந்திருந்தவனுக்கு முகங்கள் பற்றிக் கவலையில்லை. உள்ளே நுழையும் கை - கையில் இருக்கிற பணம் - கொடுக்கப்படும் டிக்கட் - என்பதிலேயே கருத்தாய் இருந்தான். டிக்கட் கைக்கு வந்ததும், இங்கே நடக்கப் போகிறதுக்கும் தனக்கும் எந்த சம்பந்தமும் இல்லை என்பது போல் உள்ளே நுழைந்தார்.

இந்த இடத்தில் அவருடைய காலடிகள் பதிந்திருக்கக்கூடாது. மீண்டும் அவருடைய மனம் படபடத்தது.

"போகாத இடந்தனிலே போக வேண்டாம்

பொல்லாங்கு செய்வாரோடு சேர வேண்டாம்"

வாத்தியார் சொல்லச் சொல்ல, சிறுவயதுப் பாடசாலையில் எல்லோரும் கூட்டமாய் பாடிய சத்தம் கேட்டது. அந்த நாட்களில் அது ஒரு நல்ல முறை. மனனம் செய்து, நெட்டுருப் போட்டு, மறுபடி தாளிலோ, வாத்தியார் கேட்கும்போதோ, வாந்தி எடுத்துக் கொடுக்கும் பழக்கம் இல்லை. சேர்ந்து கூட்டுக் குரலாய் பாடும்போது, சிறுபிராயத்தில் மனசில் லகுவாய்ப் பிடித்து வேர்போட்ட நீதிநெறிப் பாட்டு மேலெழுந்து வந்தது; வந்திருக்க வேண்டாம்.

பொல்லாங்கு செய்பவர்கள் அந்த இடத்தில் சுற்றிலும் இருந்தார்கள்.

ரிக்ஷா ஓட்டுகிறவன்

நேநீர்க்கடைப் பையன்கள்

பழம் விற்கிற தள்ளுவண்டிக்காரர்

ஆலைத் தொழிலாளிகள்

பால் கறக்கிறவர்கள்

இரண்டாவது ஆட்டம் சினிமாவுக்குப் போவதையே தொழிலாகக்

கொண்ட ஓட்டல் சிப்பந்திகள்

பள்ளிக் கடைசி வகுப்பிலோ, கல்லூரியிலோ,

காலடி வைத்த மாணவச் சிங்கங்கள்

விடலைப் பையன்கள்,

சுற்றிலும் எங்கெங்கு காணினும் துஷ்டர்கள். துஷ்டரைக் கண்டால் தூரவிலகு என்று இந்தத் திசைக்குள் நுழையாமலே அவர் இருந்திருக்க வேண்டும்.

பொல்லாதவர்கள் கூடியுள்ள சபையில் ஒரு பேராசிரியருக்கு அதிலும் இத்தனை வயசான பேராசிரியருக்கு என்ன வேலை என்று தெரியவருகிறபோது எல்லோரும் கேட்பார்கள். நினைக்கையில் உள் எலும்பு பூட்டுப் பூட்டாய் உதறியது. நல்லவேளை அடையாளம் தெரிந்தவர்கள் யாரும் வரவில்லை. இம்மாதிரி இடங்களில் தெரியாதவர்களாய் இருப்பது சௌகரியம் . அப்படியே தெரிந்தவர்கள் எதிர்ப்பட்டாலும் அறிமுகமில்லாதவர்கள் போல் காட்டி அவர்களே அகன்றுவிடுவதுதான் அதைவிட நாகரீகமானது. ஒருவரை ஒருவர் எதிர்கொள்ளுகிற இடம், இடமறிந்து நடந்து கொள்ளும் பக்குவம் இம்மாதிரி நேரங்களில் கைக்கொள்ளவேண்டும்.

வேக வேகமாய் விரிந்து, நீண்டு, பரந்து கொண்டிருக்கும் நகரத்தின் விளிம்பு அது. மல்லாக்க கையைக் காலை விரித்துப் படுத்திருக்கும் பெரியதொரு பூதத்தைப் போல் கிடந்தது நகரம். பாதுகாக்கப்பட்ட குடியிருப்புகள் என்று திட்டமிடப்படுதல் எதுவும் இல்லாமல், தன்னிஷ்டத்துக்கு நகரம் கையைக் காலை விரித்துக்கொண்டு போனது. இந்த இடம் பாதுகாப்பானது. எவரும் வரப்போவது இல்லை.

நகரின் சூம்பிப் போன கால் போல் இருக்கிற இந்தப் பகுதிக்கு குமரன் நகர் எனக் குறைவில்லாமல் பெயர் இருந்தது. விசாலமான அடித்தூருள்ள பெருங்கொண்ட மரத்தில் ‘கன்னா பின்னா’ என்று சுற்றியிருக்கம் இடவங்கொபோல் வீடுகள், வீதிகள், கொச, கொசவென்று கிடந்தன.

> "வீடென்று எதனைச் சொல்வீர்
>
> அது இல்லை எனது வீடு
>
> சன்னல் போல் வாசல் உண்டு
>
> எட்டடிச் சதுரம்
>
> உள்ளே பொங்கிட மூலை ஒன்று
>
> புணர்வது மற்றொன்றில்"

மாலனின் கவிதை வரிகளை அப்படியே அச்செடுத்து வைத்தது போல் பொருந்தி வருபவை குமரன் நகர் வீடுகள்.

ஒரு பேராசிரியருக்கு கவிதைகள், மேற்கோள் வாசகங்கள் தண்ணீர் பட்டபாடு. யாரோ சொன்னதை, எவரோ எழுதியதை - தெறித்த முத்துக்களைப் போல் எடுத்து வைத்துக் கொண்டு அவ்வப்போது வகுப்பறையில், மேடைகளில் எடுத்து வீசும் காட்சி எல்லாமும் அவருக்குச் சொந்தமானது என்றுதான் கேட்பவர்களை எண்ண வைக்கும். அது சபையைப் பொறுத்து மாறும். கற்றுணர்ந்த அறிவாளர் சபையெனில், சொன்னவர், எழுதியவர் பெயர், நூல் குறிப்புக்களுடன் பொறுப்புடன் வெளிப்படும். அல்லாதவர் கூடியிருக்கும் கூட்டமெனில், தனதானதாக மாறும்.

குமரன் நகரின் நடுவாக அந்தப் பழைய திரையரங்கம், இப்போது அதில் படங்கள் ஓடுவதில்லை. வரலாற்றின் இருண்டகாலம் போல் அது மூடியே கிடந்தது. கட்சி ஆலோசனைக் கூட்டங்கள், ஏழை நடுத்தர மக்களுடைய கல்யாணங்களுக்கு அனுமதிக்கப்படுவதுண்டு.

## 2

வீட்டிலிருந்து இரண்டு கி.மீ. தூரத்தில் இருக்கிறது கல்லூரி. ஒன்பது மணிக்கு புறப்பட்டால் ஒன்பதே முக்காலுக்குள் போய்ச் சேர்ந்துவிடலாம் என்று கணக்கு வைத்துக் கொண்டு மலைச்சாமி புறப்படுவான். நடந்து போவான். பெண்கள் உயர் நிலைப் பள்ளிக்குப் போகிற ஒரு மாணவி, தவிட்டுச் சந்தை வீதியில் சரியாக ஒன்பதே

கால் மணிக்கு எதிரில் வருவாள். ஒவ்வொருநாளும் எதிர்ப்படுவாள். அந்தச் சந்திப்பிலிருந்து மாணவி பருவத்துக்குரிய எதையாவது அவள் எதிர்பார்த்திருக்கலாம். அந்தச் சந்திப்பினால் மாணவிக்கு ஏதும் கிடைக்காமல் போனாலும் கிடைத்த ஒரு விசயம் இரண்டு பேரும் அவரவர் கல்விச் சாலைக்கு தவறாமல் போய் வருகிறார்கள் என்பது.

அந்தப் பெண் எதிரில் தோன்றுகையில் மனசில் குறுகுறுப்பு வெடிக்கும். சீரான ரத்த ஓட்டம் வேகமெடுக்கும். எதிரில் வந்ததும் உடனே தடம் மாற்றி எதிர்ப்புறத்து நடைபாதைக்கு மாறிவிடுவான். ஒவ்வொரு நாளும் எதிரே வருவது, தன்னைக் கண்டதும் அடுத்த பக்கத்துக்கு மாறுவது தவறாமல் நடக்கிறதேயன்று அந்தப் பெண் இவளை வித்தியாசமாகப் பார்த்தாள். இந்த வித்தியாசமே அவன் மீதான ஆர்வமாக மாறி, தவறிப்போய் ஒரு நாள் நேருக்கு நேர் வந்து விட்டால், ''அடடே, இன்னைக்கு நேரே வந்திட்டீங்க'' என்று கேட்கலாம் என அந்தப் பெண் யோசித்திருந்தாள்.

அந்த யோசிப்பு காரிய சித்தம் பெறாமலே வெயிலில் விழுந்த எறும்பு போல் சுருண்டு மடிந்தது.

மலைச்சாமி பருவப் பெண்களை எதிரில் காணுகிறபோது ஒதுங்கியே நடந்தான். ஆண்கள் எல்லோரும் பெண்களைத் தப்புத் தப்பாய் பார்க்கிறார்கள் என்பது அவன் கணிப்பு. தனக்குள் சின்னஞ்சிறு காம இச்சையும் முளையெடுக்க விடக்கூடாது என்பதற்காக எதிரில் வருகிற பெண்கள் மீதான பார்வையை விலக்கி தலை கவிழ்ந்தபடி நடப்பான், விழிகள் எங்கேயோபார்த்து வெறிச்சிட்டிருக்க கடந்து போவான்.

பாவாடை தாவணியில் ஒரு பெண் குட்டி, பதினைந்து வயதில் இருந்தாள். தட்டச்சு கற்றுக் கொள்ளப் போய் வருகிறாள் என்பதை கையில் சுருட்டிய தாள் காட்டியது. பெண்கள் என்றால் நிறத்தோடு இருக்க வேண்டும். அவனிருந்த வட்டாரத்தில் பெண்கள் கறுப்பாக இருந்தார்கள். அல்லது கறுப்பைத் தொட்ட அடுத்த நிறத்தில் இருந்தார்கள். வட்டாரத்துக்கே ஒவ்வாத எலுமிச்சம்பழ நிறத்தில்

அந்தப் பெண் அவனுடைய வட்டாரத்தில் எதிர்படுவதைக் கண்டிருக்கிறான். கன்னங்களில் வழிந்த வேர்வை கழுத்துக்கு ஓட மதிய வெயிலில் திரும்புவாள். ஒரு நாள் இவனும் நண்பனும் போய்க் கொண்டிருந்தார்கள். எதிரில் வந்த அவள் பக்கமாய்ப் போய் தாமதித்து 'லட்டில்ல' என்றான் நண்பன். நண்பன் 'லட்டு' என்று அவளை உருவகப்படுத்திச் சொன்ன கணத்துக்குள் இவன் வெகுதூரம் போய் விட்டிருந்தான்.

"அதை அதை அந்தக் காலத்திலே அனுபவிக்கணும்" என்றான் அந்த நண்பன். நண்பன் சொன்னதற்கு இம்மி குறையாமல் நடந்தான். சொன்னது சொன்ன மாதிரி வாழ்ந்தான். தாய், தந்தைக்குத் தெரியாமல் புகை பிடித்தான். வீட்டுக்குத் தெரியாமல் கூட்டாளியினுடைய அறைக்குப் போய்க் கூட்டுச் சேர்ந்து மது என்னும் 'தண்ணி' குடித்தான்.

அதை அதை அந்தந்தப் பருவத்திலேயே அனுபவிக்கணும் என்ற துய்ப்புக் கொள்கையே கல்லூரியில் சக மாணவர்களின் கொள்கையாகவும் இருந்தது.

14, 15 வயதில் காதல். யாரையாவது எப்படியாவது காதலிக்க வேண்டும். காதல் செய் என்று தள்ளி விடுகிறது இளம் பருவம்.

இளம் உதடுகளின் மேல் சிறுபயிர் முளைத்த பிறகு வருகிறது சினிமா மோகம். திரைக்குள்ளிருந்து உதய சூரியன் போல் எழுந்து வருகிறான் இலட்சியக் கதாநாயகன். சாமங்களைக் கூட அந்தக் கதாநாயகன் வெளிச்சமாக்கிவிடுகிறான். இரவு பகல் வித்தியாசமற்று விசிறிகளின் பேச்சும் மூச்சுமாக ஆகிறான்.

கல்லூரி நாட்களில் அக்னித் துண்டு போல் தகிக்கும் அரசியல் பருவம். ஒருமுறை அந்தக் கங்கு நெஞ்சத் தட்டில் கனிய ஆரம்பித்துவிட்டால், தலைவனின் காலடியில் எரிந்து சாம்பலாகும்வரை தீருவதில்லை. முப்பது வயதுவரை அணையாமல் எரியும்.

ஒவ்வொருவரும் அந்தந்தப் பருவத்துக்குள் நுழைந்து வெளிவந்து கடைசியாய் ஒரேமட்டாய் சம்பாதனை என்ற சுழிக்குள் காணாமல் போய்க் கொண்டிருந்தார்கள். வாழ்வின் நீண்ட பெரும் பருவம் அது. அதுவே வாழ்வு மொத்தமும் என்றாகிப் போனது.

வாழ்வின் பருவங்களை அந்தந்தக் காலத்தின் தாக்கங்களுக்கு பொருந்த வாழ்ந்து ஒவ்வொரு அனுபவ அடுக்காய் மற்றவர்கள் மேலேறினபோது, வாழ்க்கையை வாழ்ந்து காட்டுவது என்ற இலட்சியக் கணக்குடன் மேலேறிக் கொண்டிருந்தான் மலைச்சாமி.

இசைத்தட்டு நடனம், படிக்கிற காலத்திலேயே பொருட்காட்சிகளில் தனியாக நடத்தப்பட்டது. ஊர் ஊராய் பொருட்காட்சி தவறாமல் அன்றாடம் நடந்தது. சோற்றுப் பருக்கையைக் கண்ட காக்கைகள் போல மாணவர் கூட்டம் குவிந்தது. சத்தம் காட்டாமல் தனித்தனியாய் போவதில்லை. விடுதியைத் திரட்டிக்கொண்டு போய்ப் பார்த்தார்கள். பொருட்காட்சி மூடும்வரை மூன்று ஆட்டங்கள் நடந்தன. சில நேரங்களில் பொருட்காட்சி மூடிய பிறகும் தனியாய் சிறப்பு ஆட்டங்கள் நடந்தன. ஆனால், நல்ல கெட்டிக்காரனான மலைச்சாமி என்ற மாணவனை அந்த இடங்களில் கண்டதாக யாரும் சொன்ன தில்லை.

## 3

சென்னை நகரில் முதன் முதலாய் கால் வைத்தபோது மின்சார ரயில் என்று ஒன்று ஓடுவது தெரிய வந்தது. மின்ரயில் வருவதும், நிற்பதும் தெரியாது. நிற்பதே, புறப்படுவதற்குத்தான் என்று மலைச்சாமிக்குத் தெரியாது.

கூட்டம் எக்கியது. ஒருவரையொருவர் நெருக்கியடித்து ஏறினார்கள். ஏறட்டும் என்று காத்திருந்தார். சட்டென்று ஒரு குலுங்கி குலுங்கி வண்டி புறப்பட்டு விட்டது. ஓடி கம்பியைப் பிடித்தவரை இழுத்து உள்ளே தள்ளினார்கள். ‘வழிச்சிவிடு’ என்று கத்தினான் ஒருவன்.

வழிச்சி உள்ளே விட்ட அந்த ரயில் ஏற்றத்தை இப்போது நினைத்தாலும் உடல் அதிர்ந்து நடுக்கம் ஓடியது. அந்த ரயில் ஏற்றம் போல, கொட்டகை வாசலில் நின்ற ஆள் வழிச்சி உள்ளே தள்ளினான். நல்ல வேளை வழிச்சி உள்ளே தள்ளிய ஆள் அவருக்குத் தெரிந்தவரில்லை.

கொட்டகையின் உள்ளே ஓரமாய் ஒண்டினார். நாயைக் கண்டு பம்மிப் பதுங்கும் பூனையின் மிரட்சி கண்களில் தெரிய பெஞ்சில் சுவரை ஒட்டி உட்கார்ந்தார்.

மெதுவாய் தலை நிமிர்த்தி வந்திருந்த கூட்டத்தின் முகங்கள் மேல் பார்வை ஓட்டினார். ஒரு முகமும் அவர் முகம் போல் இல்லை. காம இச்சையும், படபடப்பும் கொண்ட முகங்கள். இள வட்டங்கள், நடுத்தர வயதுக்காரர்கள் என்று பெட்டியின் அளவுக்கு மேல் திணிக்கப்பட்ட துணி போல் பிதுங்கியது கூட்டம். அந்த இனத்துக்குள் அடங்காது வித்தியாசப்பட்டவராக அவர் ஒருவரே தெரிந்தார்.

ஓரினத்துப் பறவைக் கூட்டம். தன்னினம் தவிர வேறு பறவையை அண்ட விடாது என்று அவர் கண்டிருக்கிறார். வேத்துப் பறவையைக் கண்டால் கொத்திக் குதறிவிடுகிற அவமானம் எதுவும் நடந்து விடவில்லை.

''ஓய், பெரிசு கூட வந்திருக்குடோ'' என்று கொட்டகையில் எந்த மூலையிலிருந்தும் அவரை நோக்கி குரல் வரவில்லை.

''அண்ணே நீங்களா?''

பேராசிரியர் திடுக்கிட்டார். குரல் தன்னை நோக்கி வந்தது. திரும்பிப் பார்க்காமல் யாரோ, எவரோ என்று இறுக்கமாய் அமர்ந்திருந்தார். அவரது கழுத்துக்குப் பின்புறம் அந்தக் குரல்கள் உரையாடத் தொடங்கின. வேறு யாரோ, வேற யாரையோ கூப்பிட்ட குரல் என்று தெரிந்தபோது பதட்டம் தணிந்தது.

''வண்டி அம்பத்தி ஐந்து மாடல். பாத்து ஓட்டணும்'' என்றார் ஒருவர் சிரித்தபடி அவர்களின் வயது கிடைத்துவிட்டது.

"வேகமா ஓட்டிக் காட்டுறேன் பாருன்னு இந்தா வந்திட்டமே" என்றார் இன்னொருவர்.

கார் அம்பத்து ஐந்தாவது வருஷ மாடல் என்றாலும் அதை ஓட்டுற விதத்தில் ஓட்ட வேண்டும். மெல்ல, மெல்ல அணைத்துக் கொண்டே போக வேண்டும். அதிக வேகம் ஆளைக் கொல்லுமாம்.

"இதிலே என்ன ஆகிறப் போறது" என்றார் இன்னொருவர். வண்டியை நன்றாகத்தான் இத்தனை வருஷமும் ஓட்டி வருகிறார். இருந்தாலும் இப்படி சைடுல போகிற ஆசை வந்துவிடுகிறது என்கிறார்.

தொலைக்காட்சிப் பெட்டிக்குள் ஒருவர் ஐந்து நிமிடம் தெரிந்து விட்டாலோ பார்க்கிற எவரும் ஆயுள் முழுதும் மறப்பதில்லை. அந்த நீள சதுரப் பெட்டிக்குள் அவ்வப்போது வந்து போகிற அவரைக் கண்டு எவரும் புன்னகைகூட செய்யவில்லை. இந்த மக்கள் கூட்டம் தொலைக்காட்சிப் பெட்டி முன் உட்கார்ந்திராத, உட்கார முடியாத கூட்டம் என்பது உறுதியானது. அவரைத் தெரிந்திருக்கிறது என்றே வைத்துக் கொண்டாலும், அந்த இடத்தில் ஒரு அறிமுகப் புன்னகையுடன், கைகுலுக்கி விசாரித்துக் கொண்டிருப்பது நாகரிகம் அல்ல.

நகரின் கல்லூரிகளில் முத்தமிழ் விழாவை, இலக்கிய மன்றத்தை தொடங்கி வைக்கப் போகிறார். உள்ளூர், வெளியூர் இலக்கிய அமைப்புகளில் இவர் பேருரை நடக்கிறது. கோயில் குடமுழுக்கு விழாவில், ஊர்க் குலதெய்வக் கொடை நடக்கையில் ஆன்மீகச் சொற்பொழிவு இவருடையதாக இருக்கிறது. பெருநகரம் முதல் சிறுநகரம் வரை பிரபல்யமாகிவிட்ட பட்டி மன்றங்களில் பேச்சாளராக அணித் தலைவராக, நடுவராக பங்கேற்று இருக்கிறார். இம்மாதிரி அரங்குகளில் அவரைக் கண்டிருக்கிற படித்தவர்கள், மாணவர்கள் இசைத்தட்டு நடனத்துக்கு வந்திருக்கக்கூடும். அவர்களும் தன்னைப் போல் திருட்டுத்தனமாக நுழைந்திருக்க வேண்டும். யார் பார்வையும் படாத மூலையில் அவரைப் போல் ஒண்டிக் கிடந்திருக்க வேண்டும்.

பா. செயப்பிரகாசம்

எல்லோருக்கும் ஒரே மதிதான். அந்த நேரத்தில், அந்தஇடத்தில் அந்த மதியைத் தவிர வேறெதுமில்லை - அதைச் சுற்றியே வட்டமடித்தன அவர்களின் பேச்சுக்களும்.

கூட்டம் பதட்டமடைந்தது. ஆட்டம் நடைபெறாது என்று தெரிந்துவிட்டது. ஏற்பாட்டாளர்கள் ஆட்டம் இல்லை என்று முறையாக அறிவிக்காமல் ஓடிப்போய்விட்டார்களாம். சத்தம் கொடுத்தபடியே கூட்டம் 'குபீர்' என்று எழுந்தது. உட்கார தனித்தனியான நாற்காலி இல்லை. பழைய திரைப்படக் கொட்டகை. பெஞ்சுகளை அனாயசமாகத் தூக்கி தலைக்கு மேலே சுற்றி கீழே எறிந்தார்கள் சண்டியர்கள்.

உள்ளே வர ஒரு வாசல் இருந்தது. வெளியே போக எல்லா வாசல்களையும் திறந்து வைத்திருந்திருக்கலாம், பொறுப்பாளர்கள் எவரும் இல்லை.

வசவு, வசவு, வசவு.

கொச்சை, கொச்சை, கொச்சை.

கெட்ட, கெட்ட வார்த்தைகளால் கும்மென்று நிரம்பி வழிந்தது கொட்டகை. குழல் விளக்குகள் நொறுங்கிக் கீழே சிதறின. மேடையிலிருந்த திரை, திடீரென்று தீப்பற்றி எரிந்தது. மேடையில் சாம்பல் குவிந்தது.

வெளியேறும் வாசல் நோக்கி எல்லோரும் முண்டியடித்தார்கள். டிக்கட் பணத்தை திருப்பிக் கொடுத்துக் கொண்டிருந்தார்கள். ''இதையாவது காட்டுனானே'' என்று அதற்கும் வசவு கிடைத்தது. சண்டியர்கள் இரண்டு பேர் மற்றவர்கள் தோள் மீது தாவி நடந்தார்கள். உள்ளே வருகிறபோது நெருக்கியடித்து ஒருவர் தலைமேல் ஒருவர் நடந்து போன காட்சி வெளியேறுகிற போதும் நடப்பதைக் கண்டார்.

மோசமான கூட்டத்துக்குள் சிக்கிக் கொண்டாகிவிட்டது. டிக்கட் பணம் அவருக்கு ஒன்றுமில்லை. ஆக்கங்கெட்ட சூழலிலிருந்து எப்படி வெளியேறுவது என்பதே அந்த நேர சிந்தனையாகிவிட்டது.

பிரச்சனை இப்போதுதான் ஆரம்பம், உள்ளே வந்தபோது உண்டான நெருக்கடியை விட வெளியேறுவதுதான் பெரிய சிக்கல், சோத்துப்பானைக்குள் தலைவிட்ட நாய்போல கொட்டகைக்குள் நுழைந்துவிட்டாகிவிட்டது. தலையை எடுக்கமுடியாமல் திணறுகிறார். முண்டியடித்து இந்தப் பக்கம், அந்தப் பக்கம் தள்ளி கூட்டத்தோடு கூட்டமாய் வெளியேற முயற்சி செய்தார். தள்ளுமுள்ளு அதிகமானது. அவர் மேல் இடிபோல் ஒரு தாக்குதல் நடத்திவிட்டு சண்டியர் படை முன்னேறியது.

மற்றவர்களைத் தள்ளி முன்னே போய்க்கொண்டிருந்த ஒருவன் காமக்கோட்டி (கிறுக்கு) பிடித்த பயல் போல, ''ராத்திரிக்குப் படுக்கிறதும் போச்சு'' என்று புலம்பினான்.

கடைசியாய் போலிஸ்காரர்கள் வந்துவிட்டார்கள். தொப்பித் தலைகள் வெளியே தெரிந்தன. குதி காலில் நின்று முன்னால் நின்ற தலைகளுக்கு மேலாக எக்கிப் பார்த்தார்.

இன்னொரு நினைப்பில் போலிஸ் தன்னை இந்த இக்கட்டில் பார்ப்பது எத்தனை பெரிய அவமானம் என்று பட்டது.

கூட்டத்தில் முன்னேறி படிக்கட்டில் நின்று பார்த்தார். இங்கிருந்து பார்த்தபோது கையில் விளக்குமாறுடன் ஒரு பெண் எதிரில் நிற்பது தெரிந்தது. ஒரு பெரிய சண்டைக் களத்தை உண்டாக்கக் காத்திருப்பது போல் காளி ரூபத்தில் நின்றாள்.

''இன்னைக்கு வரட்டும், இருக்கு ஒனக்கு வெளக்கு மாத்துப் பூசை''

கையில் விளக்குமாற்றை உருட்டிக்கொண்டே பேசினாள்.

''யாரைத் தேடுற?''

வெளியில் நின்ற பெரியவர் கேட்டார். இசைத்தட்டு நடனம் பார்க்க வந்தவராகத் தெரியவில்லை. எசகு பிசகாய் ஏதோ நடந்திருக்கிறது என்று கேள்விப்பட்டு அந்தப் பெரியவர் வந்திருக்க வேண்டும்.

''வேற யார? எம் மாப்பிள்ளையைத்தான்''

பா. செயப்பிரகாசம் 517

அந்தப் பெண் மாப்பிள்ளை என்றது அவள் வீட்டுக்காரனை. முகம் செவ செவ என்று ரத்த நரம்புகள் ஏறிக்கனன்றது. தூக்கிப் பிடித்த விளக்குமாறுடன் அவள் நின்றபோது அரங்கிலிருந்து வெளியேறுகிற ஒவ்வொருவரும் அடி வாங்கியது போல் முகம் 'சுரீச்சி' வெளியேறினார்கள்.

''அப்படியே எல்லாருக்கும் பெறத்தாலே நாலு போடு போட்டு அனுப்பு'' என்றார் பெரியவர்.

''ஏன் முன்னாலே போட்டா ஆகாதா?''

''ஒன்னிஷ்டம்''

பேராசிரியர் திரும்பி உள்ளே பார்த்தார். அவளுடைய புருசன் வேறு ஏதாவது வாசல் வழியாக வெளியேறியிருக்க வேண்டும். ஆனால் இந்த ஒரு வழி தவிர வேற எல்லா வாசல்களும் மூடிக் கிடந்தன. சலிப்படைந்து அங்கங்கே பெஞ்சில் தூங்கி விட்டவர்களில் அவள் புருசன் இருக்கலாம்.

வாசலில் டிக்கட் பணத்தை திருப்பித் தந்து கொண்டிருந்தவர், இவரைப் பார்த்து ஆச்சரியமடைந்தார். ''நீங்களா?'' பார்வையில் வியப்பு கோடிட்டது.

பணப் பட்டுவாடா செய்பவரின் கை நீண்டபோது அதை வாங்கிக் கொள்ளாமலே வெளியேறினார், வேகமாய் எட்டுப் போட்டு நடந்தார்.

''வரட்டும், சப்பையைக் கிழிச்சி உப்பு வச்சித் தேய்க்கிறேன்'' அந்தப்பெண் கத்திக் கொண்டிருந்தாள்.

தன்னை அடையாளங் கண்டுகொண்ட அந்த ஒருவரும் இல்லாதிருந்தால் வந்தது போனது தடமே இல்லாமல் போயிருந்திருக்கும் என்று நினைத்தார்.

கையில் துடைப்பத்துடன் நின்றவள் அவள் புருசனைக் கண்டடைந்தாளா என்று தெரியவில்லை.

# சாமியார் மடம்

''இங்ஙன சொந்தக்காரங்க இருக்காங்க, பாத்திட்டு வந்திர்றேன்.''

கழுத்தில் கெட்டியாய் மூன்று மஞ்சள் சரடுகள்; பெருவிரலில் வெள்ளி மிஞ்சி; சத்தம் கொடுக்கும் கொலுசு. எந்நேரமும் காதோரம் புன்னகை போல் மினுமினுப்பாய் தோடு. கண்கள் போலவே மூக்கு, காது எல்லாம் புன்னகை ஒட்டிப் புதுமணப்பெண்ணின் அடையாளம் இன்னும் நீங்காமல் கிடந்தது.

சீத்தம்மா மிரட்சியோடு கேட்டாள்.

''தூரமா''

''நாலு எட்டுத்தான் - போனதும் வந்திர்றேன்.''

கல்யாணமாகி ஒரு வாரமாய் அவள் மீது வெயில் பட்டதில்லை. இப்போது முதல் முதலாக வெயிலைப் பார்க்கிறாள். இலைகளுக்குள் மண்டிக் கிடக்கும் காயின் குளிர்ச்சியாய்த் தெரிந்த அந்த முக ஈரம் மறைந்தது.

கல்யாணமாகி ஒரு வாரம் சென்று கூட்டி வந்து ஒரு இடத்தில் நிற்க வைத்துவிட்டு, இந்தா போய் வருகிறேன் என்றால் என்ன செய்யமுடியும்? புதுப்பெண்ணின் அப்பா அம்மாவும் அவளுடன் வந்திருந்தார்கள். சுப்பு தான் கூட்டி வந்தான். மருமகன் முன்னால் நடக்க அவள் பின்னாலேயே இந்த இடத்துக்கு வந்தவர்கள் அவர்கள். இதற்கு முன் இந்தத் திசையில் அவர்கள் காலடி வைத்ததில்லை.

''மூணு நாளும் விசேஷமா இருக்கும் மாமா'' சுப்பு கூப்பிட்டு வந்தான். இந்த நகரத்திலிருந்து 300 கி.மீ. தொலைவிலிருந்தது அவர்கள் கிராமம். மூன்று நாளும் எங்கெங்கேயோ இருக்கிற அந்த

இனத்துக் காரர்கள் ஒன்றாகக் கூடுவார்கள் என்பது அவர்கள் இதுவரை அறியாதது.

''சுப்பு'' என்றார் மாமனார் திகைத்து. அவர்கள் மருமகனைத் தடுத்துப் பேசமுடியவில்லை.

என்றைக்கு மகள் அவனுக்குத்தான் என்று பரிசம் போட்டு நிச்சயம் ஆனதோ, அன்றிலிருந்து அவன் அவர்கள் வீட்டுக்காரன் ஆகிவிட்டான். அவனோட அப்பா, அம்மா போலவே மாமியார் மாமனாருக்கும் சுப்புராம் 'சுப்பு' ஆகிவிட்டான்.

முன்பின் தெரியாத இடத்தில் சீத்தம்மாவும், அம்மாவும், அப்பாவும் தேவுடு காத்தது போல் எவ்வளவு நேரம் தவிக்க வேண்டும்? தயக்கத்துடன் சுப்புவைப் பார்த்தாள்.

திருமணம் ஆன புதிதில் மணத்தம்பதியர் எல்லோரிடமும் தனிமொழி உருவெடுக்கும். அரைப் பேச்சு, அரைப்பார்வை, அரைக்கேள்வி என்ற தனிமொழி அது. ஒருவரை ஒருவர் புரிந்து கொள்வதற்கான கதவு முழுத் திறப்பாய் திறக்கப்படாத போது, ஒருக்களித்து திறந்து நுழைகிற மொழியாக அது இருந்தது. ''நானும் வரட்டுமா?'' என்று பார்வையில் சாடையாய்க் கேட்டாள்.

''ஒங்க சாவகாசத்துக்கெல்லாம் நமக்கு ஆகாது'' என்றான். பட்டென்று சைக்கிளில் ஏறி உட்கார்ந்தான். மாப்பிள்ளை வெறைப்பை முதல் முதலில் அப்போதுதான் கண்டார்கள். சீத்தம்மா அவன் போன திசையை வெறித்து நின்றாள்.

கல்யாணம் முடிந்து சில இரவுகளே அவனுடன் கழிந்தன. பகலில் அவன் 'லைனுக்குப்' போய்விடுவான். அந்த வட்டாரம் முழுதும் கடைகளுக்கு பால் பாக்கெட் போடுகிற 'லைன்' வேலை. சுப்புராமும், அவனுடைய தம்பி சோலை ராமும் மாறி மாறிச் செய்தார்கள். சாயந்திரம் கடைகடையாக 'லைனில்' வசூலுக்குப் போனார்கள்.

பால்வண்டி வருகிற நேரம் மூன்றாம் சாமம் நான்கு மணி. முகூர்த்தம் அன்றைக்குக்கூட பால் பாக்கெட் எடுத்து கடைகளுக்குப்

போட்டு வர சரியாக இருந்தது. நேரே கல்யாண மண்டபத்திற்கு வந்து புது மாப்பிள்ளையாய் மாறிக் கொண்டான்.

கல்யாண இரவு சீத்தம்மாவுக்கு சாபமாக அமைந்தது. ஒரு அறையுள்ள வீடு, ஒரு சமையற் கட்டு; இரண்டு பேரையும் தனியாய் தள்ளி விட்டு விட்டார்கள். அவன் லைனில் அலைந்து வந்த களைப்பில் தூங்கிப் போனான். சீத்தம்மா அவனைத்தொட்டபோது ''கிணத்துத் தண்ணிய வெள்ளமா கொண்டுப் போகப் போகுது'' என்று திரும்பிப் படுத்துத் தூங்கி விட்டான். இந்த சாயந்தரப் பொடிவெயிலில் தனியாய்விடப்பட்ட வெக்கையில் அந்த இரவு ஞாபகம் வந்தது. சீத்தம்மா லேசாய் சிரித்தாள். எப்பேர்ப்பட்ட உழைப்பாளி. தெரிந்து கொண்ட போது பெருமிதம் மேலேறியது. அவன் தனியே விட்டுப் போனதால் உள்ளும் வெளியும் உண்டான வெக்கை குறைந்தது.

அந்தச் சாதிச் சமூகம் தன்னையொரு திரட்சியாக காட்டிக் கொள்ள விரும்பியது. சமூகம் என்ற கடலில் அது ஒரு துளி, சமுதாயக் கடலில் கலந்து கரைந்து விடாமல் தானொரு தனித்துளியாக அடையாளப்படுத்திக் கொள்ள ஆசைப்பட்டது.

ஒன்று போல நாத்து, ஒன்று போல உரம், கூடுதல் குறைச்சல் இல்லாமல் ஒன்று போல செழிப்பு என்று கரும்பச்சை நிறத்தில் புஞ்சை ஆடுவது போல் அந்தச் சாதி மொத்தமும் சேர்ந்து, செழிக்க தோதான இடமாக இருந்தது சாமியார் மடம்.

ஒவ்வொரு சாதிச் சமூகமும் கூடி, ஒன்றாய்க் கலந்து தங்களைக் கண்டுகொள்ளும் சேர்மானம் இப்போது சமீபமாய் வந்திருந்தது. ஒருவருக்கொருவர் அலகு கோதி இளைப்பாறிக் கொள்ள புதிய இடங்கள் முளைத்தன. சாமியார் மடத்தில் மூன்று நாளும் அந்த சாதிக்குரித்தான தனிக் கலாச்சாரத்தை பரிமாறிக் கொள்வார்கள். இதுவரை காணப்படாத, அவர்கள் தொலைத்துவிட்ட புராதன அடையாளங்களை இப்போது தான் அவர்கள் கண்டடைந்தது போல் மகிழ்ச்சியில் கொப்பளித்தார்கள்.

பா. செயப்பிரகாசம்

ஒன்று கூடலுக்கு யாருடைய அழைப்பும் இல்லை. அவரவராய் வந்தார்கள். எங்கெங்கோ திசை நீங்கித் திரிந்த பறவைகள் பொழுதடைந்து விட்டால் கீச் கீச் என்ற கத்தலோடு கூடு அடைய வருவது போல், அவரவர் உள்ளுணர்வில் பறந்து வந்தடைந்தார்கள். கை நீட்டித்தொடும் தொலைவேயுள்ள சொந்தங்களையும் அழைத்து வந்து சேர்வார்கள்.

செங்குளத்துக்காரனை, கடம்பலூர்க்காரனுக்குத் தெரியாது. சத்திரப் பட்டிக்காரனை வேம்படி புதூர்காரன் அறியான். எல்லோரும் சங்கமமாகி மனச் சமாதானமாகிற கோயிலாக; வனத்திலே மேஞ்சாலும், இனத்திலே அடைகிற இடமாக சாமியார் மடத்தைக் கண்டார்கள்.

அந்த சனங்களுக்குத் தூரம் பொருட்டல்ல. மனசுக்குள் தூரம் என்ற மைல்கற்களை சுளுவாய்த் தூக்கி எறிந்து விட்டு இருநூறு முந்நூறு கல் தொலைவிலிருந்தெல்லாம் கூடினார்கள். கார் வச்சிருக்கிறவன் கார், பைக் வைச்சிருக்கிறவன் பைக், வேன் பிடித்து வர முடிந்தவர்கள் வேன், இன்னும் மாட்டு வண்டிகள் எனக் கலந்தன.

சாமியார் என்ற சத்குரு. தவயோகி குணசீல பரமதீர்த்தர் அங்கே வந்த போது, வனாந்தரமாக இருந்தது. அவர் அருளால் நந்தவனம் ஒரே நாளில் பயிராக ‘குப்பென்று’ பூத்துக் குலுங்கிக் கொண்டது என்ற பேச்சு இருந்தது. நகரத்தில் ஜவுளிக்கடை வைத்திருந்தான் ரத்னகுமார். நகர ஓரத்தில் அமைதிக்கடலாய் பங்களா. அத்துவானக்காட்டில் தாடி, சடாமுடிக் கோலத்தில் ஒரு விருட்சத்தின் தூர் அடியில் அமர்ந்து மக்களுக்கு மருத்துவம் செய்கிறார் ஒரு துறவி என்று கேள்விப்பட்டான். குறிப்பிட்ட பொழுதுதான் மக்களைப் பார்ப்பது மற்ற நேரம் நிஷ்டையில் முழ்குவார் என்றும் அறிந்து கொண்டான். கார், மனைவி, மக்களுடன் காலில் விழுந்து தரிசித்தான். காலடியில் விழுந்த பட்டுக்குட்டியின் மொழி, பழக்க வழக்க வகைகளால் தன் இனத்தைச் சேர்ந்தது என்று ஞான திருஷ்டியில் சமிக்கை கிடத்தது.

ரத்னகுமார் என்ற இளம் வியாபாரி அந்த வனாந்தரத்தை சாமியாருக்காக வளைத்து ஒதுக்கினான். சாமியாரை இட்டோ, நகரம் ஊதிப் பெருகிக் கொண்டு போனதை இட்டோ அவனுக்கு வியாபாரம் கூடிக் கொண்டே போனது. அவரால் இவர், இவரால் அவர் என்ற வளர்ச்சி இணையான வேகத்தில் இருந்தது. இப்போது ரத்னா சில்க்ஸ் என்ற அறுபது வயது ரத்னகுமார் நகரத்தில் மதிப்புள்ள முக்கிய புள்ளி. சாமியார் சமாதியடைந்து இருபது வருஷமாகிவிட்டது. ரத்னகுமார் அதற்கு முன் அவரைக் கண்டடைந்து இருபது வருஷங்கள்; இந்த நாற்பது வருஷங்களில் தர்மசாலை, பள்ளிக்கூடம் தோப்பு, துரவு, தங்குமிடம் என்றெல்லாம் பலபடியாய் சாமியார் மடம் பெருகிவிட்டது. தன் இனத்தார் அவர்கள் அறியாமலே ஒன்று சேருவதற்கான தளமாக ரத்னகுமார் ஆகியிருந்தார்.

''அவர் நம்ம சமூகத்துக்குச் சேவை செய்றதுக்குன்னே பெறந்து வந்தவரு; சாமியார் தொண்டுதான் சமூகத்தொண்டு, அது ஒன்னு போதாதா?''

அந்த ஒன்று என்னவாக இருக்கிறதென்று புதுப் பெண்ணுக்கும், மாமியார், மாமனாருக்கும் தெரிய வேண்டாமா?

சுப்புராம் கூட்டிக் கொண்டு வந்தான். நாணத்தின் புதுக்கருக்கு இன்னும் அழிபடாத மணப்பெண்ணுக்கு அவசியம் அந்த இடத்தைக் காட்ட வேண்டும்; ஒரு தடவை கூட்டிப் போய் விட்டால் பிறகு ஒவ்வொரு வருஷமும் பெண் பிள்ளைகள் அவர்களே தேடியடைந்து கொள்வார்கள்.

''அவரு வாயு சாமியார்'' என்றான் சுப்பு.

அவனுக்கு நிறைய கதைகள் சொல்ல வேண்டி இருந்தது.

சாமியாருக்குப் பசி எடுக்காது. வாயுதான் ஆகாரம். வாயுவைப் புசித்துக் கொண்டு உடலை தன்னுடன் இத்தனை வருசங்களாய் எடுத்து வந்தார்.

''அவரு நம்ம பக்கத்திலிருந்து வந்தவர்தான், வாயுவை எப்ப நிறுத்தனும்னு நெனைச்சாரோ அப்ப நிறுத்திட்டாரு. துறவின்னா அப்படித்தான்.''

ஒவ்வொருவரும் உண்டாக்கி விட்ட கற்பிதங்களை எல்லோரும் அள்ளிப் பகிர்ந்து கொண்டார்கள். சாமியார் மறைந்த பின்னும் மடம் அற்புதங்களின் விளை நிலமாகப் பெருகிக் கொண்டது.

2

சுப்பு திரும்பி வந்தபோது தனியாளாய் இல்லை. கைக் குழந்தையுடன் நடுத்தர வயதுள்ள ஒத்தை நாடிப் பொம்பளை, சைக்கிள் கேரியரிலிருந்து 'ணங்' கென்று கீழே குதித்தாள்.

அம்மாவும் அப்பாவும், வெல, வெலத்துப் போனார்கள் ''பாத்தும்மா குழந்தையோட'' என்று கத்தினார்கள்.

சொந்தக்காரர்களைப் பார்த்து வருவதாகத் தான் போனான். சொந்தத்தை சுமந்து வரமுடியுமென்று காட்டி விட்டான். அவர்கள் ஆச்சரியம் பிதுங்கப் பார்த்தார்கள்.

''சௌக்கியமா இருக்கீங்களா?'' வந்த பெண் விசாரித்தாள். அந்த முகம், குரல் இதற்கு முன் கண்டதில்லை. கல்யாணத்தன்று கூட பார்த்த முகமாகத் தெரியவில்லை.

''அதெப்படி ஞாபகம் இருக்கும்? ஓங்களுக்கு ஒங்க வளசலச் சேர்ந்தவங்கதான் ஞாபகம் வருவாங்க - மாப்பிள்ளை பக்கத்தில் யார் யார் வந்தாங்கன்னா கணக்கு வைக்க முடியும்?''

அவள் சுப்புவுக்கு நெருங்கிய சொந்தம். மனசில் கரவு இல்லாத அந்த வெள்ளந்தி பாத்ததும் அவர்களோடு நெருங்கிவிட்டாள். சீத்தம்மா தயங்கித் தயங்கிப் பார்த்தாள்.

''நீங்க யாரு?''

''நானா?'' அமர்ந்த பேச்சாக அவள் சொன்னாள்.

''நா அவனுக்கு அத்தை. ஒனக்கு சித்தி''

''சொல்லவே இல்லையே இவரு யாரோ சொந்தக்காரங்களைப் பார்க்கப் போறேன்னு சொன்னார். அப்ப கூட நா வர்றேன்னு சொன்னேன் சித்தி.''

குழந்தை விழித்து விழித்துப் பார்த்தது. கை நீட்டி எடுத்துக் கொண்டாள்.

''சித்தப்பா வரலையா?'' என்று கேட்டாள். முன்னே பின்னே பார்க்காத சித்தப்பாவை விசாரிக்கிறாள் சீத்தம்மா.

நடுத்தரமாய் ஒரு மளிகைக் கடை, கடை வேலைக்கு ஒருபையன், கடைக்கார பையனும் கோயிலுக்குப் போகணும் என்று தயாராகிக் கொண்டிருந்ததாக விமலா சொன்னாள்.

சீத்தம்மா நல்ல பேச்சுக்காரி என்று தெரிந்துவிட்டது. ஒரு வாரம் பொத்தி பொத்தி வைத்திருந்தவள், தொட்டால் குளிர்ச்சி கொடுக்கும் ஒரு ஜீவன் கிடைத்ததும் 'சித்தி' என்று ஒட்டிக் கொண்டுவிட்டாள்.

சுப்பு ஆச்சரியமடைந்தான். இவர்களுடைய ஆதரவில், இனி அவள் என்ன சொன்னாலும் கேட்பாள் என்று புலப்பட்டுவிட்டது.

''நாளைக்குத்தான் விசேஷம். ராத்திரி இங்ஙனயே தங்கனும்'' சுப்பு சொன்னான்.

''இங்ஙனயா?''

பைக்கில் வந்திறங்கியபடியே கடைக்கார சித்தப்பா கேட்டார்.

''வந்திருக்கிற, சனங்களைப் பாருங்க மாமா.''

கூடியிருக்கிற கூட்டம் ராத்திரி வாசம் செய்யவிருப்பது தெரிந்தது; அதுபோலத்தான் அவர்களும், மடத்துக்குப் பின்னாலிருந்தது பெரிய உயர்நிலைப் பள்ளி. மடத்துக்கும் பள்ளிக்கும் இடைப்பட்ட நீண்டு, அகண்டு பரந்த திடல்; திறந்து விடப்பட்ட வகுப்பறைகளில், தாழ்வாரங்களில் அவரவருக்குத் தெரிந்தவர்கள் ஊர், வட்டாரம் என தொகுதி தொகுதியாய்த் தங்கியது.

‘சாப்பாட்டுக்கும், தங்கறதுக்கும் பஞ்சமா?’’ சுப்பு கடைக்கார மாமாவிடம் பேசினான்.

‘‘இங்ஙன எதுக்கு ராத்திரி ஒத்தயில தங்கிகிட்டு’’ கடைக்காரர் சொன்னபோது,அவனுக்கு முன்னாலும், பின்னாலும், நெரிபட்ட கூட்டத்தைப் பார்த்து ‘பாரு’ என்றார். கார்த்திகை மாதக் காற்றின் குளிரைக்கூட ஜன நெரிசல் ‘கப்’பென்று விரட்டியிருந்தது.

‘‘இல்லே, புதுப் பொண்ணு நகை நட்டெல்லாம் போட்டிட்டு வந்திருக்கிறதைப் பத்தித்தான் யோசிச்சேன்.’’ என்றார் கடைக்காரர்.

சுப்புராமிடம் பதில் தயாராக இருந்தது. அந்த சமூகத்து ஆட்கள் தவிர வேறொரு புள்ளி உள்ளே நுழைய முடியாது. சாமியார் சமாதி உள் நுழையும் வாசலாக இருந்தது. வெளியாட்கள் யார் வந்தாலும் சாமி கும்பிட வேண்டுமென்றால் பிரதான சாலையிலிருந்தபடி கும்பிட்டுவிட்டு அப்படியே திரும்பிப்போக வேண்டும். மற்ற சனம் மடத்துக்குள் நுழைந்து ‘‘டோரா’’ போட்டுவிட முடியாது.

‘‘நீங்க எந்த ஊர்? ஐயா எங்கிருந்து வர்றீங்க?’’ கேட்டுக்கொண்டே பாரா உஷார் வருவார்கள். அவர்களுக்கு அனுசரனையாய் வருகிறது தொண்டராணி. இரவு எல்லோரும் கண்ணயர தொண்டர்படை கண் விழித்திருக்கும். வேத்துமையாகத் தெரிந்து விட்டால், ‘கிளம்புங்க கிளம்புங்க’ என்று அப்படியே மூட்டை கட்டி அனுப்பிவிடக் காத்திருந்தது தொண்டரணி.

‘‘அப்பத்தான் ஒரு அரண் (பயம்) இருக்கும் மாமா’’

சீத்தமாவுக்குள் பயம் ஊர்ந்து படர ஆம்பித்தது. வெட்ட வெளியில் ராத்திரி முழுவதும் தங்கவைத்து அலப்பறை பண்ணி விடுவானோ என்று நினைத்தாள். அவனுடைய குணம் இன்னும் திட்ட வட்டமாக சீத்தம்மாவின் கைக்கு வந்து சேரவில்லை. அவன் குணம் பிடிபடுகிறவரை சங்கடம் தான்;

‘‘ ஒரு நா ராத்தங்கல் செய்யணும் மாமா, அப்பத்தான் விசேஷம்’’

என்றான்.

"தங்கினா பலன் பிடிக்கும்னு பாக்குறே?"

விகற்பம் கொள்ளாமல் சிரித்தார் கடைக்காரர்.

பொழுது, கறுப்பு நிறத்தை பூசிக்கொண்டு வந்தது; முன்னாலுள்ள மரம், செடி, இலைகள் எல்லாம் சாம்பல் வண்ணமாகி விட்டன.

பொழுதடைந்த கறுப்பு நேரத்திலும் புதுப்பெண் முகம் செவ செவ என்றாகியது கடைக்காரர் வீசியெறிந்த சொல்லால்.

"கெரஹசாரமா? பக்கத்திலேயே வீட்டை வச்சிக்கிட்டு இங்க கெடக்கணும்னு" விமலா சித்தி தான் முடித்து வைத்தாள்.

"சித்தி சொல்றேன், கேட்கணும்" என்று அதட்டுப் போட்டாள்.

அவர்கள் வீடு திரும்புகையில் ஒவ்வொரு வீடாக அடிக்கொரு தரம் அங்கங்கே நின்று போக வேண்டி வந்தது. சித்திக்கு தெருவில் நல்ல பழக்கம். விசாரிப்புகளுக்கு பதில் சொல்லிக் கொண்டே வந்தாள்.

சுப்புராமும் கடைக்கார சித்தப்பாவும் பைக்கில் புறப்பட்டார்கள்.

விசாலாட்சி அக்கா வீட்டில் கூடுதலாய் நிற்க வேண்டியாகி விட்டது. தெரு ஆரம்பத்தில் அந்த வீடு. பக்தி ஆசாரம் கொண்டவர்கள். ஓம் சக்தி, பங்காரு அடிகளின் வழிபாட்டு மன்றமாக மாடி அமைந்திருந்தது. துவராடை உடுத்திய பெண்டுகள் வருவதும், வழிபடுவதுமாக இருப்பார்கள். எது தவறினாலும் தினமும் பூஜை செய்வது தவறாது என்ற விமலாசித்தியின் புகழ்ச்சி நிஜம்தான்.

"அதான் பாக்குறீங்கள்ளே, ஒவ்வொருத்தியா கூட்டிட்டு ஓடிட்டிருக்கிறாங்க. சாமியார்க. இப்ப போய் சாமியார் மடத்துக்குப் போய்ட்டு வர்றீங்க?" விசாலாட்சி கேட்டாள்.

"நம்மள கூட்டிட்டு போக என்ன இருக்கு, சொத்து, பத்தா வச்சிருக்கோம்."

விமலா சித்தியின் பதில் அசத்தியது.

"பேங்க் லாக்கர்ல கிலோ, கிலோவாய் தங்கம், சாமியாரையே கூட்டிட்டுப் போய் திறந்து எடுத்ததா சேதி வருது- கொலை, மோசடி,

பா. செயப்பிரகாசம் 527

பொம்பளைகளை கெடுத்திட்டான்னு ஒவ்வொரு நாளும் கதை கதையா வருது'' விசாலாட்சி விவரிக்க, விவரிக்க ஆச்சரியமடைந்த விமலா.

"நீங்களே இப்படிச் சொல்றீங்களா?'' என்றாள். "ஆமா சாமியார்னா அந்தப் பேரைக் காப்பாத்திக் கிரணும்லே. காப்பாத்தாம விட்டா யாரு தப்பு? புழுப் புழுவா புழுத்துக் கொட்டுற நேரத்தில் மடம், சாமியார்னு போய்ட்டு வர்றீங்க, அதான் கேட்டேன்.''

"அதுக்கா போறோம். அங்க போனா சொந்தக்காரங்கள்ளாம் வருவாங்க. வருசம் ஒரு தடவையாவது அவங்கள கண்டு பேசிக்கிரலான்னுதான்.''

"அங்கயே பேசி அப்படியே அனுப்பனுமா? வீட்டுக்கு எல்லோரையும் கூட்டிட்டு வந்திருக்கலாமே?''

சித்தியோட பார்வை எதையும் தப்பவிடாது. குருவி தெரிக்கிறவனின் கூர்மையான பார்வை போல விசாலாட்சி அக்காவிடம் வித்தியாசமாய் தட்டுப்பட்டதை சமத்காரமாய் குறிவைத்து எடுத்தாள்.

"இன்னைக்கு வெத்திலையெல்லாம் போட்டிருக்கு விசேஷம் போல'' கேட்டாள் சித்தி.

"ஏன் நீங்களெல்லாம் போடறதில்லையா?'' விசாலாட்சி மெல்ல காற்றுப் போல திருப்பிக் கேட்டாள். பிறகு "நாங்க எப்பவும் தான் போடுவோம், சாப்பிட்டாலும் போடுவோம் சாப்பிடலைன்னாலும் போடுவோம். நீங்க வெயிட்டா சாப்பிட்டாத்தான் போடுவீங்க'' என்றாள்.

"வெயிட்டாவா?''

"அன்னைக்கு முயலு எடுத்திருந்தீங்களே, வெத்தில போடல''

'கவுச்சி, கிவுச்சி எடுத்துக்கிட்டாக்க போட்டுக்கிறது தான், உடம்பில் வாசனை வரக்கூடாதில்லே.''

''இதுவும் வாசனைக்குத்தான்.''

நேரக்குளுமையில் நிற்பதும், நடப்பதும் தோணவில்லை. முன் நிலா எழும்பி வந்தது. கார்த்திகை மாதத்துக்கு நிலா அவசியம் இல்லை. பூர்ணிமைக்கு முந்திய நிலா இன்னும் மூன்று நாளைக்கு ஆகாயத்திலேயே நிற்கும் என்று தெரிந்தது.

## 3

நடுச்சாமத்திலே சத்தம் கேட்டு விழித்தாள் சீத்தம்மா. கதவு திறந்திருந்தது. திறந்த வாசல் எதிரில் மூஞ்சியில் கரி அப்பியது போல் ஒரு துண்டு கறுப்பு மேகம் மூடிய நிலா கிடந்தது.

நிலாவிலிருந்து ஒன்றிரண்டு வெளிச்சக் கதிர்கள் பிதுங்கின.

பிதுங்கிய வெளிச்சத்தில் அசையும் இரு உருவங்கள்.

''சித்தி, சித்தி'' மெல்லக் கூப்பிட்டாள் சீத்தம்மா.

கண்கள் திறக்காமல், உடம்பு திருப்பாமல் தூக்கத்திலேயே, ''என்ன?'' என்றாள் விமலா.

''இங்ஙனதான படுத்திருந்தாரு?''

''ஒன் வீட்டுக்காரர் மட்டுமா இல்லே? எங்க ஆம்பிளையும் இல்லை. ஆம்பிளைக எங்கயாவது கெடப்பாக.''

வராந்தாவில் தெரிந்த உருவங்கள் கடைக்கார சித்தப்பாவும், சுப்புவும்.

அது பேச்சாக இல்லை. கூப்பாடு போலவும், சில நேரங்களில் கத்துவது போலவும் கேட்டது; அக்கம் பக்கத்தில் யாருமே குடியிருக்க மாட்டார்களா? கவலையில்லை குடித்திருப்பவர்களுக்கு.

அவனுடைய இரவுகளும், பகல்களும் சீத்தம்மாவுக்கு இன்னும் முழுமையாகச் சிக்காத போது அவனுடன் கழிகிற நேரமே அவனுடைய குணம் உறுதியாய் பிடிபடவில்லை என்ற நிலையில் இப்போது எதிரில் கண்ட காட்சியால் தெளிவான பிடி கிடைப்பது போலிருந்தது.

''நீ கூடுன உழைப்பாளி. நீ செய்ற வேலைக்குத் தண்ணி போட்டாகனும் மாப்ளே.''

''நா தண்ணி குடிக்கிறதில்லே மாமா, எப்பவாச்சும் தான்.''

''எப்பவாவதா? மனுஷ உடம்பு வாசனை எனக்கு அத்துப்படி. வேறெதிலும் ஏமாத்திறலாம். கடுகில நாலு கருமணல் சேத்துக்கூட என்னை ஏமாத்திறலாம். ஆனாலும் இதில யாராலும் முடியாது. எவளோட உடம்பில கத்தாழை வாசனை வரும், எவளோட உடம்பில களிம்பு வாசனை வரும்கிறத கண்டு பிடிக்கிற மூக்கு இந்த மூக்கு; ஒன் ரோமக்கால் வழியா சாராய வாசம் வருதே. படவா, கள்ளம் பேசாதே.''

கடைக்கார சித்தப்பா தடம் போட்டுக் காட்டிவிட்டார். இப்போது அவருக்கு அவன் அவளுடன் இல்லாத காலத்தின் மறைப்பான காட்சிகள், ஒரு மாயக்கண்ணாடிக்குள்ளிருந்து வருவது போல் தெரிந்தன. இரவுக் குளிர்ச்சியின் ஊடேயும் சீத்தமாவுக்கு வியர்த்தது.

''அவளுக்கு இன்னும் தெரியாது மாமா'' சீத்தமாவுக்கு தொடர்ந்து வெளிச்சம் கிடைத்துக் கொண்டிருந்தது.

''அடிச்சான்யா லக்கி பிரைஸ்''

சித்தப்பா சிரித்தார். கட, கடவென்று, அகலத் தொண்டை; முழக்கம் மாதிரி கேட்டது.

''கொஞ்சநாளைக்குத்தான் மாப்ளே, பெறகு அவளும் சேர்ந்து தண்ணி போடுவா.''

''அப்படியெல்லாம் நாஞ்சொல்ல மாட்டேன்.''

'எனக்கு அப்படித் தெரியுது.''

நள்ளிரவுக் காட்சிக்குப் பின் தூக்கம் ஒட்டாமல் போனது. தகிக்கும் கொடூரங்களாய் எஞ்சிய சாமம் உருண்டது.

இரவு என்ன நடந்தது என்று விமலாவுக்கு எதுவுமே நினைவில்லை. சீத்தம்மா கேட்டபோது ''அப்படியா'' என்று அதிசயப்பட்டாள். ''என்ன நடந்ததுன்னு தூக்கத்தில எனக்கு ஞாபகம் வரலே பிள்ளே'' வருத்தப்பட்டது தெரிந்தது.

''ஆம்பிளக எங்கயாவது, எப்படியாவது கெடப்பாங்கன்னு சொன்னீங்க சித்தி.''

திடுதிப்பென்று இந்தப் பிள்ளை இப்படி ஏன் யோசிக்கிறாள்; திரும்பிப் பார்த்தாள்.

''அப்படி சொன்னனா?''

விமலாவுக்கு எல்லா இரவுகளைப் போலவே முந்தின இரவும் கடந்து போய்விட்டது. அவளுக்குப் பழக்கப்பட்ட இரவுதான்; அவளைப் போன்ற பெண்களின் வாழ்க்கையில் இரவுகளும் பகல்களும் எந்த வித்தியாசமும் பெறாமல் சாதாரணமாய்க் கடந்து போகின்றன. எதுவொன்றுக்கும் எதிர் வினையாற்றம் மின் அலைகள் அடங்கிவிட்டன. இப்போதெல்லாம் எத்தனை மின்சாரம் பாய்ந்தாலும் அவளிடம் அதிர்ச்சி சிறிதும் ஏற்படுவதில்லை. இந்த வாழ்க்கைக்கு தேவையில்லாதவை அவை. அவைகளை தனக்குள் இறுத்திக்கொண்டு தொடர்ந்தால், காலம் கடத்த முடியாது என உணர்ந்து கொண்டிருந்தாள். புருஷன், இரண்டு குழந்தைகள், கடை என்று இரவும் பகலும் வித்தியாசமற்ற நிறம் கொண்டு விட்ட தினப்படி வாழ்க்கைக்கு தேவையில்லாதவை அவை என்று விடை கொடுத்து அனுப்பிவிட்டிருந்தாள்.

சீத்தம்மா விமலா சித்தியை கூர்ந்து நோக்கினாள். அங்குமிங்குமாக வேலையில் அலைந்து கொண்டிருந்தாள். நின்ன நிலையில் அவள் முகம் கிடைக்கவில்லை. இந்த ஒரு வார வாழ்வனுபவம் என்ற துரப்பணக் கருவி கொண்டு விமலா சித்திக்குள் புதைந்து சமாதியாகிவிட்ட உணர்வுகளைத் தோண்டி எடுக்க முயன்று கொண்டிருந்தாள்.

எத்தனை நேரம் .பிந்திப் படுத்தாலும் மூன்றாம் சாம முடிவில் தானாகவே விழிப்பு வந்துவிடுகிறது. இன்றைக்கு உழைப்பிலிருந்து தைப்பாறும் நாள் என்பதால் சுப்பு தாமதமாக எழுந்திருந்தான். குளிர்ந்த காலை ஆளைச் சுருட்ட, கடைக்கார சித்தப்பா தூக்கத்துக்குள் போய்க் கொண்டிருந்தார்.

சுப்பு குளிக்கும் சல, சல சத்தம் கேட்டது. குளித்து தலை துவட்டி சாமி படத்தின் முன் நின்றான். சீத்தம்மாவுக்கு முதுகு திருப்பி, பத்தியோடு கை குவித்தான். வேட்டி, சட்டை உடுத்தித் திரும்பியவன், அப்போதுதான் அவளைக் கண்டது போல ''என்ன, நீ இன்னும் தயாராகலையா?'' என்றான்.

சீத்தம்மா, அமைதியாய் வெறித்துப் பார்த்தபடி இருந்தாள். ஒரு எரிமலையை தனக்குள் இடுக்கிக் கொண்டு அமர்ந்திருக்கும் அமைதி.

''நா கேக்கறனில்லே?''

''என்ன?'' ஏறிட்டுப் பார்த்தாள்.

''குளிச்சிட்டு வா, கோவிலுக்குப் போய்ட்டு வந்திரலாம்.''

''நா வரலே'' உறுதியான பதில் வெளிப்பட்டது.

சுப்பு எதிர்பார்க்கவில்லை. அவளைக் கூர்ந்து பார்த்தான். அவள் முதுகுக்குப் பின்னால் மறைப்பாக நடந்த முந்திய இரவுக் காட்சியைக் கண்டிருப்பாளோ, சந்தேகம் மூள, அவள் மீது பார்வையை பதித்தான்.

''நா இருக்கவா?'' அவன் கேட்டான்.

''இல்லே, நா வரலே.''

சுப்பு படியிறங்கி வெளியேறினான்.

திடீரென்று நிமிர்ந்த விமலா, புதுப்பெண் தன் மேல் பார்வை பதித்திருப்பது கண்டு ஆச்சரியப்பட்டாள்.

''என்ன சீத்தா?'' பரிவாகக் கேட்டாள்.

''இப்படிப்பட்டவங்கதான் சாமியாராவாங்களா, சித்தி?''

கேள்வி 'சரக்'கென்று பாய்ந்தது. என்ன இந்தப் பிள்ளை இப்படிக் கேட்கிறாள் என்பது போல் விமலா அதிர்ந்து பார்த்தாள்.

# பூக்கள்

ஐஸ்வர்யாவின் கையில் காகிதப் பூ (போகன்வில்லா) கொத்தாக இருந்தது. செல்லமாக ஐஸ், ஐஸ் என்று கூப்பிட்டார்கள் பெற்றவர்கள். அவர்கள் அழைத்த தடத்திலேயே சுற்றுவட்டாரத்திலும் அது கூப்பிடு பெயராகிவிட்டது.

சிலர் 'ஐஸு, ஐஸு' என்று இழுத்தார்கள்.

ஏராளமாய் ஐஸ்வர்யாக்கள் அந்த வட்டாரத்தில் முளைத்திருந்தார்கள். அந்தத் தெருவில் மட்டும் மூன்று ஐஸ்வர்யாக்கள். வேற வேற வயதுகளில் கிடைத்தார்கள். இந்தச் சிறிசு, கீழ் வீட்டு ஐஸ் பாப்பா, அதே போல் பலப்பல நவீனப் பெயர்கள், தராதரமின்றி எல்லா இடத்திலும் பல்கிப் பெருகி செழித்துக் கொட்டின.

ஒரு அடுக்கு மாடிக் குடியிருப்பு. முதல் தளத்தில் இருந்த அம்மா தன் பத்து வயதுப் பையனை தீபா, தீபா என்று கூப்பிட்டு கொண்டிருந்தாள். படியிறங்கிக் கீழே போன தீபன், மேலே திரும்பிப் பார்த்தான். மேலே இரண்டாவது தளத்தில் புதிதாய் வந்திருக்கிற தீபா என்ற 17 வயது கல்லூரி மாணவியும் திரும்பிப் பார்த்தாள். கல்லூரியிலிருந்து திரும்பி அவள் வீடேறிக் கொண்டிருந்தாள்.

"இங்கே இன்னும் ஒரு தீபா இருக்கா?" சிரித்தபடி கல்லூரி மாணவி வீட்டுக்குள் நுழைந்தாள்.

கிராமத்தில் பெயர்ச் சிக்கல் எளிதாகத் தீர்க்கப்பட்டிருந்தது. ஊரில் ஒரே வீட்டில் இரண்டு குருசாமிகள். சின்ன குருசாமி, பெரிய குருசாமி - அடையாளம் வைத்துப் பிரித்துக் கூப்பிட்டார்கள். மூன்றாவதாய் இன்னொரு குருசாமி இருந்தாலும் பிரச்னை வரவில்லை. நடுவுள்ள

பா. செயப்பிரகாசம்

குருசாமி என்று அடையாளப் படுத்தி அழைக்கப்பட்டான். பெருமாள் என்ற பெயர் கொண்ட மூன்று வீடுகள். மேல வீட்டுப் பெருமாள், கீழ வீட்டுப் பெருமாள், முக்கு வீட்டுப் பெருமாள் என்று அடையாளம் காட்டி, நாக்கில் புரள எது, லகுவாக இருக்கிறதோ அதைக் கைக்கொண்டார்கள்.

நகரின் நவீனக் குடியிருப்புகளின் மோஸ்தரிலேயே அதி நவீன பெயர்கள் உதித்துவிட்டன. புதிய புதிய வடிவங்களில் மனிதர்கள் முளைத்துவிட்டதை பொருத்தமாகக் காட்டின. ஐஸ்வர்யா இன்றைய காலத்தின் வசீகரமான பெயர். ஒற்றைப் படையில் முடிந்த பெயர். மனிதர்கள் இன்னொரு வகையாய் வடிவமைத்து கொண்டிருக்கிறார்கள் என்பதை கவிதா, திவ்யா, த்ரிஷா, ஐஸ்வர்யா, சொர்ணலதா என்று மூன்றெழுத்திலும், ஐந்திலும் அடக்கினார்கள். எண் ராசி, உச்சரிப்பு ராசி, கவர்ச்சி ராசி என சகல ராசிகளும் பார்த்து வைத்தார்கள். இத்தனை பொருத்தங்களும் இன்னும் கிராமத்தில் இறங்கவில்லை. ஏதோ ஒரு மூலையில் எங்கயோ ஒரு ஊரில் வீற்றிருக்கும் குல தெய்வத்தை நினைத்துக் கும்பிட்டுப் பெயர் வைத்தார்கள். குருசாமி, குருவம்மா, குருவையா, குருவாயி, குருநாதன் என்று ஆணுக்கும் பெண்ணுக்குமாய் வளைத்து வளைத்து வைத்துக் கொள்ள இடம் தந்தது. ஒரே குல தெய்வம்; இன்றைக்கு மெல்ல மெல்ல கிராமத்திற்குள் இறங்கிக் கொண்டிருக்கின்றன இந்த நவீன கிரீடங்கள். இந்த புதிய வருடங்களைச் சுமந்து வாழ்க்கை முழுதும் பயணம் போவார்கள் என நம்புவது அங்கேயும் முளைவிட்டுக் கொண்டிருக்கிறது.

வசதி செல்வாக்கு சேர்ந்துவிட்டால் இல்லாத பொல்லாத கிறுக்குத்தனமெல்லாம் ஒன்றாய்ச் சேர்ந்து வரும் என்றால் அது கீழ் வீட்டு ஐஸ்வர்யா பாப்பாதான். மூன்று வயது செல்லக்கிறுக்கு அது. பெரியவர்களை வாடா, போடா, வாடி, போடி இல்லையென்றால் அதையும் தாண்டிய தடித்த வார்த்தைகளால் கூப்பிடும். வளர்ப்பு அப்படி.

மேல் வீட்டில் விளையாட வருகிறபோதே, பொம்மையைத் தூக்கிக் கொண்டு ஓடிவிடுவாள். ஒன்றரை வயது செல்விக்கு புதிதாய், கவர்ச்சியாய் வாங்கி வருகிற எந்தப் பொருளும் மேல் வீட்டில் நிற்காது. ஐஸின் கைக்கு வந்துவிடும். அடிக்கடி மேலேயும், கீழேயும் அலைந்து, செல்வியின் தாய் சாந்தி களைத்துப் போவாள்.

சிறிசு, பெரிசு என்று வித்தியாசம் பாராமல் அடித்துவிடுவாள். இது மாதிரி சமயங்களில் பெற்றவர்களுக்கு, தன் பிள்ளை மேல் இயல்பாய் கோபம், எரிச்சல், ஆத்திரம் வரவேண்டும். இதெல்லாம் மற்றவர்கள் மேல் பாய்வதற்கு மட்டுமே மடை கட்டி வைக்கப்பட்டிருக்கும் என்கிற யதார்த்தமும் உண்டு.

''அப்படி ஒரு பிள்ளை, இப்படி ஒரு பிள்ளை எல்லாம் ஒரே மாதிரியாவா இருக்கும்'' என்றாள் ஐஸ்வர்யாவின் தாய்.

பெரியவர்களின் கவனம் வேறு பக்கம் திரும்பியதோ இல்லையோ, பட், பட்டென்று அடித்துவிடுவாள். கீழே பிடித்துத் தள்ளுவாள். செல்வி வீல் என்று கத்துவதைப் பார்த்த பிறகே ஏதோ வன்முறை பிரயோகிக்கப்பட்டிருப்பது தெரியும். இதற்கு ஐஸ்வர்யாவின் பெற்ற மனசு முன்னிறுத்திய மேலே சொன்ன சமாதானம் காத்திருந்தது.

அந்தப் படுக்காளிப்பிள்ளையை பார்த்து ஒன்றரை வயது செல்விக்கு நடுக்கம் எடுத்தது. ஆனாலும் அவள் இல்லாமல் இருக்க மாட்டாள். ஐஸ் விளையாடுகையில் வேடிக்கை பார்த்து குதூகலிப்பாள்.

செல்வி சாப்பிட குளிக்க முரண்டு பிடிக்கிறபோது, ஐஸ் அதட்டுவாள், ''ஏய், சாப்பிடு.''

குழந்தையை சாப்பிட வைக்க குளிக்க வைக்க அம்மாவுக்கு இப்போது கிடைத்திருக்கிறது இந்த ஐஸ் மந்திரம்.

''ஒழுங்கா சாப்பிடறயா, ஐஸ்வர்யாவைக் கூப்பிடவா.''

தன் ஒன்றரை வயது குழந்தையை மட்டுமல்ல; இந்த அடங்காப்பிடாரியையும் சேர்த்து கவனிக்க வேண்டியிருக்கிறதே

என்று கவலைப்பட்டாள் சாந்தி. சில நேரங்களில் அவளுடைய தாய்க்குத் தெரியாமல் திட்டுவாள்.

''ஆத்தா, ஒன்னை மேய்க்கிறதுக்கே ஒரு ஆள் போடனும். ஒன்னைப் பார்த்தாலே பயமாயிருக்கு''

வெறிச்சியில் ஒரு தடவை கத்திவிட்டாள்.

அந்த வார்த்தைகளை அப்படியே கொண்டு போய்ச் சேர்ப்பதற்கு கீழே ஓடினாள் ஐஸ். ஒன்னுக்கு இரண்டாய் மூட்டிவிட்டு விடுவாளோ என்று உளவறிதல் பணியும் செய்ய வேண்டி வந்து சேர்ந்திருந்தது சாந்திக்கு.

''என்னமும் சொன்னாளா?''

பின்னாலேயே கீழிறங்கிப் போய்க் கேட்டாள்.

''என்ன?'' சிரித்தாள் ஐஸின் அம்மாள்.

''இல்ல, என்னமும் சொன்னாளா?''

''சின்னப்பிள்ளைக அதுகளுக்கு என்ன, என்னமும் சொல்லும்.''

இப்படியெல்லாம் பெரிசாய் எடுத்துக் கொள்ளக்கூடாது என்ற அர்த்தத்தில் புன்னகை செய்து நகர்ந்தாள்.

காகிதப் பூ (போகன் வில்லா) மூன்று வயது ஐஸின் கையில் இருந்தது. மாடி வராந்தாவில் விளையாடிய போது, கைப்பிடிச் சுவரில் படர்ந்திருந்ததை பறித்தாள். ஒரு கொத்தாக பூ அவள் கையில்.

மேல்நாட்டுக்காரன் கொண்டு வந்த உமி கூட இங்கே தங்கத் துகளாக கையில் ஏந்தப்பட்டு விட்டது. முல்லைக்கொடி, மல்லிகைக் கொடிக்கு கிடைக்காத மதிப்பு போகன்வில்லா செடிக்கு வந்திருந்தது. செடியிலும் சேர்த்தியில்லை, கொடியிலும் சேர்த்தியில்லை என்ற அந்த முள்செடிக்கு இப்படியொரு வாழ்வு வந்ததே என்று ஆச்சரியப்பட்டான் சரவணன்.

புதுப்புது மோஸ்தரில் கட்டப்பட்ட வீடுகளும் கட்டிடங்களும் முன்புறத்தில் போகன் வில்லாக்களால், உட்புறத்தில் குரோட்டன்ஸ்

செடிகளால் அழகு செய்யப்பட்டன. குரோட்டன்ஸ் செடிகளைக் காணுகிற போது, சீக்கு வந்த கோழிகள் போல் குக்கிப் போய்க்கிடப்பதாக நினைத்தான். நாட்டுப்புறத்தை அவை அலட்சியப்படுத்தி ஒதுக்கி வைத்தன. எருக்கலம், எருது திண்ணி, குப்பைமேனி, வெள்ளை மொச்சிச் செடிகள் நவீன மோஸ்தர் கட்டிடங்களுக்குள் அடி எடுத்து வைக்க முடியாது. மருந்துச் செடிகள் தாம் அவை. மருத்துவச் செடிகள் என்றால் மூலிகைத் தோட்டத்துக்கு உரியவைதான் என்ற மேல்நிலை மோகம் பெருவாரியாகக் குவிந்து கிடக்கிறது. பசியநிறம் கொண்ட அவை குளுகுளு பார்வைக்கு ஒத்து வராது; மருந்துக்கும் கூட வரக்கூடாது என்று புறமொதுக்கப்பட்டு விட்டன.

செஞ்சிவப்பாய் காய்களும் பச்சைப் பசேல் என்ற இலைகளுமுள்ள நம் ஊர்க் குன்றி மணிக் கொடியைப் படரவிட்டால் 'டாலடிக்கும்' செவ்வரி படர்ந்த கண்களினூடே நடுவில் புரளும் கருமணியை அப்படியே திருப்பி மாற்றினாற்போல் செம்மணி உருண்டைகள் கொத்துக் கொத்தாய் ஆடின. கிறிஸ்மஸ் கிரீப்பர் என்று முள்ளுள்ள செடியைப் படர விட்டிருக்கிறார்கள். போகன்வில்லாவும், கிறிஸ்மஸ் கிரீப்பரும் இங்கேயுள்ள திருகி முருகிய மேல்நாட்டு மனங்களைக் காட்டிக் கொண்டிருந்தன,

ஐஸ்வர்யா போகன்வில்லாப் பூக்களைப் பறித்திருந்தாள்; அவள் கையில் கொத்தாக பூவைக் கண்டதும் செல்வி அவனை இழுத்துப் போய்க் காட்டினாள். சரவணன் அவளுக்கும் பறித்துக் கொடுத்தான். இரண்டு சின்னஞ்சிறு பச்சைக் கைகளில் ஏறி உட்கார்ந்த போகன்வில்லா, கௌரவம் கொண்டு விட்டது போல் தோற்றமளித்தது.

மாடி வராந்தாவில் பூக்கள் சிதறிக் கிடந்தன. சிதறிய பூக்கள் சிறு காற்றில் ஒன்றையொன்று விரட்டித் தொட்டன. கையில் அசைவதும், காற்றில் நடப்பதும் குழந்தைகளை சிரிக்க வைத்தன.

வெயிலில் அலைந்து திரும்பியிருந்தாள் சாந்தி. மாடி ஏறியதும் கத்தினாள், ''யார் பூவைப் பறிச்சது?''

சரவணன், மகள் செல்வி, ஐஸ்வர்யா மூன்று பேரையும் பார்த்துத்தான் கேள்வி வந்தது. ஆங்காரம் ஏறிக் கொண்டு போனது தெரிந்தது.

''யார் பறிச்சதுன்னு கேக்கறனே?''

''குழந்தையைப் பாத்திட்டு வந்தாச்சா?''

சரவணன் கேட்டான். மேலெழும் அவளுடைய கோபத்தைத் தணித்து சமாதானப்படுத்துவதற்காக கேட்டான்.

உறவுக்காரர்கள் ஒருத்தர் வீட்டில் குழந்தை பிறந்து ஒருவாரம் ஆகிறது. மருத்துவமனையில் இருக்கிறபோது, பார்க்க வாய்ப்பில்லை, போகிறபோதே, போவதா, வேண்டாமா என்ற கேள்வி எழுந்தது. அவளுக்கு மாதவிடாய் நாட்கள், தூக்கிக் கொஞ்ச முடியாது. தூக்கினால் குழந்தை சீறிச் சிதறி அழுகும் என்று அவள் சொன்னாள்.

நீ ஏன் அதை வெளியில் சொல்ல வேண்டும் என்று சரவணன் வழி சொல்லி அனுப்பினான். இருந்தாலும் நமக்குன்னு மனச்சாட்சி இல்லையா என்று தயக்கத்துடன் போயிருந்தாள். போனாளா, பார்த்தாளா, அது பற்றிப் பேச்சில்லை.

குழந்தைகள் மேல் பாய்ந்தாள்.

''யார் பறிச்சது?''

ஐஸ்வர்யாவின் கையிலிருந்த பூங்கொத்தை 'படக்'கென்று பறித்தாள். அவளுடைய கடந்த காலத்தை, அப்போதைய நடவடிக்கைகளை வைத்து சரவணன் பார்த்தான். அவன் ஆச்சரியப்படவில்லை.

ஐஸ்வர்யா அதிர்ந்து போய் நின்றாள். ''அத்தை அது எனக்கு வேணும்.''

செல்வியின் கையிலிருந்த பூவும் பிடுங்கப்பட்டது. செல்வி அழ ஆரம்பித்தாள்.

''வந்ததும் வராததுமா இப்ப என்ன? இதுதான் முக்கியமா?''

சரவணன் அவளுடைய கையிலிருந்த பூங்கொத்துக்களை வாங்க கை நீட்டினான்.

''ஒங்களுக்குத் தெரியாது.''

''குழந்தைகதானே?''

''யாரா இருந்தா என்ன? பூவைப் பறிக்கக்கூடாது. பூ செடியிலதான் இருக்கணும்.''

மட, மடவென்று பூஜை அறைக்கு கொண்டு போய் சாமி முன்னால் வைத்தாள். அவளுடைய அந்தக் காரியம் ராட்சதத்தனமாய் தென்பட்டது. அவளுக்குள் மறைந்திருக்கின்றன ராட்சதத்தின் அடுக்குகள்; அவைகளை ஒவ்வொன்றாய் திறந்துகாட்டி அவனை அதிர்ச்சியடைய வைக்கிறாள். இவ்வாறு முதன் முதலாக, முதன் முதலாக என்று அவளிடமிருந்து ஒவ்வொரு முதன் முதலாக வெளிப்படுகிற போதெல்லாம் அதிர்ச்சியடைந்து கொண்டிருந்தான்.

பின்னாலேயே சாமி அறைக்கு வந்த ஐஸ்வர்யாவையும் செல்வியையும் கிளப்பி, கதவைப் பூட்டினாள். செல்வியை ''பூவைப் பறிக்கக்கூடாது கண்ணு, செடியிலதான் இருக்கணும்'' என்று சமாதானப் படுத்தினாள். ஒன்றரை வயதுக் குழந்தைக்கு அது புரிந்திருக்குமா? குழந்தை பூஜை அறைப் பக்கமே கை நீட்டி அம்மாவைத் திருப்பினாள். முடிந்த அளவு வலுக்கட்டாயமாக அம்மாவின் முகத்தைத் திருப்ப ஆரம்பித்தாள்.

மேல் வீட்டில் தன் குழந்தை அதிக நேரம் இருக்கவிடக்கூடாது என்ற உணர்வோடேயே உலவிக் கொண்டிருக்கும் ஐஸ்வர்யாவின் தாய் சத்தம் கேட்டு மேலே வந்தாள்.

''அம்மா அத்தை பூவைப் பிடுங்கி வச்சிட்டாங்க.''

''பூ எனக்கு வேணும்.''

ஐஸ்வர்யா பூஜை அறையைக் கை காட்டினாள்.

என்ன நடந்தது என்று தெரியாமல் அந்தத் தாய் நின்றாள்.

''பூவைப் பிடுங்கக் கூடாது. அவளே பூவைப் பறிச்சு இருக்கா, அதான் வாங்கி வச்சேன்'' என்றாள் சாந்தி.

''பூவைப்பறிக்கக்கூடாதும்மா'' என்றபடி, நிலைமையை புரிந்து கொண்டவள், ஐஸ்வர்யாவைக் கீழே கூட்டிப் போனாள்.

''போகன்வில்லா முள் கையில குத்திடக் கூடாதேன்னு, நான்தான் பறிச்சுக் கொடுத்தேன்'' - சரவணனின் சீற்றம் சாந்தியை நோக்கி வந்தது.

''யாராயிருந்தா என்ன? பறிச்சது தப்பு'' என்றாள் மூஞ்சியில் அடிக்கிற மாதிரி.

''சின்னக் குழந்தைதானே. அதைப்பிடுங்கி சாமி அறையில ஒளிச்சி வைக்கிறே?''

''நீங்க செய்றீங்களா? திரும்ப அதைக் கொண்டு போய் செடியில வைக்கிறீங்களா, ஒங்களால முடியுமா?''

திருப்பினாள் எளிதாக.

''ஒண்ணு தெரிஞ்சுக்கோங்க. பூ செடியில இருக்கிறதுதான் அழகு. செடியில் இருக்கிற பூவை ரசிக்கச் சொல்லிக் கொடுங்க.''

வளருகிற பிள்ளைகளுக்கு அது தெரிய வேண்டும். வளருகிறவர்களுக்குச் சொல்ல வளர்ந்தவர்களுக்கு அது முன்னமேயே தெரிந்திருக்க வேண்டும். பெரியவர்கள் அறிந்து கொள்வது அவர்கள் வழியாக வளருகிற சிறியவர்களுக்கும் போய்ச் சேருகிறது.

மலரினும் மெல்லிய குழந்தை துவண்டு சரவணனின் தோளில் சாய்ந்து கொண்டிருந்தாள். குழந்தையை வாங்க கை நீட்டினாள். குழந்தை அவளிடம் போக மறுத்து, சாமி அறையைக் கை காட்டியது.

''என் அம்மா இல்லே'' என்று இழுத்து அணைத்தாள். வம்படியான செயலாகவே அது இருந்தது. குழந்தைக்கு சாமி அறை மறுக்கப்பட்டதால் அழ ஆரம்பித்தது.

எதிரில் இருப்பவர்களின் முகபாவனைகள் தாம் குழந்தையின் மொழி. அந்த மொழியைச் சட்டென்று பிடித்துக் கொள்கின்றன குழந்தைகள். எதிர் முகங்களின் வெளிப்பாடுகளுக்கு ஏற்ப வினை கொள்கின்றன.

எல்லாச் சாதுரியமும் காட்டிப் பார்த்தாள் தாய்; வேற எந்தச் சாமான் கொடுத்தாலும் குழந்தை சமாதான மாகவில்லை.

''இன்னைக்கு ஒனக்கு என்ன ஆச்சு சனியனே'' என்று கத்தினாள். அதட்டலை புரிந்து கொண்டது. கூடுதலாய்ச் சத்தம் கொடுத்து அழத் தொடங்கியது.

அதிகாரத்தின் அசைவு, ஆத்திரம் குழந்தையை ஒன்றும் செய்ய முடியவில்லை. செல்வி மேலே, மேலே குரலெடுத்து அழுதாள். அழுது முகம் சிவந்து போனது.

''ஐஸ்வர்யாவைக் கூப்பிடட்டுமா-''

தனது கடைசி அஸ்திரத்தை தாய் பிரயோகித்தாள். குழந்தை அடங்கிப் போனாள். லேசான விம்மல் மட்டுமே மீதி இருந்தது.

பொருமிப் பொருமி முகம் கன்றிய குழந்தையின் முகத்துக்கு நேரே அதிகார விரலை அசைத்து, அதே சாட்டையை மீண்டும் சொடுக்கினாள்.

''ஐஸ்வர்யா இங்க வா, குட்டி அழுகுது பாரு.''

மலரினும் மெல்லிது குழந்தை. அந்த குழந்தையினும் மேலானதாய் எதையும் வைக்க முடியுமா? கேள்விகளுடன் சரவணன் அலைப்புற்று அவளைப் பார்த்துக் கொண்டிருந்தான். மறித்து, மறித்து குழந்தையை மடக்க சாந்தி மல்லாடிக் கொண்டிருந்தாள்.

''ஐஸ்வர்யாவை கூப்பிடட்டுமா?''

பழைய அம்பையும் அம்புறாக் கூட்டையும் மீண்டும் எடுத்துக் கொண்டு தயாரானாள்.

சாமி அறை திறக்கப்படாமல் , மூடிக் கிடந்தது.

# இருட்டுப் பச்சை

இது படிக்கிற நேரம், இது எழுதுகிற நேரம் என்று அவரவருக்கு அததுக்கு ஒரு நேரம் இருப்பது போல, ஊர்களில் ஒவ்வொன்றுக்கும் ஒரு காலம் வருகிறது.

உழவு, விதைப்பு, களையெடுப்பு, பயிரடிப்பு, கருது பீட்டை (உமி) கட்டுகிற காலம், கருது பால் பிடிக்கிற காலம், கருதறுப்பு, பிணையடிப்பு வெள்ளாமை என்று பல கட்டங்கள். வெள்ளாமை வீடு வந்து சேருகிறவரை ஒவ்வொரு கட்டத்திலும் சம்சாரி உயிரைப் பிடித்துக் கொண்டுதான் காத்திருப்பான். ஒரு பருவம் முடிந்து அடுத்த பருவமும் கோளாறில்லாமல் கடக்க நெஞ்சு 'பதக் பதக்'கென்று அடித்துக் கொள்ளும். பத்து மாதச் சூல் போல் தான் அந்த மகசூல்வீடு வந்து சேரும் வரை; ஒன்னுக்கு, ரெண்டுக்குப் போவதும் தன்னறியாமல் நடக்கும்.

சம்சாரி 'அக்கடா' என்று இளைப்பாறுகிற கட்டத்தில் தான் ஆடிக் காற்று வீசி, பதனி வரத்து தொடங்குகிறது.

ஆடிக்காற்று கொப்பளித்து அடிக்கிற போது, மணலை வாரித்தூற்றி மனித நடமாட்டத்தைத் தடை செய்யும், விறகுக் கட்டு, புல்லுக்கட்டு, சோளத் தட்டை, கம்மந்தட்டை தலைச்சுமை எடுத்துப் போக முடியாது. எதிர்க்காற்று இழுத்துக் கீழே தள்ளிச் சிரிக்கும். காற்று போகிற போக்கிலும் சுமை தூக்கிப் போக முடியாது; காற்றடிக்கிற திசையில் இல்லை ஊர்.

ஆனால் பனைகளுக்குக் கொண்டாட்டம்; தலையையும் கையையும் ஆட்டி ஆட்டி காற்றைக் கூப்பிட்டுக் கொள்கின்றன. குழந்தை முகம் மோதியதும் கசியும் தாய்மார்பு போல், தட்டித் தட்டி

நீவிக் கொடுக்கும் காற்றில் கக்கத்தில் இடுக்கிய முட்டிகளில் பதநீர் சுரப்பு பீய்ச்சியடிக்கிறது.

"மதுரை வந்தால் இங்கு வந்து போவது பற்றி யோசியுங்கள். இந்த சீசனில் பதநீர் நன்றாக இருக்கும். மே மாத விடுமுறையில் என்னைத் தவிர நம் வீட்டில் எல்லோரும் ஒவ்வொரு திட்டம் வைத்திருக்கிறார்கள். இது இயற்கை உணவுப் பயிற்சிக்கு ஒரு நல்ல வாய்ப்பு என்ற ரீதியில் என் சிந்தனை ஓடிக்கொண்டிருக்கிறது. நீங்களும் வாருங்கள். பதநீர், பழங்கள், தேங்காய் முளைகட்டிய கம்பரிசி என்று சாப்பிட்டுப் பார்க்கலாம்.

"தரைக்குடியில் ஆவணி கடைசி செவ்வாய் பொங்கலும், மறுநாள் புதன்கிழமை எருதுகட்டும் நடைபெறும். எருது கட்டுக்கு வீட்டுக்கு வீடு வண்டிமாடு இருக்கும். போக்குவரத்துக்கு வசதியாயிருக்கும்.

எருது கட்டு வரும்வரை பதநீர் இருக்கும்."

முந்நூறு மைல்களுக்கு அப்பாலிருந்தாலும், தனதிடத்தில் விளைகிற பொருள்களைக் கொண்டு ஒருவனை உபசரிக்க அழைக்கத் தோன்றுகிற அவர்தான் எஸ்.எஸ். போத்தையா. தங்கம்மாள்புரம் கரிசல்காட்டின் கடைசி எல்லை. அந்த ஊரில் கரிசல்காடு முடிந்து செவக்காடு ஆரம்பமாகிறது.

ஊருக்கு கிழக்கே கண்ணுக்குத் தெரிந்த இடமெல்லாம் செம்மண் தேரிகள். தேரி மேடுகள் மேல் தோள்மேல் குழந்தையை தூக்கி வைத்துக் கொண்டு நடக்கும் தகப்பன் போல் பனை விடலிகள்; நடைக்கேற்றபடி குழந்தை தலையாட்டம் போடுவது போல், மெல்லவோ பலமாகவோ காற்று வீச்சில் தோதாக ஆடும் பனைகள்.

நான் போனபோது தரைக்குடி எருது கட்டைத் தவற விட்டிருந்தேன். எருதுகட்டு தாண்டித்தான் ஊர் போக முடிந்தது. ஆனால் தங்கம்மாள்புரத்தில் ஊர்த் தேவதை பெத்தனாட்சியம்மனுக்குப் பொங்கல், மூன்று நாள் விமரிசையாக நடக்கும்.

தங்கம்மாள்புரம் போய் இறங்கிய போது பேருந்து நிறுத்தத்துக்குப் பக்கத்திலேயே சுற்றி பனைஓலை அடைத்த தேநீர்க்கடை; உள்ளே நுழைந்தேன்.

அவர் பெயர் சுரண்டி, அதுவைத்த பெயர் இல்லை, இடையில் உண்டான பெயர். அந்த பெயர் உண்டானதற்கான பூர்வீகம் தேடிப் போனால், அதற்குப் பின்னால் ஒரு பெரிய கதை இருக்கும் என்று தெரிந்தது.

இளஞ்சூடாயிருந்த வடையை எடுத்து, சுரண்டி வாயில் வைத்தார்.

''எலும்பு கடிக்கிற மாதிரி இருக்கு

வடை மாதிரி தெரியல''

படக்கென்று கடைக்காரர் சொன்னார்.

''மாட்டுச் சவ்வு கடிக்கிறவங்களுக்கு அப்படித்தான் தெரியும்''

பேச்சில் யதார்த்தமும், அதனோடு கொஞ்சம் எகத்தாளமும் சேர்ந்திருந்தது.

''மாட்டுச் சவ்வையாவது கறும்பிரலாம் போல, வடையை கடவாய் பல்லுல கொடுத்து, அதக்கி, அதக்கி கடிச்சுப் பாக்குறேன் முடியல.''

''வடையை நாக்கில சாப்பிடணும்.''

''ஒம்பேர்ல ஏதாவது தப்புச் சொன்னனா? வடை பேர்லதான் குத்தம் சொல்லணும். அது என்ன செய்யும், வாயில்லா சீவன்.''

இப்படி மற்றவருக்குப் பிடிக்காத விஷயத்தைச் சுரண்டிச் சுரண்டிக் கேட்பதால் அவருக்கு இந்தப் பெயர் ஏறியிருக்கக் கூடும்;

வார்த்தைக்கு வார்த்தை கூடிக்கொண்டு போன தருணத்தில், இனி சாயந்தர சோலிக்குப் போக வேண்டியது தான் என்று சொல்லியபடி ஒருவர் எழுந்து போனார்.

ஊருக்குள் பொங்கலின் அலங்காரங்கள் பேசின; அந்த மூன்று நாளும் உழைப்பாளி தைப்பாறிக் கொள்வான்.

ஊர்த் தேவதை பெத்தனாட்சியம்மன்; ஒரு மாதத்துக்கு முன்னால், முதல் செவ்வாய் காப்புக் கட்டிவிட்டார்கள், ஊருக்குள் பொங்கல் சாட்டுதல் என்பது இதுதான். இரண்டு நாள் முந்தி ஊரெல்லாம் தெருவை மறித்து வேப்பிலைத் தோரணம் கட்டினார்கள். கோயிலுக்கு முன் தென்னந் தட்டிப் பந்தல்; வீட்டுக்கு வீடு புதுத் துணிமணி, முதல் நாளே உறவினர், விருந்தினர் வந்தாகிவிட்டது.

அன்றைக்கு காலை போத்தையா அண்ணாச்சி சோர்வாகத் தெரிந்தார். வாய்நிறையச் சிரித்து வரவேற்கச் சக்தியில்லை. ஒரு வாரம் விரதம் இருந்து வருகிறார். ஊருக்கு முதல் மரியாதை அவர் வீட்டுக்கு; இதை முதல் மன்னனை, இரண்டாம் மன்னனை, மூன்றாம் மன்னனை என்று அழைக்கிறார்கள். ஒவ்வொரு நாளும் வெள்ளன எழுந்து, குளித்து, கோயில்போய் பூசை முடித்து மதியம் விரதம் இருக்கிறார்; மறுபடி மாலையில் வழிபாடு, முதல் மன்னனைக்குரிய கடமைகளை நிறைவேற்ற வேண்டுமாம்.

போத்தையா அண்ணாச்சிக்கு வரத் தோதுப்படவில்லை. என்னுடன் இன்னொரு தம்பியை அனுப்பினார். பனங்காட்டுக்கு நடந்தோம்.

தேரியில் காலை அமைதி, பனங்காட்டுச் சலசலப்பு இல்லை; பனைகள் எல்லாம் கைகூப்பி கும்பிட்டுக் கொண்டிருந்தன. காற்று என்ற வாத்தியார் மரணம் எய்தி விட்டதால், துக்கம் காக்கும் வகுப்பறை போல் நின்றன.

இளம்பனைகளில் பதநீர் சுவை இருக்காது; நீர்ச் சத்து அதிகம் இருக்கும். முத்தின பனைகளில் தேநீர் அமிர்தமாய் இருக்கும்; சாயந்தரம் நல்ல கடற்காற்று. கடற்காற்று வீசி பதநீர் சுவை கூடிவிடும். மழை அறவே கூடாது. மழை சொரியச் சொரிய பதநீர் சுரப்பு மாற்றம் கண்டுவிடும். புரட்டாசி, ஐப்பசி மாதங்களில் சுரப்பு இல்லாமல் போகுமானால், மழை அது வேலையைக் காட்டிவிட்டது என்று அர்த்தம்-என்னுடன் தேரிக்காட்டுக்கு வந்த தம்பி வேலப்பன் சொல்லிக் கொண்டே வந்தார்.

பா. செயப்பிரகாசாம்

கருகருவென்ற பனைகளும், அவைகளைத் தாங்கிய செம்மணல் தேரிகளும், பனைகளுக்கும் தேரிக்கும் இடையில் இத்தொழிலை நம்பி பிஞ்சி, பிஞ்சிபோன வாழ்க்கைக்குள்ளும் நடந்தோம் நாங்கள். ஒரு பனை உச்சியில் பூச்சி போல் தொங்கிக் கொண்டிருந்தார் அவர்.

பாளையைச் சீவி முட்டியை கட்டிவிட்டு கீழிறங்கி வந்தார். முப்பது வயதைத் தொடும் வாலிபர்.

150 - பனைகளை குத்தகைக்கு எடுத்து தேரியில் குடிவந்திருக்கிறார். அதிகம் பதநீர் வரத்துள்ள காலத்தில் இப்படி குத்தகைக்கு எடுத்து குடும்பத்துடன் தேரியில் குடியிருந்து விடுவார்கள். 150 பனைகளும் சுரப்புக் கொடுத்து நிற்கிறபோது, ஒரு தனி ஆள் 150 பனைகளையும் ஏறித் தீர்க்க முடியாது; காலை ஒரு தரம் மதியம் ஒரு தரம்; மீதிப்பனைகளை சாயந்தரம் தொடங்கி கண்மங்குகிற இரவு வரை செய்து முடிக்கிறார்.

சாயந்தர சோலிக்கும் போகனும் என்று தேநீர்க் கடையிலிருந்து எழுந்து வந்த அந்த ஒருவர் அவர்.

மாசி, பங்குனி, சித்திரை, வைகாசி நான்கு மாதங்களுக்கு பனையேத்தம் மும்மரமாய் இருக்கும். ஒரு நாளைக்கு முப்பது கிலோ கருப்பட்டி விழும். அந்த நாட்களில் வேத்துத் தொழிலுக்குப் போக முடியாது.

பனைச் சொந்தக்காரர்களுக்கு, நாளொன்றுக்கு பத்துக்கிலோ கருப்பட்டி வீதம் தந்துவிட வேண்டும். மொத்தம் 250 கிலோ கருப்பட்டிக்கு குத்தகை விட்டிருக்கிறார்கள். பதநீர் வரத்து அதிகமாயுள்ள போது, கொடுத்துத் தீர்த்து விடுகிறார். குத்தகை கொடுத்துத் தீர்த்து விட்டால் பிறகு கவலையில்லை.

பதநீர் அருந்தலாகிக் கொண்டு வருகிறது. சுரப்புக் கொடுத்த மரங்களின் எண்ணிக்கையும் குறைந்து வருகிறது. சன்னம் சன்னமாய் குறைந்து இன்றைய தினத்தில் ஏற வேண்டிய மரங்கள் ஐம்பதுக்கும் குறைவு.

மண்டையிடி இப்போது ஆரம்பமாகிறது. பனையேத்தம் குறையக் குறைய, அன்றாடம் வேறதொழில் என்ன கிடைக்குமோ அதுக்கு ஓடவேண்டும்.

''பொங்கலுக்குப் போகலையா?''

அண்ணாச்சி என்ற வார்த்தை வட்டாரத்துக்கு உரித்தானது. அந்த வார்த்தையை வேலப்பன் தவிர்த்தார். பனையேறிகள் எந்த சாதிக்காரர்கள் என்பதை அவர் அறிவார்; என் பக்கம் திரும்பி வேலப்பன் சொன்னார். ''இவர் டி. ராசேந்தர் ஆட்டம் நல்லா ஆடுவாரு.''

முதல் நாள் முளைப்பாரி எடுப்பார்கள். மிக பயபக்தியோடு முளைபோட்டு பெண் குழந்தைகள் கும்மியடிப்பார்கள்; இரண்டாவது நாள் உள்ளூர் இளைஞர்கள் ஆடும் ஒயிலாட்டம், சிலம்பாட்டம், மூன்றாவது நாள் வில்லுப்பாட்டு உண்டு. இப்போது அது அருகி வருகிறது. அந்த பூமியில் நவதானியங்கள் காணாமல் தொலைந்து போய்விட்டது போல் அவர்களின் கலைகளும் காலாவதியாகி வருகின்றன.

ஆனால் இது புது ஆட்டம் இசை தட்டு நடனம்; ஒவ்வொரு நடிகர் வேஷத்தில் அந்தப் பாடலைப் போட்டு அவரே போல ஆடுகிறார்கள். ஆணும் பெண்ணும் சேர்ந்து ஆடுவது போல் வரும் பாடல்களுக்கு பக்கத்து நகரத்திலிருந்து நாடக ஆட்டக்காரி ஓரிருவரை சேர்த்துக் கொள்கிறார்கள்.

''நம்ம இங்ஙன பனங்காட்டுக்குள்ள கெடக்குறோம் ஊருக்குள்ளே என்ன நடக்குதுன்னு தெரியறதில்லை.''

பனையேறி பெயர் இருட்டுப் பச்சை;

பச்சை பெற்றோர் வைத்த பெயர்.

இருட்டுப் போல் கறுப்பாக இருந்தார்; இருட்டுப் பச்சையின் பேச்சில் ஊர்மேல் வருத்தப்பட்டது தெரிந்தது.

''பொங்கல் நடக்குதுன்னு சொல்லிருப்பாங்கள்ளே''

பொங்கல் நடக்கிறது என்று தெரியும். ஆனால் இசைத்தட்டு நடனம் இருக்குமென்று தெரியாது. முன் கூட்டியே அவருக்குத் தெரிந்திருக்க வேண்டும். ஊர் இளைஞர்களே ஆடும் இசைத்தட்டு நடனம், ஊர் ஊருக்குப் பெருகிக் கொண்டது. முன்கூட்டியே தெரிந்திருந்தால் அவர் தயாராகியிருப்பார்.

''நா டி. ராசேந்தர் ஆட்டம் நல்லாப் போடுவேன்'' என்றார்.

வைரம் பாய்ந்த கருங்கடைசல் கட்டை உடம்பு. பனை ஏறி ஏறி கிண்ணென்று திறம் ஏறிப் போயிருந்த தோற்றம்; மரமேறி என்ற ரூபம் இல்லாமல், வாழ்வில் வேறெந்த ரூபம் கொண்டிருந்தாலும், ஆணழகன், மன்மதன் என்ற பெயர்களைத் தட்டிக் கொண்டு போயிருப்பார். சாமியாடி போல் வேட்டியை தார்ப் பாய்ச்சி கட்டியிருந்தார். வேட்டியை சுருட்டிச் சுருட்டி தொடையில் பாதிக்கு மேல் ஏற்றி வித்தியாசமாய் கட்டுக் கட்டியிருப்பது தெரிந்தது. இந்த தார்ப்பாச்சிக் கட்டு, தொழிலுக்கு ஏற்ற மாதிரியான உடைக்கட்டு. பிருஷ்டங்கள் மேல் வேட்டித் திரட்சி கல்மேல் வரிவரியாய் கடையப்பட்ட கோயில் சிலைகளின் ஆடைக்கட்டு போல் தெரிந்தது. பின்புறத்தில் வேட்டியை வடக்கயிறு போல் சுருட்டி இடுப்பில் சொருகியிருந்தார்.

அசப்பில் டி. ராசேந்தர் தான்; ராசேந்தரின் ஊளைச் சதையை உருவி எடுத்துவிட்டால், உருவக் கட்டு இவருடையதே. முடியை வெட்டி குறுகத் தரித்து விட்டதற்காக வருத்தப்பட்டார். டி. ராசேந்தர் போல் நீண்ட முடி வைத்திருந்ததாகவும், ஆட்டம் நடக்கும் என்று முன் கூட்டியே தெரிந்திருந்தால், முடி வளர்த்திருக்க முடியும் என்றும் தெரிவித்தார். தாடி, சாயல்குடியில் போய் ஒப்பனைக்காரரிடம் வாங்கி ஒட்ட வைத்துக் கொள்ளலாம். முடியை குறுக்கி வெட்டியதுதான் ரணவேதனையாக நிமிண்டி எடுத்தது அவரை.

''மேக்கப் மேன்கிட்டயே டோபா வாங்கி வைத்துக் கொள்ளலாமே, என்ன?''

''என்ன இருந்தாலும் சொந்த முடி மாதிரி வருமா?''

செயற்கை முடி வைத்துக் கொள்ளும் யோசனையை அவர் நிராகரித்தார்.

டி. ராசேந்தர் போல் பிடரியை சிலிப்பிக் கொண்டு அதே வேகத்தில் இடது கையால் முடியைத் தட்டி விட்டு ஆடுவது. இதெல்லாம் ஒப்பனை முடிக்கு சாத்தியமில்லை.

''தட்டி விடுகிற வேகத்தில் கையோட வந்துட்டா?'' அவர் கேள்வி நியாயமானது.

மூன்றாவது நாள்தான் கலை நிகழ்ச்சி. டி. ராசேந்தர் ஆட்டத்துக்குரிய உடை தகரப்பெட்டிக்குள் தயாராய் இருக்கிறது. மடிப்பு சுருக்கம் நீங்க தேய்ப்புக் கொடுக்க வேண்டும்.

''நாளைக்குள் தயாராயிருவேன்'' என்றார்.

அவருக்கு முன்னால் மூன்று முட்டிகள். முட்டிகளிலிருந்து கவிழ்க்கப்பட்ட பதநீர் ஒருதகர டின்னில் நுரை கொப்பளித்துக் கொண்டிருந்தது.

இப்பவே நடித்துக்காட்ட முடியுமா என்று கேட்க நினைத்து சுழன்ற நாக்கை உள்ளிழுத்துக் கொண்டேன். உடை, ஒப்பனை, தோரணை, இவையோடு கலைவேகம் கொண்ட நெஞ்சமும் கூடிவிட்டால், ஆட்டம் தன்னாலே பிறக்கும்.

பனை ஏறி இறங்குகிற லாவகம் போல், ஆட்ட மேடை ஏறி விட்டால் அந்த லாவகமும் தானாகவே வந்துவிடும் என்ற நம்பிக்கை அவருக்கிருந்தது.

''நீங்கள் டி ராசேந்தர் விசிறியா?''

அவர் டி ராசேந்தர் விசிறி இல்லை. சிறு பிராயத்தில் அவருடைய நெஞ்சை வகிர்ந்து உள்ளிறங்கிய எம்.ஜி.ஆர். என்பவர் அவருக்குள் இன்னும் உட்கார்ந்திருக்கிறார்.

ஒவ்வொரு மனிதருக்குள்ளும் உயிர்ப்பு கொண்டு அசையும் கலை நாட்டம் அவருக்குள்ளும் அசைந்து கொண்டிருந்தது. நிரந்தரமாய் அதே கலைவாழ்க்கையாய் அலைய அவருக்கு வாய்க்கவில்லை. அதனாலே இன்னும் கூடுதலாக துடிப்புடன் நிமிர்ந்தது.

பனையேறியின் மனதில் ஒரு கலைஞன் சம்மணம் போட்டு அமர்ந்திருக்கிறார். தேவைப்படுகிற காலத்தில் உள் வசிக்கும் கலைஞனை அவரால் வெளியே எடுத்துவிட முடியும். அந்தக் கலைஞனின் பசி போக்கிய பிறகு அவனை மீண்டும் உள்ளே இருத்திவைத்துப் பத்திரமாகக் காவல் செய்கிறார்.

ஆடிக்காற்று அடிப்பில் அபரிதமாய் சுரக்கும் பதநீர்ச் சுரப்புபோல் அவருக்குள் சுரப்பாகிக் கொண்டிருந்தன கலைத்துளிகள். அதன் துளிகளை சன்னம் சன்னமாய் உறிஞ்சி அதன் கடைசித் துளியையும் சப்பியெடுத்தபடி அவருக்குள் ஓடிக் கொண்டிருந்தது திரைப்படம்.

# கள்ளழகர்

ஊற்று எங்கிருந்து கசிகிறது என்று தெரியவில்லை. கசிகிறது என்று சொல்வதைவிட எட்டுப் பக்கமிருந்தும் பீய்ச்சியடிக்கிறது என்பதே பொருந்தும். பாறைகளுக்கிடையே ஆயிரம் சன்னல்களைத் திறந்து, எவ்வளவு எடுத்தாலும் வற்றாத சுரப்பைத் தந்து கொண்டிருந்தது கிணறு.

உலகம் நீரால் எரிந்து கொண்டிருக்கிறது. மனித எத்தனமில்லாது அலட்சியப்படுத்தப்பட்ட நீர், நெருப்பாய் உருமாறிவிட்டது. தேச தேசமெங்கும் தண்ணீருக்காக தகிக்கும் தகிப்பை வீரநாச்சியாபுரம் மக்களுக்கு அந்த ஒத்தைக் கிணறு லேசாய் சுண்டி எறிந்து ஒன்றுமில்லாமல் செய்துவிட்டது.

''அங்கே தண்ணீர்ப் பஞ்சமாம்'' இப்படியான பேச்சு வந்தால் வீரநாச்சியாபுரம் மக்கள் கதை கேட்பது போல் பார்த்தார்கள். அந்த ஒரு கிராமம் என்றில்லை. பக்கத்து கிராமங்களுக்கும் அந்த ஒரு கிணறு தண்ணீர்ப் பிச்சையிட்டது.

பூமியின் மொத்தக் கருணையும் ஒத்தைக் கிணற்றில் குவிந்திருப்பது போல், மக்கள் முகம் வாட்டம் கொள்ளாமல் பார்த்துக் கொண்டது. எவ்வளவு எடுக்கிறீர்களோ அதைவிட அதிகமாக கொடுக்கிறேன் என்று அவர்களிடம் உரையாடியது. கிணறு அவர்களோடு பேசும். கரைக்கு மேலிருக்கும் ஜீவன்களோடு உள்ளிருந்து ஒரு ஜீவனாய் சிரிக்கும். நீங்கள் என்னைத் தாண்டிப் போகாதவரை, நானும் உங்களைக் கைவிட மாட்டேன் என்றசைந்து மேலெழும்.

பா. செயப்பிரகாசம்

அவர்களின் ஜீவன் இயங்குதலுக்குப் பின்னால் ஒரு கிணறு இருக்கிறது என்றால் யாரும் நம்பப் போவதில்லை என்று இன்பசாகரன் நினைத்தான். நகரத்திலிருக்கும் அவனை பல நேரங்களில் அந்தக் கிணற்றங்கரை அழைத்து இருத்திக் கொண்டது.

கிணறு தூங்குகிற நேரம் என்று ஒன்றுண்டா என்று தெரியவில்லை. துலாக் கோல் உள்ளே போடாத, வாளிகள் அசையாத ஒரு நேரம் அதற்கு ஒரு போதும் இல்லலை. நடுச்சாமம் ஒரு பொழுதுதான் அது தூங்குகிற நேரம். அவனுடைய அய்யா, அசலூர் போய்த் திரும்புகிற நடுச்சாமமானாலும் கிணற்றங்கரைக்குப் போய் நாலு தொட்டித் தண்ணீர் இறைத்து உடம்புக்கு விட்டு வருவதை இன்பசாகரன் கண்டிருக்கிறான்.

கிணற்றங்கரையில் நின்று தலைவழியாய்த் தண்ணீரை விட்டபோது, அந்த விடிகாலையில் அது வேறொன்றைப் பேசுவதாக இன்பசாகரனுக்குப் பட்டது. கோடை வெப்பத்தில் குளிர்ச்சியை, குளிர்பருவத்தில் வெது வெதுப்பைத் தருகிற பெண்ணுடலின் சூட்சுமத்தை அந்த நீர் கொண்டிருப்பதாக உணர்ந்தான்.

பாறைகளுக்குள்ளிருந்து வெளிப்படுகிறபோது வெதுவெதுப்பையும், கட்டிக் கிடக்கும்போது சுனைநீர் போல் குளிர்ச்சியையும், கொண்டு செலுத்துகிற குணாம்சத்தினால் கிணற்றுநீர் பெண்ணுடலின் ரகசியத்தை அவனுக்குள் நிறைத்துக் கொண்டிருக்கிறது என நினைத்தான்.

குளிர்தரும் விடிகாலைப் பொழுதுகள் இன்பசாகரனுக்கு பிரியம் கொண்டவை. தெருவில், வீட்டுக்கு வெளியில் மெல்லிய சீம்பாலாய் வெளிச்சம் நனைக்கத் தொடங்குகிறபோது, அந்தச் சுவையை அவன் உணர்வான். ஒரு பெண்ணுடல் தேடி கத, கதப்பு அவனுக்குள் படர்கிறது. இருள் பிரிந்தும் பிரியாமலிருக்கிற இரவின் வாகரையில், காலைக் கடன்களை முடித்ததும், அடி வயிற்றின் கீழே மெல்லிசான இளம்பசி அரும்பத் தொடங்குகிறது. இளம்பசி எழும்பும் நேரங்கள், பெண்ணுடல் தேடி தவிப்பில் அலையும்.

அவன் பணியாற்றுகிற எலக்ட்ரிகல் கம்பெனியின் வெளியூர்ப் பயணமாக இருக்கலாம். சொந்தபந்தங்களில் நடைபெறும் நிகழ்ச்சியாக இருக்கலாம். எந்த வெளியூர்ப் பயணமும் அவனுக்கு விடிகாலையில் தொடங்கும். புறப்படும் போதான அந்த ஒரு பகலையும், திரும்பி வருகையில் ஒரு பகலையும் அவன் கைவசப்படுத்திக் கொள்வான்.

வெளியூர்ப் பயணமெல்லாம் விடியலிலேயே தொடங்குவதும், பயணத்தின் தொடக்கத்தில் ஒரு பகல், முடிவில் ஒரு பகல் என இரு பகல்களை அவன் சேமித்து வைத்துக் கொள்வதும் நடந்தது. ஆனால் அவனுடைய புறப்பாடும், திரும்பிவருதலுக்குமான பயண டிக்கெட்டுகள் இரவுக்கானவையாகவே பதிவு செய்யப்படுவதும் அவை நகரின் விளிம்பிலிருக்கும் வள்ளுவர் நகரை முன்னிறுத்தியே செய்யப்படுவதும் வழக்கமாயின. இரவுகள், அவனுடைய குடும்பத்தாருக்கும், பகல்கள் வள்ளுவர் நகருக்கும் உரியதாக வெளியில் அறிவிக்கப்படாத விதி அவனுக்குள் இயங்கியது.

வாசல் தெளிப்பில் ஆரம்பித்து, இரவு நேரப் படுக்கைக்குப் போகும் வரையிலான பெண்களின் வாழ்க்கை முறையில் எந்த மாற்றமும் இல்லை. கிராமம், நகரம் எதுவாக இருந்தாலும் பெண்கள் இன்னும் அவர்களாகவே இருந்தார்கள். அவர்களுக்கு பழைய முகங்களே ஒட்டிக் கொண்டிருந்தன. சாதாரணமாய் விடியலில் எழுந்து விடும் பயிற்சிகொண்ட இன்பசாகரன் இந்த மாறாத முகங்களையே கண்டு கொண்டிருந்தான்.

விடிகாலைக் குளிரில் பெண்கள் முற்றம் தெளிக்க இன்னும் பாத்திரங்களுடன் வந்து நிற்கவில்லை. வீதி கருமை பூசியிருந்தது. சத்தமற்ற சாலைகளில் சோடியம் வேப்பர் விளக்குகள் தனியாகத் தூங்கிக் கொண்டிருந்தன.

வாழை இலையில் பொதிந்த தீப்புண் உடல் போல், நகரம் வெப்பத்தில் துடித்துப் புரண்டு கொண்டிருந்தது.

பா. செயப்பிரகாசம்

மனோகரி பின்னிரவு நான்கு மணிக்கு எழுப்பி விட்டாள். மனோகரியின் தோழி வத்சலா சிங்கப்பூரிலிருந்து இறங்கியிருந்தாள். மறுநாள் விடியலில் அவள் கைக்குழந்தையுடன் டெல்லி பயணமாக வேண்டியிருந்தது. விமானநிலையம் போய் அவளை அனுப்பிவிட்டு வரும்படி மனோகரி கேட்டிருந்தாள். விமான நிலையத்திலிருந்து வள்ளுவர் நகர் போய்வர இது ஒரு வாய்ப்பாகப் போய்விட்டது. இந்த நேரம் மனோகரி தந்ததுதான். அவளறியாமலே அவள் எடுத்துக்கொடுத்த நீளத்தை அவன் வள்ளுவர் நகர் வரை நீட்டித்துக் கொண்டான்.

ஒரு நாள் பக்கத்து வீட்டு கோசலை விடியலிலேயே எழுந்திருந்ததை மனோகரி பார்த்தாள். வெளியூர் போகிற கணவரை அனுப்புவதற்காக கோசலை எழுந்ததைக் கண்டாள். கோசலையின் கணவர் பெட்டியுடன் வாசலில் வந்து நின்றார். குளித்து, தலைமுடித்து, பொட்டு வைத்து, மங்களகரமாய் வெளிப்பட்ட கோசலை தெருமுனைவரை போய் திரும்பி வந்தாள். வாசலில் பெட்டியுடன் தயாராய் நின்ற கணவர் இறங்கி தெருவில் நடந்தார். வெளியூர் செல்கையில் நல்ல சகுனம் தென்பட வேண்டுமென்பதற்காக, தன்னையே ஒரு நல்ல சகுனமாக மாற்றிக் கொண்டிருந்தாள். கோசலை எதிரில் வந்த சூட்சுமம் பிடிபட்டது. அவளுடைய கணவர் அலுவலகப் பணி காரணமாய் ஒவ்வொரு தடவையும் வெளியூர் போகிறபோதும் இது நடக்கிறது;

''இது நல்ல வேலைதான். வாட்ச்மேன் மாதிரி பணிவான வேலை'' என்றாள் மனோகரி.

''நல்லவேளைக்காக செய்கிற வேலை இது.'' இன்பசாகரன் நியாயப்படுத்தினான். இந்த மாதிரி நீயும் செய்யலாமே என்ற தாகம் அவனுக்குள் இருந்தது.

''வேற வினையே வேண்டாம். வீட்டுக்குள்ளே வச்சி பாதுகாக்கிறதே பெரிசா இருக்கு. இதுல வெளியே வேற அனுப்பியும் ஒங்களப் பாதுகாக்கணுமா?''

‘சட்’ டென்று வார்த்தை வந்தது மனோகரியிடம்; சில வருசங்கள் முன் இந்த மனோகரியை அவன் கண்டதில்லை. கல்யாணமாகி இந்த இருபது வருசங்களில் இப்போது இந்த வேறொரு மனோகரி வந்திருக்கிறாள். அவன் பேச்சை லேசாய் ஒரு தட்டுத் தட்டிவிட்டு மனோகரி எழுந்து போய்விட்டாள்.

ஒரு ஆண்மகனை வழியனுப்புகிறபோது மட்டுமில்லை, வேற யாரை அனுப்புகிறபோதும் மனோகரி அப்படியொரு பழக்கத்தைக் கொண்டிருக்கவில்லை. ஆனால் அன்று அவளுடைய சிநேகிதி வத்சலாவை அனுப்பி வைக்க கீழிறங்கி வந்தாள்.

வத்சலாவுக்கு விமான நிலையத்துக்குள் அவனுடைய உதவி தேவையிருக்கவில்லை. அவளுடைய சுமைகளை சோதனை இடத்தில் ஏற்றி அனுப்பியதும் அவள் அவனைத் திருப்பி அனுப்பி விட்டாள்.

கைப்பெட்டியை இழுத்துக்கொண்டு குழந்தையை இடுப்பில் சொருகிக் கொண்டு ஓடினாள்.

‘‘போகிற அவசரத்தில் பணம் கொடுக்காமப் போறனே’’ கைப்பையைத் திறந்தாள்.

‘‘எதுக்கு?’’

‘‘காருக்கு?’’

‘‘அதெல்லாம் வேண்டாம், வாங்கக்கூடாதுன்னு உத்தரவு’’

வத்சலா புன்னகை உதிர்த்தபடி மறுபடி ஓடினாள்.

விமான நிலையத்திலிருந்து பிரிகிற சாலை மட்டுமல்ல. நகரத்திலிருந்து வெளிப்படுகிற எல்லாச் சாலைகளும் அவனுக்கு வள்ளுவர் நகர் நோக்கியே போகின்றன. வள்ளுவர் நகர் போகிற அந்த சாலை விடிகாலை விழிப்பின் சுறுசுறுப்பை வேகமாய் இயக்கியது.

வள்ளுவர் நகரின் அனைத்து வீடுகளுக்குள்ளும் இரவு பாக்கியிருக்கும்போது அந்த வீடு இரவை உடைத்து கலைத்து

வீசியிருக்கும். கருமை படர்ந்த வீதியில் ஐந்து மணிக்கு வீட்டுக்குள் வெளிச்சம் தெரியும். பிறகு எல்லா வீடுகளைப் போலவே அந்த வீடும் தன்னை இருட்டால் மூடிக் கொள்ளும். ஆனால் விளக்கணைக்கப்பட்ட பிறகும் அந்த இருட்டுக்குள் அவனுக்காக ஒரு வெளிச்சம் உட்கார்ந்து கொண்டிருக்கும். தனக்காக வீட்டுக்குள் காத்திருக்கும் வெளிச்சத்தின் வீச்சை கண்டுகொள்வான். அவன் உடல் அந்த நிமிடத்திலிருந்து உயிர்ப்பு கொள்ளும்.

மாகேஸ்வரியின் கணவர் சீனிவாசகம் ஒத்தை ஆளாய் சிறு உணவு நிலையம் நடத்திக் கொண்டிருந்தார். வள்ளுவர் நகரிலிருந்து ஆறு கி.மீ. தொலைவிலிருந்தது அந்தச் சிறு உணவு நிலையம். கல்லாப் பெட்டிக் கணக்கை முடித்து மூன்று வேலைக்காரப் பொடியன்களையும் கடைமுனை வெளியில் தூங்க வைத்துவிட்டு, சீனிவாசகம் வீட்டைத் தொடுகிறபோது இரவு பதினோருமணி தொடும். மறுநாள் வெள்ளன எழுந்து ஐந்து மணிக்கு புறப்பட்டுவிடுவார்.

கடைக்கு வருகிற வாடிக்கையாளர்களுக்கு சிற்றுண்டி, தேநீர் பரிமாறுகிறவராக சீனிவாசகம். அவர் ஒருவருக்கு சமைத்து வீட்டுச் சாப்பாடு பரிமாறுகிறவளாக வீட்டுக் கவனிப்பு அவளுக்கும் உணவு நிலையக் கவனிப்பு அவருக்கும் என ஒழுங்கு செய்யப்பட்டிருந்தது.

பகலில் ஒரு போதும் அவர் வீட்டுக்குத் திரும்புவதில்லை. அவர் விட்டுவிட்ட அந்தப் பகற்பொழுதை இன்பசாகரன் கைப்படுத்திக் கொண்டான். கணவரை ஓட்டலுக்கு அனுப்பிய பின், அந்த ஒரு பகல் மாகேஸ்வரிக்குச் சுதந்திரமானது. நாள் முழுதும் அவளுடைய கட்டுப்பாட்டில் இயங்குவது.

விமான நிலையத்திலிருந்து திரும்பியபோது, எல்லாக் காட்சிகளும் அழகாக மாறிவிட்டன. விடியலை, எதிர்வரும் காட்சிகள் எல்லாம் சோபிதம் கொள்ளச் செய்துவிட்டன. அந்த வழியாகப் போகிறபோது வருகிறபோது இன்பசாகரன் காணுகிற காட்சிகள் இன்றுவரை இல்லாத வித்தியாச அழகுடன் தென்பட்டன. இதற்கு முன்

விமான நிலையத்திலிருந்து வெளியேறும் சாலை, அவனை வள்ளுவர் நகர் எடுத்துச் சென்றதில்லை என்பதும் அவனுடைய உள்ளத்தின் சோபிதம் கூடியதற்கு காரணமாக அமைந்தது.

ஒவ்வொரு சோடியம் வேப்பர் விளக்கும் குளிர்ச்சியாய் அவனைத் தொட்டுத் தொட்டு ஓடியது. சாலையின் இடது பக்கத்தில் ஜோடித்து நிறுத்தி வைக்கப்பட்ட பல்லக்குபோல் ஒரு கல்யாண மண்டபம்; மண்டப முகப்பில் பிளாஸ்டிக் பலகையில் லேமினேட் செய்யப்பட்ட மிகப்பெரிய புகைப் படத்தில் மணமகனும் மணமகளும் கைகூப்பி வரவேற்றார்கள். அவர்கள் வெளியே நின்று கைகூப்பிக் கொண்டிருப்பது உண்மை போலவும் உள்ளே மணமேடையில் இருந்தது பொய் போலவும் படத்தின் நேர்த்தி ஆக்கிவிட்டது. அவனுடைய திருமணத்தின் போதெல்லாம் இந்த புகைப்பட வித்தை வீதிக்கு வந்திருக்கவில்லை. நவீன தொழில்நுட்பம் கூடுவிட்டுக் கூடு பாயும் வித்தை செய்வது கண்டு ஆச்சரியம் அடைந்தான். புகைப்படத்தின் கீழே தண்ணீர் வழிவது போலான எழுத்துக்களில் மீரான், கணேஷ்குமார், ரமேஷ், பிரபு, திருமாறன் மணமக்களை வாழ்த்தும் நெஞ்சங்களைத் தந்திருந்தார்கள்.

வள்ளுவர் நகரைச் சென்றடைந்தபோது மாகேஸ்வரி குழந்தையை தூங்க வைத்துக் கொண்டிருந்தாள். வள்ளுவர் நகர் விழித்திருந்தது. ஆனால் முற்றம் தெளித்த பெண்டுகள் உள்ளே இருந்தார்கள். சமையற் கட்டுக்குள் அடங்கியிருக்கலாம். பலவகை கஷ்டங்களுக்கும் ஆட்பட்டு இப்படி இங்கே வந்து சேர வேண்டியிருக்கிறது என்று அவன் சொன்னபோது மாகேஸ்வரி வலது கையால் தொட்டிலை ஆட்டிக் கொண்டே, இடது கையால் அவன் கழுத்தை வளைத்தாள்.

''பெறகு என்ன லேசுப்பட்ட காரியமா?'' காற்றுப்போல் குரல் தொட்டது.

மூன்றாம் செவ்வாய் கோயில் கொடை. ஊர்க்கூட்டத்தில் முடிவெடுத்து ஊர் சாட்டி, காப்புக் கட்டி விட்டார்கள். காப்புக் கட்டி, பதினைந்து நாட்கள் வெளியூர்ப் பயணம், ராத்தங்கல் கூடாது.

பா. செயப்பிரகசாம் 557

வெள்ளன எழுந்து வெளியூர்ப் பயணம் போகிறவர்கள் வெள்ளனையே வந்து சேர்ந்தார்கள். சாமம் என்பது அன்றைய நாளின் முடிவு பதினைந்து நாளும் கவுச்சி இருக்கக்கூடாது. மற்றவர்கள் எப்படியிருந்தாலும் கோயில் பண்டிகைக்கு விரதம் பிடிப்பவர்களுக்கு கவுச்சி வாசனை கூடாது. இன்னொரு முக்கிய விதி உண்டு. பெண் சேர்க்கைக் கூடாது.

இப்போதெல்லாம் கோயில் காரியமோ தெய்வ நேமமோ எதுவானாலும் அவரவர்களுக்கு எவ்வளவு ஒத்துவரும் என்ற அளவுகோலால் அளந்து பார்க்கப்படுகிறது. அதற்கு ஏதுவாக நடைமுறைகள் மாற்றப்பட்டுவிட்டன.

ஆனால் முதல் மண்ணனைக்கு (முதல் மரியாதை) உரியவர்கள் அப்படியிருக்கக்கூடாது. இப்போது முதல் மண்ணனையை ஏற்றுச் செய்கிற மூத்தவர்கள் யாரும் குடும்பத்தில் இல்லை. ஊர் சாட்டப்பட்டு ஒரு வாரம் கழித்து நகரத்திலிருந்து வந்து, அதற்குரிய கட்டு திட்டங்களை இன்பசாகரன் நிறைவேற்றிக் கொண்டிருந்தான். நகர வாழ்க்கை, அலுவலக நச்சரிப்பு இவைகளுக்குள்ளிருந்து பிடுங்கிக் கொண்டு வந்து தன்னை கிராமத்தில் நட்டுக்கொள்வது இன்பசாகரனுக்கு பிரியமான காரியம். அவன் வேலை பார்க்கும் நிறுவனத்துக்கு மட்டுமே அவனுக்கு விடுமுறை என்பது பிரியப்படாத காரியமாக இருந்தது.

ஊர்த்திருவிழா என்று புறப்பட்டபோது, ஒரு பகலை முன்னாலேயே எடுத்துக் கொண்டான். திரும்புகாலில் நகரத்தைச் சென்றடைந்த போதும் ஒரு பகலை எடுத்துக் கொள்வான். அவை எப்போதும் சென்னை புறநகரிலிருக்கும் வள்ளுவர் நகருக்கு உரியனவையாக இருந்தன.

கோடை உஷ்ணத்தில் புரண்டு நெளியும் நகரிலேயே விடியலில் எழுந்து விடும் பழக்கம் கொண்டவனுக்கு, சொந்த கிராமத்தில் எழுந்து, குளித்து வருவதில் சிறு கஷ்டமும் இல்லை. ஐந்து வருஷங்களில் ஊர் ஒற்றுமையாய் எடுத்துச் செய்கிற பண்டிகை.

கிணற்றங்கரைத் தொட்டிகளில் துலோக்கோல் பிடித்து நீர் நிறைத்துக் காத்திருந்தார் தொம்பன். முதல் மண்ணணை (முதல் மரியாதை) இரண்டாம் மண்ணனை, மூன்றாம் மண்ணனை என்று வரிசையாய் உள்ளவர்கள் குளித்து வெளியேற தொம்பன் நீரிறைத்துவிட்டார். தொம்பனின் கைகள் காய்த்துப் போயிருந்தன. ஊர் கூட்டப்பட்ட இரண்டாம் செவ்வாயிலிருந்து இந்த வேலைக்குத் தயாராகி விடுவார் தொம்பன். மேளம் அடிப்பது, செருப்பு தைப்பது என தொம்பர்களுக்கு விதிக்கப்பட்ட சட்டத்தை அவர் மீறிவில்லை. மீறல் பல இடங்களில் நடந்து கொண்டிருந்தது என்பதும்கூட அவருக்கு ‘சுருக்’ என்று தைத்து உணர்த்தியும் விட்டது.

தலைமுதல் கால்வரை நீராடி ஈரத்துண்டுடன் இன்பசாகரன் கிணற்றங்கரையிலிருந்து வெளியே நடந்தான். கோயில் பூசாரி முத்தையா இவனுக்கு முன்னாலேயே வந்து காத்திருந்தார். ஏற்கனவே கிணற்றங்கரையில் இருந்த ஈரம் பூசாரி முத்தையா இவனுக்கு முன்னால் குளித்து வந்தபோது பதிந்த ஈரம்; பூசாரியைச் சுற்றி அடுத்த மண்ணனைக்குரியவர்கள் நின்றிருந்தார்கள். இடதுகை அமல் வலது கை ஏந்தி, முத்தையா வழங்கிய தீர்த்தத்தை வாயில் விட்டான். பிறகு தலையில் தெளித்துக் கொண்டான். வழிபாட்டை முடித்துக்கொண்டு அவர்களுடன் நடந்து கோயில் முன்னாலுள்ள பட்டியல் கல்லில் எல்லோருடனும் ஈரவேட்டியுடன் உட்கார்ந்தான். கணுக்காலில் மணல் நறநறவென்று உறுத்தியது.

நகரவாசிகளுக்கு ஒவ்வொரு மாதமும் சம்பளம் விளைகிறது. பதமான பருவ கால வீச்சை எதிர்பார்த்துக் காத்திருக்கும் விவசாயிகளுக்கு பருவ விளைச்சல்கூட இல்லை. இப்போதெல்லாம் வருசம் ஒருமுறை என்ற விவசாயக் கணக்கும் தப்பி விடுகிறது. ஒரு காலத்தில் செழிப்பாய் பிரபல்யமாய் இருந்த இரண்டாம் மண்ணனை,மூன்றாம் மண்ணனைக் குடும்பங்கள் இன்றைக்கு நொடித்து விட்டன. சூட்டப்பட்ட பேர் இன்னும் அவர்களுக்கு ஒட்டிக் கொண்டிருந்தது. பாரம்பரியம் என்ற கயிறு மட்டும் அவர்களை

இணைத்துக் கொண்டிருந்தது. நகரத்தில் கைநிறையும் அளவு சம்பாத்தியம்; போதும் போதும் என்கிற அளவு வேற்றுவகை வருமானம்; கார் வீடு, மனைவி மகள் எல்லோரும் படித்தவர்கள், இன்பசாகரனுக்கு கிராம மதிப்பு கூடிக்கொண்டே போனது.

இன்பசாகரன் பொடிமணல் கால்களில் உறுத்த அந்த பட்டியல் கல்லில் உட்கார்ந்திருக்கிறான். மலைப் பூவரசு இலையில் பூசாரி தரும் சுண்டலை ஏந்தி அவர்களுடனே சாப்பிடுகிறான். இடுப்பில் ஈரவேட்டி, மேலே ஈரத்துண்டு. கல்மிஷம் இல்லாமல் அந்த சம்சாரிகளுடன் கலக்கிறான். விகற்பமில்லாத இந்தக் கலப்பு அவனை மதிக்க வைக்கிறது.

கிராமத்தின் கொண்டாட்டத்தை மனோகரி அறிய வேண்டும் என்றுதான் கூப்பிட்டான்.

''ஒங்களுக்கு இஷ்டப்பட்டவங்களை பாப்பீங்க? நா எதுக்கு?''

மறுத்து விட்டாள். போகக்கூடாது என்பதில் அவள் தீர்மானமாக இருந்த மாதிரியே மகள் மதுமதியை கிராம வாசனையே அண்டாமல் வளர்த்து விட்டிருந்தாள். இன்றைய இளைய பருவங்களுக்கு கிராமக் காற்று தேவையே இல்லை. அது கிராமங்களின் நெஞ்சில் ஓங்கி உதை விட்டு இன்னதென்று தெளிவாய் அறியாத மாய உலகத்தைத் தேடி ஓடிக் கொண்டிருக்கிற விடலைக் கூட்டம்.

''ஒங்க தகராறுக்குள்ளே என்னய இழுக்காதீங்கப்பா'' மதுமதி போய் விட்டாள்.

துடுக்குத்தனத்தோடு வெட்டி விடுவது அவளுடைய இயல்பாக ஆகியிருந்தது.

ஐந்து வருசங்களின் பின் இப்போதுதான் அம்மனுக்கு பண்டிகை நடத்துகிறார்கள். எல்லாவற்றையும் விட பெத்தனாச்சியம்மனுக்கும் மேலாக முக்கியத்துவம் பெற்றுவிட்ட ஊர்க் கிணறு.

குடும்பத்துக்குள் சடவு, சண்டை என்கிறபோது வீட்டுக்குள் மரவிட்டங்களை பெண்களும், வெளியே மரக்கிளைகளை

ஆண்களும் தேர்ந்து கொண்டார்கள். உயிரிழப்பு, தற்கொலை எல்லாம் கிணறு, தாண்டிய வட்டாரத்தில்தான் நடந்தன. எல்லோருக்கும் படியளக்கிற கிணறை தன் ஒரு உயிரழிப்பால் உழப்பிவிடக்கூடாதே என்று சாவிலும் கவனம் காத்தார்கள். அந்தக் கிணற்றின் மேன்மையை அவர்களுக்கு இப்போதாவது நேரில் காட்டிவிட வேண்டுமென நினைத்தான்.

ஊர்ப் பண்டிகைக்கு மனோகரி வர மறுத்துவிட்டதை அவன் சொன்னபோது, மாகேஸ்வரி அவன் கழுத்தை வளைத்த கைகளை எடுக்காமல் முகத்தருகில் சொன்னாள்.

''பிரியப்பட்டுக் கூப்பிட்டா போகவேண்டியதுதானே''

''நா எவ்வளவோ சொல்லியாச்சு''

''ஒரு பொம்பளைக்கு புருஷன் பிரியம் தவிர வேறெண்ண வேணும்''

மாகேஸ்வரி அவன் முகத்தைப் பார்த்தபடி தன் உள்ளத்தைப் படித்துக் காட்டினாள்.

ஒங்க ஊரைப் பாக்கணும்னு எனக்கு எவ்வளவு ஆசையாயிருக்கு''

அவன் ஆச்சரியத்துடன் ஏறிட்டான்.

''என்னைய கூட்டிட்டுப் போறிங்களா, ஒங்க ஊருக்கு?''

அவனிடமிருந்து பதிலில்லை.

மனோகரி தன் கையிலிருந்த கடிதத்தை இரண்டாம் முறையாக வாசித்தாள். திருமணமான புதிதில் வெளியூர் சென்று தங்கிய காலங்களில் 'பிரியமுள்ள காதலி' என்று எழுதிக் கொண்டிருந்தான். திருமணத்திற்கு முன் வேறு காதல்கள் எதுவும் இருந்ததில்லை என்ற அசலான அச்சுப் பதித்த மாதிரியான சத்தியம் 'காதலி என்ற மூன்றெழுத்து சொல்லில் இருந்தது. பிள்ளையார் சுழி போட்டு ஆரம்பிக்கிற எழுத்துப்போல் இயல்பான சடங்காகிவிட்டது அது. பிறகு மதுமதியின் வளர்நிலையினூடே காதல் மனைவி என்று சொல்

மாற்றம் பெற்றது. இப்போது மனோகரியாக பெயர் சொல்கிற அளவில் இறங்கி விட்டது. ஒவ்வொரு படிநிலை இறக்கத்தையும் அவள் அவதானித்துக் கொண்டே வந்தாள்.

''பிரியமுள்ள மனோகரி,

முதல் மரியாதைக்குரிய நியமங்களை குறைவில்லாமல் கடைப்பிடித்து வருகிறேன். நான் சோம்பல் பட்டாலும் ஊர்க்காரர்கள் விடமாட்டேன் என்கிறார்கள். குறிப்பாக முத்தையாப் பண்டாரம், உனக்கு அவரைத் தெரியாது. கோயில் பூசாரியைப் பற்றி நிறைய சொல்ல வேண்டும். எனக்கு முன்பே குளித்து சுத்தமாகி வழிபாடு செய்வதற்காக காத்துக் கொண்டிருக்கிறார். பூசாரி தம்பி சம்சாரம் காசியைப் பற்றியும் உனகுத் தெரியாது. காசியம்மா முதல் தடவை அக்னிச் சட்டி எடுத்தாள். அவளுக்கு அருள் நன்றாக வருகிறது. அக்னிச் சட்டி ஆட்டம் ஜோராக ஆடுகிறாள். இரண்டாவது வருசம் எடுத்த போது மகளைச் சேர்த்துக் கொண்டாள். மூன்றாவது தடவையாக இந்த வருசம் மருமகளும் அவளும் அக்னிச் சட்டி எடுத்தார்கள். ஆனால் அவளுக்குத் தான் அருள் வந்தது. மருமகளுக்கு வரவில்லை. மற்றவர் சொல்லச் சொல்ல காசியம்மா இப்போது முழுச் சாமியாடியாகிவிட்டாள்.

பெத்தனாச்சியம்மனை மனதில் நினைத்துக்கொண்டு குளித்தால் விடியக்காலை கிணற்றங்கரை குளியல் கூட குளிராய்த் தெரியவில்லை. கிணறு எங்கள் ஊர் மக்களுக்கு ஒரு வரப்பிரசாதம். வறண்டு போன தரையை எங்கள் ஆயுளில் நாங்கள் பார்த்தது கிடையாது. ஒவ்வொரு வருசமும் விளைச்சலில்லாமல் விவசாயம் கெட்டு, அருள் இழந்து கெடக்கும் மக்களைப் பார்த்து கிணறு பேசுகிறது; ''நா இருக்கிறேன் மக்களே, ஒங்க கண்ணீரைத் துடைப்பேன்'' என்று தேற்றுகிறது. நீயும் மதுமதியும் இவைகளை யெல்லாம் நேரில் கண்டுணர்கிற வாய்ப்பை இழந்துவிட்டீர்கள் என்றே கருதுகிறேன்.

எப்போதும் உங்கள் நினைவாக

இன்பசாகரன்

வாசலில் நிழலாடியது.

யோசனையிலிருந்தவள் திடுக்கிட்டு எழுந்தாள்.

கடித வாசிப்பு, அதன் தொடர்ச்சியாய் யோசிப்பு என கதவை மூட மறந்து போனாள். வந்தவர் தயக்கத்துடன் வெளியே நின்றார். நாற்பத்தைந்து வயது தாண்டிய உருவம், கடின உழைப்பும் வாழ்க்கை வெயிலின் களைப்பும் அந்த உடலில் ஒரு கிழ முகத்தைப் பொருத்தியிருந்தது.

"நீங்க யாரைப் பார்க்கணும்?"

"உங்களைத்தான்"

யாருமற்ற தன் வீட்டில் மனோகரிக்குப் பயம் கூடியது.

"நீங்க யாரு?"

"சீனிவாசகம்"

"அவருக்குச் சிநேகிதரா?"

"மகேஸ்வரியோட கணவர்"

யுக யுகமான காலங்கள் எதிரே ஒரு கணத்தில் நகர்ந்து போவது போலிருந்தது. காலத்தைப் பிளந்து கொண்டு எதிரே பிரம்மாண்டமான உருவம் நிற்பது தெரிந்தது. அது அவளிடம் சில உண்மைகளையும், சில பரிதாபங்களையும் பகிர்ந்து கொள்ளக் காத்திருக்கிறது.

ஐந்து வருசங்களாய் அவளுக்குப் புலப்படாமல், புகைபோல் ஆடிக் கொண்டிருந்த ஒரு சூட்சுமத்தை தாழ்நீக்கி திறந்து வைக்க வந்திருப்பது தெளிவாய்த் தெரிந்தது.

மேசை மேல் கிடந்த கடிதத்தையும் அவரது முகத்தையும் மாறி மாறிப் பார்த்தாள். உண்மை எழுதப்பட்ட கடிதம் அவளுக்கு நேரெதிரே நின்றது.

அவள் வாசிக்கத் தயாரானாள்.

"உட்காருங்க" என்றாள்.

பா. செயப்பிரகசாம்

# விஷக்கடி

அது மேல் நோக்கிச் செலுத்திய குரலாகத்தான் வந்தது. கீழ்வீட்டில் யாரும் இல்லை.

வெகு நேரமாகக் கூப்பிட்டுக் கொண்டிருப்பது போல் தெரிந்தது. ''ஸார், ஸார்'' என்ற அழைப்புக்குரல் கொஞ்சம் கொஞ்சமாகத் தேய்ந்து சுருண்டது.

காலை முதல் சுறுசுறுப்பாய் இயங்கிய வீதி விறைப்பு அடங்குகிற மதியப் பொழுது, சத்தமில்லாமல் அடங்கிவிட்ட வீடுகளும், மௌனத்தின் குகைபோல் நீண்டுகிடக்கும் வீதியும் கொஞ்சம் தலைசாய்க்க அனுமதித்தன.

இமைகளை வலுக்கட்டாயமாகப் பிரித்து எதிரேயும், சுற்று முற்றும் பார்த்தாள். எவரும் இல்லை.

கீழ்வீடு காலியாக இருந்தது. நல்ல வாடகை தருகிறவரை வீட்டுக்காரர் வாடகைக்கு விடப்போவதில்லை. செண்பக தேவியிடம் வீட்டுச் சாவியைக் கொடுத்திருக்கிறார். வீடு பார்க்க வருகிற ஒவ்வொருவருக்கும் ஒவ்வொரு தடவையும் அவள் வீட்டைத் திறந்து காட்ட வேண்டும்.

''இதோ வர்றேன்''

எழுந்து வீடு காட்டுவதற்காக கையில் சாவியை எடுத்துக்கொண்டு கீழிறங்கினாள்.

கீழ்வீட்டுக்கு ஒரு அழைப்பு மணியும், மேல் வீட்டுக்கு ஒன்றும் தனித்தனியாக இருந்தன. அம்புக் குறியிடப்பட்டுள்ளதைப் பார்த்து,

வலது பக்க அழைப்பு மணியை அழுத்தியிருக்க வேண்டும். அழைப்பு மணிக்கு பதில் அவரே குரல் கொடுக்க ஆரம்பித்துவிட்டார். வந்தவருக்கு அவ்வளவு விபரம் பத்தாது.

களைத்து வாசற்படியில் உட்கார்ந்து முட்டில் காலில் தலைசாய்த்திருந்தார். செண்பக தேவிக்கு முதுகுப் பக்கம் முதலில் தென்பட்டது.

காலடிச் சத்தம் கேட்டு, விருட்டென்று தலை திரும்பினார்.

"ஐயா நீங்களா?"

செண்பக தேவி அதிசயித்து நின்றுவிட்டாள்.

அந்த மனிதரது கடந்த காலத்துக்கும், கிழிந்த அழுக்குத்துணி போல் நிற்கும் நிகழ்காலத்துக்குமிடையே எட்டு வருசம் ஓடிவிட்டது. செண்பகதேவி இரண்டு பிள்ளைகளுக்குத் தாயாகிவிட்டாள்.

"ஞாபகம் இருக்கா தாயீ?"

இழந்த குரல் இழுவையாய் வந்தது.

"இல்லாம என்ன?"

ஆதரவாய் மேலே கூட்டிக்கொண்டு நடந்தாள்.

"மதுரைக்கார முருகையா வீடு இதுதானே?"

அவர் கேட்டுக் கொண்டு வந்தது, தந்தையின் வளர்தல் போல் தயங்கித் தயங்கி விசாரித்தது; எட்டு வருசங்கள் முன் ஊரில் அவரை முதன் முதல் செண்பக தேவி சந்தித்தது ஒரு தனி நாடகம்.

"மதுரைக்கார முருகையா வீடு இதுதானே?"

வீட்டு முன் நின்று அவர் கேட்டார்.

"நீங்க யாரு?" செண்பகதேவி எதிர் கேள்வியடித்தாள்.

"வீடு தப்பிருச்சா?" அவர் ஏறிட்டுப் பார்த்தார்.

"நீங்க யாரு? வீடு ஒன்னும் தப்பலை. இங்கதான் இருக்கு"

அவள் கேட்ட கேள்வி பதிலளிக்கப்படாது அப்படியே கிடந்தது.

''நா சோறு வாங்குறவன். கொஞ்சம் கோழிக்கறியும் சோறும் இருந்தா போடு தாயீ.''

இரண்டு கையை அளவாய்க் குவித்துக் காட்டினார்.

''அதென்ன கோழிக்கறி, சோறுன்னு திட்டமா கேக்குறீங்க?''

''இன்னைக்கு விசேஷம். பொங்கலுக்கு மறுநாள். கறிநாள். எல்லா வீட்லயும் கவுச்சி இருக்குமின்னு தெரியும். அதான் கேட்டேன்.''

புது வெள்ளை வேட்டி, புதுச்சட்டை, கோடித்துணி என்பதற்கு வேட்டி முந்தி, சட்டை நுனியில் மஞ்சள் தடவிய அடையாளம் கத்தரிப்பூ வண்ணத்தில் சன்னக்கரையுள்ள துண்டு தோளில் தொய்வாய்க் கிடந்தது. தோற்றத்தில் புது மாப்பிள்ளை. ஒருவர் சடாரென்று பிச்சைக்காரராக ஆவதற்கு எந்த முகாந்தரமும் இல்லை. ''அன்னம் போடுங்கம்மா'' என்று இழந்த குரல் அந்தத் தொண்டைக் குழியிலிருந்து எழுந்து வரும் என்றோ, அறிகுறி தெரியவில்லை. முன்னே போகவிட்டு, பின்னே பார்க்க வைக்கும் அந்த உடற்கட்டுமானம், ஐம்பத்தைந்து வயதைத் தூரத் தூக்கியெறிந்தது.

''அப்பவும் சோறு வாங்க ஏனம் ஒன்னும் கொண்டு வரலை?''

''ஏனம் இல்லைன்னா, என்ன? ஒரு இலை வாங்கிட்டு வந்து ஓரமா உட்கார்ந்து சாப்பிட்டுப் போறேன்.''

''ஐயா வாங்க வாங்க, ஒங்களத் தேடித்தான் மேற்கேபோயிருந்தேன்.''

செண்பகதேவி - பார்வைக்காரர் உரையாடலை உடைத்துக் கொண்டு முருகையா படபடவென்று உள்ளே வந்தார்.

''பாயை எடுத்து விரிம்மா''

வந்தவர் பார்வை பார்க்கிற சீனி குருசாமி என்பது அப்போதுதான் தெரிந்தது. யாரைத் தேடி,மேற்கு தெருப் பக்கம் அய்யா போனாரோ, அவர் ஏற்கனவே வந்துவிட்டார்.

"விசாரணை கடுமையாத்தான் வந்திச்சி"

நைப்பாய் சிரித்தபடியே உள்ளே வந்து உட்கார்ந்தார் பார்வைக்காரர்.

"தாயி வேப்பில்லை தான் பிடிக்கலை. எல்லாக் கேள்வியும் கேட்டிருச்சி."

செண்பக தேவிக்கு வெட்கமாக இருந்தது. அய்யா தேடிப்போன ஆள் இவர்தான் என்று முன்னாலேயே சொல்லியிருக்க வேண்டியதுதானே என்று நினைத்தாள். இன்னார் வீட்டில் பெண் இருக்கிறது இன்னின்னார் வீட்டில் மாப்பிள்ளை இருக்கிறது என்று தெரிந்து வைத்துக்கொண்டு ஒரு முனையிலிருந்து இன்னொரு முனைக்கு இணைத்து வைப்பது என்ற சுபகாரிய வேலை அவருக்கு இருந்தது. மதுரைக்கார முருகையா வீட்டில் ஒரு பெண் இருக்கிறது போய்ப் பாருங்கள் என்று சொல்லி பார்வைக்கார சீனி குருசாமி வந்தார்.

வந்த இடத்தில் வேலை மாறிவிட்டது. உழைக்கிற மாடு ஊர்மேல போனா அங்கயும் ரெண்டு ஏர் கட்டி உழச் சொல்வாங்களாம், பெண்ணோட பெற்றோரைச் சந்தித்துப் போக வந்த இடத்தில், கையில் வேப்பங்குலையைக் கொடுத்து, கொஞ்சம் பார்வை பார்த்துப் போகச் சொன்னார்கள். வந்த காரியத்தை வெளியில் விடாமல், மடக்கி உள்ளே வைத்துவிட்டார்.

வலது காலைக் குத்துக்காலிட்டு, இடதை மடக்கி மணப்பெண் போல் உட்கார்ந்தாள் செண்பகதேவி. அவளது கை வலதுகால் மேல் கிடந்தது.

"கையைக் கீழே போடு தாயீ"

பார்வைக்காரர் சொன்னார். எந்த அங்கத்துக்கு பார்வை பார்க்கிறாரோ, அந்த அங்கத்துக்கு மறைப்பு கூடாது.

செண்பக தேவிக்குள் குமரிக் கூச்சம் ஓடியது. வலது பாதத்தின் மேல் தொங்கவிட்டிருந்த கையை எடுத்து கீழே விட்டாள்.

பா. செயப்பிரகாசாம்

கல்லூரிப் படிப்பு முடித்திருந்தாள். அஞ்சல் வழிக் கல்வியில் முதுகலை படித்துக்கொண்டிருந்தாள். அதுகிராமம். அவள் பெண். மனித வெக்கை வீசியடிக்க பெண்டுகள் நெருக்கியடிக்கும் இடத்தில் உடலை கூச்சத்துடன் நெளித்தாள்.

அவளுக்கு அண்டக் கொடுத்து உட்கார்ந்திருந்த அம்மா இடுப்பில் லேசாய்க் கிள்ளி, ''நெளியாதே'' என்றாள். இன்னும் நெளிந்தாள்.

சீனி குருசாமி, செண்பக தேவியின் வலதுகால் பாதத்தைத் தடவினார். கணுக்காலிலிருந்து முழங்கால் வரை வீங்கி இருந்தது; காலின் மேல் ஒரு ஆமை உட்கார்ந்திருக்க அதைத் தூக்கிக்கொண்டு நடப்பது மாதிரி இருந்தது. விஷக்கடி எதனால் என்று அறிய முடியவில்லை.

இராமநாதபுரம் வரை போய்ப் பார்த்துவிட்டார்கள். மருத்துவ வகைகள் எவை உண்டோ, அவைகள் இருந்த இடத்துக்கெல்லாம் போய்ப் பார்த்தாகிவிட்டது. கடைசியாய் எம்.டி. டாக்டரிடம் காட்டினார்கள். நீர்க்கட்டு அல்லது வாயுக் கோளாறாக இருக்கும் என்றார். வாயுத் தொல்லையென்றால் உடலின் ஒரு இடத்திலிருந்து மற்றொரு பகுதிக்கு நகர்ந்து கொண்டே இருக்கும். ஆனால் வீக்கம் முழங்காலின் கீழ்ப்பகுதியிலேயே தங்கிவிட்டது; தொடர்ந்து ஊசிபோட்டால் சரியாகிவிடும் என்றார். சரியாக இல்லையென்றால் அறுவைச் சிகிச்சை செய்ய வேண்டும். விஷக்கடி என்பது நாட்டுப்புற வார்த்தை. எல்லாவற்றுக்கும் பொதுவான ஒரு சொல். அப்படியொரு சொல், மருத்துவ அகராதியிலோ, ஆங்கில மருத்துவப் புழக்கத்திலோ கிடையாது என்றார் எம்.டி. மருத்துவர்.

இங்கிலீஷ் மருந்தை உடனே நிறுத்தணும் என்பது பார்வைக்காரர் போட்ட கட்டளை; கையில் வேப்பங்குலை எடுப்பதற்கு முன்பே பார்வைக்காரர் நிபந்தனை; இங்கிலீஷ் மருந்தின்பேரில் பார்வை வைத்தியத்துக்கு அதிகாரம் இல்லை.

''இந்த வீடு ஒனக்கு சொந்த வீடாம்மா?''

முகத்துக்குநேரே உயர்ந்த பார்வைக்காரரின் சுட்டு விரலையே பார்த்தாள் செண்பகதேவி.

"இந்த வீடு ஒன்னது இல்லை. இல்லையா?"

அவளுக்குப் புரியாததால் ஒரு பதிலும் இல்லை. இவர் என்ன கேட்கிறார் என்ற கேள்விக்குறியுடன் அம்மா பக்கம் திரும்பினாள். அம்மாவுக்குப் புரிந்தது. சிறு சிரிப்புடன், "நீங்க சொல்றது நிஜம்தான்" என்றாள். பார்வைக்காரர் உலக யதார்த்தத்திலிருந்து எடுத்து வைத்ததை நாற்பது வருஷ வாழ்வின் சுயானுபவத்திலிருந்து அம்மாவினால் எளிதாகப் பிடித்துக்கொள்ள முடிந்தது.

"ஆமா, ஆமா" என்றாள்.

கல்யாணமானபின் இன்னொரு வீட்டுக்கு நடக்க வேண்டியவளாக பெண் பிறவி இருக்கிறாள். இந்த வீடு அவளுடைய வீடு இல்லை. போய்ச் சேருகிற இடம் அவளுக்குச் சொந்த வீடு. வாழ்க்கையின் கால் பகுதி மட்டுமே பிறந்த வீட்டில் கழிகிறது. மீதி முக்கால் வாழ்க்கை அல்லது முழுவாழ்க்கை இன்னொரு வீட்டில் காத்துக் கொண்டிருக்கிறது. ஒவ்வொரு பெண்ணும் அந்த இன்னொரு வீட்டுக்கு, சொந்த வீட்டுக்குப் போக காத்துக்கொண்டிருக்கிறாள்.

சொந்த வீட்டுக்குப் போய்ச் சேருகிறபோது, உடம்பில் ஒரு ஒச்சத்துடன் எந்தப் பெண்ணும் போகக் கூடாது.

"கல்யாணக் குத்தம் எந்தலையில விழுந்திரக் கூடாது பாரு அதுக்குத்தான் இந்த குருவங்குலையை (வேப்பங்குலை) எடுத்தேன்."

வேப்பங்குலை என்ற வார்த்தையை அவர் ஒரு போதும் உச்சரிப்பதில்லை. சிலதொழில்களுக்கு தொழில்முறை வார்த்தைகள் இருக்கின்றன. அதைத் தாண்டி வார்த்தைகளை பயன்படுத்துகிற போது, வீரியமும் மதிப்பும் இற்றுப் போகின்றன.

தோளிலிருந்த துண்டை இறக்கி இடுப்பில் சுற்றினார். விபூதிப் பையை எடுத்து நெற்றியில், கைகளில் பூசிக் கொண்டார். ஒரு சிட்டிகையளவு வீபூதி எடுத்து, செண்பக தேவியின் நெற்றி உச்சி மேட்டில் வீசினார்.

பா. செயப்பிரகாசாம்

வேப்பங்குலை உயர்ந்தது. அதற்கு ஒரு உயர அளவு உண்டு. எந்த அங்கத்துக்குப் பார்வை பார்க்கப் படுகிறதோ, அதற்கு ஒரு சாண் உயரத்தில் சுற்ற வேண்டும். முதலில் தரைக்கு மேல் பரவிப் பரவிச் சுற்றியது. படிப்படியாய் அங்குலம் அங்குலமாய் உயரம் கூடிச் சுழன்றது. முகத்துக்கு நேரெதிர் வந்ததும் நின்று கொஞ்ச நேரம் தலையை இடப்பக்கம் திருப்பி ஆடியது. பிறகு சர்ரென்று பறவைபோல் கீழாகப் பாய்ந்து செண்பகாவின் முழங்காலுக்குக் கீழே இப்படியும் அப்படியும் சுழன்றது. மேலிருந்து கீழாக மூன்று தடவை இறக்கினார். கண்களில் நெரியும் நீரை இரு விரல்களால் துடைத்துக் கொண்டே யிருந்தார். வாயிலிருந்து நெரித்துக்கொண்டு வரும் கொட்டாவியை இடது கையால் சுண்டி விட்டுக் கொண்டே இருந்தார். கண்களில் நீர் நெரித்துக் கொண்டு வருவது, கொட்டாவி அலகை நெருக்கியடித்து வெளியேறுவது இரண்டும் பார்வை நன்றாகப் பிடிக்கிறதின் அடையாளங்கள்.

"நல்ல பார்வைன்னா, அப்படித்தான் பிடிக்கும்"

கூட்டத்தில் ஒருவர் மெதுவாகச் சொன்னார்.

வேப்பங்குலையின் வீச்சுச் சத்தம் தவிர, வேறெதுவும் கேட்காத அமைதி. பேச்சுக் குரலின் சிறு அசைவு கூட அந்த நிசப்தத்தில் கல்லெறிந்தது போல் கெடுத்து விடுகிறது.

இருபுருவங்களுக்கிடையில் நெற்றிப் பள்ளத்தில் பார்வையை நிறுத்தினார். ஓடக்கரை தெரிந்தது. ஓடைக்கரை மேல் பருவத்தில் பூத்த ஓடை மரம். வெண்குஞ்சங்கள் பின்னிய குடைகளை ஒன்றின் மேல் ஒன்றாய் அடுக்கி வைத்தது போல் பூப்பூத்த நாலடுக்கு ஓடைமரம் பூக்கள் மின்னிய ஓடை மர உச்சியில் உருவு தெரிந்தது. நெற்றிப் பள்ளத்துக்கும் ஓடைமர உச்சிக்குமாக ஒளிப் பாய்ச்சலாய் உருவு வருவதும் போவதுமாக இருந்தது.

"உருவு தெரியுது" தன் புலப்பமாய் வந்தது.

அவரோட ஐயா குருவங்குலை (வேப்பங்குலை) மாற்றிக் கொடுக்கிற போது, சீனி குருசாமிக்கு வயது பத்தொன்பது. பரம்பரைக்

கணக்கு ஒன்று அதன் பின்னால் இருந்தது. அதை வைத்துதான் மாற்றிக் கொடுத்தார். கன்னியாலம்மன் கோயிலில் வைத்து நடந்தது. ஊர் முழுதும் கூப்பிட்டு சாப்பாடு போட்டார். நாலு திசைகளுக்கும் தகவல் தெரிவிக்க ஆள் அனுப்பியிருந்தார். நாலு ஊர்ப் பெரியவர்கள் முன்னிலையில், எல்லோரும் சாப்பாட்டுத் திருப்தி முகத்தில் தெரிய, அறிவார்த்தமான ஆட்களெல்லாம் திரண்டிருந்தார்கள். எல்லா கன்னியாலம்மன் கோவில்களுக்கும் முன்னால் வழமையாய் நிற்கும் சூரிமரம் தளதளவென்று பசுமை ஒளியில் சாட்சியாய் நின்றது. தீபாராதனை காட்டி, சாமி கும்பிடு நடத்தி, குருவங்குலை மாற்றிக் கொடுத்தார்.

தரும காரியத்தை ஒப்புக்கொண்ட பிறகு, அதை நிறைவேற்றுவதில் கவனம் கொள்ள வேண்டும். ஒழுக்கச் சிதைவு கூடாது. இளவட்ட ஆட்டத்தை ஒதுக்கி வைத்துவிட வேண்டும். துப்புரவாக அதை துடைத்து தெளிவாய் பக்தி நிலை பூணவேண்டும். அப்போது உள்சுரப்பு வரும். தெய்வ உரு கிடைக்கும்.

மூடிய கண்கள் வழியாக பாய்கிற உருவை நெற்றிப் பள்ளத்துக்குள் கொண்டுவந்து நிறுத்த வேண்டும். அதுதான் நல்ல பார்வை.

சிவலார்பட்டி தாய்க் கிராமம். அதை இட்டுத்தான் சுத்துப்பட்டு கிராமங்கள் முளைத்தன. சவலைப் பிள்ளையாய் தாயின் முந்தானையைப் பிடித்தபடி கிடந்த சுத்துப்பட்டு கிராமங்கள் அதிசயம் போல் சுறுசுறுப்பாய் எழுந்து நடமாடிக் கொண்டன. ஈன்ற கன்றுக்குட்டி போல தம்மீது படர்ந்திருக்கிற சோம்பல் கசடுகளை நீக்கிவிட்டு தட்டுத் தடுமாறி எழுந்து நின்றன. படிப்பு, வேலை, வியாபாரம் என்று சேய்க் கிராமங்கள் முந்திக்கொள்ள, வயசாளிபோல் தாய்க் கிராமம் தவங்கிவிட்டது.

அய்யா வடக்கே மாடுபிடிக்கப் போனார். ஜோடி 25 ரூபாய். அன்றைக்கு வசமான மாடுகள் சிக்கின.

சிவலார்பட்டியில் ஒரு விவசாயி ராத்திரிப் பொழுதில் மாட்டுக்குக் கூளம் பறிக்க படப்புக்குப் போயிருக்கிறார். படப்படியில் கிடந்த ஒரு

பாம்பு 'படக்'கென்று கொத்தியது. நல்ல பாம்பு. விஷம் சிரசுக்கேறி, தள்ளாடிக் கீழே சாய்ந்தார். பேச்சு மூச்சில்லாமல் கிடந்தவரைக் கயிற்றுக் கட்டிலில் போட்டிருந்தார்கள். உள்ளூர் மருத்துவன் உள் மருந்துகள் கொடுத்துப் பார்த்தும், அசையாமல் கட்டை மாதிரிக் கிடந்தார். சாயந்தரமானபோது, தேர்கட்டி மயானத்திற்கு எடுத்துப் போனார்கள்.

மாடுகளுடன் அய்யா சிவலார்பட்டிக்குள் நுழைந்தபோது, ஊர் மௌனத்தில் உறைந்து கிடந்தது. காற்றசைவு இல்லை. மயானம் ஊருக்குள் மாறி உட்கார்ந்துவிட்டது போல் தெரிந்தது. ஒரு பாம்பு, ஊர் மொத்தத்தையும் அரட்டி வைத்துவிட்டிருப்பது தெரிந்தது.

அய்யா, கிடு கிடுவென்று சுடுகாடு நோக்கி நடந்தார். கட்டைகள் அடுக்கிக் கிடத்திய உடல் எருவாட்டிகள் மூடி முட்டத்திற்குத் தயாராய் இருந்தது. முகம் மூடாமல் மீதி வைக்கப்பட்டிருந்தது. சாயந்தர இருட்டுக் கவிவை சுற்றிலும் அழுது திகைக்கிறவர்களின் முகங்கள் இன்னும் கெட்டிப் படுத்தியிருந்தன.

அய்யா போனதும் கூட்டம் விலகியது. முகத்துக்கு நேரே காதுகள் வைத்துக் கவனித்தார்.

"ஆள் சாகலே, ஊருக்குத் தூக்கிட்டுவாங்க."

எந்தப் படப்புக்கடியில் இருந்து நாகம் தீண்டியதோ,அந்த இடத்துக்கு எடுத்து வரச்சொன்னார். ஒரு குத்து வேப்பங்கொழுந்து, ஒரு கை துளசி இலை, கொஞ்சம் மிளகு, இஞ்சி அரைத்து வரச் செய்தார். கடைவாயை அகட்டி, கெட்டித்த பற்களைத் திறந்து அரைப்படிச் சாறு உள்ளே கொடுத்தார். மளமள வென்று தடையில்லாமல் இறங்கியது. உயிர் சுழன்றுவிட்டதென்றால் அல்லது சுழன்று போகிற தருணமாக இருந்தால் பால் விட்டாலும் உள்ளே இறங்காது. மூச்சுக்காற்று தொண்டைக்குழி திறந்து உள்ளே விழுகிறது.

கையில் திறமாய் வேப்பங்குலை ஏந்தினார். குருவை நினைத்து வேப்பங்குலையை இரு கைகளிலும் நெற்றிக்கு நேரே வைத்து முருகாவென்றார்.

''ஒரு கிண்ணத்தில் பால் கொண்டு வாங்க'' என்றார். கண்கள் நீரால் நெரிந்தன. சகல ஜீவராசிகளுக்கும் இரக்கப்பட்டு, கருணையால் வாழ்வு எய்திச் செழிக்க வைப்பதாய் அந்தக் கண்ணீர் மளமளவென்று வழிந்தது. அவ்வளவு கண்ணீர் எங்கிருந்தது என்று தெரியவில்லை. வாய் அதக்கி, அதக்கி கொட்டாவி பெருக்கெடுத்தது. இடது கையால் கண்களைத் துடைப்பதும், பிறகு அதே கையால் கொட்டாவியைச் சுண்டிவிடுவதும் மாற்றி மாற்றி தாளலயமாய் நடந்தது. மந்திரிக்க மந்திரிக்க நாத்துப் படப்புக்கு அடியில் ஒடுங்கியிருந்த பாம்பு இருப்பிடம் நீங்கி வெளியில் வந்தது. ஒரு வெள்ளி அரணாக்கயிறு அசைவது போல் பாம்பு வளர்ந்து வந்தது. ''பெரிய பாம்பு, பெரிய பாம்பு'' கூட்டம் அலறிப் புரண்டது. கட்டையாய்க் கிடந்தவனின் பெருவிரல் முனையில் வாய் பொருத்திய பாம்பு விஷத்தை திருப்பி உறிஞ்சியது. சுழலும் வேப்பங்குலையைப் பார்த்து தலைதூக்கி நின்றது.

பால் கிண்ணத்தை, அய்யா அதன் முன் வைத்தார். பாலைக் குடித்துவிட்டு, அசைந்து அசைந்து கிழக்கு நோக்கி மறைந்தது.

விஷம் இறக்க மட்டுமே தெரிந்த ஒரு பாம்பு, சொன்ன சொல் கேட்கிற நல்ல பிள்ளையாய், வேப்பங்குலை மந்திரிப்புக்கு அடங்கி கட்டுப்பட்டு அன்று விஷத்தைத் திரும்பி எடுத்த காட்சி, எல்லோரையும் ஆச்சரியப்பட வைத்தது.

பாம்புக்கடி பட்ட இடத்தை அய்யா பார்த்தார். பல் பதிவு தெரிந்தது.

பாம்பு பல் பதிக்கிற கோணம் முக்கியம். அலகு சாய்த்துக் கொத்தினால் சக்தி கூடுதல், நேரே கொத்தினால் வீரியம் குறைவு. கொத்தப்பட்ட சிவலார்பட்டி சம்சாரிக்கு பாம்பின் பல் நேரே பதிந்திருந்தது. மூன்று பல் மட்டும்தான். நான்கு பல் பதிந்ததென்றால் ஆள் உயிரைக் காலியாக்கி விடும். நல்லபாம்பு, விரிசங்கட்டை (விரியன் பாம்பு) இரண்டும் பாம்பு வகைகளிலே விஷம் கூடுதலானவை. அந்த சம்சாரியைக் கொத்தி, மரணத்திற்குள் அனுப்பியது நல்ல பாம்பு வகை.

மரணத்துக்குள் போன விவசாயியின் உயிரை மீட்டெடுத்துக் கொண்டு வந்த அய்யாவை சிவலார்பட்டிட கிராமமே திரண்டு, வண்டிகட்டி, ஊர்வலம் போல் வந்து ஊரில் விட்டுப் போனார்கள். அவர்களுடன் இரண்டு கோட்டை கம்மப் புல்லும், ஒரு பால் மாடும் வந்தது. அய்யா இறந்த பிறகு அவருடைய சமாதியில் ஒவ்வொரு வருசமும் சிவலார்ப்பட்டிக்காரர்கள் ஊரோடு வந்து குருபூஜை நடத்திப் போகிறார்கள்.

கைக்குள் அடங்கிச் சுற்றிய வேப்பங்குலையின் வேகம் மெல்ல மெல்லக் குறைந்தது. ஓட்டப் பந்தயக்காரன் எல்லையை மிதித்த பிறகு கொஞ்சதூரம் ஓடி நிற்கிற காட்சி போல் தென்பட்டது.

'ஒரு குத்து குருவங்குலை' - சீனிகுருசாமி வேப்பிலையைப் பறித்து அம்மாவின் கையில் கொடுத்தார். அதே மாதிரி கையளவு துளசி இலை, பாகற்கொடி, பூவுங் கொளுந்துமாய் அரைத்துச் சாறு எடுத்து உள்ளே கொடுக்க வேண்டுமென்றார். ''இந்தக் கணக்கிலேயே ஒரு வாரம் கொடுங்க, பிறகு நா வந்து பாக்கறேன்'' என்றார்.

செண்பகதேவி அர்த்தமுள்ள புன்னகை செய்தாள். இதழ் பிரியாமல் சிரிப்பை உண்டாக்கினாள். ''என்ன சிரிப்பை பிழுங்குறே?'' கனகு கேட்டபோது, ''இல்லே, ஒண்ணுமில்லே'' என்றாள்.

மந்தரிக்கிறது மட்டுமல்ல; உள்மருந்தும் கொடுக்கிறார். சுற்றி இருப்பவர்கள் பார்வை பார்ப்பதினால் மட்டுமே நோய் வாசியாகிறது என்று நம்புகிறார்கள். நம்பிக்கையை மட்டுமே கொண்டு அவர்கள் காலத்துக்குள் நகர்கிறார்கள். உடலுக்கு நேருகிற விஷக்கடி மட்டுமல்ல, வாழ்வின் எந்த விஷக்கடியும் இன்றில்லாவிட்டால் நாளை தீரும் என்ற நம்பிக்கையோடு வாழ்வுக்குள் நடக்கிறார்கள்.

அம்மாவுக்கு ஏதோ சொல்ல வேண்டி இருந்தது. பார்வைக்காரரின் முகத்தையே பார்த்துக் கொண்டிருந்தாள்.

''பாப்பாவுக்கு இப்ப தூரமா?''

பார்வைக்காரர் கேட்டார்.

"இன்னைக்கு மூணாவது நாள்."

அம்மாவின் வாய்ச் சொல் ரகசியம் போல் மெல்லக் கசிந்தது.

மாதவிடாய் ஆன பருவத்தில், பார்வை வைத்தியத்திற்கு நோயின் மேல் அதிகாரம் கிடையாது. அதைச் சொல்லிரணுமில்லே என்றார். முடிந்ததுக்குப் பிறகுதான் உள் மருந்து எடுக்க வேண்டும். செண்பகதேவிக்கு மட்டுமல்ல, அங்கு கூடியிருந்த செண்பகதேவிகளுக்கும் தெரிந்து கொள்வதற்கான சேதியாக இருந்தது.

"எல்லோரும் கேட்டுக்கோங்க" என்றார்.

சேலைக்குள் பதுங்கியிருந்த கால்களின் நடையில் வித்தியாசம் தெரியவில்லை. கால்கள் பத்திரமாக இருக்கின்றன.

"கால் எப்படியிருக்கு?"

முதல் விசாரிப்பாக அதைக் கேட்க வேண்டுமென்று நினைத்தார் பார்வைக்காரர். கேட்டு அறிந்து கொள்ளத் தயக்கம் இருந்தது. நேரடியாகக் கேட்காமல், பார்வையிலேயே தெரிந்து கொள்ள முடியும். பார்வை உதவாத இடத்தில் மட்டுமே வார்த்தைகள் உதவ முடியும். கணுக்காலுக்கு மேல் ஆடை கொஞ்சம் தூக்கிக்கொண்டால் போதும்; கண்டுகொள்ள முடியும். கண்டுகொள்ளும் ஆவலில், கேட்டு அறிந்து கொள்ளும் நினைப்பை மடக்கி உள்ளே வைத்தார்.

"எத்தனை பிள்ளைக?"

பார்வைக்காரர் கேட்டார்.

"ரெண்டு"

"பள்ளிக்கூடம் போகிற வயசா?"

"ஆமா, போகுதுங்க"

"எப்ப கல்யாணம் நடந்திச்சி?"

பார்வை வைத்தியம் பார்த்து முடித்த அடுத்த வருசமே கல்யாணம் நடந்திருக்கிறது. கல்யாணத்துக்கு கால்கள் தடையாயிருந்திருக்காது.

பா. செயப்பிரகாசம்

எந்த சொஸ்திக் குறைவுமில்லாததால், கால்களை முன்னிட்டு கல்யாணம் நின்று போகவில்லை என நினைத்தார்.

ஒரு கத்தைக் காகிதங்களை பையிலிருந்து எடுத்து, ''இதப் பாரும்மா?'' என்றார்.

''விலாசமெல்லாம் சரியாத்தான் இருக்கு.''

''எனக்குத்தான் கால் பிடிபடலே''

''ஃபோன் நம்பர் குறிச்சிருக்கீங்க. போன் பண்ணியிருந்தா அவருக்குச் சொல்லி கூப்பிட்டு வரச் சொல்லியிருப்பேனே''

வெயிலில் சுருண்ட புழுப்போல், இடம் கண்டுபிடிக்க அலைந்து வதங்கி விட்டிருந்தார்.

ஒரு விலாசத்தைக் காட்டி, தன் சொந்தக்காரர் இருப்பதாகவும், அங்கே போய் தங்கிக் கொள்ள முடியும் என்றார்.

''ஏன், இங்கயே தங்கலாம்? அவரு சாயந்தரம் வருவாரு''

பார்வைக்காரருக்கு அது ஒப்புதல் இல்லை. கால்களைப் பற்றி ஐயமறத் தெரிந்து கொள்ளாதபோது, தங்குவது என்ற முடிவு சரியாக வராது. மனசு ஐக்கியப்படாமல் தங்குவது சாத்தியப்படாது.

கால்களே எல்லாவற்றையும் தீர்மானிப்பதாக இருக்கின்றன. மனிதனின் மொத்த வாழ்க்கையையும் எடுத்துச் சொல்வதாக கால்கள் இருக்கின்றன. கால்களின் நடமாட்டம்தான் மனிதன் இயங்குவதை அடையாளப்படுத்துகிறது. மூளை மண்டலம்கூட, கால் நடமாட்டத்தை வைத்தே அசைவுகளைத் தொடர்ந்து பிறப்பித்துக் கொண்டே இருக்கிறது.

சில நேரத்தில் கால்கள், வாழ்க்கை உறுதிபட ஊனுகிற தூண்களாக இருக்கலாம்,கோபம் கொள்ளும் நேரங்களில் கால் ஒரு துடைப்பம் போலவும் விரியலாம்.

அவர் சாப்பிடுகிற தோரணையைக் கண்டு செண்பகதேவி ஆச்சரியப்பட்டாள். கூர்ந்து கவனித்தாள். சாப்பிடுகிறபோது மன்னன்

மாதிரி உட்கார்ந்திருப்பாரே. அவர் இப்போது தென்படவில்லை. விரலால் நோண்டி நோண்டி, தாளித்த கருவேப்பிலை, சோற்றில் கிடக்கும் சீரகம், கடுகு எல்லாவற்றையும் நுணுக்கி நுணுக்கி எடுத்து வைத்து விடுவார். அவர் கழித்து வைத்தது மட்டும் ஒருகுத்து (கையளவு) வரும். இப்போது தென்படுகிறவர், எதையும் கழிக்காத, மளமளவென்று உணவை உள்ளே தள்ளுகிற ஒரு புதிய மனுசர்.

அவருக்குள்ளிருந்த பழைய கம்பீரம் கழன்று வெகு நாளாகியிருந்தது. வளமான சொல், எடக்கு முடக்காய் பேசும் பேச்சு, என சகலமும் காணாமல் போயிருந்தன. அவரிடமிருந்து தொலைந்து போனவைகளில் முக்கியமான ஒன்று எந்நேரம் எங்கிருந்து பார்த்தாலும் இருட்டையும் பளிச்சென வெளிச்சமாக்குகிற முகம்.

புறப்படுகிறபோது சொன்னார். பரிதாபமாக இருந்தது.

''ஏதாவது ஒரு வேலை இங்ஙன பாக்கணும். அதுக்கு ஏற்பாடு பண்ணு தாயீ.''

''என்ன வேலை?''

''கடையில, ஓட்டல்லே கணக்கெழுதுற வேலை''

ஏற்கனவே சில இடங்களில் அந்த வேலை பார்த்திருக்கிறார். சொந்தக்காரரின் வீட்டு முகவரி கொடுத்தார். அந்த விலாசத்தில் தான் இருப்பதாகவும், சொல்லியனுப்பினால் உடனே புறப்பட்டு வந்து விடுவேன் என்றும் சொன்னார்.

அவருடன் செண்பக தேவியும் கீழிறங்கியபோது, தடுத்துவிட்டார்.

''வேண்டாம்,நா போய்க்கிறேன்'' என்றார். கடைசிப் படிக்கட்டில் நின்றபடி, தனக்கு மேலே படிக்கட்டுகளில் இறங்கிவரும் கால்களைப் பார்த்தார்.

வீதியில் இறங்கிய பார்வைக்காரர் கேட்டார், ''அவரு உனக்குச் சொந்தமா?''

''ஆமா''

அவள் சிரித்த சிரிப்பில் ஏன் அப்படிக் கேட்டீங்க என்ற கேள்வி வெளிப்பட்டது.

விஷக்கடி நீர் ஏறி வீங்கி, பனை நிறத்தில் இருந்த அந்தக்கால் தன் முகத்தில் ஓங்கி ஒரு உதைவிட்டது போலிருந்தது. இரண்டு வழிகளில் மட்டுமே அந்தப் பெண்ணுக்கு சாபவிமோசனத்தின் கதவுகள் திறந்திருக்க முடியும். ஒன்று சொந்தக்காரன் என்பதால் திறக்கப்பட்டிருக்கலாம். அல்லது ஏராளமான சீர்வரிசை, சொத்து, ரொக்கம் ஆகியவைகளால் கறுத்து வீக்கமான அந்தக் கால் மறைக்கப்பட்டிருக்கலாம்.

பார்வைக்காரரின் கால்கள் மண்ணில் உறுதியாகப் பதியாமல் தளர்ந்தன. எதையோ தொலைத்து விட்டவர் போல் கூனிக்குனிந்து நடந்து போனவரை, செண்பகதேவி வாசலில் நின்று பார்த்துக் கொண்டிருந்தாள்.

# கொடை

''என்ன திடீர்ப் பொங்கல்?''

''திடீர்ப் பொங்கல்தான்''

''உள்ளூர் ஆட்களுக்குச் சரி. எங்களப் போல ஆட்களுக்குக் கஷ்டமில்லே.''

''ஒரு கஷ்டமா? ஆந்திராவிலிருந்து எங்களைப் போல தொழிலை விட்டு, வரவேண்டியிருக்கு.''

சின்ன அளவில் சென்னையில் பெட்டிக்கடை வைத்திருக்கும் வடிவேல் ராசு சொன்னான்.

''அது அதுக்கு''செட்-டாப்'' (செட்டப்) பண்ணிட்டு வரவேண்டாம்?''

''ஆனா இந்த வருஷம் வைக்கலேன்னா பத்து, பன்னிண்டு காவு (கொலை) கேட்டிரும்.''

''அதுவும் அப்படியா?''

''பஞ்சாயத்து தேர்தல்லே குளறுபடி ஆகிப்போச்சி, நீயா, நானான்னு போட்டுப் பாத்துறதுங்கிற கட்டத்துக்கு வந்திட்டாங்க. தேர்தல் நடந்து, முடிஞ்சதுன்னா,அதோட மறந்திட வேண்டியதுதானே. ஒன்றுக்கொன்று முந்திக்கிட்டே போச்சி. இத, இப்படியே விடக்கூடாதுன்னு கடைசிக்கட்டமா ஜனங்க உடனே சாமி கொண்டாடனும்னாட்டாங்க. ஊர்ப் பொதுவில் இரண்டரை லட்ச ரூபா இருக்கு. அதை பழைய தலைவரு கோஷ்டி, இததுக்கு செலவழிக்குணுங்க, புது தலைவர் வேறெதுக்கோ செலவழிக்கனுங்க ... சனங்க சேந்து சாமிக்கு செலவு செய்ங்கடான்னுட்டாங்க.''

வெகுதூரத்தில் இருந்தாலும் பாம்புக்காது. ஆந்திரா மனிதருக்கு தாக்கல் போய்விடுகிறது.

திருநெல்வேலி லாலா மிட்டாய் கடை, ஆந்திராவில் போய் கடை வைத்ததும், திருநெல்வேலி வகையறாக்களை விட்டுவிட வேண்டியதாயிற்று. ஆந்திர இனிப்பு பதார்த்த வகைகள், சரக்குப் போட நாலு பேர், வியாபாரம் கவனிக்க நாலுபேர் என்று தொழில் 'போட்ஸா' நடந்தது. ஒன்றுக்கு மூன்று இடங்களில் 'கங்கா ஸ்வீட் ஸ்டால்' புதிதாக முளைத்தன. மதிப்பைக் காட்டிக் கொள்ள பெரிய பிளசர் காரில், குடும்பத்தோடு, ஆந்திராவிலிருந்து வந்திருந்தார்கள். தூரம், தொலைவு என்று போய் விட்ட காலத்திலும் வேர்கள் சொந்த ஊரில், இந்த வேர்கள், பாசக் கயிறு போட்டு மண்ணுக்கு இழுத்து வந்துவிடும்.

கோயில் கற்கோயில் - விரிசல் கண்டுவிட்டது. முன் மண்டபம் உறுதியாக நின்றது. அத்திமரம், ஆல மரங்களை நட்டுக்க பிடுங்கி எறிகிற புயலோ, பெருவாரி மழையோ முன் மண்டபத்தை எதுவும் செய்ய இயலாது. பின் மண்டபத்தை மட்டும் இடித்துக் கட்டவேண்டும். கீழே கல், மேலே 'சென்ட்டரிங்.' மேலே மூன்று டன் களம் மணல் ஏற்ற வேண்டுமானால், கீழே ஆறு டன் கனம் கொடுக்க வேண்டும். அந்த அளவுக்கு ஊரில் 'பச்சையப்பன்' தேறாது. இருக்கிற கல்லைப் பெயர்த்து, ஓரம் அடிச்சி, புதுக்கல் மாதிரி வச்சி ஒரு மட்டத்துக்கு கட்டிறலாம். பிறகு 'சென்ட்ரிங்' ஏத்தலாம் என்று ஒரு யோசனை.

''எப்படியும் முடிய மூணு வருசம் செல்லும்'' ஆந்திராக்காரர் பேசினார்.

''கண்டிஷனா மூணு வருசம் கடக்கும்.''

''ஊர்ப் பொதுவில ரூபாய் இரண்டரை லட்சம் நோட்டுத் தான் கெடக்கு. அதுவரை இந்த இரண்டரை லட்சத்தை வச்சி ஒழப்பிக்கிட்டு, வீணாப் பகையை ஏன் உண்டாக்கணும்னு பொங்கல் சாட்டிட்டாங்க.''

மசாலா அரைக்கிறவளின் வேர்வையில் மினுக்கட்டாம் அடிக்கிற இடுப்பு மடிப்புகள் மேல், ஆந்திராக்காரரின் பார்வை உருண்டது. சித்திரவடிவு அம்மிக்கல்லில், மசாலா அரைத்துக் கொண்டிருந்தாள். பெரிய பித்தளைத் தூக்குவாளி நிறைய ஆட்டுக்கறித் துண்டம் கிடந்தது. அம்மியின் இந்தக் கடைசி முதல்,மறுகடைசி வரை உடம்பு வளைந்து போய் வந்தது. தண்ணீருக்குள் அமிழ்ந்து, பிறகு தலையை மேலே நீட்டி, முங்கு நீச்சல் போடுகிற மாதிரி.

அப்படித்தான் திடீர்ப் பொங்கல் நடந்தது. அதனால்தான் சென்னையில் மளிகைக் கடையில் நிற்கிற பாலகோபாலை கண்ணில் காண்க முடியவில்லை. ஊரில் பாதி அவன்தான் என்கிற மாதிரி பொங்கல் வைக்க அழைக்கிறது. முளைப்பாரி கட்டுறது என சேத்தாடிகளுடன் சேர்ந்து கூட்டத்துக்குள் காணாமல் போய்விடுகிறான்.

''பொங்கல் பேரைச் சொல்லி நாலைஞ்சு நாளைக்கு குளிச்சிக்கிருவோம்'' கிணத்தங்கரையில் குளித்துக் கொண்டிருந்தான் பாலகோபால். துலாக்கோல் போட்டு தண்ணியை வாரி, வாரி விட்டுக் கொண்டிருந்தான். கிணற்றுத் தண்ணீர்,சுனை நீர் குளிர்ச்சி. பாறை குளிர்ச்சியை தண்ணீராய் சுரக்கிறது. பாறைக்கு மேலிருந்து வழிகிறது குற்றாலத்து அருவி. பாறைக்குக் கீழிருந்து பூக்கிறது சுனை.

''இன்னும் இரண்டு வாளி ஊத்து பாக்கலாம்'' தண்ணிக்குத் தோதாய் நடுத்தர வயது மாமா தலையை முன்னே எக்கி நீட்டினார். அப்பவும் அவன் கிணுங்காமல், ''நீ வா. இந்தா நீயும் வா'' என்று இரைத்து விட்டுக்கொண்டே இருந்தான்.

''அப்புறம் நேரா, நேரத்துக்கு, யார் குளிக்கப் போறாங்க. வா, வான்னு கூப்பிட்டாலும் ஆள் கிடையாது'' என்றான் பாலகோபால்.

''கூப்பிட்டுப் பார்க்க வேண்டியதுதான். இங்க இருந்து மெட்ராஸ் வரையிலும், ஆந்திரா வரையிலும் கூப்பிட்டுப் பாத்தாலும் யாரும் வரப்போறீங்களா?'' என்றார் அவர்.

பா. செயப்பிரகசாம் 581

''அதனாலதான் பொங்கல் பேரைச் சொல்லி, நாலைஞ்சு நாளைக்கு குளிச்சிக்கிறோம்.''

''சரிதான்.''

சென்னையிலிருந்து அவனுடைய கூட்டாளிகளான கடைப் பையன்கள் இரண்டு பேர் பொங்கலுக்கு வருகை. புழுதிக் காற்று சுழன்று அடித்தது; குப்பையும் தூசியும் கொண்டு மூஞ்சியில் கொட்டுகிற வறக்காற்று.

கம்மாய்க்கரை முழுக்க குவிந்திருக்கிற ஆலமரங்கள் குத்தகை எடுத்த மாதிரி ஒட்டுமொத்த நிழலும் கரையில் அப்பிக்கிடந்தது.மேற்காங்கரையோரம் கிடங்கில் ஒரு சிரங்கைத் தண்ணீர் நடுச்சூரியனில் மின்னியது. மழையடித்து தண்ணிவரத்து வருகிற நலுங்கைச் சுற்றி வேலிக் கருவை பெருங்காடாய் கும்மென்று கிடந்தது.

சாமி கொடைக்கு வந்த அசலூர்க்காரர்கள், ஆலமரத்தடியில் சுகமாய்த் தூக்கம் சொக்கினார்கள்.

''கொடுத்துவச்சிருக்கு. மத்தியானம் ஒரு பிடி பிடிச்சிட்டு தூக்கத்தையும் உண்டு இல்லைன்னு பாக்குறாங்க'' என்றான் பாலகோபால். தலையில் நாலு போகாணி தண்ணியை விட்டுக் கொண்டே தான் எல்லாக் கேலிப் பேச்சும்.

காற்று திமிறி வீசியது. சுழன்று சிறு கூம்பு வடிவத்தில் புயல்போல் அடித்தது. கிளைகள் ஒடிந்து விழுகிற மாதிரி அலங்கோலமாய் ஆடியது. ''ஒரே செத்தையும், குப்பையுமா, கொஞ்சமாவது கண்ணயர விடுதா'' என்றார்கள் தூக்கத்தில் சொக்கிக் கொண்டிருந்தவர்கள்.

ஆடு மேய்ப்பவர்களுக்கு பாதிப்பொங்கல்தான். முற்பகல் வரை ஆடுகளை ஓட்டி, மேய்த்து விட்டு, பிறகு பின்னேரம் ஊர்ப் பொங்கலுக்காக தெற்கோர மரத்தடியில் ஆடுகளைத் தாக்காட்டினார்கள்.

''எங்க அய்யா, எவ்வளவு நேரமானாலும்,நடுச்சாமத்திலும் இந்தக் கெணத்துக்கு வராமப் போகமாட்டார்,வெளியூர் போயிட்டு வர்றாருன்னா,நாலெட்டு இப்படி வந்து குளிக்காமல் போகமாட்டார். நாலு - வாளி இறைச்சி ஊத்திட்டுத்தான் போவார். அதுவும் எப்படி? தலைவழியாத்தான்.'' பாலகோபால் சொன்னான்.

''ஒடம்புக்கு ஒன்னும் ஆகாதா?'' சென்னையிலிருந்து அழைத்து வரப்பட்டவன் கேட்டான்.

''குற்றாலத்தில ஏதாவது ஆகுதா? இருக்கிற ஜலதோசம்,சளி, காய்ச்சல் எல்லாம் காணாமல் போயிரும்.''

''இந்தப் பாறை ஊத்துக்கு இது ஒரு மவுசு.''

அவனுடைய எண்ணங்கள் ஊடாக அறுத்துக் கொண்டு கடை முதலாளியின் மொட்டை மாடியில், காலைச் சூரியனில் ஓடி நின்றன. அடி தண்ணீர்க் குழாய் கடை மூடி வீட்டுக்கு வந்து படுத்துறங்க பதினொரு மணியைத் தொடும்.சாப்பாடு போட்டு நானூறு ரூபாய் மொட்டை மாடியில் சிறு அறையில் கடைப் பையன்கள் தாமசம்.

''ஏலே பாலகோபால், ஏலே தங்கம்'' என்று விடியக் கருக்கல் அய்ந்து மணிக்கு முதலாளியின் கூப்பாடு கேட்கும். இதுதான் பிடிப்பதில்லை. அயர்ந்து காலாறக்,கையாற, உடம்பு வலி போக தூங்கு முன்பே தட்டி எழுப்பி விடுவார். இப்பவும் இவனை ஊருக்கு அனுப்ப மனமில்லை. கூட இரண்டு கூட்டாளிகளையும் கூட்டிக்கொண்டு போவதாகச் சொல்கிறான். முறுக்கிப் பிடித்தால் அறுந்து போகும். அவனுக்குப் பாதுகாப்பாக கூட்டாளிகளை அனுப்ப கடை முதலாளி சம்மதித்தார்.

மடத்துக்கு முன்னால், முட்டி நின்றது தெரு. நடுத்தெரு முக்கு கும்மியடிப்பு பார்க்க நெருக்கியடித்து உட்கார்ந்திருந்தார்கள். மடத்துக்கு ஒட்டி நின்ற மின் கம்பத்தில் ஏறி, அந்தப் பொழுதிலும் வயரை ஒக்கிட்டுக் கொண்டிருந்தான் வயர்மேன்.

பொம்பிளைப் பிள்ளைகள், ஒரே மட்டத்தில் இல்லை. எட்டு வயசிலிருந்து, இடுப்பில் தண்ணீர்க் குடத்தை அலக்காகத் தூக்கி

வைக்கிற பதினாறு வரை இருந்தது. ருதுவான பிள்ளைகள் இரண்டு பேர்.

காரனோடை வாத்தியார். இந்த வருஷம் வாத்தியார் இருப்பாய் இருந்து கும்மி சொல்லி வைத்தார். மகரக் குரல் உடையாத கரகரப்பில், நாலைந்த இளவயதுப் பையன்கள் பின்பாட்டு நல்ல முறையில் கற்று, ஆடல், பாடல், தேர்ச்சி பெற்று, வாத்தியாருக்கு மாதச் சம்பளம் 500 ரூபாய் என்று பேச்சு. அவர் சொல்லிக் கொடுத்த கும்மிக்கு சுத்துப்பட்டிகளில் நல்ல பேர். பொங்கல், கல்யாணம், சடங்கு என்று விசேஷ காலங்களில் நல்ல சீருக்கு ஓட்டம்.

வாத்தியாருக்கு சட்டை முழுதும் ரூபாய் நோட்டாகக் குத்தினார்கள். குத்தியதை எடுக்கவும் விடவில்லை. ஒவ்வொரு தடவை ரூபாய் நோட்டுக் குத்துகிற போதும் சன்மானம் அளித்தவர்களின் பெயரை வாத்தியாரே மைக்கில் அறிவித்தார். குறுக்கே குறுக்கே பூமாலை, முறுக்கு மாலை, வாழைப்பழ மாலை என்று அன்பளிப்பு செய்தார்கள். வாத்தியார் வெட்கத்தில் நெளிந்தார்.

''சுத்த பெண்ணாங்கியா இருப்பான் போலிருக்கு'' குசுகுசுத்தான் பாலகோபால்.

''அதானே பாத்தா அப்படித்தான் தெரியுது.''

கொட்டுக்காரனுடைய கைச் சதைகள், ஒரு பயில்வானுடையதைப் போல் மேலெழும்பின. முழங்கையிலிருந்து தோள் வரை சதைகள் அதிர்ந்தன. முழங்கைக்கு மேல்ஓணான் முதுகு போல், நரம்பு புடைத்து நின்றது. தோளுக்கும் மேல் கைக்கும் நடுவில் விரல் கடை அளவு பள்ளம்.

சோடா வாங்கிக் கொடுப்பதும், கலர் உடைப்பதுமாய் மேல் வேலையாய் பாலகோபால் திரிந்தான்.

''ஆள் பறக்கிறானே. பார்த்த மாயம் தெரியுது. பெறகு கண்ணைக் கசக்கிட்டு தேட வேண்டியிருக்கு.''

"ஊருக்குள்ள எத்தனை பொடி மட்டங்கள் இல்ல? இவனைப்பாரு" அதிசயித்தார்கள். ஊர்ச்சனங்களுக்குள் அவன் அய்க்கியமாகிவிட்டான். கூட்டாளிகளை விட்டு விட்டு, புதிய கூட்டாளிகளுடன் மறைந்தான். கூடவந்த இரண்டு நண்பர்களும் தனிமைப்பட்டார்கள். கும்மியடிப்புக்கிடையே கொஞ்ச நேரம் தைப்பாறினார்கள் பெண்பிள்ளைகள்.

"என்ன? ஒன் அக்கா மக ஒரேயடியா தலையைக் கசிந்திருச்சி, 'குவார்ட்டர்' போட்டுட்டு வந்திருச்சா?" நக்கல் அடித்தான் ஒருவன்.

"அவ குவார்ட்டர் அடிச்சா, நமக்கெல்லாம் தாங்காது" என்று சிரித்த பாலகோபால், சொன்னவன் மேல் மெதுவாய் சாய்ந்து இடித்தான்.

வாத்தியாருக்கு கொட்டு, பின் பாட்டு, சிங்கி என்று எல்லோருக்கும் ஒற்றைச்சரம் மாலை அணிவித்தான் பாலகோபால். கடம் அடிக்கும் ஆளுக்கு மாலை போட அயத்துப் போய்விட்டது. "அய்யய்யே அயத்துப் போச்சி" என்று நாக்கைக் கடித்துக் கொண்டான். ஓடிப்போய் மாலை வாங்கி வந்தான். கழுத்தில் விழுந்த மாலை கழற்ற முடியவில்லை என்பது போல், கடம் அடிப்பவர் கழற்றாமலே வாசித்தார். ஒரு பக்கமாய் கழுத்துச் சாய்ப்பு. கடம் அடிப்பதற்கு அது தான் வாகு. ஓங்கி வாசிக்கையில் கடத்தின் வாய்க்கு ஒட்டி தலையை வைத்துக் கொள்வது, பிறகு தலையை நீட்டி, நீட்டி பார்ப்பது - அசல் ஓணான் தான் என்று பாலகோபால் நினைத்துக் கொண்டான்.

நடுத்தர வயது பொம்பிளையும் ஒரு பெரியம்மாவும் அக்னிச் சட்டி எடுத்தார்கள். கைகளுக்குள் மாறி மாறி தீச்சட்டி பறந்தது. திரி எடுத்த சாமி, ஒரு வயசாளி. டொங்கு, டக், டொங்கு, டக் என்று ஆடியது. கையில் அரிவாளுடன் இடும்பன் சாமி, தங்கு, புங்கு, என்று ஆடியது. தங்கு, புங்கு சாமியை கொட்டுக் காரர்கள், குழல்காரர்கள் கண்டு கொள்ளவில்லை. இரண்டு கொட்டு, இரண்டு இரட்டைக் கொட்டு, போதாக் குறைக்கு உறுமி, இரட்டை நாயனம், சாயல்குடியிலிருந்து 10 ஆயிரத்துக்கு பேச்சு. 'சூப்பர்' மேளம், சாமியாட்டமும் சூப்பர் ஆட்டம்.

பா. செயப்பிரகசாம்

இடும்பன் சாமிக்குப் பக்கத்தில் நக்கல் செய்து, ரெண்டு பீப் பீ,டும், டும் அடித்தார்கள் பையன்கள்.

வெள்ளாங்காலையில் இடும்பன் சாமி டீக்கடையில் உட்கார்ந்திருந்தது.

''சாமி டீ சாப்பிடுறீங்களா?'' பாலகோபால் பக்கத்தில் போய் உட்கார்ந்தான். ராத்திரி வீச்சரிவாளைத் தூக்கிக் கொண்டு இந்த இடும்பன்தானே ஆடியது என்று துளிகூட பயம் இல்லை.

''சாப்பிடத்தானே வந்தோம்'' என்றது சாமி. ராத்திரி முழுதும் ஆடிய களைப்பு. கண் சொருகியது. பெஞ்சில் சம்மணம் கூட்டி உட்கார்ந்ததில், தொப்பை துறுத்தியது.

''ஒரு அஞ்சு டீ அடி'' பாலகோபால் உற்சாகமாய் சொன்னான்.

''ஏ, அஞ்சாறு டீ எதுக்கப்பா?'' இடும்பன் கேட்க,

''ரெண்டு நீரு சாப்பிடும். மீதிய நாங்க பாத்துக்கறோம்.''

பக்கத்திலிருந்தவர்களிடம் நைச்சியமாகப் புன்னகை செய்தான்.

''இது நிஜ சாமி இல்லே. இடும்பன் சாமி. ஒழுக்கமா ஆடுற சாமி இல்லே.''

அண்ணன்தான் வழக்கமாய் இடும்பன் சாமி ஆடுகிறவன். அண்ணனுக்கு வயசாகி, நோய் கண்டுவிட்டது. நடமாட்டம், வீட்டடிக்கும், வெளிக்குப் போக செய்ய கம்மாய்க் கரைக்கும்தான். ஆட மாட்டேன் என்று போன கொடையின் போது சொல்லிப் போட்டான். அதனால் தம்பி எம்பி, எம்பி, எக்குத் தப்பாய்க் குதிக்கிறான்.

இடும்பன் சாமி, பாலகோபாலை சைகை காட்டிப் பக்கத்தில் கூப்பிட்டது. இன்னைக்கு ஆட்டம் முடிந்ததும் 'ஆப்' வாங்கி அடிக்க வேண்டும் என்று இடது உள்ளங்கையில், வலது கையை வைத்து அறுத்துக் காட்டியது. பிராந்தியில் கலர் கலந்து கொடுக்க வேண்டும். கறுப்புக் கலர் நல்லா இல்லே. செவப்புக் கலர்தான் நல்லா இருக்கும். ''ஒரு பாட்டில் வாங்கி ரெடியா வச்சிக்கோ'' எல்லாம் சைகையில்தான்.

பாலகோபால் கூட இருந்தவர்களைப் பார்த்து கண் சிமிட்டினான்.

சாமி டீக்கடையிலிருந்து, கப்பைக் காலை அகட்டி, அகட்டி வைத்து, தள்ளாட்டமாய் வெளியேறியது.

''கெடா வெட்டுக்கு போக வேண்டாமா?''

பாலகோபால் படீரென எழுந்தான். கெதியாய் ஒரே ஓட்டம் கோயில் முன்னால் போய் இளைக்க, இளைக்க நின்றார்கள். இடும்பன் சாமி சொன்ன சொல்லை, டீக்கடையில் வள்ளிசாக விட்டுவிட்டு ஓடிவந்துவிட்டார்கள்.

''ஆட்டுக்கு உரியதாரி, யாரைச் சொல்றாங்களோ அவங்கதான் வெட்டணும். இன்னாருன்னு சொல்லலேன்னா, யாரு வேணுமின்னாலும் வெட்டலாம்'' பூசாரி சொன்னார்.

''அதுவும் அப்படியா?'' சுற்று முற்றும் பார்த்தான். பெறத்தாலே நின்று கொண்டிருந்தவரிடம் கேட்டான் பாலகோபால்.

''பெரியப்பா நீ யாருக்குச் சொல்லீருக்கிறே?''

''நா யாருக்கும் சொல்லலப்பா.''

வழமையான பொங்கல் என்றால் இருபது, முப்பது கெடாய் விழுகும். அவங்கவங்களுக்கு ஒரு தேவை இருக்கும். கோயிலை நினைத்து நேர்ந்து கொள்வார்கள். ஒரு வருசம், ஆறு மாசம் முன்னக் கூட்டியே நேர்தல் செய்வார்கள். திடீர்ப் பொங்கல் என்றதால் உருப்படிகள் குறைந்து போனது.

''கெடாய் தலையை நல்லா உதறணும்.''

அப்பத்தான் வெட்டுக்குத் தோதாய் கழுத்தை, நேர்வாக்காய் கொடுக்கும்'' என்றார் அவர். கெடாய் தலையில் தண்ணீர் அடித்தார்கள். ஒன்றிரண்டு ஆடு தலையை உதறுவனான்னு பிடிவாதமாய் நின்றது.

''காதைப் பிடி, காதைப் பிடி'' கத்தினார்கள்.

கெடாயின் ரெண்டு காதுகளையும் குழிவாய் பாலகோபால் பிடித்துக் கொள்ள, காதுக்குள் தண்ணீர் விட்டார்கள். உடனே படக், படக்கென்று ரெண்டு பக்கமும் தலை உதறல், கம்பீரமாய் ஒரு பார்வை. இந்த கம்பீரம்தான் அதுக்கு சனியன். அரிவாள் ஓங்கி, பதிவாய் கழுத்தில் இறங்கியது. தலை துண்டாக ஓடியது. இரத்தம் பீய்ச்சி, ரெண்டுநாள் முன்னால் பரப்பிய புது மணலை சிவப்பாக்கியது.

பூசாரி இடைக்கிடையே அறிவிப்பு செய்தார்.

"ஒரே வெட்டில சாய்க்கணும். தொங்கு விழுந்தால் 51 ரூபாய் கோயிலுக்கு அபராதம்."

துண்டாகி, விழி பிதுங்கிக் கிடக்கிற தலைகள் பூசாரிக்கு கட்டுகிற அபராதமும் அவருக்குச் சொந்தம்.

விடலைப் பருவத்துக்கும் இளம் வயதுக்கும் இடையில் நின்ற பாலகோபால் அரிவாளை வாங்கினான். மனசுக்குள் உண்டான பதட்டம் கைகளுக்கும் ஓடியது. பெரியப்பா, ஆட்டுக்கு உடையதாரி, ஆட்டின் பின்னத்தங்கால்களை வாகாய்ப் பிடித்துக் கொண்டார்.

பாலகோபால் அரிவாளை வீசி, ஒரே வீச்சில் இழுத்தான். ஆடு தலை துண்டாகி, முண்டம் துடித்தது. கால்கள் எகிறி எகிறி இழுத்தன. அரிவாளைப் பின்னால் இழுத்து விட்டான். வலது பக்கம் நின்று கொண்டிருந்தவன் மேல் லேசாய் அரிவாள் கீறியது.

"அதான் வெளையாட்டுப் பசங்க கையில் கொடுக்கக் கூடாதுங்கிறது" என்று பூசாரி பொல பொலவென்றான்.

"ஒன்னும் இல்லே. லேசாத்தானே கீறிருச்சி. அதான் சூதானமா அரிவாள் வீசனம்ங்கிறது" பெரியப்பா சமாதானப்படுத்தினார்.

ஒழுங்காக அரிவாளை வீசி, முண்டம் தனியாக, தலை தனியாக ஒக்கிட்டிருக்கலாம். ஒரு வட்டத் தட்டில் தண்ணி கொண்டு, உடம்பில் பீச்சியடித்த ரத்தத்தை கழுவினான். தண்ணி சொளக், சொளக் என்று சிந்தியது.

"சிந்தாட்டா, என்னய்யா? சிந்தாம கொண்டு போறது?"

''பயம், கைப்பலம் அவ்வளவுதான்'' என்றார் பெரியப்பா புன்சிரிப்புடன்.

உடல் வேர்த்தது. அயர்ச்சி அடைந்துவிட்டவன் போல் தெரிந்தான். வெயிலைச் சிதறவிடாத அத்திமரம் குடை மாதிரி. தனக்குள்ளே வெயிலைப் பிடித்து வைத்துக் கொள்ளும். கோயிலுக்கு முன்புறம் இருக்கிற வேம்பு, உயரமாய் வளர்ந்தாடி மாதிரி நின்றது. வெயிலோட நிழலையும் நடக்கவிட்டிரும்.

மூக்கின் கீழே, உதடு துடித்தது. நடுக்கத்தில் உதடு துடிக்க, குடை அத்தி நிழலில் பாலகோபால் ஒண்டினான். வேக,வேகமாய் மூச்சிறைத்தான். வேர்முட்டில் தலை வைத்து, தலைக்கு இரண்டு கைகளை அண்டக் கொடுத்து ஆகாயத்தைப் பார்த்தான்.

விருந்தாளிகள் வீட்டுக்கு வந்தார்கள். அய்யாவும் அம்மாவும் தான் ''வாங்க, வாங்க'' என்று கையெடுத்து வணக்கம் செய்தார்கள். 'குத்தாய்ங்க' என்றார்கள். கோழிக்கு ரோமப் பறிப்பு அய்யா மும்முரமாக நடத்திக் கொண்டிருந்தார். அரிவாள்மனை தயாராக இருந்தது. ''இந்தப் பய எங்க போனான்னு தெரியலய்யா கால்ல பம்பரம் சுற்றிவிட்ட மாதிரி அலையறான். கோழி பிடிச்சுக் கொடுத்தான். கழுத்தை துண்டாக்கி, சாகடிச்சும் கொடுத்தான். இந்தா வர்றேன்னு ஓடினான்.'' பாலகோபாலனுடைய அய்யா.

''அதுவும் எப்படி? காட்டில களத்திலன்னு ஓடி, ஓடி விரட்டினாய்யா. சந்துக் கடவுகள்லே 'நீயும் பிடிச்சுப்பாரு நா ஓடறேன்னு' விடைக்கோழி, கூப்பிட்டுக்கிட்டே ஓடுது. கெய், கெய்ன்னு இளைச்சி, இந்தா இருக்கிற படப்புக்கு அடியிலதான் ஒளிஞ்சது. 'லபக்'னு பிடிச்சி, எங்கையில கொடுத்திட்டு இந்தா வர்றன்னுட்டு போனான். காணலையே'' அம்மா சலித்துக் கொண்டாள்.

தோக்கலவார்கள் வேட்டைப் பிரியர்கள். அவர்கள் பூர்வீகமே வேட்டைத் தொழில்தான். உழவடிச்சிட் டிருக்கிற போது நரி ஓடியது என்றால், கலப்பையை விட்டுவிட்டு நரி பின்னால் ஓடிவிடுவார்கள்.

விருந்தாளிகள் வீட்டுக்கு வந்தபோது, அவன் யார் பெறத்தாலேயோ ஓடிப் போயிருந்தான்.

''இப்படிக் குதியாட்டத்தை, அங்ஙன சென்னையில பாக்க கூடுமா?'' கடைக்கார வடிவேல் ராசுதான் சொன்னது. பலமான சத்தத் தொண்டை. அண்ணன், தம்பி, அம்மா எல்லோருக்கும் ஒரே மாதிரி தொண்டை. கஞ்சி கொதிக்கிற மாதிரி.

''ஆந்திராக்காரர் பாரு மெல்லிசமாகப் பேசறாக. நமக்குத் தானேய்யா, வரமாட்டேங்குது. வெடிச் சத்தம் மாதிரிக் கிளம்புது'' தாயார்க்காரி ஓமலிப்பு பெரியதாக இருக்கும்.

''மாமா அத்தைக எல்லாம் வருவாகன்னு கலர், சேவுன்னு வாங்கி வச்சிட்டுத்தான் போனான்'' என்றார் அய்யா.

''சேவு, கலர் எல்லாம் வாங்கி வச்சிருக்கா? பெறகென்ன வைங்க, வெட்டுவோம்'' சண்முகம் பெரிசாய் சிரித்தான். ''ஆளிருந்தாதான் சாப்பிடனுங்குதா, கலரு குடிப்போம்'' என்றான்.

''கலரு? டவுன் பக்கம் குடிச்சதுக்கு ஈடா? கம்மாய்த் தண்ணியில கலரைக் கரைச்சிக் கொடுத்திறான்'' பாலகோபால் அம்மா, விருந்தாளிகளை உபசரணை செய்தாள்.

''கம்மாய்த் தண்ணியா? நல்லாச் சொன்னீங்க! இங்க பாருங்க இவரு ஆந்திரக்காரரு ரெண்டு பொண்ணுகளும் அதான் வேணுமின்னு, நட்டுக்க நிக்கிறாங்க'' வடிவேலின் சம்சாரம் சிரித்தாள்.

ஒவ்வொரு வீட்டின் முற்றத்திலும் பெரிய, பெரிய கோலம் தூரத்து, தெளித்து, கலர், கலர் மாவில், வெள்ளையில் போட்டிருந்தார்கள். ஒரு வீட்டின் முன் கோல மாவு, சுத்தமான, நைப் பூச்சில் பளிச்சென்று கிடந்தது.

''ஏ, யப்பா பெரிசு, பெரிசா படர்ந்து கெடக்கே'' கால்களை அகட்டி வைத்து நடந்தார்கள்.

''தலைநாள் பொங்கல், இல்லே. போகப் போக, சன்னம் சன்னமா குறைஞ்சிரும்'' என்றாள் சித்திர வடிவு.

பாலகோபால் இல்லாமலே விருந்தாளிகள் திரும்பினார்கள்.

வேன் ஏற்பாடு செய்திருந்தார்கள். கத்தாளம்பட்டியில் அரிச்சந்திர மயான காண்டம் நாடகம். பெரியப்பாவுக்கு டிரைவருக்குப் பக்கத்தில் முன் சீட் காத்திருந்தது. பத்து மணி சுமார் ஆகியும் அதற்கு மேலும் அவர் புறப்பட்டு வருகிற மாதிரி தோணவில்லை. அவர் வீட்டைத் தாண்டித்தான் அவர்கள் வந்தாக வேண்டும். 'சின்னதா ஒரு குரல் கொடு' என்றான் சண்முகம். ஒரு கட்டத்தில் விட்டுவிட்டு போய் விடலாமா என்றுகூட எண்ணம் குறுக்காக ஓடியது. சந்துக்குறுக்காக விழுந்து ஓடி வருகிற மனுசர் அவர் என்பதாகப் பட்டது.

கத்தாளம்பட்டி ஸ்ரீகாளியம்மன் கோவில், பொங்கல் விழாவை முன்னிட்டு,

எஸ். பொன்னு,

எம். கருணை,

எஸ். மாரிமுத்துப் பிள்ளை,

எஸ். திம்மையா நாயக்கர் (கேரளா) இவர்கள் சார்பாக முத்துக்குமார் நாடக சபையோரால் அரிச்சந்திர மயான காண்டம் நாடகம் நடைபெறும் என்று நோட்டீசில் போட்டிருந்தார்கள்.

கலையுலகின் முடிசூடா மன்னன் இன்னிசை சக்கரவர்த்தி முத்துக்குமார் அரிச்சந்திரனாக நடிக்கும் என்று படம் போட்டு அச்சிடப்பட்டிருந்தது.

திரும்புகிற போது, பெரியப்பாவுக்கு முன் 'சீட்' பாக்கியம் இல்லை. பிள்ளைத் தாய்ச்சிகள் ரெண்டு பேர் இடம் தேடி வாகாய் உட்கார்ந்து கொண்டார்கள். பாலகோபாலுக்கு பொருத்தமாகப் போய்விட்டது. நாடகம் பார்த்துத் திரும்புகாலில் பெரியப்பாவை கொக்கி போட்டு, நோண்டி எடுத்து விட்டான்.

"நாடகம் எப்படி?" என்றான்.

"நாடகமா?" யோசித்து சொன்னார் பெரியப்பா "வெளங்கலை?"

பா. செயப்பிரகாசம்

''நாரதகான, நடிப்புச் சிகரம்னு போட்டிருக்கு?''

''எம்.எம்.மாரியப்பாவிலிருந்து எல்லோர் 'ஆக்ட்'டும் பார்த்திருக்கேன். டி.ஆர்.மகாலிங்கம், 'ஸ்ரீவள்ளி' நாடகம். அது குரல். அதுக்காக 1955-லே 'மதுரை வரைக்கும் பஸ் ஏறி, பாத்து வந்தேன். எம்.எம். மாரியப்பா வந்து நின்னாருன்னா, எட்டுக்கட்டை சுதி கச்சின்னு அமையும்.''

''நம்ம என்ன, மாரியப்பாவைக் கண்டமா, மகாலிங்கத்தைக் கண்டமா? நம்ம முத்துக்குமாரைத் தான் கண்டோம்'' பாலகோபால் இடைவெட்டு வெட்டினான்.

''ஆடு மேய்க்கிறவன் மாதிரி. கம்பீரமா சக்கரவர்த்தி மாதிரி தெரியலே. ஆடு மேய்க்கிறவன் நீட்டமா, தொரட்டிக் கம்பை வச்சிக்கிட்டு சாய்ஞ்சி நிக்கிறமாதிரி, சாஞ்சி நிக்கிறான்.''

பழைய காட்சிகளில் லயித்து, பழம்பெரும் நடிகர்களைச் சலித்தெடுத்தது அவரின் மதிப்பீடு. காலத்தின் காற்றில் இணுக்கு அசையாமல், பாறைத்தூண் போல் நின்றது அந்த மதிப்பீடு. அதை உடைத்து ஆண்டுகளின் களத்தில் பொலிதூற்றி, பொக்காய் பறக்க விடுகிற பக்குவம் அங்கு யாருக்கும் இல்லை.

''உடையப்பா எப்படி?''

''உடையப்பாவும் சரியில்லே. சிலம்பம் வீசிற மாதிரி. ஒரு காலத்தில் 'ஆக்ட்' இருந்தது.''

நடுப்பட்டி ஒரு பேரூராட்சி. அமல் தெருக்காரர்களும் கீழத் தெருக்காரர்களும் போட்டி போட்டுக் கொண்டு பொங்கல், சாமி கும்பிடு ஏற்பாடு. நாடாக்கம்மார் ஒரு பக்கம் மேடை போட்டு உடையப்பா அரிச்சந்திரா நாடகம். ஆசாரிமார் இந்தப் பக்கம் முத்துக்குமாரோட அரிச்சந்திர நாடகம். எதிரெதிரில் ஒலிபெருக்கி வைத்து, குழாய் கட்டி, சரிக்குச் சரி சத்தம். காச், மூச்சென்று, ஆர்மோனியப் பெட்டியும், மிருதங்கமும், பின்பாட்டும் பீச்சியடித்தது.

முத்துக்குமார் பாடி வருகிறான் என்றால், எல்லோருக்கும் கதி கலங்கும். ''துய்யமா முனிவருக்கு, தொல்பொருள் புவியும் தந்தேன்''னு அவன் உள்ளே இருந்து எடுப்பு எடுத்து வருகிறபோது, தாளத்தை சரி செய்வதென்ன, சுதியைச் சரிசெய்வதென்ன என்று எச்சரிக்கையானார்கள். 'இன்னும் ஏன் சோதனை'ன்னு பாடுகிறபோது,கூட்டம் சொக்கி நிற்கும். அததுக்கு மனசு கண்ணீராய்ச் சொரியும்.

எதிரெதிரில் ஒலிபெருக்கிக் குழாய் வழியே சங்கீதம் பீறிட்டடித்தது. பின்பாட்டு, ஆர்மோனியம், தாளம் எல்லாவற்றையும் கொஞ்ச நேரம் நிறுத்தச் சொன்னார் உடையப்பா. சைகையினால் எல்லாவற்றையும் அமர்த்தினார். இவன் பாட்டைக் கேட்டு, உடையப்பாவே பிரமித்து விட்டது போல் தெரிந்தது. கொஞ்ச நேரம் நிறுத்திவிட்டு ''எம் மகன் பாடுறான்'' என்றார்.

நடுப்பட்டியில் நடந்ததெல்லாம் பாலகோபால் தெரிந்து வைத்திருந்தான். பெரியப்பா முன் ஞாபகமாய் எடுத்துப் போட்டான்.

''இப்ப அவரு தண்ணி குடிக்க ஆரம்பிச்சதுக்கப்புறம் தானே பெரியப்பா, குரல் விரைச்சிக்கிருச்சி. தண்ணி, தண்ணி, எந்நேரமும் ஊத்துத்தான். நாடகத்துக்கு வெளியூர் போனா, அங்கயும் நாலு பேரை மதிப்பாக் கூட்டிட்டுப் போறது, ஆயிரம் ஐநூறு கொடுத்தா, அங்கனயே தண்ணி போட்டுட்டு வள்ளிசா தீத்துட்டு வர்றது! எப்படி உருப்படும்? இதுல உடையப்பா எப்படி?'' பாலகோபால் கேட்டான். இந்த வயதில், இவ்வளவு பெரியவங்களைப் பற்றி விசயங்கள் தெரிந்து வைத்திருக்கிறான். பெரியப்பாவுக்கு திகைப்பு.

''தண்ணி போடுவார்னு சொல்றாங்க. தண்ணி குடிக்க ஆரம்பிச்சா குரல் வலுப்படுமா? இருக்கிற குரலும் சிதறும். உடையப்பாவும் தண்ணி போடுவாரு. மேடையில போட மாட்டாரு.''

அந்த நடுத்தரப் பயல், துள்ளிக் குதித்து, வாழ்வின் போக்கில் கரைந்தான். சிறு இலை போல் காற்றின் ஆட்டத்தில் உதிர்ந்தான். காற்றின் வழி அசைந்து அசைந்து கீழே விழுந்தான். சருகு

மெத்தையில் வலிபடாமல் மெத்தென்று உட்கார்ந்தான். சொந்த மண்ணில் காலடி வைத்த நாள் முதற்கொண்டு மனசுக்குப் பிரியமாய், அவன் வாழ்ந்தான்.

கெடு முடிந்து போய்விட்டது. இன்னும் நாலு நாள் தள்ளி, தாக்காட்டி வருவதாக கூட வந்தவர்களிடம் சொன்னான். கடை முதலாளியிடம் தாக்கல் சொல்லும்படி சொல்லியனுப்பினான்.

முதல் நாள் பொங்கல். இரண்டாம் நாள் கடாய் வெட்டு, கும்மி, முளைப்பாரி, மூணாம் நாள் சாமி மலையேறுதல். அவசர அவசரமாய் மூன்றாவது நாளே லாரியோ, வேனோ பிடித்து மற்றவர்கள் வெளியேறினார்கள். அததுகள் திசையை நோக்கி புறப்பட்டு விட்ட நாளில்கூட, அவன் சுணங்கினான்.

''என்ன சுணக்கம் காட்டுற மாதிரி தெரியறான் பையன்'' என்றான் வடிவேல் ராசு ஏதாவது இருக்கும்'' என்றான் சண்முகம்.

முத்துலாபுரம் சாலை முக்கில் ஏறி நின்றது பஸ். கிராமம் முழுவதையும் சேர்த்துக் கட்டி அவன் இழுத்து வருவது போல், கால்களில் கணம் கூடியது.

நகரத்தில் கால் வைத்தபோது, பல திசைகளிலும் பீச்சியடிக்கும் கானல். நெடுந்தொலைவு பரந்த பாழ். இதயங்களின் குளிர்ச்சியே காணாத அந்தப் பாழில், வெக்கை நாலாபக்கமிருந்தும் வீச, தன்னந்தனியனாய் உணர்ந்தான்.

அவன் வேறொருவனாக இருந்தான். மாறிப் போனவன். பார்வை மங்கலாகி மேல்மூலைப் பிறை, ரெண்டு, மூணாகித் தெரிந்தது. சொந்த ஊரிலிருந்து வெகு தொலைப் பயணம் மனசைப் பங்கரை பங்கரையாய் வெட்டித் துண்டமாக்கியது. பஸ் போகும் வழியில், மின் விளக்கு அலங்காரங்களால், சிவப்பு, வெள்ளை, பச்சை, நீலமின் சரங்கள் கோர்த்து, ஒரு கல்யாண மண்டபம் ஜெகஜோதியாய் தெரிந்தது. இதெல்லாம் எதுக்கு? வேணுமாக்கும்? என்பது போல், முகம் திருப்பினான், விரக்தியின் அம்புகள், வெளியே அதன்

கூடுகளிலிருந்து சரமாரியாக பாய்ந்தன. உள்முகமாய் அவன் சிதைந்தான்.

பஸ்ஸில் இறங்கி, வந்தவனை கடைக்கார முதலாளி வரவேற்றார். ''இப்பத்தான் வழி தெரிஞ்சதா? விருந்து விட்டிருச்சா?''

இளக்காரம்; நக்கல்.

ஒரு வறட்சி, உதட்டில் கீழே விழுந்தது. இதயத்தின் சுனைக்குள்ளிருந்து வெளிப்படாத புன்னகை, குளிர்ச்சி காணாமலே விழுகிறது.

காலைப் பனியில் 5 மணிக்கு தோளில் கைவைத்து எழுப்பியவனை 'பளீர்' என்று ஒன்று விட்டான். மோகன்ராம் வெலவெலத்துப் போனான்.

சாமான் கொடுக்கிறபோது, ஒரு பொருளில் ஒரு ரகம் இல்லாத போது இல்லாத பொருளுக்கு பதிலாக இருக்கிற பொருளைச் சொல்லவேண்டும் மளிகை வியாபாரத்தின் இலக்கணம்.

முஸ்லீம் அம்மாள், ஒரு சரக்கு கேட்டாள். ''ஞாபகத்தை பிடறியில வச்சிட்டு வந்திட்டீங்களா? மருமகப் பிள்ளே'' என்று சாட்டை வீசினாள். பதிலுக்கு அவன் பார்வையில் சாட்டை.

''மருமகப்பிள்ளை, ரொம்ப கோபமா பாக்குறிக? ஊருக்கு போய் வந்ததிலிருந்து, முகம் கொராவிப் போய் இருக்கீகளே'' பாயி அம்மாள், அவனிடம் பாந்தமாகப் பேசுவாள். அன்றைக்கு அவனால் அதை எதிரொலிக்க முடியவில்லை.

பாலகோபால், லட்சுமணன், ரத்தினவேல் மயக்க நிலையில் தள்ளாடினார்கள். அவர்களுடைய தள்ளாட்டத்தில், ''டேய் குமாரு, எந்திரிடா, எந்திரிடா'' என்று சத்தம் போட்டனர். தூக்கி விடுவதற்கு சக்தி இல்லை.

நடைபாதையில், அந்தச் சிறு பயல் விழுந்து கிடந்தான். மக்கள் ஒரு ஓரமாக ஒதுங்கி நடந்தார்கள். அரை வட்டமாய் விலகி, வேடிக்கை

பார்த்தார்கள். பக்கத்து பெட்டிக்கடைக்காரன், சைக்கிள் கடைக்காரன் இது மாதிரி ஒரு நாளைக்கு பத்துத்தரம் விழுந்து கெடக்குறாங்க. ஊத்து, ஊத்து, எப்பவும் தண்ணி ஊத்துத் தான்'' என்கிற போக்கில், வியாபாரத்தைக் கவனித்தார்கள்.

''பச்சை மண்ணுய்யா எந்த பாதகத்தி பெற்ற பிள்ளையோ'' என்று அந்தப் பெரியம்மா, மாரில் அடித்துக் கொண்டாள். ''பச்சை மண்ணுக்குப் போயி ஊத்தி குடிக்க வச்சிருக்கீங்களே, தூ ...'' அந்தப் பக்கமாய் நடந்து வந்த பெரியம்மா திட்டினாள். மடியில் அந்த பாலகனுடைய தலையைத் தூக்கி வைத்து, ''கொஞ்சம் முகத்தில அடிக்கிறதுக்கு தண்ணி குடுங்கய்யா'' என்று கேட்டாள். அன்றைக்கு மத்தியானம் அரைப் பொழுது கடை விடுமுறை. பலம் கொண்ட மட்டும் சுற்றி, மனம் விரிந்த மட்டும் கொண்டாடி வரவேண்டுமென்று நினைத்தான் பாலகோபால். கடற்கரைக்குப் போய் கண்டபடி ஆடினார்கள். பெண்களை கேலி செய்து, எதிர்த்து வருகிற மனிதர்கள் எல்லோரையும் கிண்டல் அடித்து வந்தார்கள். பலருடைய வெறுப்பை சம்பாதித்துக் கொண்டார்கள்.

கொஞ்சப் பணம் பையில் கிடந்தது. வள்ளிசாக அந்தப் பணத்தை செலவழித்து, சலிப்பை முழுசாக தொலைத்துக் கட்டிவிட நினைத்தான் அவன்.

''டேய் குமாரு, நீயும் கொஞ்சம் போடுற.''

சின்னஞ்சிறுசு மறுத்தபோது, ''சேத்து வச்சி கெடாரம் கெடைக்குப் போடுதாக்கும். இல்லை, முதலாளிக்கு அள்ளிக் கொடுக்கப் போறியா?'' கிண்டல் அடித்தான்.

அந்தச் சூழல் செயித்தது; சேர்ந்து வாழ்ந்த போதும், தனித்தனியாய் இருக்கும் மனசு; தனியாய்க் கெடக்கும் மனதில் எதுக்களித்து மேல் வரும் தனிமை. தனிமை, நாக்கைச் சொட்டாங்கு போட்டுச் சப்புகிற அளவு ருசியாக இல்லை. ரிக்ஷா அசைந்தது. அந்த அப்பாவிச் சிறுவனின் கையும், காலும் துவண்டு, தலை டங், டங்கென்று

முட்டியது. மூன்று பயல்கள். அதில் பெரியவன் பாலகோபால். பயத்தில் அந்தச் சுவையும் நீங்கி தெளிச்சி கண்டது. சின்னப் பயல் அவன் மடியில் குழைந்தான். மெல்ல 'அம்மா' என்று முனகினான். ''ஊருக்கு கொண்டு போங்க எங்க அம்மாகிட்ட போகணும்'' என்றான்.

# உள்நெருப்பு

இதற்கு முன் இப்படியொரு வெயிலை - அக்னி நட்சத்திரம் அணைந்த பிறகும் கண்டதில்லை.

இன்றைக்கு எண்பது சுமாருக்கு வாழ்கிற முதியவர்கள் பேசிக்கொள்ள வெயில் பற்றிய ஒரு விசயமிருந்தது. இரண்டு பக்கமும் மரங்களைப் பெருக்கி நிழற்சாலைகளை உண்டாக்கி வைத்த ராணி மங்கம்மாவைப் பற்றி விரிந்தது அவர்கள் பேச்சு. விருட்சங்களை நான்கு வழிச் சாலைகள் தின்று தீர்ப்பதைக் கண்டார்கள். நிழல் இல்லாத சாலைகளில் கால் வைக்கப் பயந்து, கடையோரச் சாய்ப்புகளில், துண்டு துக்காணியில் கால் பதித்து ஒண்டி நின்று கொண்டிருக்கும் காலம் வந்துவிட்டதை கவலையுடன் நினைத்தார்கள். அந்த வேனல் வெளியில் வசந்தபுரத்திலிருந்து புறப்பட்டு மதுரை நகருக்குள் நுழைந்து கொண்டிருந்தாள் பாவாடை, தாவணி அணிந்த பெண்.

இன்னும் ஒரு கி.மீ. தொலைவு நடந்தால் வெயில் மறைக்கும் தட்டுப்பந்தல் போட்ட கடைவீதியை அடைய முடியும். தட்டச்சுக் கூடம் என்றெழுதப்பட்ட டைப்ரைட்டிங் இன்ஸ்டியூட் அங்கே தான். சரியாய் சித்திரை வெயிலில் ஆற்றில் அழகர் இறங்கினார். சித்திரைத் திருவிழா பார்க்க வருகிறவர்கள் ஆற்றோடு போய்விட மாட்டார்கள். அழகரை வழியனுப்பிவிட்டு, மதுரை மையத்தில் நின்ற கோயிலுக்கு கூட்டம் கூட்டமாய் முண்டியடித்தார்கள். கோயிலுக்குள்ளிருந்து கோபுரவாசல்கள் வழியாக வெளிப்படும் மக்களை கடைகளுக்குக் கூட்டி வரவும், வெளியிலிருந்து வருபவர்களை கோயிலுக்குள்ளே

செலுத்தவும் நிழற்சாலை தேவைப்பட்டது. தெருமுழுக்க தென்னம் பந்தல் போடுவது முப்பது நாற்பது வருசமாய் நடந்து கொண்டிருந்தது. அவரவர் தனித்தனியாய் போட்டுக் கொண்டிருந்ததை நிறுத்தி பொதுவசூல் செய்து தெருவை நிழலால் நிரப்பினார்கள்.

ஒவ்வொரு கடையின் முன்னும் ஈர மணல் குவித்து மண் பானைகளில் வெட்டி வேர் மிதக்கும் தண்ணீர் வழங்கினார்கள்.

கிராமங்களிலிருந்து, சுற்று வட்டாரத்திலிருந்து வருகிற சனங்களாக இருந்தாலும்,

‘சும்மாவா அவனுக்கும் நாலு

வியபாரம் நடக்கும்ல’

என்று சொன்னார்கள். ஒன்றைப் போட்டு அதிலும் சின்னதாகப் போட்டு, பலதை உருவியெடுக்கிற வியாபாரத் தந்திரம், நடைபாதை முதல் பல அடுக்கு மாடிகள் வரை நடமாடியது.

பாவாடை-தாவணிப் பெண் ரயில்வே கேட்டைக் கடந்து போய்க் கொண்டிருந்தாள். நடுத்தர உயரம், சந்தன நிறம், பள்ளிப் படிப்பு முடித்து கல்லூரிக்குள் நுழைய சக்தியில்லை போல. தட்டச்சுக்குள் புகுந்து விட்டாள். எல்லோருடையதைப் போலல்லாமல், அவள் பார்வை எட்டிப் போய் விழுந்தது. கீழ்ரெப்பைகள் பார்வையை மேலே தூக்கி ஏந்துவதுபோல் நிற்க களைத்த விழியை மேலிமை மூடியிருக்க, இரு இமைகளுக் கிடையில் பார்வை தூரமாய் மிதந்து போனது.

எதிரில் வந்த கல்லூரி மாணவர்கள் மூவர் குளிர்ச்சியில் பொங்கினார்கள். அவள் சாலையின் இடது பக்கமும் அவர்கள் வலது பக்கமாகவும் நடந்து போய்க் கொண்டிருந்தார்கள். நடமாட்டம் அற்ற சாலையில் அதிலொருவன் ‘கட்’ அடித்து இடதுபக்கம் அவள் பக்கத்தில் போய் ‘லட்டில்ல’ என்றான். லட்டு என்பதை அழுத்தி உச்சரித்தான். பாதையிலே பார்வை பதித்து நடந்த பெண், அவள்

கன்னத்தருகே அந்த வார்த்தையை உணர்ந்தபோது துணுக்குற்றாள். திடுக்கென்று திரும்பிப் பார்த்தபோது 'சட்'டென்று மாணவன் எதிர்த் திரையில் திரும்பி, மற்றவர்களை நோக்கி வெற்றியுடன் கையைக் காட்டி அசைத்தபடி சென்றான். மற்றவர் இருவரும் பெருங்குதூகலத்துடன் அவனுக்குக் கைகொடுத்தனர். என்ன நடந்தது என்பது புரிந்தபோது, அந்தப் பெண் நடுங்கி நின்றாள்.

"எங்கிருந்துடா வருது?"

"தெரியல, நா பாத்ததில்லே"

"நாம, இந்த நேரத்தில் வந்ததில்லே; அதான் தெரியல"

உற்சாகச் சிரிப்பு முக்குளித்தது.

கடும் நடுக்கத்தின் பின் அந்தப் பெண் நடையைத் தொடர்ந்தாள். காலடியையும் தலையையும் கடைத் தெருவின் தென்னம்பந்தல் நிழல் ஏந்திக்கொண்ட பின்னும் நடுக்கம் அழியவில்லை. ஒரு கொத்து வியர்வையுடன் உள் நுழைந்தவளை தட்டச்சுக் கூடத்திலுள்ளவர் ஏறிட்டபோது, கலவரத்துடன் இருப்பதைக் கண்டார்.

மாணவர்கள் மூவரும் அதே வழியில், அதே நேரத்தில் மறுநாள் எதிர்வந்தார்கள். பாவடை-தாவணிப் பெண் பாதையை மாற்றியிருந்தாள்.

மாணவர்கள் மூவரும், வசந்தபுரம் கடந்து, ரத்தினம் தெருவுக்குள் காணாமல் போயிருந்தார்கள். அறுபதடி அகலச் சாலையை முப்பது முப்பதாகக் கூறுபோட்டு, நட்ட நடுவில் உயர் அழுத்த மின்சாரக் கம்பங்கள் நின்றன. மின்கம்பங்கள் வழியே பார்த்தால், நேர் பார்வையாய் வசந்தபுரத்தின் இன்னொருமுனை துல்லியமாய்த் தெரிந்தது. வசந்தபுரம் முடிகிற முனைக்குச் சற்று முன்னால் இடது பக்கம் திரும்புகிறது ரத்தினம் தெரு. அப்படியே நெட்டுக்கப் போய் வில்லாபுரம் கண்மாய்க்குள் விழுந்து, பிறகு காணாமல் போனது.

கைவிரல் சிரங்குகள் போல் வசந்தபுரத்தில் ஒன்றிரண்டு வீடுகள் முதலில் முளைத்தன. அவரவர் சக்திக்குத் தக்கன கட்டியதென்பதால்,

மோதிரங்கள் போல் ஒரே வடிவாய் அமையவில்லை. வசந்தபுரம் பெருத்தபோது அதன் உப்பிய பெருவிரலாய் ரத்தினம் தெரு. தனி வீடுகளும் காம்பவுண்டுகளுமாய் நிறைந்து போனது. நான்கு முதல் பத்து வீடுகள் வரையுள்ள காம்பவுண்டுகள். ஒரு காம்பவுண்டுக்குள் நுழைந்துவிட்டால், எந்த வீடு, யார் என்று கண்டெடுக்க முடியாமல் காணாமல் போனார்கள். வெயிலுக்கு வண்டிக்கு அடியில் சொருகிக் கொண்ட நாய், இளைத்து உள் நுழைந்தவர்களை திரும்பக் காணமுடிந்ததில்லை.

ஐந்து வீடுகளுள்ள சுப்பண்ணா வளைவுக்குள் அந்த மூவர் காணாமல் போயிருந்தார்கள். கல்லூரி விடுதியில் இடம் கிடைக்கவில்லை. இடம் கிடைக்கும் காலம்வரை சுப்பண்ணா வளைவுதான் புகலிடம். பொதுவாய் ஒரு வளைவுக்குள் யார் இருக்கிறார்கள், எத்தனை பேர் இருக்கிறார்கள் என்பது தெருக்காரர்களுக்கே தெரியாது. அந்த மாணவர்கள் அங்கு நுழைந்த நாளிலிருந்து, அந்த வீட்டை தெருவில் பிரசித்தமாக்கி விட்டிருந்தார்கள்.

காம்பவுண்டு கதவைத் திறந்ததும் கிணறு. முதல் வீட்டில், பிள்ளை குட்டிகள் நிறையக் கிடந்தார்கள். பிள்ளை குட்டிக்காரங்க வீடு என்று பேர். இரண்டாவது வீட்டில் நடுத்தர வயதுள்ள கணவனும் மனைவியும் மலையாளிகள். குழந்தைகள் இல்லை. அதற்கடுத்த வீட்டில் மாணவர்கள். அவர்களுக்கு அடுத்து டி.வி.எஸ். கம்பெனியில் வேலை செய்கிற மெக்கானிக். கடைசியாய் வீட்டுக்காரர் சுப்பண்ணா.

கிணற்றில் நீர் இறைத்து ஆண்கள் குளித்தார்கள். பொதுவான குளியலறை கிடையாது. பெண்கள், வீட்டுக்குள், சமையல்கட்டில் குளித்து எழுந்திருக்க கடமைப்பட்டவர்கள். குடியிருப்பவர்களை விட, விருந்தாளிகள் அந்த கஷ்டத்தை உணர்ந்தார்கள்.

''சுளையா வாடகை வாங்கத் தெரிஞ்சது. வீடு கட்டுறபோது, ஒரு குளியலறை கட்டணும்னு தோணலை'' என்று சடைத்துக் கொண்டார்கள். உறவுகளிடம் அவர்கள் சடைத்துக் கொள்வது போல்,

வீட்டுக்காரரிடம் கோபப்பட முடிவதில்லை. சுற்று வட்டாரத்தில் அந்த வாடகைக்கு எங்கும் வீடு இல்லை என்ற சூட்சுமம் அதற்குள் இருந்தது.

மாணவர்களுக்கு, காம்பவுண்ட் பெண்கள் சூட்டிய பெயர் தடியன்கள். தடியன்கள் கிணற்றில் தண்ணீர் இறைத்துக் குளிக்கையில் வேற யாரும், அந்த வழியில் வெளியில் போகவோ, வரவோ சாத்தியப்படாது. காம்பவுண்டின் மற்றொரு வாசல் இதற்காகவே காத்திருப்பது போல் வெளியேறினார்கள். கல்லூரியிலிருந்து திரும்பியதும் காம்பவுண்ட் விட்டுப் போகிற மாதிரி, பாட்டும் கத்தலும். மொத்தமும் கத்தையாய் சினிமாப் பாட்டுப் புத்தகங்கள். யாருக்குப் பாடவரும். வராது என்ற கணக்கில்லாமல் மூன்று பேரும் முட்டி மோதிக் கொள்ள, அட்டகாசமாய் சிரிப்பு, கைதட்டு, ஆரவாரம். பாலியல் கொச்சைகளில் மையம் கொள்ளும். அந்தத் தீ மேலெழத் தொடங்கினால், தணியாது எரியும் என்பதை குடித்தனக்காரர்கள் அறிவார்கள்.

அவர்கள் கல்லூரிக்குப் போனதை உறுதி செய்துகொண்டு, பக்கத்து வீட்டு மலையாள நடுத்தர வயதுப் பெண் வெளியே தென்படுவாள். அவளுடைய வெளிநடமாட்டம், தடியன்கள் வகுப்புகளுக்குப் புறப்பட்டுப் போகிற காலம் முதல், திரும்பி வருகிற காலம் வரை என்று வரையறுக்கப்பட்டிருந்தது. ஒன்றிரண்டு முறை தற்செயலாய் மாணவர்கள் எதிர்ப்பட்டபோது, அவளுடைய மார்புகள் மீதும் திறந்த இடுப்பின் மீதும் ஏறிய பார்வைகள் அங்கேயே நின்றன.

வளைவுக்குள் வசிப்பவர்களின் தனிக்கவலையாக இல்லை. எதிர்த்த வீடு, பின்வீட்டுக் குடித்தனவாசிகள் என பொதுக்கவலையாக மாறியிருந்தது.வீட்டுக்காரர் பார்த்து தலை முழுகினால் தவிர, சனியன் தானாய் விட்டு விலகாது என்று தெரிந்தது. மெதுவாய், தைரியமாய் வீட்டுக்காரரிடம் டி.வி.எஸ். மெக்கானிக் பேசினார்.

''வாடகை கூட, குறைய இருக்கும். அதுக்காக குடும்பங்கள் மத்தியில, வைக்கலாமா?''

வீட்டுக்காரர் சுப்பண்ணாவைச் சீண்டிவிட்டுவிட்டது. ''வாடகை கூட வாங்குறோம் குறைய வாங்கறோம். அதுவா கணக்கு. பிடிக்கலேன்னா, பிடிக்கலேன்னு சொல்லுங்க''

''பிடிக்கலேன்னுதான் சொல்றோம்'' அந்தளவோடு நிறுத்திக்கொண்டார்கள் அனைவரும்.

குடித்தனக்காரர்களுக்கு ஒரு யதார்த்தம் பிடிபட்டிருந்தது. தடியன்களுக்கு இதைவிடக் குறைந்த வாடகையில் கல்லூரிச் சுற்றுவட்டாரத்தில் எப்படி வீடு கிடைக்காதோ, அதுபோல் வீட்டுக்காரருக்கும் இரண்டு மடங்காய் வாடகை கொடுக்க இவர்களை விட்டால் வேறு யாரும் கிடைக்கமாட்டார்கள். இந்த யதார்த்தத்தின் மேல் வீட்டுக்காரர் உறுதியாக நின்று அதன் கீழ் மிதிபடும் குடும்பக் கலாச்சாரத்தைப் பற்றிக் கவலை கொள்ள வில்லை. எக்குத்தப்பாய் ஏதாவது ஒரு விபரீதம் நிகழ்ந்தால் தவிர வழியேதும் பிறக்காது என்ற அவர்கள் கவலை உண்மையாகிவிட்டது.

## 2

எதுவும் நடக்கலாம் என்பதுபோல் வெக்கரிப்பு வளைவுக்குள் நிலவியது. வீடுகளுக்குள் இருப்போர் நடமாட்டம் வித்தியாசமாய்த் தோன்றியது. எதிர் வீடுகளிலிருந்தோர், குறிப்பாகப் பெண்களின் கண்கள் அடிக்கடி எட்டிப் பார்த்தன. வீட்டிற்குள் வேலைகள் நெறிபட்டுக் கொண்டிருந்த காலையிலும், வெளியே வந்து வந்து பார்த்துவிட்டுச் செல்லலானார்கள்.

காலைப் பொழுது எடுத்துக் கொடுத்திருக்கிற வித்தியாசத்தை அதற்குமுன் முடிந்த இரவு தனக்குள் கருக் கொண்டிருந்தது. இரவில் ஒரு ஆட்டோ வெகுநேரம் வரை, அநேகமாய் பின்சாமம் வரை இருக்கலாம் தெரு முனையில் நின்றதைச் சிலர் கண்டிருக்கிறார்கள். மில்லில் மூன்று மணி ஷிப்டு முடிந்து வந்தவர்கள் சாட்சியானார்கள். எல்லோரும் தூக்கத்துக்குள் சொருகியபின், காம்பவுண்ட் வாசல் திறப்பதும், நடமாட்டச் சத்தமும் கேட்டது. மூன்றாவது வீட்டில் நுழைவதும் அருவமாய்க் கேட்டிருக்கிறது.

'ஞான் கண்டு'

பக்கத்து வீட்டைப் பார்வையால் காட்டினாள் மலையாளப் பெண். ராத்திரி இருட்டில் ஒரு பெண்ணின் நடமாட்டத்தை உணர்ந்ததாய்ச் சொன்னாள்.

''இங்கேயே ஆரம்பிச்சிட்டாங்களா?'' ஆக்ரோசம் கொண்டார் டி.வி.எஸ். மெக்கானிக். 'மெதுவா' என்று அவருடைய கையைத் தொட்டாள் பர்வதம்.

தடியன்கள் கல்லூரிக்குப் புறப்பட்ட பின் ஆண்கள் சேர்ந்து வெளியே வந்து வீட்டுக்காரர் முன் நிற்கிறார்கள். இன்று அவர்கள் வேலைக்குப் போகவில்லை. குடும்பங்கள் இருக்கிற இடத்தில் நடந்துவிட்ட ஒரு விபரீதத்துக்கு முடிவு காணாமல் போய்விடக்கூடாது என்று, புயல்களைப் பதுக்கி வைப்பதுபோல், பெண்கள், ஆண்களை வீட்டுக்குள்ளே வைத்திருந்தார்கள்.

''நீங்க கேட்டுக் கொடுக்கிறீங்களா? இல்ல, நாங்க முடிவு கட்டவா'' கோபமாய் பார்க்கிறார்கள்.

''எனக்கும் தெரியும்''

தெரிஞ்சிருந்தும் ஏன் பெட்டி படுக்கையை எடுத்து வெளியில் வீசவில்லை. கல்லூரிக்குப் போகவிட்டது ஏன் என்பது மற்றவர்களின் கேள்வி.

ரகசியம் பரிமாறுவதுபோல், வீட்டுக்காரர் மெதுவாகப் பேசினார். ''ஒவ்வொருத்தரும் வீட்ல பொம்பிளை களோடதான் இருக்கோம். பொம்பிளப் பிள்ளைக வேற வயசுக்குத் தயாரா நிக்குது. காலையிலேயே காதுக்கு வந்தது. அதில பெரியவனை கூட்டிவச்சி 'கட்டன்ரைட்டா' சொல்லியாச்சி. ஒரு மாசம் வேணும்னு கேட்டான்''.

குடித்தனக்காரர்கள் சமாதானம் ஆனார்களா என்று தோன்றவில்லை. ஒட்டுமொத்தமாய் காம்பவுண்டை, ஒரு விடுதி போல் (லாட்ஜ்) மாற்றிவிட்டார்கள், இந்தப் போக்கிரிகள் என்று கருதினார்கள். நிரந்தரமாய் வசிக்க தயாராயிருக்கிற நாலு நல்ல

குடும்பத்தை அவர்களுக்காக காலி செய்துவிட முடியாது. இந்த சம்பவத்துக்குப் பின், குடியிருப்பவர்கள் நினைப்பதுபோல, தடியன்களை இனி தங்கவிடக்கூடாது என்ற முடிவுக்கு வந்தார் வீட்டுக்காரர்.

வீட்டுக்குள்ளிருக்கிற பொருட்களை வெளியே வீசி 'காலி செய்யுங்கள்' என்று சத்தம் போடுவது அவ்வளவு எளிதானதில்லை. வீட்டுக்குள்ளிருக்கும் பொருட்களுடன் அவர்கள் வெளியே போனவேகத்திலேயே இனத்தாரைக் கூட்டிக்கொண்டு உள்ளே வந்து நிற்பார்கள். அந்த வட்டாரத்தில் அவர்களுடைய இனத்துக் காரர்கள் அதிகமுண்டு. ஏடாகூடமாய் எதாவது நடந்தால் முதலில் வந்து நிற்பவர் வசந்தபுரம் பேரூராட்சித் தலைவர். இனத்தலைவன் என்பதால் தூரந் தொலைவு நடக்கிற கட்டப்பஞ்சாயத்துகளுக்கும் அவரைக் கூட்டிக் கொண்டு போனார்கள். இதையெல்லாம் நினைத்து லேசாய் நடுக்கம் ஓட, சுதாரிப்பில்லாமல் வீட்டுக்குள் திரும்பினார் வீட்டுக்காரர்.

### 3

அந்த நாள் ரத்தினம் தெரு வித்தியாசமாய் விடிந்தது. தாய்க் கிராமமான வசந்தபுரம் பேரூராட்சியை மட்டுமல்ல, சுற்று வட்டாரத்தையும் அந்த வித்தியாசம் தொட்டு எழுப்பிற்று.

"விநாயகனே, வல்வினை தீர்ப்பவனே,

விண்ணுக்கும் மண்ணுக்கும் மாமருந்து'

ஆகாயத்தை முட்டி உடைத்து உள்ளிருந்து விநாயகனை வெளியில் இழுத்துவரும் அகலத் தொண்டை சீழ்காழி கோவிந்தராசன்.

"அழகென்ற சொல்லுக்கு முருகா

அன்பென்ற சொல்லுக்கு முருகா"

அமைதியாய், நீரோட்டம் போல் இழைகிற குரல் டி.எம்.செளந்தரராசன்.

பா. செயப்பிரகாசம்

இரு இசைக் கலைஞர்களும் மாலை ஆறு மணிக்கு டூரிங் டாக்கீஸ் உச்சியிலிருந்து கூப்பிட்டார்கள். சுற்று வட்டார மக்கள் ஆறுமாதம் கழித்து வந்த அழைப்பை ஆச்சரியமாய்ப் பார்த்தார்கள். ஏற்கனவே நகரத்து மக்களுக்கு அதனாலே ஒரு சௌகரியம் நடந்தது. சீர்காழி கோவிந்தராசனும் டி.எம். சௌந்தரராசனும் கூப்பிட்ட பிறகு போகலாம் என்ற அவரவர் வேலையைச் செய்து கொண்டிருப்பார்கள். சரியாய் ஆறு மணிக்கு நகரத்துத் திரையரங்குக்குள் போல் காலடி வைக்க வேண்டுமென்ற கட்டாயம் இல்லை. டிக்கெட் கிடைக்குமோ, கிடைக்காதோ என்ற ஐயறவோடு வரிசையில் நிற்க வேண்டாம். எத்தனைபேர், எத்தனை மணிக்கு வந்தாலும் டூரிங் டாக்கீஸ் தனது பெருத்த வயிற்றுக்குள் ஏற்றுக்கொண்டது.

படிக்கிற மாணவர்கள், அலுவலக வேலையிலிருந்து அலுத்துத் திரும்பியவர்கள், அக்கம் பக்கம் வசிப்பவர்கள் டூரிங் டாக்கீஸை சபித்துக் கொண்டே கடப்பார்கள். களிப்பின் கூடாரமான அது அவர் களுக்குப் பெரிய பாம்புப் புற்றாய் தெரிந்தது. பாம்புப் புற்றை ஒட்டியும் சுற்றியும் வாழ்ந்து கொண்டிருந்த அவர்கள், ஆறு மாதமாய் நிம்மதியாயிருந்தார்கள். சீர்காழி கோவிந்தராசனும், டி.எம். சௌந்தரராசனும் ஆறு மாதம் கழித்து அன்று மாலையில் திரும்பக் கூப்பிட்டபோது, திடீரென்று இது எப்படி என்று திகைத்து அதிர்ந்தார்கள்.

கொட்டகைக்கு உள்ளும் வெளியிலும் கூட்டிப் பெருக்கிச் சுத்தம் செய்து கொண்டிருந்த காட்சி காலையில் அலுவலகம் போகிறபோது கண்டார்கள். முளைத்து அப்பியிருந்த முள் செடிகளையும் குத்துச் செடிகளையும் செதுக்கினார்கள் கூலியாட்கள்.

கூட்டிப் பெருக்கும் கூலியாட்களுக்கோ, இரவும் பகலுமாய் காவல் காக்கும் அந்த ஒற்றைக் காவல்கார னுக்கோ இசைத்தட்டு நடனம் என்ற சிறு துண்டுப் பிரசுரங்கள் ரகசியமாய் விநியோகிக்கப்பட்டிருந்தமை தெரிந்திருக்கவில்லை.

உள்வேலைகளை பிசிறில்லாமல், கச்சிதமாய் செய்து முடித்த ஏற்பாட்டாளர்கள் அந்த தேதிக்காக காத்திருந் தார்கள். சுவரொட்டிகள் ஒட்டக் கூடாதென்கிற போலீஸ் ஆணையை ஏற்பாட்டாளர்கள் கருத்தில் வைத்திருந் தார்கள். போலீஸ் போலவே வட்டாரத்திலுள்ள ஆளுங்கட்சி முக்கியங்களும் இரண்டு தினங்களுக்கு முன்பாக காணாமல் போயிருந்தார்கள்.

இரவு பத்து மணிக்கு இசைத்தட்டு நடனம், சிறப்புக் காட்சி துண்டறிக்கை பேசியது. கூட்டம் ஆறு மணிக்கு குவிந்துவிட்டது. அந்தப் பொழுதில் எல்லோரும் ஒரே முகத்துடன் இருந்தார்கள். பெண் என்ற காமாக்கினி தொடர்பில் இதுவரை வெளிப்பட்ட, இதுவரை வெளிப்படுத்த முடியாத மன வக்கரிப்பின் ஒரே பிரதிநிதித் துவமாய் கூடியிருந்தார்கள்.

தனக்குள் ஒரு அனல் சட்டியை ஏந்தியிருந்தது கொட்டகை உள்ளடக்கிய ஜீவன்களின் காமாந்திர வெக்கை அதைப் பொசுக்கி சம்பலாக்கப் போதுமானதாயிருந்தது. ஜட்டி, பிரா மட்டுமே உடலில் ஒட்டி, கொச்சையாய் நடனமாடும் பெண்களை விழுங்கக் காத்திருந்த கூட்டம் குறித்த நேரம் கடந்ததும் பெண்கள் தோன்றாததால் பொறுமை உடைய ஆரம்பித்தது.

அறுபது வயது அளவான அவரை யாரும் எதிர்பார்த்திருக்கமாட்டார்கள். அப்படியொருவர் தங்கள் மத்தியில் உட்காருவது பற்றியும் கவலையில்லை. டிக்கட் எடுக்குமிடத்தில் ‘ஒரு டிக்கட்’ என்று குரலை மட்டும் உள்ளே அனுப்பினார். முகத்தை அங்கிருந்து துரிதகதியாய்ப் பெயர்த்துக் கொண்டு உள்ளே நுழைந்தார். நுழையும் இடத்தில் நெரிசலில் திணறி யாரோ உள்ளே இழுத்துவிட தன்னை உள்வழித்துக் கொண்டார். உட்கார்ந்தபின் கூட்டத்தை நோக்கினார். தனக்குள் மட்டும் குறுகுறுப்பும் குற்ற உணர்வும் நுரைத்து மேலெழுப்பிக் கொண்டிருக்கிறதோ அல்லது கூட்டம் மொத்தத்துக்குமாவென அளவிட்டார். தானொருவனே இந்த சோதியில் கலக்க முடியாமல் தனித்துப் போய் நிற்பதுபோலவும்

முதிய வயது அதற்குக் காரணம் போலவும் தோன்ற கண்களை மூடித் தூங்குவதுபோல் இருந்தார்.

அவருக்கு முன்னால் இரண்டு வரிசை தள்ளி வந்தமர்ந்த அந்த மூவர் அவரை எதிர்பார்க்கவில்லை. மாணவர்களில் ஒருவன், தற்செயலாய் திரும்பியவன், அவரைக் கண்டதும், ''டேய் மாம்ஸ்டா'' என்றான் மெதுவாக. வீட்டுக்கார மாமா இருக்கிறார் என்று பின்னால் கையைக் காட்டினான். அதிர்ச்சி அவர்களுக்குள் ஓடி, ஒரு நைச்சியமான புன்னகை வெளிப்பட்டது. அந்தச் சிரிப்பு, ஒரு தூக்குக் கயிற்றை அவருக்கு நேரெதிரில் தூக்கி ஆட்டியதைப் போலிருந்தது. வீட்டுக்காரர் இன்னும் தூங்கும் பாவனையிலேயே இருந்தார்.

கூட்டம் கொந்தளிப்பாகிவிட்டது. குறிப்பிட்ட நேரம் கடந்ததும், ஆட்டம் ஆரம்பிக்கும் அறிகுறியே தென்படாததால் அவர்களுக்குள் புழுப்போல் நெளிந்த சந்தேகம் நேரம் கடக்க பெரும் பாம்பாய் விசுவரூபம் கொண்டது. சந்தேகத்தை நிஜப்படுத்தியதுபோல் ஆட்டக்காரிகள் வந்து சேரவில்லையென்ற சேதியை ஏற்பாட்டாளர்கள் உறுதிப்படுத்தினார்கள். இதுவரை வராத போலீஸ் இப்போது வந்து நின்றதுமே எல்லாம் உறுதிப்பட்டுப்போனது. 'டிக்கட் கட்டணம்' திருப்பித் தரப்படும் என்ற அறிவிப்பு வந்தபோது, கேவலப்பட்ட காரியத்துக்கு உள்ளே நுழைகையிலும் ஒரு நெரிசல், வெளியேறுகையிலும் வரிசையா என்று பணம் திரும்பப் பெறாமலே சிலர் வெளியேறினார்கள். இரவு பதினொரு மணிப் பொழுதிலும் ஒவ்வாரு காம்பவுண்ட் வாசலிலும் சன்னல்களிலும் நெருக்கிக்கொண்டு வேடிக்கை பார்க்கும் பெண் முகங்கள் தெரிந்தன.

கூட்டம் கரைந்த பிறகு வெளியேறலாம் என அவர் காத்திருந்தார். இரண்டு வரிசை தள்ளி உட்கார்ந்திருந்த மாணவர்கள் போய்விட்டார்களா என்று பார்வை வீசினார்.

கடைசியாய் அவர் எழுந்தார். நினைப்பு தப்பாகிப் போனது. அவருக்குப் பின்னாலும் நிறைய கடைசிகள் காத்திருப்பது தெரிந்தது. கூட்டத்தை முறைப்படுத்தி, பணத்தைத் திணித்து வெளியேற்றிக்

கொண்டிருந்தவர்களைப் பார்த்தபோது அதிர்ச்சியடைந்தார். தடியன்கள் பணம் பட்டுவாடா செய்கிறவர்களுக்குத் துணையாய் நின்று கொண்டிருந்தார்கள். இவரைக் கண்டதும், இயல்பான புன்னகையில்,

"மாம்ஸ் போய்ட்டு வாங்க" என்றார்கள்.

தடியன்கள் உறுதி கொடுத்திருந்த மாதமும் தேதியும் வந்து போனது. மாதங்களும் தேதிகளும் கடந்து போயின.

# களைகளின் நிலம்

''எவ்வளவுப்பா?''

அய்யா கேட்டார். அவனால் முழுசாய்ச் சொல்ல முடியவில்லை.

''அது என்ன கொஞ்ச நஞ்சமா?''

அவன் மருகுவது தெரிந்தது. அவனைத் தேற்றிக் கொண்டு வருபவராய், ''எதா இருந்தாலும் திட்டமாச் சொல்லுப்பா'' என்று கேட்டார் அய்யா. பணத்தின் எண்ணிக்கை அவரை மௌனமாக்கியிருக்க வேண்டும். கேட்ட அடுத்த நிமிடமே எதையோ வெறித்துப் பார்க்க ஆரம்பித்தார். மகன் சொன்னது கேட்டு மலையப்பன் என்ற நடுத்தர விவசாயி இரு கைகளும் முழங்கால் கோர்ப்பில் இருக்க, குன்னிப்போய் உட்கார்ந்திருந்தார்.

''தெக்காட்டை வித்திரலாமாய்யா?''

தன்புலப்பமாக வார்த்தைகள் வெளியாயின. இந்த மனுசன் தன் மதியோடுதான் பேசுகிறாரா, மதியற்றுப் போய் வார்த்தைகள் வெளிவருதா என்று அம்மா கண்டறிய முயன்றாள். அய்யாவை அவருடைய முகத்திலேயே தேடுவதுபோல் பார்த்தாள்.

பிரமத்தியடித்து உட்கார்ந்திருக்கிற இவர் பழைய அய்யா இல்லை. எடுக்க எடுக்க குறையாத இயலாமையின் குளம் கிராமத்தின் வா(ய்)முட்டு வரை நிறைந்துள்ளது. ஒவ்வொரு விவசாயியும் இல்லாமையின் நீரில் ஆளுக்கொரு கை அள்ளிக்கொண்டு போகலாம் என்ற நிலையில் சம்சாரித்தனம்.

ஆகாயத்துக்கும் தரைக்கும் கயிறு கட்டி வைத்தாற்போல் தொடர்ந்து மழை. காட்டில் கால் வைக்கமுடிய வில்லை. ''இப்ப யார்

வேணுமின்னு கேட்டாக? எங்கள நாசம் பண்றீக'' என்று காலத்தைக் கேள்வி கேட்டார்கள் விவசாயிகள். காலத்தை சடைத்து என்ன ஆகப்போகிறது? விவசாயி வாழ்க்கையில் அபத்தமான காரியங்களே நடக்கின்றன. அர்த்தமுள்ள காரியமென்று ஒன்றிரண்டு நடந்தால் அதிர்ஷ்டம் தான்.

'ரியல் எஸ்டேட்' கொடி நடாத ஊர் இல்லையென்றாகிப் போனது. இன்னும் நாலு மாதங்களிருக்கின்றன. நம்முடைய பணத் தேவையை ரியல் எஸ்டேட் தரகர்கள் கண்டுபிடித்துவிட்டால் அடிமாட்டு விலைக்குக் கேட்பார்கள். இரண்டாம் பேருக்குத் தெரிய வேண்டியதில்லை. நிலம் விக்கிறமாதிரி இருக்கு என்று பரவினால் விதை முளைக்க வாய்ப்பு இருக்கிறது. நியாயமான விலைக்குத் தள்ளிவிடலாம் என்ற அய்யாவின் யோசனை வந்தது.

விக்கிற காலமும் வாங்குற காலமும் இது இல்லை. வாடகைக்கு வருவது. காலி செய்வது என்பவை கூட ஒதுக்கி வைக்கப்பட்ட மார்கழி என்று எல்லோரும் அறிவார்கள்.

ஊருக்கு வெளியே விடிகாலை வெள்ளையாய் நின்றது. இருபது நாளாய் தொடர்ந்து அடித்த மழை, பனி மூட்டத்தைக் கூட்டி வந்திருக்கிறது. ஊர்முகனையில் தொடங்கி, கண் நட்ட திசையெல்லாம் வெள்ளை முக்காடு போட்டு நடுங்கிக் கிடந்தது காடு.

முடிவே தெரியாமல் சம்சாரிகள் காத்திருந்தார்கள். பனி முட்டத்துக்குள் களை குப்பென்று பெருகிவிட்டது. களை பிடுங்கி பொழிகளில் குவித்து வைக்கப்பட்டிருக்கிறது. பிடுங்கினால் கறுப்பு கறுப்பாய் கையில் அப்பிக்கொள்ளும் கரிச்சான் கீரை, மொர மொரவென்று ஒடியும் கொக்கரவாளி, கோரைப்புல் என்று புஞ்சைக் காட்டுக் களைகளை அள்ளிப்போக வியாபாரிகள் வந்து நிற்கிறார்கள். போன வருசம் வரை ஓசியாய்க் கொண்டு போனார்கள்.கள்ளக் கர்ப்பம் வயிற்றுப்புடைப்பில் வெளியே தெரிந்தது போல்,அன்றை அன்றைக்கே மூட்டை கட்டி, வாகனமேற்றி அனுப்பப்பட்டதில் சரியான சம்பாத்தியம் என்ற சேதி கசிந்து புஞ்சைக் களைகளுக்குள்ளிருந்த மூலிகை ரகசியம் அப்போது வெளிப்பட்டது.

களைகளின் பொற்காலமாகிவிட்டது. 'இதுக்கு வந்த வாழ்வு' என்று பெண்டுகள் கன்னத்தில் கை வைத்தார்கள். களைகளுக்கு கிராக்கி இருக்கும்போது - விளைந்த தானியமணிகளை நல்ல விலை வரும் வரை வைத்திருந்து போடலாம் என்பது போல் காத்திருக்கமுடியாது. விவசாயி அறிவான். தானியமணிகளை பாதுகாப்பாய்க் காப்பதுபோல், களைகளைப் பேணிப் பாதுகாக்க இயலாது. மக்கி சீரழியப் போகிறது என்று கேட்ட விலைக்கே கொடுத்துவிடுவது கௌரவம். ''கொடுக்கலேன்னா நீயே வெச்சுக்கோ'' என்று எத்திவிட்டுப் போகிறான் வியாபாரி.

போன புதிதில் அதிர்ச்சிகளை உருவாக்கிக் கொண்டிருந்தது நகரம். இப்போ்து நகரத்துக்குள் காலடி வைக்கும் நிறையபேர் நகரத்துக்கு அதிர்ச்சிகளை உண்டாக்கக் கற்றுக்கொண்டு விடுகிறார்கள். நகர வாழ்க்கையின் நூதன ஓட்டத்தில் எதிர் நீச்சல் போட்ட ஆனந்தகுமாருக்கு கிராமத்து நடப்பு எல்லாமும் ஆச்சரியமாக இருந்தது. அசையாத பெருமலையாய் இறுகி, மந்தமாய் உட்கார்ந்திருக்கும் கிராமத்துப் பரப்பில், இந்தக் களை நூதனம் வியப்பில் தள்ளியது. அவனுக்குப் புதிய சேதி கிடைத்திருந்தது.

கிராமத்திலிருந்து நகரத்துக்கு ஏற்றுமதியானவன் என்பது அயத்துப்போய் விடுகிறது. இது வாழ்க்கை ஓட்டத்துக்குத் தேவையான, வசதிகளை ஞாபகமறப்பு ... பழையது மறப்பாகிக்கொண்டே போக, நகரத்து ஜீவராசியாக மாறியாகிவிட்டது. மண்ணு தின்னிப் பிள்ளை வயிறு உப்பி வீங்கிவிடுவதுபோல் குடியேறி களால் நகரம் பருத்துவிட்டது என்று நகரத்தைப் பார்த்துப் பேசியவன் இவன்.

ஆனந்தகுமார் என்ற இவனது அழகான பெயர் ஊர்க்காரர்கள் எவருடைய உச்சரிப்பிலும் வரவில்லை. கூழ்ப்பானை என்று பெயராகிவிட்டது. ஊரில் பாதிப்பேருக்கு பட்டப் பெயர்கள். கொண்டக்கரட்டி, மிராசு, ஜப்பான், வயிறுதள்ளி, எம்டன் என்ற வரிசையில் கூழ்ப்பானை அவனுக்கு ஒட்டியது. சின்னப்பையன்களில்

சூட்டப்படும் பட்டப்பெயர்கள் பெரியாளாகி ஊரிலிருந்து பெயருகிற காலம் வரை தொடர்ந்தது. ''பெரிய வயித்துக்காரன்'' என்று அப்போதே சித்தப்பா சொல்வார். ''கூழ்ப்பானையே வயித்துக்குள் கெடக்கு'' என்று கேலி செய்வார்கள் ஊர்வாசிகள் ... பள்ளிப்படிப்பு முடித்து, மீசை வைக்க ஆரம்பித்த பிறகு பட்டப் பெயர்கள் பின் மறைகின்றன. நேருக்கு நேர் கூப்பிடமாட்டார்கள்.

நகரத்துக்கு எப்போது போனானோ, அப்போதிருந்து, 'டவுன் மாப்பிள்ளை' என்ற புதிய பட்டப் பெயர் ஒட்டியது. கல்யாணம் முடிந்த கையோடு, மாமனார் சென்னைக்கு இழுத்துக்கொண்டுபோய், வியாபாரத்தில் பூட்டி இருபத்தைந்து வருசமாகிறது. ஆனாலும் டவுன் மாப்பிள்ளை! ''என்ன டவுன்'' என்று கூப்பிட்டுப் பேசுவது, அழைக்கிறவர்களுக்கு கௌரவமாக இருக்க, அவனுக்கு மட்டும் கேலி செய்வதுபோல் தோன்றியது.

அவனுக்கு வேண்டப்படாதது என்று ஒரு பட்டியல் எடுக்கப்படுமென்றால், அதில் முதலாவதாக கிராமம் வந்தது. இப்போது கிராமம் அவனை அழைக்காமலே காலடி வைக்கும் தேவை வந்துவிட்டது.

## 2

களை விலைக்குப் போகிறது என்பது போலவே, கல்வியும் விலைக்குப் போகிறது. பொறியியல் தொழிற் படிப்புகள் மூன்று முதல் ஐந்து லட்சம் வரை விலையாகிறது. சுமதி பள்ளி இறுதி வகுப்பில் தேர்வாகி யிருந்தாள்.

''தமிழகத்தில் முதல் தலைமுறையாக பொறியியல் பட்டப் படிப்பு பயிலும் மாணவர்களுக்கு, கல்விக் கட்டணத்தை அரசே செலுத்தும்''.

அரசின் அறிவிப்பு சுமதிக்கு ஒரு பயனையும் தரவில்லை. முதல் தலைமுறை பொறியியல் சேருகிற சுமதிகள் எவருக்கும் அது ஒன்றுமே இல்லை. அரசு கட்டும் 20 ஆயிரத்தை கழித்த பிறகு மீதி 72 ஆயிரம் மாணவர்கள் கட்டவேண்டும். தொழிற்கல்லூரி நடத்துகிற

எவரும் நன்கொடை வாங்காமல் சேர்க்கிற இளிச்சவாயர்கள் இல்லை. முதல் தலைமுறைச் சான்றிதழை வாங்குகிற வி.ஏ.ஓ., வட்டாட்சியர்கள் எவரும் தருமசாலைகள் நடத்தவில்லை. சுமதியின் தாத்தா ஒரு வியாபாரி. வியாபார யுக்தியுடன் வட்டாட்சியர் அலுவலகத்துக்குள் நுழைந்து முதல் தலைமுறை சான்றிதழைக் கைப்பற்றினார்.

நிகர்நிலைப் பல்கலைக்கழகத்தின் முகப்பு, அண்ணா வளைவுபோல் ஆயிரம் பிரம்மாண்டங்களை உருவாக்கிக் காட்ட முடியும் என்பது தெரிந்தது. முகப்பு விதான மண்டபத்தில் வேந்தர் வீற்றிருந்தார்.

மாமா வேந்தர், மருமகன் துணைவேந்தர்.

முந்தைய ஆட்சியின் போது சிற்றரசர்களாய் தொடங்கியவர்கள், இன்றைய ஆட்சியில் வேந்தர்களாயிருந் தார்கள்.

ஆனந்தகுமாரை வேந்தர் உட்காரச் சொல்லவில்லை. அழைத்துப்போன நண்பர் வேந்தருக்கு வேண்டப் பட்டவர். நண்பர் உட்கார அனுமதி இருந்தது. வேந்தர் கறவை மாட்டைப் பார்ப்பது போல் ஆனந்தகுமாரைக் கூர்ந்து கவனித்தார். கறவைப் பசுக்களை யாரும் உட்காரச் சொல்வதில்லை.

மருமகனைப் போய்ப் பார்த்துப் பேசும்படி வேந்தர் சொன்னார். அழைத்துப் போன நண்பரின் நினைப்புக்கும் நடந்ததற்கும் தொலைதூரமாக இருந்தது. தொட்டுவிட முடியாத உயரத்தில் மருமகன் உட்கார்ந்திருந்தார். கைவிரல்களில் மோதிர அடுக்கு, கழுத்தில் செயின். ஊத்தம் தந்திருக்கும் உடம்பு. அழைத்துப் போன நண்பரின் எதிர்பார்ப்பை துணைவேந்தர் மருமகன் தூள்படுத்தியது அதிர்ச்சியை உண்டுபண்ணியது. அசையும் சொத்துக்களை விட அசையாச் சொத்தாய் துணைவேந்தர் கம்பீரம் அமர்ந்திருந்தது. துணைவேந்தர் எதுவும் பேசவில்லை. ''அதுவும் மாமாவுக்குத் தெரிஞ்சவரா இருக்கீங்க'' என்று ஒரு சொல் வந்தது.

முதல் போட்டு முதல் எடுக்கும் மூலதன வடிவம் காலந்தோறும் மாறிவருகிறது. அவர்களுக்கு பூமிக்கு மேல் கிடைக்கும் பொருட்கள் மூலதனமாக இருந்தது ஒரு முற்காலம். பூமிக்கு அடியில் இருக்கும் கனிமங்கள் மூலதனமாகிறது இக்காலம். ஆகாயம் தரும் காற்றும் நீரும் மூலதனமாக ஆக்கப்படுதல் கண்முன் நடக்கிறது. இப்போது கல்வி நிலையங்கள் உண்டாக்கி தொழிலதிபர் ஆகிவிட்டார்கள்.

வேந்தர்களைப் பார்த்துவிட்டு வெளியே வந்தபோது, நண்பரின் பேச்சு பதட்டமாய் இருந்தது. எளிமையாகச் சொன்னார். ‘‘இப்ப பிள்ளைகதான் நம்ம மூலதனம்’’. குமார் புரிந்து கொண்டது ஒரு புன்னகையாய் வந்தது. வியாபார புத்திக்கு சொல்லித்தர வேண்டியதில்லை. மழலையர் பள்ளியில் (நர்சரி) சேர்ப்பது முதல் மருத்துவம், பொறியியல் படிக்க வைப்பது வரை பெற்றோர்கள் தவிதாயப்படுகிறார்கள். எல்லாம் காசு பணமாய் நர்த்தனமாடுகிறது. எல்லாப் பெற்றோர்களைப் போல் எப்பாடுபட்டாவது பிள்ளையைப் படிக்க வைத்துவிடவேண்டும் என்ற வெறி இப்போது அவனுக்குள் கனன்றிருந்தது.

மூன்று லட்சத்தை தயார் செய்வதற்குள் டங்குவார் அந்து போகும் என்று உணர முடிந்தது. மாமனார் இருக்கிறார் என்ற தைரியம் கடல்போல் விரிந்து நீண்டது. ‘‘முதல்லே ஊர்ல கிடக்கிற நிலபுலத்தையெல்லாம் ஒக்கிட்டுட்டு வந்து சேருங்க’’ என்று சொன்னார்.

சப்புச்சவடா ஒண்ணுமில்லாமல் துடைத்துவிட்டு ஊரைவிட்டு எழுந்திருக்க அய்யாவுக்கு மனமில்லை. இழக்கப்போகும் நிலம் பற்றி அவர் யோசிப்பார். நிலத்தின் மொழியில் பேசி, நிலத்தோடு வளர்ந்த உறவு. நிலத்தின் மொழி அவருக்குப் புரியும். தான் ஏற்றுக்கொள்ளாத இயற்கையின் மொழியைக் கூட இந்த மண் எதுக்களித்துத் துப்பியிருக்கிறது. அந்த மண் அவருடைய வேர். வேரை அறுத்துக்கொண்டு வெளியில் போவது உடலை விட்டு உயிர் போவது போலத்தான். நில விற்பனை என்பது ஊரிலிருந்து,

உறவுகளிலிருந்து வட்டாரத்திலிருந்து முழுசாய் வாழ்க்கையிலிருந்து துண்டித்துக்கொள்வது.

"வட காட்டை விக்க வேண்டாமய்யா".

அய்யாவுக்கு வடகாட்டை விற்கச் சம்மதமில்லை. திரும்பத் திரும்ப சொன்னார். ஆனால் வடகாட்டை விற்றாலும் மூன்று லட்சம் மொத்தமாய் தேறாது என்ற யோசனைகள் அவனுக்குள் ஓடியவாறு இருக்கிறது.

"பேசாம எங்க கூடவே வந்திருங்கப்பா".

மகன் அப்படித்தான் மறுகி மறுகிக் கேட்கிறான். எல்லாவற்றையும் விற்றுவிட்டு தங்களுடன் வந்துவிட கெஞ்சுகிறான். கிராமத்தின் பாலருந்தி நகரக் காற்றை சுவாசிக்கப் போன பிள்ளை. எப்போதாவது ஊரை மிதிச்சவன். இனி எப்போதும் காலடி வைக்க வேண்டாம் என்று திட்டவட்டமாக சொல்கிறான்.

"இன்னும் நாள் இருக்குப்பா. சாவதானமாக எல்லாத்தையும் முடிச்சிட்டு வந்து சேருங்க" என்று சொல்லி விட்டு நகரத்தின் திசைக்குப் பறந்தான். நில விற்பனை வேலையை துரிதப்படுத்தி விட்டுப்போக இரண்டு மூன்று முறை இடையே வந்துபோனான்.

3

முப்பது நாற்பது வருசங்களுக்கு முன்னமிருந்த வடகாடு இல்லை இது. முன்னால் புஞ்சைக் காடாக இருந்தது. வயக்காட்டுக் கண்மாய் வந்த பிறகு நஞ்சையாகிவிட்டது. வயக்காடு சொந்தமாயிருக்கும் மக்களின் ரூபம் வேறாகிப் போனது. அவர்கள் பரம்பரைப் பரம்பரையாய் வயல்கள் கொண்டிருக்கும் தஞ்சாவூர்க்காரர்கள் ஆகிப் போனார்கள். ஆனால் தண்ணீரில் நீச்சல் அடிக்கும் நெற்பயிர் ஒரு தரம் விளையுமளவுக்கு நீர் யோகம் இருக்குமா என்று தெரியவில்லை. அதுவும் கரிசல் மண். நீரை உள்வாங்கி, ஈரத்தை எப்போதும் விடாப்பிடியாய் வைத்திருக்கும் மகாசக்தி அதற்குண்டு. இரண்டு தடவைக்கூட தண்ணீர் தரமுடியாத கண்மாயை நம்பி நெல் வளர்க்க

லாயக்கில்லை. பழைய புஞ்சை விவசாயத்துக்கு நடந்தார்கள். ஒரு தண்ணீர், ரெண்டு தண்ணியிலே நல்ல பலன் தரும் மிளகாயை நட்டு வடகாட்டில் விளைச்சல் பார்த்தார்கள்.

வயக்காட்டுக் கண்மாய் என்று பேர் சொல்லப்பட்டாலும், அது காட்டுக்கண்மாய்தான். எங்கெங்கோ இருந்து பெருகி ஓடிய ஓடைகளை மறித்து அமைக்கப்பட்ட வெட்டுக்கண்மாய்.

ஓடையில் வெள்ளம் பாய்ந்து வருகிற காட்சி ஒரு திருவிழாதான். அது மழைக்காலமாய் இருக்க வேண்டு மென்பதில்லை. அந்த வட்டாரத்திலேயே மழையடிக்க வேண்டுமென்றும் நியதி இல்லை. கண்ணுக்கெட்டாத தொலைவில் இடிச்சத்தம் கேட்டாலும் வானம் முழங்கினாலும் ஓடை பெருகிவரும்.

ஓடையிலிருந்து வெள்ளம் பெருகி வருகிறபோது ஓடை வழியாக அதன் கூடவே நடந்து போனார்கள். "வா, வா, இங்ஙன வா" என்று பையன்கள் கூப்பிட கூப்பிட தண்ணீர் நடந்து போகும். தாவு (பள்ளம்) வந்துவிட்டால் "ம், இங்ஙன கொஞ்சம் தைப்பாறு" என்பார்கள் பையன்கள். தண்ணீர் தைப்பாறி மேடேறுகிற போது பொடவுகளில் மூச்சுத் திணறிய வெள்ளெலிகள் விருட்விருட்டென்று வெளித்தாவின. புதுவெள்ளம் வருகையில் நல்ல வேட்டை கிடைக்குமென்று பையன்கள் அறிவார்கள். சூட்டாம் போட்டுச் சாப்பிட்டால் சொல்ல முடியாத ருசி. வெள்ளெலிகளை, ஓடை மரத்திலிருந்து உரித்த நாரில் கட்டி, சின்னக் கண்மாயையும் பெரிய கண்மாயையும் பிரித்த நடுக்கரையில் சூட்டாம் போட்டார்கள்.

பெரிய ஆட்களுக்கு வேற வேலை இருந்தது. சின்னக் கண்மாய் பெருகியவுடன் கலுங்கைத் (மதகு) திறந்து பெரிய கண்மாயில் நீர்பெருகச் செய்தார்கள். பெரிய கண்மாய் நிறைந்து, எதிர்வெள்ளம் அடிக்கையில் கலுங்கை மூடினார்கள். சின்னக் கண்மாயும் நிமிர்ந்துவிட்டால், கால்வாயை அடைத்து ஓடையில் திருப்பி விட்டார்கள். ராத்திரி பகலுமாய் ஊர்க்காவல் போட்டு நடந்தது. சின்னக் கண்மாயையும் பெரிய கண்மாயையும் பிரித்த நடுக்கரையில்

பா. செயப்பிரகசாம்

ஆலமரங்கள் படர்ந்து கிடந்தன. நந்தவனத்திலிருந்து வெட்டிக் கொண்டு வந்த அடம்பக் கொடிகளில் ஊஞ்சல் கட்டி ஆடினார்கள். பயல்கள் தள்ளத் தள்ள ஊஞ்சல் வேக மெடுத்து அலக்காகப் பறந்து தண்ணீரில் போய் விழுந்தார்கள். கொடி அறுந்து நச்சென்று நடுக்கரையில் மலையப்பன் விழுந்தான். கெட்டியான கரம்பைக் கட்டியில், நெஞ்சு அடிவாங்கியது. அன்றைக்குப் போயிருக்க வேண்டிய ஆள். நெஞ்சைத் தடவித் தடவி விட்டபடி கூட்டாளிகள் வீடு கொண்டுபோய்ச் சேர்த்தது; களியில் நல்லெண்ணெய் விட்டு கருப்பட்டி கடித்துச் சாப்பிட்டால் நெஞ்சுவலி போகுமென்று அம்மாவும் அய்யாவும் தொட்டுத் தொட்டு ஊட்டியது; சூடான சாம்பல் முடிந்து துணிப் பொட்டலத்தால் ஒத்தடம் கொடுத்து நெஞ்சில் ஏறிய ரத்தக் கட்டு கரைந்து போனது; பழையவை எல்லாமும் நினைவில் எதுக்களித்து, பழைய செழுப்பமான நினைவுகள் கால்வாங்கிச் செல்லச் செல்ல அவருக்குள் உத்வேகம் தலையெடுத்தது. கடந்துவந்த அனுபவங்களை, குப்புறப் போட்டு அமுக்கி அதன் மீது உட்கார்ந்து கடக்கிற இன்னொரு வாழ்க்கைக்கு போய்ச் சேர்ந்த பின்னர், நினைவு ரீதியாகக் கூட பழைய கிராமத்தில் கால் பதித்து விடக்கூடாதென்பதில் வைராக்கியம் கூடியது.

## 4

சுமதி பொறியியல் சேர்ந்துவிட்ட சேதி சந்தோசமாய் வந்தது. மறுநாள் ஒரு செய்தி ஊரிலிருந்து புறப்பட்டுப் போனது.

அப்பாவைக் காணோம்.

வீடு அரவமற்றுக் கிடந்தது. அம்மா சட்டடியாய்ப் படுத்துவிட்டாள். மாறி மாறி அழுதாள். நிலம், நீச்சல் என்று ஒரு மதிப்பு இருந்தது. அது கைவிட்டுப் போய், மதிப்பில்லாமல் ஏன் அல்லாட வேண்டும் என்று புறப்பட்டுப் போய்விட்டார் என்று கருதினாள்.

குடும்ப எதிர்காலத்துக்கு ஒரு ஒளிக்கீற்றை வீசியவர். இருட்டை ஏன் போர்த்திவிட்டுப் போனார் என்று மகனுக்கு விளங்கவில்லை. ஒரு

வாழ்க்கைக்கு உயிர்கொடுக்க தனக்கான வாழ்க்கையை இழக்க வேண்டுமா என்ற கேள்வி அவனுக்குள் பொங்கி வந்தது.

''மானஸ்தன்'' என்கிறார்கள் சிலர்.

''அப்பவும் வேற யாருக்காக செய்தான். மகனுக்குத்தானே''.

அய்யாவின் சம வயதுக்காரர்கள் கேட்டார்கள்.

''இங்ஙன ஒரு ஜீவன் இருக்கான்னு நெனைக்கலேய்யா, எங்கய்யா போனீக?''

எதிரே இருக்கிறவரைக் கேட்பதுபோல் இரண்டு கைகளையும் நீட்டிக் கேட்டாள் அம்மா. கேட்டுக்கொண்டே இருந்தாள்.

''எங்க போனாலும் கூடவே கூட்டிட்டுப் போவீங்க. இப்ப இன்ன திசைக்குப் போறேன்னு சொல்லாமல் போயிட்டீங்களே''.

முப்பது வருசம் அவருடன் வாழ்ந்த ஜீவன். அவருடைய வழிதான் அவளுடைய குடும்பவழி. அவருடைய வழிக்கு மாற்றாய் அவள் எதையும் யோசித்ததில்லை.

எதுவும் செய்யத் தோணவில்லை. குக்கிப் போயிருந்த ஆனந்தகுமாரை வரதன் மாமா தனியாக அழைத்துப் போகிறார். ராமேசுவரத்தில் அவரைக் கண்டதாகச் சொல்கிறார்கள். சாதிச் சமூகத்துக்கென்று கட்டிவிடப்பட்ட மடத்தில் அவர் தங்கியிருப்பதாகச் சேதி. போய்ப் பார்த்து வரவா என்று கேட்டார்.

''நானும் வர்றேன் மாமா''.

குமார் புறப்பட்டான்.

அவர்கள் போய்ப் பார்த்தபோது, கிளி பறந்திருந்தது. அவர் தங்கியது ஒரு நாள் இரவு. பக்கத்திலே இருக்கிறது தெரிஞ்சிரும்லே. அதனாலே கிளம்பிட்டார் என்றார் வரதன் மாமா.

அம்மாவை நகரத்துக்கு கூட்டிப் போவது மிகப்பெரிய பிரச்சனையாகிவிட்டது. கையோடு கூட்டிப்போய் விடும்படி பக்கத்திலுள்ளவர்கள் அறிவுறுத்தினார்கள். கக்கத்தில் இடுக்கிக்

கொண்டு கைக்குழந்தையை இழுத்துப்போவது போலத்தான் ஆயிற்று. ''ஏற்கனவே ஒன்னை இழந்தாச்சி. இருக்கிற இன்னொன்னையும் இழந்து போகவா'' என்று கட்டாயப்படுத்தி கார் வைத்துக் கூட்டிப் போனான்.

தமிழ்நாட்டில் அதிகமான மழையடிப்பின் சிரபுஞ்சி என்று கௌரவிக்கப்பட்ட ஊர். ஏலகிரி மலையடிவாரத் திலிருந்த திருப்பத்தூர். அது ஒரு முற்காலமாக மாறிப்போனது. காலநிலை தவறிக்கெட்டு, கௌரவ குறைச்சலாகிப்போன நகரங்களைப் போலவே குடிக்கத் தண்ணீர் அற்றுப் போனது. ஏலகிரி மலை, ஜவ்வாது மலை, சந்தனக் காடுகளின் நிலமான ஜம்னாபுத்தூர் என்று மலைவளம் சுரண்டிய பேயாண்டிகள், நீர் ஆதாரத்தைக் கைப்பற்றியதில் ஆச்சரியமில்லை. ரூபாய் கொடுத்தால் தண்ணீர் கிடைக்கிறது

நம்முடைய கிராமங்களில் (நகரங்களிலும்தான்) குடிக்கத் தண்ணீர் கிடைக்கிறதோ இல்லையோ, கொக்கோ கோலா, பெப்சி கிடைக்கிறது என்று சொன்ன மேதையின் வாக்கை திருப்பத்தூரும் மெய்ப்பித்துக் காட்டிற்று.

தண்ணியில்லாத ஊரில், கைகளைத் தரையில் சப்பட்டை வசத்துக்கு ஊன்றி புட்டாணியை அலக்காகத் தூக்கித் தூக்கி ஒருவர் நடந்து போகிறார். புட்டாணியை அசைக்கிறபோது முகம் நெளிந்து சுருங்குவதைப் பார்த்தால் எப்போதோ வசமாக அடிபட்டிருக்கிறது. கால்களுக்குத் துணையாய் இரு கைகளும் கால்களாகியிருந்தன. உடம்பை அசைத்து அசைத்து ரயில் நிலைய நுழைவுக்குச் சென்று இரும்புக் கார்டரில் வசமாய் முதுகை அண்டக் கொடுத்து உட்காருகிறார். அந்த கௌரவமான முகத்தைப் பார்த்து சிலர் காசு போட்டுக் கடந்தார்கள்.

# இலக்கியவாதியின் மரணம்

களையெடுப்புப் பெண்கள் தலையில் வேடு கட்டியிருந்தார்கள். உட்கார்ந்தும் குனிந்தும் இருவிதமாய் களையெடுக்க வேண்டியிருந்தது. குனிந்து களையெடுக்கையில் முதுகு சூரியனை ஏந்தும் பாத்திரமானது.

வெயிலின் கானல் அலைகளில் நீந்தி வருகிற வெள்ளைக் குதிரைகள் போல், இரு உருவங்கள் தொலைவில் தெரிந்தன. இடுப்பளவு நாத்து வளர்ந்த மாட்டு வண்டிப் பாதையில் கொஞ்சம் கொஞ்சமாய் மிதந்து வெளியேறின. முழுசாய் வந்த பிறகு, அவர்கள் மோட்டார் பைக்கில் வருகிறார்கள் என்பது தெரிந்தது. பைக்கை காலாங்கரையில் நிறுத்திவிட்டு தடம் விழுந்திருந்த பொழி வழியே வந்தார்கள். அவர்களைக் காண களையெடுப்புக் காட்டுக்கு கழுத்து திருகிக் கொண்டது.

''வாய்யா, இப்பத்தான் வழி தெரிஞ்சதா?''

இருவரில் வெள்ளை சொள்ளையாய் இருந்தவரை புஞ்சைக்காரர் கேட்டார்.

வந்தவர் களையெடுப்பு ஆட்களைப் பார்த்தார். நா ஒங்க வேலையைச் கெடுத்திட்டனா? என்பது போல் அவர்களிடம் மன்னிப்பு கேட்கும் பாவனையில் லேசாய் சிரித்தார்.

வந்தவரும் புஞ்சைக்கார சீமைச்சாமியும் சம வயது. ஒரே பள்ளிக்கூடத்தில் படித்த சிநேகிதர்கள். வேல்த்தாயி அவர்களைப் பார்த்த பார்வையும் நினைத்த நினைப்பும் சரியானதாக இருந்தது.

பா. செயப்பிரகசாம் 621

புஞ்சைக்காரர் எப்போதும் கதர் வேட்டி, சட்டையில் வெள்ளையாய் தென்பட்டார். வந்தவருக்கு அப்படியொரு நிறம் வாய்க்கவில்லை. விலை கூடின முழுக்கால் சட்டை, மேற்சட்டை. உடற் கறுப்பில் ஒரு மினுக்கம் தென்பட்டது. வசதியான சாப்பாடு, நிழல் வேலை, நிறைந்து வழியும் வருமானத்தால் உண்டான மினுக்கம் அது.

''ஜீப்பை எங்க காணோம்?'' என்றார் சீமைச்சாமி.

''ஜீப்பைக் கொண்டாந்து உழுகிறதா இங்க?'' கேள்வியா இது என்பது போல் அவர் பதில் வந்தது.

வேல்த்தாயியைப் பார்த்து புஞ்சைக்கார முதலாளி.

''இவர்தான் தாசில்தார் மணிவாசகம்'' என்றார்.

வந்தவரின் பார்வை நிலையாக இல்லை. வேப்பமரத்தின் கீழ் நின்றிருந்தபோதும், பார்வை மேல்நோக்கி அளவிட்டபடியே இருந்தது. ஒரு துண்டுச் சூரியனைக் கூட கீழே அனுப்பாத இரட்டை வேம்புகள் கீழே கரிசல் மண்ணை ஈரமாக்கி மெழுகிவிட்டது போல் அடர்ந்த நிழல். மணிவாசகத்தின் கண்கள் ரெட்டை வேம்புக்கும் கிளைகளுக்குமாக அலைந்தன.

''கொஞ்ச நேரம் முன்னால் நீ வராமப் போயிட்டே''

களையெடுப்பு பொழுதில் நடந்த சம்பவத்தை சீமைச்சாமி விவரித்தார். அவர் சொல்லச் சொல்ல, மணிவாசகத்தின் இரு கைகளும் வேல்த்தாயியை நோக்கி மேலெழுந்து சேர்ந்து கொண்டிருந்தன.

## 2

களையெடுப்பு ஆட்களுக்கு புளியும், கருப்பட்டியும் கரைத்த பானக்கரம் வந்தது. வயிற்றுப் பிள்ளையைக் காப்பது போல், குளுமையை எப்போதும் காத்திருக்கும் மண் குடத்தில் கொண்டு வந்திருந்த லட்சுமி வேறு யாருமில்லை. புஞ்சைக்காரர் சம்சாரம்.

''புளியும் கருப்பட்டியும் கரைச்ச பானக்கரம். நல்லா கிண்ணுன்னு அடி வெயிலு கியிலு அண்டாது'' மூலக்கரை கிருட்ணன் சொன்னதற்கு,

''கிண்ணுன்னு அடி நல்லா ஒண்ணுக்குப் போகும்''

ஐந்தாவது நிரையிலிருந்த அய்யாத்துரை எகடாசி பேசினான். களையெடுப்புக் காட்டில் கீகாற்றுப் போல் லேசாய் சலசலப்பு எழும்பியது. எப்போதும் வாயைக் கொடுத்து, வாயை எடுத்துக் கொண்டிருக்கும் அய்யாதுரையிடம் ஒருபோதும் மாறாதிருந்தது இந்தக் குணவாகு.

''எப்படி வேலை வாங்குறதுன்னு தெரிஞ்சவர் முதலாளி'' அய்யாத்துரைதான் சொன்னான்.

''பெறகு. ரஸ்னாவுக்கு யார் துட்டுக் கொடுக்க? காட்டுக்கே ரஸ்னா வருது. வெயில் கள்ளப்பாய் வீசுறது பார்த்ததும், சைக்கிள்ல பூத்பூத்துன்னு ஊதிட்டு வந்திர்றான்''.

ஈரப்பதமான நேரத்தில் களை பிடுங்கினால், மண்ணில் வேரோடு களை நெமுநெமுவென்று மேலே வரும். சூரியன் மேலே வர வர, ஈரம் சுண்டி, களை விறகுக் குச்சியாய் ஒடியும். நிரை பிந்தாமல் போகவேண்டும் என்று ஒடிந்து போன களைகளை மண் பரசி மூடிவிட்டு சிலர் வேகமாய் நிரை பிடித்தார்கள். அரைகுறை வேலை பார்க்கிற ஆட்களை புஞ்சைக்கார சீமைச்சாமி தெரிந்து வைத்திருந்தார் அப்படிப்பட்ட ஆட்களை வேலைக்குக் கூப்பிடக்கூடாதென்று நினைத்தாலும் ஆள் கிடைக்காத குத்தத்துக்கு அவர்களையும் சேர்த்துக் கொள்ளவேண்டி வந்தது.

புஞ்சைக்காரர் சேர்த்துக்கொள்ளக்கூடாது என்ற பட்டியலில் முதல் ஆளாய் வேல்த்தாயியை விட்டுவிட்டு ஓடிப்போன அய்யாத்துரை நின்றான். களையெடுத்துக் கொண்டிருந்த அவளது வசவில் அரைபட்டுக் கொண்டிருந்த அவனை, வேல்த்தாயி கண்ணிட்டும் பார்க்கவில்லை. காதிட்டும் கேக்கவில்லை. தேவாமிர் தமான

பானக்கரம் உள்ளே போனதும், குளிர்ச்சி தந்து ஆளை உசுப்பிவிட்டது.

''எங்கே போய்விடும் காலம்'' என்று சினிமாப் பாட்டெடுத்த அவன்,

''எத்தனை காலந்தான் ஏமாத்துவா பொம்பிளை இந்த பொம்பிளை'' என்று முடிக்கிறான். களையெடுக்கிற வர்கள் காதுபடப் பாடுகின்றான்.

''இதுதானே வேண்டாங்கிறது'' பக்கத்தில் களை எடுத்துக் கொண்டிருந்த முத்தாயிப் பெரிசு அவனை அதட்டினாள். அவனுக்கு எகத்தாளம். பாடட்டும், நல்லாவே பாடட்டும் யாரு மாத்திப் பாடச் சொன்னா?

களையெடுத்துக் கொண்டிருந்த வேல்த்தாயிக்கு வெப்பராளம் பொங்கியது.

''பத்து ஊரும் பாக்கு வச்சி எனக்கு ஒரு

பதிஞ்ச மனை தராம

படிப்பறியா மூடனுக்கு நா ஒரு

பார்வதியா கை கொடுத்தேன்

''எட்டூரும் பாக்குவச்சி எனக்கு ஒரு

இசைஞ்ச மனை தாரம

ஏடறியா மூடனுக்கு நா ஒரு

ஈசுவரியா கை கொடுத்தேன்''

வவுத்தெறிச்சலில், வெறிச்சியில், ஆங்காரத்தில் எதிர்த்தடித்தாள்.

நலுங்குப் பாட்டில், கல்யாணத்தில், திருப்பூட்டில், கோயில் முளைப்பாரியில் இளங்குயிலாய்ப் பொழிகிற நாட்டுப்புறப் பாடகியாய் அவளைக் கண்டிருக்கிறார்கள். தன் ரூபம் அழிந்து காளிரூபம் கொண்ட வேல்த் தாயியை இப்போது கண்டார்கள்.

களையெடுப்பை கண்காணித்துக்கொண்டே பின்னால் வந்து கொண்டிருந்த சீமைச்சாமி கை தட்டி 'சபாஷ்' என்றார்.

"இப்பேர்ப்பட்ட பேசும் கிளியை விட்டுட்டு எவ பொறத்தாலேயே ஓடிப் போனியே படவா? கிளி போல பெண்டாட்டி இருந்தாலும், குரங்கு போல வைப்பாட்டி வேணும்னு போனீகளோ?"

எல்லோரும் கேட்கும்படி வைதார். காடு சிரித்தது. அமராவதியான மனுசர். அவர் அன்றைக்கு கண்டது போன்ற ரூபத்தில் யாரும் பார்த்ததில்லை. வேல்த்தாயி பாட்டை விட்டுவிடலாம். ஆனா புஞ்சைக்காரர் வசவு தாங்கிக்கொள்ளக்கூடியதாக இல்லை. காலில் குத்திய காக்காய் முள்போல் கதிக்க ஏறியிருக்கவேண்டும், களைக்குச்சியை வீசியெறிந்து விட்டு ஆக்ரோசமாய் அய்யாத்துரை வெளியேறினான்.

"டே, ஓங் குச்சி யாருக்குடா வேணும்?" புஞ்சைக்காரர் அவன் போன திசையில் களைக் குச்சியை வீசியெறிந்தார்.

கொஞ்சநேரம் முன்பு பானக்கரம் சாப்பிட்ட குளிர்ச்சி, களையெடுப்புக் கூட்டத்துக்கு எந்த மூலைக்குப் போய் சாம்பலானது என்று தெரியவில்லை.

12 வயதில் ஆளாகி

14 வயதில் கல்யாணமாகி

16 வயதில் பிள்ளைபெத்து

பிள்ளைபெத்ததுன்னும் இல்லாம பெறாததன்னும் இல்லாம

17 வயசில் புருசன் இவ நல்லால்லேன்னு விட்டுவிட்டுப்போயி, இன்னொருத்தியைக் கல்யாணம் பண்ணிக்கிட்டு,

"நா பாதரவு பாதரவு" என்று வாய்முட்ட அரற்றிக் கொண்டேயிருக்கும் அவள் வேல்த்தாயி.

இளம்பிள்ளைவாதம் வந்து சூம்பிப் போன காலால் வேகமாய் எட்டுவைக்கத் தோதில்லை. இடது தொடை மேல் கை பதித்து

சவக், சவக் என்று சாய்ந்து நடப்பாள், காலில் வேகம் இல்லாமல் போனவளுக்கு வாழ்க்கை வேகம் அதிகமாகி எல்லாவற்றையும் அழித்துத் துடைத்திருந்தது. விளங்காத காதலுடன், களையெடுப்புக்குப் போகிறாள். தீப்பெட்டிக்குச்சி அடுக்குகிறாள். மளிகைக் கடைக்கு மல்லி, மிளகாய் வத்தல், அரிசி, உளுந்து புடைத்துக் கொடுப்பாள். உட்கார்ந்து செய்கிற எல்லாத் தினுசு வேலைகளும் அவளால் முடிந்தது.

உடம்பில் இருக்கிற ஒரு உறுப்பு ஒச்சமாகி விடுகிறபோது, மற்ற அங்கங்கள் திறன் கொண்டு எழுந்து விடுகின்றன. இந்த மாற்றுத் திறன் அவர்களின் சொத்து. ஒன்றின் இழப்பு, மற்றவையின் சாதகங்களாக மாறி விடுகிறது. வேல்த்தாயிக்கு கேள்வி, நினைவு ஆற்றல், உலக ஞானம் அதிகமாகி, முழுசாய் நாக்கில் உட்கார்ந்தன. நாக்கால் அழகு கொண்டவள் வேல்த்தாயி.

கிராமத்தில் வசிக்கிற எல்லோருக்கும் பொதுவானது காற்று. ஒவ்வொருவருக்கும் வீடு என்று இருந்தது. ஆனால் தண்ணீர் எல்லோருக்கும் இல்லை. வசதியான நாலு வீட்டுக்காரர்கள், அவர்களால் ஏண்ட அளவு, ஆழ்துளைக் கிணறு போட்டு தண்ணீர் வசதி செய்து கொண்டார்கள். ஊருக்குப் பொதுவான ஒரு அடிதண்ணீர்க் குழாய் வேண்டுமென்று எல்லோரும் கேட்டார்கள். கம்மாய்க்கரைச் சரிவில், சரளைக்கல் பூமியில் குழாய் போட இடம் தேர்வானது. இடம் பார்த்து சோதனை செய்ய வந்த பொறியாளர்கள், அதிகாரிகளிடம் கிராமவாசிகள் மெனக்கெட்டு பேசினார்கள்.

"எங்க ஊர்ல 40 அடியில் நல்ல தண்ணி கிடைக்குது. அதுக்குக் கீழே போனா சவருதான். நாற்பது அடியில் போட்டுக் கொடுப்பீங்களா?"

அதிகாரிகள் சொன்னார்கள்.

''அறுபது அடிவரை ஆழ்துளைக் கிணறு போட்டுக் கொடுக்கத்தான் எங்களுக்கு உத்தரவு. நாற்பது அடியில நாங்க நிறுத்தக்கூடாது''.

ஏற்கனவே ஒப்பந்தக்காரர்களுடன் பேசி ஒப்பந்தம் போட்டாகிவிட்டது தெரிந்தது.

பிறகு எது நடக்க வேண்டுமோ அது நன்றாகவே நடந்தது. அறுபதடி, ஆழத்தில் கிடைத்த தண்ணீர் உப்புக் கரித்து வந்தது.

''நாற்பதடி ஆழத்திலே நல்ல தண்ணி கிடைக்குதுன்னு

படிச்சிப் படிச்சிக் சொன்னோமய்யா

படிச்ச மகராசங்கிட்ட - போடு

தனனானே தன்னானன்னானே''

''அறுபதடி ஆழத்துக்கு அரசாங்க அனுமதின்னு

ஆழக் கிணறு போட்டாராய்யா

அழமாப் படிச்சவரு - போடு

தன்னானே தன்னானன்னானே''

''சப்புத் தண்ணி சவருத்தண்ணி

சாவங்செத்த சீமைத்தண்ணி

ஊத்துத்தண்ணி என்னிருந்தோம்

ஒரு வாயும் ருசிக்கலையே போடு

தன்னானே தன்னான ன்னானே''

அதிகாரிகளின்பால் மக்களுக்கிருந்த வெக்கரிப்பை அம்பலத்துக்குக் கொண்டுவந்த வேல்த்தாயின் இந்தப் பாட்டு வட்டாரத்தில் பிரபலம். ஒரு ஊருக்கான பாட்டு. பல ஊருக்கும் ஊராங்கி போனது. இது அவள் சொந்தமாய்க் கட்டியது.

பா. செயப்பிரகசாம் 627

பாடினாள். பிறகு சடங்கு, திருமணம், கோயில், பொங்கல் என்று கூட்டம் சேர்க்கிற எந்த இடத்துக்கும் எதுவொன்றுக்கும் தேவைப்படுகிறவளாக வேல்த்தாயி ஆகிவிட்டாள்.

அவர்கள் பார்த்துக் கொண்டிருந்த கேட்டுக் கொண்டிருந்த வேல்த்தாயியை விட வித்தியாசமானதொரு வேல்த்தாயி உருக்கொண்டிருந்தாள். சொந்த வாழ்க்கையிலிருந்து பாட்டெடுத்துப் பாடும் வேல்த்தாயி அவள். சுற்று முற்றும் நடப்பதைச் சுற்றியும் வெடிப்புறப் பாடிவிடுகிறாள். கால் சூம்பிப் போன ஒரு உயிருக்கு நாக்குப் பிரவாகம் செழுப்பமாய் இருக்குமென்பதைத் தரிசித்த காடு அதிசயம் போல் களையெடுப்பை நிறுத்திப் பார்த்தது. நினைத்த நேரத்தில் கவி பாடுவது போல் பாடுகிற அபூர்வ மனுசியைக் கண்டார்கள்.

மணிவாசகம் இரு கைகளையும் சேர்த்துக் கூப்பினார்.

''ஒங்களைச் சந்திச்சது பெரிய பாக்கியம். இப்பேர்ப்பட்ட சுயம்பிரகாசமான ஒரு கலையாளியை நான் பார்ப்பேன்னு நெனைக்கல. கிழங்கு தோண்டப் போன இடத்தில் ரத்தினக் கல்லைக் கண்டது மாதிரி நிக்கறேன்''

வேல்த்தாயி வெட்கத்துடன் தலைவணங்கி ஏற்றாள்.

''சாமியை சந்திச்சதிலே எனக்குத்தான் பெரிய கொடுப்பினை'' என்றாள். கொடுப்பினை எவ்வளவு அர்த்தச் செறிவான வார்த்தை என்று மணிவாசகம் மனதுக்குள் பாராட்டினார். கி. ராஜநாராயணனுடைய கரிசல் அகராதியில் இந்த வார்த்தை நிச்சயம் இடம் பெற்றிருக்கும். வீட்டுக்குப் போனதும் அந்த நூலை எடுத்துப் பார்த்து உறுதிப்படுத்திக்கொள்ள வேண்டுமென்று நினைத்தார்.

ஓரமாய் நண்பனை அழைத்துக் கொண்டு மணிவாசகம் ஒதுங்கினார். வேறெங்கோ பார்த்துக்கொண்டு, எதையோ

யோசித்துக் கொண்டும் பேசுவதுபோல் தென்பட்டார். ரெட்டை வேம்புகள் மீதான பார்வை நிலை கொண்டது.

சீமைச்சாமி தன் பழைய நண்பனைப் பார்த்தபடி வேம்புகளை நோக்கினார்.

பள்ளித் திடலில் கபடி கபடி என்றோ, கிளி ஓடுது பிடி பிடி என்றோ சத்தமும் ஆட்டமும் கண்டால், அது பையன்களாக இருந்தார்கள். நாவல் மரத்தூரில், அத்தி மரங்களின் நிழலில், அலையடிக்கும் குளத்தங்கரையில் அமர்ந்ததும் அலைந்துத் திரிந்தால் அது மணிவாசகமாய் இருக்கும். மாலைப்பொழுதில் விடுதியிலிருந்து வெளியேறி வீதி வழி போனால் அது மாணவர்கள். எவருமில்லாத விடுதியில் மாலை மயக்கத்திலிருந்து விலகி தலைக்குள் ஒலியைச் சுமந்து உலவிக்கொண்டிருந்தால் அது மணிவாசகம்.

அவன் ஒரு பாலகவியாகப் பயிராகிக் கொண்டிருந்தான். கவிஞனைக் கண்டால் கிறுக்கனைக் காண வேண்டாம் என்ற சொல் அவனுக்குப் பொருந்தியது.

பள்ளியில் படிக்கிற வயதில், சீமைச்சாமி குண்டாக இருந்தார். பொதுக்கு சீமைச்சாமி என்று தான் பையன்கள் கூப்பிட்டார்கள். அது சொந்த சீமைச்சாமியை விரட்டிவிட்டது. பக்கத்தில் 5 கி.மீ.ல் அரசம்பட்டி கிராமம், அந்தக் குடும்பத்தில் ஆண்கள் குலுக்கை மாதிரியும் பெண் குந்தாணி மாதிரியும் இருப்பது பாரம்பரியவாகு. பாட்டன், பூட்டன் காலம் முதல் ஊர் அந்தக் குடும்பத்தின் அரட்டில் இருந்தது.

"நீ நல்லா கவிதை எழுதறியே. என்னைப் பற்றி ஒன்று எழுதிக்கொடு"

பொதுக்கு சீமைச்சாமி கேட்டான். சைக்கிளை நிறுத்தி, ஒற்றைக் காலை ஊன்றிக் கேட்டதில் குடும்ப அதிகாரம் குலுங்கியது போல் தெரிந்தது. அந்தக் காலத்திலேயே 'ராலே சைக்கிள் வாங்கிக்

கொடுக்கிற அளவு குடும்பம் செருக்காய் இருந்தது.

பொதுக்கு தொடர்ந்து நச்சரித்துக் கொண்டிருந்தான்.

கவிஞன் என்றால் எடுத்ததுக்கெல்லாம் பாட்டெழுதி அவ்வளவு லகுவாக மடங்கிவிட முடியாது. எட்டயபுரம் மகாராசாவை எதிர்த்து, கவிதா ராஜ்யம் நடத்திக் கொண்டிருந்த பாரதி பக்கத்திலிருந்தார்.

தலைமையாசிரியர் அய்யாச்சாமி நாயுடுவுக்கு சயரோகம். காசம் என்று சொல்லப்பட்ட எலும்புருக்கிநோய், முட்டை, ஆட்டுக்கால் சூப் சாப்பிடவேண்டுமென்பது மருத்துவர் யோசனை. ஒவ்வொரு நாளும் சீமைச்சாமி வீட்டிலிருந்து முட்டையும் சூப்பும் தவறாமல் கொண்டு வந்தான். எல்லாம் காசநோய் செய்த மாயம். கவிதை வந்துவிட்டது.

''வெள்ளைநரி வீழ்ந்தோட்டம் பிடித்ததையா

வேங்கையவன் கட்டபொம்மு எண்ணுங்காலை

வீணர்கள் சிலர் செயலால்

வீழ்ந்தான் வீரன்

வீரன் அவன் வழிவந்த சூரனய்யா

வத்தவக்காய் வயிறுடையோன்,

வாட்டமிலான்

மதுரைமஹால் உத்திரம் போல்

கையுங்காலும்

குலுக்கை போல் உருவமுடை

குபேரனையா, குணமுள்ளோன்

அவன் பெயர் சீமைச்சாமி''

(வத்தவக்காய்-தர்ப்பூசணி)

கவிதையைத் தூக்கிக்கொண்டு சீமைச்சாமி ஒவ்வொரு பையனாய்ப் போய்க்கொண்டிருந்தான். என்னைப் பத்தி எழுதியிருக்கான், பாத்தியா என்று காட்டிக்கொண்டிருந்தான். பையன்கள் சிரித்தார்கள். என்ன எழுதியிருக்கான்னு தெரியாம பெருமை பீத்திக்கிட்டு திரியறானே என்றார்கள். சீமைச்சாமிக்கு கவிதையின் சூட்சுமம் பிடிபட்டது. கவிதைக்குள்ளிருந்து காந்தம், தன்னைப் போன்றதொரு இரும்பையும் ஈர்க்கும் என்று புலப்பட்டது. கவிதை புரிந்த அந்த நாளில் சீமைச்சாமி புதிதாய் பிறந்தார். மாற்றியது யார், மாறியது யார், மாறியது எப்படி என்ற வித்தைக்கு, கவிதை மூல விதையானதை அப்போது கண்டார்கள். அன்று முதல் உடல் உள்ளம் என தன்னைச் செதுக்கி சீராக்கிக் கொண்டவர்தான் சீமைச்சாமி.

"இப்போ நீ பார்க்கிற சீமைச்சாமி இவர்தான்" என்று வேல்த்தாயிடம் தன்னைப்பற்றி விவரமாய் சொல்லிவிட்டு சிரித்தார்.

கலை என்பது அந்தந்தக் காலத்தின் வெளிப்பாடு. அது ஒரு முனையில் பிறந்து மறுமுனையில் வெடிக்கும் மின்னல். ஒரு தடவை போல இன்னொரு முறை வெளிப்படாது. கொஞ்சம் முன்னால், மணிவாசகம் வருவதற்கு முன்பு இதே கரிசல் காட்டை வெள்ளவீச்சாய் புரட்டியடித்த வேல்த்தாயி பாட்டை மறுபடி நிகழ்த்திக் காட்டச் சொன்னால் அவளால் முடியாது. அதுதான் கலை. விட்டதைப் பிடிக்க முடியாது என்றும் மணிவாசகம் உணர்ந்தார். மணிவாசகம் கற்ற ஆங்கில இலக்கியத்துக்கும், வருவாய் அலுவலர் (ரெவின்யூ இன்ஸ்பெக்டர்) பணிக்கும் ஒரு சம்பந்தமுமில்லை. அலுவலகப் பணி எதுவும் தென்படாதபோது, அரசுத் தேர்வு மூலம்தான் இந்த வேலையைப் பிடித்தார். தற்செயலாகத்தான் நடந்தது என்றாலும் பிடித்த பிறகு தெரிந்து போயிற்று. அவர் பிடித்தது வலிய தேக்கு என்று. ஒரு

கவிஞனாய் உருவாகி, சிறுகதைக்காரன், கட்டுரையாளன், விமர்சகன் என்று இலக்கியவாதியாய் மலர்ந்து அறிமுகமாகியிருந்தவனை, ரெவின்யூக்காரன் கொஞ்சம் கொஞ்சமாய் விழுங்கிக்கொண்டிருந்தான். எழுத்தின் உயிர்ப்பு சிறிது சிறிதாய் அடங்கத் தொடங்கியது. ஜீவன் அடங்கும்போது உண்டாகும் உடலின் வெதுவெதுப்பை அவர் உணர்ந்தார். கைவசப்பட்டிருந்ததாக எண்ணிய படைப்புப் பொழுதுகளும் தின்னப்பட்டன.

இன்றில்லாவிடின் நாளை, நாளை இல்லாவிடின் மறுநாள் என்று அவர் பேணிக்காத்து வந்த படைப்புத் திறனை மறுபடி பெற்றுவிட முடியும் என்ற நினைப்பிலிருந்தது. நினைப்பு மீளாத கனவாக மீந்தது. அன்றாடம் மூளைக்குள் படிந்துவிட்ட செயல்களின் அவசரகதியிலிருந்து விடுபட்டு, உணர்வு ஒருமை கூட்டும் இடத்துக்கு பயணம் செய்ய முடியாதிருக்கும் இயலாமையை உணர்ந்தார்.

மேலிருக்கும் அதிகாரத்திற்கு கீழ்ப்படிவு. கீழிருப்போரின் தலைகள் மீது அதிகார மிதிப்பு. இந்த இரண்டு மில்லாது வருவாய்த்துறைப் பணி என்னும் அதிகார வண்டியை இழுக்க முடியாது. அதிகார வழியில் தீவிரப்பட தீவிரப்பட வட்டாட்சியர் உணர்வுகள் வந்தடைந்தன. படைப்பு உச்சத்தில் நர்த்தனம் புரிந்த குழந்தைத் தனங்களும் கோமாளிக்குணங்களும் பதவி உணர்வில் இறந்துவிட்டிருந்தன.

''நீங்க என்ன நெனைச்சுக்கிட்டாலும் சரி முதலாளி. எனக்கு ஒரு சந்தேகம் இருக்கு'' என்று நெஞ்சை ரெண்டு விரல்களால் சுட்டிக் காட்டினான்.

''எதுன்னாலும் கேளு'' என்பதான சீமைச்சாமி பதில் அவளுக்கு ஊக்கம் கொடுத்தது.

''ஒங்க குடும்பம் ரொம்ப அதிகாரமாக வாழ்ந்த குடும்பம். அப்படி ஒங்களைப் பத்தி ஒரு பாட்டு எழுதினதைக் கண்டு சும்மாவிட்டாங்களா?''

அவளுடைய பார்வை மணிவாசகத்தின் மேலேயே நிலைப்பட்டிருந்தது.

''இந்தா, இருக்கான்ல பார்த்துக்கோ'' என்றார் சீமைச்சாமி.

''இப்ப எப்படிடா, எழுதறயா?''

சீமைச்சாமியின் கேள்விக்கு எந்த நேர் பதிலும் இல்லை. கன்னத்தில் அறைந்துவிட்டது போல், ஒரு உலுக்கு உலுக்கி எடுத்த கேள்வியைத் தவிர்த்த மணிவாசகம்.

''இந்த அம்மாவை நா ஒரு பேட்டி எடுக்கணும்'' என்றார்.

## 4

அம்மனை சோடிச்சி வைச்ச சப்பரம் போல், நகைகள் பூட்டி, அலங்காரமாய் அந்தப் பெண் நடந்து கொண்டிருந்தாள். முன்னால் அவளுடைய மாப்பிள்ளை (புருசன்) விறைப்பாய் நடந்து போனான். மாப்பிள்ளை முறுக்கா, கொக்கா என்பதுபோல் கால் எடுத்து அகற்றி அகற்றி எட்டு வைத்து நடந்தது வேடிக்கையாகத் தென்பட்டது. அவன் புது மாப்பிள்ளை இல்லை என்பதை பெண்ணின் இடுப்பில் தொத்திக் கொண்டிருந்த குழந்தை காட்டியது.

பெறத்தாலே வந்து கொண்டிருந்த தாத்தாவின் கையைப் பிடித்தபடி பாவாடை கால்களில் சிக்கி சிறுபெண் தட்டுத் தடுமாறி வந்தாள். திருச்செந்தூர் கடற்கரை மணலில் தத்தக்கா புத்தக்கா என்று நடப்பது அவளுக்கு வேடிக்கையாக இருந்தது. பொதுபொதுவென்று இறங்கிய திருச்செந்தூர் மணல், சிறுமியின் கால்களைப் பிடித்துப் பிடித்து வெளியேவிட்டது. சிறுமி அதை ஒரு விளையாட்டாய் மாற்றி விட்டாள். சப் சப்பென்று கால்களை

மணலில் மிதித்து விளையாடி விளையாடி நடந்தாள். அவள் குதிக்க, கழுத்தில் அணிந்திருந்த தங்கச் சங்கிலியும் குதித்து ஆடியது. எல்லாமே அவனை பரவசமாக்கியது.

"இடையில் புகுந்து எவனாவது குள்ளமள்ளம் பண்ணுவான் அணைய விட்டிரக்கூடாது"

விரைப்பாய் முன்னால் போன புருசன் சத்தம் கொடுத்தான்.

இவர்களைப் பார்த்தபடி பின்னால் சவக், சவக் என்று நடந்து வந்தாய் வேல்த்தாயி. ஆளும் பேருமாய் கூட்டம் நெருநெருவென்றிருக்கிற விசாகத் திருவிழா. கைக் குழந்தையை செத்த வாங்கி வச்சிக்கிட்டு நடந்தா என்ன? என்று புருசன்காரன் மீது வெகுண்டாள். சொந்தப் புருசனாயிருந்தால் ஒரே தாவாய்த் தாவி செவிட்டோடு சேர்த்து அடி கொடுத்திருப்பாள். கறுத்த அவள் முகம் அந்த நினைப்பில் சிவப்பாகியிருந்தது. சிறு பெண் தாத்தாவின் கையைப் பிடிப்பதும், தாத்தாவின் கையை விட்டுவிட்டு, அம்மாவின் கையைப் பிடிப்பதுமாய் ஓடிக்கொண்டிருந்தது.

திருச்செந்தூர்க் கோயிலில் ஒரு வியர்வைத் தண்ணீர் இன்னொரு உடம்பில் தீத்தாமல் நடக்க முடியுமா என்று தெரியவில்லை. நெருநெருவென்று சனமருள் கிடந்தது. நெடுக கட்டியிருந்த தாழ்வாரத்தில் நடந்தபோது நிழல் குளிர்ச்சி விழுந்தது. சனம் ஒன்றையொன்று நெருக்கியதில் அந்தக் குளிர்ச்சியும் தொலைந்தது.

எதிர்த்தாற்போல் வந்த தம்பதிகளைப் பார்த்தது வேல்த்தாயி அதிசயித்து நின்றாள். இப்படியெல்லாம் நமக்கு முன் கடவுள் காட்சி தருவார் போல என்று அவளுக்குள் தோன்றியது. எதிரில் தரிசனம் முடிந்து மணிவாசகம், சன்னதியிலிருந்து வெளியேறி மனைவி, குழந்தைகளுடன் வந்து கொண்டிருந்தார். பட்டு வேட்டி, மார்பில் முதுகில் விளார் விளாராய் சந்தனப் பூச்சு, சட்டையில்லாத உடம்பில் போர்த்திய பட்டுத் துண்டு அவரைப்

போலவே பட்டுச் சேலையில் கச கசவென்று வேர்த்து வந்திருந்த சம்சாரம். ஆணும் பெண்ணும் என்று பள்ளிக்கூடம் படிக்கும் இரண்டு பிள்ளைகள்.

குடும்பத்தோடு வந்தவரைக் கண்டதும் வேல்த்தாயி எதிரில் நின்று கும்பிட்டாள். அவளைவிட மணிவாசகம் தான் ஆச்சரியமாகி நின்றார்.

எங்க நீங்க இப்படி என்று தடுமாறினார். மனைவிக்கும் குழந்தைகளுக்கும் அறிமுகப்படுத்தினார். பிள்ளைகளிடம்,

''இந்த அத்தையை ஞாபகம் இருக்கா'' என்றார்.

''அன்னைக்கு தொலைக்காட்சியில் வந்தாங்களே அவங்களா?'' கேட்டார்கள் பிள்ளைகள்.

குழந்தைகள் ஒவ்வொன்றையும் அல்லது எல்லாவற்றையும் தொலைக்காட்சியிலிருந்து கற்றுக் கொள்கிறார்கள். அது கொடுக்கிற எதுவொன்றும் மனதில் ஆணிவேராகிவிடுகிறது.

பிள்ளைகள் வேல்த்தாயின் மேல் பதிந்த பார்வையைப் பிடுங்கவேயில்லை.

''எங்க, கண்டுக்கிராம போயிருவீங்களோ'' என்கிறாள் வேல்த்தாயி. எதையாவது பேச வேண்டுமென்பதற்காக அப்படிக் கேட்டாள்.

''ஒங்க தரினம் கெடைச்சதே அபூர்வம். அதெப்படி கண்டுக்கிராமப் போவேன்'' என்றவர் ஞாபகமாய்,

''சீமைச்சாமி கிட்ட வேம்பு என்னாச்சுன்னு கொஞ்சம் கேளுங்க'' என்றார்.

வேல்த்தாயி புரியாதவளாய் ஏறிட்டுப் பார்த்தாள்.

''வேம்புன்னு சொல்லுங்க. அவனுக்கு எல்லாம் தெரியும்'' என்று முடித்துவிட்டார். அவர் தங்கியிருந்த விடுதியின் பெயரைச் சொல்லி அங்கே வந்து பார்க்கும்படி சொன்னார்.

பா. செயப்பிரகசாம் 635

"நீங்க தரிசனம் முடிச்சிட்டு வாங்க. மதியத்துக்குப் பிற்பாடுதான் கிளம்புவேன்" என்றார்.

கோயில் தரிசனத்தில் அவருக்கு அணிவிக்கப்பட்ட மாலை, தேங்காய், பழம், விபூதி குங்குமத் தட்டை ஏந்திக்கொண்டு ஒரு பெரியவர் அவர்களுக்குப் பின்னால் வந்தார். வீட்டு வேலைக்காரர் அல்லது அலுவலக ஊழியராக இருப்பார்.

தரிசனம் முடிந்து வெளியே வந்த சனம், சமுத்திரத் தண்ணீரில் கால் பதித்தது. முருகா என்று இரு கைகளையும் உயர்த்தி வேல்த்தாயி தண்ணீரில் கால் வைத்தாள். அடையாளம் அற்ற ஒரு சக்தி அவளுள் புகுந்து, உடலையும் மனசையும் உலுக்குவது போல் உணர்ந்தாள். அருள் வந்தது. ஊருக்குள் ஒரு அக்கினிச் சட்டி வந்து விடக்கூடாது. அக்கினி சட்டியைக் கண்டால் வேல்த்தாயிக்கு ஆவேசம் வந்துவிடும். உடம்பை முறுக்கி உதடுகள் பிதுக்கி பிளிறலோடு சாமியாடத் தொடங்கிவிடுவாள். அக்கினிச் சட்டியை தன்வசமாக்க இரு கைகளையும் ஏந்தி சாமியாடியிடமிருந்து பிடுங்குவாள். மற்றவர் சொன்னாலும் தடுத்தாலும் கேட்காமல் முழுச் சாமியாடியாகவே ஆகிவிட்டிருந்தாள்.

"அக்கா ஊருக்குள் பிடிக்கிறதுக்கு நாலு பேர் உண்டு. இங்கே யார் இருக்காங்க வேண்டாம்" என்றார் முத்துக்கண்ணு. அவள் நிதானத்துக்கு வந்தாள். கண்களிலிருந்து இரு துளியும் வாயிலிருந்து முருகாவும் உதிர்ந்தன.

நா நல்லா சாமியாடுவேனே என்று அவளுக்குள் இருந்த பெருமை அக்கணத்தில் தவிடுபொடியாகியது. கரை ஒதுங்கிய குடம்போல் மெல்ல அசைந்து,

"நானா ஆடறேன். அது தானா வருது" என்றாள்.

ஒரே ஒரு கேள்வியை முத்துக்கண்ணு அவள் மேல் போட்டாள்.

"அக்கா, பிராமணப் பெண்டுகள் எங்கயாவது அக்னிச் சட்டி எடுக்கப் பாத்திருக்கியா?"

பிராமண வீட்டுப் பெண்டுகள் என்ன, பிள்ளைமார், ரெட்டி, முதலி வீட்டுப் பெண்டுகள் கூட அக்னிச் சட்டி ஏந்தி ஆடியதை அவள் காணவில்லை. நீ சொல்றது சரிதான் என்பதுபோல் நடந்தாள். நம்மதான் கதியத்துப் போயி இந்த காட்சிக்கெல்லாம் ஆளாகிறோமோ என்ற நினைத்துக்கொண்டாள்.

மணிவாசகம் தங்கிய விடுதிக்குப் போய்ச் சேர்ந்தபோது "எவ்வளவு பெரிய மாளிகை, இதில் தங்கறதுக்கும் ஒரு லவிப்பு இருக்கனும்" என்று இருவரும் எண்ணினார்கள்.

அவர்கள் போய்ச் சேர்ந்தபோது, மணிவாசகம் இல்லை. தரிசனம் முடித்து வந்ததும் விடுதியிலிருந்து புறப்பட்டுப் போய்விட்டதாகச் சொன்னார்கள்.

"கலெக்டர்ட இருந்து தாக்கல் வந்தது. அவசரமா ஓடுறாரு" வரவேற்பில் பதில் வந்தது.

முகம் கொராவிப் போயிற்று.

"ஜீப்லயப் போனாரு?" கேட்டாள்.

"இல்லை. சொந்த கார்" என்றான் விடுதிப் பையன்.

திருச்செந்தூரில் முருகனைச் சேவிப்பதற்கு போனது, மணிவாசகத்தைக் கண்டது, விடுதிக்குப் போய் ஏமாந்து திரும்பியது என எல்லாரும் சீமைச்சாமியிடம் விவரமாய் சொன்னாள்.

"அவன் ஆர்.டி.ஓ. பதவி உயர்வு வாங்கிட்டான். அதுக்கு தெய்வத்தை சேவிக்கிறதுக்கு வந்திருப்பான்" என்றவர், சொல்லிவிட்டு எதையோ உற்றுப் பார்த்தார். கடந்த காலத்தைத் தேடிக்கொண்டிருக்கிறார். சீமைச் சாமியின் கடந்து போன காலம்

மட்டுமல்ல, மணிவாசகம் காலில் மிதித்து துவண்டு போகச் செய்துவிட்ட காலத்தை மனதில் எண்ணினார். வாழ்க்கைக்காக தன்னை எதனுடன் பொருத்திக்கொண்டானோ, அந்த உத்தியோகம் அவனை 'கால்மாடு தலைமாடு' ஆக்கிவிட்டிருந்தது. பள்ளி, கல்லூரிக் காலத்தில் தெய்வ பக்தியற்ற நாத்திகன் மணிவாசகம்.

"எனக்குப் புரியல. வேம்பு வேலை முடிஞ்சிருச்சான்னு விசாரிங்கன்னார்" கேட்டாள் வேல்த்தாயி.

தலையாட்டினார் சீமைச்சாமி. எல்லா வேலையும் முடிச்சி புதுசாய் எடுக்கிற வீட்டுக் கதவு, நிலை, சன்னல்னு அனுப்பி விட்டதாகத் தெரிவித்தார், களையெடுப்புக் காட்டில் கருத்த இரு பெருங்குடைகள் போல் நின்ற இரட்டை வேம்புகள் வேல்த்தாயின் நினைவில் பளிச்சிட்டன. பசுமை ஒளி கசியும் மரங்கள் நின்ற இடம் வெற்றிடமாய் காற்றுப் பரத்தி அலைவதை மனக் கண்களால் பார்க்க முடிந்தது.

# கயத்தாறு புளியமரம்

குருவி தலையில் பனங்காயை வைப்பதான காரியம், தன்னை வைத்து நடைமுறைக்கு வருமென கனகவேல் நினைத்துப் பார்க்கவில்லை. முதலில் கலைத்துறை அமைச்சர், அடுத்து மாவட்ட அமைச்சர், தொகுதி சட்டமன்ற உறுப்பினர் இவர்கள் கைகளிலிருந்து நழுவி நழுவி மாநில அளவிலான விழா இவன் தலைமீது வந்து நின்றது. விழாக்கள், நினைவகங்களின் அலுவலரான கனகவேல் தலைநகரில் அல்லது மாவட்டத் தலைநகரில் மாநில விழா என்றால் இவரை, அவரைச் சேர்த்து, அதை, இதைக்கூட்டி நடத்திவிட முடியும். காகம் பறக்காத பூமி அது. புல் பூண்டு, பச்சை கண்ணுக்குத் தென்படாமல், வறண்ட காற்று நித்திய ஜீவனாய் நடமாடுகிற பாஞ்சாலக்குறிச்சியில் ஒரு மாயாஜாலத்தை நிகழ்த்திக்காட்டச் சொல்கிறார்கள்.

அண்ணன்மார்களைச் சமாளிக்க முடியுமா என்று அவனுக்குள் நுழைந்த பயம், அவன் உடம்பை ஆட வைத்தது.

ஒவ்வொரு மாவட்டத்திலும் சில அண்ணன்கள் இவர்கள் மாநில அளவில் பலரானார்கள். வயது மூப்பு, கட்சி மூப்பு, பதவி, மேலிட நெருக்கம் அண்ணன் தகுதியைத் தீர்மானிக்கும் மூலங்களாக இருந்தன.

தொண்டர்கள் என்போருக்கு ஒன்றியச் செயலர், வட்டச் செயலாளர் அண்ணன்: இந்த ‘ஒண்ணன்களுக்கு’ மாவட்டச் செயலாளர், சட்டமன்ற உறுப்பினர், அமைச்சர் அண்ணன். அண்ணனோ, தம்பியோ எவராக இருப்பினும், சட்டமன்ற

பா. செயப்பிரகசாம் 639

உறுப்பினர்கள், வட்டங்கள், மாவட்டங்களைக் கடந்து அமைச்சர்கள் அந்தப் பகுதிகளில் கால் வைக்க முடியாது. கால் வைக்கக்கூடாது என்பது உறவுகளுக்குள் வாழும் இயக்கப் பண்பாடு. அரசு விழாவோ, தனியார் விழாவோ பதவித் தகுதி, அடுத்து கட்சிப் படிநிலை, மூப்பு, இளமை என்ற தரப்பிரிப்பு அழைப்பிதழ், சுவரோட்டிகள் போன்றவற்றில் முழுமையாகக் கவனிக்கப்படும்.

பாஞ்சாலங்குறிச்சியில் வீரபாண்டியக் கட்டபொம்மன் விழா. ஆட்சிக்கு வந்து ஒரு ஆண்டு முழுமை பெற்றிருந்த வேளை. கலை பண்பாட்டுத் துறை அமைச்சர், கட்சிப் படிநிலைகளை மீறாமல் கட்டபொம்மன் விழாவை வெற்றிகரமாக நடத்திக் கொடுத்தார். விழா முடித்து அவர் தலைநகரம் போய்ச் சேர்ந்திருக்கவில்லை. மூலைமுடுக்கிலும் சந்தபொந்துகளிலும் கைபேசி ஒலித்திராத காலம் அது. சென்னை எழும்பூர் ரயிலடியில் காலடி வைக்கிறபோது அவர் பதவி பறிக்கப்பட்டிருந்தது என்ற சேதி கிடைத்தது.

நெடுங்காலமாய் பகுத்தறிவுப் பாதையில் பயணித்த தலைவர்களில் முக்கியமானவர் அவர். வீட்டில் அமர்ந்து, அமைதியாய்க் கண்களை மூடி ‘‘நேரம் சரியில்லை’’ என்று முணுமுணுத்தார். வேறுபாடாய் ஒலித்த அந்த வாசகம், வீடு தாண்டி, சாலை கடந்து, கோட்டை வரை போய் அவர் பற்றிய விசித்திரமான சித்திரத்தை வரைந்திருந்தது.

யோசிப்பில் ஆழ்ந்திருந்தவரின் நினைவில் வேதனையில் நனைத்துப் பிழிந்த ஒரு காட்சி வந்தது. மாவட்டச் செயலாளராயிருக்கிறபோது, நீரழிவு நோய்க்காக மருத்துவரை பார்க்கப் போனார். மருத்துவர் பிரிட்டன் போய் எஃப்.ஆர்.சி.எஸ் (F.R.C.S) சிறப்புப் பட்டம் பெற்று வந்தவர். பரிசோதித்துக் கொண்டிருந்த வேளையில் மருத்துவரை தொலைபேசியில் வெளியூர் போயிருந்த அவரது துணைவியார் அழைத்தார்.

அம்மையார் வெளியூரிலிருந்து திரும்புதல் பற்றிப் பேசினார். ''நாளைக்கு தெற்கே சூலம், ஒருநாள் தள்ளி வா'' என்பதாக மருத்துவரின் பதில் இருந்தது.

அம்மையார் மறுத்துவிட்டார். உடனே ஊர் வந்து கவனிக்க வேண்டிய வேலை இருப்பதைக் குறிப்பிட்டு, மறுநாள் புறப்பட்டு வருவதாகத் தெரிவித்தார். மருத்துவருக்குள்ள பணிச்சுமையில் வாதம்செய்ய நேரமில்லை.

அடுத்தநாள் அம்மையார் வரவில்லை. பேருந்து கவிழ்ந்து, பெட்ரோல் டேங்க் தீப்பற்றி 12 பேர் சாவு என்ற பரிதாபச் சேதி வந்தடைந்தது. நேரம், காலம், சகுனம் பார்த்து நடந்திருந்தால், இதெல்லாம் நிகழ்ந்திருக்காது. மருத்துவரைப் பார்த்து துக்கம் விசாரிக்கப் போனபோது ''நான் சொன்னேன், கேட்கலையே'' எனப் புலம்பி அழுதார்.

இதிலிருந்து அவர் ஒரு முடிவுக்கு நகர்த்தப்பட்டிருந்தார். இனிமேலான வாழ்வில் இப்போதுள்ள நிலையை தக்கவைத்துக் கொள்ள சில பஞ்சாங்க வழிமுறைகள் அவசியம் என உணர்வுபூர்வமாக செயல்பட்டார்.

பாஞ்சாலங்குறிச்சி நிகழ்ச்சிக்குப் போகாமல் தவிர்த்திருந்தால், தானும் தன் பதவியும் காப்பாற்றப்பட்டிருக்கும் என்ற சோகம் நீண்ட நாள் கழற்றப்படாமலே அவருக்குள் தங்கியிருந்தது. மனச் சஞ்சலமாகி மதியச் சாப்பாட்டுக்குப் பின் கண்ணயர்ந்த அந்த மதிய வேளையில், அவரது பிரிய சம்சாரம் சேவல்குஞ்சின் கழுத்தை அறுத்து மூன்றுமுறை அவரது கட்டிலைச் சுற்றி வந்து பாவந் தீர்த்தாள். இரவுச் சாப்பாட்டுக்கு சேவல் கறியை அள்ளி வைத்தபோது ''இந்நேரத்திலா? எப்பவும் ராத்திரியில மாமிசம் செய்றதில்லையே'' என்ற அதிசயத்துக் கேட்டவரை, ''எப்ப செஞ்சா என்ன? பேசாம சாப்பிடுங்க'' என்று மடக்கினாள்.

ஆட்சி மாற்றம் தானாக வரவில்லை. ஒவ்வொரு ஐந்து ஆண்டு முடிவதற்குள்ளும் தாங்க முடியாத வேதனையுடன் ''இந்த

தடவை வண்டியைக் கழற்றிவிட வேண்டியதுதான்'' என மக்கள் முடிவெடுக்கிறார்கள். நடுக்கடலில் தத்தளிக்கும் கப்பலிலிருந்து, அவர்கள் தாவி ஏறியது இன்னொரு மூழ்கும் கப்பல் என்பதை உணர ஐந்து ஆண்டுகள் காத்திருக்க வேண்டியதாகிறது.

யாருக்காகவும் வீரபாண்டியக் கட்டபொம்மன் காத்திருக்கவில்லை... ஒவ்வொன்றிலும் மாற்றம் என்ற முழக்கத்துடன் புதிதாய் ஆட்சிக்கு வந்தவர்களாகையால் அந்த மாவட்டத்து அமைச்சர் மகிழ்ச்சியோடு விழா நடத்தினார். எல்லாம் நல்லபடியாகப் போய்க்கொண்டிருப்பது போல் பார்வைக்குத் தெரிந்தது. ஒருமாதத்தில் பசையில்லாத சாதாரண துறைக்கு அவர் மாற்றப்பட்டிருந்தார். தலைவர் தன்னைச் சோதிப்பதாக நினைத்தார். கட்சியின் மூத்த தலைவர்களில் ஒருவரான அவர் ''ரொம்ப வேண்டியவன்தான். வேண்டியவங்களைத் தானே தலைவர் சோதிக்கிறார்'' என்றார். காற்று சுதந்திரமானது என்பதை அறியாதவர். எங்கும் போய் சேருகிற காற்று, தலைமைக்கு எடுத்துச் செல்லும் என்பதைப் புரியாமலிருந்தது பரிதாபம்.

பாஞ்சாலங்குறிச்சி மண்ணை மிதித்தால் வீரம் வரும் என்றிருந்த காலம் மறைந்து, விபரீதம் விளையும் என அச்சக்காடாக அந்த மண் மாறியது. கட்டபொம்மன் பெயர் கேட்டால் வெள்ளைக்காரன் கதிகலங்குவான் என்றிருந்ததற்கு மாறாக, தொடர்ந்து மந்திரி பதவிகளைக் காலி செய்த கட்டபொம்மனை நினைத்து பதைபதைத்தது அரசியல் மனம். தத்தம் இருக்கைகளை இறுகப்பற்றிக் கொள்ள அந்தத் திசைக்கே திரும்புவதில்லை என சங்கற்பம் எடுத்துக் கொண்டார்கள்.

இவர்களது குலை நடுக்கத்தையும் மிரளும் கண்களையும் கருத்தில் கொள்ளாமல் நடப்பு ஆண்டும் கட்டபொம்மன் நடந்து வந்தான்... அழைப்பிதழில் பெயர் போட்ட அமைச்சர்கள், தலைவர்கள், ச.ம.உக்கள் பிரசன்னமாகவில்லை. நடப்பு

ஆண்டில் யாரும் தலைகொடுக்க முன்வராத போது துறையின் இயக்குநர் விமானம் மூலம் மதுரை வந்து விழாவை நடத்தித் தர வருகிறார் என உறுதிப்பட்டது.

ஒரு வாரம் முன்னால் அங்குபோய் விழா ஏற்பாடுகளைக் கவனிக்க வேண்டுமென நினைவகங்கள் அலுவலரான கனகவேல் பணிக்கப்பட்டான். முகாம் போட்டு தூத்துக்குடிக்கும் பாஞ்சாலங்குறிச்சிக்குமாய் அலைந்து தோள் மேல் போட்டுக் கொண்டு செய்தான். எந்த முனி அடித்ததோ தெரியவில்லை. இயக்குநர் விழாவுக்கு வரப்போவதில்லை என்று முதல் நாள் உறுதியாயிற்று.

புழுகூட ஆயுதம் ஏந்தும் என்பதை அப்போது நிரூபிக்க வேண்டியதாயிற்று. மேலிருக்கும் அதிகாரிகள் வாயால் இட்ட பணிகளை தலையால் செய்து முடிக்கும் சாதாரணப்புழு பாஞ்சாலங்குறிச்சியிலிருந்து தொலைபேசியில் சீறிற்று.

''இப்படி மேலே இருக்கிறவங்களெல்லாம் வராமப் போனா என்ன ஸார் அர்த்தம்? எல்லாரும் கை கழுவுறீங்க?'' என்று வெளிப்படையாய் அந்தச் சீற்றம் பேசியது.

பாஞ்சாலங்குறிச்சி மண்ணின் வீரம் அவன் மூலம் வெளிப்படுவதாக இயக்குநர் பாராட்டினார். சினம் கொண்டிருந்த கனகவேலை சமாதானப் படுத்துவதற்கான யுக்தியாக. எந்தக் குறையுமில்லாது, எவரும் நா அசைக்க இடம் கொடுக்காது விழா நிறைவாக நடைபெற்றபோது இயக்குநர் அலுவலகத்திலிருந்து சத்தமாய்க் கத்தினார்.

''நிஜமாவே நீதான்ய்யா, கட்டபொம்மன். சாதிச்சிட்டீங்க. உடனே பணிநிறைவு அறிக்கையை தயார் செய்து அனுப்பி வைங்க'' எதிர்காலப் பலாபலன்கள் என்னும் மேகங்கள் அவன் வாழ்வில் மழை பொழியவிருப்பதாக, அதற்காக மனம் நிறைந்து வாழ்த்துவதாக இயக்குநர் சொல்லியது அவனுக்கு மகிழ்ச்சி தந்தது.

பாஞ்சாலம் பதியிலிருந்து 50 கி.மீ அவனுடைய ஊர். தலைநகர் வாழ்வில் இரண்டு வருடங்களுக்கு ஒரு தடவை கூட சொந்த ஊரை நோக்கிச் செல்ல முடியாமல் போயிற்று. ஊர்ப் பொங்கல்கூட சாத்தியப்படாமலே ஒரு சோகக் கவிதையை நட்டுவிட்டு அவனைக் கடந்து போனது. கடக்க முடியாத தூரத்தை அரசாங்கச் செலவிலேயே கடந்துவிட முடியும் எனும் கனவு மெய்ப்பட்டபோது எந்தத் துணையுமற்று மாநில அளவிலான விழாப் பொறுப்பை எடுத்துச் செய்ய ஆயத்தம் கொண்டான். அவனைப் போன்ற இடைநிலை அலுவலர்களுக்கு ரயிலில் முதல் வகுப்புப் பயணம் உரித்தானது. மனைவி, மகன், மகள் என்ற குடும்பத்தின் பயணச் செலவை அதில் சரிப்படுத்த வழியிருந்தது. பயணப் பட்டியல் சமர்ப்பிக்கிற போது ரயில் டிக்கட் போன்றவைகளைச் சமர்ப்பிக்க வேண்டிய அவசியமில்லையெனும் வசதியிருந்தது. பேருந்திலோ, ரயிலில் இரண்டாம் வகுப்பிலோ பயணமோ செய்து, பின் முதல் வகுப்புக்கான பயணச் செலவைப் பெற்றுக் கொள்ள முடியும்.

இப்போது அங்கு பாஞ்சாலங்குறிச்சி ராஜ்யத்தில் அவனே ராஜா, அவனே மந்திரி. முடிசூட்டி, ராஜ்ய பரிபாலனம் செய்வது போல் மகிழ்ச்சி உள்ளிறங்க உற்சாகமானான்.

மதுரையிலிருந்து வந்திருந்த முத்துவேல் அண்ணன், திருநெல்வேலி, கன்னியாகுமரி என்ற சுற்றுலா இடங்களைக் காட்டுவதற்கு இவனுடைய குடும்பத்தை கூட்டிப் போனார். விழாவைச் சிறப்பாக நடத்திக் காட்டி வீரபாண்டிய கட்டபொம்மனுக்குரிய மதிப்பை அம்மண்ணில் நிலைநிறுத்தியதாக இயக்குநருக்கு பணிநிறைவு அறிக்கையை அஞ்சல் செய்தான்.

சொந்த ஊரை நோக்கிச் செல்லும் பாதை எல்லோருக்கும் போலவே அவனுக்கும் இனிமையானது. கட்டாந்தரையிலும், மொட்டாங்காட்டிலும் பத்து நாட்களாய்ப்படும் துயரங்களைப் போக்கிக் குளிர்விக்கும் ஆயிரம் விசிறிகளை ஊர் நோக்கிச்

செல்லும் அந்தப் பாதை கொண்டுள்ளது. ஊர்போகிற வழியில் வரலாற்றுச் சின்னங்களைக் குடும்பத்தாருக்கு காட்டி மகிழ்வித்தான். இது கயத்தாறு புளியமரம். மக்கள் கூட்டமாய்ச் சேரும் இடத்தில் தூக்கிலிட்டால் கொந்தளிப்பாகுமென அஞ்சி, வெள்ளையன் தூரந்தொலைவில் இழுத்துப் போய் கட்டபொம்மனை தூக்கிலிட்ட இடம்.

கயத்தாறிலிருந்து பாஞ்சாலங்குறிச்சி சாலை பசுவந்தனை கடம்பூர் வழி கடந்து போகிறது. கடம்பூர் அருகிலிருக்கிற கொலையநல்லூரில் முகாம் அடித்திருந்தான் கேணல் மெக்காலே. இருளோடு இருளாய் ஊர்ந்து ஊமைத்துரையின் படைகள், வெள்ளைப் படையை முற்றுகையிட்டு துவம்சம் செய்தன. இரண்டு பக்கமும் உயிர்ச்சேதம். அயலவரை அடிமை கொள்ளும் ஆசையில் குடும்பத்தை, உயிரின் உயிரான உறவுகளை விட்டுவிட்டு பிரிட்டிஷ் சிப்பாய்கள் அனாதரவாய் மரித்துப் போனார்கள். சிதைந்து காரை பெயர்ந்து மண்ணுக்குள் போய்க் கொண்டிருந்த சமாதிக்குள்ளிருந்தது ஆகாயத்தை நோக்கி இன்னும் பேசிக் கொண்டிருந்தார்கள் அவர்கள். மகாராணியின் ஏவலில் மண்ணை அடிமைகொள்ளப் புறப்பட்ட நாங்களும் அடிமைகள்தாம் என்ற காலத்தின் மொழியை காற்றில் அனுப்பிக் கொண்டிருக்கிறார்கள் அவர்கள்.

## 2

''பையனைக் கூட்டிட்டு வரலையாய்யா?''

மனைவி கற்பகம், மகள் நிலாவுடன் ஊர் ஏறியதுமே தாத்தா கேட்டார். கனகவேல் திகைத்துப் பார்த்தான். வரும்வழியில் முத்துவேல் அண்ணன் பையனை மதுரைக்குப் பிரித்துக் கூட்டிக் கொண்டு போயிருந்தார்.

'அங்ஙன வந்துதான் ரயில் ஏறப் போறீக. எங்கூடயே இருக்கட்டும்' என்றார் அண்ணன். அதுபோன்ற எந்தப் பதிலும் தாத்தாவை சமாதானப் படுத்த முடியாமல் போனது.

அம்மாவைப் பெற்றெடுத்த ஆலமரம் அது. மரம் இன்னும் வலுவாய் நிற்க, விழுது மரணித்துவிட்டது.

''வாயில எதையாவது வைத்து சப்பிக் கொண்டிருந்தால் பசி தோன்றாது'' என்பார்கள். தாத்தா ஒரு மணி நேரத்துக்கு மேலாய் கருவேலங்குச்சியை வாயில் கவ்வி சப்பி சப்பித் துப்புவார். எட்டுமணி சுமாருக்கு காலைப் பதநீர். பெரியபடிக்கு இரண்டு படி பதநீர் உள்ளிறங்கும். உள்ளிறங்கிய பதநீர் மெதக்கம் கொடுத்துக்கொண்டே இருக்க லேசாய்க் கண் சாய்ப்பார். உச்சி நேரம் இரண்டு மணிக்கு பசியமர்த்தல். இடது காலை குத்துக் காலிட்டு, வலதுகாலை மடக்கி பெண்கள்போல உட்காரும் வாகான அமர்வு. கெட்டிக் கம்மஞ்சோற்றின் நடுவில் குழி செய்து, பருப்புக் குழம்பு, சிலநேரம் புளிக்குழம்பு விட்டு, தொட்டுத் தொட்டு, உருட்டி உருட்டி உள் விழுங்குவார். புளிக்குழம்பில் கொஞ்சம் கருப்பட்டி சேர்த்து பதனமாக குழம்புவைத்திருப்பாள் அவரது மருமகள் மீனாட்சி.

அந்த ஒரு நேரச் சாப்பாடுதான்.

20 கி.மீ தொலைவிலிருக்கிறது கடல், மணல் தேரியினூடாக செம்மண் கிளப்பாமல் பனங்காட்டின் மேலாயப் பரவும் கீ காற்று; பனங்கொண்டைகளைத் தடவி வரும் சலசலப்பு இல்லாமல் ஒருபோதும் ஊர் மக்கள் தூக்கத்துக்குப் போனதாக இல்லை. தாழ்வாரத்தில் பனைநார்க்கட்டில் போட்டு ஒரு தூக்கமாய் த் தூங்கி எழுந்திருக்கையில் உடல் சொடக்கு எடுத்ததுபோல் அன்று புதிதாய்ப் பிறப்பார் தாத்தா. அன்றன்று புதிதாய்ப் பிறக்கும் தாத்தாவைக் கண்டு வரும் கனகவேலின் பெரு விருப்பம் நடந்தேறிவிட்டது. தாத்தா பையனைக்கூட்டி வரலையே என்றவர் தொடர்ந்து, ''அங்ஙன பாஞ்சாலங்குறிச்சியில நாலு பேராக் கண்டனே'' என்றார்.

கனகவேல் ஆச்சரியத்துடன் அவரை உற்றுப் பார்த்தான்.

விழா முடிந்த மறுநாள் காலை ரேக்ளா வண்டிப் பந்தயம். பாஞ்சாலங்குறிச்சி எல்லையில் தொடக்கம். முடிவு ஒட்டப்பிடாரம். பெரிய மாடு, சின்ன மாடு, பூஞ்சிட்டு மாடு (மிகவும் சின்ன மாடுகள்) என்று மூன்று வகையாக இனம் பிரித்து பந்தயம் வைத்தார்கள். பெரிய மாடுகளுக்கு பத்து கி.மீ தூரம் என்றால் சின்ன மாடுகளுக்கு 7 கி.மீ. பூஞ்சிட்டுகளுக்கு இன்னும் தூரம் குறைந்தது. முதல் கொடி வாங்குகிற சாரதிக்கு (வண்டி ஓட்டுபவன்) பத்தாயிரம் ரூபாய், குத்துவிளக்கு என்றெல்லாம் விருதுகள்.

வெற்றி பெற்று கொடி வாங்கும் ஒட்டப்பிடாரம் எல்லையில் கூட்டம் முண்டியடித்தது. பந்தயம் தொடங்கப் போகும் பாஞ்சாலங்குறிச்சி எல்லைக்கு குடும்பத்துடன் புறப்படுகையில் தாமதமாகி விட்டது. ஒட்டப்பிடாரம் எல்லையில் மறித்து விட்டார்கள்.

''ஜீப்பை நிறுத்துய்யா''

மேலே போக முடியவில்லை. ஏறக்குறைய எல்லாக் கிராமங்களிலிருந்தும் சேகரமாகியிருந்த கூட்டம் அது. இராமநாதபும், பரமக்குடி, சாயல்குடி என்று கீகாட்டிலிருந்தும் நிறையப் பேர். 'பந்தயம் தொடங்கும் இடத்துக்குப் போயாக வேண்டும்; விழாவுக்கு பொறுப்பு அதிகாரி அவர்' என வாகன ஓட்டுநர் பேசிய சமாதானம் எதுவும் எடுபடாமல் போயிற்று.

''இந்நேரம் காளைக நாலுகால் பாய்ச்சல்ல வந்திட்டிருக்கும் எதிரில, இவர் போய்த்தான் நடத்தி வைக்கணுமாக்கும். திருப்புய்யா ஜீப்பை'' மப்பான வார்த்தைகள் வந்தன. அந்த ஆளின் முகமும் முகத்தில் கன்னம், நாடி வரை முக்கால்வாசி படர்ந்த மீசையும் தெற்கு சீமைக்குரித்தானதாக இல்லை. இரண்டு கைகளையும் விரித்து அந்த வௌவால் மீசை ஜீப்பை பின்னுக்குத் தள்ளினான். அவனுடன் அரை டஜன் கைகள் சேர்ந்து

கொண்டன. ஜீப் குலுங்க உள்ளே உட்கார்ந்திருந்த கற்பகமும் மகன் செல்வனும் சின்னவள் நிலாவும் கலவரமடைந்தார்கள்.

''வேண்டாங்க இறங்கிப் போயிருவோம்'' பிள்ளைகளை அணைத்துக் கொண்டு நடுக்கத்துடன் கற்பகம் பேசினாள்.

ஒலிப்பான்கள் கதற படுவேகத்தில் நாலைந்து கார்கள் பறந்து வந்தன. ரேக்ளா வண்டிப் பந்தயத்தை தொடங்கிவைக்க சட்டமன்ற உறுப்பினர் போகிறார். நேற்றுவரை விழா மேடையில் தரிசனம் தராதவர் அவர். வாகன ஓட்டுநர் சுதாரித்து அந்தக் கார்களின் வரிசைக்குப் பின்னாலேயே ஓட்டியடித்தார்.

''அப்பத்தான் எனக்கு உயிர்வந்தது. கொஞ்ச நேரம் ஆயிருந்தா ஜீப்பையே புரட்டிப் போட்டிருப்பானுக முரட்டுப் பசங்க'' என்றார் தாத்தா.

ஒவ்வொரு வருசமும் விடுபடாமல் தாத்தாவை பாஞ்சாலங்குறிச்சித் தலத்திலே பார்க்க முடிகிறது. வீரம் விளைந்த பாஞ்சாலம் மண்ணை மிதிக்க, எண்பத்திரண்டு என்பது ஒரு வயதல்ல. விருட் விருட்டென்று புதர்க்குழிக்குள்ளிருந்த பறக்கிற காடைப் பறவைகள் போல்தான், அவர் காலடி வைப்புகளும். சிறகுகளின் பறப்பா, அவரின் காலடி வைப்புகளா என்று அவருடைய நடப்பை சாதாரணக் கண்களால் அளக்க முடியாது. குறிப்பாய் கட்டபொம்மன் நாடகத்தை தவறவிடுவதில்லை. 'போருக்கு போறேண்டி வெள்ளையம்மா' என்று பாதர் வெள்ளை விடைபெறும் கடைசி ஆட்டம், அரிச்சந்திரா நாடகமென்றால் மயான காண்டம் என கால அவசரத்தில் ஒருநாள் ஆட்டமாகச் சுருங்கிப் போனது என்று வருத்தப்பட்டுச் சொல்வார்.

உடையப்பத் தேவரின் அரிச்சந்திர நாடகம் தாத்தா கண்டிருக்கிறார். அரிச்சந்திரன் என்றால் உடையப்பாதான். கடம்பூர் மாரியப்பாவின் அரிச்சந்திர நாடகம் பிரபலமாகிக்

கொண்டிருந்த நேரம். எப்படி இருக்குன்னு பார்த்துவிடுவோமென்று தாத்தா போயிருக்கிறார். கம்பை ஊன்றிக்கொண்டு அரிச்சந்திரன் மயானம் காக்கும் கட்டம். தாத்தாவுக்கு பிடிக்கவில்லை. அவன் நிக்கிறதே ராஜ அம்சமா இல்லையே. ''ஆடு மேய்க்கிறவன் மாதிரி கம்பை ஊனிக்கிட்டு நிக்கிறான்'' என்றவர் பாதியில் எழுந்து வந்துவிட்டார். அறுபது கி.மீ அப்பாலிருந்த எண்பத்திரண்டு வயதை அவருள் வசிக்கும் இந்தக் கலைரசிகன் கிளப்பிக் கொண்டு வந்திருக்கிறான்...

தாத்தா அதன் பின் பேச்சுக் கொடுக்கவில்லை. சின்னப்பிள்ளை நிலாவிடம் கூட பேசவில்லை. இரண்டு நாள் தங்கலில் கற்பகத்திடமும் நிலாவிடமும் முகம் கொடுத்துப் பேசாத அவரின் உண்மையான சித்திரத்தை மருமகள் திறந்து வைத்தபோது கற்பகத்துக்கு எல்லாமும் தெளிவானது. அவருக்கு பொம்பளப் பிள்ளைகள்னா பிடிக்காதாம்.

கனகவேலிடம் தெரிவித்தாள் ''டைம் முடிஞ்சிருச்சி நாம புறப்படலாம்'' என்ற கற்பகத்தை வியப்புடன் ஏறிட்டு நோக்கியபோது.

அதிகாரம் ஒவ்வொரு இடத்திலும் ஒவ்வொரு மாதிரியாய் வெளிப்படலாம் என்ற பொருளிருந்தது அவள் பதிலில்.

தொடர்வண்டியேறிய அன்றிரவு நிம்மதியாய்த் தூக்கம் வந்தது. எந்தக் குறைபாடுமற்று விழாவை நிறைவு செய்திருந்ததும் சொந்தம் சுருத்துகளோடு கலவையாகி வந்ததும் கண் நிறைந்த தூக்கத்துக்கு நடத்திப்போனது. எழுந்தபோது எதிரே சென்னை தெரிந்தது.

அலுவலகம் சென்றபோது இயக்குநர் மகிழ்ச்சியோடு கைகொடுத்தார்.

''பிரமாதம், நன்றாகச் செய்தீர்கள்'' ஆங்கிலத்தில் பாராட்டினார்.

இயக்குநரின் இடது பக்கத்தில் மேஜை மீது கனகவேல் எழுதி அனுப்பிய பணி நிறைவேற்று அறிக்கை இருந்தது. வலதுபக்கம் ஒரு தாளிருந்தது. அதை லாவகமாய் எடுத்த இயக்குநர் ''அமைச்சருக்கு உங்க கடமையுணர்வு, பணியை நிறைவேற்றும் விதம் எல்லாமும் பிடித்துப் போய்விட்டது. இப்படிப்பட்ட அலுவலர்தான் என் மாவட்டத்துக்குத் தேவை என்கிறார். போகிறீர்களா?''

மாறுதல் ஆணையை அவனிடம் கையளித்தார்.

# ஒரு அழகிய சொல்

எனக்கு தற்போது 55 வயதிருக்கும். இது என்னுடைய வயதுதான். இருக்கும் என்று குத்து மதிப்பாக ஏன் சொல்ல வேண்டும்? வயது என்று வருகிறபோது, அவரவர் செய்கிற 'பாவலா'வில் இது இணைந்துவிடுகிறது.

சனநெருள் பெருத்துவிட்ட மதுரைத் தெருவில் இருவர் எதிரில் வந்தனர். ஒரு இணை எதிரே வந்தால், எல்லோரையும் போலவே எனது கண்களும் முதலில் அடையாளம் காண்பது ஒரு பெண்ணைத்தான். பெண்ணைப் பிரித்து தனியாக விழுங்கிவிடும் மனதின் வல்லமை, இன்னும் தேயாமல் அப்படியேதான் இருந்து வருகிறது.

புளி போட்டுத் தேய்த்த வெங்கல விளக்குப்போல், பழைய ஞாபகங்களிலிருந்து அந்தப் பெண் உருவம் மேலெழுந்து வந்தது. இப்போது அவர் பெண்மணி. மரியாதைக்கான வயதை எட்டிவிட்டார். பெண்மணியின் எதிரில் ஒரு அடையாளப் புன்னகை தவழ நின்றேன்.

கல்விக்கூடத்தில் நுழைந்து வெளியேறும் ஒவ்வொரு மாணவனையும் ஆசிரியர் நினைவில் வைத்துக் கொள்வதில்லை. சிறப்புத் தகுதியுடையோர் மட்டுமே நினைவுகளில் வசிக்கிறார்கள். கற்றுக் கொடுக்கும் ஒரு ஆசிரிய வாழ்க்கையில் பல ஆயிரம் மாணவர்கள் வந்து போகிறார்கள். ஒரு பழைய மாணவனைக் கடந்து போவது கற்றுக் கொடுக்கும் ஆசிரிய இனத்துக்கு சிரமமான காரியமல்ல. ஆனால் மாணவ அனுபவம்

நேர் மாறானது. ஒரு மாணவனுக்கு சில ஆண்டுகளும் விரல் விட்டு எண்ணும்படியான சில ஆசிரியர்களும் என்பதால் பதிவாகி விடுகிறார்கள்.

ஒரு ஆசிரியருக்கு கற்பிக்கும் திறன் என்பது பிரதான அடையாளம். இந்த முதன்மைத் தகுதியிலிருந்து வித்தியாசப்பட்ட வேறு தகுதிகளும் மாணவர் மனதில் பதியக் காரணமாகிவிடுகின்றன. பவுன்துரை என்ற விளையாட்டு வீரனுக்கு, முருகபூபதி என்ற சாகஸ விளையாட்டு ஆசிரியரைப் பிடித்தது. கூடைப்பந்து விளையாட்டில் சொளகு போன்ற கைகள்; எந்தப் பக்கம் திரும்பி வீசினாலும் பந்து கூடையில் விழுகிறது அவருக்கு.

''பந்து பேசுதுடா அவர் கையில'' வியந்து போனார்கள்.

''பந்தா பேசுது. கையில போட்டிருக்கிற மந்திரச் சிமிழில்லா பேசுது''

இடது கையில் ரொம்ப நாளாய் அவர் அணிந்திருந்த களிம்பு பிடித்த பழம் மோதிரத்தைக் காட்டினார்கள்.

முத்துப் பெருமாள் ஒரு புத்தகப் புழு. சரவணப்பெருமாள் என்ற திறன் படைத்த கற்றுச்சொல்லியை ரொம்பப் பிடிக்கும். பெருமாளுக்குப் பெருமாளைப் பிடிக்கிறது என்று கேலி செய்தார்கள். இசைத்தட்டு நடனம் எங்கே நடந்தாலும் தேடிப்போய், முன்வரிசையில் உட்கார்ந்து அமர்க்களம் செய்கிற பாண்டியனோ ஆசிரியர்- மாணவர் என்ற வேறுபாடுகளைக் களைந்த தெய்வீகன் ஆசிரியரோடு 'செட்' சேர்ந்து கொண்டு இரண்டாவது ஆட்டத்துக்குப் போனான்.

கல்லூரிக்குள் எவரும் விரும்பாத ஒரு ஆசிரியர் உண்டு என்றால் அது ஆங்கில ஆசிரியை வைசாலியாக இருக்கும். கல்லூரித் தாளாளருக்கு கேரளா தொடர்புகள் மிகுதியுமுண்டென்பதால், இந்த மலையாளப் பெண்ணை

கல்லூரிக்குள் சேர்த்தார். முதுகலை ஆங்கிலம் முடித்ததும் 'டக்'கென்று பயிற்றுநராக வந்தாள். வந்தவுடன் ஆசிரியர், மாணவர் என்ற வயது வித்தியாசமற்று, எழுத்தர்-பணியாளர் எனும் தர வேற்றுமையற்று எல்லோரது பார்வையும் அவள் மீது கவிகிறது. ஒவ்வொரு பார்வையும் தன் மீது கவிந்ததால் அவள் கனமாக உணர்ந்தாள். அவளைத் தாண்டிப் போன பிறகே எதிரில் வருபவர்கள் லேசாக ஆனார்கள். அவளை நியமித்த போதிருந்து கல்லூரிக்குள் சுடரை ஏற்றி வைத்தது போலாயிற்று என்றார்கள் அறிவார்ந்த பெருமக்கள். அந்த ஜோதி வருகிறபோது, எதிரில் தென்படும் ஒவ்வொரு ஆணும் வழக்கமான கண்களைக் கழற்றியெறிந்துவிட்டு, வேறிரு கண்களைப் பூட்டிக்கொள்வான். அந்த ஒளி கடந்து போன பின்னரே சிந்திப்புக்கு வேலை வந்தது.

ஆங்கில ஆசிரியர்களுக்கான அறையில் வைசாலியைக் காணமுடியாது. ஆங்கிலத்துறையில் கையெழுத்துப் போடச் செல்வது, துறையின் ஆலோசனைக் கூட்டத்தில் பங்கேற்பது தவிர பிற நேரங்களில் முதுகலை மாணவிகளின் ஓய்வறையிலேயே தென்பட்டாள். மாணவியர் அறைக்கு ஒரு ஆசிரியர் வருவதால் கிடைக்கும் கூடுதலான வசதிகள் அவர்களுக்கு கிடைத்தன. மின் விசிறி, பொருட்களை வைத்துக் கொள்ள ஒரு பீரோ, அவர்களுக்குத் தேவையான காபி, தேநீர் சிற்றுண்டி இதுகளுக்குப் போக வர ஒரு பெண் ஊழியர் என கூடுதலாய்க் கிடைத்தன.

பின்புறம் வைகை; முன்னால் அலையடிக்கும் தெப்பக்குளம். வைகை ஆற்றுப் படுகையில் எழுந்திருந்தது கல்லூரி. இரு நீர்த்தடங்களுக்கிடையே மிதக்கும் தாஜ்மகால் என்று அர்த்த பொருத்தமில்லாமல் எழுதிய அந்த ஆரம்பக் காலக் கவி நானே. இன்னொரு உண்மையான கவி எழுதிய வைகைப் பாட்டு ஒன்று உண்டு.

''வைகை பெருகி வருமோ

வ்சந்த காலம் வருமோ''

ஒரு திரைப்படத்துக்கு கவிஞர் சுரதா எழுதிய இந்தப் பாடல் வரி, கல்லூரிப் பிரதேசமெங்கும் பல்வேறு காரணங்களுக்காக படர்ந்து தழுவியது. வைகையின் யதார்த்த நிலையை படம் பிடித்த காரணத்துக்காக அல்லாமல், இளம் பருவ காலத்தில் பாடப்படும் எதார்த்தப்பாடலாக மாணவர்களின் எழுத்திலும், குரலிலும் பதிந்துவிட்டது.

வைகை முக்காலமும் பாய்கிற ஜீவநதியாய் ஒரு யுகத்தில் இருந்ததுண்டு. பழம் இலக்கியங்கள் அந்தப் பொற்காலங்களை ஏந்திப் பேசின. ''ஓ, கவியே. உன் யதார்த்தம் சோகங்களின் நீட்டோலையில் எழுதப்படுகிற வாழ்க்கைக்குப் பொருந்தி வரலாம். என்னைப் பற்றி அந்தக் கணக்குப் போடாதே'' என்பது போல், வைகை ஒரு நாள் பொங்கிச் சீறியது. காலம் என்ற பாம்பு தீண்டி, மனுஷப் புத்தியால் நீலம் பாரித்துப் போன சமகால நதிகள் தரிசனப்படுகின்றன. இவ்வேளையிலும், பழம்பொய்யை எடுத்து மடியில் வைத்து கொஞ்சிக் கொண்டிருக்கிறோம்; மீள் விமர்சனம் செய்து கொள்ள எவரும் இல்லை. எல்லாவற்றையும் அழித்து, எல்லாவற்றையும் துடைத்து, எதையாவது செய்து, மனுசன் தங்கக் கட்டிகளாய்க் குவித்துக் கொண்டிருக்கிறான்.

2

மதுரைக் கொட்டகை என்றழைக்கப்படும் விரிந்து அகன்ற நகரின் மேல் மேக அடுக்குகளில் ஒரு துளி ஈரம் இருந்ததற்கான அடையாளம் முன்னிரவில் இல்லை. அலுவலகம், ஆலை, பட்டறை வேலைக்குப் போய் வந்தவர்கள், பள்ளிக்கூடம் போய் அலுப்பாய் திரும்பிய குஞ்சு, குருமான்கள் அன்றிரவு தூக்கத்தில் இருந்தார்கள். எங்கோ எந்தப் பொழுதிலோ கருமேகக் கூடுகளைக் கீறி வெளியேறிய வெள்ளம், கட்டு திட்டில்லாமல் ஆகாயத்திலிருந்து கொட்டியது. விடியல்காலை நான்கு மணி இரண்டாம் ஆட்டம் படம் பார்த்துவிட்டு, லேசாய்க்

கோழித்தூக்கம் போட்டு பால்கறக்க வரும் பால்காரனை, அல்லது வேலைக்கார செங்கமலத்தின் கதவுத் தட்டலை எதிர்பார்த்து தூக்கத்தில் சொருகிப் போயிருந்தார்கள். கதவு தட்டியது பால்க்கார அர்ச்சுனனோ, வேலைக்கார செங்கமலமோ அல்ல; செம்மண்ணைப் புரட்டித் தள்ளி சீறிவரும் வைகை. வைகைக் கரையோர மகா சனங்களெல்லாம் தட்டு முட்டுச் சாமான்களை எடுத்துக்கொண்டு மேட்டுப் பகுதிகளுக்கு தாவினார்கள்.

குடல் எடுத்த கோழியாய் கிடந்த வைகை, உயிர்கொண்டு சீறியது என்பது ஒரு வரலாற்றுப் பதிவு ஆனது அன்று.

### 3

"கட்டிடத்தைக் கேட்டிருமா, ஸார்?"

திடலிலிருந்து செம்மண், திட்டில் நின்று ஆக்ரோசமாய் வரும் வைகையை நோக்கினார் ஆங்கில ஆசிரியர் சிவராம். மாணவர்கள் அவரைச் சூழ்ந்திருந்தார்கள். வைகைப் படுகை மேல் கட்டப்பட்ட வள்ளுவர் விடுதியிலிருந்து வெளியே வந்துகூடாததை செய்துவிட்டதாக உணர்ந்தார்கள்.

வெள்ளம் கீழ்த் தளத்தையும் நிறைத்தது. பெட்டிகளைத் தலையில் தூக்கி நின்றவர்கள் வேடிக்கையான காட்சியை உருவாக்கினார்கள். முதல் தளத்துத் தூண்களும், மேட்டில் நின்ற தென்னை மரங்களுக்குமிடையில் திரட்சியான வாரிக் கயிறைக் கட்டி மாணவர்களைக் கடத்தினார்கள். மேலிருந்து கீழிறங்கும் 'விஞ்ச்' போல் ஊஞ்சலாடியபடி, கயிற்றில் வந்த காட்சி கண் கொள்ளாமல் இருந்தது. நிலைத்து நின்ற தண்ணீரில் தொப்பென்று விழுந்தவர்கள் இரண்டு பேர்.

தண்ணீரில் உள்ளே நழுவி விடும் வள்ளுவர் விடுதி என்ற கவலை; நடுக்கத்துடன் சிவராமைப் பார்த்தார்கள்.

"வள்ளுவருக்கா ஒரு காலத்திலயும் வீழ்ச்சி இல்லை"

பா. செயப்பிரகசாம்

அவர் ஆங்கில ஆசிரியர். பேசுகையில் இடது கை விரல்கள் தானாக உதடுகளின் மேலே சென்றன. தொட்டுத் தொட்டு உதடுகள் ரத்தப் பழங்களாய் சிவந்து விட்டன போல் தெரிந்தன.

''நம்ம நிறுவனரை சாதாரணமானவராய் நினைக்கக்கூடாது. கல்லூரி நிறுவனர் மட்டுமல்ல; கட்டிடக் கலை வல்லுநர் பார்த்துப் பார்த்துதான் எழுப்புவார். கரையோர விடுதி பூகம்பம் வந்து ஆட்டினாலும் ஆடாது. பீம் வைத்து கட்டியது. பீம்களுக்கும் கீழே எத்தனையோ அடி ஆழத்தில் அடித்தளம்''.

கட்டிடம் எழுப்பியபோது கூடவே நின்றவர் போல் சாட்சியம் பேசினார். மாணவச் செல்வங்கள் உற்சாகம் பெற்றார்கள். ஆனானப்பட்ட 'பைசா' கோபுரம் கீழே போய்க் கொண்டிருக்கிறது என்று கேள்வியுற்றிருந்த சில மாணவர்கள் நம்பிக்கையின்மை தெரிவித்தார்கள். ஒவ்வொரு ஆண்டும் வள்ளுவர் விடுதி, அங்குலம் அங்குலமாக உள்ளே புதைகிறது என்று பொறியியல் ஆய்வில் கிடைத்ததாம்.

''அது பைசாக் கோபுரம், இது பைசா பைசாவா கொட்டி, பாத்துப் பாத்துக் கட்டடப்பட்ட கோபுரம். அன்னைக்கிருந்த கட்டிடப் பொறியியல் என்ன? இன்றைக்கு கண்முன்னே வளர்ந்திருக்கிற நவீனப் பொறியியல் என்ன? அது இவ்வளவு என்றால், (கைகளைக் கீழே தாழ்த்துகிறார்) இது இவ்வளவு (கைகளை செங்குத்தாக உயர்த்துகிறார்)''.

நிறுவனருடைய பங்களாக்கள், ஆலைகள், பள்ளிகள், கல்லூரிகள் தனிக்கட்டிடக் கலையை பேணிக் கொண்டிருந்தன. எந்த நகரிலும், ஏதாவது ஒரு கட்டிடத்தைப் பார்த்தால், இது அவருடைய கட்டிடம் என்று அடையாளம் சொல்லிவிடுவார்கள். பார்த்துப் பார்த்து வைத்தது கல்லூரி மட்டுமா? புதிய புதிய மரக்கன்று, செடிகொடிகள் நட்டு பல்கச்செய்தார். வளாகத்தை வனமாக பூந்தோட்டமாக, புல்தரையாக அழகு செய்திருந்தார். அழகுக்கும் அழகு செய்வது போல் நிறுவனர் செய்த

காரியம்-வைசாலியை ஆங்கிலத் துறையில் நட்டு வைத்தது. கற்பகம், தேவகியை அறிவியல் துறைகளிலும் நட்டு வைத்து வளர்த்ததும் அவர்தான். மகளிர் கல்லூரிகள் தவி, வேறு எந்தக் கல்லூரியிலும் ஆசிரியப் பணியாற்ற பெண்களை எடுக்காத காலத்தில் துணிவுடன் செய்தார்.

திடலில் ஒரு செம்மண் மேட்டில் நின்ற சிவராம், விடுதி மாணவர்களை உற்சாகப்படுத்திக் கொண்டிருந்தார். பேராசிரியர்கள் அவரவர் துறைகளில் முடங்கிக் கிடந்தார்கள். வெள்ளம் என்ன செய்கிறது என்று துறையில் அமர்ந்து சன்னல் வழியாக அவர்கள் நோட்டமிட்டுக் கொண்டிருந்தபோது, செம்மண் மேட்டில் நின்ற சிவராம் மாவீரனாகத் தெரிந்தார். போர்க்களத்தில் இடைவாள் பிடித்த நெப்போலியனாக, குதிரை மேல் அமர்ந்து படை நடத்தும் அலெக்ஸாண்டராக மாணவர்கள் பொருத்திப்பார்த்துக் கொண்டார்கள்.

''இவன் மனுஷன்'' மாசிலாமணி புகழ்ந்தான்.

அப்போதுதான் முருகப்பன் சொன்னவான் ''என் ஜென்மத்தில் இப்படியொரு வெள்ளக்காடு பாத்ததில்லே''

எல்லோரும் சிரித்தார்கள். சிவராம் உதடுகளைத் தடவியபடி ''யப்பா, முருகப்பா, நீ எத்தனை சென்மம் எடுத்திருப்பே'' என்றதும் சிரிப்பு பெரிய சத்தமாய் மேலெழுந்தது.

''என் ஜென்மத்தில் இப்படியொரு வாத்தியாரக் கண்டதில்லேன்னு சொல்லிருக்கணும். மாத்திச் சொல்லிட்டான் ஸார்'' என்று அவனைப் பார்த்தான் பவுன் என்ற பவுன்துரை.

கிண்டலும் கேலியும் மேலேற அங்கு சற்றே பயம் தணிந்து இயல்புநிலை உண்டாகிக் கொண்டிருந்தது. வைகையின் கோபம் சிறிது சிறிதாய் கூடிக்கொண்டிருந்தது. சற்று நேரத்தில் அவர்கள் நின்ற செம்மண் மேடும், தண்ணீர்க் கோபத்துக்கு இரையாகிவிடும். பொழுது ஏற ஏற, வள்ளுவர் விடுதி தண்ணீர்க்

கல்லறையாகி விடும் என்றே நான் கற்பனை செய்தேன். ஆனால் மாணவர்கள் எல்லோருடைய உடைமைகளும் பத்திரமாக பக்கத்திலிருந்த ஔவையார் விடுதிக்குள் சேர்க்கப்பட்டிருந்தன. இனி தலைக்கு மேலே வெள்ளமும் வரப்போவதில்லை. நம் காலடி உறுதியானவை என ஆசிரியர் சிவராம் பயத்தை விரட்டியடித்திருந்தார்.

மன அழுத்தம் குறைந்து இயல்பான சூழல் தவழ்ந்து கொண்டிருந்த வேளையில் மேற்கிலிருந்து ஒரு ஜோதி புறப்பட்டு வந்து கொண்டிருந்தது. அது ஒற்றைச் சுடர் போலவும், சுடரை முதுகலை மாணவிகள் ஏந்திக் கொண்டுவருவது போலவும் வந்து கொண்டிருந்தாள் வைசாலி.

''அராபிக் குதிரை வருது பாரு''

பவுன், மாசிலாமணியின் காதில் மெல்லக் கிசுகிசுத்தான்.

மாணவர்கள் பார்வை திரும்பிய திசையில், சிவராமின் பார்வை ஓடியது.

''மொலு மொலுன்னு விரால் குட்டிகளா துள்ளுது''

பவுன்துரையின் சொல்லில் காமமும், கேலியும் நிறைந்த போது ''ஆமாமா'' என்று செல்லமாய் முனகினான் மாசிலாமணி.

திடலில் மற்றொரு ஓரம் குவிக்கப்பட்டிருந்த செம்மண்மேடு மேல் வைசாலி ஏறி நின்றாள். மற்ற மாணவிகளுக்கு கை கொடுத்து ஏற்றி விட்டாள். செம்மண் மேடு செந்தாமரைக் கூட்டமாக மாறியது.

சிவராமின் கண்கள் மேற்கு மேட்டில் நின்ற வைசாலியைத் தொட்டுத் தொட்டுத் திரும்பின.

''பார்வை எங்க போகுது பாரு?''

பவுன்துரை கண்டுவிட்டான். அவனுக்கு சாதாரணக் கண்கள் அல்ல. ஒன்றை உள்வாங்கி வைத்துக் கொண்டால், அதுபற்றி

தொடர்ந்து சேகரம் செய்துகொண்டு தீராப் பசியோடு அலையும் கண்கள்... ஆங்கிலத் துறையில் தென்படுவதில்லையா? முதன் முதலாய்ப் பார்ப்பது போல் பார்த்தார். அதை உள்வாங்கி எதிர்த்த மேட்டில் சிறு நாணம் உருண்டது போல் தெரிந்தது.

''ஏன் இவங்க துறையில சந்திச்சிக்கிறது இல்லையா'' மாசிலாமணி மெதுவாய்க் கேட்டான்.

''அங்க பாக்குறது வேற, இது வேறே''

செம்மண் மேட்டிலிருந்து புறப்பட்டு, தொட்டுத் தொட்டு மீண்டும் அவர்களிடமே திரும்பிய பார்வைகள் எத்தனையென்று மாணவச் செல்வங்கள் கணக்கெடுத்துக் கொண்டார்கள். பவுன்துரை, பாண்டியனை லேசாய் சுரண்டியான். சுரண்டல் மொழி எல்லாருக்கும் புரிகிறது.

வைசாலி, சிவராம் இருவரையும் சிவப்பு ஒன்றாய்ச் சேர்ந்திருந்தது. பார்வை அவரவரிடம் விட்டு நீங்கி கரணமடித்து இன்னொரு இடம் சேர்ந்து, மறுபடி கரணமடித்து வந்ததை கவனித்துக் கொண்டிருந்த பவுனும் மாசிலாணியும் புலனாய்வுத் தீவிரத்தில் காலில் மோதிய வெள்ளத்தை கணக்கில் கொள்ளவில்லை. வள்ளுவர் கட்டிடமும், அதில் மோதி மோதிப் புரளும் வெள்ளமும் அவை பற்றிய கவலையும் அங்கு ஒன்றுமில்லாமல் போயின.

வைசாலி செம்மண் மேட்டிலிருந்து இறங்கி நடந்தாள். சுற்றிப் படர்ந்த தாமரைகளும் நீங்கின.

சிவராம் மதியம் வரை அங்கு நின்றார். செம்மண் மேட்டை அறுக்க முடியாத தண்ணீர் சிவராமின் கால்களை அசைத்து 'அப்பால் போ மானுடா' என்றது. கணுக்கால் நனைப்பில் மாணவர்கள் ''போயிரலாமா ஸார்'' என்றார்கள் மறுபடி பயம் மேலிட.

''இன்னைக்கு சாப்பாடு, அவ்வையார் விடுதியிலா?''

பா. செயப்பிரகசாம் 659

"ஆமா ஸார்"

"நான் வரலாமா?"

ஒரே குரலில் உரிமையாய் அழைத்தார்கள்.

"அதென்ன ஸார், வாங்க நீங்க"

எல்லோரும் கைவிட்ட நிராதரவான நிலையில், தங்கள் கைபிடித்துக் கூட்டிச் சென்ற அந்த ஒரு மனிதனை அவர்கள் அழைத்துப் போனபோது ஆசிரிய - மாணவ பேதம், தவிடாகியிருந்தது

## 4

கல்லூரி நிறுவனர் கட்டிடக் கலை விரும்பி மட்டுமல்ல அவரது எல்லாக் கட்டிடங்களும் வனத்தின் மையத்தில் நிற்கும். மரங்களை நேசித்தார். மனிதரினும் மேலாக. கல்லூரி ஆரம்பித்த போது மரங்களைச் சேதப்படுத்தாமல் எழுப்பப்பட்ட பழைய கட்டிடத்தின் கீழே அலுவலகம்: பழைய கட்டிட மாடியில் ஆங்கிலத் துறை, பொருளாதாரத் துறைகள். அதையொட்டிய புதிய கட்டிட முதல் தளத்துக்கு வர மொட்டைமாடி வழியாக படிக்கட்டுகள். எட்டுப் படிகள். ஆங்கிலத்துறை, பொருளாதாரத்துறை ஆசிரியர்கள் வகுப்புகளுக்கு வந்து போகும் வழி; மாணவர்களுக்கான பொது வழியில்லை அது.

துறையில் கையெழுத்திட்ட வைசாலி, புதிய கட்டிடத்திலுள்ள ஆங்கில இலக்கிய வகுப்பு நோக்கி நடந்தாள். காலை நேர முதல் வகுப்பு. மரங்களுக்கு இடையில் கீறிய சூரியன் மொட்டை மாடியில் நடந்து போன வைசாலியின் புறங்கழுத்தைத் தொட்டது. கழுத்தின் இருபக்கவாட்டிலும் நழுவி ஒளி சிதறியது. சிறு கண்ணாடித் துண்டின் மீது கதிரொளி பட்டுத் தெறித்தது போல், மின்னிற்று அவள் செங்கழுத்தின் ஒளி.

அவளுடைய அசைவு மட்டுமல்ல, எந்தப் பெண்ணின் சிறு அசைவும் இளம்பிராய ஆண் எண்ணங்களில் பெரிய

அலைகளை எழுப்பாமல் தப்புவதில்லை. அமெரிக்க சுதந்திர தேவியின் சிலைக்குப் பின் தெறித்த ஒளிக்கதிர்களாக, அவள் பின்னிருந்து சூரியக் கதிர்கள் தெறித்தன. பவுன்துரைக்கு வைசாலி ஒரு அராபிக் குதிரை. எனக்கு அவள் சுதந்திரதேவி. பிசகாமல் பிரதிபலித்தது என் குறிப்பேடு.

வைசாலி மரப் படிக்கட்டுகளில் இறங்கி வருவதைக் காண, புதிய கட்டிட நெடிய வராந்தாவில் அலை பாய்ந்தன ஆயிரம் கண்கள்.

வேகமாய் வந்த வைசாலி முதல் படியிலிருந்து இரண்டாவது படியில் கால் வைத்தாள். மூன்றாவது படிக்குப் போனவள், கீழே படி இல்லை என அறிந்தாள். மூன்றாம் நான்காம் படிகள் மழையில் நனைந்து சுத்தமாக இல்லாமல் போயிருந்தன. எட்டிப் பார்க்கையில் உடைக்கப்பட்டது போலவும் தோன்றியது.

மாணவர்களிடம் பொங்கி எழுந்த உற்சாகத்துக்கு எல்லையில்லை. கவர்ச்சி காண வாலிப இதயங்கள் முண்டின. உற்சாக நுரை சட்டென்று சுருங்கியது. வைசாலி திரும்பிப் போனாள். முகங்கள் தூக்கணாங்குருவிக் கூடுகள் போல் தொங்கின. உடைந்த படிக்கட்டுகளைக் கடக்கையில் கணுக்காலிலிருந்து முழங்கால் வரை சேலை உயரும் காட்சிக்காக காத்திருந்தார்கள். அவர்களின் எதிர்பார்பை பொய்யாக்கி திரும்பினாள்.

முதல் வகுப்பெடுக்க எதிரே வந்த அரிவிவேக் என்ன ஆயிற்று என்றார். படிகள் உடைந்து கிடக்கின்றன என்று ஆங்கிலத்தில் சொன்னாள். அவரும் திரும்பி நடந்தார்.

புதிய கட்டிட வழியாய் வகுப்பில் நுழைந்ததும் ஆங்கில இலக்கிய மாணவர்கள் எதிர்பார்த்தார்கள். எல்லாமும் தம்மீது பாயும் என நினைத்தது போல் எதுவும் நடக்கவில்லை. வைசாலி அமைதியாய் வகுப்பெடுத்தார். ஆங்கிலத்துக்குள்ளிருக்கும் முரட்டு உச்சரிப்பை நீக்கி, மிருதுவான மொழியாக

மாற்றியிருந்தாள் வைசாலி. வகுப்பு முடியும் தருவாயில் மாணவர்களைப் பார்த்துக் கேட்டார்.

''Who did this?'' (யார் இப்படிச் செய்தது)

அவளுக்கு சந்தேகம் இருந்தது. ஒரு மரப்படி மழை ஈரத்தில் ஊதி உடைந்தது. இன்னெரு படியை உடைத்தது யார்?

அவளுடைய இதயம் முகத்துக்கு வந்திருந்தது. இதயம் இவ்வளவு சிவப்பாக இருக்கும் என அப்போதுதான் அறிந்தனர் மாணவர்கள். உலையில் அடித்துச் சிதறும் செந்துண்டுகள் போல் வந்த வார்த்தைகள்; அதிர்ச்சியடைந்தார்கள். அவளுடைய கேள்வி ஒன்றேதான்.

''நீங்கள் நம் மாணவர்கள். நீங்களாவது சொல்லியிருக்கலாம் அல்லவா?''

நம் மாணவர்கள். அந்த உச்சரிப்பிலிருந்த பொருளை உணர்ந்தபோது ஆங்கில இலக்கிய மாணவர்கள் திடுக்கிட்டார்கள். அந்த உரித்து வராமை கண்டு தலை கவிழ்ந்து பின்னர் நிமிர்ந்து ஒருவரை ஒருவர் பார்த்துக் கொண்டார்கள். நான் இடது கைச்சைகை செய்ததும் வகுப்பு மொத்தமும் எழுந்து நிற்கிறார்கள்.

ஆங்கிலத்தில் நான் தெரிவித்தேன். ''மிகவும் வருந்துகிறோம், முன்கூட்டியே தங்களுக்குத் தகவல் தந்திருக்க முடியும். பிற பொது வகுப்பு மாணவர்கள் போலவே நாங்களும் நடந்தோம்''

இரங்கல் தீர்மானம் நிறைவேற்றியது போல், வகுப்பு தலை கவிழ்ந்தது.

ஐந்து மணித்துளிகள் முன்னதாகவே வகுப்பு முடிந்தது. நிசப்தமாய் இருந்த வகுப்பறைகளின் வழி படியிறங்கிச் செல்லும் ஓசை கேட்டது. இடது பக்கச் சன்னல் வழி பார்த்தார்கள். விளையாட்டுத் திடலின் மேல் கோடியில் உயிரியல் துறைக் கட்டிடத்தில் மாணவிகள் அறை. திறந்தவெளியில் அவள் நடந்து போவதைக் காணமுடியும். அவளைக் காணவில்லை.

வைசாலி நேரே துறைக்குப் போனாள். முதல் வகுப்பு முடிந்த பின், ஒவ்வொரு ஆசிரியராய் வந்து கொண்டிருந்தார்கள். அவளைத் துறையில் கண்டதில் அனைவருக்கும் வியப்பு. நடந்ததை அவள் விவரித்தாள்.

''அப்படியா? எங்களுக்குத் தெரியாதே''

சிவராம் அவருடைய இருக்கையிலிருந்து எழுந்து நின்றிருந்தார். உன்னிப்பாய்க் கவனித்தார்.

''அவரும் பார்த்தார்''

அரிவிவேக்கைச் சுட்டிக் காட்டினாள். படிக்கட்டு உடைவுகளின் பின் இப்படியாய் மாணவர்களின் பொதுப்புத்தி திரளும் என்பதின் விபரீத ஆழத்தை அவர் உணர்ந்து பார்க்கவில்லை. மனசில் உறைக்க ''சாரி மேடம்'' என்றார்.

''நம்முடைய ஆங்கில இலக்கிய மாணவர்கள் முன்கூட்டி வந்து சொல்லியிருக்கலாம்'' என்றார் துறைத் தலைவர்.

''நானும் அதையே அவர்களுக்கு உணர்த்திவிட்டு வந்தேன்'' நீண்ட நேரம் உட்கார்ந்திருந்தாள்.

படியிறங்கி கீழே போனபோது பின்னால் வந்த சிவராம் படிக்கட்டில் நின்றபடி கேட்டார்.

''நான் உங்களை விட்டு வருகிறேன். வரலாமா?''

''எனக்கும் லேசான நடுக்கும் இருக்கிறது, I feel nervous'' என்றாள்.

விரிந்த திடல் வழியே உயிரியல் கட்டிடத்துக்கு இருவரும் சேர்ந்து நடந்தார்கள்.

## 5

மதுரை மகாசனங்களை ஒரு அரட்டுப் போட்டுவிட்டு அடங்கியிருந்தது வைகை. அப்பிராணிப் பிள்ளையாய் ஆனபோது, திகைத்துத்தான் போனார்கள். சில நாட்களில் அதை

மறந்து, வாழ்க்கை அழைத்த திசைக்குப் போய்க் கொண்டிருந்தார்கள். நாட்பட நாட்பட சீவஞ்செத்துப்போய் கிடந்த வைகையைக் கண்டார்கள்.

வைகைக்குள்ளேயும், மேட்டாங்கரையிலுள்ள கல்வி நிலையத்திலும் நிறைய துன்பியல்கள் நடந்தேறின. நதியின் வயிற்றில் அங்கங்கு இரவுப் போதில் பொட்டுப் போல் சிறு வெளிச்சம் தெரிந்தது. செம்பராட்டப்பாறை தெரியும் வரை மணல் நோண்டி எடுத்த பள்ளம். நடுவில் பாதாளத்தில் அசையும் காடாவிளக்கு.

திருவள்ளுவர் விடுதியிலிருந்து பார்க்கையில் அந்தத் தீப்பொட்டு தெளிவாக ஒளியடிக்கும். வைகைக்குள்ளிருந்து அவ்வப்போது விடுதியை நோக்கி கண்சிமிட்டும் பேட்டரி வெளிச்சம் மாணவர்களை அழைக்கும். வள்ளுவர் விடுதி நின்ற மேட்டாங்கரைக்கும், எதிக்கரையின் தென்னந்தோப்புகளுக் கிடையேயான பரந்த மணல் வெளியில் சாராய விற்பனை. நான்கு திசைக்கும் காவலாட்கள் உண்டு.

பவுன்துரை இறந்து போனான். மித மிஞ்சிய குடி. வைகைப் பள்ளத்தில் இறங்கி சாராயம் ஏற்றி, நுரையீரல் வெந்து, காறிக்காறித் துப்பி மூச்சு அடங்கு முன் இரத்த வாந்தி எடுத்து மரித்தான். ஒரு உளவு நிறுவனத்தின் மொத்த மூளையும் அவன் கபால ஓட்டுக்குள் இயங்கிக் கொண்டிருந்தது. பெண் பிள்ளைகள் பற்றி, அவர்களைச் சுற்றும் பையன்கள் பற்றி, வைசாலி, சிவராம் பற்றி ஒவ்வொரு நாளும் வண்டிச் சேதி அவன் இறக்கி வைப்பான்.

மாணவச் செல்வங்கள் ஏற்படுத்திய மன வக்கரிப்புச் செய்கையால் அரண்டு போயிருந்தாள் வைசாலி. பரந்த திடல் வெளியில் கூடவே போய் முதுகலை மாணவிகள் அறையிலிருந்த அறிவியல் கட்டிடத்தில் விட்டு வந்தார் சிவராம்.

அந்தச் செய்கை கல்லூரியின் கண்களுக்கும் காதுகளுக்கும் அஜீரணமாகும் அளவுக்கு, தீனி போட்டது.

கோடை விடுமுறையில் செங்கோட்டை வழியாய் திருவனந்தபுரம் போகிற தொடர் வண்டியில் அவர்களைக் கண்டதாக மாசிலாமணி சொன்னான். மதுரை ரயில் நிலையத்தில் பெட்டியின் உள்ளே வைசாலி. வெளியே சிவராம். பவன்துரையின் மரணத்தின் பின், செய்திகள் கடத்தும் அந்த இடத்தை எடுத்துக்கொண்டான் மாசிலாமணி. மாசிலாமணிக்கு கற்பனைச் சிறகுகள் மிக நீளம். அவர்களைக் கண்ணுற்ற மாசிலாமணி, நளன் தமயந்தியை வழியனுப்ப வந்திருப்பதாக சிறகு விரித்தான். கையசைத்து திரும்பிப் பார்த்த சிவராம் அவனைப் பார்த்தார். மாசிலாமணியும் அவரைப் பார்த்தான். ஒருவரையொருவர் கண்டுகொள்ளாமல் அவரவர் வழியில் போனார்களாம்.

"நான் இருந்தா பேசியிருப்பனே"

சொன்னேன் நான்.

"நண்பா! நீ இருந்தாத் தானே"

இருந்தது நானல்லலோ என்று உரிமை கொண்டாடிய தொனி அவனிடம் படிந்திருந்தது.

அப்படியான காட்சியை இழந்து போனதில் எல்லோருக்கும் வருத்தம்தான். அது உண்மையாக இருக்குமோ என்று எனக்கு சம்சயம் உண்டானது. இவன் ஒரு அத்தப் புளுகனாய் இருப்பான். இருந்தாலும் கூடுதல் வருத்தம் எனக்கு ஏற்பட்டது. உலகின் அபூர்வக் காட்சிகளில் ஒன்றை, எனது குறிப்பேட்டில் பதிவு செய்கிற மகா காவியத் தருணத்தை இழந்தேன் என நினைக்கிறேன்.

சிவராம் அரிமா சங்கத்தில் உறுப்பினர். மற்றவருக்கு உதவும் தொண்டுள்ளம் இயற்கையாய் பெற்றிருந்த சிவராம், அரிமா சங்கத்தில் இணைந்தது வியப்பில்லை. எனக்கு அதுவே

கேள்வியாக ஆகியது. ஏதாவது புதுமையாய்ச் செய்து, உலகப் பெயர் வாங்க வேண்டுமென்ற முனைப்பில் அரிமா சங்கத்தினர் குறியாய் அலைந்தார்கள். அதன் கூட்டங்களுக்கு வைசாலியை அழைத்துப் போனது, நடவடிக்கைகளில் பங்கேற்க வைத்தது, சங்கக் கூட்டம் முடிந்து தன் காரில் கூட்டி வந்து வைசாலி தங்கியிருந்த மகளிர் விடுதியில் இறக்கி விட்டது சிவராம் செய்த புதுமையான செயல்கள் செவிகளில் வந்தடைந்தன.

இருவரும் ஒன்றாய் விடுப்பில் போனார்கள். கல்லூரி வளாகத்துள் பேச்சுக் கலப்பை போட ஏதுவானது.

சாரைப்பாம்புகள் இணையும் வேளையில் அவை மீது வெள்ளைத் துணி போர்த்தினால் தங்க ஆடையாக மாறும் கதைகள் அவரவர் புரிதல், புனைவுக்குத் தக்கபடி, போர்த்திப் போர்த்தி பொன்னாடைகளாய்க் குவித்தார்கள்.

கோடை முடிந்து, கலாசாலை தொடங்கப்பட்டதும் சிவராமும் வைசாலியும் கைகோர்த்து கல்வி வளாகத்தில் தென்படுவார்கள். அவர்களது திருமணம் ஏற்கனவே கேரளாவில் வைத்து நடந்தது என்ற முடிவுக்கு வந்திருந்தார்கள்.

வகுப்புகள் தொடங்கிய அன்று, கல்வி வளாகத்தில் வைசாலி காணப்படவில்லை. நாட்கள் கடந்தன. உடல் நலமில்லாமல் விடுப்பிலிருப்பதாக ஆங்கிலத்துறை வழியாய் செய்திகள் கசிந்தன. கோடை விடுப்பு ஒன்றரை மாதம்; கல்லூரி தொடங்கி ஒன்றரை மாதமாகிறது. மூன்றுமாதக் கணக்கு சரிதான் என்று நாக்குகள் வளைந்தன.

புனலும் நுரையுமாய் வந்த வைகையின் வசந்த காலம் முடிந்து, மணலும் அனலுமாக வெக்கை விளையாடிய காலத்தின் ஒரு நாளில் மண்டையும் பல்லும் மிஞ்சியிருந்த ஒரு உரு கல்லூரி வாசலில் தெரிந்தது. இளைத்து, வெளிறிய அந்தப் பெண் ரிக்ஷாவில் வந்து இறங்கினாள். முடிகொட்டிய மண்டையில், புறாக்குஞ்சு மயிர்போல் அங்கங்கே கொஞ்சம் முடி.

கல்லூரி முகத்தை கேள்விக்குறியாக்கிக் கொண்டது. இதுகாலமும் தங்களுக்குள் காத்து வந்த பழைய வைசாலியின் இடத்தில் இந்தப் புதிய உருவை மீட்டெடுக்க அவர்களுக்கு நீண்ட பொழுது எடுத்தது.

படிக்கட்டு ஏறுகையில் கைப்பிடிச் சுவரின் துணை தேவைப்பட்டது. இறங்கும்போது கைப்பிடிச் சுவரைப் பிடித்தபடி நின்று, இளைப்பாறி நடந்தாள்.

ஒருபொழுதில் 'ஜிங்கு ஜிங்கு' என்று தாவிப் போன அரபிக் குதிரை அது. இன்று சீக்கு வந்த புறாக்குஞ்சுபோல, தட்டித்தட்டி நடக்கிறது.

தன்மேல் அமர்ந்திருந்த செளந்தர்யம் எல்லாவற்றையும் உதிர்த்து, வேறொரு உருவாய் ஆகி இருந்தாள். வைசாலியின் பெயரில்லாமல், திருமண அழைப்பிதழை சிவராம் ஆசிரியர்களுக்குத் தந்தார். அழைப்பிதழைக் கையில் பிடித்த எல்லோரும் எதிர்பார்த்தது இல்லை.

எனக்குள் தீர்க்க முடியாத வருத்தம் நெடும்பயணம் போய்க் கொண்டிருந்தது.

மாசிலாமணிக்கு திருக்கண்ணூரில் ஐந்து ஏக்கர் தென்னந்தோப்பு, நெல் நிறைந்து வழியும் பத்துக்காணி நஞ்சை. நெஞ்சு தட்டிக் கொள்ளும் பண்ணையார் பரம்பரை. கல்லூரியில் படிக்கிற போதே ஊராட்சித் தலைவராகவும் இருந்தான். மாணவன் ஊராட்சித் தலைவராக இருக்கக்கூடாது என்று தேர்தல் விதிகளில் காணப்படவில்லை. இதுபற்றி எவரும் கேள்வி எழுப்பவில்லையென்பதால் பதவி பறிபோகாமலிருந்தது.

"எஞ்செல்லம், நா இருக்கேன். என்பேர்ல வச்சிருக்கிற தோப்பு, நஞ்சை எல்லாம் எழுதி வைக்கிறேன். நீ இங்கேயே உக்காந்துக்கோ தங்கம்"

தன்நெஞ்சைத் தட்டிக் காட்டுவான். அதே நெஞ்சத்தால், இப்போது வைசாலியை ஏந்திக் கொள்வானா என்று சொல்ல

பா. செயப்பிரகாசம்

முடியாது. அவளைப் பாத்தால் சவத்தைப் பார்க்க வேண்டாம் என்று முகம் திருப்பிப்போன சேதி வந்தது.

எல்லோருடைய பார்வைகளும் வந்தடையும் சரணாலயமாக இருந்த அந்தப் பெண், எவருடைய கண்களும் திருப்பிக் கொள்ளும் ஜீவனாக ஆகிவிட்டிருப்பதை உணர்ந்தேன். எல்லோரையும் திருப்பித் தாக்குவதுபோல் வைசாலி ஏதாவது செய்யவேண்டுமென எதிர்பார்த்தேன். பொதுவாக மனித குணங்களில் இப்படியான மாறுதல் வரும் என்பதை மனிதர்களைக் கற்றதிலிருந்து தெரிந்து கொண்டிருந்தேன்.

கொஞ்சம் கொஞ்சமாய் வைசாலி தெளிச்சி பெற்று வந்தாள். காலமில்லாத காலத்தில் அவ்வப்போது சிதறிய சிறு மழையால் வைகை கொஞ்சம் தண்ணீரைக் கண்டதுபோல் அவள் துளிர்த்துக் கொண்டிருந்தாள். வறண்ட வாழ்வு, ஈரம் கொள்கிறபோது மறைத்து தங்கியிருந்த அழகுகள் வெளியில் ஒளி கொட்டின. மகளிர் விடுதியில் தங்கியிருந்த வைசாலி கல்லூரிக்குப் பக்கமாய் நடந்து போகும் தூரத்தில் வீடு எடுத்திருந்தாள். மகளிர் இல்லத்திலிருந்து சில மாதங்களாய் ரிக்ஷாவில் வந்து திரும்பிக் கொண்டிருந்தவள் இப்போது நடந்து போகிறாள்.

வைசாலி அந்தக் கல்லூரியிலேயே தொடர்ந்து பணியாற்றினார். அந்த துணிச்சல் வைசாலியைத் தவிர வேறு யாருக்கு இருக்கக்கூடும். ஆண்கள் கல்லூரிகளில் பணியாற்றிய ஆசிரியைகள் நிறையப் பேர் மகளிர் கல்வி நிலையங்களுக்கு இடம் பெயர்ந்திருந்தார்கள்.

வைசாலி நடந்து போகும் அந்த நடை, சுயமாக முடிவெடுக்கும் போக்குள்ளவர் என்பதை எனக்குக் காட்டியது. அங்க அசைவுக்கும் குண அமைவுக்கும் தொடர்புண்டு. ஆனால் வைசாலி எடுத்த தடாலடி முடிவு எவருடைய யூகிப்புக்கும் அப்பாற்பட்டதாக அமைந்துவிட்டது. மெருகேறிய தங்கம் கீழான ஒரு தகரத்துடன் எப்படி பொருத்திக் கொண்டது என்பது

பிடிபடாமல் இருந்தது. அல்லது தங்கத்துடன் தகரத்தைச் சேர்த்து, குடும்பம் என்றொரு நகை செய்யக்கூடுமா என்ற கேள்வி எழுந்தது. பொட்டில் விழுந்த அடி போல் நான் அதிர்ச்சியாகி மௌனத்துடன் நடந்தேன்.

ஆங்கில இலக்கியம் மூன்றாமாண்டு இறுதித்தேர்வு தயாரிப்பு செய்ய வேண்டியதிருந்தது. சுற்றாடல் நிகழ்வுகள் யாதாகினும் என்ன? சுற்றியும் பெருமழையடிக்கலாம். சூறைக்காற்று துவம்சம் செய்யலாம். நில நகர்வு நிகழலாம். ஒரு துளியும் கவனம் சிதறாது முழு வல்லமையுடன் படகைச் செலுத்தினால் மட்டுமே கல்விக் கரையைச் சென்று சேரமுடியும்.

தேர்வு முடிவு வெளியானதும் வைசாலி வசிக்கும் வீட்டுக்குச் செல்ல முடிவு செய்தேன். பல்கலைக் கழகத்திலேயே ஆங்கில இலக்கியத்தில் முதலாவது வந்து தங்கப் பதக்கம் பெற்றிருந்தது ஊக்கம் அளித்தது.

என்னைப் பார்த்தும் வைசாலி அதே பழைய கண்களை விசலாமாய்த் திறந்து அடையாளம் கண்டு கொண்டார். இரண்டு விசயங்களுக்காக இருக்கவேண்டும். மரப்படிகள் உடைக்கப்பட்டு, நடந்தேறிய அவமானப்படலின்போது வகுப்பின் மொத்த மாணவ சமுதாயத்துக்காக்கவும் வருத்தம் தெரிவித்த மாணவன்; அதே மாணவன் மாநிலத்தில் முதலாவதாய் தேர்வு அடைந்து தங்கப்பதக்கம் கொண்டு வந்திருக்கிறான்.

என் கையில் கொண்டு போயிருந்த ஷேக்ஸ்பியரின் ஒதெல்லோ நாடகம் எனது ‘‘சிறிய காணிக்கையாக’’ அவரிடம் கொடுத்தேன். எதன் குறியீடாக அந்த நூலைக் கொடுத்தேனோ அதைப் புரிந்தவர் போல் ‘என்ன ஒரு அருமையான தேர்வு’ என்றார்.

நான் போயிருந்தபோது வைசாலியும் அவருடைய கணவர் ஞானமும் சேர்ந்து அமர்ந்திருந்தார்கள். தங்கமும் தகரமும்

ஒன்றாய்ச் சேரமுடியுமா என்ற முன்னைய ஆச்சரியம் எனக்குள் மீண்டும் ஓடியது. அவர் அதே கல்லூரியில் வேதியியல் கூடத்தில் பணியாற்றும் லேப் டெக்னீசியன். என்னை அறிமுகப்படுத்தினார் வைசாலி.

''எனக்குத் தெரியும்'' என்று நான் சொன்னபோது அவருக்கு வேறு துறை சார்ந்த ஒரு மாணவனைத் தெரிந்திருக்க நியாயமில்லை என்பது பட்டது.

''உங்களுக்கு தேநீர் வேண்டுமா?''

என்னைக் கேட்ட ஞானம் வைசாலியைப் பார்த்து ''உங்களுக்கும் கொஞ்சம்'' என்று கேட்டார். வைசாலி தலையசைத்தார்.

நீங்கள் என்று ஒரு பெண்ணை அழைத்த சொல்லை அப்போதுதான் நான் முதலில் கேட்டது. என் காதுகளில் விழுந்த அந்த முதல் வார்த்தை பண்பாட்டின் ஆயிரம் பக்கங்களை விரித்து நீட்டியது. அதுவும் மனைவியை, ஒருமையில் தவிர, இன்னும் மோசமாய் பேசுவார்களே தவிர, மதிப்பு கொடுத்து அழைத்தது என் தலைக்குள் ஆயிரம் மணிகளை அடித்தது. சலசலவென்று அந்த மணிகள் ஒலித்தபடியிருந்தன.

பேரழகி டெஸ்டிமோனா கறுத்த ஆப்பிரிக்க 'மூர்' ஆன ஒதெல்லோவை ஏன் காதலித்து மணந்தாள்? தங்கப் பதுமை போன்றதொரு இளவரசி காட்டு மனிதன் பின்னால் நடந்தபோது எது அவளை வசீகரித்தது? பெண்கள் வட்டத்தில் இணையற்ற பேரழகி, ஒரு விரிவுரையாளராக இருந்தவர், ஆங்கில அறிவு லவலேசமும் இல்லாத, கக்கரே பிக்கரே மொழிபேசும் சாதாரண லேப் டெக்னீசியன் ஞானத்தை ஏன் கைப்பிடித்தார்?

ஆங்கில இலக்கிய மாணவர் சபைக்குள் நடந்த விவாதங்கள் நியாயமானவையாய் அப்போது உணரப்பட்டது. ஆதாரமான இலக்கியப் பக்கங்களும் வரலாற்று ஏடுகளும் மாணவர்களால்

மட்டுமல்ல, ஆசிரியப் பெருமக்களின் குழுவாலும் விரித்து நீட்டி வைக்கப்பட்டன.

"நிறையப் பேச வேண்டுமா?" கேட்டார். வைசாலி, என்னைப் புரிந்து கொண்டிருந்தார்.

சிறிய புன்னகையைத் தவழவிட்டபடி எழுந்தேன்.

மிக நீண்ட 25 வருடங்களின் பின், வீதியில் எதிரில் அவரும் ஞானமும் கிடைத்தார்கள். கால் பெருவிரலிலிருந்து தலை உச்சிவரை மூச்சிழுத்து விடுதல் போல் முந்தைய ஆண்டுகளின் நினைவுகளை ஒருமுறை இழுத்து திரும்பிப் பார்த்தேன்.

அவர்கள் வெகுதொலைவுக்குப் போயிருந்தார்கள்.

# கரடிகள் ஆடுகள்

பால்ய கால நினைவுகளின் குகைக்குள்ளிருந்து இரு கரடிகள் மேலெழுந்து வருகின்றன. கரடிகளின் வசிப்பிடங்கள் குகைகள் இல்லை. முதல் குகை ரயில்வே நிலையத்தின் முன்புறம் வலது பக்கவாட்டில் இருக்கிற உயர்நிலைப்பள்ளி. மற்றொரு குகை மேலக் கோபுரவாசலின் இடதுபக்கத் தெருவிலுள்ள பழைய புத்தகக் கடை. இரு இடங்களிலும் இரு நபர்களின் நடமாட்டத்தையும் அவதானித்தவர், இரண்டும் உருண்டு உருண்டு நகர்ந்து வருகின்றன என்னும் அவனுடைய கருத்தோடு இணைந்து போவார்கள்.

உயர்நிலைப் பள்ளி படிக்க வருமுன், கிராமத்தில் பாண்டியனுக்கு இருபெயர்கள். குட்டைப்பாண்டி, குள்ளப்பாண்டி. கள்ளனை நம்பினாலும் குள்ளனை நம்பாதே என்ற வெட்டரிவாளை வெள்ளை மனதுக்காரனான தன்னையும் நோக்கி வீசியது அவனுக்கு பெரிய ரோதனை தந்தது. வெள்ளந்தியான மலர்களைக் கொண்டை பட்டிக்காடு, கறுப்பு மலர்களையும் பிறப்பித்தது கண்டு மனச் சங்கடம் கொண்டான்.

இடக்கு மடக்கான பேச்சுகளைதன் கிராமத்திலிருந்து கழற்றி வைத்துவிட்டு நகரம் வந்தடைந்தான். இனி அந்தப் பெயர் ஒருக்காலும் ஒட்டாது என்ற உறுதியான உறுதி இருந்தது.

உயர்நிலைப் பள்ளியில் பத்தாம் வகுப்பு. சோதனை போல அன்றைய கடைசி வகுப்புக்கு வர வேண்டிய நீதிபோதனை ஆசிரியர் வரவில்லை. தொழிற்கல்வி ஆசிரியர், நீதிபோதனை ஆசிரியர், ஓவிய ஆசிரியர் என்று அக்காலத்தில் இருந்தார்கள்.

அவர்களுக்கு ஒதுக்கப்படுவது நாளின் கடைசி வகுப்புகள். கடைசி வகுப்பில் நீதிபோதனை ஆசிரியர் வரத் தாமதமானது. கிடை ஆடுகள்போல் பையன்கள் அனத்திக் கொண்டிருந்தார்கள். பக்கத்து வகுப்பு ஆசிரியர் சத்தம் போட்டு விட்டுப் போனார். கால்மணி நேரம் கழிந்தது. பாண்டியன், கணேசனிடம் ''வர்ற மாதிரித் தெரியல, கிளம்பிரலாமா?'' என்று மெதுவாய்க் கேட்டான். அடுத்தடுத்த காதுக்கும் போய்விழ, மெல்ல மெல்ல பைக்கூட்டை எடுத்துக் கொண்டு நழுவினார்கள். பயங்கொள்ளிகள் தங்கிவிட்டார்கள்.

'கேட்'டுக்கு வெளியே, பள்ளிச்சுவருக்கும் சாலைக்கும் இடையிலான வெளியில் பெரிய பெரிய மரங்கள். அதிசயமாய்ப் பிச்சைக்காரர்கள், சூதாடிகள் எந்நேரமும் அடைக்கலம் புகுந்திருந்தார்கள். ரயில்வே நிலையத்திலிருந்து வருகிற பயணிகளிடம் இருவகையினருக்கும் வேலையிருந்தது. சாதாரண மக்களை இரண்டு பேருமே ஏமாற்றினார்கள்.

மரத்தடியில் சிறுகூடாரங்கள் அடித்து, பட்டாணியர்கள் தங்கியிருந்தார்கள். நாடோடிகள் அவர்கள் ஊர் ஊராய், நகரம் நகரமாய் அலைந்தார்கள். வண்ணக் குடைகள் போல் விரியும் பாவாடை; கணுக்கை வரை முழுக்கைச்சட்டை என்று ஜிப்ஸி உடையில் இருந்தார்கள் பெண்கள். பெண்களில் கறுப்பைக் காண முடியாது. அவர்களுடைய சிவப்பின் முன்னால் நாம் மோகிக்கும் சிவப்பு கறுப்பாகத் தென்படும். அவர்களுடையது சிவப்பு அல்ல; நல்ல திடமான பழுப்பு.

கூடாரத்துக்கு வெளியில், துணி மூட்டையை அண்டக் கொடுத்து, ரட்டிணக்கால் போட்டபடி இளங்குமரி மல்லாக்கப் படுத்திருந்தாள். காலை ஆட்டி ஆட்டி மேல்நோக்கிப் பார்த்துக் கொண்டிருந்தாள். ''பாக்கிறதுக்குத்தான் பொண்ணுக. ஆனா படுக்காளிக. எந்த ஆம்பிளையும் அவளுக்கிட்ட அண்ட முடியாது'' என்று சொல்லியிருக்கிறார்கள்.

பா. செயப்பிரகாசம்

நல்ல பிராயத்துப் பெண்களும், ஆண்களோடு சேர்ந்து சன நெரிசலுள்ள இடங்களில் உட்காருவார்கள். பெண்கள் கண்ணாடி, கத்தி, செயின், டார்ச் லைட் என்று நவீனப் பொருட்களைப் பிளாஸ்டிக் பாயில் கடை பரப்பியிருப்பார்கள். ஆண்கள் சூதாட்டம் நடத்தினார்கள். தலையில் 'ஸ்கார்ப்' கட்டிய வெடைப் பிராயமான பெண்களும் நடத்துவார்கள். இளம்பிராய வெடைகள் என்பதால் நடைபாதையை அடைத்துக்கொண்டு கூட்டம் கூடும். அவ்வப்போது சுற்றி வளைத்துப் போலிஸ்காரர்கள் பட்டாணியர்களை விரட்டினார்கள். ஆனால் ஒன்றும் செய்யமாட்டார்கள்.

துணி மூட்டையில் சாய்ந்து படுத்திருந்த பட்டாணிச்சியின் ஒயிலில் கணேசன் கிறங்கிப் போனான். தோற்றத்தில் பதினாறு வயது என்ற போதிலும் இருபது வயது இளவட்டமாய்த் தெரிந்தான் கணேசன். கை, கால், மார்பு அகலம் வயதுக்குக் கூடுதலாய் விளைந்து, முழு ஆளாய்க் காட்டின. குள்ளமான உருவத்தில் பாண்டியன் சிறுவனாய்க் காட்சியானபோது, கணேசன் வளர்த்தியாய் முத்தின ஆளாய்க் காட்சி தந்தான். இவர்கள் தன்னைக் கவனிக்கிறார்கள் என்று தெரிந்ததும் அந்த இளங்குமரி கையைக் கன்னத்தில் தாங்கி, ஒய்யாரமாய் திருப்பிப் படுத்தாள்.

"என்ன ஒய்யாரமா சாய்றா"

கணேசன் கண்களால் கவ்வியபடி உளறினான். பிறகு அவள் லேசாய்ச் சிரித்தாள்.

"டே, அவ கூப்பிடுறாடா?" என்று சத்தமாய்ச் சொன்னவனை, "நாந்தான் தம்பிகளா கூப்பிட்டேன், அவ ஒன்னும் கூப்பிடலே" என்று பள்ளிக்கூடக் காவலாளி இருவர் கைகளையும் இறுகப் பிடித்தார்.

"வா, வாத்தியார் கூப்பிடுறார்" இழுத்துப் போனார்.

வகுப்புக்குப் போய்ப் பார்த்தபோது, நீதிபோதனை ஆசிரியர் இல்லை; தலைமையாசிரியர் வந்திருந்தார்.

அவருக்குத் தெரிந்திருக்குமோ தெரியாதோ மாணவச் செல்வங்கள் எல்லோரும் கரடி என்று பெயர் வைத்திருந்தார்கள். கரடி கடித்துக் குதறி கூறுபோடப் போகிறது; இருவரும் நடுக்கமுடன் நின்றார்கள்.

"இந்தக் குள்ளப் பயதானா கிளப்பிவிட்டது?"

பாண்டியனைப் பார்த்து கரடி வந்தது.

மீதியிருந்த வகுப்பின் தலையசைப்பு கிடைத்தது.

கரடியின் கையில் காது அகப்பட்டது. பெருவிரலைக் காதுமடலில் வைத்து ஒரு திருகு. கரடிக்குக் குட்டவும் தெரிந்திருந்தது. சுத்தியால் அடிக்கிற மாதிரி 'நங்'கென்று ஒரு குட்டு; "ஊ" என்று முனகியபடி, காதைத் திருகிய அவருடைய கையோடு உயர்ந்தான் பாண்டி. கண்களில் நீர். கரடி ஒருமுறை அவனை உற்று நோக்கியது.

ஒவ்வொரு வகுப்பிலும் முதலாவதாய் வரும் மாணவனைக் காலை வணக்கப் பாடல் முடிந்ததும், ஒவ்வொரு மாதமும் மேடையில் அறிமுகப்படுத்துவார்கள். ஆறு மாதங்களாய் பத்தாம் வகுப்பில் பாண்டியன் மேடையேறுகிறான். இது நம்ம உற்பத்தியாக்கும் என்பதுபோல் வகுப்பு ஆசிரியர் பத்துப் பதக்கங்கள் பெற்றவர்போல், பெருமிதத்துடன் காணப்படுகிறார். மாணவர் சபையில் கைதட்டுப் பெருகுகிறது.

"இந்தப் பாண்டிப் பயலுக்குப் போட்டியே இல்லையா?" என்று கேட்டவர் தலைமையாசிரியர்.

அவனை ஒரு நிமிடம் உற்றுப் பார்த்தார்.

"நீ நம்ம பயலாச்சே" பார்வை மாற்றம் வந்தது.

'ஏன்'டா இப்படிப் பண்ணினே?'

பா. செயப்பிரகாசம்

கை தளர்ந்தது. காதிலிருந்து இறங்கிய கை, கன்னம் தடவி நாடியை ஏந்தியது.

மலைப் பூவரசு இலை போன்றிருந்தன அந்தக் கைகள். சொரசொரப்பான பின்புறம்; திருப்பினால் ஈரமுள்ள வழவழப்பு! கரடுமுரடான தோற்றமும் கட்டக்கருப்பு நிறமும் சிடு சிடுவென்ற முகமும் சொரசொரப்பான உருவத்துக்குள் ஒரு மிருதுவான இதயம் உட்கார்ந்திருக்கிறது என்று தெரிந்துகொண்டான்.

தலைமையாசிரியர் நீதிபோதனை ஆசிரியர் இடத்தை எடுத்துக் கொண்டார்.

"அகத்திய முனி தெரியுமா?" என்றார். வகுப்பு தலையசைத்தது. "இன்னைக்கு நம்ம வகுப்பில் இருக்கிற இந்தக் குறுமுனி, குள்ளமுனி பாண்டியன்போல அன்னைக்கு கல்வியிலும் கேள்வியிலும் சிறந்த அகத்திய முனி" என்று கதை சொல்லத் தொடங்கிய வேளையில், வகுப்பின் ஒட்டுமொத்த மீறலையும் புறங்கையால் தள்ளிவிட்டார் என்பது தெரிந்தது.

அடுத்த மாதத்தில் முதல் மாணவன் அறிவிப்பு வந்தபோது "போட்டியே காணாத நம்ம குள்ளமுனி, குறுமுனி பாண்டியன்" என்று மாணவர் சபையில் அறிவித்தார்.

மாணவர் சபை பெருத்த கைத் தட்டலுடன் ஏற்றுக்கொண்டது. அப்படியே குறுமுனி என்ற பெயரைப் பதிவு செய்தது.

2

"என்ன படிக்கிறே?"

பழைய புத்தகக் கடை வியாபாரிக்கு உண்டான வேலை இதுயில்லையே என்று பாண்டியனுக்குத் தோன்றியது. சம்மணம் போட்டு உட்கார்ந்திருக்கும் இந்தக் கரடியையும் அவனுக்குப் பிடிக்கவில்லை. எழுந்து, நின்று, நடந்து, அரட்டி, அதட்டி காதைத் திருகி பாடம் நடத்தும் தலைமை ஆசிரியக் கரடிக்கும் இந்தப் பழைய புத்தக வியாபாரக் கரடிக்கும் வித்தியாசமிருந்தது.

தோற்றத்தில் ஒன்றேபோல் தெரிந்தாலும், பிறந்த இடம், வளர்ப்பு, பெற்ற கல்வி, தொழில் எல்லாவற்றிலும் வேறுவேறானவை. இந்தக் கரடியை நூறு சதவீதம் பாண்டியனுக்குப் பிடிக்கவில்லை.

மிதிய நேரம் இப்படிச் 'சலாவத்தாய்' வெற்றிலை பாக்குப் போட்டுக் கொண்டு பேசுவதுபோல், உட்கார்ந்து கேட்க வைக்கிறதோ என்று எண்ணினான். லேசாய்ச் சுளித்த முகத்துடன் இளக்காரம் சிந்த 'பத்தாம் வகுப்பு' என்றான்.

"பேரு என்ன?"

ஒனக்கெதுக்கு இந்தக் கேள்வி மசுரு என்று கேட்கத் தோன்றியது. பழைய புத்தகம் விற்க வந்தால் வாங்கிவிட்டுப் பணம் கொடுக்க வேண்டும். வேண்டா வெறுப்புடன் "காமராஜ்" என்றான் பாண்டியன்.

"எங்க ஆளு பேரை வச்சிக்கிட்டே?" உதடு நெளித்துக் கேட்டார். "நீ நம்ம ஆளா" என்ற அர்த்தம் அந்த உதட்டுச் சுளிப்பில் இருந்தது போல் பட்டது.

புத்தகத்தை திறந்தவுடன் கரடி கவனித்துவிட்டது போல;

"பெயர் எழுதல, அதான கேட்டேன்" என்றது.

நகரின் இழந்த நேரம். பகல் முடிந்து மதியமாகும்வரை பழைய புத்தகக் கடைகளில் ஈ ஓட்டிக் கொண்டிருப்பார்கள்.

இவரோட என்ன பேச்சு என்பதுபோல் தெருமுனையில் நின்று கணேசன் கண்டித்தான். கால்களை மாற்றி மாற்றி வைத்துக் கொண்டிருந்தான். பகல் நேரக் காட்சிக்குப் (மாட்னி ஷோ) போகும் பரபரப்பு அவன் கால் மாற்றலில் வெளிப்பட்டது.

பழைய புத்தகக் கடையிலிருந்து சின்னக் கடையென்ற பெயர் கொண்ட பெரிய கடை வீதி தொடங்கியது. நகரம் தனது நுரையீரலிலிருந்து ஒவ்வொரு அங்கமாய்ச் சுறுசுறுப்பு என்ற ரத்த ஓட்டத்தை மாற்றிக் கொண்டேயிருக்கும்; எல்லா இடத்திலும்,

எல்லா நாளிலும், எல்லா நேரத்திலும் ஒரே மாதிரி சீரான ஓட்டத்தைக் காண முடியாது. வியாபாரத்தில் அப்படி முன்னபின்னத்தான் இருக்கும் என்றாலும் இந்தப் பழைய புத்தகக் கடை வியாபாரி சண்டித்தனம் பண்ணுகிறார்.

''என்ன புத்தகம் இது?''

வேண்டாத வேலை செய்வதாகப் பாண்டியனுக்குப் பட்டது. பழைய புத்தகக் கடையென்று எழுதியிருப்பதைப் போலவே புத்தகத்தின் நெற்றியிலும் அச்சடிக்கப்பட்டுள்ளது.

''இப்ப இதெல்லாம் என்ன கேள்வி''

முணுமுணுப்புடன் ஏறிட்டுப் பார்த்தான். தெருமுனையில் காத்து நிற்கும் கூட்டாளி மேலேயே கண்கள் நின்றன.

''இப்படி வருச நடுவில் விக்கிறது படிப்புக்கு இடைஞ்சலாய் இருக்காதா?''

மீண்டும் அவர் கேட்கிறார்

''இன்னும் பரிட்சை முடியலேயே தம்பி''

அவனும் கணேசனும் ஒருவகுப்பு மட்டுமல்ல, ஒரு தெருக் கூட்டாளிகள். அவர்களுக்குள் ஒரு ஒப்பந்தம் உருவாகியிருந்தது. இரண்டு பேருக்கும் ஒரு பாடத்தில் ஒரு புத்தகம் போதும். ஆளுக்கு ஒன்று தேவையில்லை. அவர்களுக்குள் கணேசன் கணக்கு நல்லாப் போடுவான். தமிழிலும் ஆர்வம் அதிகம். மாற்றி மாற்றிப் படித்துக் கொள்ளலாம் என்று கணக்குப் போட்டுத்தான் பாண்டியன் கைவசமுள்ள சமூக வரலாறு பாடப்புத்தகத்தை விற்பனை செய்ய வந்திருக்கிறார்கள்.

குள்ளக் கத்திரிக்காய் போலிருக்கிற பயல் என்ன பதில் சொல்லப் போகிறானென்று நினைத்தார் போல,

''நா ஒரு கேள்வி கேட்கிறேன். சொல்வியா?''

புத்தகத்தைப் பிரித்தார்.

முதல் கேள்வி

'டக்'கென்று பதில் வந்தது. இரண்டு, மூன்று

சட், சட்டென்று பதில்கள்.

''டாண், டாண்ணு சொல்ற. ஒனக்குப் படிப்பு யோகம் இருக்கு. விட்டிராதே'' என்றார்.

''ஒங்க கையில இருக்கிற புத்தகத்தை முதல் பக்கத்திலிருந்து கடைசிப் பக்கம்வரை பாராமல் சொல்லட்டுமா?'' பாண்டியன் சொல்லத் தொடங்கினான். அவர் பக்கங்களைப் புரட்ட மறந்து போனார். அவன் முகத்தையே பார்த்துக் கொண்டிருந்தார். ஒன்பதாவது பாடம் - பதிமூன்றாவது, பதினேழு என்று அவர் திருப்பிக் கொண்டே இருந்தார். அவர் முன் விரித்து வைக்கப்பட்ட பக்கங்களும் வாய்வழியாய் அவன் பிரித்துத் தரும் பக்கங்களும் எழுத்துப் பிசகாமல் அப்படியே வந்தன. கடைப் பையன்கள் வியப்புடன் பார்த்தார்கள்.

''என்னலே பாக்குறீங்க. படிப்பு வராம பாதியில ஓடிவந்திட்டம்னா? ஒங்களுக்கு லவிச்சது அவ்வளவுதான்'' அவர்களைப் பார்த்துத் திட்டினார்.

எவ்வளவு வேணும் என்று கேட்கவில்லை, புத்தகத்தை வாங்கிக் கொண்டு பணம் எடுத்துக் கொடுத்தார். புத்தக விலையில் முக்கால்வாசி இருந்தது. நம்பிக்கையில்லாமல் 'சில்லரை இல்லையா?' என்றான்.

''நான் கேட்டனா'' என்றவர்,

''தம்பி, நல்ல படிப்பு யோகம் வாய்ச்சிருக்கு, விட்டிராதே'' உருக்கமாய்ச் சென்னவர்

பிறகு தொடர்ந்து, ''இத நா பாத்திரமா வச்சிருக்கேன். எப்ப வேண்ணாலும் வந்து வாங்கிப் போ'' என்றார்.

''அப்ப நா திரும்ப வர முடியாதே'' என்றான் சிரித்து.

''ஓ, அப்படி அடிப்போடறயா நீ, சரி வா, வா'' என்றார்.

பணத்தை வாங்கியதும் கணேசனுடன் சேர்ந்து கொட்டகையைப் பார்த்து ஓடினான்.

''ஏன்டா இவ்வளவு லேட் பண்ணினான்?''

தலைமையாசிரியக் கரடி போலவே இந்தப் பழைய புத்தகக் கடை கரடியையும் இப்போது பிடித்துப் போயிற்று. புன்னகை செய்தான்.

கணேசன் வசவு வைதான். ''ஊசிக்கல்லு வச்சி அந்தக் கரடி தலையைக் கொத்தனும்'' என்று கறுவினான். இவர்கள் உள்ளே போனபோது, கவர்ச்சி நடிகை பாடும் பாட்டும் ஆட்டமும் முடிந்திருந்தது. அதுக்குத்தான் இந்தப்பாடு.

''சே, நல்ல பாட்டுப் போச்சி''

கணேசனுக்குப் பெண்கள் கொஞ்சம் ஆட்டி ஆட்டிப் பேசினாலே வெக்கை கொண்டுவிடும். அதிலும் பெண் மாராப்புப் போடாமலே ஆட்டம் காட்டுகிறாள். ''அந்த ஒண்ணுக்காகத்தாண்டா இந்தப் படம். விட்டிருக்கூடாது'' என்றான்.

பதினைந்து நாள் கழித்துப் பாண்டியன் கையில் அறிவியல் புத்தகம் இருந்தது. பழைய புத்தகக் கடைக்காரர்முன் கணேசனுடன் சேர்ந்து நின்றான். புத்தகத்தை அவர் கையில் வைத்தவன்,

''நீங்க கேக்கறீங்களா, நானே சொல்லட்டுமா?'' உரிமைக்காரன் மாதிரி கேட்டான்.

கடைக்காரர் சத்தம் காட்டாமல் ரூபாய்த்தாளை எடுத்துக் கொடுத்தார். இவன் எதிர்பார்த்தது போலவே அதிகமாய் இருந்தது. கணேசன் புதிதாய்ப் பார்க்கும் படங்களைத் தனியாய் நாற்பது பக்க ஏடு போட்டு, குறித்து வைத்துக் கொண்டு

வருகிறான். இது அந்த மாதத்தில் இரண்டாவது படம். பத்தாம் வகுப்பு ஆரம்பத்திலிருந்து குறிப்புக் கணக்கு இருபதாவது படம் காட்டியது.

பள்ளியில் கடைசி வகுப்பிலும், அடுத்து பழைய புத்தகக் கடையிலும் நடந்த நிகழ்வுகள், பாண்டியன் நெஞ்சில் பதிவுகளை மாற்றியிருந்தன. முன்னர் இருந்த காட்சிப் பதிவுகளிலிருந்து இரண்டு மனிதக் கரடிகளையும் எடுத்து வெளியில் விட்டான். அவ்விடத்தில் இரண்டு வைரத் தூண்களை நிறுத்தி வைத்தான்.

3

பள்ளி இறுதி வகுப்பு முழு ஆண்டுத் தேர்வு ஆரம்பமாகியிருந்தது. ராத்திரி 11 மணி ஷிப்டு முடிந்து வீடு திரும்பிய ஆலைத் தொழிலாளிகள், தெரு விளக்குகளின் கீழே உட்கார்ந்தும் நின்றும் அலைந்தும் படித்துக் கொண்டிருந்த பையன்களைக் கண்டார்கள். இந்தக் காட்சி அவர்களுடைய தலைமுறையில் இல்லை. நள்ளிரவைத் தொடுகிறபோதும், வெக்கை உறையாத கோடையில், அனல் வீசுகிற வாழ்க்கை நடுவில், அடுத்த தலைமுறையின் இந்தக் காட்சி, குளுமையை அள்ளிப் பரப்பியது.

11 மணி ஷிப்டு முடிந்து திரும்புகிறவர்கள், இக்குளிர்ச்சியைச் சுமந்து வளைவுகளுக்குள் நுழைந்தார்கள். ஐந்து, பத்து என்று வரிசையாய், எதிர்எதிராய் வீடுகள் உள்ள வளைவுகளில் வீடுகளைத் திறந்து வைத்துத் தூங்கினார்கள். காற்று எங்க நிக்குதுன்னு தெரியலேயே என்று புலப்பமாய் உடலைக் கிடத்தினார்கள். தன்னறியாமல் வந்த தூக்கத்தில் தம்மை இழந்திருந்தார்கள்.

'பாண்டியன்! பாண்டியன்!' என்று பேர் சொல்லிக் கதவு தட்டும் சத்தம். இந்நேரத்தில் யாரு? அம்மா முனகும் குரல் வந்தது. பாண்டி எழுந்து வந்தான்.

பா. செயப்பிரகாசம்

மம்மல் 5 மணிக்கு எதிரில் கணேசன் நின்றான். கண் ரெப்பையில் தூக்கத்தைச் சுமந்துகொண்டே "என்ன இந்நேரம்" என்றான் பாண்டி.

கணேசன் பதிலில்லாமல், வீதியில் நிற்கும் அய்யாவைக் காட்டினான். "எங்க அய்யா என்னைய அடிச்சிட்டாரு" என்றான்.

மம்மலில் இருட்டில் கணேசன் முகம் கிடைக்கவில்லை. ஆனால் குரல் காட்டிவிட்டது. குரல் வெளிப்பட்ட பாங்கிலிருந்து அடி பின்னியெடுத்து முகம் உப்பி வீங்கியிருக்க வேண்டுமென அனுமானித்தான்.

"அய்யா புத்தகம் கேட்டு அடிக்கிறாரு"

தன்னுடைய எல்லாப் புத்தகங்களும் பாண்டியனிடம் இருப்பதாகக் கணேசன் சொல்லியிருப்பான். யதார்த்த நிலைமை எதிரானது. பள்ளி நாட்கள் முடிவுக்கு வந்து விட்டன. தேர்வு வரவிருந்தபோது, இருவருக்கும் அவசியமான இரண்டு பாடப் புத்தங்கள் தவிர, மீதி பழைய புத்தகக் கடைக்குள் காணாமல் போய், பழைய, புதிய திரைப்படங்களின் காட்சிகளாகவும், அம்சவல்லி அசைவ ஓட்டல் பிரியாணியாகவும் கரைந்திருந்தன. 'எங்கொக்கும் களியும் கக்கு' என்று பாட்டியம்மா கதைகளில் வருவது போல், புத்தகம் எடுத்து வா - என்றால் எங்கிருந்து கொண்டு வருவது?

பாண்டியன் உள்ளே போய்த் தன்வசமிருந்த எல்லாப் புத்தகங்களையும் சேர்த்து, அவனிடம் கொண்டு வந்து கொடுத்தான். எந்தப் புத்தகத்திலும் பெயர் எழுதவில்லை. பெயர் எழுதாமல் வைத்திருந்தது ஒருவகைக்கு நல்லதாய் ஆகியிருந்தது. பழைய புத்தகக் கடையில் புத்தகம் வாங்குகிறவர்களிடமிருந்து அவமானப்படாமலிருக்கவும், கணேசனின் அப்பா போன்றவர்களிடமிருந்து தப்பிப்பதற்கும் கை கொடுக்கிறது.

# 4

இரண்டு பக்கமும் வரிசைக்கு ஐந்தாய் ஓடு போட்ட வீடுகள்; இடையில் ஐந்து அடி இடைவெளி. கிழக்கு முட்டில் கிணறுக்கு வலதுபக்கம் குளியலறையும் இடதுபக்கம் கழிப்பறையும்; பின்பக்கம் ஒரு கடைசல் தொழிற்சாலையின் நெடிதுயர்ந்த சுவரும் தாண்டி உள்ளே நுழைய காலைச் சூரியனுக்குச் சக்தி போதவில்லை. சூரியன் நட்டுக்க நிற்கையில் மட்டும் இடை கழியில் வெட்டிப் போட்ட வெயில் பாளம் கிடைக்கும். ஓட்டுக்கூரையில் பதித்த கெட்டிக் கண்ணாடி வழியாய் நட்ட நடுப்பகலில் வீட்டுக்குள் சூரியன் கண் சிமிட்டினாலும் ஆச்சரியப்பட ஏதுமில்லை...

வீட்டுத் தாழ்வாரத்தில் சமையற்கட்டு. அதைத் தாண்டி அறைக்குள் நுழையும்போதில் இடதுபக்கம் உட்காரச் செய்ய சின்ன சிமிண்ட் மேடை. ஒவ்வொரு வீட்டுக்குமிடையில் ஒரு கல் வைத்துக் கட்டப்பட்ட சுவர்.

தரைக்குள் உட்கார்ந்திருந்தது அடுப்பு. வளவு வீடுகளில் எல்லாம் நின்று சமைப்பதுபோல், தோதாக மேடை போட்டு அடுப்பு கட்டப்படவில்லை. சம்மணம் போட்டு அல்லது குத்துக்கால் வைத்து உட்கார்ந்து சமைத்தார்கள். ஐந்தில் வளையாதது ஐம்பதில் வளைய முடியுமா என்ற பழமொழியைப் பெண்களுக்கே உரியதாய் ஆக்கியிருந்தது அடுப்பு. ஆக்கிய சோறு, கறியை நினைவாய் உள்ளே கொண்டுபோய் வைத்து விடுவார்கள். சமையற்கட்டில் மறதியாய்த் திறந்த காம்பவுண்ட் வழியாய் நுழைந்த தெரு நாய்கள், சோத்துப்பானையை நக்கிவிட்டுப் போயின. எவ்வளவு சமைத்திருந்தாலும், கொட்டிக் கொள்கிற அளவு தெருநாய்களின் நாக்கும் வயிறும் பெரியவையாயிருந்தன.

கணேசன் ஒரு நாள் பாண்டியனிடம் சொன்னான் :

"நா அவ குளிக்கிறதைப் பாத்திருக்கேன்"

பா. செயப்பிரகாசம்

வேண்டாம் என்பதாய்ப் பாண்டியன் முகம் சுளித்தான். எது அவனுக்குப் பிடிக்காதோ அந்த வகைக் கொச்சையெல்லாம் கணேசனுக்குப் பிடித்திருந்தது.

சுதந்திரமாய்ச் சிறகடித்துப் பறந்த கிராமத்து மாம்பழச் சிட்டை, தாய்மாமனுக்குக் கட்டிவைத்து, இங்கே கணேசனின் எதிர்வீட்டில் பூட்டியிருந்தார்கள். தாய்மாமனுக்கும் வெள்ளத்தாய்க்கும் வயசு ரொம்ப தூரமாக இருந்தது. நகரத்தில் ஆலையில் வேலை. புருசன் என்று பேர் சொன்னவனுக்கு எந்நேரமும் சொதசொதவென்று வேர்த்து ஊற்றிக் கொண்டிருக்கும் நீர்ப்பூசணி உடம்பு. உடம்பை இழுத்துக் கொண்டு நடந்து போவான். நகரத்தில் சிக்கனமாய் நடப்பது நல்லது. ஆனால் தன் குண்டித் துணியைக்கூடத் தான் நம்பாதவன் என்று புதிதாய்க் கல்யாணமாகி வந்த பெண்ணுக்குத் தெரிந்து போயிற்று. சமையல் செலவுக்கு எண்ணிக் கொடுத்துவிட்டுப் போகிறான். தன்னையே பாரமாய்ச் சுமந்து போகிற புருசனுக்குப் பின்னால் சிறு ஆட்டுக்குட்டிபோல் அவள் நடந்து போனாள்.

கடைசல் செய்த கட்டில்கால் போல் அளவான பெண். கைக்கு அடக்கமாய் வைத்துக் கொள்ளலாம் போல பார்க்கிறவர்களுக்குத் தோன்றும். வீட்டு வளைவின் வாசற்படியில் மற்ற பெண்டுகளுடன் உட்கார்ந்து சிரிக்கையில், மாலைக் கதிர் ஒளி அந்தச் சிரிப்பை அப்படியே ஏந்தி செம்மையாய் மேடிட்டு நிற்கும் கன்னங்களைத் தடவித் தடவிப் பேசும். உடுக்கு போன்ற இடுப்பில் இரண்டு கைகளைக் கொடுத்து ஏந்தி வீட்டுக்குள் கொண்டு போய், அப்படியே கொஞ்சலாம் போல ஆம்பிளைக்குத் தோணும். எந்த ஆம்பிளையும் அந்த மாலைக்கதிரின் தடவலில் கிறங்கி அதைச் செய்வான். அவள் புருசன் மூலம் அவளுக்கு இந்தக் கொடுப்பினை இல்லையென்று தெரிந்து போயிற்று.

கணேசன், பாண்டியனிடம் சொன்னது அவளைப் பற்றித்தான். கணேசனைவிட வெள்ளத்தாய் நான்கு வயது பெரியவள்.

வெள்ளத்தாய் காது வளர்த்திருந்தாள். கிராமத்தின் சாதிப் பழக்கம். நகர நடமாட்டத்தில் தொங்கு காது நல்லாயில்லை என்று அவளைப் போன்ற இளங்குமரிகள் அருவருத்தார்கள். காதுகளை மருத்துவமனையில் ஒட்டவைத்த இடத்தில் கறுத்து உழுந்துகள்போல் இரு தழும்புகள் நிலவில் கிடக்கிற சிறு கறுப்பும் அழகு சேர்ப்பது மாதிரி... அந்தக் கறுப்பு உழுந்துகள் உண்டான பிறகு முகம் இன்னும் அழகாகிவிட்டது.

''அந்தக் கறுப்பைக் கடிச்சி வாய்க்குள் அதக்கிக் கொள்ளலாம் போல இருக்குடா'' என்பான் கணேசன்.

இரவு வேலைக்குப் புருசனை அனுப்பிவிட்டு அந்தப் பெண், வாசல் நிலைப்படியில் தலைவைத்துப் படுத்திருப்பதைப் பல தடவையும் கவனித்திருந்தான். குப்புறப்படுத்து தலையணையில் கை வைத்து முகம் ஏந்தி இருளிலிருந்து கண்கள் எதிர் தாழ்வாரத்தில் படிக்கும் அவனில் ஆழ்ந்து கொண்டிருந்தன. இருட்டுக்குத் தன் எல்லைக்கு அப்பாலிருக்கிற எல்லாவற்றையும் காட்சியாக்கும் லாவகமான குணம் உண்டு. அது தனக்குள் நடத்துகிற எதையும் காட்டிக்கொள்ளாது. காற்று நடமாடாத அந்த வீடுகளில் எல்லோரும் போலவே அவள் திறந்து வைத்துத் தூங்குவாள்.

அக்கம்பக்கம், நடமாட்டத்தை நோட்டமிட்டு யாருக்கும் கேட்காத குரலில் ஆத்தா, கணேசனிடம் சொல்வாள்,

''அவ ஆத்த மாட்டாம கெடக்கிறா''

கணேசன் பலமுறை சொல்லக் கேட்டதுண்டு. எங்க வளைவிலேயே ஆபாசம், ஆபாசமாய்ப் பேசுற ஆளு ஆத்தாதான் என்றிருக்கிறான் பாண்டியனிடம்.

அசிங்கங்களை - அவள் சுவாராசியமாய்த் தனி ஈடுபாட்டுடன் விவரிப்பாள்.

சமீபகாலமாய் வெள்ளத்தாய் மெல்ல மெல்ல அவர்கள் வீட்டுக்குள் வர ஆரம்பித்திருந்தாள். பொதுக்கு மூட்டையான

அவளுடைய புருசனை கணேசன், அண்ணே என்று அழைப்பான். அந்த உறவுமுறை வழியாகவே வந்து ''கொழுந்தன் தூங்கியாச்சா'' என்பாள். தூக்கம் வராமலா ராசாத்திக்குத்தான் தூக்கமில்ல என்று இருபொருள்பட ஆத்தா பதில் வரும். அவன் தூங்கிவிட்டான் என்ற நினைப்பில் அரைத்தொண்டை கால் தொண்டையில் அவர்களுக்குள் கொச்சைகள் உருளும்.

இங்கே வெள்ளைத்தாய் புருசனுக்கு வயதுக்கூடுதல் என்றிருக்கிறபோது, அங்கே கணேசன் ஆத்தாவுக்குப் புருசனைவிட வயது கூடுதல் என்பதாய் இருந்தது. ஆத்தா ரவிக்கை போட்டு எவரும் கண்டதில்லை. மனதளவில் இளம் வயதிலேயே கிழவியாகிப் போனதை ரவிக்கை அணியாத உடல் காட்டியது. ரவிக்கை மாட்டிக்கொள்ள அங்க உள்ள என்னதான் உண்டு என்றும் பார்க்கிறவர் நினைக்கத் தோன்றும். சிவப்புத் தோல் வற்றிச் சுருங்கி, உயரக் குறைவான அந்த உருவம் இன்னும் உள்ளே போயிருந்தது. ஆத்தாவும் அய்யாவும் பேசி யாரும் பார்த்ததில்லை. அது ஏன், எதற்கு என்ற விசாரிப்புகூட இல்லை. எத்தனை காலம் வாய்ப்பேச்சு அற்றிருந்தது என்பதைச் சொல்ல பூர்வீகவாசிகளோ, அவ சோட்டுப் பெண்டுகளோ எவரும் வட்டாரத்தில் இல்லை.

தோற்றத்தில், எடுத்த எடுப்பில் பார்க்கையில், மாயாண்டி சண்டியர் மாதிரி இருப்பார். கணுக்கணுவாய்த் திரட்சிபெற்ற கிராமத்து உடல். அகலமாய், கட்டைப்பலகைபோல் மார்பு. சாய்ந்து சாய்ந்து நடப்பார். நேராய்ப் போகாமல் விலகி விலகிப் போவதுபோல் நடைப்போக்கு இருக்கும். ஆனால் நேராய்க் கோடு பிடித்த மாதிரிதான் நடந்து ஆலைக்கும் வீட்டுக்கும் அரை கி.மீ.தூரம் வந்து சாப்பிட்டுப் போவார்.

ஆனால், ஆலை வட்டாரக் காட்சிகள் வேறொன்றாய் இருந்தன. ஆலையில் வேலை செய்த ஆண்கள் வீட்டுக்கு வருவதில்லை. வீட்டில் உள்ள பெண்டுகளோ, சிறுவர் சிறுமியரோ

வேலை பார்க்கும் ஆம்பிளைக்குச் சாப்பாடு கொண்டு போனார்கள். காலை நேர ஷிப்டுக்கு அல்லது மாலை நேர ஷிப்டுக்கு ஆத்தா சாப்பாடு கொண்டுபோன காட்சி எவருக்கும் கிடைத்ததில்லை.

காலை 11 மணி சாப்பாட்டுக்கு வருகிறபோது அறையில் எல்லாம் எடுத்து வைக்கப்பட்டிருக்கும், தாழ்வார சமையற் கட்டில் நின்று கொள்வாள் ஆத்தா. அவள் அங்கிருந்து கவனித்துக் கொண்டிருப்பாள். எதுவும் தேவையென்றால் தண்ணீர் வேண்டுமானால் டம்ளரை நகர்த்தி வைப்பார். தண்ணீர் எடுத்து வைத்துவிட்டு வெளியே வந்துவிடுவாள். சாப்பாடானதும் வெளியேறுவார். ஆத்தாவுக்குள் வன்மம் விழுந்திருக்க வேண்டும். நீ வச்ச ஆளா நான், அதுக்கு வேற ஆளப்பாரு. ஒனக்குமேல நானாக்கும் என்ற எண்ண ஓட்டம் வலுப் பெற்றிருக்க வேண்டும். இதுவென்றறியாத வாழ்வின் ஏதோ ஒரு காலத்தில் இந்தப் புள்ளியிலிருந்து வேற்றுமை ஆரம்பித்திருந்தது; அவர்களுக்கிடையே எக்காலத்திலோ இருந்து, அற்றுப்போன தொடர்பின் அடையாளம் கணேசன். இந்தப் பதினாறின் உருவாக்கம் எப்போதோ இருந்த அவர்களுக்கிடையிலான கொடுக்கல் வாங்கலில் கிடைத்திருக்கிறது.

## 5

மாயாண்டி இரவு வேலைமுடிந்து திரும்பி வந்தபோது கணேசன் இல்லை. தெரு விளக்குகளின் கீழ், வெங்கட்டப்பா திண்ணையில் என்று பையன்கள் படிக்கும் எல்லா இடங்களையும் ஒரு சுற்றுப் பார்த்துவிட்டு வந்தார். வழக்கமாய் அதுபோல் செய்வதில்லை அவர்.

ஆலை வட்டாரத்தில் எதிர்காலத்தைப் பிரகாசமாக்கும் ஒரு ரத்தினக்கல், ஒவ்வொரு சின்னக்குடிசையிலிருந்தும் புறப்பட்டு வரும் என்று ஒவ்வொருவரும் எதிர்பார்க்கிறார்கள். அவர்கள்

தலைமுறை காண முடிந்திராத கனவுகளைப் பிள்ளைகள் தொட்டு மீட்டெடுப்பார்கள் என்று எதிர்கால நம்பிக்கையில் லயித்திருக்கிறார்கள். அன்றைக்கு என்ன தோன்றியிருக்குமோ, பிள்ளையைத் தேட ஆரம்பித்திருக்கிறார்.

இரண்டாவது ஆட்டம் முடிந்து திரும்பி வந்தபோது, அய்யாப்பிள்ளை மாட்டிக்கிட்டார். அவனுடைய ஆத்தாவுக்குத் தெரிந்து நடந்தது. அவள் சொல்லவில்லை. மண்டைக்குள் கரைந்து ஊறிய சினிமாக் காட்சியும் உதடுகளில் தொத்தியிருந்த பாடலும் செவிட்டோடு சேர்த்துக் கொடுத்த அறையில் கீழே உதிர்ந்தன. வீடு விட்டுப் போவதுபோல் ஆத்தா மகன் ரெண்டு பேரும் அலறினார்கள். மாடுகளை விழுத்தி லாடம் அடிப்பதுபோல் மகனை இழுத்துப்போட்டு அடி நொக்கினார்.

''எம் பிள்ளையைக் கொல்றான், கொல்றான்''

ஆத்தா அலறியபடி வெளியே ஓடி வந்தாள்.

அந்த அலறல்தான் அவளுடைய முதல் பேச்சு. கணேசன் பிறந்து வளர்ந்த பதினாறு வருசத்தில் குடும்ப மௌனத்தை உடைத்த அவளின் முதல் பேச்சை அந்தக் குடியிருப்பிலும் தெருவிலும் தொழிலாளர்கள் கண்டார்கள்.

பக்கத்து வீட்டுப் பெரியவர் வந்தார். ''மாயாண்டி என்ன இது, எதா இருந்தாலும் காலையிலே பேசிக்கலாம்'' என்றார்.

''ஒங்களுக்கு தெரியாதுண்ணே. நீங்க விலகிக்கோங்க'' தோள்பட்டையை ஒடித்து விடுவதுபோல் பையனை முறுக்கினார்.

''புஸ்தகம் எங்கடா''

முதல் அடி வாங்கியதும் அழுதவன், இப்போது அப்படியில்லை. எதிர்த்து நிற்கும் விறைப்பு உள்ளுக்குள்ளிருந்து புறப்பட்டிருந்தது.

''இல்லே''

தூக்கிப் போட்டு நலுக் நலுக் என்று மிதித்தார். இடையில் விழுந்த ஆத்தாக்காரியும் மிதிபடுகிறாள். ''அய்யய்யோ, எம் பிள்ளையைக் காப்பாத்துங்கய்யா, காப்பாத்துங்கய்யா'' கத்துகிறாள்.

''மாயாண்டி, இருக்கட்டும்'பா இப்ப எல்லோருக்கும் தூக்கம் கெடுதில்லே. நெனச்சா தூங்குற மாதிரி நாம என்ன வரமா வாங்கியாந்திருக்கோம்''

அந்த பெரியவர் சொன்னது உண்மை. நினைத்த மாதிரி வாழும் வரம் எடுத்து வந்தவர்கள்தாம் நினைத்த மாதிரி தூங்கவும் முடியும். அப்படியான கொடுப்பினை அவர்களுக்கு இல்லை.

''புஸ்தகமெல்லாம் எடுடா''

திரும்பத் திரும்ப அடித்தார்.

''புஸ்தகமெல்லாம் கொண்டு வாடா'' பிறகுதான் விடியாத மம்மல் பொழுதில் பாண்டியன் வீட்டுக்கு அவன் வந்தது.

அன்று காலையில் தேர்வு எழுதப் போனபோது, அவர்கள் வீட்டு வளைவு வாசலில் பாண்டியன் தாமதித்தான். வழக்கமாய் அவர்கள் சேர்ந்து பள்ளிக்குப் போவார்கள்.

புத்தகங்கள் இன்றியே பாண்டியன் தேர்வுக்குப் போய் வந்தான். எல்லாப் புத்தகங்களும் புத்தகங்களின் பக்கங்களும் அவன் மனசுக்குள் கிடந்ததால், எழுதுவது எளிதாயிற்று. கணேசன் முழு ஆண்டுத் தேர்வு எழுத வரவில்லை.

எல்லாத் தேர்வுகளையும் முடித்துவிட்டதால் சுமையை இறக்கித் தள்ளியாகிவிட்டது என்ற களிப்பில் காலை எண்ணெய்க் குளியல் எடுப்பார்கள். இருவரும் சேர்ந்து அம்சவல்லி பிரியாணி ஹோட்டலுக்கு நடை விடுவார்கள். திரும்புகையில் நடக்க முடியாது பேருந்தில் ஏறுவார்கள்.

தேர்வு முடிந்ததற்கு மறுநாள் கணேசன் இல்லாமல் பாண்டியன் தனியாகப் போய்வந்தான். ஒரு வாரமாய்க் கணேசனைக் காணவில்லை. அய்யா அடித்த அடியில் அவன் எங்காவது ஓடிப் போயிருப்பான் என்று பாண்டியன் நினைத்தான். நேரில் வீட்டுக்குப் போய் பார்க்கத் தயக்கமாக இருந்தது.

பிரதான சாலையிலிருந்து சுதந்திரபுரம் பிரியும் இடத்தில் வலதுகைப்பக்கம் பெரிய அரிசி ஆலை. திறந்த வெளியில் அரிசி அவித்துக் காயப் போட்டார்கள். அவித்த நெல்லை இழுபலகையால் இழுத்து வந்து இந்தக் கடைசியிலிருந்து அந்த கடைசிவரை விரித்து விட்டார்கள். வெயிலுக்குப் பெண்கள் தலையில் வேடு கட்டியிருந்தார்கள். ஆண்கள் தலைப்பாகை, காக்கி டவுசருடன் வேலை செய்தார்கள்.

பாண்டியன் 'சடெ'டென்று நின்றான். காக்கி அரைக்கால் சட்டையில் எண்ணெய் முழுக்காட்டியதுபோல், வேர்வை சொரசொரவென்று ஊற்ற கணேசன் இழுவை தள்ளிக் கொண்டிருந்தான். அதிர்ச்சியாய் இருந்தது; முகம் சுண்டி வேகமாய் எட்டுப் போட்டான். வேலைக் கடுமையில் இருந்த கணேசன் அவனைக் கவனித்திருக்கவில்லை.

அரிசி ஆலை முடியும் முகணையில், எதிரில் வெள்ளத்தாய் வந்துகொண்டிருந்தாள். கையில் டிபன் கேரியர், தண்ணீர்ச் செம்புடன் கூடை.

''அக்கா நீங்க எங்க இங்க?''

அதிசயம்போல் பார்த்தான்.

''கொழுந்தன் வேலை செய்யுதில்லே, அதான் சாப்பாடு''

அவள் கணேசனை நோக்கிப் போய்க் கொண்டிருந்தாள். இப்போது அவள் முகம் முன்னைவிட, பெரிதாய் பூசணிப் பூப்போல் விரிந்திருந்தது. உள்ளுக்குள் ஊற்றுப் பாய்ந்த மகிழ்ச்சி, முகத்தைக் குளுமையாக்கியிருந்தது.

சில நாட்கள் கழித்துப் பாண்டியனுக்குச் சேதி தெரியவந்தது. இப்போது அவர்கள் பழைய வீட்டில் இல்லை. கணேசனும் ஆத்தாவும் வெள்ளத்தாயும் சேர்ந்து வேறு வீடு பார்த்துத் தனிக் குடும்பமாகி விட்டிருந்தார்கள்.

# நிலாக்காலம்

வீட்டைக் காலி செய்யவிருப்பதாக அம்மாவிடம் அவர்கள் ஒரு வார்த்தை சொல்லவில்லை.

ஏட்டு நரசிம்மனுக்கு மதுரையிலிருந்து போடி நகருக்கு பக்கமான மலையடிவார ஊருக்கு மாறுதலாகியிருந்தது. சொந்த ஊருக்கு 50 கி.மீ-ல் மாறுதல் கிடைத்தது. சேதி வெளியே கசிந்து விடாமல் பூட்டிய வீட்டுக்குள் சந்தோசத்தைக் கொண்டாடினார்கள். அக்கம் பக்க வீடுகளுக்கு எதுவும் தெரியவில்லை. பூட்டப்படாமல் எப்போதும் மனசைத் திறந்து வைத்திருக்கிற பக்கத்து வீட்டு வரதனின் அம்மாவிடம் கூட தெரிவிக்கவில்லை.

சொக்கையா வளவில் வரிசையாய் ஐந்து வீடுகள். வளைவுக்குச் சொந்தக்காரரான சொக்கையாவுக்குத் தகவல் சொல்லியிருக்க வேண்டும். அவருக்குத் தெரியாது காலி செய்யும் சாத்தியமில்லை. பக்கத்து வீட்டுவாசிகளுக்குத் தெரியாதிருக்க, உறுதி கொடுத்திருப்பார். ஒரு போலீஸ்காரருக்கு காக்கிச் சட்டை, லத்தி, அரட்டு போன்ற சௌகரிய சாதனங்கள் வாய்த்திருக்கின்றன. வீடு காலிசெய்யும் சேதி எவர் மூலமும் அடுத்த வீட்டுக்குத் தெரியாமல் ரெட்டைக் கவனிப்பாய் நடமாடியிருக்கிறார்கள்.

இரவு முழுவதும் பெய்த பொசும்பலில் தெரு மொழுகிவிடப் பட்டதுபோல் கிடந்தது. இரவு 11 மணி மில் வேலையிலிருந்து திரும்பியவர்கள் நசநசத்த மழைக்கும் கூதலுக்கும் தப்பித்து,

கூட்டுக்குள் அடங்கினார்கள். சாமக்கோழிகள் நடுங்கி அனத்தலின்றிக் குக்கியிருந்தன. நடுச்சாமம் ஒரு மணியிலிருந்து இரண்டு மணிக்குள் காலிசெய்து சாமான்களை ஏற்றியிருக்கிறார்கள். நடமாட்டமில்லாத தெருவில் ஒரு மணிக்கு ஒரு போலிஸ் லாரி நின்றது. சாமான்களை அடுக்குவது, மூட்டை கட்டுவது முன்கூட்டியே இரண்டு நாட்களாய் நடந்திருக்க வேண்டும். கண்மாயில் நடக்கும் மண்வெட்டுப் போலத்தான் நடந்துள்ளது. வரிசையாய் நின்றபடி, அடுத்த ஆளிடம் மண்கூடையை மாற்றித் தருவதுபோல் சாமான்களை மாற்றி வாங்கி ஏற்றியிருக்கிறார்கள்.

ஏட்டு நரசிம்மனுக்கு போலீஸ்காரன் புத்தி உண்டென்பதும் அது எந்த அளவுக்கு உண்டென்பதும் வரதனுக்கும் அம்மாவுக்கும் தெரியும். போலீஸ்காரனைவிட கூடுதலாய், அவ்வளவு சூதானத்தை உள்ளுக்குள் கொண்டிருந்தாள் தங்க மீனாட்சி, அவனுடைய சம்சாரம்.

புருஷனுக்குப் பொருத்தமான பொண்டாட்டிக்காரியாய் ஒவ்வொரு பெண்ணும், கல்யாணத்தின் பின் இணைவாகிக் கொள்கிறாள். இன்னும் கல்யாணமாகாத சுந்தரியும் குடும்பத்தின் கூட்டுச் சதிக்கு உடந்தையாக இருந்திருக்கிறாள் என்பது ஆச்சரியமாயிருக்கிறது.

''களவாணிக் குடும்பமாயில்ல இருந்திருக்கு; முன்கூட்டியே தெரியாமப் போச்சி''

அம்மா கண்கலங்கி வரதன் இதுவரைக்கும் கண்டதில்லை.

போலீஸ் குடும்பம் தப்பித்துப் போவதற்கு முன்னதான இரவில் லேசாய் நாதாங்கியை அசைத்து அம்மாவைக் கூப்பிட்டு சுந்தரி ரகசியத்தை அவிழ்த்திருக்க முடியும்.

சுந்தரியும் அதிலொரு ஆளாய் அம்மா சொன்னதை நிரூபித்திருக்கிறாள்.

பா. செயப்பிரகாசம்

மூக்கொழுக, இடது கையில் இழுகிக் கொண்டு, வலது கையால் பேன் பற்றிய பரட்டைத் தலையை, வறட் வறட்டென்று, சொறிந்துகொண்டு வந்து - அம்மாவிடம் தலை பார்க்கக் கொடுத்த காலம் முதல் அம்மாவுக்கு அவளைத் தெரியும். ஏழு வருடகாலமாய் சுந்தரி அம்மாவை அறிவாள். அவளுக்கு அம்மாவைத் தெரிந்தவைகளோடு, வரதன் தெரிவித்தவைகளும் சேர்ந்திருந்தன.

இடைநிலைப்பள்ளியில் எத்தனை வகுப்பு உண்டுமோ, அவ்வளவுதான் படிக்க முடியும். சுந்திரி எட்டாம் வகுப்போடு நிறுத்திவிட்டாள். பிரேமா இடைநிலைப்பள்ளி, அதுவே உயர்நிலைப் பள்ளியாக உயர்ந்திருந்தால் சுந்திரியும் உயரமாய்ப் போயிருப்பாள். கஷ்ட ஜீவனம் நடத்தும் ஆலை வட்டாரத்தின் பிள்ளைகள் எல்லோரும் படித்து, கல்வியறிவில் மேலே வந்திருப்பார்கள்.

சுந்திரியின் அப்பா போலீஸ்காரர். அவருடைய நான்கு பிள்ளைகளையும் பிரேமா இடைநிலைப் பள்ளியில்தான் சேர்திருக்கிறார். போலீஸ்காரர் என்பதாலும், போகவர பேசச் செய்ய இருந்ததாலும், சுந்தரியை எட்டாம் வகுப்போடு நிறுத்தியபோது, கோவிந்தராஜுலு சொன்னார். ''படிப்பு வரல. மேக்கொண்டும் படிக்க வைக்கலே. பள்ளிக்கூடத்தில் சின்னச் சின்ன வேலைகள கவனிக்க, 'அட்டெண்டர்' வேலை போட்டுத் தர்றேன்''

படித்த பள்ளியிலேயே ஒரு வாத்தியாராக வரலாம், பள்ளி எல்லைகளைத் தாண்டி வெளியில் சாந்துச் சட்டி சுமக்கும் சித்தாளாகக் கூட ஆகலாம். ஆனால் படித்த இடத்திலேயே வேலைக்காரியாக சேருவதா என்ற சுயமரியாதை மேலிட, ஏட்டு நரசிம்மத்தின் மனைவி தங்க மீனாட்சி தடுத்துவிட்டாள்.

முக்கியமான காரணம் - ஒரு போலீஸ்காரனின் குடும்பம். இது போன்ற குடும்பத்தில், மூத்த பெண் பிள்ளையானால் எது

நடக்குமோ, அது சுந்தரிக்கு நடந்தது. சுந்தரியை பிள்ளை தூக்கப் போட்டார்கள்.

## 2

விலைகூடிய பாத்திரங்களை, சாமான்களை பாத்திர வியாபாரி கொண்டு வருவதில்லை. வட்டாரத்து சனங்களின் வாங்கும் சக்தியை கணக்கிட்டு குறைவான விலையில் அலுமினிய, எவர்சில்வர் சாமான்களை தலைச்சுமையாய்க் கொண்டு வந்தார்.

ஐந்து வீடுகளிலும் பாத்திரம் பேசி வாங்கிக் கொண்டிருந்தார்கள். வியாபாரிக்கு பாத்திரக் கணக்கு மனக்கணக்காக இருந்தது. சதுரம், வட்டம், தூக்கு, குத்துப் போகாணி, தட்டு, கிண்ணம் என்று ஒவ்வொரு எண்ணத்திலும் எத்தனை என்று கணக்கு ஊறிக் கிடந்தது. கடைசியாய் எல்லோரும் எடுத்ததுபோக எண்ணிப் பார்த்ததில் ஒரு எண்ணம் குறைந்தது.

"ஒரு சாமான் குறையுதே" என்றார்.

ஒவ்வொருவரும் அவரவர் கையில் வைத்திருந்ததைக் காட்டினார்கள். வியாபாரிக்குத் திருப்தியில்லை. கண்டுபிடிக்காமல் விடுவதில்லையென வியாபாரி களமிறங்கிவிட்டார். "திருட்டுப் பொருள் அது. எடுத்திட்டுப் போனவங்க கொண்டு வந்து வச்சிருங்க" எவரிடமும் அசைவில்லை. சாமான் வாங்கிக் கொண்டிருக்கிறபோது நடுவில் வீட்டுக்குள் போனவள் சுந்தரி.

"இந்த வீட்டுக்குள்ளதான் இருக்கு"

வியாபாரி திட்டவட்டமாய் நின்றார். எடுத்த பொருளை திருப்பி ஒப்படைக்காவிட்டால், அந்த இடத்தை விட்டு அசையப் போவதில்லை என்று தெரிந்தது.

பா. செயப்பிரகாசம்

"என்னடா, துயரமாப் போச்சு, ஒன்னைக் கூட்டிட்டு வந்ததுக்கு வெனையா? மத்தியானச் சாப்பாடும் நா சேத்து வைக்கணும் போல" என்றாள் சீதையம்மா. சீதை நான்காவது வீட்டில் வாழுகிறாள். வியாபாரியைக் கூப்பிட்டது, தலைச்சுமையை இறக்கிவைக்க கை கொடுத்தது எல்லாமும் சீதைதான். இப்போது பொறுப்பு அவள் மீது வந்துவிட்டது.

சுந்தரி வீட்டுக்குள் போனவள் வெளியே வரவில்லை. கர்ப்பிணியான தங்க மீனாட்சி வீட்டுக்குள்ளிருந்து அசைந்து அசைந்து வெளியே வந்தாள். இப்போது அவள் ஐந்தாவது குட்டியை வயற்றிலிருந்து பூமிக்கு அனுப்ப தயாராகிக் கொண்டிருந்தாள்.

"இதா பாருங்க. அயத்தாப்புல உள்ள கொண்டுபோய் வச்சிட்டா போல"

சின்ன எவர்சில்வர் எண்ணெய்ச் செப்பைக் கொண்டு வந்து கொடுத்தாள்.

ஒரு குமரி இப்படிச் செய்வாளா என்று ஆச்சரியப்பட்டாள் வரதனின் அம்மா.

திடீரென சூரியனைப் பார்த்ததும் கண்கூசுவதுபோல், அவளது இந்த பக்கங்களைக் காண வரதனுக்கு மனசு கூசியது. வியாபாரி கையளித்து விட்டுப்போன களவாணிப் பட்டமும் சேதிகளும் அவனைக் குடைந்து கொண்டிருந்தபோது, திடீரென சுவரில் தொங்கவிட்ட தன்னுடைய சட்டைப் பையைத் தேடிப் பார்த்தான். சொருகியிருந்த. பேனா, வைத்திருந்த பணம் சரியாகவே இருந்தது. எப்படி இப்படியொரு எண்ணம் தோன்றியது என அவனுக்குத் தெரியவில்லை. முதலில், சுந்தரி அவனுடைய வீட்டுக்குள் வருவதில்லை. வாசற்படிக்கு வெளியில் முழு உருவமும் தென்படாமல் அத்தை என்று காற்றுப்போல், அவளது குரல் சத்தமற்று வரும்... கடுகு, சீரகம்,

சீனி, மிளகாய்த்தூள் என்று எந்தப் பண்டத்தில் எவ்வளவு வாங்கிப் போனாளோ, அதே பண்டத்தில் அளவு குறையாமல் திரும்பி வந்தது.

அவளைப் பார்க்கவோ, அவளுடன் பேசவோ, அறுவெறுப்பாய் உணர்ந்தான். இதுவரை அவள், அவனுக்கு எதுவும் இல்லை. இனிமேலும் அவனுக்கு யாராகவும் இருக்கப் போவதில்லை என்று நினைத்தான். அவனது உள்முடிவுகளையும் மீறி, கரைகளை உடைத்து வீசி - நெருப்பையும் தண்ணீரையும் இணைப்பது எதுவோ - தொலைவு தொலைவாய் நிற்கும் சூரியனையும் நிலாவையும் ஒரு முடிச்சுக்குள் கொண்டு வருவது எதுவோ - அந்த சூனியக்கார இளமை சுறுசுறுப்பாய் எதிரெதிர் குணங்களை இணைத்தது. எட்டாம் வகுப்பிலிருந்து நின்றுவிட்ட மூன்று ஆண்டுகளில் இருவரையும் அது பாசப் பேரலைகளுக்குள் லாவகமாய் அடித்து வீசியிருந்தது.

## 3

சமையற்கட்டில் மும்முரமாய் வேலையிலிருந்த அம்மாவிடம் மகிழ்ச்சியாய் தெரியப்படுத்தினான்.

"இந்த வருசம் எனக்கு உதவித்தொகை வந்திருக்கு"

"எவ்வளவு?"

"ஆயிரம்"

"ஏமாத்திற மாட்டானே"

"இல்லம்மா"

"சரி, வந்தாக் குடு"

பெரும்பாலான அம்மாக்கள் போலவே அவளும் ஏமாற்றப்பட்ட கதைகளோடு இருந்தாள். ஏமாறுவதற்கென்றே வரம் வாங்கி வந்தவள் அம்மா என்று வரதன் நினைத்துக் கொண்டான்.

பா. செயப்பிரகசாம்

## 4

தைப்பொங்கலின் பிரியமான அடையாளங்கள், எல்லாமும் தொலைந்து விட்ட நகரம், கோலமிடுவதை மட்டும் மிச்சமாக வைத்திருந்தது.

ஆலை வட்டாரத்திலிருந்த ஒவ்வொரு வளவுக்கு முன்னும், சில வீடுகளில் சிறு பல்பு பொருத்திய 'ஸ்டார்கள்' ஆடின. கிறித்துமஸ், ஆங்கிலப் புத்தாண்டு விழாக்களின்போது மட்டும் எங்கோ ஒரு தெருவில் எப்போதோ ஒரு வீட்டில் ஆடிய 'ஸ்டார் கலாச்சாரம்' தமிழர் திருநாளுக்கும் தாவி விட்டது.

வெளியிலிருந்து பத்தரை மணிக்கு இரவில் திரும்பிய வரதன், சுந்தரி கோலம் இடுவதில் மூழ்கியிருந்ததைக் கண்டான். மற்ற வீட்டுப் பெண்கள் கோலம் போட்டு முடித்து தூங்கப் போயிருந்தார்கள். ஒவ்வொரு வீட்டு முன்னும் கோலங்கள் வகைவகையாய்ப் பூத்திருந்தன. எந்தக் கோலத்திலும், தடம் பதிக்காமல், சிறு சேதாரமும் விளையாமல் பெருவிரல் ஊற்றி நடந்தான். கோல வெளிப்பாட்டைக் குலைக்க மனமில்லாது அவள் பின்னால் நின்றான். வந்த காலடியோசையை காதில் வாங்கியதாகத் தெரியவில்லை. பின்புறமாய் நின்று கவனிக்கிறான் என்று உணர்த்தி இல்லாமல், குனிந்த தலை நிமிராமல் அந்தப் பெண் மூழ்கிக் கிடந்தாள். ஒருச்சாய்த்துத் திறந்திருந்த அவளுடைய வீட்டுக் கதவு, கோலமிட ஒளி காட்டியது.

வலப்பக்கமாய் கடந்து வீட்டுக்குள் நகர்ந்தான். அவனைக் கண்டதும், உட்கார்ந்த நிலையில் லேசாய் உதடு திறந்து, நாக்கை மேலண்ணத்தில் சொடுக்கி 'இஸ்' என்று ஒலி அனுப்பினாள். அச்சூழலில் அந்த சத்த இழுவைக்கு நிறைய அர்த்தங்கள். ஒன்று - இப்போதுதான் வருகிறாயா? இரண்டு - உன்னுடன் நிறையப் பேச வேண்டும்.

வலது கையை மடக்கி, பெருவிரலை வீட்டுப் பக்கம் காட்டி, போய் விட்டு வந்து விடுகிறேன் என்று சைகையில் சொன்னான். மொழி மௌனிக்கிற காதல் பொழுதுகளில், சைகை மொழியின் இடத்தை எடுத்துக் கொண்டது.

அவன் வெளியில் வந்து பார்த்தபோது, அவள் தொட்ட இடமெங்கும் பூக்கள் சிந்திக் கிடந்தன. இடது கன்னத்தில் வழிந்த முடிக் கற்றையை லாவகமாய் ஒதுக்கியவள், கடைசிப் பூவை மலர வைத்துவிட்டுக் கொண்டிருந்தாள்.

வீட்டுக் கதவுகளின் வெளி நாதாங்கியை இழுத்துப் பூட்டிவிட்டு இருவரும் வந்தார்கள். இவர்கள் திறந்துதான் உள்ளே இருப்பவர்கள் வெளியே வரமுடியும்.

வீட்டு எதிரிலிருந்த பசுமாட்டுக் கொட்டகை அவர்களின் காதல் கூடாரம். பல இரவுகளில் அவர்களின் பேச்சுகள் அங்கேதான் நடந்தன. உரையாடல்களைத் தொடர்ந்து கேட்ட பசுக்கள், ஜீரணிப்புக்காக தொடர்ந்து அசை போட்டுக் கொண்டிருந்தன. படுத்திருந்த இரு பசுக்களிடையே நின்றாள் அவள்.

"இப்பத்தான் பசங்களுக்கு ஸ்டார் செஞ்சு முடிச்சேன். பசங்களைத் தூங்க வச்சிட்டு கோலம் போடலாம்னா, நீங்க வந்து பின்னால நிக்கிறீங்க... சீ"

அவள் வாய் மணத்தது. பிளந்த சீத்தாப்பழ வாசனை வீசியது. வாய் என்ற மெல்லிய புலவு வாசனை அப்படித்தான் இருக்கும் போல. நெருக்கத்தில் நின்ற அவன் மூக்கில் வாசனை பரவியது. வரதன் வந்ததையும் பின்னால் நின்றதையும் அவள் கவனித்திருக்கிறாள். பார்வையையும் கைகளையும் கோலத்தில் முன்னுக்கு நிறுத்தி, மூளையைப் பின்னுக்கு நிறுத்திப் பார்த்துக் கொண்டிருந்திருக்கிறாள்.

எவ்வளவு நேரம் நிற்பான் பார்ப்போம் என்று கண்டும் காணாததுபோல் இருந்ததில் ஏற்பட்ட நளினம் அரை வெளிச்சத்திலும் பொங்கி வழிந்தது.

அவளுடைய உதடுகளை லேசாய்த் தடவினான்.

"இங்கிலீஸ் படமா..." என்றாள்.

பதில் சொல்லாமல் பார்த்து நின்றான்.

"இங்கிலீஸ் சினிமாவைப் பாத்திட்டு இப்படியெல்லாம் கேக்குதா?"

அவள் கையைப் பிடித்து விரித்து, அதில் ஒரு புத்தகத்தைத் திணித்தான். என்னது இது என்பதுபோல் மங்கிய ஒளியில் ஏறெடுத்துப் பார்த்தாள்.

"கல்லூரி மலர். ஒவ்வொரு வருசமும் வரும்"

"நீங்க எழுதி இருக்கீங்களா?"

"இருக்கு. படிச்சுப்பாரு"

கெட்டியாய் பிரவுன் வண்ணத்தில் அட்டை போட்டிருந்தான்.

"அட்டையெல்லாம் போட்டிருக்கு"

"பத்திரமா வச்சுக்கோ. நான் கேக்குறபோது கொடுத்தாப் போதும்"

"இத வச்சி நா என்ன பண்ணப் போறேன்"

விசனத்துடன் அவள் கேட்பது போலிருந்து.

அவன் வாங்கிய கல்லூரி உதவித்தொகை ஆயிரம் ரூபாய் பாதுகாப்பாக கல்லூரி மலர் அட்டைக்குள் ஒளிந்திருந்தது. உனக்குத்தான் எனச் சொல்லி ஆச்சரியப்படுத்த நினைத்தான். இன்னொரு நாள் சொல்லிக் கொள்ளலாம்.

பின்னொரு நாளில் கல்லூரி உதவித் தொகை கிடைக்கவில்லை என்று அம்மாவிடம் தெரிவித்தான்.

"ஒன் வாயில கஞ்சியைக் கரைச்சி ஊத்த" சலிப்பையும் வெறுப்பையும் கரைத்தெடுத்து, நாகரிகமாய் முகத்தில் வீசியடித்த சாணிக் கரைசல் அது. அவன் முகத்தைக்கூட அம்மா திரும்பிப் பார்க்கவில்லை.

### 5

காலங்களை விட வேகமாக நிகழ்ச்சிகள் நடந்தேறி விடுகின்றன. கல்லூரி என்.சி.சி.யில் தென் மண்டலத்திலேயே சிறந்த வீரானாகத் தெரிவு செய்யப்பட்டிருந்தான். டெல்லியில் நடந்த சிறந்த வீரர்களுக்கான இருமாதப் பயிற்சியில் கலந்துகொள்ளச் சென்றான். பயிற்சி முடித்த கையோடு, புதுடில்லி குடியரசு தினவிழா அணிவகுப்பில் பங்கேற்பு.

இரு மாதங்களில் பின் திரும்பிய அவனை சொக்கையா வளவு வித்தியாசமாக வரவேற்றது. வழமையிலிருந்து ஏதோ புரண்டு நின்ற காட்சி கிடைத்தது. அது சாவாக இல்லாதவரை எந்த இழப்பானாலும் தாங்கிக் கொள்ளக்கூடியது. அவன் எதிர்பார்த்த அந்த வீடு பூட்டியிருந்தது. குடும்ப சகிதம் வெளியில் போயிருப்பார்கள் என நினைத்தான்.

வீட்டுக்குள் போய் உடை களைந்து, முகம் கழுவி, பயண அலுப்புத் தீர உட்கார்ந்தபோது அம்மா கண் கலங்கினாள்.

"ஏமாத்திட்டாளப்பா"

அம்மா எதைச் சொல்கிறாள் என அவனுக்குப் புரியவில்லை. தான் சம்பந்தப்பட்ட யாதொரு செய்தியும் அவளோடு பகிர்ந்து கொள்ளவில்லை. அவள் சொன்ன சொல் அது குறித்ததாக இருக்காது. அம்மாவின் முகத்தை ஏறிட்டபோது

"எல்லாரையும் ஏமாத்திட்டுப் போயிட்டாளய்யா"

இரு கண்ணீர்ப் பொட்டுகள் அம்மாவின் முன் கையில் மினுமினுத்தன. சமையற்கட்டில் அமர்ந்திருந்த அம்மாவையும் முன்னாலிருந்த அருவாமனையையும் பார்த்தான். அருகில் நறுக்கி வைக்கப்பட்ட காய்கறிகள் இருந்தன. அம்மாவின் முன் சம்மணம் போட்டு உட்கார்ந்தான்.

"என்னம்மா" என்றான் இளகிய குரலில்.

"அவ கொடுமையை என்னன்னு சொல்ல"

அம்மா திறந்து வைத்தது வேறொரு கதை.

அம்மாவும் போலீஸ்காரர் சம்சாரமும் தாயாய்ப் பிள்ளையாய் நெருங்கியிருந்ததை அவன் கண்டிருக்கிறான். சொக்கையா வளவு உண்டான நாளில் அவன் குடும்பம் முதலில் குடியேறியது. அதன்பிறகு, இரண்டு வருடம் கழித்து போலீஸ்காரர் குடும்பம் வந்தது. தங்க மீனாட்சிக்கு அந்த வளைவுக்கு வந்த பிறகு மூன்று குழந்தைகள் பிறந்தன. அவள் உண்டான போதும், பிள்ளைகள் பிறந்தபோதும் கர்ப்பிணி, பிள்ளைத் தாய்ச்சி என்ற இரு கட்டங்களையும் தங்க மீனாட்சி தடையில்லாமல் தாண்டி வர அம்மா கவனித்தாள். என்ன இருந்தாலும், கை வேலையை விட்டுவிட்டு தங்க மீனாட்சி கூப்பிட்ட குரலுக்கு போய் அம்மா நின்றாள்.

ஐந்து, பத்து அவ்வப்போது உதவுவாள். அவ்வளவுதான் சாத்தியமானது. மளிகை பாக்கி, பால் பாக்கி என்று சுற்றியும் சில்லரை சில்லரையாய்க் கடன்கள், வெளியில் யாரிடமாவது ஆயிரம் ரூபாய் கடன் வாங்கித் தரும்படி தங்க மீனாட்சி கேட்டிருக்கிறாள். ஆலை வட்டாரத்தில் மூன்று வட்டிக்குக் குறைந்து பணம் கிடைக்காது. சிறு சிறு அரிப்புகளைத் தீர்த்துவிட்டு மொத்தமாய் ஒரே கடனாய் நிற்கட்டும் அம்மாவிடம் விம்மலும், வெதும்பலுமாய் நின்றிருக்கிறாள்.

அம்மா ஏமாந்து போனாள்.

"நா மதிமறந்து தூங்கிட்டன்யா, நல்ல மழை. தெருவிலயும் ஒரு குஞ்சு, குருமான் இல்ல. அய்யாவும் இல்ல. இரவு ஷிப்டுக்குப் போய்ட்டார்னு தெரிஞ்சே அன்னைக்குன்னு திட்டம் போட்டு செய்திருக்கிறா" புலம்பியபடி அம்மா தொடர்ந்தாள்.

"வெட்டிட்டுப் போயிட்டாள் மோசக்காரி,

களவாணிக் குடும்பமாயில்லை இருந்திருக்கு"

அய்யாவுக்குக் கூடத் தெரியாமல் அம்மா வட்டிக்கு வாங்கி உதவியிருக்கிறாள்.

சுந்தரி கையிலிருந்த கல்லூரி மலர். அவளுக்குத் தெரியாமல் அட்டைக்குள் ஒளித்து வைக்கப்பட்ட ஆயிரம் ரூபாய் "அதில ஆயிரம் ரூபாய் இருக்கு. எடுத்துக்கோ பிரியப்பட்டதை வாங்கிக்கோ" என்று சொல்லலாம் என எண்ணியிருந்து, சொல்ல முடியாமலே ஓடிவிட்ட நாட்கள். வாய்ப்பு வராமலே போயிற்று. பிரித்துப் பார்க்காமலே அவளால் அறியப்படாமலே போயிருக்குமா? அவர்களுக்கிடையில் இருந்த நட்பை, அவளுக்கேயுரிய மெல்லிய மொழியில், தனியாய் இருக்கையில் அம்மாவிடம் வெளிப்படுத்தியிருக்க முடியும். குறைந்தபட்சம் 'அவர்ட்ட படிக்க வாங்கியிருந்தேன்' என்று கல்லூரி மலரையாவது கொடுத்து விட்டுப் போயிருக்க முடியும். அம்மா அவர்களுக்கிடையேயான சிநேகிதத்தைப் புரிந்து கொண்டிருந்திருப்பாள். ஒரு குறிப்பும் தெரிந்துவிடாது, ஒரு தடயமும் விட்டுச் செல்லாமல் எல்லாவற்றையும் உதறிவிட்டுப் போக அவளை நிர்ப்பந்தித்தது குடும்பக் குணமா, அவளுடைய குணமா என நினைத்தபோது, புழு குடைந்து மனசு சிவப்பானது. டெல்லி போயிருந்த காலத்தைக்கூட, அவள் காலி செய்துகொண்டு போவதற்கான சந்தர்ப்பமாக ஆக்கியிருக்கக்கூடும்.

"எங்ஙனையாச்சும் கேட்டு, ஒரு ஆயிரம் ரூபாய வாங்கிக் கொடுய்யா, அவ கடனைத் தீத்துர்றேன்"

பெற்ற உருவத்தை அப்படியாய் கண்ணீர்க் கோலத்தில் பார்க்க திராணியில்லை. உள் வெக்கையை உதற காற்றாட வெளியில் நடந்து போனால் நல்லது என எண்ணினான்.

எதிரில் நின்ற மாட்டுக் கொட்டகையும் மங்கிய ஒளியும் நினைவில் மோதின. தனக்குப் பின்னாலேயே "ஒன் வாயில கஞ்சியைக் கரைச்சி ஊத்த" என்ற ஒரு குரல் துரத்திக் கொண்டு வருவதை உணர்ந்தான்.

சில மாதங்களின் பின், மஞ்சள் தடவிய ஒரு திருமண அழைப்பிதழ் வந்திருந்தது.

# மனிதனைத் தின்னும் சிங்கங்கள்

ராமகிருஷ்ணனை அவனுடைய பூர்விகத்தில் போய்க் கண்டெடுத்தார்கள். முள்ளிப்பட்டி என்ற பூர்விகத்தில் வாக்காளர் பட்டியலில்,அவனுடைய தாயார் பெயர் இருந்தது. அவனுடைய அம்மா செண்பகவல்லியோடு அவளுடைய தாயார் ஈஸ்வரி தேவியும் வாக்காளர்பட்டியலில் உயிர்த்தெழுந்தார்கள்.

கட்டக்குள மக்களுக்கு குடிநீர்த் தொட்டி, கழிவுநீர் வாய்க்கால், பள்ளிக்கூடம் எதுவும் ஊரைத் தொட்டதில்லை. மின்சாரம் வந்திருந்தாலும், பாதிநேரம் பேசாது. வீட்டுமுற்றத்தில் ஒரேயொரு மண்பானைத் தண்ணீரை வைத்து நடந்து நடந்து குளிப்பார்கள். காடுகரையில் அலைந்து திரும்புகிறவர்களுக்கு இரவுக்குளியல் சௌகரியமானது. முற்றம் நனைப்பு, வேர்வை இல்லா உடல்,தன் மறந்த தூக்கமென்று பல சௌகரியப் பலன்கள் உண்டாகின, ''முத்தம் நனைஞ்சது, முதுகு நனையலயே மாமா'' கடந்து போகிற பெண்டுகள் அப்போது கேலி செய்வார்கள்.

'' எண்ணி, எண்ணிக் குளிக்கிறது, அப்படித்தான்''

''அதுக்காக இப்படியா?'' ஒரு பெண் கவலைப்பட்டாள்.

''ஏன், முதுகு தேய்ச்சி விட வாறியா?''

மாமா கேட்டார்.

''எங்க, அக்காவைக் காணோம்''

கோபமாய் அந்தப் பெண், வீட்டினுள்ளே பார்வையை எட்டிப் போட்டாள்.

''வம்பாய் வாயைக் கொடுப்பானேன், வாங்கிக் கட்டிக் கொள்வானேன்'' என்கிற மாதிரி மற்ற பெண்கள் அவளைக் கூட்டிப் போனார்கள்.

ஒவ்வொரு வீட்டு முற்றத்திலும் பெரிய மொடா பூமியில் புதைக்கப்பட்டிருந்தது வீட்டுக்குள் புழங்கும் தண்ணீர் மொடாவில் நிறைந்தது. அந்த சலதாரையை தகரப் போகாணியில் கோரி முற்றம் முழுதும் வீசினார்கள். நிலவெக்கை தணிந்த முற்றம், குளிர்ச்சி சுமந்து, தூக்கத்தை ஏந்தி ஏந்தித் தந்தது.

கோடைக்குளிர்ச்சிக்கு வீட்டுக்குள் சாத்தி வைக்கப்பட்ட பனைநார்க் கட்டில்கள், வெளியில் வந்தன. மடக்குக் கட்டில்களும் முற்றம் சேர்ந்தன. அந்த வசதி இல்லாதவர்கள் கோரைப் பாய் விரித்தார்கள். அறுத்துக் கட்டிப்போட்ட சோளத்தட்டைக் கட்டுகள்போல் தெருவெங்கும் கிடந்தன தூங்கும் உடல்கள். ஆணும் பெண்ணும் மொத்தமாய்க் கிடந்த வீதியில், தென்காற்று எல்லோரையும் விசாரித்து ராத்திரியில் நடக்கும்.

தெற்குத்தெரு பாலவ்வாப் பாட்டியின் கார வீட்டு முற்றத்தில் செங்கல்கொண்டு கட்டிய தொட்டி, வீட்டுக்குள்ளிருந்து வந்து விழும் சலதாரையை, சிறுவாளியால் கோரி, முற்றத்தில் வீசிய பின், மீதியை குடம் குடமாய் தலையில் சுமந்து தெற்குத் தெரு முகனையிலிருக்கும் தோட்டத்தில் கொண்டு போய்க் கொட்டினான் ராமக்கட்டி. கச்சைத்துணியில் (காடா) வட்டக் காலர் வைத்துக் தைத்த பாடி, இடது கைப்பக்கம் இடுப்புக்கு கீழே பை, பையில் வெள்ளையாய் நாமக்கட்டி. தலையில் கழிவுநீர்ப் பானை ஏந்திய சும்மாடு. நிரந்தரமாய், பரமசிவன் தலையில் சுமந்து திரியும் நிலாபோல், இது அவன் நடுத்தலையில் உட்கார்ந்திருக்கும். பானையிலிருந்து தளும்பும் தண்ணீர், தலைவழியாய், முகம் நனைத்து, தோள்பட்டையில் வடியும். மாட்டுவண்டிப் பாதை தாண்டி, கொட்டாரத்தில் (தோட்டம்) கொண்டு போய்க் கொட்டும்வரை, உதடு பிரிக்கமாட்டான்.

கொட்டாரத்துக்கு தண்ணிப் பானை சுமக்கையில், அவனைச் சீண்டிப் பேச வைக்க பெருமுயற்சி செய்வார்கள். 'ஈய் ராமக்காளை' என்று சிறுசுகள் இடுப்பில் கிச்சங் காட்டுவார்கள். கிச்சங் காட்டுவது, கிள்ளுவது, வெள்ளைக் காக்கா பறக்கு கேலி-எதற்கும் சட்டை செய்யாமல் வைராக்கியமாய் கொட்டாரம் போய்ச் சேருவான். வெறும் பானையுடன் திரும்பி வருகையில் என்னக்கா, கூப்பிட்டே என்பான். சலாவத்தாய் அவர்களது வீட்டு வாசற்படியில் திண்ணையில் பேச்சுப் பழக்கம் போடுவான்.

சிந்தும் சலதாரையில் நெற்றி நாமம் இழுகிக் கரைந்தது. இடதுபக்கம் பையில் தயாராய்க் கிடக்கும் நாமக்கட்டியை எடுத்து, திரும்ப ஈரத்திலேயே போட்டுக் கொள்வான். நாமம் போட்ட நெற்றியும் சலதாரைப் பானைத் தலையுமாய் கட்டக்குளம் அவனைக் கண்டிருந்தது. ராமகிருஷ்ணன் என்ற அவனது பூர்வீகப் பெயரைக் கழற்றி விட்டு, ராமக்கட்டி என்று கிராமத்தார் நாவில் பதிய வைத்துக் கொண்டார்கள்.

பாலவ்வா வீட்டு முன்னால் போடப்பட்ட வழவழப்பான பட்டியல் கல்லில் எதிரில் இரண்டு தெரிந்த ஊர்க்கார முகங்கள். முன்பின் அறிந்திராத முகங்கள் மேற்கே களத்துப் பொட்டலில் இருக்கிற மடத்துக்கு அழைத்துப் போனார்கள். கனத்த இரவினூடே கசிந்த மெல்லிய பேச்சில் வெளிப்பட்ட சேதி அதிசயமானது. ராமக்கட்டி இந்திய சனநாயகத்தில் வயசுக்கு வந்துவிட்டான் என ஆதாரத்துடன் காண்பித்து விளக்கினார்கள். இந்தியாவில் 18 வயதைத் தொடுகிற ஒவ்வொரு வாலிபனும் முழு மனிதனாகி விடுகிறான்.

ராமக்கட்டிக்கு புதிராக இருந்தது. அவன் பெரிய எழுத்துக் கதைகள் படித்திருக்கிறான். பெரியவர்கள் பக்தியுடன் படிக்கும் புராணங்கள் கேட்டிருக்கிறான். அவன் பெற்ற கல்வியில் இவர்கள் சொல்வது போல் 18 வயது தொட்டதும் ஒரு பையன் முழுமனிதனாக மாறிவிட்டதாக எங்கும் இல்லை. வாக்களிக்கும் வயது 21 என்றிருந்தவரை இந்தியாவின் ஒவ்வொரு ஜீவனும்

புல் பூண்டு, புழு போல ஐந்தறிவு அற்ப உயிர்களாகவோ அல்லது அரை மனிதர்களாகவோ இருந்தார்களா? வாக்களிக்கும் வயது 18 என்றானதும் இந்திய சனநாயக அகராதி அரை மனிதர்களை முழு மனிதனாக்கிவிட்டது.

''இன்னியிலிருந்து தம்பி நீங்க ஒரு முழு ஆளு''

அவன் கையில் வாக்காளர் அடையாளச் சீட்டைத் திணித்தார்கள். கவனித்தான். முள்ளிப்பட்டி என்ற அவனது ஊர்.

அதன்பிறகு அவனுடைய சிந்தனைப் பாதை அவர்களுடைய பாதையாக மாறிவிட்டது.

அவனுடைய பூர்விக இடமான முள்ளிப்பட்டியை இடைத் தேர்தல் உசுப்பிவிட்டிருந்த்து.

கட்டக்குள ராமக்கட்டியை முள்ளிப்பாடி ராமகிருஷ்ணனாக்கிய சேதி தெரிந்து ''நீ வா இப்போதே அழைத்துப் போகிறேன் முள்ளிப்பட்டிக்கு'' என்று வேப்பமரக்காற்று வடக்கு நோக்கி நகர்ந்தது. அசையும் கிளைகள் ஏதோ பேசுகிறது என்பதுபோல் ஏறிட்டான் ராமக்கட்டி. வேப்ப மரத்தை ஏறிட்ட அவன் பார்வை வேறெதையோ யோசிக்கிறான் என்பதுபோல் வந்திருந்தவர்களுக்குப் பட்டிருக்க வேண்டும்.

''என்ன தம்பி யோசனை?''

அவனது கையை ஆதரவுடன் பற்றினார் புதிதாய் வந்த பெரியவர். அவர் கைகளில் சிறு படபடப்பு தென்பட்டது. தங்களுக்கு முன் எதிர்க் கட்சிக்காரர்கள் வந்து பார்த்து முடித்துவிட்டுப் போயிருப்பார்களோ என்ற சந்தேகம் எழுந்தது.

தம்பி ரொம்ப யோசிப்பு வேண்டாம்.

ராமக்கட்டியின் கையில் தண்ணீர்போல் ஐநூறு ரூபாய் வழுவழுப்பு இறங்கியது. வாழ்க்கையில் அவனுக்கு இதுவரை கனவில்கூட அகப்பட்டிராத ஐநூறு! அதிர்ச்சியாகி இதெல்லாம் எனக்கெதுக்கு என்று குழறினான்.

அவனைக் கூட்டிக் கொண்டு நடந்தார்கள், தூரமாய் கண்மாய்க்கரை மூலையில் அத்திமர இருட்டில் நிறுத்தியிருந்த காரை நோக்கிப் போனார்கள். கார் இல்லை அது. ஸ்கார்பியோ வேன். நாளை அவனைக் கூட்டிப்போக இந்த ஸ்கார்பியோ வரும்.

''ஒரு வாரம் முன்னாடியே வர்றீங்க''

பெரியவர் பேசினார்.

''ஒரு வாரம் என்ன கணக்கு? இருபது நாள் முன்னாலேயே நீங்க வந்திரணும். முள்ளிப்பட்டி தேர்தல் வேலை இனி நீங்கதான் பொறுப்பு. ஒங்க சனங்களோட நீங்க பேசறீங்க என்றார் இன்னொருவர்

ராமக்கட்டி என்ற ராமகிருஷ்ணனுக்கு ஆச்சரியம். தாயில்லாப் பிள்ளையான அவனை செட்டைகளுக்கு அடியில் குஞ்சுகளைக் காக்கும் கோழிபோல் காப்பாற்றிய பாலவ்வா பாட்டி, இந்த ஊற்றைக் கண்டறிய வில்லை. அவனுக்குள்ளிருந்து பீறிடும் ஆற்றலை துப்புக் கண்டுபிடித்து இங்கே வந்துவிட்டார்கள். தன்னருகிலிருக்கும் ஊர்க்கார முகங்கள்தான் துப்புக் கொடுத்திருக்கும் என்று அவன் நினைத்தது சரி. தனக்குள் கவிந்து சேகரமாகியிருந்த ஆற்றலை அடையாளம் கண்டு வெளியே எடுத்துக் கொட்டுகிறார்கள் இவர்கள். இதுவரை அவன் பார்த்திராத புதிய கதவுகளும் சன்னல்களும் திறந்தன.

புறப்படு முன் அவன் கையைப் பிடித்தபடி பெரியவர் சொன்னார்.

''தம்பி, நீங்க வர்றிங்க. நாம ஜெயிக்கிறோம்''

வந்தவர்கள் கணித்திருந்தார்கள். அவனுடைய முகத்துக்கு நூறு, குணத்துக்கு நூறு, பேச்சுக்கு நூறு நூறாய் வாக்குகள் விழுகும். அவனுக்குத் தெரியாத உண்மை அவர்களுக்குத் தெரிந்திருந்தது.

பெண்களோடு பெண்களாய்ப் பழகி, பேசி ஈர்க்கும் பாங்கு அவர்களுக்குப் பிடித்திருந்தது. தாய்க்குலத்தை மயக்கும் ஒரு மந்திரவாதி கிடைத்துவிட்டான். கட்டக்குளத்திலிருந்து முள்ளிப்பட்டிக்குச் சொந்தமான ஒரு மந்திரவாதியைக் கூட்டிவந்திருப்பதாக, கட்சித் தலைமையிடம் பெருமிதமாகச் சொன்னார்கள்.

## 2

முள்ளிப்பட்டி கண்மாய்க் கரையை ஒட்டி சக்கிலியக் குடி போகும் பாதையில் இருந்தது பிராந்திக் கடை. அங்கீகாரம் பெற்ற விற்பனை அல்ல. எங்கிருந்து எல்லப்பன் கொண்டு வருகிறான் என்பது யாருக்கும் தெரியாது. இரவு நேரத்தில் எல்லப்பனோட பைக்கின் படபட சத்தம் வந்த்தும் சரக்கு வந்துவிட்டது என்று உறுதிப்பட்டது. சத்தம் காட்டாமல், சரக்கை வாங்கிக் கொண்டு, பக்கத்துத் தோட்டக்காட்டுக்கு நகர்ந்துவிட வேண்டும் என்று எழுதப்படாத விதி அவர்களுக்குள் செயல்பட்டது.

தோட்டக்காட்டிலிருந்து வீட்டுக்குள் காலடி வைத்த பிறகு, பிரச்சினை தொடங்கும். நுழைவதற்கு முன் தரையெல்லாம் மிதித்து வருவார்கள்.

முள்ளிப்பட்டியில் ஒவ்வொரு வீட்டுக்குள்ளும் அந்த வாசனை புதிதாய் நுழைந்தது. நம்ம வீட்டிலயுமா என்று பயந்து மிரண்டார்கள் பெண்கள்.

''சீண்டரம் பிடிச்ச இந்தக் கழுதையையும் சுமந்து வரணுமாய்யா?''

மகனாகவோ, புருசனாகவோ இருந்தால் செல்லமாய் கோபித்துக் கொண்டார்கள். அதற்கு மேல் அவர்களுக்கு ஒன்றும் செய்யத் தோன்றவில்லை.

தண்ணி குடிக்காத, ஒழுக்கம் சிதறாத ஆண்களை அவர்கள் நம்பியிருந்தார்கள். ஒருபெண் எத்தனை வருசம் குமரு

காத்தாலும், பட்டிக்காடு தாண்டி பட்டணக்கரை போனாலும் சாதிக்குள் வாக்கப்படுகிறாள். சாதிக்குள்ளானாலும் குடிக்காவெனுக்கு வாக்கப்படுகிறாள். குடித்து வாழ்நாள் முழுவதும் வம்படிக்காதவனிடமே தலையை நீட்டப் பிரியப்படுகிறாள். முள்ளிப்பட்டிப் பெண்களுக்கு கொஞ்சம் கொஞ்சமாய்த்தான் தெரிந்தது - அவர்கள் எதிர்பார்க்காத இடத்துக்கு ஆண் சமுதாயம் போயடைந்துவிட்டார்களென்று.

ஊராட்சித் தேர்தலோ, நாடாளுமன்றத் தேர்தலோ எதுவானாலும் பெண்களை நம்பி நடந்தது. இடைத்தேர்தல் நடக்கவிருக்கும் மானூர் தொகுதி தாய்க்குல ஆதரவால், எதிர்க்கட்சியின் கோட்டையாக இருந்து வந்தது. இதுவரை எதிர்க்கட்சியின் தாய்க்குலக் கோட்டையாகத் திகழ்வதை உடைத்துக் காட்டவேண்டும் என்று கட்சி கட்டளையிட்டிருந்தது. தொண்டர்கள் தீவிரம் கொண்டிருந்தார்கள். தொகுதி முழுதும் சாதகமான காற்றை உருவாக்கிவிட்டபோதும், முள்ளிப்பட்டி மட்டும் தொண்டைக்குள் மாட்டிய மீன் முள் போல் நின்றது. மந்தைக் காட்டிலிருந்து கால பேதமில்லாமல் ஒவ்வொரு வீட்டுக்குள்ளும் நுழைந்து ஊரெல்லாம் மிதக்கும் சாராய வாசனை காரணம் என்பதை உணர்ந்தார்கள். தெரிந்ததும் முதலில் கடைக்குப் பூட்டுப் போட்டார்கள். அடுத்த கட்டமாய் பெண்களோடு பேசும், அவர்களுடன் பழகும், அவர்களுக்கு ஒத்தாசைசெய்யும், அவர்களில் ஒரு ஆளாக இருக்கும் ராமக்கட்டியை கண்டெடுத்தார்கள்.

கட்டக்குளத்திலிருந்து ராமக்கட்டியை ஏற்றிக்கொண்டு கார், நேர்வழியில் முள்ளிப்பட்டிக்குள் போகவில்லை. மதுரை கடைவீதியில் நிரந்தரமாக அறைகள் போட்டிருந்தார்கள் - நள்ளிரவில் அவனுடைய பயணம் நடந்தது.

அவனையொத்த புது வருகையாளர்களிடம் கட்சிக்காரர்கள் ஒரு விசயத்தில் எச்சரிக்கையாயிருந்தார்கள். முன்னர் 20

வருசங்களிருக்கும். அப்போது நடந்த தேர்தலில் ஒரு தொகுதியில் மாணவர் தலைவரை நிறுத்தியிருந்தார்கள். தேர்தல் பிரச்சாரம் மும்முரமாய் இருந்தவேளையில் மாணவர் தலைவருக்கு வாக்குக் கேட்டு, கட்சித்தலைவர் அண்ணா பேசுவதற்கு வரவிருந்தார். ஊர்க்காரர்களிடம் அண்ணா வருகையை மாணவர் தலைவர் பெருமையாகச் சொல்லிக் கொண்டிருந்தபோது அந்தப் பெரியவர் "அப்ப அண்ணாவும் நம்ம கட்சிதான்னு சொல்லுங்க" என்று கேட்டிருக்கிறார். சாதிப் புத்தி எப்படியெல்லாம் பேச வைக்கிறது என்று மாணவர் தலைவர் தலையில் அடித்துக் கெண்டாராம். அந்தப் பெரிசு கேட்டதுபோல் அதிசயங்கள் நிகழ்ந்து விடக்கூடாதென்று கட்சிக்காரர்கள் எச்சரிக்கையாளார்கள். கேள்வி ஞானமுள்ள ராமக்கட்டிக்குள் கட்சி வரலாறு மளமளவென்று இறங்கியது.

வரலாறு பற்றிய விபரங்களோடு ராமக்கட்டியை ஊருக்குள் இறக்கி விட்டார்கள். கொஞ்ச நாட்களில் அவர்களுக்குத் தெரிந்து போனது. கட்சிக்காரர்கள் தேடி எடுத்து வந்தது கட்டக்குளத்தின் ராமக்கட்டி அல்ல, ஒரு வைரக்கட்டி என்ற உண்மை. அந்த அதிசயிப்பை தன்னறியாமலே கட்சியின் மேலிடம் வரை எடுத்துப் போயிருந்தார்கள்.

3

மண்டியும் மகிழியுமாய்க் கொட்டப்பட்ட சலதாரையை உறிஞ்சிய கொட்டாரம் தனக்கு மேலே அற்புதங்களைக் காட்டியது. குருத்து, தளிர், பூ, பிஞ்சு, காய்கனியென மாயாஜாலம் செய்தது. முருங்கை, அகத்தி, கருவேப்பிலை, நந்தியாவட்டம், சிவந்தி என்று பல்கி கொட்டாரம் நந்தவனமாகியது. நாற்றமடிக்கும் தண்ணீரை உறிஞ்சி, நாற்றமில்லா மொழி பேசுகிறோம் என்று அறிவித்தன. நந்தவன நடுவில் நின்ற கருவேப்பிலை மரத்தில் குன்றிமணியளவு கருஞ்சிவப்புப் பழங்களில் அலகு பதித்து ஆடின கிளிகள். தேர்ந்து தேர்ந்து

உணவெடுக்கும் கிளிகளுக்கு அகத்திப் பூக்கள் பிரியமான ஆகாரம். கலைந்துவிடாமல் பிரியமாய் தொலைவில் நின்று பார்த்தாள் பாலவ்வாப் பாட்டி. ராமக்கட்டி காணாமல் போன இருபது நாட்களாய் அவளுக்கு இந்தப் புதிய பழக்கம் ஏற்பட்டிருந்தது.

எப்போதாவது மட்டுமே கார வீட்டை விட்டு வெளியேறி தலைகாட்டுவாள் பாலவ்வா. தெருவழியே கொட்டாரத்துக்குப் போவாள், வருவாள். இன்றைக்கு தினத்துக்கும் போகிறாள்.

ஓடிப்போய்விட்டான் என்றுதான் சொன்னார்கள். அவன் ஓடிப்போன நாளிலிருந்து சலதாரையை எடுத்து வீசி முற்றம் நனைக்கவும் கொட்டாரத்துக்குக் கொண்டுபோய்விடவும் தனியாய் ஒரு பொம்பிளையை ஏற்பாடு செய்திருந்தாள்.

ஊரிலுள்ள பணக்கார வீடுகள் இரண்டு அல்லது மூன்றில் அவளுடையது தெற்குத் தெரு கார வீடு. தெருவுக்கும் வீட்டுக்கும் அவள் உடுத்திய வெள்ளைச் சேலை அடையாளப் பெயரானது. ''வெள்ளைச் சேலைக்கார அம்மாவா, அந்தக் கார வீடுதான்'' என்றார்கள்.

கல்யாணமாகுமுன் அவள் பாலசரஸ்வதி. புருஷனுடன் நின்றபோது பாலக்கா. புருஷனைத் தவறவிட்டு வெள்ளைச் சேலைக்குள் புகுந்து ஒத்தைப் பாரியாய் ஆன வேளையில் பாலம்மா. இப்போது அவள் பாலவ்வா. பருவங்களின் வெவ்வேறு பகுதிகளைக் கடந்து போகையில் பெயர்களின் வாகும் மாறி மாறி வருவது பாலவ்வாவின் ஒரு கதையாக மட்டுமில்லை. எதிர் வீட்டில் வாழ்ந்த வெள்ளைச் சேலையின் கதையும் அதுவாக இருந்தது. சீத்தாலட்சுமியாய் இருந்து, சீத்தக்காவாக வளர்ந்து, சீத்தம்மாவாக உருக்கொண்டு, சீத்தவ்வாவாக மாறியதும் அதே மாதிரிக் கதைதான். எதிரெதிர் வீட்டில் வாழ்ந்தாலும் இரண்டு வெள்ளைச் சேலைகளும் ஒன்றுக்கொன்று முட்டிக் கொண்டிருந்தன.

நந்தவனப் படலைத் திறந்து பாலவ்வா நுழைந்ததும் வரவேற்கிறது நந்தியாவட்டம். அது ஒருபோதும் மரமாகப் பிரியப்படுவதில்லை. தனக்கு எது உண்டுமோ அதுபோதும் என்பதுபோல் நடுத்தர குத்துச்செடியாய் உட்கார்ந்திருக்கிறது. கிளைகளால் மண்ணையும், பூக்களால் ஆகாயத்தையும் நோக்கிப் பேசியதால் அது சித்திரை என்று உறுதிப்பட்டது. நட்சத்திரகள் சுமந்த பச்சைக் குடைபோல் அசைந்த நந்தியாவட்டம், கிளைகளில் சுமந்த பூக்களைக் காட்டிலும் மண்ணில் கொட்டியது அதிகம். ராத்திரியெல்லாம் சிரித்திருக்கும்போல என்று நினைத்து பாலவ்வா முறுவல் செய்தாள்.

சொல்லாமல் செய்யாமல் வீட்டை விட்டுப் போக, இத்தனை வருசமாய் வளர்த்த அவ்வாவையும் பிரிய எப்படித்தான் மனசு வந்தது பயலுக்கு என்று ஊர்க்காரர் மருகினார்கள். ராமக்கட்டி வீட்டை விட்டுப்போன மறுநாள் காலை, கொட்டாரத்துள் நுழைந்தபோது நந்தியாவட்டம் செடியின் கீழ் நான்கு காலடித் தடங்கள் கிடப்பதைக் கண்டாள். காலடிகள் அரக்கி அரக்கி பூக்கள் கசங்கியிருந்தன. அவளுக்குள் லேசாய் சந்தேகக் காட்சி ஓடியது.

"இந்தப் பய போக்கு ஒண்ணும் பிடிபடலே"

எந்தக் கரிசனமும் அற்றவனாய் ஓடிப்போய்விட்டதை யோசித்த வேளை நெஞ்சு அடைத்தது. கரிவேப்பிலை மரக்கிளைகளில் கனி கொத்தி ஆடும் கிளிகள் கூப்பிட்டபோது கண் விழிப்பாள் ம்பாலவ்வா. கிளிகள் பொய் பேசுவதில்லை. மற்ற பறவைகள்போல் நேரங்கெட்ட நேரத்தில் கத்தி எழுப்புகிறவை அல்ல. காதிலும் கழுத்திலும் ஒன்றுமில்லாத ஒத்தைப்பாரி பொம்பிளை கிளிகளின் அறிவிப்பை ஏற்று விடியலுக்கு முன்கூட்டி தோட்டத்துக்குப் போய்வர எழுந்திருந்தாள்.

# 4

"நம்ம செண்பகக்கா பையன்"

முள்ளிப்பட்டிப் பெண்கள் மத்தியில் அவனிருந்தான்.

"ஐயர் வீட்டுப் பிள்ளை மாதிரி இருக்கான்" பெருமையாகச் சொன்னார்கள்.

"சேட்டு வீட்டுப் பிள்ளைன்னு சொல்லு. சொல்றதிலேயும் கஞ்சத்தனமா?"

தங்களிடமிருந்து பிரிந்த செண்பகம் என்ற பிரியமான ஜீவன் வழிபார்த்து திரும்பி வந்ததாய் நினைத்தார்கள்.

கட்டக்குளத்திலிருந்து, முள்ளிப்பட்டிக்குத் தாவிய இரண்டு பகல்களிலேயே மினுக்கும் கூடிவிட்டது. பாலவ்வா என்ற இருட்டிலிருந்து ராமக்கட்டி வெளிச்சத்துக்கு வந்திருக்கிறான். முற்றம் தெளிப்பது, பெருக்குவது, தோட்டத்துக்கு சலதாரைத் தண்ணீர் விடுவது, கிணற்றிலிருந்து தண்ணீர்க் குடம் சுமப்பது என்ற சின்னச்சின்ன இருட்டுகளில் பெரிய மனுஷி முடக்கியிருந்தாள் என்று அவன் நினைத்தான். சொல்லாமல் செய்யாமல் அந்த இருட்டை உடைத்து வெளியேறியாயிற்று. காலம், தூரம் என்ற தடைச்சுவர்களைத் தூளாக்கி முள்ளிப்பட்டி உறவு வளையத்துக்குள் அவன் லகுவாய் நுழைவதற்கான எல்லா ஏற்பாடுகளையும் கட்சிக்காரர்கள் செய்திருந்தார்கள். அவர்களின் முன்கூட்டிய தீர்மானங்களில் அகப்படாத ஒன்று ராமகிருஷ்ணன் மக்களோடு லாவகமாய் அய்க்கியமாகும் கலை. அம்மா, அக்கா, அத்தை, பாட்டி, பெரியம்மா என்று எளிதாய் உட்புகுந்தான். "எத்தனை வருஷஞ் செண்டு வந்தாலும் அது நம்ம அமராவதி பெத்த பிள்ளைதானே" என்று பிரியத்தோடு சேர்த்துக் கொண்டார்கள்.

அவர்கள் அவனைக் கொண்டாடியதற்கு வேறொரு காரணமும் உண்டு. பொம்பிளை நிழலில் பொத்திப் பொத்தி

வளர்க்கப்பட்டிருந்ததால், பெண்களோடு பேச்சு, பழக்கம் என்று மட்டுமே கொண்டிருந்தவன் மேல் அவர்களுக்குப் பிரியம் கூடுதலாகியது.

முள்ளிப்பட்டியில் கால் வைத்ததும் ராமகிருஷ்ணனை கட்டை மண்ணாய் குவிந்து நிற்கும் அவன் வீட்டின் முன் கொண்டு போய் நிறுத்தினார்கள். அம்மாவின் வாழ்வைப் போலவே பாதியாய் நின்ற வீட்டை நினைத்து விம்மினான். கைகள் சேர்த்து, தலை கவிழ்ந்து ஆதிகால நினைவுகளில் மூழ்கி மேலெழுந்தபோது அவன் எடுத்து வந்தவை இரு கண்ணீர்த்துளி முத்துக்கள். அந்த துயர்மிகுந்த காட்சியைக் காண பெருங்கூட்டம் கூடிவிட்டது. துயரக் காட்சியைக் காணக் கூடியிருந்த முகங்களில் மிகுந்த சோகத்தைக் கண்டபோது கட்சிக்காரர்களுடைய எதிர்பார்ப்பு உறுதிப்பட்டது. மக்களுடைய கலையை அறிந்தவர்களாதலால், முதல் மூலதனம் அவர்களுக்குக் கிடைத்த சந்தோசத்தில், லாபம் நோக்கித் திட்டமிடல் சுலபமாய்ப் போயிற்று.

வெயிலில் அலைந்து ஒரு வீட்டின் முன்னிருந்த மாமரத்தடியில் உட்கார்ந்தான். பிஞ்சும் காயுமாய் நெருக்குப்பட்டு நின்றது மாமரம். கருப்பட்டியும் புளியும் கரைத்த பாணக்கரம் பெரிய செம்பில் கொண்டு வந்தாள் அந்த வீட்டுக்கார அம்மா. மோர், குளிர்பானங்களைக் காட்டிலும் வெயில் சூட்டைத் தணிக்கும் பாணக்கரம் என்பதை அனுபவம் உணர்த்தியிருந்தது. நன்றியும் அதிசயமுமாய் அவளையும் கூடவிருந்த பெண்களையும் பார்த்தான்.

''சாப்பிடுப்பா, 'உஸ்'னு உக்கார தேரமில்லாம (நேரமில்லாமல்) அலைஞ்சிக்கிட்டிருக்கே''

''எல்லாம் ஒங்களுக்காகத்தான் அத்தை. தேரம் எங்க காணுது''

சட்டென்று அவன் பேசியவிதம், எல்லோரையும் ஈர்த்தது. பார்வதியக்கா பாந்தமாய் அவன் கையைப் பிடித்தாள்.

''ஏயய்யா இதெல்லாம் எங்கய்யா கத்துக்கிட்டே'' என்றாள். பிறகு ''இன்னைக்கு எங்க வீட்ல சாப்பிடணும்'' என்பாள்.

பாணக்கரம் கொடுத்த பார்வதியின் எதுவுமில்லாமலிருந்த காதும் மூக்கும் அவனை இயல்பாய் கேள்வி கேட்கச் செய்தன. பார்வதியின் காதை பார்வையால் தடவிவிட்டபடி,

''அத்தை காதில ஒண்ணுமில்ல?'' என்றான்.

''இன்னைக்கு நேத்தா அந்தக் காது இருக்கு'' என்றாள் பார்வதி.

''அத்தை காதுக்கு கம்மல் எடுப்பாயிருக்கும்'' என்றவன் மற்றவர்களின் சம்மதத்தையும் பெற ''என்ன நா சொல்றது'' என்று சுற்றி நிற்கிறவர்களைப் பார்த்தான். எல்லோரும் வியப்பாய், எதுவும் புரியாமல் நோக்கினார்கள்.

கம்மல், தோடு, மூக்குத்தி, மோதிரம் யார் யாருக்கு, எது தேவையோ கூட குறைய இல்லாமல் ஒரே அளவில் வரும் என்று உறுதியளித்தான்.

''நா சொன்னா சொன்னதுதான். எம்பேர்ல நம்பிக்கையிருக்கில்லே'' என்றான். அப்படிக் கேள்வி கேக்கலாமா ராஸா என்று கோபித்தார்கள். அவன் பேரிலான நம்பிக்கையை கட்சியின் நம்பிக்கையாக மாற்ற அதிக நேரம் ஆகவில்லை. கட்சி என்பதை அவர்கள் முதலில் பார்க்கவில்லை. செண்பகம் பையன் என்றே பார்த்தார்கள்.

கட்டக்குளம் கண்மாயில் நீர் வற்றி களிமண் குளம்பில் மீன் வேட்டையாடியபோது அவன் கரையில் நின்றிருக்கிறான். அவனுக்குத் தெரியாமல் அவனுக்குப் பிடிக்காத கோழிக்குழம்பு வைத்ததற்காக பாலாவ்வாவுடன் சண்டை போட்டு குழம்புச் சட்டியை சாக்கடையில் போட்டு உடைத்திருக்கிறான். கவிச்சி சேர்க்காத ராமகிருஷ்ணனை ஒரு பிரியாணி விருந்தில் கட்சிக்காரர்கள் நிறுத்தினார்கள்.

''சொல்லி வைத்த இடத்திலேயிருந்து ஆடு வரலே; இன்னைக்கு பெரிய ஆடுதான் கிடைச்சது''

விருந்துக்குப் பொறுப்பான ஒன்றியச் செயலாளர் சொன்னார் ''நீ சாப்பிடுவியா?''

''சாப்பிடறதுக்கு முன்னாடி அதப்பற்றிப் பேசியிருக்கனும் ஆடோ, மாடோ சாப்பிட்டாச்சில்லே இப்ப சாப்பாடு முக்கியம்''

இதுபோல் பதில்களுக்கு ராமகிருஷ்ணனை எல்லோருக்கும் பிடித்திருந்தது. ஒன்று நடக்கிறதுக்கு திட்டமிட்டு நடக்காதபோது, அதை ஏற்றுக்கொண்டு அடுத்த காரியத்துக்கு நகர வேண்டும் என்ற நடைமுறைத் தந்திரம் அவனுக்குள் கிடந்தது. எல்லோரையும் அணைத்துப் போகிற அவனுடைய இந்தப் போக்குத்தான் வந்தடைந்த சில நாட்களுக்குள் முள்ளிப்பட்டியை வசப்படுத்தியிருந்தது.

தேர்தல்முடிந்த இரவு கிராமத்திலிருந்து விலகி மதுரை போனார்கள். வந்தடைந்த முதல் நாளிலேயே இந்த மாதிரி அனுபவம் ஏற்பட்டிருந்தது ராமகிருஷ்ணனுக்கு.

சீட்டுக்கட்டுகளும், எதிரில் பாட்டிலில் நின்ற சிவப்புத் திரவமும்.

முதல்நாள் இரவில் ஒன்றியச் செயலாளர் கேட்டார்.

''ரம்மி ஆடத் தெரியுமா?''

''தெரியாது''

இங்க பாருடா என்பதுபோல் கூடியிருந்தோர் முகத்தில் வியப்பு.

'தண்ணி குடிப்பியா?'

''கிடையாது''

சிரிப்புத் தாளமுடியாமல் ஒன்றியச் செயலாளர் சொன்னார்.

''அப்ப நீ கட்சியில் இருக்கிறதுக்கு லாயக்கில்ல. ஒன்னையெல்லாம் எப்படிக் கட்சில சேர்த்தாங்கன்னு தெரியலே. தலைவர்ட்ட சொல்லி முதல்ல ஒன்னை வெளியே பத்தணும்''

சிரிப்பில் குலுங்கியது அறை. சீட்டும் தண்ணியும் எல்லோரையும் உள்ளிழுத்திருந்தது.

கட்சித் தலைவர்களில் ஒருவர் அடிக்கடி தண்ணி போடுகிற பழக்கம் கொண்டவர். பிறகு அது அன்றாடப் பழக்கமாயிருந்தது. மத்தியான வெயிலில் தடுமாறி வந்த தலைவரை தரையெல்லாம் மிதித்து வருகிறாரே என்று மனைவி குளிர்ச்சியாய் மோரை நீட்டினாள். சிரிப்பு பாய அவர் சொன்னது, ''நூறு ரூபாய் கொடுத்து தண்ணி அடிச்சி தம் பிடிச்சி வந்து நிக்கறேன். நீ அம்பது பைசா மோரிலே எல்லாத்தையும் கலைச்சிரலாமின்னு நெனைக்கே''

தலைவர் சொன்ன அந்த வாசகம் கட்சிக்காரர்களிடம் பிரபலமாகி இருந்தது. சொல்லிச் சொல்லிச் சிரித்தார்கள்.

சீத்தவ்வா கொடுத்த மோரைக் கண்டதும் அது நினைவு வந்தது.

அவனுடைய பார்வை கைப்பெருவிரலில் மறுபடி மறுபடி பதிந்தது. சீத்தவ்வா லேசாய் செருமினாள். அந்தச் செருமலுக்கு அர்த்தம் புரிந்து அவன் பேசினான்.

''இனிமே நா அவ வீட்டுக்குப் போக மாட்டேன்''

கண் எதிரில் பழைய பாலவ்வா சைகை காட்டியது.

''சரி இருந்துக்கோ''

சீத்தவ்வாவின் வீட்டில் குளித்தான். சாப்பிட்டான், தூங்கினான், சாப்பாட்டுக்கு நிறையப் பணம் தந்தான்.

ஒருவாரம் கழித்து, கொடி கட்டிய கார் திடீரென வந்து நின்றது. கட்சிக்காரர்கள் அவனைக் கட்டியணைத்தார்கள். அதிலொரு ஆச்சரியமும் இருந்தது. முள்ளிப்பட்டியில் மொத்தம் முந்நூறு வாக்குகளில் ஒன்று குறையாமல் அத்தனையும் பதிவாகியிருந்தது.

பா. செயப்பிரகாசம்

''அது எப்படி தலை''

இப்போது தலைவா என்பது தலை என்று சுருங்கியுள்ளது.

''நூத்துக்கு நூறு வாங்குனீங்க, சாதிச்சிட்டிங்க தலை''

சுற்றி ஆணும், பெண்ணுமாய்க் கூடிய ஊர்க்காரர்களைப் பார்த்தான். காரில் வந்தவர்கள் ஒரு தலைவனைக் கொண்டாடும் விதத்தில் ஒவ்வொருவராய் சால்வை அணிவித்தார்கள். சுற்றிநின்ற உறவு முகங்கள் பெருமிதத்தில் பங்கு கொண்டு பூரித்தன.

இடைத்தேர்தல் வெற்றியைக் கொண்டாட தலைவர் வருகிறார். ராமகிருஷ்ணனை அழைத்துப்போக வந்திருக்கிறார்கள்.

ராமகிருஷ்ணன் காரில் ஏறிக்கொண்டான். எதிர் வீட்டின் கதவு ஒருக்களித்துத் திறந்து இரண்டு கண்கள் கவனித்தன. காரில் ஏறியவன், திரும்பி வந்து சீத்தவ்வாவின் காலைத்தொட்டு வணங்கினான். அவள் பதறி கால்களை உள்ளிழுத்தாள். காரையும் வந்திருந்தவர்களையும் கண்டு திக்பிரமை பிடித்ததுபோல் நின்றாள்.

காரின் முன்னால் உட்கார்ந்து எல்லோருக்கும் கையசைத்தான். சீத்தவ்வாவையும் மற்றவர்களையும் பார்த்து சத்தமாய்க் கத்தினான்.

''அவ்வா, ஒங்க ஊருக்கு தங்கத்தாலே ரோடு போடுறேன்''